ஆட்டோ சங்கரின்...

மரண வாக்குமூலம்

[இது அவனுக்கு வக்காலத்து அல்ல]

நக்கீரன்
வெளியீடு!

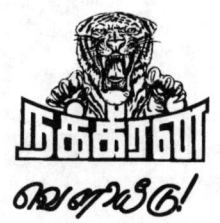

ஜூப்பா செல்வனின்...

மைய
எழுத்துக்கள்

(எனது நூல்பற்றிய தகவல்களும் சூட்சி)

நக்கீரன் பதிப்புகள் ஒவ்வொன்றும் வாசகர்களின் பலத்த ஆதரவினை பெறுவதற்குக் காரணம், புத்தகங்களில் இருப்பவை அனைத்தும் உண்மை..... உண்மை.... யாரும் சொல்லத் துணியாத உண்மை. அந்த வரிசையில், அதிரடி உண்மைகளுடன் நக்கீரனில் தொடராக வெளிவந்த ஆட்டோ சங்கரின் மரண வாக்குமூலம் இப்போது புத்தகமாக வடிவெடுத்திருக்கிறது. ஒரு குற்றவாளியை தூக்கிலிடவைத்த சம்பவத்தின் பின்னணியில் இருந்தவர்கள் யார், யார் என்பதை அந்தக் குற்றவாளியே தோலுரித்துக் காட்டிய தொடர் இது.

அதிகாரத்திலிருக்கும் காக்கிச் சட்டையினர் ஓய்வு பெற்றபின் சாய்வு நாற்காலியில் உட்கார்ந்து கொண்டு இட்டுக்கட்டி எழுதும் புத்தகங்களின் ரகமல்ல, இந்த மரண வாக்குமூலம். தூக்கிலிடப்படுவதற்கு சில மாதங்களுக்கு முன், அந்தக் குற்றவாளியே, தன்னை பயன்படுத்திக்கொண்டு பலன் அனுபவித்த பின் சிக்க வைத்த அதிகாரிகளையும் அரசியல்வாதிகளையும் முக்கியப் பிரமுகர்களையும் அடையாளம்காட்டிய தொடர்.

இது தொடராக வெளிவந்தபோது, அதனைத் தடுப்பதற்கு அதிகாரவர்க்கம் எடுத்த பகீரத முயற்சிகளும் அதை நக்கீரன் துணிச்சலோடு எதிர்கொண்டு வெற்றிகரமாகத் தொடரைக் கொண்டு வந்த விதமும் தனிப் புத்தகமாக எழுதுவதற்கு தகுதியுடையவை. அதைப் பற்றிய சுருக்கமும் இந்த புத்தகத்தில் தரப்பட்டுள்ளது. ஒரு குற்றவாளிக்கு வக்காலத்து வாங்கும் நோக்கத்துடன் இது வெளியிடப்படவில்லை. குற்றவாளி எப்படி உருவாகிறான் என்பதையும், குற்றங்களின் மறுபக்கத்தையும் காட்டும் குறிக்கோளுடனும் வெளியிட்டிருக்கிறோம்.

'மரண வாக்குமூலம்' தொடராக வெளிவந்தபோது பரபரப்புடன் படித்த வாசகர்கள் இதைப் புத்தகமாக பார்க்கும்போது மீண்டும் ஒரு முறை வாசிப்பார்கள். அப்போது படிக்கத் தவறியவர்கள் இப்போது இந்த வாய்ப்பை பயன்படுத்திக்கொள்வார்கள். ஒரு குற்றவாளியின் சுயசரிதையான இந்த புத்தகம், வழக்கமான நக்கீரன் பதிப்புகளைப் போலவே வாசகர்களின் ஆதரவைப் பெறும் என்ற முழுமையான நம்பிக்கையோடு வெளியிடுகிறோம்.

ஆட்டோ சங்கரின்
மரண வாக்குமூலம்

முதல் பதிப்பு 2002
நான்காம் பதிப்பு 2021
பக்கங்கள் 456
நூலின் அளவு (14X21.5) டெமி
விலை ரூ. 400/-

வெளியீடு
நக்கீரன் பப்ளிகேஷன்ஸ்
105, ஜானி ஜான்கான் சாலை
இராயப்பேட்டை சென்னை 14
செல்: 044- 4399 3000

அட்டை வடிவமைப்பு
ஆர்.சி. மதிராஜ்

உள் ஓவியங்கள்
ஸ்யாம்

நூலழகு
எஸ். ராஜேந்திரன்

கட்டமைப்பு
ஆர்.எஸ்.பைண்டர்ஸ்
சென்னை 5

அச்சாக்கம்
சாருபிரபா பிரிண்டர்ஸ்
சென்னை 14

**AUTO SHANKARIN
MARANA VAAKUMOOLAM**

First Edition 2002
Fourth Edition 2021
Pages 456
Book Size (14X21.5) Demy
Price Rs.400/-

Published by
Nakkheeran Publications
105, Jani Jahankhan Road
Royapettah, Chennai 14
Ph 044- 4399 3000

Wrapper Designed by
R.C. Mathiraj

Binding by
R.S.Binding Works
Chennai 5

Printed at
Saaruprabha Printers
Chennai 14

ISBN: **978-93-81020-93-7**

சமர்ப்பணம்

ஆள்வோரின் கண்ணசைப்புக்கு ஏற்றபடி நடவடிக்கைகள் எடுத்து, அதிகார போதையில் மனித உரிமைகளை பூட்ஸ் கால்களால் நசுக்கிக் கொண்டிருக்கும் காவல்துறை உயரதிகாரிகளிடம் 'ஆர்டர்லி'களாகவும் சாதாரண கான்ஸ்டபிள்களாகவும் இருந்து, கடமையுணர்ச்சியில் சிறிதும் தவறாமல் செயல்படும் நிஜமான திறமைகொண்ட காவல்துறையின் கீழ்நிலை பணியாளர்களுக்கு... ... ...

INDIA'S ONLY NATIONAL NEWSPAPER

Indian Express

MADRAS SUNDAY OCTOBER 23 1994

மரண வாக்குமூலம்!

மரணத்தின் பிடியில் உள்ள ஆட்டோ சங்கர் வெளிப்படுத்தும் ரகசியங்கள் தமிழ் வாசகர்களை வசீகரித்துள்ளது.

கே.எம்.தாமஸ்

(இந்தியன் எக்ஸ்பிரஸ்- அக்டோபர் 23, 1994)

தண்டனை சிறைவாசியான 'ஆட்டோ சங்கர்' என்கிற கௌரிசங்கர் (வயது 39) தனது வெடிகுண்டு சுயசரிதையான 'மரண வாக்குமூலம்' வாயிலாக தமிழ்நாட்டில் பரபரப்பான அலைகளை உருவாக்கி யிருக்கிறார்.

அத்துடன், தமிழ் பத்திரிகையான நக்கீரனின் மனுவை ஏற்றுக்கொண்ட உச்சநீதிமன்றம் இந்தத் தொடரை தொடர்ந்து வெளியிடலாம் என அனுமதியளித்திருப்பது அந்த இதழின் வாசகர்களுக்கு நிறைய எதிர்பார்ப்பை ஏற்படுத்தியிருக்கிறது.

பல்வேறு கொலைகளில் குற்றம் சாட்டப்பட்ட ஆட்டோசங்கருக்கு ஏப்ரல் 5-ந் தேதியன்று மரண தண்டனையை உறுதி செய்தது உச்சநீதிமன்றம். ஜனாதிபதிக்கு அனுப்பப்பட்டிருக்கும் கருணை மனு மீது எந்த முடிவும் எடுக்கப்படாத நிலையில் சேலம் மத்திய சிறைச்சாலையில் சங்கர் தற்போது இருக்கிறான்.

அவனது நிஜ வாழ்க்கையில் இடம்பெற்ற காதல், பெண் வியாபாரம், சாராயக் கடத்தல், ஆள் கடத்தல், சித்ரவதைகள், ஆறு கொலைகள் ஆகிய பரபரப்பான சம்பவங்களை மக்கள் ஆர்வமுடன் படிக்கிறார்கள். அது ஒரு திரைக்கதையாகவும் கவனம் பெற்றி ருக்கிறது. அவனது உணர்ச்சிபூர்வமான கதையில், சென்னை மத்திய சிறைச்சாலையிலிருந்து அவன் தப்பித்தது மற்றொரு கதாநாயக

சாகசமாகக் கருதப்படுகிறது.

சங்கரை பொறுத்த வரை இந்த 'மரண வாக்குமூலம்' என்பது குற்றங்கள் புரிந்து வாழ்ந்த தனது கொந்தளிப்பான வாழ்க்கையில் கடைசி அத்தியாயம்.

இந்த சுயசரிதையின் முதல் அத்தியாயம் ஜூன்-12 நக்கீரன் இதழில் இடம் பெற்றது. பி.யூ.சி. தேர்ச்சியடையாத சங்கர், சுயசரிதைக்கான கட்டுரைகளை தூய தமிழில் தானே எழுதி, அதனை சிறையிலிருந்து அனுப்பி வைத்துள்ளான். இத்தொடரில் சில போலீஸ் உயரதிகாரிகள், அரசியல்வாதிகள், நடிகைகள் உள்ளிட்டோரை 'மங்கலான வெளிச்சத்தில்' பத்திரிகையில் வெளியிட்டதால் இத்தொடரை நிறுத்தும்படி பத்திரிகையின் ஆசிரியருக்கும் சங்கருக்கும் நெருக்கடிகள் கொடுக்கப்பட்டன. தனது குடும்பத்தினருக்கு விடுக்கப்பட்ட மிரட்டல்களையடுத்து தொடரை நிறுத்துவதற்கு சங்கர் சம்மதித்தான்.

எனினும் ஆட்டோ

October 23, 1994

Dying Declaration

Auto Sankar's death row revelations about his life captivate Tamil readers

By K.M. Thomas

THE condemned prisoner T.Gaurisankar, alias 'Auto Sankar', 39, is creating waves in Tamil Nadu with his explosive autobiography *The Dying Declaration*. And with the Supreme Court allowing Tamil magazine *Nakkeeran*'s petition to go ahead with the publication, the magazine readers are begging for more.

The death sentence on Sankar accused of multiple murders was confirmed by the Supreme Court on April 5. Pending disposal of a mercy petition to the President of India, Sankar is at present lodged in the Salem Central Prison.

His real-life exploits, marked by romance, girl-running, liquor smuggling, kidnapping, torture and six murders to boot, have been read with great interest by the people. It made a riveting film script. A jail-break from the Madras Central Prison by Sankar and his gang added another heroic detail to his sensational story.

The Dying Declaration is the last chapter of his tempestuous crime-ridden career, according to Sankar. The first chapter of the biography appeared in *Nakkeeran* on June 12. A pre-university drop-out, Sankar had been writing the articles himself in chaste Tamil and sending them out from the jail. As some of the police personnel, politicians and film actresses were mentioned in the book in a bad light, pressure was mounted on the weekly's editor and Sankar to discontinue the serialisation of the autobiography. In view of the threats to his family, Sankar agreed to do so. The weekly has resumed the publication of the memoirs of Auto Sankar based on the recorded conversations with him.

There is no documentary proof to support many of the incidents mentioned by Sankar. His contention is that the documents available with him and the photo albums, picture negatives, etc., have been seized and destroyed by the police. His accurate description of certain events and how they happened, however, makes one believe that there is some substance in his statements.

The first few chapters deal with his early life as a neglected child. He recounts: One day when he returned from school, his mother told him that his father had run away with another woman. He was eight years old. Next year, his mother ran away with a neighbour. Thereafter, he was brought up by the elder sister of his mother. When he was hardly 18, he eloped with Jagadeeswari who was only 14 years at that time and married her. According to Sankar, the marriage was conducted in the presence of Kripananda Warrier at Kangeyanallur on July 24, 1974. His first child was born in 1977.

The real 'masala' part of the story begins that year. Madras was lashed by cyclonic rains and floods. An unemployed Sankar, moved by the sight of a starving wife and daughter, goes in the rain to the nearest grocery and implores the owner for half a kilo of rice. The owner demands payment for the earlier purchases. As this was going on, constable Krishnan comes to the shop to buy cigarettes. After giving him a packet free, the shop-owner pointed to Sankar and said he was demanding 'mamool'. According to Sankar, the constable hit him with a lathi 13 times and pushed him into the rain water. This physical and mental bruise was fol-

morning he was horrified to find the shop-owner with a swollen face at his door. The shop-owner touched Sankar's feet, pleaded with him not to harass him any more and promised to pay a 'protection' fee every week. Others followed suit as word spread that a new 'Dada' had arrived in the area, and he soon reinforced his image as a muscleman.

Prohibition in Tamil Nadu was at its peak at this time. One evening, Sankar watched constable Krishnan walk towards him. While Sankar's other friends fled the scene, he stood his ground. Krishnan told Sankar that there was no future in 'rowdyism' and that the police could smash him any day. Instead, there was a more lucrative and risk-free business and sub-inspector Sukumar would talk to him that evening.

Sukumar initiated Sankar into the illicit arrack trade by showing him the location for sale and the procurement centres in the nearby Chengalpattu district. The policemen present during the inaugural sale infused confidence among the liquor-addicts and the busi-

Nakkeeran's editor, R.R. Gopal: getting mileage

ness flourished. In the beginning, he used to bring the 'stuff' in government buses, and later he engaged autorickshaws, mini-vans and lorries. He had purchased a car, TNH 3131, earlier owned by an IGP through his police contacts. The car had special space to keep the wireless set and a red light on the top. Liquor packets were stacked in the wireless boot. This car was used to pilot liquor lorries and safely conduct them through check-posts. 'Police sentries at the check-posts used to salute and wave through my vehicles', Sankar recalls in the book.

Once his tempo van was

damn care in the world', he claims in his memoirs.

Around this time, on the advice of the police, he had encroached on government land in Thiruvanmiyur and set up 216 huts. One day, Sankar was returning with the 'stuff' in his auto when he heard that the corporation officials were about to pull down the unauthorised huts. Sankar straightaway drove to the Secretariat, sought help from the then Speaker of the Assembly and got the eviction stopped. In a lighter vein, Sankar comments that he would be the only person to have carried so much illicit liquor right into the Secretariat. Sankar claims that photographic evidence for the 'filmy reward' that the Speaker demanded and which he provided was in his possession but this was destroyed by the police.

He was initiated into 'girl-running' in the name of 'Tamil self-respect'. A deputy superintendent of police summoned Sankar to his office and told him that all the four brothel houses in Thiruvanmiyur were run by people from Andhra Pradesh, and that it was a disgrace to allow outsiders to do so. Sankar hated 'girl running'. Within a week, he and his gang members stormed all brothel houses in Thiruvanmiyur, smashed up the TVs, furniture and other valuables in the house and terrorised the owners. The girls were forcibly taken out, given bus-fare to their native places and sent away with a warning that they would be killed if they ever returned to Thiruvanmiyur.

Sankar learnt that he was tricked into a corner only after the area was cleansed. The same deputy superintendent of police sent for him again and said consequent upon the winding up of all brothels, the department was finding it difficult to meet several 'emergency expenses' and someone had to re-start the business again. The police officer had found Sankar the best man to do it. Sankar reluctantly accepted the mission, which soon became a flourishing business. During the power struggle in the AIADMK, several MLAs were kept as 'captives' by both factions and he had a tough time keeping them amused with 'company'. The

8 ● ஆட்டோ சங்கரின்...

சங்கரின் பதிவு செய்யப்பட்ட பேச்சுக்களின் அடிப்படையில் தொடரை தொடர்ந்து வெளியிடுகிறது அந்த பத்திரிகை.

சங்கரால் குறிப்பிடப்படும் பல சம்பவங்களுக்கு ஆவண ஆதாரங்கள் இல்லை. தன்னிடமிருந்த ஆவணங்கள், போட்டோ ஆல்பங்கள், நெகட்டிவ்கள் உள்ளிட்டவற்றை போலீஸார் கைப்பற்றி அழித்துவிட்டார்கள் என்பது சங்கரின் வாதம். எனினும் சில சம்பவங்கள் எப்படி நடந்தன என்பது பற்றிய அவனுடைய துல்லியமான விவரிப்பு, இதில் ஏதோ விஷயம் இருக்கிறது என நம்ப வைக்கிறது.

புறக்கணிக்கப்பட்ட குழந்தையாக அவனுடைய ஆரம்பகாலம் கழிந்ததை தொடக்க அத்தியாயங்கள் விவரிக்கின்றன. அவன் அதை நினைவு கூர்கிறான். ஒருநாள் அவன் பள்ளியில் இருந்து திரும்பியபோது, அவன் தந்தை இன்னொரு பெண்ணுடன் ஓடிவிட்டதாக அவனுடைய தாய் கூறுகிறாள். அப்போது அவனுக்கு எட்டு வயது. அடுத்த வருடம் அவனுடைய தாயார் பக்கத்தில் உள்ள நபருடன் ஓடிவிடுகிறார்.

அதன்பின் அவன் தனது பெரியம்மாவால் வளர்க்கப்படுகிறான். அவனுக்கு 18 வயது இருக்கும்போது 14 வயதே ஆன ஜெகதீஸ்வரி மீது காதல் கொண்டு ஓடிப்போய் திருமணம் செய்துகொள்கிறான். சங்கரின் கூற்றுப்படி அந்தத் திருமணம் 1974-ம் ஆண்டு ஜூலை 24-ந்தேதி காங்கேயநல்லூரில் திருமுருக கிருபானந்தவாரியார் முன்னிலையில் நடைபெற்றுள்ளது. 1977-ல் அவனுக்கு முதல் குழந்தை பிறக்கிறது.

சுயசரிதையின் விறுவிறுப்பான நிஜ மசாலா பகுதி அந்த ஆண்டுதான் தொடங்குகிறது. புயல் சின்னத்தால் ஏற்பட்ட மழையாலும் வெள்ளத்தாலும் சென்னை பாதிக்கப்படுகிறது.

வேலை எதுவுமில்லாமல் இருந்த சங்கர், பட்டினி கிடக்கும் தனது மனைவியையும் பெண் குழந்தையையும் பார்க்க சகிக்காமல் பக்கத்தில் உள்ள மளிகைக் கடைக்குச் சென்று அரை கிலோ அரிசி கடனாக தந்து உதவும்படி கடைக்காரரிடம் கேட்கிறான். ஏற்கனவே வாங்கியிருந்த பொருட்களுக்கான பாக்கியை கேட்கிறார் கடைக்காரர்.

இந்த சமயத்தில் ஒரு கான்ஸ்டபிள் சிகரெட் வாங்குவதற்காக அந்தக் கடைக்கு வருகிறார். அவருக்கு ஒருபாக்கெட் சிகரெட்டை இலவசமாகக் கொடுத்த கடைக்காரர், சங்கரை சுட்டிக்காட்டி இவன் மாமூல் கேட்டு மிரட்டுகிறான் என புகார் சொல்கிறார்.

கான்ஸ்டபிள் தன்னை 13 முறை லத்தியால் அடித்து,

மழைத்தண்ணீரில் தள்ளிவிட்டதாக சங்கர் சொல்கிறான். உடல் ரீதியாகவும், மனரீதியாகவும் காயம்பட்டிருந்த நிலையில், 'போலீஸ் அடி' எப்படி எனக்கேட்டு சங்கரை கேலி செய்கிறார் கடைக்காரர்.

'அந்த நேரத்தில்தான் இந்த ஆட்டோ சங்கர் பிறக்கிறான்' என அவன் தன் சுயசரிதையில் எழுதுகிறான்.

உச்சகட்ட பசியிலும் கோபத்திலும் இருந்த அவன் அந்தக் கடைக்காரர் மீது பாய்ந்து கடுமையாகத் தாக்கியதுடன் கடையையும் துவம்சம் செய்துவிட்டு, கொஞ்சம் அரிசியை அள்ளிக்கொண்டு நடக்கத் தொடங்குகிறான். தனது நடவடிக்கையின் விளைவால் என்ன நடக்குமோ என சங்கர் பயந்துகொண்டு இரவெல்லாம் தூங்காமல் இருக்க, மறுநாள் காலையில் அந்த கடைக்காரர் வீங்கிப்போன முகத்துடன் நின்றது அவனுக்கு திகிலூட்டியது.

அந்த கடைக்காரர் சங்கரின் காலைத் தொட்டுக்கும்பிட்டு, இனிமேல் என்னை எந்த தொந்தரவும் செய்யாதே, வாராவாரம் உனக்கு நான் மாமூல் தருகிறேன் என வேண்டிக்கொண்டார். மற்றவர்களும் இதனையே பின்பற்ற, அந்த பகுதியில் புதிய 'தாதா' வந்திருப்பதாக பேச்சு பரவ ஆரம்பித்தது. அவனும் அந்த இமேஜை பலப்படுத்திக்கொண்டான்.

தமிழ்நாட்டில் மதுவிலக்கு உச்சத்தில் இருந்த நேரம் அது. ஒரு மாலையில், கான்ஸ்டபிள் கிருஷ்ணன் தன்னை நோக்கி வருவதை சங்கர் கவனித்தான். சங்கரின் மற்ற நண்பர்கள் அந்த இடத்தைவிட்டு ஓடிவிட... அவன் அங்கேயே நின்றான். சங்கரிடம் கான்ஸ்டபிள், ரவுடியிசத்தால் எந்த எதிர்காலமும் இல்லை. என்றைக்காவது ஒருநாள் போலீஸ் தீர்த்துக்கட்டிவிடும்.

அதற்குப்பதில் நிறைய லாபமும், பிரச்சினை குறைவானதுமான பிசினஸ்கள் நிறைய இருக்கின்றன. இதுபற்றி சப்-இன்ஸ்பெக்டர் உன்னிடம் கூறுவார் என்கிறார்.

கள்ளச்சாராய வியாபாரத்திற்கான இடம் எது என்பதை சங்கருக்கு சுகுமார் அடையாளம் காட்டி அந்தத் தொழிலில் நுழையச் செய்ததுடன் பக்கத்தில் உள்ள செங்கல்பட்டு மாவட்டத்தில் எங்கெங்கே கள்ளச்சாராயத்தை வாங்கலாம் என்பதையும் தெரிவித்தார்.

கள்ளச்சாராய விற்பனையின் தொடக்கவிழாவின்போது போலீஸ்காரர்கள் கலந்துகொண்டது, குடிமகன்களுக்கு நம்பிக்கையை ஏற்படுத்தியதுடன் சங்கரின் வியாபாரத்தையும் பெருக்கியது.

ஆரம்பத்தில் அரசு பேருந்துகளில்தான் அவன் சரக்கை கொண்டுவந்தான். அதன்பின் ஆட்டோ, மினிவேன், லாரி ஆகியவற்றை பயன்படுத்திக்கொண்டான். ஒரு ஐ.ஜி. வைத்திருந்த டி.என்.ஹெச்.3131 என்ற காரை தனது போலீஸ் தொடர்புகள் மூலம் அவன் வாங்கினான்.

அந்த காரினுள் ஒயர்லெஸ் செட் வைத்துக்கொள்ளவும், மேலே சிவப்பு விளக்கு 'சைரன்' பொருத்திக்கொள்ளவும் வசதி இருந்தது. சாராய பாக்கெட்டுகளை ஒயர்லெஸ் வைக்கும் இடத்தில் பதுக்கிக் கொண்டான்.

கள்ளச்சாராய லாரிகளுக்கு பைலட்டாக அந்த கார் பயன்படுத்தப்பட்டதால் செக்-போஸ்ட்டுகளை கடக்கும்போது பாதுகாப்பாக இருந்தது. 'செக்போஸ்ட்டுகளில் காவலுக்கு நிற்கும் போலீசார் எனக்கு சல்யூட் அடித்து என் வாகனங்களை அனுப்பிவைப்பார்கள்' என புத்தகத்தில் நினைவு கூர்கிறான் சங்கர்.

ஒருமுறை புறநகர்ப்பகுதியில் மதுவிலக்கு சிறப்புப் படையினரால் அவனது டெம்போ விரட்டிப் பிடிக்கப்பட்டது. அவன் வார மாமூலான 16,000 ரூபாயை லோக்கல் போலீசாருக்கு மட்டுமே கொடுத்து வந்ததால் சிறப்புப் படையினர் நடவடிக்கை எடுக்கப்போகிறார்கள் என மிகவும் பயந்தான்.

ஆனால், சிறப்புப் படையினரோ 'கள்ளச்சாராயத்தை லோக்கல் போலீசார் மட்டும்தான் செக் பண்ணுவார்கள் என நினைக்கவேண்டாம்' என கடும் எச்சரிக்கை விடுத்து அனுப்ப, அதன்பின் சிறப்புப் படையினரிடம் தனி டீலிங் வைத்துக்கொண்டான் அவன்.

"அப்புறம் நான்தான் திருவான்மியூரில் சாராய சக்கரவர்த்தி" என அவன் தன் சுயசரிதையில் நினைவு கூர்கிறான்.

இந்தச் சமயத்தில்தான் போலீசாரின் ஆலோசனைப்படி திருவான்மியூரில் அரசு நிலத்தை ஆக்கிரமித்து 216 குடிசைகளைப் போடுகிறான்.

ஒருநாள் ஆட்டோவில் சரக்கை ஏற்றிக்கொண்டு சங்கர் திரும்பிவந்தபோது, அனுமதியின்றி அவன் போட்ட குடிசைகளை மாநகராட்சி அதிகாரிகள் பிய்த்தெறிவதாக கேள்விப்பட்டான். அந்த ஆட்டோவுடன் சங்கர் நேரடியாகத் தலைமைச் செயலகத்திற்கு சென்று, அப்போதைய சபாநாயகரின் உதவியைப் பெற்று ஆக்கிரமிப்பு அகற்றலைத் தடுத்து நிறுத்தினான்.

கள்ளச்சாராயத்துடன் தலைமைச் செயலகத்திற்குள் நுழைந்த ஒரே ஆள் நான்தான் என கிண்டலாகக் குறிப்பிடுகிறான் சங்கர். இந்த உதவிக்கு பிரதியுபகாரமாக சபாநாயகர் 'நடிகை பரிசு' கேட்டதாகவும், அந்தப் பரிசு வழங்கப்பட்டதற்கான புகைப்பட ஆதாரம் தன்னிடம் இருந்ததெனவும் ஆனால் அதை போலீஸார் அழித்துவிட்டதாகவும் சங்கர் தெரிவிக்கிறான்.

'தமிழர் தன்மானம்' என்ற அடிப்படையில்தான் அவன் பெண்களை வைத்து நடத்தும் பிசினஸில் இறக்கிவிடப்பட்டான்'.சங்கரை தனது அலுவலகத்துக்கு அழைத்த ஒரு டி.எஸ்.பி. திருவான்மியூரில் உள்ள 4 விபச்சார வீடுகளும் ஆந்திரப் பிரதேசத்துக்காரர்களால் விபச்சாரம் நடத்தப்படுகிறதென்றும் வெளிமாநிலத்தவரை இப்படி அனுமதிப்பது நமக்கு அவமானம் என்றும் சங்கரிடம் சொன்னார். பெண்களை வைத்து தொழில் நடத்துவதை சங்கர் வெறுத்தான்.

ஒருவாரத்திற்குள், பெண் பிசினஸ் நடைபெற்ற வீட்டை சங்கரும் அவன் ஆட்களும் தாக்கினர். டி.வி.க்களையும் பர்னீச்சர்களையும் வீட்டிலிருந்த விலையுயர்ந்த பொருட்களையும் நொறுக்கியதுடன் வீட்டு உரிமையாளர்களையும் தீவிரமாகத் தாக்கினர்.

அங்கிருந்த பெண்களை வலுக்கட்டாயமாக வெளியேற்றி, அவர்கள் சொந்த ஊருக்குச் செல்வதற்கு பஸ் கட்டணம் கொடுத்து 'திரும்பவும் திருவான்மியூருக்கு வந்தால் கொலை பண்ணிடுவேன்' என மிரட்டி அனுப்பினான்.

தான் பொறியில் சிக்கவைக்கப்பட்டிருக்கிறோம் என்பதை அந்த இடத்தைக் காலி செய்ததும்தான் சங்கர் புரிந்துகொண்டான். அதே டி.எஸ்.பி. அவனை மீண்டும் அழைத்து வரச்செய்து, பிராத்தல் வீடுகளை காலி செய்ததால் ஏற்பட்ட பின்விளைவுகள் பற்றி பேசினார். அவசர செலவுகளை போலீஸால் சமாளிக்க முடியவில்லையென்றும் யாராவது அந்தத் தொழிலை மறுபடியும் தொடங்கவேண்டும் என்றும் சொன்னார்.

சங்கர்தான் இதைச் செய்வதற்கு சரியான ஆள் என்றும் அந்த போலீஸ் அதிகாரி சொன்னார். சங்கர் தயக்கத்துடனேயே அதை ஏற்றுக்கொண்டான் எனினும், மிகவும் விரைவாக விருத்தியடைந்தது அந்தத் தொழில்.

அ.தி.மு.க.விற்குள் அதிகாரப் போட்டி ஏற்பட்டபோது இரண்டு கோஷ்டிகளும் பல எம்.எல்.ஏ.க்களை சிறைப்பிடித்து

வைத்திருந்தன.

அப்போது இருதரப்பு எம்.எல்.ஏ.க்களுக்கும் கம்பெனிகளை ஏற்பாடு செய்வதுதான் அவனுக்கு மிகவும் நெருக்கடியாக இருந்த நேரம். இதற்கான மொத்த பில்தொகையான 30 லட்ச ரூபாய் அப்படியே கேஷாக அவனுக்குத் தரப்பட்டிருக்கிறது.

எந்தவொரு கிரிமினல் நடவடிக்கையும் போலீசுக்கு தெரியாமல் நடக்க முடியாது என்கிறான். ஒரு கிரிமினலை உருவாக்கவும், கிரிமினல் உருவாகாமல் தடுக்கவும் போலீசால் முடியும்.

ஜெயிலில் இருப்பதால்தான் தன்னால் துணிச்சலாக பேசவும் எழுதவும் முடிகிறது என சங்கர் தனது சுயசரிதையில் கூறுகிறான். போலீசிடமிருந்து சமூகத்தைக் காப்பாற்றவேண்டும் என்பதுதான் அவனது விருப்பம்.

****

வாக்குமூலத்தின் நதிமூலம்

நக்கீரன் கோபால்

அது 1988-ம் ஆண்டு, தமிழகத்தில் கவர்னர் ஆட்சி நடைபெற்றுக்கொண்டிருந்த நேரம். தினசரி பத்திரிகைகளின் தலைப்புச் செய்திகளில் ஒரு புதிய பெயர் அடிபட்டு தமிழகம் முழுவதும்- பட்டணம் முதல் பட்டிக்காடுவரை பரபரப்பாகப் பேசப்பட்டது. அந்தப் பெயர், ஆட்டோ சங்கர்.

தோண்டத் தோண்ட பிணம், ரகசியமாக பதுக்கி வைக்கப்பட்டிருந்த பணம், புரிபடாத மர்மங்கள் என பலவாறாக செய்திகள் வெளிவந்துகொண்டேயிருந்தன. தமிழகத்தையே கலக்கிய இந்த செய்திகளுக்கு காரணமான ஆட்டோ சங்கர் எல்லா இடங்களிலும் பரபரப்பாகப் பேசப்பட்டான். போலீஸ் பிடியில் சிக்கிய அவனையும் அவன் கூட்டாளிகளையும் முகத்தை மூடித்தான் கோர்ட்டுக்கு அழைத்து வந்தனர். இவையனைத்தும் நாளிதழ்களில் வெளியானபோது, "யார் இந்த ஆட்டோ சங்கர்? அவன் பின்னணி என்ன?" என்ற கேள்வி எல்லோர் மனதிலும் எழுந்தது.

ஆறு கொலைகளை செய்தவன், அந்தப் பிணங்களை வீட்டிலேயே புதைத்து வைத்தவன். தனது மெத்தைக்குள் பணக்கட்டுகளை வைத்து தைத்திருந்தான். அதிகாரிகளும் அரசியல்வாதிகளும் இவன் சொல்கிறபடிதான் ஆடுகிறார்கள். பெரிய மனிதர்களுக்கு பெண்களை சப்ளை செய்து செல்வாக்கை

வளர்த்துக்கொண்டான்... என தொடர்ச்சியாக அவனைப் பற்றிய செய்திகள் வந்துகொண்டிருக்கையில் அதில் மிக முக்கியமான ஒரு செய்தியும் இடம்பெற்றது.

இவன் கட்டிய வீட்டின் கிரகப்பிரவேசத்திற்கு பெரிய பெரிய போலீஸ் ஆபீசர்கள், தி.மு.க., அ.தி.மு.க.வைச் சேர்ந்த தளபதிகள், மாஜி மந்திரிகள், காங்கிரஸ் முக்கிய பிரமுகர்கள் வருகை தந்தது வீடியோ எடுக்கப்பட்டுள்ளது என்பதுதான் அந்த செய்தி. கூடவே பெரிய மனிதர்களுடன் பெண்களை அனுப்பி அவர்களை கோல்டன் பீச் காட்டேஜ்களில் உல்லாசமாக இருக்கச்செய்து அந்தநேரத்தில் அவர்களுக்கே தெரியாமல் படம் எடுத்து நெகட்டிவ்களை பத்திரப்படுத்தியுள்ளான் என்ற செய்தியும் வெளியானது. ஆனால் அதற்கு ஆதாரமான படங்கள் எந்தப் பத்திரிகையிலும் வெளியாகவில்லை. பத்திரிகைகளுக்கு மிகப்பெரிய சான்ஸ் இது என்பதை உணர்ந்த நான், எப்படியாவது அவற்றை வெளியிடவேண்டும் எனத் தீர்மானித்தேன்.

எடிட்டோரியலில் உள்ள தம்பிகளிடம் "ஆட்டோ சங்கர் சம்பந்தமான அனைத்து செய்திகளையும் திரட்டுங்கள். முக்கியமான அந்த வீடியோ கேசட்டும், நெகட்டிவ்வும் எங்கிருக்கிறதுன்னு இன்வெஸ்டிகேட் பண்ணிக்கொண்டு வாங்க இது நமக்கு மிகப்பெரிய சவால்" என்றேன். அதைத் தொடர்ந்து தம்பிகளும் படுவேகமாக செயல்பட்டனர். எம்.ஜி.ஆர். மறைவுக்குப் பிறகு அ.தி.மு.க.வினர் ஜா.ஜெ. என இரண்டு அணிகளாகப் பிரிந்தபோது அதில் 'ஜெ' அணியின் எம்.எல்.ஏ.க்களுக்கு பெண்களை சப்ளை செய்து, அவர்களை உற்சாகப்படுத்தி, வேறு அணிக்கு தாவிவிடாமல் பார்த்துக்கொள்வதில் ஆட்டோ சங்கர் பெரிதும் உதவினான் என்ற அதிர்ச்சி தரும் உண்மைகளைத் தம்பிகள் திரட்டிவந்தனர்.

தினம் தினம் புதிய அதிர்ச்சியினைத் தந்துகொண்டிருந்த ஆட்டோ சங்கர் விவகாரத்தில் திடீரென ஒரு பெரும் அதிர்ச்சியான செய்தி வெளியானது. சென்னை சென்ட்ரல் ஜெயிலில் அடைக்கப்பட்டிருந்த ஆட்டோ சங்கர், தேவி என்ற பெண்ணின் துணையுடன் தப்பித்து விட்டான் என்பதே அந்த அதிர்ச்சி செய்தி. பலத்த காவலும், தப்பிப்பதே மிகவும் கடினம் என்ற சூழ்நிலையும் கொண்ட சென்னை மத்திய சிறையின் வரலாற்றில் இவ்வளவு பெரிய தப்பித்தல் சம்பவம் நடந்ததேயில்லை. ஆட்டோ சங்கர், தேவி, சங்கரின் தம்பி உட்பட 4 பேர் தப்பித்துவிட்டனர் என்ற செய்தி

பெரும் பரபரப்பை உண்டாக்கியது. இந்த சம்பவம் நடந்த சில நாட்களில், அவன் ஒரிசாவில் பிடிபட்டதாக செய்தி வந்தது. அதனைத் தொடர்ந்து அவனை கோர்ட்டுக்கு கொண்டு வரும்போது மீண்டும் பரபரப்பு அதிகரித்தது.

நக்கீரன் உட்பட அனைத்து பத்திரிகைகளிலும் இந்த செய்திகள் முக்கியத்துவத்துடன் வெளியிடப்பட்டன. ஆனாலும் என்னைப் பொறுத்தவரை அந்த வீடியோ கேசட்டும், நெகட்டிவ்வும்தான் அதிக முக்கியத்துவம் வாய்ந்தவைகளாகத் தெரிந்தன. அதன் இருப்பிட ரகசியத்தை அறிந்து கொள்ளவேண்டும் என்பதில் தீவிரமாய் இருந்தேன். ஒவ்வொரு முறை ஆட்டோ சங்கரை கோர்ட்டுக்கு கொண்டு வரும்போதும், நமது டீம் அவனது நடவடிக்கைகளைக் கவனித்துக் கொண்டேயிருந்தது.

ஆட்டோ சங்கர் விவகாரத்தில் நாம் காட்டிய அக்கறைக்கு முக்கியமான காரணம் உண்டு. அவனைப்பற்றி அதுவரை வந்த செய்திகள் அனைத்துமே போலீஸ் தரப்பிலிருந்து வந்தவைகள்தான். அவன் என்ன சொல்ல நினைக்கிறான்; உண்மையில் என்ன நடந்தது? பெரிய மனிதர்கள் போர்வையில் ஒளிந்திருப்பவர்களின் பின்னணி மர்மங்கள் என்ன? சின்ன ரவுடியாக இருந்தவன் அரசியல்வாதிகளாலும், அதிகாரிகளாலும், சாராய வியாபாரம், விபச்சாரம், கொலை என அக்கிரமங்களின் மொத்த உருவமாக எப்படி மாறுகிறான் போன்ற உண்மைகளை வெளிக்கொண்டு வருவதும் இந்த சமுதாயத்தில் இன்னொரு ஆட்டோ சங்கர் உருவாகிவிடக்கூடாது என்பதும்தான் நமது நோக்கம்.

ஆட்டோ சங்கரின் வீட்டை இடித்து அங்கு புதைக்கப்பட்ட பிணங்களை எடுத்ததாக போலீஸ் தெரிவித்தது. ஆனால் அவன் மனதில் புதைந்திருக்கும் மர்மங்களையும், உண்மைகளையும் தோண்டியெடுக்க நக்கீரன் தீர்மானித்தது. உண்மைகள் அவன் மூலமாகவே வெளியே வரவேண்டும் என்பதால், பெரும் முயற்சிகளை மேற்கொண்டோம். ஏறத்தாழ ஆறாண்டு காலம் அதீத முயற்சி எடுத்தோம்.

1994-ம் ஆண்டு, ஜெயலலிதா ஆட்சி நடைபெற்றுக்கொண்டிருந்த கொடூரமான காலகட்டத்தில் ஒரு நாள், தம்பி காமராஜ் அவசரமாக என்னிடம் வந்தார். அவர் முகத்தில் பரபரப்பும், புதிய நம்பிக்கையும் பளிச்சிட்டது. இதயம் படபடக்க அவர் சொன்னது இதுதான். "அண்ணே... ஆட்டோ

சங்கரைப் பார்த்துப் பேசிட்டேன்; அவன் ஒத்துக்கிட்டான்."

"அப்படியா நிஜமாகவா...? ஆட்டோ சங்கர் ஒத்துக் கொண்டானா... நல்லா கேட்டுட்டீங்களா தம்பி?" -நம்ப இயலாமல் நான் திரும்பத் திரும்பக் கேட்டேன்.

"அண்ணே... அவனே எழுதித்தர்றேன்னு ஒத்துக்கிட்டான்." -அழுத்தமாக சொன்னார் தம்பி காமராஜ். ஆறாண்டு காலம் நாம் மேற்கொண்ட பெரும் முயற்சிகள், செலவிட்ட நேரங்கள், இலக்கை நோக்கி சென்ற பயணங்கள் அனைத்திற்கும் எதிர்பார்த்த பலன் கிடைத்ததில் மனம் சந்தோஷப்பட்டாலும் இதை அடைவதற்குள் நாம் பட்டபாடு இருக்கிறதே, அது ஒரு தனி வரலாறு. தம்பி காமராஜின் நண்பரான சேலம் அட்வகேட் சந்திரசேகர் மூலமாகத்தான் ஆட்டோ சங்கரை சந்தித்து அவன் தரப்பு வாக்குமூலத்தை பெறுவதற்கான பெரும் முயற்சிகள் தொடங்கப்பட்டன. 92, 93 ஆகிய இரண்டாண்டுகளும் தம்பி இந்த முயற்சியை முழு மூச்சாக மேற்கொண்டார். முதன்முதலில் சேலம் சிறையில் ஆட்டோசங்கரை சந்தித்து தம்பி காமராஜ் பேசியபோது அவனிடமிருந்து சாதகமான பதில் வரவில்லை. முதல் முயற்சியில் பின்னடைவு ஏற்பட்டாலும், தம்பி காமராஜ் மனம் தளரவில்லை. சங்கரை சந்தித்தது பற்றி என்னிடம் சொன்னார்.

"ஜெயிலில் அவனைப் பார்த்துப் பேசினேன்."

"ஒத்துக்கிட்டானா?"

"இல்லண்ணே" -தம்பியின் குரல் கம்மியிருந்தது. நான் அவரை உற்சாகப்படுத்தி மீண்டும் முயற்சிகளைத் தொடரச் சொன்னேன். வழக்கிற்காக சென்னை எழும்பூர் கோர்ட்டிற்கு ஆட்டோ சங்கர் கொண்டுவரப்பட்டபோது, வக்கீல் சந்திரசேகருடன் சென்று அவனைச் சந்தித்தார் காமராஜ். இந்த முறையும் அவன் ஒப்புக் கொள்ளத் தயங்கினான். "வேணாங்க... என் மனைவி ஜெகதீஸ்வரி, குழந்தைகள் எல்லோரும் நிம்மதியா இருந்துகிட்டு இருக்காங்க. அவங்க அமைதியை கெடுக்க நான் விரும்பலை. நான் எழுதுறது மூலமா அவங்களுக்கு எந்த தொந்தரவும் வந்திடக்கூடாது" என்று சொல்லி மறுபடியும் மறுத்துவிட்டான். எழும்பூர் கோர்ட்டில் சங்கரை சந்தித்துவிட்டு என்னிடம் வந்த தம்பி, அவன் சொன்னது பற்றி தெரிவித்துவிட்டு, அடுத்த கட்ட முயற்சிக்கு ஆயத்தமானார். ஒரு மாத இடைவெளியில் மீண்டும் சேலம் சிறையில் ஆட்டோசங்கரை சந்தித்து அவனது வாக்குமூலம் பற்றி மறுபடியும் வற்புறுத்தினார். "வேணாங்க... எனக்கு கொடுத்திருக்கிற தூக்கு

தண்டனையை குறைக்கச் சொல்லி ஜனாதிபதிக்கு கருணை மனு போட்டிருக்கேன். அதற்கு இன்னும் பதில் வரலை. நான் உங்களுக்கு எழுதுறதாலே என்னோட கருணை மனுவுக்கு எந்த பாதிப்பும் வந்திடக்கூடாது."

சங்கர் தயக்கத்திலிருந்து விடுபடவில்லை என்பதை புரிந்துகொண்ட தம்பி அமைதியாகத் திரும்பிவிட்டார். ஒரு சின்ன இடைவெளிக்குப் பிறகு மீண்டும் சேலம் சென்று சங்கரைப் பார்க்க அனுமதி பெறுவதற்காக கொஞ்ச நேரம் சிறை வளாகத்தில் காத்திருந்தார். அப்போது அவரைப் பார்த்துவிட்ட சிறைத்துறை நண்பர் ஒருவர், "சார் நீங்கதானே நக்கீரன்... சங்கர் ஏதோ மாங்கு மாங்குன்னு எழுதிகிட்டிருக்கான். விடிய விடிய எழுதுறான். அவன் போக்கிலே மாற்றம் தெரியுது. போய் பாருங்கள்" என்றார். இந்த முறை ஆட்டோ சங்கரை தம்பி காமராஜ் சந்தித்த போது சாதகமான அணுகுமுறை தெரிந்தது. "இப்ப இங்கே எதுவும் பேசவேணாம்னு நினைக்கிறேன். எக்மோர் கோர்ட்டுக்கு வருவேன். அங்கே வந்து பாருங்க'' என்றான். இதற்கு முன்புவரை 'முடியாது' என்று பிடிவாதமாக சொல்லிக்கொண்டிருந்தவன் கொஞ்சம் மாறியிருப்பது புரிந்தது.

எழும்பூர் கோர்ட்டிற்கு ஆட்டோ சங்கர் அழைத்து வரப்பட்டபோது வக்கீல் சந்திரசேகருடன் சென்று தம்பி காமராஜ் அவனை சந்தித்தார். அவனை சந்தித்துவிட்டு வேகமாக அலுவலகத்திற்கு திரும்பி வந்து என்னை சந்தித்தபோதுதான் "ஆட்டோ சங்கர் எழுதுறதுக்கு ஒத்துக்கிட்டான்'' என்று தெரிவித்தார் காமராஜ். பலன் தராமல் போன ஆரம்பகட்ட முயற்சிகளால் மனம் சோர்வடையாமல் எடுத்த காரியத்தில் உறுதியாக இருந்து, அதை அடைந்தே தீருவதென்ற லட்சிய வெறியுடன் செயலாற்றி வெற்றிக் கனியைக் கொண்டு வந்த தம்பி காமராஜின் கைகளைக் குலுக்கி வாழ்த்தினேன். "அண்ணே... அவன் எழுதுறதுக்கு ஒத்துக்கிட்டான். எல்லா உண்மைகளையும் எழுதித் தர்றதா சொல்லியிருக்கான். ஆட்டோ சங்கரின் நிழலான நிஜங்கள்னு தலைப்பு வைச்சுக்கலாம்னுகூட பேச்சுவாக்கில் சொன்னான். அந்த அளவுக்கு அவனே இப்ப ஆர்வமாகவும் தீவிரமாகவும் இருக்கான்."

"நிழலோ, நிஜமோ தலைப்பு எப்படி வேணும்னாலும் இருக்கட்டும். இதன் மூலம் நம்ம பத்திரிகை பெரிய அளவில் பேசப்படப்போவது 100% நிஜம். ஏன்னா, 88-ல் அவன்

அரெஸ்ட்டானதிலிருந்து அவனைப்பற்றி நாம நிறைய விஷயங்களை சேர்த்து வைத்திருக்கோம். அந்த உண்மைகளுக்கெல்லாம் வலு சேர்க்கிற மாதிரி அவனே அதை வாக்குமூலமா தரப்போறான். இந்த தொடர் ஆரம்பமாகிற இஷ்யூவிலிருந்து தொடர் முடிகிற வரைக்கும் ஆட்டோசங்கர் பற்றியும் நக்கீரன் பற்றியும்தான் பத்திரிகையுலகத்தில் பரபரப்பா பேசுவாங்க. இந்தியாவில் நம்ம மாதிரி உள்ள பத்திரிகைகள் எதுவுமே இந்த மாதிரி தொடரை வெளியிட்டதில்லை. தூக்கு மேடைக்கு போகத் தயாரா இருக்கும் ஒரு கைதி, அதுவும் சிறை கொட்டடியில் இருந்துகொண்டே தன் வாழ்க்கை சம்பவங்களை பற்றி அவனே ஒரு பத்திரிகையில் தொடரா எழுதுறது இதுதான் உலகத்திலேயே முதல் முறை" என்று சொல்லிவிட்டு, ஆட்டோ சங்கரை ஒப்புக்கொள்ளச் செய்வதில் பெரும் வெற்றி பெற்ற தம்பியை மறுபடியும் மனதார பாராட்டினேன். "தம்பி... ஆட்டோ சங்கர் எழுதப்போற தொடரில் பல போலீஸ் ஆபீசர்கள், பல அரசியல்வாதிகள், பெரும்புள்ளிகள் எல்லோரைப் பற்றியும் நிச்சயமா செய்தி வரும். யாராலேயெல்லாம் சங்கர் உள்ளே போனானோ அந்த ஆளுங்க எல்லோரும் இப்பவும் உயிரோடதான் இருக்காங்க."

"அண்ணே... அது சம்பந்தமாகத்தான் அவனும் யோசித்து நம்மகிட்டே ரொம்ப நாள் பதில்சொல்லாமல் இருந்திருக்கான். அவனை மாட்டிவிட்ட அத்தனை பேரும் இன்னமும் இருக்காங்க. அவங்களைப் பற்றி எழுதினா, அதனால தன்னோட குடும்பத்துக்கு ஏதாவது ஆயிடுமோன்னுதான் யோசித்திருக்கான்."

"அந்த ரிஸ்க்கை நான் பார்த்துக்குறேன், அவன் எப்படி எழுதித் தரப்போறான். மொத்தமா தந்திடுவானா, இல்லேன்னா வாராவாரம் தருவானா, ஜெயில் விதிகள் எப்படி? அதையெல்லாம் நாம கவனிக்கணும். போலீஸ்காரங்க இவன் விவகாரத்திலே ரொம்ப அதிகமா இன்வால்வ் ஆகியிருக்காங்க. சிறைத்துறையும், போலீசும் இந்த தொடர் விஷயத்திலே நமக்கு ஒத்துழைப்பு தரும்னு எதிர்பார்க்க முடியாது. இன்னும் சொல்லணும்னா நாம தொடர் வெளியிடப்போறோம்னு தெரிஞ்சாலே அவங்க கதிகலங்கி போயிடுவாங்க. நம்மோடு கோ-ஆபரேட் பண்ண மாட்டாங்க. அதனால அவன்கிட்டேயிருந்து தொடரை எப்படி வாங்குறதுன்னு இன்னைக்கே உட்கார்ந்து பேசி தீர்மானிச்சிடுவோம். அதற்கப்புறம்தான் இந்த தொடர் பற்றி நம்ம பத்திரிகையில்

விளம்பரம் பண்ணமுடியும். அதுவரைக்கும் இது நம்ம ரெண்டு பேருக்கு மட்டும் தெரிஞ்ச ரகசியமா இருக்கட்டும்."

நான் சொன்னவற்றையெல்லாம் கூர்ந்து கேட்டுக் கொண்ட தம்பி காமராஜ், நான் எதிர்பார்த்தபடியே மிகவும் எச்சரிக்கையுடன் செயல்பட்டார். சிறைவிதிகள் என்ன சொல்கின்றன, தூக்கு தண்டனைக் கைதியிடமிருந்து தொடரை எழுதி வாங்குவது சாத்தியமா, சிறைத்துறையினர் மூலம் என்னென்ன பிரச்சினைகள் வரலாம். அவற்றை எப்படி முறியடிப்பது என்பது பற்றி நான் நமது வழக்கறிஞர்களிடம் ஆலோசித்தேன். எல்லாவற்றையும் தெளிவுபடுத்திக் கொண்டபின் சேலம் நோக்கி மீண்டும் பயணமானார் தம்பி.

"அண்ணே... நாளைக்கே வந்திடுவேன்" என்று அவர் சொல்லி விட்டு சென்றிருந்ததால் அவர் வருகையை எதிர்பார்த்து காத்திருந்தேன். மறுநாள் இரவு, சேலத்திலிருந்து திரும்பி வந்தவர் கத்தை கத்தையாக பேப்பர்களை என்னிடம் கொடுத்தார். அனைத்தும் ஆட்டோ சங்கர் தன் கைப்பட எழுதியவை. பைபிள் வாசகங்களை குறிப்பிட்டு தன் வாழ்க்கைத் தொடரை தொடங்கியிருந்தான் ஆட்டோ சங்கர். தம்பி காமராஜ் கொடுத்த அந்த பேப்பர்களை புரட்டப் புரட்ட ஆச்சரியம்... அதிர்ச்சி... பயங்கரம்!

ஆட்டோ சங்கர் எழுதிய குறிப்புகளை என்னிடம் கொடுத்துவிட்டு, தனது அறைக்குச் சென்றார் தம்பி காமராஜ். சங்கர் எழுதியதை படிக்கப் படிக்கத்தான் ஏன் இவனுடைய ரகசியங்களை புதைகுழிக்கு அனுப்ப அரசியல்வாதிகளும், போலீஸ் அதிகாரி களும் தீவிரமாக முயற்சிக்கிறார்கள் என்பது தெரிந்தது. அவன் எழுதியிருந்ததைப் புரட்ட... புரட்ட.... அதிபயங்கர ரகசியங்கள் வெடித்தன.

எம்.எல்.ஏ.க்கள் அணி மாறாமல் தடுத்தது தலைமையோ, தலைவர்களோ அல்ல; நான் சப்ளை செய்த விஷயங்கள்தான்.

"சங்கர் எழுதியிருந்த குறிப்புகள் ஒவ்வொன்றிலும் ஏராளமான பூகம்ப உண்மைகள் புதைந்திருந்தன. அரசியல்வாதிகள், அதிகாரிகள், பிரபலங்கள் என பலரும் சிக்கியிருப்பதால்தான் உண்மைகளை மறைக்க முயற்சிக்கிறார்கள் என்பதை உணர்ந்தேன். தம்பியை அழைத்தேன்.

"தம்பி, இதை வெளியிட்டால் ஏராளமான பிரச்சினைகள் கட்டாயம் வரும். போலீஸ் சைடிலிருந்தும், அரசியல்வாதிகள் சைடி

லிருந்தும் தடை போட முயற்சிப்பாங்க. நம்ம அட்வகேட் பெருமாளை வரச்சொல்லியிருக்கேன்.

ஒரு ரிட் ஃபைல் பண்ணிட்டு, அதுக்கப்புறம் தொடரை ஆரம்பிச்சிடலாம். எதற்கும் முதலில் ஒரு விளம்பரம் கொடுத்திடுவோம்."

7-5-94 தேதியிட்ட இதழின் பின்னட்டையில் பளிச்சென ஒரு விளம்பரம் வெளியிடப்பட்டது.

"விரைவில்... தூக்கு மேடைக் கைதியின் மரண வாக்கு மூலம்! இது அவனுக்கு வக்காலத்தல்ல! உள்ளத்தில் வெடித்துக்கிளம்பும் முகங்களின் நிஜங்கள்"

இந்த வாசகங்களுடன் அந்த நக்கீரன் இதழ் கடைக்கு வந்த 1-5-94 அன்று காலையில் அலுவலகம் திறந்தவுடன் ஃபோன் மணி ஒலித்தது. ரிசீவரை எடுத்தேன்.

எதிர்முனையில் சிறைத்துறை அதிகாரி...

"சூப்பிரண்டெண்ட் பேசுறேன்"

"சூப்பிரண்டெண்ட்னா?"

"ஜெயில் சூப்பிரண்டெண்ட்"

"சொல்லுங்க"

"நீங்க யார்?"

"என்ன விஷயம்னு சொல்லுங்க?"

"இன்னைக்கு நக்கீரனில் விளம்பரம் பார்த்தேன். அந்தத் தொடர் வரக்கூடாது. உங்க ஆசிரியர் வந்தா சொல்லிடுங்க" என்று என்னிடமே சொன்னார் அந்த சூப்பிரண்டெண்ட்

"உங்க பேரு?"

அவசரமாக லைனைக் கட் செய்துவிட்டார்.

அரைமணிநேரம் கழித்து மீண்டும் போன் பெல் அடித்தது.

முதல் போன் சிறைத்துறையிலிருந்து வந்ததால் இந்த முறையும் நானே ரிசீவரை எடுத்தேன். மறுபடியும் சிறைத்துறையிலிருந்துதான் போன்.

"எடிட்டர் இருக்காரா? ஐயா பேசணும்னு சொன்னாங்க" என்ற குரலைத் தொடர்ந்து எதிர்முனையில் ரிசீவர் கைமாறியது இந்த முறை இன்னொரு அதிகாரி பேசினார்.

"விளம்பரம் பார்த்தேன். ஆட்டோ சங்கர் ஏதோ தொடர் எழுதுறான்னு போட்டிருக்கு. ஒரு தூக்கு தண்டனை கைதி சிறைச்சாலையில் இருந்துகிட்டு பத்திரிகையில் எழுத முடியாது. எழுதவும் கூடாது. அதனால நீங்க இனிமேல் அந்த விளம்பரம்

பண்ணாதீங்க."

"நீங்க யார்னு தெரிஞ்சுக்கலாமா?"

பதில் எதுவும் சொல்லாமல் லைன் கட் ஆனது.

நாம் எதிர்பார்த்ததுபோலவே சிறைத்துறை கதிகலங்கியிருப்பதை உணர்ந்தேன். ஒரு விளம்பரம் இவ்வளவு பரபரப்பை ஏற்படுத்தியிருந்தது. குறிப்பாக போலீஸ் சைடில் ஒவ்வொரு அதிகாரி மனதிலும் கிலியை உண்டு பண்ணியிருந்தது என்பதை இரண்டு போன் கால்களும் தெளிவாக உணர்த்தின. இரண்டுமே சிறைத்துறையிலிருந்து வந்த போன்கால்கள் என்றாலும், யார் என்று பெயர் சொல்லத் தயங்கியதிலிருந்தே, இந்த தொடர் அவர்களை எந்தளவுக்கு பயமுறுத்தியிருக்கிறது என்பது புரிந்தது.

நான் தம்பி சுரேஷை அழைத்தேன். "உடனே நம்ம அட்வகேட் பெருமாளை காண்டாக்ட் பண்ணுங்க. தம்பியை உடனே ஆபீசுக்கு வரச்சொல்லுங்க" என்றேன். அலுவலகம் முழுவதும் பரபரப்பு பரவியிருந்த நேரத்தில் தம்பி காமராஜும் பரபரப்பாக வந்தார்.

அவரிடம் நான், "தம்பி... அநேகமா நீங்க இன்னைக்கு சேலத்திற்கு போக வேண்டியிருக்கும்" என்றேன். அவர், என்ன விஷயம் என்பதுபோல புரியாமல் பார்த்தார். நான் தொடர்ந்தேன்.

"காலையிலேயே போலீஸ் சைடிலிருந்து போன் நிறைய வந்துகிட்டிருக்கு...

"அதனால..."

நான் அவரிடம் சொல்லிக் கொண்டிருக்கும்போதே இன்டர்காம் ஒலித்தது.

"அண்ணே... சிறைத்துறையிலிருந்து மறுபடியும் பேசுறாங்க."

"கொடுங்க."

இந்த முறை முரட்டுத்தனமாக அதிகாரத் தொனியில் ஒரு குரல் கேட்டது.

"விளம்பரம் பார்த்தேன்... அது மாதிரியெல்லாம் எழுதமுடியாதே... அவன் எப்படி எழுத ஒத்துக்கிட்டான். சங்கர்தான் எழுதுறானா?" -அலட்சியமும் அதிகாரமும் கலந்த குரலாக அது இருந்தது.

"நீங்க யார்?"

"நான் யாருங்கிறது அப்புறம் இருக்கட்டும். Prison Rules ஒண்ணு இருக்கு தெரியுமா... He is a Condemned Prisoner, I don't believe, that fellow is writing. அவனை பாக்குறதுக்கே யாராலும் முடியாது, அப்படி இருக்கிறவன் தொடர் எழுதுறானா?"-

அதிகாரக்குரல் வரம்பு மீறி சென்று கொண்டிருந்ததை தொடர்ந்து நானும் எனது தொனியை மாற்றினேன்.

"யார் நீங்க... யார் தொடர் எழுதுறா? யாரைப் பற்றி நீங்க சொல்றீங்க?"

நான் கேட்டதும் எதிர்முனை பதறியது. "நோ... அவன் எழுதமாட்டான். நீங்க இனிமே அவனைப் பார்க்கக் கூடாது. Prison Rules-படி ஒரு கைதி எந்த ஒரு பத்திரிகைக்கும் பேட்டியே கொடுக்கக்கூடாது. அப்படியிருக்கும்போது தொடர் எப்படி வரும்? பார்த்துக்குங்க... உங்க நல்லதுக்குத்தான் சொல்றேன்."

"ஹலோ... நீங்க யார்?" -நான் ஓங்கிய குரலில்.

லைன் கட் செய்யப்பட்டது.

"தம்பி... நாம எதிர்பார்த்த மாதிரி போலீஸ் துறையிலிருந்து எச்சரிக்கை போன் வந்துகிட்டே இருக்கு. தொடர் வராதபடி என்னென்ன செய்ய முடியும்னு சிறைத்துறையும் போலீஸ் துறையும் எல்லா தரப்பு அரசியல் வி.ஐ.பி.க்களும் இனிமேல் ஸ்டெப் எடுப்பாங்க. அதனால நீங்க இன்னைக்கு மத்தியானமே கிளம்பி சேலத்துக்குப் போயிடுங்க. நைட் அங்கே தங்கிட்டு காலையிலே சங்கரைப் பார்த்துட்டு அங்கிருந்து எனக்கு போன் பண்ணுங்க. கவுரியை டிக்கெட் எடுக்கச் சொல்லிடுறேன்."

தம்பி காமராஜிடம் நான் பேசிக்கொண்டிருக்கும்போது அட்வகேட் பெருமாள் லைனில் வந்தார்.

"அண்ணாச்சி... ஹைகோர்ட் முழுக்க நக்கீரன் பற்றித்தான் பேச்சு. எல்லோருமே இந்த விளம்பரம் பற்றித்தான் பேசுறாங்க தொடருக்கு ரொம்ப எதிர்பார்ப்பு இருக்கு."

"சார்... சிறைத்துறையிலிருந்து இரண்டு மூணு முறை போன் வந்திடுச்சு. ஆட்டோ சங்கரோட தொடர் வரக்கூடாதுங்கிறதில் அவங்க மும்முரமா இருக்காங்க. அதனால, First நீங்க ஒரு கேவியட்ஃபைல் பண்ணுங்க. அதுக்கப்புறம் சிறைத்துறை டி.ஜி.பி.க்கு எதிரா ஒரு ரிட் ஃபைல் பண்ணிடலாம்."

சிறைத்துறையினர் போட இருக்கும் முட்டுக்கட்டைகளை தகர்த்தெறிய வேண்டுமென்றால், நாம் முன்னெச்சரிக்கையாக இந்த மனுக்களை கோர்ட்டில் ஃபைல் பண்ண வேண்டியது அவசியம். அதனால்தான் அட்வகேட்டை அவசரப்படுத்தினேன். அவரும் துரிதமாக செயல்படத் தொடங்கினார்.

"அண்ணாச்சி... நான் ஃபைல் பண்ணிட்டு அப்படியே சீனியர் லாயர் ரங்காவைப் பார்த்து கன்சல்ட் பண்ணிட்டு நேரா ஆபீசுக்கு

வந்திடுறேன்" என்றார் அட்வகேட் பெருமாள்.

அட்வகேட்டிடம் பேசி முடித்ததும் மீண்டும் தம்பி காமராஜிடம் சில தகவல்களை தெரிவித்தேன். "தம்பி... ரொம்ப கவனம். கூட யாரையாவது கூட்டிட்டுப் போங்க. இரண்டு மூணு முறை போன் பண்ணிட்டதாலே நம்ம மேலே குறியா இருப்பாங்க நிச்சயமா நம்ம நடவடிக்கையை ஃபாலோ பண்ணுவாங்க. நம்மகிட்டே போனிலே பேசினவங்க பேர் சொல்லலைன்னாலும் அவங்க அத்தனை பேருமே பெரிய அதிகாரிங்கதான். அதனால நீங்க ரொம்ப கவனம்" என்றேன்.

அடுத்த நாள்...

தம்பி காமராஜ் ஊருக்கு சென்றது பற்றிய நினைவிலேயே இருந்தேன். அப்போது தம்பி சுரேஷ் மிகவும் அவசரமாக என் அறைக்குள் வந்தார்.

"அண்ணே... ரிஜிஸ்டர்ட் போஸ்ட் சிறைத்துறையிலிருந்து வந்திருக்கு" -பதட்டத்துடன் சொன்னபடி அந்த தபாலை, என்னிடம் கொடுத்தார். "சிறைத்துறை தலைமை அலுவலகம்-சென்னை" என்று முத்திரையிடப்பட்டிருந்த அந்த தபாலை நான் பிரிக்க முற்பட்டபோது, தம்பி ஆனந்த் பரபரப்பாக உள்ளே வந்தார்.

"அண்ணே... ஒரு ஸ்பீட் போஸ்ட் வந்திருக்கு."

ஆனந்த் கொடுத்த அந்த தபால் உறையின் மீதும் சிறைத்துறையின் முத்திரை இருந்தது. ரிஜிஸ்டர்ட் போஸ்ட் மூலமாகவும் ஸ்பீட் போஸ்ட் மூலமாகவும் தபால் தாக்குதல் நடத்துமளவுக்கு சிறைத்துறையினர் நம்மீது அவ்வளவு காட்டமாக இருக்கிறார்களே என்று நினைத்தபடியே இரண்டு கவர்களையும் பிரித்தேன்.

எதிர்பாராத கோணத்திலிருந்து புதிய சவால்! இல்லை... இல்லை... பூகம்பம்!

தமிழ்நாடு சிறைத்துறையிலிருந்து எனது முகவரியிட்டு எழுதப்பட்டிருந்த கடிதம்தான் முதல் பூகம்பம்.

ஐயா,

சேலம் மத்திய சிறையில் மரண தண்டனை சிறைவாசியாக இருக்கும் சங்கர் (எ) கௌரிசங்கர்(ஆட்டோசங்கர்) 25-5-94 தேதியிட்டு சிறைத்துறைத் தலைவர், சென்னை-2, என முகவரியிட்டு அனுப்பிய மனுவின் நகல் இத்துடன் இணைத்து அனுப்பியுள்ளேன்.

தண்டனை குறைப்பு கேட்டு இந்திய ஜனாதிபதி அவர்களுக்கு கருணை மனு சமர்ப்பித்த நேரத்தில் 'மரண வாக்குமூலம்' என்னும் தொடர் பத்திரிகையில்

வருவது பாதிப்பை ஏற்படுத்தும் என்றும், தற்போது அவரது தொடர், பத்திரிகையில் வெளிவருவதை விரும்பவில்லை என்றும் அத்தொடர் வெளிவராது நிறுத்துமாறும் 25-5-94 தேதியிட்ட மனுவில் கேட்டிருக்கிறார். எனவே, சம்பந்தப்பட்ட சிறைவாசி கேட்டுக்கொண்டதற்கிணங்க அவரது சுயசரிதை தொடரை தங்கள் பத்திரிகையில் தற்போது வெளியிடுவதை நிறுத்துமாறு தங்களை அன்புடன் கேட்டுக்கொள்கிறேன்.

இவ்வாறு எழுதப்பட்டிருந்த அந்தக் கடிதத்தில் சிறைத்துறைத் தலைவருக்காக ப.சத்யா என்பவர் கையெழுத்திட்டிருந்தார். கூடவே இணைப்புக் கடிதம் ஒன்றும் இருந்தது. படபடப்புடன் அந்தக் கடிதத்தைப் பார்த்தேன். ஆட்டோ சங்கர்தான் எழுதியிருந்தான். படபடப்பு அதிகமானது. கடிதத்தை படிக்கத் தொடங்கினேன். ஆரம்பத்திலேயே பேரதிர்ச்சி–

Sub : *என் கடந்தகால வாழ்க்கை பற்றிய தொடரை தற்போது தங்கள் பத்திரிகையில் வெளியிட வேண்டாமென்பது குறித்து அன்புடன் அனுப்பும் கடித விண்ணப்பம்.*

–முதல் நான்கு வரிகளிலேயே அவன் என்ன சொல்ல வருகிறான் என்பது சட்டெனப் புரிந்தது. பதற்றமும் படபடப்பும் அந்த விநாடியில், “சேலத்திலிருந்து தம்பி போன் செய்தாரா?” என சுரேஷிடம் கேட்டேன்.

“இன்னும் பண்ணலீங்கண்ணே”

“சேலம் ஏஜெண்ட்டை உடனே பிடிங்க” என்று சொல்லிவிட்டு கடிதத்தை தொடர்ந்து படித்தேன்.

உயர்திரு ஆசிரியர் அவர்களுக்கு உங்கள் ஆட்டோ சங்கர் அன்பு வணக்கங்களுடன் எழுதும் கடிதம் யாதெனில், இம்மாத இரண்டாம் வெளியீடு நக்கீரன் பத்திரிகையில் (முன்பு என் கைப்பட நான், என் வக்கீலும், நண்பருமான **Mr.Chandrasekar** *அவர்களுக்கு எழுதிய பல கடிதங்களில் ஒரு கடிதத்தின் சில வரிகள்) என் இதயம் யாருக்குத் தெரியும் என்ற வரியில் ஆரம்பிக்கப்பட்ட சில வரிகள் வெளியாகியுள்ளதை வாசித்தேன். மேலும் 2-6-94 முதல் ஆட்டோசங்கரின் மரண வாக்குமூலம் என்ற தலைப்பில் என் கடந்தகால வாழ்க்கை பற்றி தொடர் வெளியிடப்போவதாகவும் வாசித்தேன். என் நண்பரும், வக்கீலுமான* **Mr.Chandrasekar** *அவர்களிடமும் நண்பர் காமராஜ் அவர்களிடமும் என் கடந்தகால வாழ்க்கைத் தொடரை ஆட்டோ சங்கரின் நிழலான நிஜங்கள் என்ற தலைப்பில் கதையாகவும் கடிதங்களாகவும் எழுத்து மூலமாகவும் எழுதி அனுப்பினேன். அவர்களிடம் நேரிலும் பல உண்மைகளை சொல்லி இருக்கிறேன். சரியான சமயம் வரும்போது நக்கீரன் பத்திரிகையில் என் கடந்தகால வாழ்க்கைத் தொடரை ‘‘ஆட்டோசங்கரின் நிழலான நிஜங்கள்’’ என்ற தலைப்பில்*

வெளியிடலாம் என்று சொல்லியிருந்தேன். ஆனால் இவ்வளவு அவசரமாக எனது வாழ்க்கைத் தொடரை வெளியிட தங்களிடம் எனது வக்கீல் சொல்வார் என்று நான் சிறிதும் எதிர்பார்க்க வில்லை. என் கடந்தகாலம் பற்றி பத்திரிகையில் செய்தி வெளியிட இப்போது சரியான நேரமல்ல என்று எனக்குத்தான் தெரியும்.

"படித்துக் கொண்டிருந்தபோதே இண்டர்காம் குறுக்கிட்டது. "அண்ணே.... சேலம் ஏஜெண்டோட பையன் வீரமணி பேசுறார்"- அப்போதைய ஏஜெண்ட் ரத்தினம்கச்சியின் மகன்தான் லைனில் சிக்கினார்.

"தம்பி வீரமணி.... அதே போனில் இரு. நான் கட் பண்ணிட்டு பேசுறேன்."

லைனை கட் செய்த பின்பு, மோகனை அழைத்து வண்டியை எடுக்கச் சொன்னேன். அருகிலிருந்த எஸ்.டி.டி.பூத்துக்கு சென்று சேலத்திற்கு தொடர்பு கொண்டேன். அலுவலக போன்கள் ஒட்டுக்கேட்கப்பட்டதால் இந்த வழியில் தொடர்பு கொண்டேன்.

"தம்பி காமராஜ் சேலம் ஜெயிலுக்குப் போயிருக்காரு. நீங்க உடனே அங்க போய் அவரைப் பிடிங்க."

"ஜெயிலுக்கா?" -பதறினார் வீரமணி.

"ஒண்ணும் பயப்பட வேண்டாம்... தம்பி அங்கே இருப்பார். அவரைப் பார்த்து என்னை காண்டாக்ட் பண்ணச்சொல்லுங்க."

பேசி முடித்துவிட்டு மீண்டும் அலுவலகத்திற்கு வந்து கடிதத்தை தொடர்ந்து வாசித்தேன்.

நான் தற்சமயம் பலவிதமான குழப்பங்களில் இருக்கிறேன். எனக்கு தரப்பட்டுள்ள தூக்கு தண்டனை என்ற தீர்ப்பை டெல்லி சுப்ரீம்கோர்ட்டில் மறுவிசாரணை செய்வதற்கு என் வக்கீல் மூலமாக ஏற்பாடு செய்துகொண்டிருக்கிறேன். மேலும் நம் இந்திய ஜனாதிபதி அவர்களுக்கு கருணை மனுவும் அனுப்பியுள்ளேன். இச்சூழ்நிலையில் என் கடந்தகால வாழ்க்கைத் தொடரை பத்திரிகையில் வெளியிடுவதை விரும்பவில்லை. என் மீது போட்டுள்ள பொய் வழக்கில் எனக்கு இறுதித்தீர்ப்பு தெரியும் வரை என் கடந்தகால வாழ்க்கை கதையை தொடர்ந்தும் வெளியிட வேண்டாமென அன்புடன் கேட்டுக்கொள்கிறேன்.

எனது தொடரை எப்போது நமது பத்திரிகையில் வெளியிடலாம் என்று இன்னும் சில மாதங்கள் கழித்து நான் எழுத்து மூலமாக (தங்களுக்கோ நண்பர் காமராஜுக்கோ, Mr.Chandrasekar அவர்களுக்கோ கடிதம் எழுதி அனுமதி தரும் வரை) தங்களுக்கு தகவல் அனுப்பும் வரை என் கடந்த கால வாழ்க்கைத் தொடரைப் பற்றி ஏதும் செய்தி வெளியிட வேண்டாமென அன்புடன் தெரிவிக்கிறேன். இம்மாத பத்திரிகையை வாசித்த நக்கீரன் வாசகர்கள் என்

கடந்தகால வாழ்க்கைத் தொடரை 2-6-94 முதல் வாசித்து தெரிந்துகொள்ள ஆவலுடன் இருந்திருப்பார்கள். வாசகர்களின் ஏமாற்றம் குறித்து உங்கள் சார்பாக இக்கடிதம் மூலம் வாசகர்களிடம் நான் மன்னிப்பு கேட்டுக்கொள்கிறேன். தற்சமயம் பத்திரிகையில் என் தொடரை வெளியிட இயலாமைக்கு வருந்துகிறேன். 2-6-94 அன்று வெளியாகும் நக்கீரனில் என் தொடர் வெளியாகிவிடக்கூடாது என்று அவசரமாக இக்கடிதத்தை தங்களுக்கு Speed Post மூலம் அனுப்புகிறேன். (இக்கடித விபரம் பற்றி 2-6-94-ல் வெளியாகும் நக்கீரனில்) செய்தி வெளியிட்டு "என் கடந்தகால வாழ்க்கை தொடர் பற்றி இன்னும் சில மாதங்கள் கழித்து நக்கீரன் வாசகர்கள் வாசித்து அறியலாம் என்று சொல்லி நக்கீரன் வாசகர்களின் மனதை சாந்தப்படுத்தவும், தயவுசெய்து தற்போது எனது தொடர்பற்றி ஏதும் பத்திரிகையில் செய்தி வெளியிட வேண்டாமென மீண்டும் மீண்டும் அன்புடன் கேட்டுக்கொள்கிறேன்.

"அன்பு வணக்கங்களுடனும், நன்றியுடனும் அன்புடனும் என்றும் உங்கள்... Auto Sankar

-சிறைத்துறையால் தணிக்கை செய்யப்பட்டிருந்த அக்கடிதத்தின் நகல் வக்கீல் சந்திரசேகருக்கும் சங்கரின் மனைவி ஜெகதீஸ்வரிக்கும் கூட அனுப்பப்பட்டிருந்தது. இன்னொரு தபாலிலும் அதே கடிதத்தின் நகல்தான் இருந்தன.

கடிதத்தைப் படித்து முடித்ததும் என் மனதில் ஏகப்பட்ட எண்ண அலைகள். ஆட்டோ சங்கரை கனிய வைப்பதற்காக எவ்வளவு காலம் பாடுபட்டோம்.

அவனும், தான் சம்பந்தப்பட்ட உண்மைகள் தன்னோடு தூக்கில் ஏற்றப்பட்டுவிடக்கூடாது என்பதில் எவ்வளவு உறுதியாகவும் ஆர்வமாகவும் இருந்தான்.

அதனால்தானே தனது கைப்பட அனைத்து உண்மைகளையும் எழுதி நம்மிடம் தந்தான். அவனிடமிருந்து திடீரென இப்படியொரு கடிதம் வந்திருக்கிறதென்றால், ஏதோ ஒரு பயங்கர பின்னணி இருக்க வேண்டும்.

ஒன்று, அவனை அடித்து துன்புறுத்தி இதை எழுத வைத்திருக்க வேண்டும். இல்லையென்றால் சிறைத்துறையினர் வேறு வகையில் மிரட்டிப் பணிய வைத்திருக்க வேண்டும். இதுதான் நடந்திருக்க வேண்டும் என்று சிந்தித்தபடியே தம்பியிடமிருந்து போனை எதிர்பார்த்து எல்லா லைன்களையும் ஃப்ரீயாக வைக்கச் சொல்லியிருந்தேன்.

எதிர்பார்த்தபடியே சேலத்திலிருந்து போன் வந்தது.

"அண்ணே... நான் வீரமணி பேசுறேன். இதோ காமராஜ்

அண்ணன் பக்கத்திலேதான் இருக்கார். அவர்கிட்டே கொடுக்குறேன்."

"தம்பி... சொல்லுங்க"

"அண்ணே... சங்கரைப் பார்த்துட்டேன்."

அவர் சொன்னதும் படபடப்பு அதிகமானது.

"தம்பி... நீங்க இருக்கிற நம்பரைக் கொடுங்க. இரண்டு நிமிஷத்தில் காண்டாக்ட் பண்றேன்."

தம்பியின் நம்பரை வாங்கிக்கொண்டு, கடிதங்களை கையில் எடுத்துக்கொண்டு ராஜாமணியுடன் டுவீலரில் அருகிலிருந்த எஸ்.டி.டி. பூத்துக்கு விரைந்தேன். உடனடியாக சேலத்திற்கு லைன் கிடைத்தது.

"சொல்லுங்க தம்பி... சங்கரைப் பார்த்துட்டீங்களா! என்ன சொன்னான்? என்ன மூடில் இருக்கான்? லெட்டர் ஒண்ணு படிக்கிறேன். கவனமா நோட் பண்ணிக்குங்க."

"அண்ணே... சிறைத்துறையிலிருந்து உங்களுக்கு அனுப்பப்பட்ட லெட்டரோடு இணைக்கப்பட்ட சங்கரின் லெட்டர்தானே அது! அது பற்றித்தான் ஒரு முக்கியமான விஷயம்..."

தம்பி காமராஜ் பரபரப்பாக பேசினார்.

"அண்ணே... நக்கீரனில் தொடரே வரக்கூடாதுன்னு சங்கர் தன் கைப்பட எழுதிய லெட்டரும் சிறைத்துறை அதிகாரிகளின் இணைப்பு லெட்டரும்தானே உங்களுக்கு வந்திருக்கு. அந்த லெட்டரைப் பத்தி சங்கரே என்கிட்டே சொன்னான். தொடர் வரப்போகுதுன்னு தெரிந்ததுமே சிறைத்துறையில் இருக்கிற பெரிய பெரிய அதிகாரிகளெல்லாம் பயந்துட்டாங்க. சங்கரை மிரட்டியிருக்காங்க அவனைக் கடுமையா சித்ரவதை செய்து துன்புறுத்திதான் லெட்டரை எழுதி வாங்கியிருக்காங்க."

"தம்பி... அந்த மாதிரிதான் வாங்கியிருக்க முடியும்னு நான் நினைத்தேன். அதே மாதிரிதான் நடந்திருக்கு."

"அண்ணே... சங்கர் விஷயம்தான் இங்கே ஒரே பரபரப்பா இருக்கு. ஜெயில் முழுக்க அதுதான் பேச்சு. சங்கரை சந்திக்க நான் பர்மிஷன் கேட்டப்ப முடியாதுன்னு சொல்லிட்டாங்க. ரொம்ப ஃபைட் பண்ணித்தான் பார்க்க வேண்டியதாயிடுச்சு."

"உங்ககிட்டே சங்கர் என்ன சொன்னான்?"

"ரொம்ப நெர்வஸாதான் இருந்தான். என்னைப் பார்த்ததும் அவனே முன்வந்து சிறைத்துறை அதிகாரிகள் செய்த டார்ச்சர் பற்றியும் லெட்டர் எழுதிக் கொடுத்தது பற்றியும் சொன்னான்.

அவன் சொல்லும் போதே, உங்ககிட்டேயிருந்து நிச்சயம் போன் வரும்னு நினைத்தேன். அண்ணே... சங்கர் என்னைப் பார்த்ததும் ரொம்ப பரபரப்பாயிட்டான்."

"இப்ப அவன் என்ன மூடில் இருக்கான். தொடர் பற்றி ஏதாவது சொன்னானா?"

"அதைப்பற்றி நானே அவன்கிட்டே பேசினேன். இது உன் லைஃப் ரிஸ்க். நீ என்ன நினைக்கிற? நீ எழுதணும்னா எழுதலாம். நீ விரும்பலேன்னா தொடரை ஆரம்பிக்க வேண்டாம். நான் வேணும்னா அண்ணன்கிட்டே சொல்லிக்கிறேன்னு சொன்னேன்."

"அதற்கு அவன் என்ன சொன்னான்?"

"சட்டுன்னு பரபரப்பாயிட்டான். அண்ணன்கிட்டே நீங்க எதுவும் சொல்லவேண்டாம். என்ன வந்தாலும் நான் பார்த்துக்குறேன். நான் எழுதிய அந்த லெட்டர் வெறும் கண் துடைப்புதான்னு ஆசிரியர்கிட்டே மறந்திடாம சொல்லிடுங்கன்னு சொன்னான். தொடர் வரணும்ங்கிறதில் அவன் ரொம்ப உறுதியா இருக்கான் அப்படிங்கிறது நல்லாத் தெரியுது. நாம நினைச்ச மாதிரியே இந்த தொடர் விவகாரம் பெரிய பூகம்பத்தை உண்டு பண்ணிடுச்சு. சங்கரும் துணிச்சலா இருக்கான். அந்த மாதிரி லெட்டர் எழுதியதற்கு உண்மை காரணம் என்னன்னு நேற்றே உங்களுக்கு ஒரு லெட்டர் எழுதிட்டதா சொன்னான்."

"தம்பி... அவன் உறுதியா இருந்தாலும் அதிகாரிகள் இந்த விஷயத்திலே ரொம்ப கடுமையாக நடந்துக்குவாங்க. அதனால சங்கர்கிட்டே பவர் ஒண்ணு வாங்குறது நல்லது. நீங்க எவ்வளவு சீக்கிரமா புறப்பட்டு வரமுடியுமோ அவ்வளவு சீக்கிரமா வந்திடுங்க."

"இதோ புறப்பட்டுகிட்டே இருக்கேன். இப்ப எந்த ட்ரெய்ன் இருக்குதோ அதிலே வந்திடுறேன்."

தம்பியிடம் பேசி முடித்த பின் எஸ்.டி.டி.பூத்திலிருந்து வெளியே வந்தேன். பரபரப்பினாலும் நீண்ட நேரம் பூத்துக்குள் இருந்ததாலும் உடல் வியர்த்திருந்தது. உடனடியாக அலுவலகத்திற்கு திரும்பினேன். அடுத்த கட்ட வேலைகளை ஆரம்பிக்க வேண்டிய அவசியத்தில் இருந்தேன். நாம் முன்பே ஆலோசித்திருந்தபடி தொடருக்கு எந்த சிக்கலும் வராமல் இருப்பதற்காக அரசு மீதும் சிறைத்துறை மீதும் ரிட் மனு தாக்கல் செய்ய வேண்டியிருந்தது.

தூக்கு தண்டனை கைதியான ஆட்டோ சங்கரின் வாக்கு மூலத்தை நக்கீரனில் வெளிவராமல் தடுப்பதற்காக சிறைத்துறையும்

மாநில அரசும் முயற்சித்து வருகிறது. பத்திரிகை சுதந்திரத்திற்கு எதிராக சிறைத்துறையும் மாநில அரசும் எடுக்கும் நடவடிக்கைகளுக்கு கோர்ட் தடை விதிக்க வேண்டும் என்று அந்த ரிட் மனுவில் நாம் குறிப்பிட்டிருந்தோம். பத்திரிகை சுதந்திரத்தை வலியுறுத்தி நாம் தாக்கல் செய்ய முயன்ற ரிட் மனுவை எப்படியெல்லாம் தடுக்க முடியும் என சிறைத்துறை காய் நகர்த்த ஆரம்பித்தது. ஆரம்ப கட்டத்திலேயே நமது மனுவிற்கு சோதனை வந்தது.

ரிட் மனுக்களுக்கு நம்பர் பண்ணும் இடத்தில் இருந்த அப்பீல் எக்ஸாமினரான ஜூலி என்ற அம்மையார் நமது மனுவுக்கு நம்பர் இட மறுத்தார். "ஆட்டோ சங்கரின் லைஃப் ஹிஸ்டரியை பப்ளிஷ் பண்ணனும்னா அதற்கு ஆட்டோ சங்கரும் சிறைத்துறை அதிகாரியும்தான் மனது வைக்கணும். இது அவங்க ரெண்டு பேர் சம்பந்தப்பட்டது. அவன் வாழ்க்கை வரலாற்றை வெளியிடவிடாமல் தடுக்கிறாங்கன்னா அது சம்பந்தமா அவன்தான் மனு போடணும். நீங்க இதிலே ஒண்ணும் பண்ண முடியாது. அதனால உங்க ரிட் மனுவுக்கு நம்பர் பண்ண முடியாது" என எடுத்த எடுப்பிலேயே மறுத்துவிட்டார்.

நமது சார்பில் அட்வகேட் ரங்கா வலியுறுத்தியபோது, அடிஷனல் ரிஜிஸ்டிரார் விட்டலைப் பாருங்கள் என்று சொல்லி விட்டு ஒதுங்கிக்கொண்டார் ஜூலி. நாம் விட்டலைச் சந்தித்தோம். அவரும் சொல்லி வைத்ததுபோல் ஜூலி சொன்ன காரணத்தையே திரும்பச் சொன்னார். அதை நாம் எதிர்பார்க்கவில்லையென்றாலும் கலங்கவில்லை.

அரசுக்கு எதிராகவோ அரசு சார்ந்த துறைகளுக்கு எதிராகவோ நாம் ரி_ மனு தாக்கல் செய்தால் இப்படித்தான் ஏதாவது காரணம் காட்டி அதனை ஏற்க மறுப்பார்கள் என்பதை ஜெயலலிதா ஆட்சியில் பலமுறை பார்த்துவிட்டோம். அதனால் அடுத்த ஸ்டெப் எடுக்குமாறு நமது வழக்கறிஞர் பெருமாளிடம் தெரிவித்துவிட்டு அலுவலகத்துக்குத் திருப்பினேன்.

மாலையில் வரும் தபால்களுடன் இன்லேண்ட் லெட்டர் ஒன்றும் வந்திருந்தது. சிறைத்துறையின் முத்திரை பிடப்பட்டிருந்த அந்த கடிதத்தில் சங்கரின் கையெழுத்து பள சென தெரிந்தது. பரபரப்பாக அதைப் பிரித்துப் படிக்கத் தொட ங்கினேன். மிகத் தெளிவான எழுத் து களுடன் சங்கர் அதை எழுதியிருந்தான். முன்பு வந்த சா ந்திற்கு அ யே மாறாக இது இருந்தது.

அன்பு சகோதரர் காமராஜ் அவர்களுக்கு, என்றும் அன்புடன் உங்கள் ஆட்டோ சங்கர் எழுதும் கடிதம். என் கடந்தகால வாழ்க்கைத் தொடரை ஆட்டோ சங்கர் எழுதும் மரண வாக்குமூலம் என்ற தலைப்பில் நக்கீரன் பத்திரிகையில் வெளிவருவதை நான் முழு மனதுடன் சம்மதிக்கிறேன்.

-சங்கர் எழுதியிருந்த அந்த வார்த்தைகளைப் படித்ததும் போன் மூலம் தம்பி சொன்னது அத்தனையும் மீண்டும் ஒரு முறை மனசுக்குள் ஓடியது. உண்மைகள் புதைந்துவிடக்கூடாது என துடித்துக் கொண்டிருக்கும் ஒரு தூக்கு தண்டனை கைதிக்கும் உண்மைகள் வெளிவந்துவிடக்கூடாது என்பதில் தீவிரமாக இருக்கும் சிறைத்துறை அதிகாரிகளுக்கும் இடையே நடக்கும் போராட்டத்தை புரிந்துகொள்ள முடிந்தது. சங்கரின் ஒத்துழைப்பின்றி இத்தொடரை வெளியிடுவது சாத்தியமில்லை என்ற சூழ்நிலையில், அவனே தன் கைப்பட எழுதி சம்மதம் தெரிவிக்கிறான், அதுவும் முழு மனதுடன் சம்மதம் தெரிவிக்கிறான் என்றால் நாம் இத்தொடரை பெரும் சவாலாக எடுத்துக்கொண்டு தடைகளை உடைத்தெறிந்து வெளியிட்டே ஆகவேண்டும் என மனதுக்குள் சபதமெடுத்துக்கொண்டு, சங்கரின் கடிதத்தை தொடர்ந்து வாசிக்க முற்பட்டேன்.

இன்டர்காம் ஒலித்தது.

“அண்ணே... காமராஜண்ணே பேசுறாங்க.”

“கொடுங்க”

தம்பி லைனில் வந்தார்.

“அண்ணே...”

“தம்பி எங்கேயிருந்து பேசுறீங்க?”

“சேலம் ரயில்வே ஸ்டேஷன்கிட்டேயிருந்து பேசுறேன். இன்னும் கொஞ்ச நேரத்தில் புறப்பட்டு விடுவேன். அதுக்கு முன்னாடி ஒரு முக்கியமான விஷயம், போன தடவை போன் செய்தப்ப சொல்ல மறந்துட்டேன். ஒரு பத்திரிகையிலிருந்து பெண் துணை ஆசிரியரும், பெண் வக்கீலும் 6 லட்ச ரூபாயோடு இங்கே வந்து ஆட்டோ சங்கரை பார்த்திருக்காங்க. நக்கீரனில் எழுத வேண்டாம். எங்களுக்கு எழுதுன்னு அவன்கிட்டே சொல்லி யிருக்காங்க.”

தம்பி தந்த அதிர்ச்சியான தகவல் காதில் இறங்கிக்கொண்டிருக்கும்போதே நான் கேட்டேன்.

“யாரு...? எந்தப் பத்திரிகை...?”

அந்தப் பத்திரிகையின் பெயரை தம்பி சொன்னபோது எனக்கு

அதிர்ச்சியாகவும், ஆச்சரியமாகவும் இருந்தது. அந்த பத்திரிகையின் வயதை ஒப்பிட்டுப் பார்த்தால் நாம் 'ஜூனியர்'தான். அந்த பத்திரிகையிலிருந்தா இப்படியொரு கொல்லைப்புற முயற்சியை மேற்கொண்டார்கள் என எனக்கு அதிர்ச்சியாக இருந்தது. 6 லட்ச ரூபாயுடன் அந்தப்பத்திரிகையின் துணை ஆசிரியராக இருந்த பெண்மணியும் வக்கீல் நடராஜனிடம் ஜூனியராக இருந்த பெண் வழக்கறிஞரும் சேலத்துக்கு வந்து சங்கருக்கு வலை வீச முயன்றிருக்கிறார்கள் என்பது தெரிந்ததும் தம்பியிடம் கேட்டேன்.

"சங்கர் அவங்ககிட்டே என்ன சொன்னான்?"

"அண்ணே அவன் கண்டுக்கவேயில்லை."

"சரி தம்பி... நீங்க உடனே புறப்பட்டு வந்திடுங்க. நான், நம்ம வக்கீல்களிடம் டிஸ்கஸ் பண்ணிகிட்டிருக்கேன். சீக்கிரமா வந்திடுங்க" என்று சொல்லிவிட்டு ரிசீவரை வைத்தேன்.

சேலத்திலிருந்து திரும்பிய தம்பி காமராஜ் நேரடியாக அலுவலகத்திற்கு வந்தார். அவர் கையில் ஒரு கடிதம்.

"அண்ணே... ஜெயிலில் யாருக்கும் தெரியாமல் இதை சங்கர் என்கிட்டே கொடுத்தான். 'அதிகப்பிரசங்கித்தனமா எழுதியிருக்கேன்னு நினைக்க வேண்டாம்' அப்படின்னு சொல்லியே கொடுத்தான்."

தம்பி கொண்டு வந்திருந்த கடிதத்தை வாங்கிப் படித்தேன்.

"பெரிய மகாத்மா மாதிரி சுயசரிதை எழுதுகிறானே, கேவலம்... கைதி! என்று நினைக்க வேண்டாம். மகாத்மாக்களே கூட கைதியாய் இருந்திருக்கிறார்கள். தாஜ்மகாலைக் கூட உலகத்தின் அதிசயம் என்றுதான் சொல்கிறார்களே தவிர உலகத்தின் சோகம் என்று யாரும் சொல்வதில்லை.

ஆ... சங்கர் என்றதும் ஆறு கொலைகள் செய்ததாகவும் ஒரு மனித மிருகமாகவும்தான் பார்க்கிறார்கள்.

அதுதானா நான்?

என் குற்றங்களுக்கு நான் மட்டும்தான் பொறுப்பா?

என்னோடு பல உண்மைகளையும் சவக்குழியில் போட்டு புதைக்கப்பார்க்கிறார்கள் என்பது யாருக்காவது தெரியுமா? பத்திரிகைகள் என்னைப் பற்றி சொன்னதெல்லாம் நிஜம்தானா? பொய் என்றால் ஏன் பொய் சொன்னது?

போலீஸ் என் கேஸில் மறைத்த விஷயங்கள் என்னென்ன? எல்லாம் விபரமாக சொல்கிறேன். போலீஸ் பயத்திலும், V.I.P.க்கள் பயத்திலும் எல்லா பத்திரிகைகளும் உண்மையை வெளியிட தயங்கின. நக்கீரன் மட்டுமே துணிந்து வாசகர்கள், உண்மையைத் தெரிந்து கொள்ளட்டும்...! என எழுத சம்மதித்தது.

எழுதுகிறேன்... எல்லாமே எழுதுகிறேன்!

நீங்களே தீர்ப்பளியுங்கள்.

அதை தெரிந்து கொள்ளத்தான் நான் இருக்கிறேனோ என்னவோ?

-என்று சங்கர் எழுதியிருந்த கடிதத்தைப் படித்ததும் தம்பியைப் பார்த்து, "இதையே ஓப்பனிங்கா வைத்து அடுத்த விளம்பரம் பண்ணிடலாம்" என்றேன்.

"சரிங்கண்ணே"

"தம்பி... நீங்க நேரா ஆபீசுக்கு வந்துட்டீங்களா? வீட்டுக்குப் போய் குளிச்சிட்டு வாங்க. அடுத்த ட்ரெய்னுக்கே கூட நீங்க புறப்பட வேண்டியிருக்கும்; அட்வகேட்டை இங்கே வரச்சொல்லி யிருக்கேன்."

நான் சொன்னவுடன் தம்பி வீட்டிற்கு புறப்படத் தயாரானார். அப்போது நமது அட்வகேட் பெருமாளும் சங்கரின் வக்கீல் சந்திரசேகரனும் அலுவலகத்திற்குள் நுழைந்தனர்.

"தம்பி வக்கீல்கள் வந்துட்டாங்க. நான் அவங்களோட கலந்து பேசி ஒரு பவர் ரெடி பண்ணி வச்சிடுறேன். நீங்க வீட்டுக்குப் போயிட்டு வந்திடுங்க."

தம்பி காமராஜ் வீட்டிற்குச் சென்று திரும்புவதற்குள் அட்வ கேட்டுகளுடன் ஆலோசித்து பவர் ஆஃப் அட்டர்னியை தயாரித்தோம். வக்கீல் பெருமாள் அதனை ஒரு முறை படித்துப் பார்த்து விட்டு அவசரமாக கோர்ட்டுக்குப் புறப்பட்டார். தம்பி திரும்பி வந்ததும் அவரையும் சந்திரசேகரையும் சேலத்திற்கு புறப்படச் சொன்னேன். பவர் ஆஃப் அட்டர்னியில் ஆட்டோ சங்கரிடம் கையெழுத்து வாங்குவதற்காக அவர்கள் புறப்படத் தயாராயினர். "தம்பி... ரொம்ப கவனம், ஜெயிலில் ரொம்ப ஸ்டிரிக்டா இருப்பாங்க. புத்திசாலித்தனமாத்தான் சங்கரை அப்ரோச் பண்ணனும். ஜாக்கிரதையா மூவ் பண்ணுங்க" என்று சொல்லி அனுப்பி வைத்தேன். இருவரையும் சென்ட்ரலில் வழியனுப்புவதற்காக கவுரியும், பாபுவும் உடன் சென்றனர். நான் ஹைகோர்ட்டிற்குப் புறப்பட்டேன்.

ஹைகோர்ட்டில், நமது மனுவுக்கு நம்பர் பண்ணும் சாக்கிலேயே கால தாமதம் செய்தனர். கடைசியில், "இதற்கு மெயின்டெய்னெபிலிட்டி கிடையாது" என்று ரிஜக்ட் செய்தார் அடிஷனல் ரிஜிஸ்டிரார். இப்படியொரு இக்கட்டான சூழல் ஏற்படலாம் என்பதை முன்பே நாம் எதிர்பார்த்திருந்ததால் நமது சீனியர் வழக்கறிஞர் ரங்கா அடுத்தகட்ட முயற்சிகளில் தீவிரமானார். "Post it before the Court for Maintainability" என்று அடிஷனல்

ரிஜிஸ்ட்ராரிடம் சொன்னார் ரங்கா. அதன்பிறகும் வேண்டுமென்றே தாமதம் செய்யப்பட்டது.

அதனால் அப்போதைய தலைமை நீதியரசர் கே.ஏ.சாமியை சந்தித்து நக்கீரனில் ஆட்டோ சங்கரின் தொடரைத் தொடங்க வேண்டிய தேதி நெருங்கிவிட்டதை வலியுறுத்தியும், அதனால் Maintainability சம்பந்தமாக முடிவெடுக்கக் கோரியும் கடிதம் கொடுத்தார் நமது சீனியர் வழக்கறிஞர். கடிதத்தைப் பார்த்த தலைமை நீதியரசர் சாமி, இது தொடர்பாக முடிவெடுக்கும்படி நீதியரசர் அப்துல் ஹாடிக்குத் தெரிவித்தார்.

நமது ரிட் மனுவின் Maintainability தொடர்பான விசாரணை, நீதியரசர் அப்துல் ஹாடியின் கோர்ட்டுக்கு வந்தது. நமது மனுவிற்கு Maintainability உண்டா, இல்லையா என்பது பற்றி முடிவெடுப்பதை தவிர்த்து, நம்பர் இடப்படாத மனுவாக (Unnumbered Unit) அதனைக் கருதி, வாதிட உத்தரவிட்டார். நம்பர் இடப்படாத மனு டிஸ்மிஸ் செய்யப்பட்டால் உயர்நீதிமன்றத்தில் மேல் முறையீடு செய்ய முடியாது. அதனைப் பற்றி முழுமையாக உச்சநீதிமன்றத் தில்தான் ஒரு புதிய மனு தாக்கல் செய்ய வேண்டும். மிகவும் விசித்திரமான சூழ்நிலை ஏற்பட்டால் மட்டுமே நம்பர் இடப்படாத மனு மீது விசாரணை நடக்கும். நமது மனு மீது அத்தகைய சூழல் திணிக்கப்பட்டது என்றே சொல்லவேண்டும்.

நீதியரசர் அப்துல்ஹாடியின் கோர்ட்டில் விவாதம் அனல் பறந்தது. இந்தக் கேஸில் Writ of Phohibition கேட்க உரிமையில்லை என்று தெரிவித்த நீதிபதி, "ஆர்டர் தரமுடியாது" என்றார். சீனியர் வழக்கறிஞர் ரங்கா, உச்சநீதிமன்றத் தீர்ப்புகளில் உள்ள முன்னுதாரணங்கள் பலவற்றை எடுத்து வைத்து கோர்ட்டை பிரமிக்கச் செய்தார். அப்போது நீதியரசர் குறுக்கிட்டு, "நீங்க சொல்கிற ஆட்டோ சங்கர், இந்த தொடரை உங்க பத்திரிகையில் வெளியிடலாம்னு சொல்லி உங்களுக்கு லெட்டர் ஏதாவது எழுதியிருக்கானா? எனக் கேட்டார். வழக்கறிஞர் ரங்கா உடனே அட்வகேட் பெருமாளைப் பார்த்தார். பெருமாள் தன் கையில் தயாராக வைத்திருந்த ஆட்டோ சங்கர் எழுதிய கடிதங்களின் நகல்களை காண்பித்தார். வழக்கறிஞர் ரங்கா, நீதியரசரை நோக்கி, "யெஸ்... ஆட்டோ சங்கரே கைப்பட எழுதிய ஒப்புதல் கடிதம் இருக்கிறது" என்றார்.

உடனே நீதியரசர் அப்துல்ஹாடி, "அந்தக் கடிதங்களின் ஒரிஜினல்களை மூன்று நாட்களுக்குள் என்னிடம் ஒப்படைக்க

வேண்டும்” என்றார்.

கைவசமுள்ள ஆதாரங்களை காட்டியபிறகும் நீதியரசர் வழக்கை மூன்று நாட்கள் தள்ளிப்போட்டது நமக்கு ஆச்சரியமாக இருந்தது. இந்த வழக்கு தொடர்பான தீர்ப்பை தள்ளிக்கொண்டே போய் அதன் மூலம், தொடர் வெளியாவதை தாமதப்படுத்துவதில் சிறைத்துறையும், காவல்துறையும் எவ்வளவு தீவிரமாக இருக்கின்றன எனப் புரிந்தது. அடுத்த ஸ்டெப் பற்றி வழக்கறிஞர்களிடம் ஆலோசித்துவிட்டு அலுவலகத்திற்கு திரும்பினேன்.

மறுநாள், சேலத்திலிருந்து தம்பி காமராஜ் பேசினார், ‘‘அண்ணே... சிறைத்துறை அதிகாரிகள் ரொம்ப கெடுபிடி பண்றாங்க. என்னை பயங்கரமா வாட்ச் பண்றாங்க. ரொம்ப ஸ்டிரிக்டா இருக்காங்க. பவர் ஆஃப் அட்டர்னியில் இன்னும் கையெழுத்து வாங்கலை. நான் எப்படியாவது ட்ரை பண்ணி உள்ளே போயிட்டு வந்து மறுபடியும் உங்களுக்கு போன் பண்றேன்.” பதட்டமாகவும், பரபரப்பாகவும் அவர் பேசிவிட்டு போனை வைத்த சில நிமிடங்களில் மீண்டும் போன் மணி ஒலித்தது. இந்த முறை லைனில் வந்தவர் அட்வகேட் பெருமாள்.

‘‘அண்ணாச்சி... நம்ம நக்கீரன் இஷ்யூ இனிமேல் வர முடியாதபடி செய்றதுக்கு போலீஸ் தரப்பில் புது முயற்சியிலே இறங்கியிருக்கிறதா தெரியுது. கோர்ட்டிலே மறுபடியும் நக்கீரன் பற்றித்தான் பேச்சு’’ -பரபரப்பாக சொன்னார் அட்வகேட் பெருமாள். “பேச்சா... என்ன சார் பேசிக்கிறாங்க...?” “அண்ணாச்சி... கோர்ட் முழுக்க இப்ப சங்கர் விஷயம் பற்றித்தான் விவாதிச்சிகிட்டு இருக்காங்க. நக்கீரனை எப்படியும் ஸ்டாப் பண்ணிடணும்கிறதில் சிறைத்துறையும் காவல்துறையும் தீவிரமா இருக்கிறதா சொல்றாங்க. ஆட்டோ சங்கரே அவங்களுக்கு ஒத்துழைப்பு தர்றமாதிரி பேசிக்கிறாங்க. அவங்ககிட்டே ஏதோ பிடி இருக்குதாம். பெரிய அளவில் ஒர்க் பண்ணிகிட்டிருக்காங்க.” -எனக்கு பலத்த அதிர்ச்சி, “சார்... அவங்களாலே சங்கர் தொடரை நிறுத்துறதுக்கு வேணும்னா ஆர்டர் போடமுடியும்; நக்கீரனை எப்படி நிறுத்த முடியும்?’’ சங்கரை பார்த்துவிட்டு பேசுவதாக சொன்ன தம்பியிடமிருந்து மறுபடியும் தகவல் இல்லாத நிலையில் அட்வகேட் சொன்ன செய்தி பலத்த சந்தேகத்தை உண்டாக்கியது. தொடரைத் தொடங்க வேண்டிய சூழ்நிலை நெருங்கிவிட்ட நேரத்தில் சங்கரைப் பார்க்க சிறைத்துறையினர் அனுமதிதர மறுப்பதை வைத்துப் பார்க்கையில், ஒருவேளை சூழ்ச்சி இருந்தாலும் இருக்கும் என தோன்றியது; அதை

அட்வகேட்டிடமும் தெரிவித்தேன். "சார்... சங்கரைப் பார்ப்பதற்காக சேலம் போன தம்பி காமராஜுக்கு பர்மிஷன் கொடுப்பதில் சிறைத்துறையினர் டிலே பண்றாங்க. அட்வகேட் சந்திரசேகர்தான் உள்ளே போயிருக்கிறாரு. நீங்க சொல்றதும் புதுத்தகவலா இருக்கு. இதை வைத்துப் பார்த்தால் நமக்கு எதிரா ஏதோ ஒண்ணு நடக்கப்போகுதுன்னு மாத்திரம் தெரியுது சார். என்ன விஷயம்னு மட்டும் நீங்க கரெக்டா கண்டுபிடிச்சிடுங்க. அது விஷயமா நம்ம நிருபர் உதயனை கோர்ட்டுக்கு அனுப்பறேன்."

அட்வகேட்டிடம் பேசி முடித்ததும் தம்பியின் போனை எதிர்பார்த்துக் காத்திருந்தேன். அவரிடமிருந்து சாதகமான போன் வந்ததுமே ஸ்பெஷல் இதழ் தயாரித்து அதில் தொடரின் முதல் அத்தியாயத்தை வெளியிட்டுவிட வேண்டும் என்பது எனது திட்டம். பவர் வாங்கியதும் கொஞ்சம்கூட தாமதப்படுத்தாமல் இதழைக் கொண்டு வருவதற்கு ஒரு முக்கிய காரணம் இருந்தது. அப்போது, வழக்கமாக நமது இதழ் வியாழக்கிழமைகளில் வரும் இந்த வியாழக்கிழமை போனால் அடுத்த வியாழக்கிழமைதானே நக்கீரன் வரும் என்று சிறைத்துறையினர் சற்று சாவகாசமாக தங்கள் சூழ்ச்சிகளை அரங்கேற்றிக் கொண்டிருப்பார்கள். அந்த சந்தர்ப்பத்தை பயன்படுத்தி ஸ்பெஷல் இதழ் மூலம் தொடரை தொடங்கி விட்டால் சிறைத்துறையினர் அதை சற்றும் எதிர்பாராமல் அதிர்ந்து போவார்கள் என்பதுதான் நமது திட்டம். நேரம் செல்லச் செல்ல பதற்றமும் பரபரப்பும் அதிகரித்துக்கொண்டே இருந்தது.

தம்பி காமராஜின் போன் எந்த நேரத்திலும் வரலாம் என்பதால் எல்லா லைன்களையும் ஃப்ரீயாக வைக்கச் சொல்லி விட்டு போனுக்காக காத்திருந்தேன். சரியாக மாலை 4 மணி. போன் மணி ஒலித்தது. தம்பிதான் பேசினார். "அண்ணே... Success" -குரலில் சந்தோஷம் ததும்பி வழிந்தது. அந்த நம்பிக்கையான வார்த்தையைக் கேட்டதும் நமக்கும் சந்தோஷம். "சொல்லுங்க தம்பி" என்றேன்.

"அண்ணே... சங்கர் ரொம்ப சந்தோஷப்பட்டான். பெரியவர்கிட்டே (என்னிடம்) சொல்லுங்கன்னு சொன்னான். நீங்களும் பெரியவரும்தான். மெர்சி பெட்டிஷன் வாங்கித் தரணும்னு சொன்னான். ஏதோ லெட்டர் எழுதியிருக்கிறதா கூட சொன்னான்."

தம்பி பேசிக் கொண்டிருக்கும்போதே நான் குறுக்கிட்டு, "பவர் என்னாச்சு? கையெழுத்து வாங்கிட்டீங்களா?" என்றேன். "அண்ணே...

நான் போவதற்கு முன்னாடியே சந்திரசேகர் கொடுத்ததில் அவன் கையெழுத்து போட்டுட்டான். டிலே ஆகிட்டிருந்தா சிறைத்துறை அதிகாரிகள் அதை பிடுங்கிடுவாங்கன்னு சொல்லி ஒரிஜினலை தன்னோட மனைவிக்கு அனுப்பிட்டான். காப்பி ஒண்ணு வச்சிருந்தான். அதை நான் வாங்கிட்டு வந்து படிச்சுப் பார்த்தேன்."

"என்ன எழுதியிருக்கான்? வாசிச்சுக் காட்டுங்க தம்பி."

"பவர் ஆஃப் அட்டர்னிக்கு முன்னாடி அவன் ஒண்ணு எழுதியிருக்கான். அதைப் படிக்கிறேன்" என்று சொல்லிவிட்டு தம்பி காமராஜ் அதை வாசிக்கத் தொடங்கினார்.

மதிப்பிற்குரிய நக்கீரன் ஆசிரியர் (திரு.த.Rராஜகோபால்)மதிப்பிற்குரிய இணையாசிரியர் (திரு.காமராஜ்) அவர்களுக்கு என் அன்பு வணக்கங்கள். என் தொடரைத் தங்கள் நக்கீரன் பத்திரிகையில் வெளியிட இந்த பவர் ஆஃப் அட்டர்னியை அனுமதி பத்திரமாக ஏற்றுக்கொள்ளுங்கள். சிறை அதிகாரிகள் மூலமாக அனுமதி பத்திரம் அனுப்ப இயலாது. அதன் காரணத்தை கடிதமாக எழுதி இத்துடன் இணைத்துள்ளேன். பத்திரிகையில் (நக்கீரன்) என் தொடர் தாங்கள் வெளியிட இந்த அனுமதி பத்திரம் போதுமானது. ஜெயில் ஐ.ஜி. இல்லே, முதல்வரே வந்தாலும் இந்த ஆதாரத்தை வைத்து நீங்கள் பேசிக்கொள்ளலாம். எந்த மிரட்டல் (போலீஸ், அரசியல்) பற்றியும் நீங்கள் பயப்படத் தேவையில்லை, என் தொடர் தொடரட்டும்.

அன்புடன்,
ஆட்டோசங்கர்

-இப்படி அவன் எழுதிக்கொடுத்திருந்த பவர் ஆஃப் அட்டர்னியின் முன்பகுதியின் நகலை படித்துக்காட்டினார் தம்பி.

தனது கதை வெளியாவதன் மூலம், மூடி மறைக்கப்பட்ட உண்மைகள் வெளிவந்தே தீரவேண்டும் என்பதில் சங்கர் பிடிவாதமாக இருப்பதை பவர் ஆஃப் அட்டர்னியின் தொடக்கத்தில் அவன் எழுதியிருந்த வார்த்தைகள் பிரதிபலித்தன. அடக்குமுறைகளையும் அராஜகங்களையும் தாங்கித் தழும்பேறிய நக்கீரன், இந்த உண்மைகளையும் வெளிக்கொண்டு வருவதில் உறுதியாக இருந்தான். சங்கரின் தொடர் வெளியானால், நக்கீரன் இதழையே நிறுத்திவிட வேண்டும் என்று சிறைத்துறையினர் கங்கணம் கட்டிக்கொண்டு சூழ்ச்சி வலைகளைப் பின்னி வரும் நேரத்தில், தம்பி காமராஜ் அந்த வலைகளை அறுத்தெறியும்விதத்தில் சங்கரிடம் பவர் வாங்கியிருப்பதை அறிந்தபோது பெருமிதமாக இருந்தது. தம்பியை போனிலேயே பாராட்டிவிட்டு அவரை சென்னைக்கு திரும்பச் சொன்னேன்.

"தம்பி... நீங்க இங்கே புறப்பட்டு வந்திடுங்க. தொடரை ஆரம்பிக்கிறது சம்பந்தமா பேசி முடிவெடுக்கலாம். எத்தனை மணிக்குப் புறப்படுறீங்க?"

"அண்ணே... சேலத்திலிருந்து 5.15 மணிக்கு கோவை எக்ஸ்பிரஸ் சென்னைக்கு கிளம்புது, அதிலே புறப்பட்டு வந்திடுறேன். நைட்டு 10.15 மணிக்கு அங்கே வந்திடுவேன்."

"நல்லது தம்பி... நீங்க வந்திடுங்க. நைட் பேசிக்கலாம்."

சுமார் 20 நிமிடங்கள் அவருடன் பேசிய பிறகு ரிசீவரை வைத்துவிட்டு கொஞ்சம் ரிலாக்ஸாக உட்கார்ந்தேன். மிகப்பெரிய சவாலாக விளங்கும் தொடரை வெளிக்கொண்டு வருவதில் யாருடைய ஒத்துழைப்பு அவசியமோ அந்த ஆட்டோ சங்கரிடமே கையெழுத்து வாங்கப்பட்ட பவர் ஆஃப் அட்டர்னி நம் வசம் இருப்பதால் இனி எந்த சிக்கலும் எழ வாய்ப்பில்லை என்று நம்பிக்கையுடன் தொடர் பற்றி ஆலோசனையில் மூழ்கியபோது தம்பி சுரேஷ் பரபரப்புடன் என் அறைக்கு வந்தார். பதட்டமான குரலில் பேசினார்.

"அண்ணே... ஐ.ஜி. ஆபீசிலிருந்து இரண்டு மூணு பேர் ஜீப்பிலே வந்து இறங்கியிருக்காங்க. அதிலே ஒருத்தர் சிறைத்துறை முத்திரை போட்ட லெட்டர் கொண்டு வந்திருக்காரு."

"வாங்கிட்டீங்களா?"

"இல்லை... உங்ககிட்டேதான் நேரடியா கொடுக்கணுமாம்."

ஐ.ஜி.அலுவலகத்திலிருந்து நேரடியாக ஆட்கள் வருவது அதுதான் முதல்முறை. மிகமுக்கியமான செய்தியாக இருப்பதால்தான் அவர்களே நேரில் வந்திருக்கிறார்கள் என்பது புரிந்தது. அவர்கள் கொடுத்துவிட்டுச் சென்ற லெட்டரை அவசர அவசரமாகப் பிரித்தேன். சிறைத்துறை ஐ.ஜி. பஞ்சாபகேசன்தான் அதனை அனுப்பியிருந்தார். கடிதத்தை படிக்கப்படிக்க அதிர்ச்சி மின்னல்கள் தொடர்ச்சியாகத் தாக்கின. இந்த கடிதத்தை வைத்துத்தான் நக்கீரன் இதழையே நிறுத்துவதற்கு சிறைத்துறையினர் முயற்சி செய்திருக்கிறார்கள் என்பது பட்டவர்த்தனமாகத் தெரிந்தது.

சிறைத்துறை அதிகாரிகளுக்கு சங்கர் எழுதிய கடிதத்தின் நகலைத்தான் நமக்கு அனுப்பியிருந்தனர். கடிதத்தின் முதல்வரியே அதன் சாராம்சத்தை தெளிவாகக் காட்டிவிட்டது.

"என் கடந்தகால வாழ்க்கைத் தொடர் பற்றி தற்போது நக்கீரன் பத்திரிகையில் செய்தி வெளியிடக்கூடாது என தடைசெய்யும்படி பணிவுடன்

தங்களுக்கு அனுப்பும் விண்ணப்பம்''

-என்று சங்கர் எழுதியதை படித்தவுடன் ஒரு கோடி இடி ஒரே விநாடியில் தாக்கியதுபோல இருந்தது.

எப்படியாவது சேலத்திலிருக்கும் தம்பி காமராஜிடம் இந்த விவரத்தை தெரிவித்து உடனடியாக சங்கரை பார்க்கச் சொல்ல வேண்டும் என பரபரப்பானேன். தம்பி சுரேஷை அழைத்து, "உடனே காமராஜைப் பிடிங்க" என்றேன். திடீரென நான் சொன்னதும் சுரேஷ் குழம்பிவிட்டார். "அண்ணே... இப்ப அவர் எங்கே இருக்கார்? எப்படி பிடிக்கிறது?" என்றார்.

''இப்பதான் சேலத்திலிருந்து கோவை எக்ஸ்பிரஸில் கிளம்புறதா சொன்னார். அவர்கிட்டே ரொம்ப முக்கியமான ஒரு விஷயத்தை சொல்லணும். அதனால உடனே ஏஜெண்ட்டை லைனில் பிடித்து என்கிட்டே பேசச் சொல்லுங்க என்றேன். மிக முக்கியமான செய்திக்காகத்தான் நான் காமராஜை பிடிக்கச் சொல்கிறேன் என்பதை உணர்ந்துகொண்ட தம்பி சுரேஷ், பரபரப்பாக செயல்படத் தொடங்கினார். நான், கடிதத்தை தொடர்ந்து வாசிக்கத் தொடங்கினேன்.

ஐயா! நான் எனக்கு தண்டனை குறைப்பு பற்றி இந்திய ஜனாதிபதி அவர்களுக்கு கருணை மனு அனுப்பியுள்ளேன். இவ்வேளையில் என் கடந்தகால வாழ்க்கைத் தொடர்பற்றி நக்கீரனில் செய்தி வெளியிட வேண்டாமென தாங்கள் நக்கீரன் பத்திரிகை ஆசிரியருக்கு உத்தரவிடுமாறு பணிவன்புடன் தங்களை கேட்டுக்கொள்கிறேன். பத்திரிகையில் செய்தி வெளியிடுவதற்கு முறையாக என் அனுமதியை சிறை அதிகாரிகள் மூலம் பெறுவதற்கு (Power of attorney) எனது வக்கீல் Mr.Chandrasekar அவர்கள் இங்கு (சேலம் சிறையின் கண்காணிப்பாளர் திரு.ஜெயராஜ் ஐயா அவர்களிடம் 1994 ஏப்ரல் மாதம்) கேட்டபோது ஐ.ஜி.ஐயாவிடம் உத்தரவு பெற்றுத்தான் பத்திரிகையில் செய்தி வெளியிட முடியும் என்று கண்காணிப்பாளர் அவர்களே பதில் சொன்னார். அவருடைய அந்த பதிலை மீறி எனது தொடரை நக்கீரனில் வெளியிடப் போவதை அறிந்து அதிர்ச்சியடைந்தேன். எனவே ஐயா அவர்கள் இவ்விஷயத்தில் உடனடியாக நடவடிக்கை எடுத்து என் கடந்த கால வாழ்க்கைத் தொடர் தற்போது நக்கீரன் பத்திரிகையில் வெளிவராதபடி தடுக்க வேண்டுமாய் பணிவுடன் தங்களை வேண்டிக்கேட்டுக்கொள்கிறேன்.

தங்கள் உண்மையுள்ள,

சங்கர்

25-5-94

சங்கரின் கையெழுத்திடப்பட்டிருந்த அந்தக் கடிதத்தின் நகல்

நமக்கு மிகப்பெரிய சவாலாக அமைந்துவிட்டது. பவர் ஆஃப் அட்டர்னி வாங்கிவிட்டோம். இனி எந்த சிக்கலுமின்றி தொடரை வெளியிடலாம் என எண்ணியிருந்த வேளையில் சங்கரின் கையெழுத்துடன் இப்படி ஒரு கடிதமா? அவனே இப்படி எழுதியிருக்க வாய்ப்பேயில்லை. அதிகாரிகளின் நெருக்கடிகளும் சித்ரவதைகளும்தான் அவனை இப்படி எழுத வைத்திருக்க முடியும் என்று சிந்தித்துக் கொண்டிருந்தபோது சேலத்திலிருந்து போன் வந்தது. அப்போதைய ஏஜெண்டின் மகன் வீரமணிதான் லைனுக்கு வந்தார்.

"அண்ணே... என்ன விஷயம்?"

"தம்பி... காமராஜ் கோவை எக்ஸ்பிரசில் புறப்பட்டு இங்கே வர்றேன்னு சொன்னார். நீங்க உடனே அவரைப் பார்த்து மெட்ராஸுக்கு வரவேணாம்னு சொல்லிட்டு, எனக்கு போன் பண்ணச்சொல்லுங்க."

"அண்ணே... காமராஜ் அண்ணே இப்ப எங்கே இருக்காரு?"

"ரயில்வே ஸ்டேஷனுக்கு புறப்பட்டுக்கிட்டிருப்பாரு. மணி 4.45 ஆகுது. 5.15 மணிக்கு அவருக்கு டிரெயின். அதற்கு முன்னாடியே அவரைப் பிடிச்சுடுங்க."

"அண்ணே... இங்கே உருக்காலை ஏரியாவிலிருந்து ஸ்டேஷனுக்குப் போகணும்னா நேரமாகும். அதற்குள் காமராஜ் அண்ணன் டிரெயின் ஏறினாலும் ஏறிடுவாரு, எதற்கும் நான் சீக்கிரமா ஸ்டேஷனுக்குப் போய் பார்க்கிறேன்."

வீரமணி நம்பிக்கையுடன் சொன்னாலும் நடைமுறையில் அது அவ்வளவு சாத்தியமில்லை என என் மனதுக்குப் பட்டது. வேறு எந்த வகையிலாவது தம்பியைப் பிடித்து தகவலை தெரிவித்து, மீண்டும் சங்கரை சந்திக்கச் சொல்ல வேண்டும் என்று பரபரத்துக்கொண்டிருந்தேன்.

என்னுடைய டென்ஷனும் அவசரமும் ஆபீஸ் முழுவதும் பரவியிருந்தது. எல்லாத் தம்பிகளும் பதட்டமாகவே இருந்தனர். அந்த நேரத்தில் அக்கவுண்ட்ஸ் மேனேஜர் பிரான்சிஸ் சட்டென ஒரு க்ளூ கொடுத்தார்.

"அண்ணே... காமராஜ் அண்ணன் எப்ப சேலத்துக்கு புறப்பட்டாலும் அதற்கு முன்னாடி ஒரு நம்பருக்கு இங்கேருந்து போன் பண்ணி தகவல் சொல்லிட்டுத்தான் போவாங்க. அந்த நம்பரைக் கண்டுபிடித்துவிட்டால் காமராஜ் அண்ணனை பிடிக்கிறது ஈஸியாகிவிடும்."

“நல்ல ஐடியா தம்பி... அந்த நம்பரை யார் நோட் பண்ணி வச்சிருக்காங்கன்னு தெரியுமா?”

“எடிட்டோரியலுக்கு தெரிஞ்சிருக்கலாம்.”

எடிட்டோரியலில் இருந்த தம்பிகளிடம் சேலம் நம்பர் பற்றிக் கேட்டேன். துரதிர்ஷ்டவசமாக யாரிடமும் அந்த நம்பர் இல்லை. மீண்டும் சோதனையா என நினைக்கத்தொடங்கியபோது பிரான்சிஸ் பளிச்சென சொன்னார்.

அண்ணே, டெலிபோன் டிபார்ட்மெண்ட்டிலிருந்து நமக்கு அனுப்பும் லிஸ்டில் எந்தெந்த ஊருக்கு எஸ்.டி.டி. பண்ணியிருக்கோம்னு விபரம் இருக்கும்ல. அதிலிருந்து காமராஜ் அண்ணன் எந்த நம்பருக்கு பண்ணியிருக்காருன்னு கண்டுபிடிக்கலாம்.”

எஸ்.டி.டி.லிஸ்ட் அவசரமாக ஆராயப்பட்டது. சேலம் எஸ்.டி.டி.கோடு நம்பரில் நமது ஏஜெண்ட்டிற்கும், இன்னொரு நம்பருக்கும் மட்டுமே டயல் செய்யப்பட்டிருந்தது. அந்த நம்பர்தான் தம்பி காமராஜ் தொடர்புகொள்ளும் நம்பர் என்பதை அறிந்து உடனே அதற்கு டயல் செய்தேன். அது தம்பி காமராஜின் நண்பர் சேகரின் வீடு என்பது தெரிய வந்தது.

“ஹலோ... நாங்க மெட்ராஸிலிருந்து பேசுறோம். தம்பி காமராஜ் அங்கே இருக்காரா?”

“இப்பதாங்க ரயில்வே ஸ்டேஷனுக்கு புறப்பட்டுப் போனார். கோவை எக்ஸ்பிரஸ் மூலமா அங்கேதான் வர்றதா சொன்னார்.”

ıமணியைப் பார்த்தேன்.

மாலை 5.05 இன்னும் சிறிது நேரமே இருக்கிற நிலையில் பரபரப்பாக அவர்களிடம் கேட்டேன்.

“உங்க வீட்டிலிருந்து ரயில்வே ஸ்டேஷன் ரொம்ப தூரமா?”

“இல்லீங்க... 5 நிமிஷத்தில் போயிடலாம்.”

“அப்படின்னா ஒரு உதவி பண்ணுங்க. உங்க ஆட்கள் யாரையாவது ஸ்டேஷனுக்கு அனுப்பி தம்பி காமராஜைப் பிடித்து, எனக்கு போன் பண்ணச் சொல்லுங்க.”

“உடனே பையனை அனுப்பி காமராஜ் சாரை போன்பண்ணச்சொல்றோம்.”

கடைசி நிமிடங்களில் இப்படியொரு வாய்ப்பு கிடைத்ததே என நான் நம்பிக்கையுடன் இருந்தேன். 5 நிமிடத்தில் ரயில்வே ஸ்டேஷனுக்கு போய்விடலாம் என்று சேகர் தெரிவித்ததால் எப்படியும் தம்பி காமராஜை பிடித்துவிடுவார்கள் என்ற நம்பிக்கை

பலமாக இருந்தது. சங்கரிடமிருந்து கடைசியாக வந்துள்ள கடிதத்திற்கு அவனிடமிருந்தே பதில் வாங்கினால்தான் தொடரைத் தொடங்குவது சாத்தியமாகும் என்பதால் தம்பியை பிடித்தே தீரவேண்டிய அவசியமிருந்தது. ஒவ்வொரு விநாடியும் பரபரப்பாக கரைந்து கொண்டிருந்தது.

ஐந்து நிமிடங்களுக்கு பிறகு சேலத்திலிருந்து அந்த போன் வந்தது.

வீரமணிதான் போன் செய்தார்.

"அண்ணே, ட்ரெய்ன் கிளம்பிடுச்சு. காமராஜ் அண்ணனை பிடிக்க முடியலை என்ன செய்ய?"

கடைசி நம்பிக்கையும் நொறுங்கிப்போனது லாட்ஜிலிருந்து சென்றவர்களாலும் தம்பியை பார்க்க முடியவில்லை. அதற்குள் கோவை எக்ஸ்பிரஸ் புறப்பட்டுவிட்டது என்பதை வீரமணியே தெரிவித்தார்.

"அண்ணே... என்ன செய்ய?"

"நான் மறுபடியும் போன் பண்றேன்."

ரிசீவரை வைத்துவிட்டு பாபுவை அழைத்தேன்.

"எத்தனை மணிக்கு கோவை எக்ஸ்பிரஸ் இங்கே வரும்?"

"10.15 மணிக்கு வரும்ணே"

"நீயும், கவுரியும் 10 மணிக்கு சென்ட்ரலுக்கு வந்திடுங்க. நானும், மோகனும் அங்கே வந்திடுறோம்"

"சரிங்கண்ணே."

பாபு புறப்பட்டுச் சென்ற பிறகு, ஐ.ஜி.அலுவலகத்திலிருந்து கொண்டுவந்து கொடுத்த லெட்டரை ஒரு ஜெராக்ஸ் எடுத்து வைத்துக்கொண்டு இரவு 10 மணியளவில் சென்ட்ரல் ஸ்டேஷனுக்கு விரைந்தேன். தம்பியையும், சங்கரின் அட்வகேட் சந்திரசேகரையும் எதிர்பார்த்து சென்ட்ரல் ஸ்டேஷனில் நியூ டெர்மினஸ் வாசலில் காத்திருந்தேன். என்னுடன் மோகன் இருந்தார். கவுரியும், பாபுவும் ரயிலை எதிர்பார்த்து பிளாட்பாரத்தில் காத்திருந்தனர். சரியாக 10.15 மணிக்கு கோவை எக்ஸ்பிரஸ் சென்ட்ரலை அடைந்தது தம்பியும் சந்திரசேகரும் வந்தனர்.

புதிய கடிதம் பற்றிய விவரம் எதுவும் அறிந்திருக்க வாய்ப்பில்லாத நிலையில் தம்பி காமராஜ், பவர் ஆஃப் அட்டார்னியில் சங்கரிடம் கையெழுத்து வாங்கிவிட்ட உற்சாகத்திலேயே திரும்பி வந்திருந்தார். என்னைக் கண்டதும் இருவரும் "அண்ணே... Success" என்றனர். நான் அவர்களது கைகளை

குலுக்கினேன். தம்பி எடுத்த பெரும் முயற்சிகளை நான் நன்கு அறிந்திருந்ததால் புதிய லெட்டர் பற்றி கூறி அவரை உடனே அப்செட் ஆக்கிவிடக்கூடாது என்பதில் கவனமாக இருந்தேன்.

கைகொடுத்தபடியே தம்பி கேட்டார், "அண்ணே... நீங்களே ரயில்வே ஸ்டேஷனுக்கு வந்திருக்கீங்களே?"

மெல்ல விஷயத்தை ஆரம்பித்தேன்.

"தம்பி... நீங்க என்கிட்டே போன் பண்ணி கோவை எக்ஸ்பிரஸில் திரும்புவதா சொல்லிட்டு, ரிசீவரை வைத்த அடுத்த நிமிஷத்தில் ஐ.ஜி.ஆபீசிலிருந்து ஆட்கள் வந்து இந்த லெட்டரைக் கொடுத்தாங்க. தொடரை நிறுத்தச் சொல்லி சங்கர்கிட்டேயே லெட்டர் வாங்கியிருக்காங்க. உங்களை எப்படியாவது பிடித்து இந்த லெட்டரோட ஃபேக்ஸ் காப்பியை அனுப்பிடணும்னு நினைத்தேன். ஆனா 5 நிமிட லேட்டில் எல்லாம் வேற மாதிரி ஆயிடுச்சு. இந்த லெட்டரைப் படித்துப் பாருங்க."

கடிதத்தின் ஜெராக்ஸ் காப்பியை தம்பியிடம் கொடுத்தேன். படிக்கும்போதே அவருக்கு ஏற்பட்ட குழப்பத்தின் அடையாளமாக நெற்றி சுருங்கியது. தம்பி அதைப் படித்து முடித்ததும் சந்திரசேகரிடம் கொடுத்தார். பரபரப்புடன் அதைப்படித்து பார்த்துவிட்டு, "இதைத்தான் அவன் சொல்லியிருக்கான்" என்றார்.

"என்ன?"

"பேச்சு வாக்கில், லெட்டர் ஒண்ணு எழுதியிருக்கிறதா சங்கர் சொன்னான். பவர் ஆஃப் அட்டர்னி வாங்குவதில் மும்முரமா இருந்ததாலே இந்த லெட்டர் விஷயத்தை பெரிசா எடுத்துக்கலை. இதுதானா அந்த லெட்டர்?"

சந்திரசேகர் அப்படி சொன்னதும்... அடுத்ததாக என்ன ஸ்டெப் எடுக்கலாம் என்பது பற்றி தீவிரமாக யோசிக்கத் தொடங்கினேன். சென்ட்ரல் ஸ்டேஷன் அருகில் உள்ள 'சப்-வே'க்குப் பக்கத்தில் இருந்த டீக்கடையில் டீ சாப்பிட்டபடியே மூவரும் ஆலோசித்தோம். முதலில் சங்கரின் வீட்டிற்கு சென்று அவன் மனைவியிடம் உள்ள பவர் ஆஃப் அட்டர்னியின் ஒரிஜினலை உடனடியாக வாங்கி வருவது எனத் தீர்மானித்தோம். இரவு நேரமானதால், தாமதப்படுத்தாமல் சங்கரின் வீட்டிற்கு செல்ல வேண்டும் என்பதால் எனது ஜீப்பை தம்பியிடம் கொடுத்து, "நீங்க போய் அந்த ஒரிஜினலை சீக்கிரமா வாங்கிட்டு வந்திடுங்க" என்று கூறி, மோகனையும் அனுப்பிவைத்தேன். தம்பியுடன் சந்திரசேகரும் புறப்பட்டார். நான் கவுரியின் வண்டியில் வீட்டிற்கு திரும்பினேன்.

மரண வாக்குமூலம் • 43

சங்கர் வீட்டிற்கு சென்ற தம்பியும், சந்திரசேகரும் சங்கரின் மனைவி ஜெகதீஸ்வரியை சந்தித்து பவர் ஆஃப் அட்டர்னியின் ஒரிஜினலைக் கேட்டனர். உள்ளே சென்று அதை எடுத்து வந்த ஜெகதீஸ்வரி, கூடவே ஒரு இன்லேண்ட் லெட்டரையும் கொண்டு வந்து தம்பியிடம் கொடுத்தார்.

"இது என்ன?"

"உங்ககிட்டே கொடுக்கச் சொன்னாரு."

பிரிக்கப்படாமல் இருந்த அந்த இன்லேண்ட் லெட்டரையும் வாங்கிக்கொண்டு தம்பி காமராஜ், அதனைக் கூர்ந்து கவனித்தார். அவருடைய பெயருக்குத்தான் எழுதப்பட்டிருந்தது. அவசரமாக அதைப் பிரித்து அங்கேயே படிக்கத் தொடங்கினார்.

"Praise the Lord"

என் அன்புள்ள சகோதரர் திரு.காமராஜ் அவர்களுக்கும் என் நண்பரும் வக்கீலுமான Mr.சந்துரு அவர்களுக்கும் என்றும் உங்கள் அன்பை மறவாத அன்பு சகோதரன் Auto Sankar அன்புடனும் நன்றியுடனும் எழுதுகிறேன். இன்று என் மனைவி குழந்தைகளை மனுவில் நேரில் கண்டு விபரம் தெரிந்து கொண்டேன். சிறை அதிகாரிகள் மூலமாக அனுமதி பத்திரம் எழுதித் தருவது (என் தொடரை நமது நக்கீரன் பத்திரிகையில் வெளியிட என் அனுமதி) மிக சிரமமான காரியம்.

தாங்கள் இருவரும் இக்கடிதம் கண்டதும் அந்த 4 பக்க லட்டரை (power of Attorney-யை) என் மனைவியிடம் பெற்றுக்கொண்டு, பத்திரிகையில் (நக்கீரனில்) என் தொடர் வெளியிட அதை ஆதாரமாக (அனுமதி பத்திரமாக) ஏற்றுக்கொண்டு ஆட்டோ சங்கர் எழுதும் மரண வாக்குமூலம் தொடர் தாராளமாக வெளியிடலாம். சிறை அதிகாரிகள் மூலமாகத்தான் அனுமதி வழங்கப்பட வேண்டுமென சட்டம் ஏதுமில்லை.

"ஒரு சிறைவாசி தனது சூழ்நிலை பற்றி சிறை அதிகாரிகளுக்குத் தெரியாமல் தன் உறவினர்களுக்கோ, பத்திரிகைகளுக்கோ, கோர்ட் நீதிபதி களுக்கோ ஒரு துண்டு காகிதத்தில் கடிதம் எழுதினால் அந்த துண்டு லட்டரை ஆதாரமாக வைத்து ஐகோர்ட்டில் ரிட் போடலாம்'' என்று Cr.P.C. சொல்கிறது. நான் விபரமாக 3 பக்கம் தமிழிலும் 2 பக்கம் ஆங்கிலத்திலும் (Type செய்யப்பட்டது) எழுதி என் கையொப்பமிட்டு Power of Attorney அனுப்பி உள்ளேன். அதை வைத்து தாங்கள் டெல்லி சுப்ரீம் கோர்ட்வரை வாதாடலாம். தமிழக முதல்வர் செல்வி.ஜெய லலிதா பற்றியே நக்கீரனில் துணிச்சலாக வெளியிடும் தாங்கள் சாதாரண ஜெயில் ஐ.ஜி.உத்தரவையும், போலீஸ் சொன்னதையும் வைத்து என் தொடரை வெளியிடத் தயங்குவீர்களா என்ன? காவல்துறை, சிறைத்துறை யாவுமே உடன்பட்டவர்கள்தான். இரண்டு துறை காக்கிசட்டைகளுமே ஒரே

குட்டையில் ஊறும் மட்டைகள்தான்.

என்றும் உங்கள் ஆட்டோ சங்கர்"

-என சங்கர் தன் கைப்பட எழுதியிருந்த அந்தக் கடிதத்தைப் படித்த வேகத்தில் சங்கர் மனைவியிடம் நன்றி சொல்லிவிட்டு, ஜீப்புக்கு வந்தார் தம்பி காமராஜ். அடுத்த அரைமணி நேரத்தில் ஜீப் என் வீட்டு வாசலில் வந்து நின்றது. தம்பி மிகுந்த மலர்ச்சியுடன் வந்து இன்லேண்ட் லெட்டரை என்னிடம் காட்டினார். முழுமையாகப் படித்தேன்.

'சரியான ஜாக்பாட்' என நினைத்தபடி தம்பியை பாராட்டி விட்டு, சங்கரின் துணிச்சலையும் அவர் அறிந்து வைத்துள்ள விவரங்களையும் கண்டு வியந்தேன். தம்பி குருவை அழைத்து ஸ்பெஷல் இஷ்யூ லே-அவுட் செய்ய தயாராக இருக்கும்படி கூறினேன். காலையில் நமது அட்வகேட் பெருமாள் வீட்டிற்கு போன் செய்தேன். அவர் வெளியில் சென்றிருப்பதாக தெரிவித்தனர். "அவர் எப்போது வந்தாலும் உடனே ஆபீசுக்கு வரச்சொல்லுங்க. ரொம்ப முக்கியமான விஷயம்" என்று சொல்லிவிட்டு போனை வைத்தேன். சிறிது நேரத்தில் அட்வகேட் பெருமாள் வந்தார்.

"அண்ணாச்சி... ரொம்ப அர்ஜெண்ட்டா வரச்சொன்னீங்கன்னு சொன்னாங்க."

"சார்... இவ்வளவு நாள் அவங்கதானே லெட்டர் எழுதினாங்க. இப்ப, சிறைத்துறை ஐ.ஜி.க்கு நாம ஒரு லெட்டர் எழுதணும்."

அட்வகேட் பெருமாள் ஆச்சரியப்பட்டார். சங்கரிடம் பவர் ஆஃப் அட்டர்னி வாங்கப்பட்டிருப்பதை அவரிடம் தெரிவித்தேன். சிறைத்துறையினருக்கு அனுப்ப வேண்டிய கடிதம் தயாரானது. சங்கர் கையெழுத்துப் போட்டுக் கொடுத்திருந்த பவர் ஆஃப் அட்டர்னியின் நகலுடன், இணைப்புக் கடிதம் ஒன்று எழுதப்பட்டு, சிறைத்துறை ஐ.ஜி.பஞ்சாபகேசனுக்கு அனுப்பப்பட்டது.

*சிறைத்துறை ஐ.ஜி.அவர்களுக்கு! தங்களின் பல கடிதங்கள் கிடைத்தன. ஆட்டோ சங்கர் தொடரை வெளியிடக்கூடாதென்று நீங்கள் அவற்றில் குறிப்பிட்டிருந்தீர்கள். மரண தண்டனை சிறைக்கைதியாக இருந்தாலும், ஒரு இந்திய பிரஜைக்கு அவனது வாழ்க்கைச் சரித்திரத்தை எழுதவோ, வெளியிடவோ அடிப்படை உரிமை உண்டு என்பதை தாங்கள் நன்கு அறிந்திருந்தும், வேண்டுமென்றே தடை செய்யும் முயற்சியில் கடிதங்கள் அனுப்பியிருக்கிறீர்கள். ஆனால், ஆட்டோ சங்கர் தனது வாழ்க்கைத் தொடர் நக்கீரனில் வெளிவர வேண்டும் என உறுதி செய்தும், ஒப்புதல் அளித்தும், முழு சம்மதத்துடன் பவர் ஆஃப் அட்டர்னியில் கையெழுத்திட்டிருக்கிறான். அதன் நகலைத் தங்களுக்கு

அனுப்பியுள்ளோம். (காண்க: இணைப்பு) அவனது முழு சம்மதத்துடன் வெளியிடப்படும் தொடரை தடைசெய்ய சிறைத்துறைக்கோ, தமிழக அரசுக்கோ அதிகாரம் இல்லை.

-அதிகார பலத்தைப் பயன்படுத்தி, இனி தொடரை தடுக்க முடியாது என்பதை சிறைத்துறையினருக்கு ஓங்கி அறைந்து சொல்வதுபோல் அமைந்திருந்த அக்கடிதத்தை, சிறைத்துறை ஐ.ஜி.க்கு அனுப்பியவுடன் தொடரை வெளியிடும் பணிகள் மும்முரமாயின. தம்பி காமராஜ் மற்றும் எடிட்டோரியல் தம்பிகள் சந்திரமோகன், லெனின் ஆகியோரை அழைத்து இதழ் வேலைகளை துரிதப்படுத்தச் சொன்னேன். தம்பிகள் பரபரப்பாக பணியில் ஈடுபட்டனர்.

11-6-94 தேதியிட்ட நக்கீரன் இதழில், தூக்குதண்டனை கைதி ஆட்டோ சங்கர் எழுதும் மரண வாக்குமூலம் என்ற தலைப்புடன் முதல் அத்தியாயம் வெளியானது. வேண்டுமென்றே ஏற்படுத்தப்பட்ட தடைகள், எதிர்பாராத சோதனைகள் எல்லாவற்றையும் தகர்த்தெறிந்து, முதல் அத்தியாயம் பிரசுரமானபோது எல்லா திசைகளும் நம்மை திரும்பிப்பார்த்தன. பத்திரிகை உலகமே பரபரப்பானது. இவர்களுக்கு எப்படி இது சாத்தியமானது என சக பத்திரிகையாளர்கள் மூக்கின் மீது விரலை வைத்தனர். முதல் அத்தியாயத்தைப் பார்த்ததுமே சிறைத்துறைக்கும், காவல்துறைக்கும், மிகப்பெரிய பொறுப்பில் இருக்கும் அரசியல் தலைவர்களுக்கும் வெறி தலைக்கேறிவிட்டது. எல்லா அதிகாரிகளும் நறநறவென பல்லைக் கடித்தனர்.

நீதிமன்ற வளாகத்திலும், ஆட்டோ சங்கரின் தொடர் பரபரப்பை ஏற்படுத்தியிருந்தது. அரசியல்வாதிகள் பலர் தங்கள் பெயரும் தொடரில் வந்திருக்கிறதோ என்ற பதட்டத்துடன் முதல் அத்தியாயத்தைப் படித்தனர். தமிழகத்தின் எல்லா பகுதிகளிலும் நக்கீரன் பற்றியும், ஆட்டோ சங்கர் தொடர் பற்றியுமே பேச்சு இருந்தது.

நாம் பட்டபாட்டிற்கு உரிய பலன் கிடைத்திருக்கிறது என்ற திருப்தியுடன் அலுவலகத்திற்கு வந்தேன். தம்பி சுரேஷ் பரபரப்பாக காணப்பட்டார். "அண்ணே... ஆபீசை திறந்ததிலிருந்து ஏஜெண்ட்டுகள் கிட்டேயிருந்து போன் வந்துகிட்டேயிருக்கு."

"என்ன விஷயம்... ஏதாவது பிரச்சனையா?" -பதட்டத்துடன் கேட்டேன். "இல்லண்ணே... சங்கர் தொடருக்கு நல்ல ரெஸ்பான்ஸ் இருக்கிறதா ஒவ்வொரு ஏஜெண்ட்டும் போன் பண்ணி

சொன்னாங்க. ரிசல்ட் நல்லா இருக்கிறதா சொன்னாங்க. ஊர் முழுக்க நக்கீரன் பற்றிய பேச்சாத்தான் இருக்குதாம்."

தம்பி சுரேஷ் சொன்ன செய்திகளால், காதுக்குள் இன்பத்தேன் வந்து பாய்ந்தது. அடுத்தடுத்து போன் செய்த ஏஜெண்ட்டுகளும் அதேபோல தகவல் தெரிவித்தனர். ஏஜெண்ட்டுகளிடமிருந்து வெற்றிச் செய்தி தொடர்ந்து காதுகளில் ஒலித்தது. அந்த வெற்றிச் செய்தியை அப்போதைய ஆட்சியாளர்களால் ஜீரணிக்க முடியவில்லை. ஜெயலலிதா அரசு தனது குறுக்குப் புத்தியைப் பயன்படுத்தி கோர்ட் மூலம் நமக்கு எதிராக காய்களை நகர்த்தும் வேலைகளில் தீவிரமானது. அதனால் நாமும் கோர்ட் சம்பந்தப்பட்ட பணிகளில் கவனத்தைச் செலுத்தினோம்.

நாம் தாக்கல் செய்திருந்த ரிட் மனு மீதான விசாரணையை நீதியரசர் அப்துல்ஹாடி, மூன்று நாட்களுக்கு ஒத்தி வைத்தபோதே, அரசு தரப்பில் சூழ்ச்சிகள் நடைபெற வாய்ப்புள்ளது என்பதை அறிந்திருந்தோம். மூன்று நாட்கள் முடிந்த பின், மீண்டும் ஒரு நாள் தாமதமாகத்தான் நமது வழக்கு விசாரணைக்கு எடுத்துக் கொள்ளப்படுகிறது என்பதை அறிந்தோம். இந்த காலதாமதம் நமக்கு எதிர்விளைவுகளை ஏற்படுத்தும் என்பதால் அடுத்த கட்டம் பற்றி நான், சீனியர் வழக்கறிஞர் ரங்கா, அட்வகேட் பெருமாள் ஆகியோர் ஆலோசனையில் ஈடுபட்டோம்.

சீனியர் அட்வகேட் ரங்காவிடம் நான், "சார்... இந்த பெட்டிஷனை டிஸ்மிஸ் பண்ணிட்டாங்கன்னா, அப்புறம் நாம் ஹை கோர்ட்டில் அப்பீல் பண்ணமுடியாது. அதனால லேட் பண்ணாமல் சுப்ரீம்கோர்ட்டில் ஒரு மனு தாக்கல் பண்றதுதான் நல்லது. நீங்க டெல்லிக்குப் போய் சுப்ரீம் கோர்ட்டில் பெட்டிஷன் ஃபைல் பண்ணுறதுக்கான ஏற்பாடுகளை செய்யுங்க. இங்கே நம்ம அட்வகேட் பெருமாளை வைத்துப் பார்த்துக்கொள்ளலாம்" என்றேன்.

அருகிலிருந்த பெருமாள் உடனே, "அண்ணாச்சி... நீங்க சொல்றபடி செய்திடலாம். இங்கே ஹைகோர்ட்டில் எங்க சீனியர் லாயர் அவுட் ஆஃப் ஸ்டேஷன்னு சொல்லி ஒருவாரம் டயம் கேட்டுக்கலாம்" என்றார். சீனியர் அட்வகேட் ரங்காவிற்கும் அது சரியெனப்பட்டது. அதனால் ரங்காவுக்கு டெல்லி ஃப்ளைட்டில் டிக்கெட் எடுத்து உடனடியாக சுப்ரீம் கோர்ட்டில் ரிட் தாக்கல் செய்ய அனுப்பினோம்.

நமது டெல்லி வழக்கறிஞர் சர்மாவுடன் ஆலோசித்த ரங்கா,

மரண வாக்குமூலம் ● 47

சுப்ரீம் கோர்ட்டில் மனு தாக்கல் செய்வதற்கான ஏற்பாடுகளில் துரிதமாக இறங்கினார். மறுநாள், இங்கு சென்னை ஹைகோர்ட்டில் நீதியரசர் அப்துல்ஹாடி முன்பு நமது மனு விசாரணைக்கு வந்தபோது, அட்வகேட் பெருமாள் ஆஜரானார். அதே நேரத்தில் டெல்லியிலிருந்து நமக்கு போன் வந்தது. சீனியர் வழக்கறிஞர் ரங்காதான் பேசினார்.

"மிஸ்டர் கோபால்... ஹைகோர்ட்டில் நம் ரிட் என்னாச்சு?"

"சார்... அட்வகேட் பெருமாள் அங்கே ஆஜராகியிருக்கார். ஒருவாரம் டயம் கேட்டு வாங்கிடுறேன்னு சொல்லியிருக்கார்."

"அச்சச்சோ..."

"என்ன சார்?"

"கோபால் இங்கே சுப்ரீம் கோர்ட்டில் ரிட் தாக்கல் பண்ணணும்னா நிறைய கேள்விகள் கேட்கிறாங்க. ஆட்டோ சங்கர் விஷயத்தில் உங்களுக்கென்ன அவ்வளவு இன்ட்ரஸ்ட்டுன்னு கொஸ்டின் பண்றாங்க."

"டெல்லியிலும் பிராப்ளம்தானா?"

"இன்னொரு முக்கியமான விஷயம். நம்பர் பண்ணாமல் ஹைகோர்ட்டில் உள்ள ரிட் மனு மீதான விசாரணை என்னாச்சுன்னு இங்கே கேட்கிறாங்க. அந்த ரிசல்ட் தெரிந்தால்தான் இங்கே பெட்டிஷன் ஃபைல் பண்ண முடியும். நெகட்டிவா இருந்தாலும், பாஸிட்டிவா இருந்தாலும் நமக்கு ரிசல்ட்தான் முக்கியம். அதோட காப்பியை உடனே எனக்கு ஃப்ளைட்டில் அனுப்புங்க. ஜட்ஜ்கிட்டே டயம் கேட்க வேணாம்னு பெருமாள்கிட்டே சொல்லுங்க... நான் அப்புறம் பேசுறேன்."

சீனியர் லாயர் ரங்கா தெரிவித்த தகவல்களால் மீண்டும் பதட்டம் சூழ்ந்தது. கடிகாரத்தைப் பார்த்தேன். 10.30 மணி. ஹைகோர்ட்டில் முதல் கேஸாக நமது மனுதான் விசாரணைக்கு எடுத்துக்கொள்ளப்பட இருக்கிறது. அதற்கு முன் அட்வகேட் பெருமாளை சந்தித்து, 'டயம் கேட்க வேண்டாம்' என்று சொல்லவேண்டும். அதற்கு அவகாசம் இருக்குமா? மிகவும் இக்கட்டான சூழ்நிலையில் ஹைகோர்ட் வளாகத்துக்கு விரைந்து, நீதியரசர் அப்துல்ஹாடியின் கோர்ட் நோக்கிச் சென்றேன்.

அங்கே விசாரணை தொடங்கியிருந்தது.

நீதியரசர் அப்துல்ஹாடியிடம் டயம் கேட்டுக்கொண்டிருந்தார் நமது வழக்கறிஞர் பெருமாள். எப்படியாவது அவரை அணுகி, சீனியர் அட்வகேட் ரங்கா சொன்ன

விஷயத்தை தெரிவித்து விடவேண்டும் என்ற தவிப்பு எனக்கு அதிகமாக இருந்தது. கோர்ட் வளாகத்திற்குள் நான் பரபரப்பாக நுழைந்ததைப் பார்த்து அங்கு நின்று கொண்டிருந்த போலீசார் ஷாக் அடித்ததுபோல் நின்றனர். பத்திரிகை உரிமை தொடர்பான முக்கியமான வழக்கு என்பதால் பத்திரிகையுலக நண்பர்களும் நிறைய பேர் கோர்ட்டிற்கு வந்திருந்தனர்.

நமது அட்வகேட்டை எப்படியாவது சந்தித்துவிட முடியாதா என்ற பரபரப்பில் நான் இருந்த போதுதான், நீதியரசர் அப்துல்ஹாடி அந்த பரபரப்பான தீர்ப்பை அளித்தார். "நீங்கள் மிக அவசரம் என்று சீஃப் ஜஸ்டிசை பார்த்ததால்தான் நம்பர் பண்ணாமல் இந்த மனு மீது விசாரணை மேற்கொள்ளப்பட்டது. இப்போது நீங்கள் டயம் கேட்டால் நான் அனுமதிதர இயலாது. இந்த பெட்டிஷனை நான் டிஸ்மிஸ் செய்கிறேன்" என்றார்.

நமது மனு தள்ளுபடி செய்யப்பட்டது என்று நீதியரசர் உத்தரவிட்ட மறுவிநாடி, அங்கு நின்றுகொண்டிருந்த போலீஸார் என்னை ஏளனப் பார்வை பார்த்தனர். நாம் தோல்வியடைந்துவிட்டோம் என்பது அவர்களின் நினைப்பு. ஆனால் நமக்குள் சந்தோஷம்தான். கால தாமதம் இல்லாமல் தீர்ப்பு தந்ததால் சுப்ரீம் கோர்ட் பணிகளை தொடர முடியுமே என்ற சந்தோஷம்.

சுப்ரீம் கோர்ட் நிலைமையை அதுவரை அறியாத நமது அட்வகேட், டயம் கிடைக்கவில்லையே என்ற விரக்தியில் சோர்வாக வெளியே வந்தார். என்னைக் கண்டதும் அவருக்கு அதிர்ச்சி. "அண்ணாச்சி... என்ன நீங்களே கோர்ட்டுக்கு வந்திருக்கீங்க... நமக்கு ரொம்ப bad luck அண்ணாச்சி. டயம் தரலை. பெட்டிஷனை டிஸ்மிஸ் பண்ணிட்டாங்க."

"தீர்ப்பை நானும் கேட்டேன். ஒரு விதத்திலே நல்லதுதான்."

"என்ன அண்ணாச்சி சொல்றீங்க?"

"டெல்லியிலிருந்து அட்வகேட் ரங்கா போன் பண்ணினாரு. சுப்ரீம் கோர்ட்டில் பெட்டிஷன் தாக்கல் பண்ணுவதில் பிராப்ளமாம்."

"அங்கேயும் பிரச்சனையா?"

''இங்கே பெட்டிஷன் மீது விசாரணை நடந்துகிட்டிருக்கும்போது, அங்கே பெட்டிஷன் தாக்கல் பண்ண அனுமதி இல்லைன்னு சொல்லிட்டாங்களாம். அதனால நெகட்டிவோ, பாசிட்டிவோ இங்கே ஒரு ரிசல்ட் தெரிந்தாகணும்.

டயம் கேட்கவேண்டாம். தீர்ப்பு எதுவா இருந்தாலும் அதன் காப்பியை உடனடியா டெல்லிக்கு அனுப்புங்கன்னு ரங்கா சொன்னார். அதனால, டிஸ்மிஸ் ஆனதும் ஒரு விதத்திலே நல்லதுக்குதான். நீங்க உடனடியா இந்த தீர்ப்போட காப்பியை வாங்க ஏற்பாடு பண்ணுங்க. மதியம் டெல்லிக்குப் புறப்படுற ஃப்ளைட்டில் கொடுத்து நம்ம டெல்லி நிருபர் ஷாஜஹான்கிட்டே ஒப்படைச்சிட்டா, அவர் ரங்காகிட்டே சேர்த்திடுவார். அதனால, நீங்க அந்த காப்பியை சீக்கிரமா வாங்கிடுங்க" என்று நமது அட்வகேட்டிடம் சொல்லிவிட்டு அவசரமாக நான் அலுவலகத்திற்கு திரும்பினேன்.

அலுவலகத்தில் ஒரு கடிதம் காத்திருந்தது. தம்பி காமராஜின் முகவரியிட்டு எழுதப்பட்டிருந்த அந்தக் கடிதத்தை ஆட்டோ சங்கர்தான் அனுப்பியிருந்தான்.

Praise the Lord

மதிப்பிற்குரிய எனது அன்புச் சகோதரர் காமராஜ் அவர்களுக்கு அன்பு வணக்கங்களுடன் நன்றியுடன் உங்கள் சகோதரன் Auto Sankar எழுதும் அன்புக் கடிதம் யாதெனில், இவ்வாரம் நமது நக்கீரனில் வெளியிடப்பட்டுள்ள எனது தொடரை வாசித்தேன். தொடருக்கான படம் மிக அருமை. (அந்தத் தொடருக்கான படம் ஓவியத் தம்பி ஷ்யாம் வரைந்தது). என் நிலைமையை அப்படியே பிரதிபலித்தது. நான் சொன்ன படியே பைபிளைப் பற்றிக் குறிப்பிட்டது எனக்கு மன ஆறுதலாய் உள்ளது.

என் அன்பான வேண்டுகோள் யாதெனில், ஒவ்வொரு வாரத் தொடரிலும் பைபிள் பற்றி ஒரு நாலு வரிகளாவது அவசியம் குறிப்பிட வேண்டும். ஏனெனில், தமிழ்நாட்டில் உள்ள பல கிறிஸ்துவ சபையின் சகோதர சகோதரிகளில் பெரும்பாலானவர்கள் நமது நக்கீரன் வாசகர்களாக உள்ளனர். நான் இப்போது முழுக்க முழுக்க கர்த்தரை நம்பி கர்த்தரின் நல்ல விசுவாசியாக ஜீவிக்கிறேன். எனவே என் தொடரில் வாரம் தவறாமல் பைபிள் பற்றி ஏதாவது வசனங்களையோ அல்லது பைபிளில் சொல்லப்பட்டுள்ள வரலாற்று கதைகளையோ இவ்வாரம் வெளியிட்டது போல தொடரும்படி அன்புடன் கேட்டுக்கொள்கிறேன். இதில் பல வசனங்களை குறிப்பிடுகிறேன். (பைபிள் வசனங்கள் இடம்பெற்றுள்ள அத்தியாயங்கள் சிலவற்றை குறிப்பிட்டிருக்கிறான்)

என் அன்புசகோதரரே! பைபிளில் உள்ள இந்த ஒவ்வொரு வசனங்களையும் வாசித்துப் பார்த்து தொடருக்கு ஏற்றவாறு வாரம் ஒரு வசனம் குறிப்பிட்டால் மிகவும் நன்மையாக ஆசீர்வாதமாக இருக்கும்.

முக்கியமான ஒரு விஷயம். நீங்கள் எனக்கு கடிதம் எழுதினால் அதிகாரிகள் நிச்சயம் என் கைக்கு உங்கள் கடிதத்தை தரமாட்டார்கள். உங்கள் பதிலை நான்

எப்படி பெறுவது என்று எனக்கு புரியாமல் இருந்தது. அதனால் ஒரு யோசனை செய்துள்ளேன். B.B.ரவி, தண்டனை எண்.4612 மத்திய சிறை, சேலம்-7. இவருக்கு சாதாரணமாக இன்லேண்ட் லெட்டரில் உங்கள் From விலாசம் இன்றி காமராஜ் Ooty என்று மட்டும் எழுதி உள்ளே என் பேர் இல்லாமல் சகோதரர் ரவி பேருக்கே (என் பேர் ரவி என்றே நினைத்து) பதில் எழுதுங்கள். அவர் என்னிடம் தருவார். மற்றவை மறு தபாலில் அல்லது நேரில்.

உங்கள் அன்பு

Auto Sankar

சங்கரின் சமயோசித புத்தி சற்று பிரமிப்பாகத்தான் இருந்தது. கடிதம் பற்றிய சிந்தனையில் இருந்தபோது அட்வகேட் பெருமாள், கோர்ட் தீர்ப்பின் காப்பியைக் கொண்டு வந்தார்.

அதை உடனடியாக மாலை ஃப்ளைட் மூலம் டெல்லிக்கு அனுப்பி, நமது டெல்லி நிருபர் ஷாஜஹானுக்கு கிடைக்கச் செய்தோம். அவர் அதை சீனியர் அட்வகேட் ரங்காவிடம் ஒப்படைத்தார். சுப்ரீம் கோர்ட்டில் பெட்டிஷன் தாக்கல் செய்வதற்கான பணிகள் துரிதமாயின.

அதே நேரத்தில் நாம் இன்னொரு பணியில் துரிதமானோம். ஹைகோர்ட்டில் நமது பெட்டிஷன் டிஸ்மிஸ் ஆனதால் நக்கீரன் இதழை முடக்க ஆட்சியாளர்கள் எந்த நேரத்திலும் படையெடுத்து வரலாம். இந்த ஒரு தீர்ப்பு போதாதா ஜெயலலிதா ஆட்சிக்கு!எந்த நிமிடத்திலும் எது வேண்டுமானாலும் நடக்கலாம் என்பதால் எல்லோரும் பரபரப்பாகவும் பதைபதைப்பாகவும் இருந்தனர்.

அலுவலகத்திலும் பைண்டிங்கிலும் எல்லோரையும் எச்சரிக்கையாக இருக்கச் சொன்னேன். குறிப்பாக புரடக்ஷனை கவனித்து வரும் ‘பெரிசு’ சுந்தரிடம், “ரொம்ப கவனம்... பார்த்துக்குங்க” என்றேன். முக்கிய ஏஜெண்ட்டுகள் அனைவருக்கும் போன் செய்து, எந்தப் பிரச்சினையாக இருந்தாலும் உடனடியாக தகவல் கொடுக்கச்சொன்னேன். அடுத்த இதழ் தயாரிப்புக்காக பாதுகாப்பான இடம் தேவைப்பட்டது. எடிட்டோரியல் தம்பிகள் சந்திரமோகனையும் லெனினையும் அழைத்து, “மேட்டரை ரெடி பண்ணி வச்சுக்குங்க” என்றேன்.

தம்பி குருவை அழைத்து, “அடுத்த இஷ்யூ லே-அவுட் ஒர்க்கை ஆரம்பிக்கணும். இங்கே ஏதாவது பிரச்சினை வரலாம். அதனால் ஹோட்டலில் ரூம் போட்டு ரெடியா வச்சுக்க” என்றேன். அப்போது நாம் டைப் செய்து கொண்டிருந்த ஹைடெக் நிறுவனத்திலேயே எடிட்டோரியல் பணிகளை கவனிக்க ஏற்பாடு செய்யப்பட்டது.

எந்த நேரத்தில் எந்தப் பிரச்சினை வந்தாலும் அதனை சமாளித்து, இதழைக் வெளிக்கொண்டு வர வேண்டும் என்ற துடிப்புடன் தம்பிகள் என்னுடன் கைகோர்த்திருந்தனர். பிரச்சினை வரும் என்று எதிர்பார்த்திருந்த நேரத்தில் கடிதம் ஒன்று வந்தது. இரண்டாவது டெலிவரியில் வந்த அந்தக் கடிதத்தையும் ஆட்டோ சங்கர்தான் எழுதியிருந்தான்.

அன்பு சகோதரர் காமராஜ் அவர்களுக்கு,

நக்கீரன் ஆசிரியருக்கு மனு எழுத வேண்டுமென்றால் ஜெயில் அதிகாரிகள் பேப்பர் தர மறுக்கிறார்கள். எனது வக்கீல் இங்கு வந்த போது சூப்பிரண்டெண்டை நேரில் பார்த்து இது சம்பந்தமாக சொல்லச் சொன்னேன். but jailor மொட்டை மகாலிங்கம், பேப்பர்தானே நானே தர்றேன் என்றார். அவர் பேப்பர் கொடுத்துவிட்டுப் போன பின்பு அடிஷனல் சூப்பிரண்டெண்ட் வந்தார். அவருடைய நடவடிக்கை முற்றிலும் நேர்மாறாக இருந்தது. நான் எழுதிக் கொண் டிருந்த பேப்பரைக் கிழித்துக் குப்பையில் போட்டார். ஜெயிலரைப் பார்த்து Quarantine ரெடியா இருக்கான்னு கேட்டார். இவனைத் தூக்கி அந்த செல்லில் போடுங்கன்னு உத்தரவு போட்டார். Quarantine-ன் னா என்ன தெரியுமா?

அது ரொம்ப பயங்கரமான தனிமைச் சிறை. மனநலம் பாதிக்கப்பட்டவர்களையும் கொடுமையான தொற்றுநோய் உள்ளவர்களையும்தான் அந்த Quarntine-ல் போடுவாங்க. அங்கே எனக்கு பாதிப்பு ரொம்ப அதிகம். என் மனைவி, குழந்தைகளையோ, வக்கீலையோ பார்க்க முடியாது. நீங்க எழுதுற லெட்டரைக்கூட என்கிட்டே கொடுக்க மாட்டாங்க. பைத்தியத்தை அடைத்து வைக்கிறமாதிரி, என்னையும் அடைத்து வைக்க மேலி டத்திலிருந்து வந்த உத்தரவுப்படி, சிறைத்துறை அதிகாரிகள் செயல்பட்டுக்கொண்டிருக்கின்றனர். என்னுடைய தொடர், நக்கீரனில் வெளிவர ஆரம்பமானதிலிருந்தே... இங்கே என்னை Over கெடுபிடியில் பாதுகாக்கிறார்கள். Warder சகோதரர்கள் பலர் இங்கு என்னிடம் நன்கு பழகிவிட்டதால், கடிதம் எழுதி Outpost செய்ய ஆண்டவர் கிருபை செய்கிறார். சிறைக்குத் தெரியாமல் நான் Power of Attorney-ல் Sign போட்டு Outpost அனுப்பியதால், எனக்கு வேண்டிய ஒரு Warder-ஐ வேறு சிறைக்கு பணிமாற்றம் செய்துள்ளனர் சத்தியமாய் அவர் பாவம். அதை Outpost செய்தது யார் என்று புரியாமல் என்னுடன் சகஜமாக அரட்டை அடிக்கும் காவலர்களை எல்லாம், அதிகாரிகள் கண்டபடி திட்டிக்கொண்டிருக்கிறார்கள். இங்கு எனது சூழ்நிலை சரியில்லை.

-அன்புடன்

ஆட்டோ சங்கர்

நம்மை நேரடியாகத் தாக்குவதற்குப் பதிலாக, சங்கர் மீது தாக்குதலைத் தொடர்ந்தால்... தொடரை நிறுத்திவிட முடியும் என கனவுகண்டு அரசும், காவல்துறையும் செயல்பட்டு வருகின்றன என்பதை ஆட்டோ சங்கரின் கடிதம் பட்டவர்த்தனமாகத் தெரிவித்தது. அதேநேரத்தில், அதிகாரத்திமிர் பிடித்த ஆட்சியாளர்கள், தங்களது கூலிப்படையை எந்த நேரத்திலும் ஏவிவிட்டு, நமது அலுவலகத்தின் மீது தாக்குதல் நடத்தக்கூடும் என்பதால் மிகுந்த கவனத்துடன் செயல்பட்டோம்.

தம்பிகள் ஆனந்த், சிவகுமார், பிரான்சிஸ், அக்கவுண்ட்ஸ் சந்திரமோகன் ஆகிய நால்வரை மட்டும் அலுவலகத்தில் இருக்கச் சொன்னேன். செக்யூரிட்டிகள் தங்கமணியையும் பூபதியையும் அழைத்து, "ரொம்ப கவனம். நாலு தம்பிகள் மட்டும் இங்கே இருப்பாங்க. புதுசா யாராவது ஆபீசுக்கு வந்தால் என்ன, ஏதுன்னு ஸ்டிரிக்ட்டா விசாரிச்சுட்டு, அப்புறமா வரச்சொல்லுங்க; அசால்ட்டா இருந்திடக் கூடாது" என தெரிவித்தேன். போட்டோகிராபர்கள் கதிரைதுரை, சுந்தர் இருவரில் ஒருவரை மேட்டருக்கு அனுப்பி விட்டு, இன்னொருவரை அலுவலகத்திற்கு அருகிலேயே இருக்கச் சொன்னேன். அதிகார வர்க்கம் ஆள், அம்பு, சேனையுடன் நமது அலுவலகத்திற்கு வந்தால், அதனை புகைப்படமெடுத்துக் கொள்வதற்காகவே இந்த ஏற்பாடு, அதன்படியே ஒரு போட்டோகிராபர், அலுவலகத்திற்கு அருகில் இருந்தார்.

எடிட்டோரியல் அஸிஸ்டென்ட்டான தம்பி பரமேஸ்வரனை அழைத்து, "மேட்டர் சம்பந்தமான எல்லாத்தையும் பேக்-அப் பண்ணி வச்சுக்கப்பா. லே-அவுட் சம்பந்தமா குருசாமிகிட்டே கேட்டுக்க. எல்லாம் ரெடியா இருக்கட்டும். எங்கே போறதுன்னு நான் சொல்றேன். தம்பி காமராஜ், லெனின், சந்திரமோகன் மூணுபேரும் அங்கே வந்திடுவாங்க. அங்கேயே உங்க வேலைகளை ஸ்டார்ட் பண்ணிடலாம்" என்றேன். அடுத்த நிமிடமே மேட்டர் சம்பந்தமான விஷயங்கள் பேக்-அப் ஆயின.

இப்படி நக்கீரன் டீம் முழுவதுமே பரபரப்பாக பணியாற்றிக்கொண்டிருந்த நேரத்தில்... இரண்டு கடிதங்கள் வந்தன. இரண்டுமே ஆட்டோ சங்கர் எழுதியவைதான். ஒன்று, எனது பெயருக்கு எழுதப்பட்டிருந்தது. மற்றொன்று தம்பி காமராஜ் பெயருக்கு வந்திருந்தது. சங்கரின் ஒவ்வொரு கடிதத்திலும் ஒரு அதிர்ச்சியான செய்தி இருப்பதும், தொடரை தடை செய்வதற்காக

சிறைத்துறையினர் ஆட்டோ சங்கரை துன்புறுத்துவதும் வழக்கமாகிவிட்ட நிலையில், இந்த இரண்டு கடிதங்களிலும் என்ன 'டைம்பாம்' இருக்கப்போகிறதோ என்ற பரபரப்புடன்... என் பெயருக்கு எழுதப்பட்டிருந்த கடிதத்தை முதலில் பிரித்தேன்.

மதிப்பிற்குரிய ஆசிரியர் அவர்களுக்கு, என் பணிவான வணக்கம்.

இன்று காலை (9-7-94 சனிக்கிழமை) சேலம் சிறையிலிருந்து, பன்னீர் செல்வம் என்ற தண்டனை சிறைவாசியும், ஆறுமுகம் என்ற தடுப்புக்காவல் சிறைவாசியும், சேலம் அரசு மருத்துவமனைக்கு (வைத்தியத்திற்காக) சேலம் **A.R.Police** *மூலம் வழி பாதுகாவல் செய்து அழைத்துச் செல்லப்பட்டனர். அப்போது* **A.R.** *போலீஸ் மூவரில் ஒருவர் (மேற்சொன்ன சிறைவாசிகளை அழைத்துச்சென்ற போலீஸ் மூவரில் ஒருவர்) என்னைக் கொலை செய்யும் நோக்குடன் சிறைவாசிகளிடம் பேசியிருக்கிறார். "ஏண்டா, உங்க ஜெயில்ல இருக்கானே ஆட்டோ சங்கரு. அவன் என்ன பெரிய மயிரா? பெரிய உத்தம னாட்டம் வாழ்க்கைத் தொடர் எழுதுறானே. அவனுக்கு நேரம் நெருங்கிடுச்சு. அவனை கோர்ட்டுக்கு கூட்டிக்கிட்டு போறப்ப. ஒரே தோட்டாவுல அவனை சுட்டுட்டு தப்பிக்க முயற்சி பண்ணினான். அதனால சுட்டுட்டேன்' என்று அவன் கதையை முடிக்கப்போறேன்" எனச் சொல்லியிருக்கிறார். யார் அந்தபோலீஸ்? ஆஸ்பிட்டலுக்கு சிறைவாசிகளை அழைத்துச் செல்ல வேண்டிய அவரது கடமையை மட்டும் கவனிக்க வேண்டியதை விட்டு, என்னை அவர் கொல்லப்போவதாக சிறைவாசிகளிடம் சொல்லியது ஏன்?*

1988-க்கு முன்பு என்னோடு நகமும் சதையுமாய் இருந்த என்பதைவிட; நகமும் நகத்தின் அழுக்குமாய் இருந்த அரசியல்வாதிகளும், அதிகாரிகளும் "ஆட்டோ சங்கர் தன் சுயசரிதையை நக்கீரனில் வெளியிடுறானே. நம்பளைப்பற்றியும் நாறடிச்சிடுவானோ" என்று பயந்து என்னைத் தீர்த்துக்கட்ட, என் உயிருக்கு விலை நிர்ணயித்து சேலம் **A.R.** *போலீஸ் மூலம் கொலைத் திட்டம் தீட்டப்பட்டு உள்ளது.*

*போலீசார் (***A.R.** *போலீசார் சேலம்) இதுவரை மூன்றரை வருடமாக என்னை சேலம் சிறையிலிருந்து அவ்வப்போது சென்னை கோர்ட்டுக்கு வழி பாதுகாவல் செய்து வருகின்றனர். இதுவரை போலீசார் என்னைத் தரக்குறைவாக பேசியதோ, என்னை மரியாதை இன்றி நடத்தியதோ கிடையாது. கடமையில் விழிப்புடனும், அதே நேரத்தில் என்னிடம் அன்பாகவும் நடந்து வருகிறார்கள். ஆனால் திடீரென 9-7-94-ல் ஒரு போலீஸ் என்னைக் கொல்லும் நோக்குடன் பேசியிருப்பது என் மனதை குழப்பியதுடன், எனக்கு பயத்தையும் ஏற்படுத்தியுள்ளது.*

சேலம் ரவுடி ஏரோப்பிளேன் (a) செல்வராஜ் என்பவர் சேலம் போலீஸாரால் அநியாயமாக சுட்டுக்கொல்லப்பட்டதையும், நாகன் (a) நாகராஜன் என்ற ஆயுள்

சிறைவாசி கோர்ட் சென்று திரும்பிவரும்போது, சேலம் சிறைவாசலுக்கு அருகிலேயே A.R. போலீஸாரால் சுட்டுக் கொல்லப்பட்டதையும் நினைத்துப்பார்க்கிறேன்.

Sir, தங்களுக்கு நான் அனுப்புகிற இப்புகார் மனுவை கவனித்து, என் உயிரைப் பாதுகாக்க எல்லாவித முயற்சிகளையும் மேற்கொள்ள வேண்டுகிறேன். என் உயிரை காப்பாற்ற உங்களால்தான் முடியும்.

என்றும் அன்புடனும், நன்றியுடனும்

Auto Sankar

-எதிர்பாராத அதிர்ச்சித் தகவல்களை தாங்கியிருந்த அந்தக் கடிதத்தைப் படித்துவிட்டு, இன்னொரு கடிதத்தில் என்னென்ன அதிர்ச்சிகள் இருக்கின்றனவோ என்ற திகிலுடன் அந்தக் கடிதத்தையும் பிரித்தேன். முதல் கடிதத்திலிருந்த செய்திகளுக்கு தொடர்பில்லாத... ஆனால் மிகவும் சுவாரஸ்யமான தகவல்கள் அந்த இரண்டாம் கடிதத்தில் இருந்தன.

அதில், தனது தொடர் பற்றியும், தன்னுடன் சம்பந்தப்பட்ட அரசியல்வாதிகள், காவல்துறை அதிகாரிகள், சினிமாநட்சத்திரங்கள் ஆகியோரின் பெயர்களை சிலேடையில் வெளியிட்டால், சுவாரஸ்யமாக இருக்கும் என்பதை விவரித்து எழுதியிருந்தான் ஆட்டோ சங்கர். அவனைக் கொல்வதற்கு சிறை அதிகாரிகள் நேரம் பார்த்துக்கொண்டிருக்கும் பயங்கரமான சூழ்நிலையில், தொடரில் வரும் பெயர்கள் பற்றி அவனால் எப்படி யோசிக்க முடிகிறது என்ற வியப்பினை அந்தக் கடிதம் தந்தது.

அன்புமிக்க நண்பர் காமராஜ் அவர்களுக்கு, வணக்கத்துடன் Auto Sankar எழுதுவது. தொடர் மிகவும் அருமையாக வெளிவருகிறது. என் தொடரில் ஸ்ரீபால் DGP அவர்களின் முதல் மனைவி ரேணுகாதேவியைப் பற்றிக் குறிப்பிடும்போது, பெரீய்ய்ய அதிகாரியின் மனைவி ரேணுகாதேவி என்று எழுதவும். அதேபோல் தேவாரம்- நடிகை விஜயசாந்தி என்ற விவரங்களின்போது பெரீய்ய்ய மீசைக்காரர் விஜயசாந்தியுடன் என்று குறிப்பிடவும். DSP தங்கய்யா பற்றி எழுதும்போது, உயர் அதிகாரி GoldSir என்று குறிப்பிடவும், இன்ஸ்பெக்டர் தலைமலை என்பவர் பேரை தலையான இன்ஸ்பெக்டர் என்று குறிப்பிடவும். மற்ற விபரங்கள் O.K.

அக்கா, தங்கை நடிகையில், தங்கையைப் பற்றி எழுதும்போது, எம்.ஜி.ஆர். மந்திரிசபையில் இருந்த இளம் மந்திரிக்கு நெருக்கமானவர் என்று எழுதவும். ராதா என்று பேர் போடாமல் எழுதவும். அதேபோல, சரிதா பற்றி எழுதும்போது, இயக்குநர் பாலசந்தர் சாரால் பெயர் பெற்ற குண்டு கருப்பாயி நடிகை என்று எழுதவும். மற்றபடி.... அரசியல்வாதிகளின் பெயரையும், நேரடியாக குறிப்பிடாமல்

மறைமுகமாக குறிப்பிடவும். கே.ஏ.கிருஷ்ணசாமியை, கண்ணன் கடவுள் என்று எழுதினால் நன்றாக இருக்கும். முன்னாள் சபாநாயகர் முனு.ஆதி பற்றி எழுதும்போது அவர் பெயரை எழுதாமல், புரட்சித்தலைவருக்கு மிகவும் வேண்டிய முன்னாள் சபாநாயகர் என்று குறிப்பிடவும், மதுசூதனனை எந்தப் புனைபெயரில் வேண்டுமானாலும் எழுதிக்கொள்ளலாம்.

இன்னும் ஒருவாரத்திற்குள் என்னை நேரில் சந்திக்க அவசியம் வரவும். மற்றவை நேரில்

ஆட்டோசங்கர்.

பி.கு: இதில் நான் குறிப்பிட்டிருப்பது ஒரு பகுதி மட்டும்தான். இன்னும் பல முக்கிய தலைவர்கள் பற்றிய செய்திகள் இருக்கின்றன. அவர்களை என்னென்ன பெயர்களில் குறிப்பிடலாம் என்பதை இன்னொரு கடிதத்தில் எழுதுகிறேன்.

என அந்தக் கடிதத்தை முடித்திருந்தான் ஆட்டோ சங்கர்.

முதல் கடிதத்தில் தனது உயிருக்கு ஆபத்து என்பது பற்றி சீரியஸாக எழுதியிருந்த சங்கர், இரண்டாவது கடிதத்தில், தொடரில் இடம்பெறும் நபர்களின் பெயர்களை எப்படியெல்லாம் எழுதலாம் என்பது பற்றி சுவாரஸ்யமாக எழுதியிருந்தது ஆச்சரியமென்றால்... அதைவிட ஆச்சரியமும், அதிர்ச்சியுமான விஷயம், ஆட்டோசங்கரிடம் இத்தனை அரசியல்வாதிகள் தொடர்பு கொண்டிருந்தார்களா என்பதுதான். முதல் பகுதியிலேயே இத்தனை அரசியல்வாதிகள் என்றால்... கடிதத்தின் பின்குறிப்பில் அவன் சொல்லியிருப்பதுபோல் மற்ற தலைவர்களின் பெயர்களையும் குறிப்பிட்டு எழுதியிருந்தால் எவ்வளவு நீளமான பட்டியலைத் தயாரிக்க வேண்டியிருக்குமோ?

இஸ்திரி மடிப்பு கலையாத வெள்ளைச் சட்டையில் வலம் வரும் அரசியல்வாதிகளின் அந்தரங்க வாழ்க்கையில் அழுக்கும், அசிங்கமும்தான் அப்பிக்கிடக்கிறது என்பதை சங்கரின் கடிதம் தெளிவாக விளக்கியது. இந்த அரசியல்வாதிகளை நம்பித்தான் நமது நாடு இருக்கிறது என்பதை நினைத்துப் பார்த்தபோது, வேதனையாக இருந்தது. எத்தனை தொண்டர்கள், எந்தெந்த ஊர்களையோ சேர்ந்தவர்கள்; இந்த தலைவர்களின் பேச்சிலும், கவர்ச்சியிலும் மயங்கி, கட்சிக்காக தங்கள் வாழ்க்கையையே அர்ப்பணிக்கிறார்கள். ஆனால்... அந்த தலைவர்களின் செயல்பாடுகளோ, நான்காம் தரமாகத்தானே இருக்கிறது.

ஒரு சாராய வியாபாரியாக இருந்த ஆட்டோ சங்கர், விபச்சாரம், கொலை என தைரியமாக களமிறங்கியதற்கு முக்கிய காரணம் இந்த அரசியல்வாதிகள்தானே! கட்சிப் பிரமுகர்களின்

ஆதரவு இருக்கிறது என்ற தைரியத்தில் அவன் செயல்பட அரசியல்வாதிகளும் தங்களின் சுயநலத்திற்காக அவனைப் பயன்படுத்தி வளர்த்திருக்கிறார்கள். எல்லா அக்கிரமங்களுக்கும் பின்னணியாக இருந்திருக்கிறார்கள். அப்படியானால்... முதலில் தண்டிக்கவேண்டியது ஆட்டோசங்கரையா? அல்லது இந்த அரசியல்வாதிகளையா? இன்னும் பல ஆட்டோ சங்கர்கள் உருவாகாமல் தடுக்க வேண்டுமென்றால், இதுபோன்ற அரசியல்வாதிகளுக்கு அவசியம் தண்டனை வழங்கவேண்டும்.

இரண்டாவது கடிதம் ஏற்படுத்திய தாக்கத்தால், இப்படி பல யோசனைகள் என்னுள் எழுந்தன. அந்த யோசனைகளை கொஞ்சம் ஓரந்தள்ளி வைத்துவிட்டு, அடுத்த இதழை வெளிக்கொண்டு வருவதற்கான பணிகளில் தீவிரமானேன். இடையிடையே டெல்லிக்குத் தொடர்புகொண்டு சுப்ரீம் கோர்ட்டில் நமது மனு தாக்கல் செய்யப்பட்டுவிட்டதா என்பது பற்றி கேட்டறிந்தேன்.

ஆட்டோ சங்கரின் மரண வாக்குமூல தொடரின் ஒவ்வொரு அத்தியாயமும் பெரும் பரபரப்புடன் வாசிக்கப்பட்டன. இந்த இதழில் நம்மைப் பற்றி எழுதியிருப்பார்களோ என்ற பயத்துடனேயே அரசியல்வாதிகளும், சிறைத்துறையினரும், சினிமா நட்சத்திரங்களும் நக்கீரனைப் புரட்டிப் பார்த்தனர். எம்.ஜி.ஆர். ஆட்சிகாலத்தில் தொடக்கத்தில் சபாநாயகராக இருந்த முனுஆதிக்கும், நடிகை சரிதாவிற்கும் ஏற்பட்ட தொடர்பு பற்றி, தொடரில் வெளியான செய்திகள் அரசியல் வட்டாரத்தில் பரபரப்பை ஏற்படுத்தியிருந்த நேரத்தில், சங்கரின் மனைவி ஜெகதீஸ்வரி மிகுந்த பதட்டத்துடன் நமது அலுவலகத்திற்கு ஓடிவந்தார். நான் அப்போதுதான் முதல்முதலாக அவரைப் பார்க்கிறேன். பீதி படர்ந்த முகத்துடன், வார்த்தை வெளிப்படாத நிலையில் நின்ற ஜெகதீஸ்வரியிடம் "என்னம்மா விஷயம்?" என கேட்டேன்.

தயங்கித் தயங்கி பேசத் தொடங்கினார்.

"அண்ணே... நக்கீரனில் அவரு எழுதுற தொடரிலே முனுஆதியை பற்றி போட்டதாலே, முனுஆதி தன்னோட ஆளுங்களை ஏவிவிட்டிருக்காரு. அந்த ஆளுங்க ரவுடித்தனமா நடந்துக்குறாங்க. எங்க வீட்டு வாசலிலே வந்து நின்னு, என்னையும் அவரோட அம்மாவையும் மிரட்டுறாங்க. கண்டபடி பேசுறாங்க. புள்ளைங்க ரொம்ப பயப்படுது" என்று சொல்லிவிட்டு என்னிடம் ஒரு கடிதத்தைக் கொடுத்தார் சங்கரின் மனைவி.

மரண வாக்குமூலம் ● 57

கனம் நக்கீரன் நிர்வாக ஆசிரியருக்கு திருமதி.G.ஜெகதீஸ்வரி சங்கர் கண்ணீரோடு எழுதும் கடிதம் என்னவென்றால், என் கணவர் தூக்குதண்டனை தீர்ப்பு கேட்டதிலிருந்து நானும், என் பிள்ளைகளும் கண்ணீரோடும் மிகுந்த கவலையுடனும் இருக்கின்றோம். ஜனாதிபதிக்கு கருணை மனு அனுப்பிவிட்டு, கர்த்தராகிய இயேசு கிறிஸ்துவை நோக்கி ஜெபித்து வருகின்றோம்.

இந்த நிலையில் என் கணவர் ஆட்டோ சங்கர் நக்கீரனில் எழுதும் பரபரப்பான தொடரால் என் கணவருக்கும், எங்களுக்கும் மேலும் பல தொல்லைகள் ஏற்படுகின்றன. முன்னாள் சபாநாயகர் முனுஆதி, தனது அடியாட்களை ஏவி எங்களை மிரட்டுகிறார். எனது குழந்தைகள் மிகவும் பயந்துபோய் உள்ளன. எங்கள் நிம்மதி பாதிக்கப்படுகிறது. அதனால், இனி நக்கீரனில் என் கணவர் ஆட்டோசங்கர் எழுதும் தொடரை வெளியிடாதீர்கள்.

இப்படிக்கு

G.ஜெகதீஸ்வரி சங்கர்

-சங்கர் மனைவியின் கடிதம் நம் முன் பெரும் கேள்விக்குறியாக நின்றது. ஜெயலலிதா அரசும், சிறைத்துறையும் நமக்கு ஏற்படுத்திய தடைகளை நொறுக்கித் தள்ளி, தொடரை வெற்றிகரமாக வெளிக்கொண்டுவரும் வேளையில், இப்படியொரு சோதனையா? ஆட்டோ சங்கர் அதீத பாசம் வைத்திருக்கும் அவனது குடும்பத்திலிருந்தே தொடருக்கு எதிர்ப்பா? மிகவும் சிக்கலான இந்த சவாலை எப்படி சமாளிப்பது?

ஆழ்ந்த யோசனையில் இருந்தபோது அடுத்த ‘வெடிகுண்டு' நம்மீது வீசப்பட்டது.

சிறைத்துறையிலிருந்து மீண்டும் ஒரு கடிதம் வந்தது. என் முகவரியிட்டு எழுதப்பட்டிருந்த அந்தக் கடிதம் சிறைத்துறை ஐ.ஜி.பஞ்சாபகேசன் சார்பில் அனுப்பப்பட்டிருந்தது. நம்மை விடவே மாட்டார்கள் போலிருக்கிறதே என்று நினைத்தபடி கடிதத்தைப் பிரித்தேன். அதற்குள் அவ்வளவு பெரிய ‘டைம் பாம்' இருக்கும் என்று நான் எதிர்பார்க்கவில்லை.

பொருள் : சங்கர் என்ற கௌரிசங்கர் மரணவாக்குமூலம் என்னும் அவரது சுயசரிதை வெளியிட்டது குறித்து.

-என்ற வரிகளைப் படித்ததும் அதிர்ந்தேன். “போச்சா... மறுபடியும் சிக்கல்தானா?” என யோசித்தபடி இணைப்புக்கடிதம் ஏதாவது இருக்கிறதா என்று பார்த்தபோது மற்றொரு பயங்கரம் தெரிந்தது. சிறைத்துறை ஐ.ஜி.க்கு சங்கர் எழுதியிருந்த கடிதத்தின் நகல் இணைக்கப்பட்டிருந்தது. சிறைத்துறையிலிருந்து எனக்கு வந்த கடிதத்தை மீண்டும் ஒரு முறை பார்த்தபோது Forgery, Blackmail

போன்ற வார்த்தைகள் தென்பட்டன. அதைப் பார்த்த மாத்திரத்தில் வியர்த்துவிட்டது. மிகப்பெரிய சவால் நம்மை எதிர்நோக்கியிருக்கிறது என்பதை உணர்ந்து, இணைப்புக் கடிதத்தை படிக்கத் தொடங்கினேன்.

சிறைத்துறை ஐ.ஜி.க்கு ஆட்டோசங்கர் எழுதியிருந்த அந்தக் கடிதத்தில்,

ஐயா! நான் எனது தொடரை (நிழலான நிஜங்கள் என்ற தலைப்பில் 300 Page நோட்டுப் புத்தகத்தில் எழுதியதை) நக்கீரன் பத்திரிகையில் வெளியிடச் சொல்லி 30-5-94 அன்று உரிமைப் பத்திரம் ஏதும் எழுதிக் கொடுக்கவில்லை. எனது சுயசரிதையை (300 Page மட்டும்) நான் சேலம் சிறையிலிருந்து எழுதவில்லை. இது குறித்து நான் ஏற்கனவே தங்களுக்கு தெரிவித்துள்ளேன்.

தங்கள் உண்மையுள்ள,
மரணதண்டனை சிறைவாசி
ஆட்டோ சங்கர்.

ஓராயிரம் இடிகள் ஒரே நேரத்தில் தலையில் இறங்கி, இதயத்தை நொறுக்கியது போல் இருந்தது. சங்கரின் உறுதியும் ஒத்துழைப்பும்தான் தொடரை வெளியிடுவதற்கு அச்சாணியாக இருந்தது. அந்த சங்கரின் மூலமே நம் மீது பாய்ச்சலைக் காட்டும் முயற்சியில் இறங்கிவிட்டது சிறைத்துறை. ஐ.ஜி.க்கு சங்கர் எழுதிய கடிதத்தை வைத்து சிறைத்துறையினர் நம்மை எந்த வகையில் தாக்குவதற்கு திட்டமிட்டுள்ளனர் என்பதை அவர்கள் அனுப்பிய கடிதம் பட்டவர்த்தனமாக வெளிப்படுத்தியது.

...தங்கள் 8-6-94-ம் தேதியிட்ட கடிதத்துடன் இணைத்து அனுப்பப்பட்ட சேலம் மத்திய சிறையில் (மரண தண்டனை சிறைவாசி எண்.2841) சங்கர் என்ற கௌரிசங்கர் (ஆட்டோ சங்கர்) என்பவர் எழுதிக் கொடுக்கப்பட்ட பகராள் செயலுரிமை ஆவணம் (Power of Attorney) குறித்து சேலம் மத்திய சிறை கண்காணிப்பாளரின் விளக்கம் கேட்கப்பட்டது. மரணதண்டனை சிறைவாசி சங்கர் என்ற கௌரிசங்கர் என்பவரின் வழக்கறிஞர் திரு.சந்திரசேகரன் என்பவர் பகராள் செயலுரிமை ஆவணம் கண்காணிப்பாளரிடம் கேட்டபொழுது சிறைத்துறைத் தலைவரிடம் அனுமதி பெற்றுதான் எழுத முடியும் என்றும், சிறையிலிருக்கும் சிறைவாசி அவரது சுயசரிதையை பத்திரிகையில் வெளியிட சிறைத்துறைத் தலைவரின் அனுமதி பெற்றுதான் பத்திரிகையில் வெளியிட முடியும் என்று கூறியுள்ளார்.

மேலும் சங்கர் என்ற கௌரிசங்கர் என்பவரின் உறவினரோ, நண்பர்களோ அல்லது வழக்கறிஞரோ அவரைக் காண சேலம் மத்தியசிறைக்கு 30-5-94 அன்று வரவில்லை என்றும் கூறியுள்ளார். மரண தண்டனை சிறைவாசி 12-6-94 தேதியிட்ட

மனுவில் அவரது தொடரை (நிழலான நிஜங்கள்) நக்கீரன் பத்திரிகையில் வெளியிட 30-5-94 அன்று உரிமைப்பத்திரம் எதுவும் எழுதிக்கொடுக்கவில்லை எனத் தெரிவித்துள்ளார். மரண தண்டனை சிறைவாசி சங்கர் என்ற கௌரிசங்கர் 12-6-94 அன்று எழுதிய கடிதத்தின் புகைப்பட நகல் இத்துடன் அனுப்பப்படுகிறது.

மேலும் சிறையினுள் இருக்கும் சிறைவாசி ஒருவர் பகராள் செயலுரிமை ஆவணம் (Power of Attorney) எழுதிக் கொடுப்பதாக இருந்தால் அதனை சிறை அதிகாரிகளின் முன்னிலையில்தான் எழுதிக்கொடுக்க வேண்டும். எழுதிக்கொடுத்து சிறை அதிகாரிகளின் சான்றொப்பம் பெற்றால்தான் அது செல்லுபடியாகும். மேலும் பகராள் செயலுரிமை ஆவணம் பதிவுத்துறை அதிகாரிகளின் முன்னிலையில் பதிவு செய்யப்படவேண்டும். பார்வை 2-ல் கண்டுள்ள தங்கள் கடிதத்துடன் இணைத்து அனுப்பிய பகராள் செயலுரிமை ஆவணம், உரிய அதிகாரிகளின் முன்னிலையில் பதிவு செய்யப்படாத காரணத்தால் அது செல்லுபடியாகத் தக்கதல்ல. மேலும் சிறைவாசியின் ஒப்பம் பெற்ற இடத்தில் அடித்து, திருத்தி ஒப்பம் பெறப்பட்டுள்ளது. ஆகவே சிறையில் இருக்கின்ற சிறைவாசி சங்கர் என்ற கௌரிசங்கர் எழுதிக் கொடுத்ததாகக் கூறப்பட்டு இருக்கும். பகராள் செயலுரிமை ஆவணம் பொய் ஆவணம் (forgery) என்பதை இதன் மூலம் தங்களுக்கு சுட்டிக்காட்டுகிறேன்.

மரண தண்டனை சிறைவாசி சங்கர் என்ற கௌரிசங்கர் 25-5-94-ல் எழுதிய மனுவில் இவ்வலுவலக கடிதம் மூலம் தங்களுக்கு அனுப்பப்பட்டதில் அவரது கடந்த கால வாழ்க்கையைப் பற்றி "நிழலான நிஜங்கள்" என்ற தலைப்பில் சுமார் 300 பக்கங்கள் கொண்ட ஒரு நோட்டுப் புத்தகத்தில் எழுதி அவர் செங்கல்பட்டு கிளைச் சிறையில் இருக்கும்போது திரு.இராஜ்குமார், இணைகண்காணிப்பாளர் மூலமாக கண்காணிப்பாளர் திரு.விஜயநாராயணன் அவர்களுக்கு அனுப்பப்பட்டு, அது தணிக்கை செய்யப்பட்டு, 1991-ம் ஆண்டு மார்ச் அல்லது ஏப்ரல் மாதத்தில் இணை கண்காணிப்பாளர் பாலன் அழகிரிசாமி என்பவரிடம் ஒப்படைக்கப்பட்டு, பின்பு அந்த நோட்டுப் புத்தகம் சிறைவாசியின் மனைவி திருமதி.ஜெகதீஸ்வரி என்பவரிடம் ஒப்படைக்கப்பட்டதாகத் தெரிவித்துள்ளார்.

இது உண்மையா என்பதனை அறிவதற்கு சம்பந்தப்பட்ட மூன்று அதிகாரிகளோடும் கடிதத்தொடர்பு கொள்ளப்பட்டது. மூன்று அதிகாரிகளுமே மரண தண்டனை சிறைவாசி சங்கர் என்ற கௌரிசங்கர் எந்த நிலையிலும் எந்த நேரத்திலும் "நிழலான நிஜங்கள்" என்ற தலைப்பில் எழுதி சிறை அதிகாரிகள் மூலமாக கொடுக்கப்பட்டதாகக் கூறும் கூற்று ஆதாரமற்றது. உண்மைக்குப் புறம்பானது.

எனவே சேலம் மத்திய சிறையில் இருக்கும் மரண தண்டனை சிறைவாசி சங்கர் என்ற கௌரிசங்கர் என்பவர் "நிழலான நிஜங்கள்" என்னும் தலைப்பில்

எழுதிய அவரது கடந்தகால வாழ்க்கையை தங்கள் பத்திரிகையில் ஆட்டோசங்கர் எழுதிய "மரண வாக்குமூலம்" என்னும் தலைப்பில் வெளியிடப்படுகின்ற தொடர் வேறு யாரோ ஒருவரால் எழுதப்பட்டது. இவ்விதம் சிறையில் இருக்கும் ஒரு சிறைவாசியின் பெயரால் அப்பதிப்பு வெளியிடுவது சிறைவிதிகளுக்கு முரண்பட்டது. மேலும் சிறையில் இருக்கின்ற சிறைவாசி ஒருவர் எழுதிக் கொடுக்காத பகராள் செயலுரிமை ஆவணத்தை எழுதிக் கொடுத்ததாகக் கூறும் தங்கள் செயல் திட்டத்திற்கு முரண்பட்டது.

மேற்கண்டவைகளை வைத்துப் பார்க்கும்போது தங்கள் 'நக்கீரன்' வாரப் பத்திரிகையில் ஆட்டோ சங்கர் எழுதிய "மரணவாக்குமூலம்" என்னும் தொடர் வெளியிடுவது உள்நோக்கம் கொண்டது. இச்செயலுக்காக மதிப்பிழக்கும் செய்தி வெளியிட்டமைக்காக (Black Mail) நீதிமன்றத்தில் வழக்கு தொடரும் ஒரு சூழ்நிலையை உருவாக்காமல், தங்கள் வாரப்பத்திரிகையில் மேற்கொண்டு அத்தொடரை வெளியிடாது நிறுத்துமாறு அன்புடன் கேட்டுக்கொள்கிறேன்.

ப.சத்தியா

சிறைத்துறைத் தலைவருக்காக.

கடிதத்தை படித்து முடித்தபோது நெஞ்சத்தில் நெருப்பு எரிந்துகொண்டிருந்தது. நாம் மேற்கொண்ட முயற்சிக்கு ஆட்டோ சங்கர் கையாலேயே முடிவுரை எழுத நினைத்ததுடன் நம் மீது கிரிமினல் Offence-ஐ சுமத்தவும் சிறைத்துறையினர் தீவிரமாக இருப்பது புரிந்தது. நக்கீரனின் துணிவுக்கும் கௌரவத்திற்கும் பெரும் சவாலாக எதிர்நிற்கும் சிறைத்துறையின் நடவடிக்கைகளிலிருந்து எப்படித் தப்பிப்பது என்ற யோசனையில் ஆழ்ந்தேன்.

சிறைத்துறை அனுப்பிய 'டைம் பாம்' நம்மை பெரும் சவாலுக்கு இழுத்தது. சங்கரிடமிருந்து வாங்கப்பட்ட பவர் ஆஃப் அட்டர்னி, போர்ஜரி என்றும்... அதன் மூலம் சிறைத்துறையை நாம் பிளாக்மெயில் செய்கிறோம் என்றும், கிரிமினல் குற்றங்களை சுமத்தியதால் இந்த சவாலை முறியடிக்க முழு உத்வேகத்துடன் களத்தில் இறங்கினோம்.

நீதித்துறையின் மூலம்தான் இந்த விவகாரத்தில் நாம் வெற்றிபெற முடியும் என்பதால், உடனடியாக டெல்லிக்குத் தொடர்பு கொண்டு சுப்ரீம் கோர்ட்டில் நமது மனுவின் நிலைமை என்ன என்பதை அறிய முற்பட்டோம். இன்னும் சில தடைகளைத் தாண்ட வேண்டியிருந்தது. அதற்கான பணிகளில் சீனியர் வழக்கறிஞர் ரங்காவும் டெல்லி வழக்கறிஞர்களும் தீவிரமாக ஈடுபட்டிருந்தனர். சீனியர் வழக்கறிஞர் ரங்காவை நமது அட்வகேட் பெருமாள் தொடர்பு கொண்டார். சங்கர் எழுதிக்கொடுத்த பவர்

ஆஃப் அட்டர்னி செல்லுபடியாகாது என்றும், மரண வாக்கு மூலம் தொடரைத் தொடர்ந்து வெளியிட்டால், வழக்கை சந்திக்க வேண்டியிருக்கும் என்றும், சிறைத்துறை ஐ.ஜி. சார்பில் எழுதப்பட்டிருக்கும் கடிதத்தின் விவரங்களை சீனியர் அட்வகேட்டிடம் தெரிவித்தார் அட்வகேட் பெருமாள். மிகச் சிக்கலான இந்த விவகாரத்தில், அடுத்து என்ன ஸ்டெப் எடுப்பது என்பது பற்றி டெல்லி வழக்கறிஞர்களுடன் தீவிரமாக ஆலோசனை செய்யத் தொடங்கினார் சீனியர் அட்வகேட்.

அதேவேளையில், சிறைத்துறை முத்திரையிடப்பட்ட மற்றொரு கடிதம் நம்மை நோக்கி வந்தது. சங்கர்தான் எழுதியிருந்தான். எனது முகவரிக்கு எழுதப்பட்ட அந்தக் கடிதத்தின் உள்ளே இருப்பது அணுகுண்டா, ஹைட்ரஜன் குண்டா? என்ற பதட்டத்துடன் கடிதத்தைப் பிரித்தேன்.

உயர்திரு ஆசிரியர் அவர்களுக்கு, என் அன்பான வணக்கங்கள், என் சிறு வயது முதல் 1988 வரை எனது கடந்தகால வாழ்க்கையில் என்னைக் கிரிமினலாக்கிய அதிகாரிகள் பற்றியும், எனக்கு பக்கபலமாய் இருந்து தீயபாதையில் என்னை பலப்படுத்திய அரசியல்வாதிகள் பற்றியும் நான் தொடர் எழுதி, அதை எனது வக்கீலும் என நண்பருமான Mr.Chandrasekar மூலமாக அன்பு சகோதரர் திரு.காமராஜ் அவர்களிடம் கொடுத்து, தங்கள் நக்கீரன் பத்திரிகையில் வெளியிடச் சொன்னதின்படி தாங்களும் என் தொடரை வெளியிட்டு வருகிறீர்கள்.

நக்கீரனில் என் தொடர் ஆரம்பிக்கப்பட்டதில் இருந்து நான் மனநிம்மதி இன்றி தவிக்கின்றேன். மேலும் என் தொடரை படித்த என் மனைவியும், மகளும் மிகவும் வேதனைப்படுகிறார்கள். என் மனைவி, குழந்தைகள் நிம்மதியின்றி தவிக்கும்வகையில் எனது தொடர் வெளியாவது எனக்கும் வேதனையாய் உள்ளது. தொடரில் அம்பலப்படுத்தப்படும் அரசியல்வாதிகள், தங்களின் அடியாட்களை ஏவி மனைவியையும் குழந்தைகளையும் கொலை செய்துவிடுவதாக மிரட்டி வருகிறார்கள். அதனால் எனது குடும்பத்தினர் நிம்மதியை இழந்து எந்த நேரத்தில் ஆபத்து வருமோ என்ற பயத்தில் வாழ்ந்து கொண்டிருக்கிறார்கள். என் மனைவி, குழந்தைகளின் நிம்மதிதான் எனக்கு நிம்மதி. என் மனைவி, குழந்தைகள் மனம் வேதனைப்படுவதை நான் விரும்பவில்லை.

தங்கள் பத்திரிகையில் என் தொடர் வருவதால் சிறையிலும் எனக்கு நிம்மதியில்லை. சிறைத்துறை அதிகாரிகளும் காவல்துறை அதிகாரிகளும் என் மீது காட்டமாக இருக்கின்றார்கள். என்னை கோர்ட்டிற்கு அழைத்துச் செல்லும் வழியில் சுட்டுக்கொன்றுவிட்டு, தப்பிக்க முயற்சித்தபோது கொன்றுவிட்டோம் என்று சொல்வதற்கு சேலம் ஏ.ஆர்.போலீசார் முடிவு செய்துவிட்டார்கள்

என்பதை ஏற்கனவே உங்களுக்கு எழுதியிருந்தேன். இப்போது அவர்களின் திட்டம் இன்னும் வேகம் பெற்றிருக்கிறது, எப்படியும் என்னைக் கொன்றுவிடவேண்டும் என்பதில் சிறைத்துறையும் காவல்துறையும் குறியாக இருக்கிறது.

மேலும், 1988-க்கு முன்புவரை என்னோடு தொடர்பு கொண்டவர்களாய் இருந்த அரசியல்வாதிகளையும், காவல் துறையினரையும் என் தொடர் மூலம் வெளிப்படுத்தி, அவர்கள் மனதை புண்ணாக்கவும் நான் விரும்பவில்லை. குப்பையைக் கிளறி நாற்றத்தை உண்டாக்குவது போல என் தொடரை வெளியிட்டு, என்னை நானே அசிங்கப்படுத்திக் கொள்வது எனக்கு நன்மையல்ல, என் இறந்தகால வாழ்க்கை இறந்தவையாகவே போகட்டும். இனி நடப்பது நன்மையாய் அமைய, கர்த்தர் எனக்கு துணை நிற்கிறார். தயவுசெய்து என் நிம்மதியைக் கெடுக்க வேண்டாம். இனி என் தொடரை பத்திரிகையில் வெளியிட வேண்டாம் என்று அன்புடன் கேட்டுக்கொள்கிறேன். என் தொடர் குறித்து என் வக்கீல் மூலமாக தங்களுக்கு தரப்பட்டுள்ள தகவல்களை திருப்பிக்கொடுத்துவிட வேண்டுகிறேன்.

இந்திய ஜனாதிபதியிடம் கருணை மனு அனுப்பிவிட்டு, நான் என் உயிரைக் காப்பாற்றிக் கொள்வதற்காகக் காத்திருக்கிறேன். Sir! இனி என் தொடரை நக்கீரனில் வெளியிடாமல் நிறுத்திக் கொள்ளவும். என் திடீர் மனமாற்றம் குறித்து வருத்தப்படவேண்டாம். நானும், என் மனைவி, குழந்தைகளும் நிம்மதியை விரும்புகிறோம். எங்கள் நிம்மதிக்காக தயவு செய்து இனி தொடர் வெளியிடாமல் இருக்கும்படி பணிவன்புடன் தங்களை கேட்டுக்கொள்கிறேன்.

-அன்புடன்
உங்கள் சகோதரன்,
ஆட்டோ சங்கர்.

சங்கர்தான் இதை எழுதியிருக்கிறானா என என்னால் நம்பவே முடியவில்லை. தொடரின் முதல் அத்தியாயம் வெளியானபோது, தொடர் மிகவும் அருமை எனக் குறிப்பிட்டு, அதிலிருந்த பைபிள் வாசகத்தையும் பாராட்டி எழுதி, அதுபோல வாரந்தோறும் பைபிள் வாசகம் இடம் பெறவேண்டும் என்ற தனது விருப்பத்தை வெளியிட்டு, சில வாசகங்களையும் எழுதி அனுப்பிய ஆட்டோ சங்கரா, இந்தக் கடிதத்தை எழுதியிருக்கிறான்? 'நான் தூக்கு மேடைக்குப் போனாலும் பரவாயில்லை. என்னுடன் உண்மைகளும் தூக்கிலேற்றப்பட்டுவிடக்கூடாது.

சாதாரண கௌரிசங்கராக இருந்த நான் ஆட்டோ சங்கராக மாறுவதற்கு காரணமாக இருந்த அரசியல்வாதிகள், அதிகாரிகள்,

காவல்துறையினர், பெரும்புள்ளிகள் ஆகியோரை அடையாளம் காட்டியே தீரவேண்டும். ஏனென்றால் என்னைப்போல இன்னொரு ஆட்டோ சங்கர் இந்த சமூகத்தில் உருவாகிவிடக்கூடாது' என்று நமக்கு எழுதியிருந்த சங்கரால் எப்படி திடீரென இது போன்ற ஒரு கடிதத்தை எழுத முடிந்தது?

தொடரில் இடம் பெறக்கூடிய அரசியல்வாதிகளையும், அதிகாரிகளையும், சினிமா நட்சத்திரங்களையும் எந்தெந்தப் பெயரில் குறிப்பிடவேண்டும் என ஒரு தேர்ந்த எழுத்தாளனைப்போல் எழுதி அனுப்பியவன், திடீரென தனது தொடரை வெளியிடக் கூடாது என்றும், தொடர் வெளியாவதால் தனக்கும் தன் குடும்பத்தினருக்கும் நிம்மதி பறிபோகிறது எனவும் கடிதம் எழுதுகிறான் என்றால், இதன் பின்னணியில் சிறைத்துறையினரின் கடுமையான மிரட்டல் நிச்சயமாக இருக்கும் என்பதை நான் உணர்ந்தேன்.

ஆட்டோ சங்கரிடமிருந்து வாங்கிய பவர் ஆஃப் அட்டர்னி போர்ஜரியானது என நமக்கு கடிதம் எழுதிய சிறைத்துறையினர், அடுத்த கட்ட நடவடிக்கையாக சங்கரே தனது தொடரை நிறுத்தச் சொல்வது போல் கடிதம் எழுதச் சொல்லி மிரட்டியிருக்கிறார்கள். அதன் விளைவுதான் சங்கர் எழுதியுள்ள இந்தக் கடிதம் என்பதை புரிந்துகொண்டு, இந்த மாபெரும் சவாலை முறியடிப்பதற்கான வழிமுறைகள் என்ன என்ற யோசனையில் மூழ்கினேன்.

அப்போது அட்வகேட் பெருமாள் லைனில் வந்தார்.

"அண்ணாச்சி... ஒரு Good News, டெல்லியிலிருந்து சீனியர் அட்வகேட் ரங்காவும், சுப்ரீம் கோர்ட் லாயர் சர்மாவும் எனக்குப் போன் செய்தாங்க. இரண்டு பேருமே சந்தோஷமான மூடில்தான் பேசினாங்க. என்ன விஷயம்னு கேட்டேன். உங்ககிட்டேதான் பேசணும்னு சொல்லி ஒரு நம்பர் கொடுத்திருக்காங்க. உடனே நீங்க டெல்லிக்கு காண்டாக்ட் பண்ணுங்க."

"சார்... இங்கே சிறைத்துறையிலிருந்து லெட்டர்மேலே லெட்டரா வந்துகிட்டிருக்கு. சுப்ரீம் கோர்ட்டைத்தான் நாம் நம்பியிருக்கோம். என்ன விஷயம்னுதான் சொல்லுங்களேன்."

"அண்ணாச்சி... உண்மையிலேயே அவங்க என்கிட்டே எதுவும் சொல்லலை. நீங்க உடனே டெல்லி நம்பருக்கு காண்டாக்ட் பண்ணுங்க."

அட்வகேட் பெருமாள் கொடுத்த நம்பரில் டெல்லியைத் தொடர்பு கொண்டேன். சீனியர் லாயர் ரங்கா லைனுக்கு வந்தார்.

அவர் குரலில் உற்சாகம் பொங்கிப் பெருகியது.

"Mr. Gopal... Don't worry. We got a landmark judgement, regarding press freedom. நக்கீரனால் இந்திய பத்திரிகையுலகத்திற்கே விடிவுகாலம் ஏற்பட்டுவிட்டதென்று இங்கேயிருக்கிற பத்திரிகையாளர்களெல்லாம் பாராட்டுகிறார்கள். We have done a great job.

சீனியர் அட்வகேட் ரங்கா உற்சாகப் பெருக்குடன் போனில் சொல்லிக் கொண்டிருந்த வார்த்தைகள் நம்மால் நம்பவே முடியாத அளவுக்கு ஆச்சரியத்தைக் கொடுத்தது. உடனே தம்பி காமராஜை அழைத்து, "தம்பி... success... இனி யாருக்கும் பயப்படத் தேவையில்லை" என்றேன். போர்ஜரி என்றும், பிளாக்மெயில் என்றும் கிரிமினல் குற்றம் சுமத்தி சிறைத்துறை எழுதிய கடிதங்களும், இனிமேல் தொடரைத் தொடரவேண்டாம் என்று ஆட்டோ சங்கர் நமக்கு எழுதிய அதிர்ச்சிக் கடிதம் எனத் தொடர் இடிகளால் நாம் கொடூரமாக தாக்கப்பட்டிருந்த நேரத்தில் இந்த வரலாற்று சிறப்புமிக்க தீர்ப்பு வெளியானது நமக்கு மிகப்பெரிய வெற்றியாக அமைந்தது. இந்தியப் பத்திரிகையுலகமே நக்கீரனுக்கு நன்றிக் கடன்பட்டது போல், அந்த மாபெரும் தீர்ப்பு அமைந்தது. அதிகார அம்புகளால் துளைத்தெடுக்கப்படும் பத்திரிகை சுதந்திரத்தை காக்கும் கவசமாக அந்த தீர்ப்பு வெளியானதால் பத்திரிகை சகோதரர்கள் அனைவருமே நக்கீரனைப் பாராட்டி Fax அனுப்பிக்கொண்டிருந்தனர். ஆனாலும் அப்போது நமது கைக்கு அந்த வரலாற்று சிறப்புமிக்கத் தீர்ப்பின் முழுவிபரம் கிடைக்கவில்லை. அதைப்பற்றி சீனியர் அட்வகேட்டிடம் வலியுறுத்தினேன்.

"சார்... அந்த ஜட்ஜ்மெண்ட் காப்பியை உடனே நமக்கு Fax பண்ணிடுங்க."

"கோபால்... அதற்குத்தான் ஏற்பாடு பண்ணிகிட்டிருக்கேன். It will take 5 or 6 hours. Evening Fax பண்ணிடுறேன்" என்று சொல்லி விட்டு நமது Fax Number-ஐ வாங்கிக்கொண்டார் சீனியர் அட்வகேட் ரங்கா.

அரசியல்வாதிகளும், ஆட்சியாளர்களும், அதிகாரிகளும் காலில் போட்டு நசுக்கிக் கொண்டிருந்த பத்திரிகை சுதந்திரத்தை மீட்க உதவும் வகையில் அந்த தீர்ப்பு வெளியானபோது நாடு முழுவதும் பரபரப்படைந்தது. இமயம் முதல் குமரி வரை உள்ள அனைத்து மொழி பத்திரிகை சகோதரர்களும் நிம்மதி பெருமூச்சுவிட்டனர்.

பைசா நகரத்து கோபுரம் போல் சாய்ந்து கொண்டிருந்த இந்திய ஜனநாயகத்தின் நான்காவது தூண் நிமிர்ந்து நின்றது.

வரலாற்றின் பக்கங்களில் இடம்பெற்ற அத்தீர்ப்பு வழக்கறிஞர் பட்டம் பெறும் மாணவர்களின் புத்தகங்களிலும் இடம்பெறத்தவறவில்லை. All India Reporter-1995 என்ற புத்தகத்தில் R.Rajagopalv.state of T.N. என்ற துணைத் தலைப்பில் 264-ம் பக்கம் முதல் 277-ம் பக்கம் வரை இத்தீர்ப்பு இடம்பெற்றுள்ளது. வழக்கறிஞர் பட்டம் பெறுவதற்காக தேர்வு எழுதும் மாணவர்கள் இந்த பக்கங்களை தவிர்க்கவே முடியாது என்கிற அளவுக்கு முக்கியத்துவம் வாய்ந்ததாக நக்கீரன் வழக்கில் வெளியான தீர்ப்பு அமைந்துள்ளது.

வழக்கறிஞர் பி.டி.சர்மாவின் வாதத்தை நன்கு ஆராய்ந்த நீதியரசர்கள் பி.பி.ஜீவன்ரெட்டியும், சுகாஸ். சி.சென்னும் 1994-ம் ஆண்டு அக்டோபர் 7-ந் தேதியன்று சுப்ரீம் கோர்ட்டில் வழங்கிய அந்த மகத்தான தீர்ப்பின் முக்கிய அம்சங்கள் இவை;

***முதிர்ந்த ஜனநாயக அமைப்பில் ஆட்சியிலிருப்போர், அரசு அதிகாரிகள் ஆகியோருக்கு விமர்சனங்களைத் தாங்கிக்கொள்கிற பக்குவம் வேண்டும். இத்தகைய விமர்சனங்களை தடைசெய்வதென்பது எந்த வகையிலும் ஏற்றுக்கொள்ளத் தக்கதன்று. அரசியலமைப்புச் சட்டமும் இதை ஆதரிக்கவில்லை.**

அலுவலக ரகசிய காப்புச் சட்டம் (Official Secret Act 1923) எந்த விதத்திலும் பத்திகையாளர்களைக் கட்டுப்படுத்தாது.

***மக்கள் பணியிலிருக்கும் அரசு அமைப்புகள், பிற நிறுவனங்கள் மீது எழும் விமர்சனங்களுக்கெதிராக போடப்படும் எவ்வித தடையும் மானநஷ்ட வழக்குகளும் ஏற்றுக்கொள்ளப்பட மாட்டாது.**

***ஒரு குறிப்பிட்ட செய்தியை அது வெளியாவதற்கு முன்னரே தடை செய்ய எவ்வித முகாந்திரமும் இல்லை. செய்தி வெளியீட்டிற்கப்பால், இது குறித்து தேவையானால் நடவடிக்கை எடுக்கலாமே தவிர, வெளியீட்டிற்கு முன்னரே தடைவிதிக்க இயலாது.**

அதேபோல், ஒரு மரண தண்டனை கைதியின் வாழ்க்கை சரித்திரத்தை, பத்திரிகையில் வெளியிடுவதை அரசோ, அலுவலர்களோ தடை செய்ய முடியாது.

தனிப்பட்ட எந்தவொரு மனிதரைக் குறித்து ரகசிய செய்திகளை அனுமதியின்றி வெளியிடக்கூடாதுதான். ஆயினும்

அத்தகைய நிகழ்வுகள் அரசின் பொதுவான ஆவணங்களில் குறிப்பிடப்பட்டிருந்தால் அவற்றைப் பிரசுரிக்க எவ்விதத் தடையுமில்லை.

மேலும் இத்தகைய செய்திகளைப் பிரசுரிக்க, குறிப்பிட்ட அந்த நபரின் ஒப்புதலோ, உத்தரவாதமோ தேவையில்லை.

ஒருவருடைய சுயசரிதம் வெளியாகும்போது அதனால் தாங்கள் பாதிக்கப்படலாம் என்று கருதும் அரசு அலுவலகர்கள் அந்த சுயசரிதம் பிரசுரமான பின்பே தகுந்த பரிகார நடவடிக்கைகளை மேற்கொள்ளலாம். மாறாக சுயசரிதம் பிரசுரிப்பதை அச்சுறுத்தி முன் கட்டுப்பாடுகளுடன் நிறுத்த முற்படக்கூடாது.

அரசு அலுவலர்களின் பொது நடத்தைப் பற்றியும், அலுவல் தொடர்பாகவும் எழும் விமர்சனங்களால் பாதிக்கப் பட்டதாகக் கூறி பரிகாரம் தேடமுடியாது. அந்த விமர்சனம் உண்மையற்ற சம்பவமாக இருந்தாலும், அரசு அலுவலர்கள் எவ்வித நடவடிக்கையும் எடுக்க முடியாது. பத்திரிகையில் வெளியானது உண்மைக்கு மாறானதாக இருந்தாலும்கூட அந்த விமர்சனத்தை எழுதும் முன்பு தான் தீவிர விசாரணை செய்ததையும் ஆவணங்களைத் திரட்டியதையும் பத்திரிகையாளன் நிரூபித்துவிட்டால் போதும்.

சுயசரிதம் எழுதும் மரண தண்டனைக் கைதி, தனது அந்தரங்கம் பாதிக்கப்படுவதாக புகார் செய்யாத பட்சத்தில் சிறைத்துறையும் அதிகாரிகளும் குறிப்பிட்ட அந்த பத்திரிகைக்கெதிராக எவ்வித நடவடிக்கையும் மேற்கொள்ள இயலாது.

"இத்தகைய முக்கியத்துவம் வாய்ந்த தீர்ப்புக்கு அடித்தளமிட்ட நக்கீரனின் புகழ் இமயத்திற்கு இணையாக உயர்ந்தது. சட்டக்கல்லூரி மாணவர்களின் பாடப்புத்தகமாக விளங்கும், ஜே.என்.பாண்டே என்பவர் எழுதிய, "Indian Constitutional Law' என்ற புத்தகத்தின் ஒன்பதாம் அத்தியாயத்தில் இந்த தீர்ப்பு விரிவாக விளக்கப்பட்டுள்ளது. R.Rajagopal V.State of T.N. என்ற துணைத்தலைப்பின் கீழ் பத்திரிகை சுதந்திரத்தின் மீது ஆட்சியாளர்களால் அடக்குமுறையை ஏவ முடியாது என்பதை விளக்கி, இத்தீர்ப்பின் முக்கிய அம்சங்கள் வெளியிடப்பட்டுள்ளன. சட்டக்கல்லூரி மாணவர்களின் கட்டாய பாடங்களில் ஒன்றாக நக்கீரன் பெற்றுத்தந்த மகத்தான தீர்ப்பும் இடம் பிடித்துள்ளது.

சட்டமேதைகளும் இத்தீர்ப்பினை பாராட்டத் தவறவில்லை. இந்தியன் எக்ஸ்பிரஸின் புகழ் பெற்ற கட்டுரையாளரான சோலம் சொராப்ஜி இத்தீர்ப்பை விளக்கி மிக நீண்ட கட்டுரை ஒன்றை எழுதினார். நக்கீரனால் பத்திரிகையுலகத்திற்கு கிடைத்த வெற்றி என்று அக்கட்டுரையில் குறிப்பிட்டார்.

சென்னையிலிருந்து வெளியாகும் புகழ்பெற்ற ஆங்கில இதழான Front Line இதழில், "Landmark Judgement" என்ற தலைப்பில் மிகப்பெரிய கட்டுரை வெளியிடப்பட்டது.

டெல்லி, பம்பாய் கல்கத்தா, பெங்களூர் போன்ற இடங்களிலிருந்து வெளியாகும் அனைத்து ஆங்கில நாளேடுகளிலும் இத்தீர்ப்பு குறித்த தலையங்கம் எழுதப்பட்டது. ஆங்கில வாரஏடுகள் அனைத்திலும் இத்தீர்ப்பு பற்றிய கட்டுரைகள் வெளியிடப்பட்டன. போர்முனையில் ஆயுதங்களால் தாக்கப்படுவதுபோல் பாதிக்கப்பட்டிருக்கும் இந்திய பத்திரிகையுலகத்திற்கு நக்கீரன் ஒரு கவசத்தைப் பெற்றுத் தந்துள்ளது என எல்லா ஏடுகளும் புகழ்ந்தன.

எந்தவொரு பத்திரிகையின் மீது யார் வழக்கு தொடர்ந்தாலும், நக்கீரன் வாங்கித் தந்துள்ள மகத்தான தீர்ப்பை அடிப்படையாகவும் முன்னுதாரணமாகவும் வைத்துதான் வாதிடவேண்டும் என்கிற அளவுக்கு இத்தீர்ப்பு முக்கியத்துவம் பெற்றுவிட்டது.

Rajagopal V State of T.N.(1994) 6 Sec.632 தீர்ப்பின் வலிமையைச் சுட்டிக்காட்டி, கல்கத்தா உயர்நீதிமன்ற முன்னாள் நீதிபதியும் யூனியன் லா கமிஷன் முன்னாள் உறுப்பினரும், பத்மபூஷன் விருதுபெற்றவருமான ஆச்சார்ய டாக்டர் துர்காதாஸ்பாசு, தான் எழுதிய "Law of the Press" என்ற புத்தகத்தின் மூன்றாவது பதிப்பின் சிறப்பு முன்னுரையிலேயே.

"இந்த நூலின் மூன்றாவது பதிப்பு அச்சு சம்பந்தப்பட்ட விஷயங்களால் மிகவும் காலதாமதமாக வந்தாலும், இந்தக் காலதாமதமே 'ராஜகோபால் V தமிழக அரசு' வழக்கின் வரலாற்றுச் சிறப்புமிக்க தீர்ப்பை இந்நூலில் கொண்டுவரக் காரணமாகி உள்ளது" -என்றும் குறிப்பிட்டுள்ளார்.

பத்திரிகை நண்பர்கள் பலரும் பாராட்டுக்கடித மழையால் நம்மை நனைத்து இதயத்தை குளிர்வித்துக் கொண்டிருந்தனர். அந்த சந்தோஷமான நிமிடங்களில் நாம் சற்று ரிலாக்ஸாக இருந்த நேரத்தில் சிறைத்துறை முத்திரையுடன் மற்றொரு கடிதம் வந்தது. எனது முகவரியிட்டு ஆட்டோ சங்கர் எழுதியிருந்தான்.

அன்புள்ள ஆசிரியர் அவர்களுக்கு, அன்பான வணக்கங்கள்,

நான் 30-5-94 தேதியிட்ட Power of Attorney-ல் என் Sign போட்டு சிறை அதிகாரிகளுக்கு தெரியாமல் அனுப்பினேன் அல்லவா! தமிழிலும் ஆங்கிலத்திலும் 3 பக்கம் அனுப்பியிருந்தேன் அல்லவா! அதை Mr.காமராஜ் அவர்களிடம் என் மனைவி கொடுத்து உங்களிடம் அது வந்து சேர்ந்திருக் கிறது. அதை ஜெராக்ஸ் எடுத்து, தேதி விவரங்களுடன் நீங்கள் ஐ.ஜிக்கு அனுப்பியுள்ளீர்கள். அதை ஐ.ஜி.இங்குள்ள சிறை அதிகாரிகளுக்கு அனுப்பி, "சங்கர் எப்படி சிறை நிர்வாகிகளுக்கு தெரியாமல் Power of Attorney-ல் Sign போட்டு அனுப்பினான்? என்ன நிர்வாகம் செய்கிறீர்கள்?" என்று I.T.B. action-படி மெமோ கொடுத்திருக்கிறார்கள். அதிகாரிகள் ஞாயிறு காலை என்னை அழைத்து இவ்விவரங்களை என்னிடம் சொல்லி என்னை விசாரித்தார்கள். பின்பு, "நான் 30-5-94 அன்று எந்த அனுமதி பத்திரமும் எழுதி என் Sign போடவில்லை" என்று எழுதித் தரும்படி மிரட்டி சித்ரவதை செய்தார்கள். நான் வேதனை தாங்க முடியாமல் துடித்தேன். நாலே நாலு வரி எழுதினால் போதும் என்று சொல்லிவிட்டு அதையும் அவர்களே எழுதிக் கொடுத்தார்கள். அதைப் பார்த்து நான் எழுதினேன். இங்குள்ள அதிகாரிகள் இப்போது என் மீதும் உங்கள் மீதும் கோபமாக இருக்கிறார்கள். அடிஷனல் சூப்பிரண்டெண்ட் ராமச்சந்திரன் உங்களையும் சகோதரர் காமராஜையும் ரொம்பத் திட்டினார். அவரைப் பற்றிய விவரங்களை விளக்கமாக பிறகு எழுதுகிறேன். ஏதேனும் எனக்கு தகவல் தெரிவிக்க வேண்டுமென்றால் முன்பு சொன்ன ரவி பெயருக்கு எழுதவும். மறந்துவிடாமல் உங்கள் விலாசம் எதுவும் எழுதாமல் K.Rai, Ooty என்று மட்டும் குறிப்பிடவும்.

அன்புடன்

ஆட்டோ சங்கர்,

அணுகுண்டாக இருக்குமோ என்று நினைத்திருந்த வேளையில் மலர்க்கொத்து போல் கைகளில் இருந்தது அந்தக் கடிதம்.

Power of Attorney-ல் கையெழுத்து போடவில்லை என்று சங்கரை சிறைத்துறை அதிகாரிகள் மிரட்டி சித்ரவதை செய்துதான் கடிதம் எழுதச் சொல்லியிருக்கிறார்கள் என்பதை அறிந்தபோது இதயத்தில் திருப்தி ஏற்பட்டது.

அந்த திருப்தி ஏற்பட்ட சில நிமிடங்களிலேயே ஃபோன் மணி ஒலித்தது. நம்மீது அதிக மதிப்பு வைத்திருந்த சிறைத்துறை காவலர் ஒருவர்தான் பேசினார்.

"இங்கே சங்கரை கொலை பண்ணுறதுக்காக புதுசா ஒரு பயங்கர திட்டம் போட்டிருக்காங்க..."

"ஹலோ... ஹலோ..."

திடீரென போன் லைன் கட்டாகிவிட்டது. ம   ம் போன் வரும் என எதிர்பார்த்திருந்தேன். நெடுநேரம்   போன் வராததால் குழப்பமடைந்தேன். என்னவாக இருக்கும்!   துறை காவலர் ஒருவர் திடுதிப்பென போன் செய்து, சங்கரை கொல்ல புதிய முயற்சி நடக்கிறது என்று சொல்கிறார் என்றால்... அதில் உண்மையில்லாமல் இருக்காது. அதுவும் அவர் நம் மீது மதிப்பும் மரியாதையும் கொண்டிருப்பவர், எவ்வளவு பெரிய மனிதர்கள் சம்பந்தப்பட்ட உண்மைகளானாலும் நக்கீரன் துணிந்து வெளியிடும் என்று, தனது சக ஊழியர்களிடம் பாராட்டிப் பேசக்கூடியவர்- என்று சிறைத்துறை வட்டாரத்தில் சொல்வார்கள்.

அப்படிப்பட்டவர் நமக்கு போன் செய்து சங்கருக்கு ஆபத்து என்று தெரிவித்ததை அலட்சியமாக ஒதுக்கிவிட முடியவில்லை. சட்டரீதியாக வரலாற்று சிறப்பு மிக்கத் தீர்ப்பைப் பெற்று, மரண வாக்குமூலம் தொடருக்கு எவ்வித தடையும் ஏற்படாத வகையில் பாதுகாப்பினைப் பெற்று, இந்திய பத்திரிகையுலகத்திற்கே முன்னோடியாகவும், பாதுகாப்பு கவசமாகவும் பெயரெடுத்துள்ளநிலையில், சிறைத்துறையினர் வேறு ரூட்டில் நம்மை பழிதீர்ப்பதற்காகத்தான் ஆட்டோசங்கர் மீது பாய்கிறார்கள் என்பது மட்டும் புரிந்தது.

அதைப்பற்றிய ஆழ்ந்த யோசனையில் இருந்தபோது, ஆட்டோ சங்கரிடமிருந்து ஒரு கடிதம் வந்தது. அதன் கவர்கூட வித்தியாசமாக இருந்தது. ராணி வார இதழில் வெளியான ஒரு கதைக்கு ஒரு முடிவின் தொடக்கம்' என தலைப்பிடப்பட்டிருந்தது. அதை மட்டும் 'கட்' செய்து கையகல அளவுக்கு ஒரு கவர்செய்து, அதற்குள் வேறு ஒரு பேப்பரில் கடிதம் எழுதி அனுப்பியிருந்தான். அதனை மிகவும் கவனமாகப் பிரித்து கடிதத்தை வாசிக்கத் தொடங்கினேன். சின்ன பிட் பேப்பரில் எழுதப்பட்டிருந்த வாசகங்களில் மிகப் பெரிய அதிர்ச்சி இருந்தது.

அன்பு சகோதரர் காமராஜ், அன்பு நண்பர் சந்துரு அறிவது-

சிறைத்துறையினரின் செயல்பாடுகள் மிகவும் பயங்கரமானவையாக இருக்கின்றன. "கடந்த 23-8-94 முதல் ஆட்டோ சங்கர் என்ற தூக்குத்தண்டனை கைதி, மனநிலை சரியில்லாமல் இருப்பதால் அவரை மிகவும் உஷாராக கண்காணித்து, அவரிடம் எச்சரிக்கையுடன் இருக்க காவலர்களுக்கும் தலைமைக் காவலர்களுக்கும் இந்த அறிக்கையை வெளியிடுகிறோம்" என்று போர்டு எழுதி சிறை வாசலில் மெயின் கேட்டில் வைத்துள்ளார்கள். நான் என்ன மெண்டலா, எனக்குப் பைத்தியமா? ஏன் என்னை அதிகாரிகள் இப்படி துன்புறுத்துகிறார்கள்

என புரியவில்லை. மற்றவை நேரில்.

தங்கள் அன்பு சகோதரர்
ஆட்டோ சங்கர்.

-கடிதத்தைப் படித்து முடித்ததும் நாம் அதிர்ச்சியடைந்தோம். சிறைத்துறை காவலர் நமக்கு போன் செய்தது இதற்காகத்தான் என்பது புரிந்தது. சிறைத்துறை அதிகாரிகளுக்கு சுப்ரீம் கோர்ட் கொடுத்த சவுக்கடியை தாங்க முடியாமல், அந்த கோபத்தை ஆட்டோ சங்கர் மீது காட்டத் தொடங்கியிருக்கிறார்கள் என்பது புரிந்தது. அவனை மனநோயாளியாக சித்தரித்து அதன்மூலம் அவனைத் தனிமைப்படுத்தி, ஒருகட்டத்தில் அவனுக்கு பைத்தியம் முற்றிவிட்டதாக கதைகட்டி, அவனது கதையை முடிக்க தீர்மானித்திருந்தார்கள்.

கடிதத்தைப் படித்த பின் தம்பி காமராஜை அழைத்தேன். அவரிடமும் கடிதத்தைப் படித்துக் காட்டிவிட்டு "தம்பி... ஏதோ ஒரு விபரீதம் நடக்கப் போகுது. அதற்காகத்தான் இந்த மாதிரி போர்டு வைத்திருக்காங்க. நீங்க உடனே சேலத்துக்கு கிளம்புங்க. புறப்படும் போது, சுப்ரீம்கோர்ட்டில் நமக்கு கொடுத்த ஜட்ஜ்மெண்ட் பற்றி பத்திரிகைகளில் வந்த கட்டிங்குகளை எடுத்துக்குங்க. அதை சிறைத்துறை அதிகாரிகள்கிட்டே காட்டுங்க. சேலத்திலிருந்து எனக்கு போன் பண்ணுங்க" என்றேன். தம்பி காமராஜ் சேலத்திற்குப் புறப்பட்டார்.

சேலம் சென்ற தம்பி அந்த காட்சியைப் பார்த்து அதிர்ச்சியடைந்தார். கடிதத்தில் சங்கர் குறிப்பிட்டது போன்றே அவனை மனநோயாளியாக சித்தரிக்கும் போர்டு மெயின்கேட்டிலேயே வைக்கப்பட்டிருந்தது. சிறைத்துறை அதிகாரிகள் இவ்வளவு கல்நெஞ்சக்காரர்களாகவா இருப்பார்கள் என்ற வேதனையுடன் உள்ளே சென்றார் தம்பி.

ஜெயில் சூப்பிரண்டெண்டை சந்தித்தார்.

"நான் ஆட்டோ சங்கரைப் பார்க்கணும்."

"ஸாரி... முடியாது."

"ஏன்?"

"மெயின்கேட்டிலேயே போர்டு வைத்திருக்கிறோமே பார்க்கலயா? அவனுக்கு மனநிலை சரியில்லை!"

"பொய் சொல்றீங்க... அவன் நல்லாத்தான் இருக்கிறான். எங்களுக்குத் தெளிவா லெட்டர் எழுதியிருக்கான்."

"அவனை பார்க்க அனுமதிக்க முடியாது. நீங்க அவனை

சந்திச்சீங்கன்னா உங்க பத்திரிகையிலே எங்க டிபார்ட்மெண்ட்டைப் பற்றி அசிங்கமா எழுதுவீங்க."

"உண்மைகள் வெளியாவதை உங்களால தடுக்க முடியாது. சுப்ரீம்கோர்ட்டே சொல்லிடுச்சு. ஐட்ஜ்மெண்ட்டைப் பார்த்தீங்களா?" -கையோடு எடுத்துச் சென்றிருந்த பத்திரிகை கட்டிங்குகளைக் காட்டினார் தம்பி.

"இதையெல்லாம் காட்டினாலும் அனுமதிக்க முடியாது." "சூப்பிரண்டெண்ட் பிடிவாதமாக சொன்னதும் சிறையிலிருந்து வெளியே வந்த தம்பி காமராஜ் எனக்கு போன்செய்தார்.

"அண்ணே... ஜெயில் வாசலில் போர்டு எழுதி வைத்திருப்பது உண்மைதான். சூப்பிரண்டெண்ட் ரொம்ப ரஃப்பா நடத்துக்கிறாரு. சங்கரைப் பார்க்க அனுமதிக்க மாட்டேன்னு சொல்றாரு."

"தம்பி... ஒரு நாள் டிலே ஆனாலும் பரவாயில்லை. நீங்க எப்படியும் ஆட்டோ சங்கரைப் பார்த்துட்டு வந்திடுங்க. அனுமதி கொடுக்க மறுத்தால்... சட்டரீதியான பிரச்சனைகளை சந்திக்கவேண்டியிருக்கும்னு சொல்லிடுங்க."

மறுநாளும் சூப்பிரண்டெண்ட்டை சந்தித்தார் தம்பி. இருவருக்குமிடையே கடும் வாக்குவாதம் நடந்தது. இறுதியில், அனுமதி கிடைத்தது. சங்கரை சந்தித்தார் தம்பி காமராஜ், அவரை கண்டதும் சங்கர் வேதனையுடன் சொன்னான்.

"சுப்ரீம் கோர்ட் இந்த ஐட்ஜ்மெண்ட்டை கொடுத்ததும்தான், ஜெயில் அதிகாரிகள் இந்த போர்டு வைத்திருக்காங்க. என்னை எந்த வழியிலாவது தீர்த்துக் கட்டிடணும்னு இங்கே உள்ள அதிகாரிங்க திட்டம் தீட்டியிருக்காங்க."

"சங்கர்... நீ எதற்கும் பயப்படவேண்டாம். நக்கீரனுக்கு கிடைச்சிருக்கிறது மிகப்பெரிய தீர்ப்பு. அதனாலதான் அதிகாரிகள் இப்படி வெறிபிடித்து நடந்துக்குறாங்க. இனிமேல் அவங்களாலே ஒன்றும் செய்ய முடியாது. கவலைப்படவேண்டாம்'' என தெரிவித்துவிட்டு வெளியே வந்த தம்பி காமராஜ் எனக்கு போன் செய்தார்.

"அண்ணே... சங்கரைப் பார்த்துட்டேன். என்னைப் பார்த்ததும் தைரியமாயிட்டான். மெயின்கேட் வாசலில் இன்னமும் அந்த போர்டு இருக்கு."

"சரிங்க தம்பி... நீங்க புறப்பட்டு வந்திடுங்க."

தம்பி காமராஜிடம் பேசி முடித்தபின், சிறையில் வைத்திருக்கும் போர்டு பற்றி ஆளுநர் முதல் ஜனாதிபதிவரை

அனைவருக்கும் தந்தி கொடுத்தோம். எல்லோருக்கும் தந்தி கொடுத்துக் கொண்டிருந்தபோதுதான்,

சிறைத்துறையிலிருந்து வந்த அந்தக் கடிதம் மிகுந்த ஆச்சரியத்தை அளித்தது. இவ்வளவு சீக்கிரமாக இப்படியொரு கடிதம் வரும் என்று எதிர்பார்க்கவில்லை. கடிதத்தைப் பார்த்தவுடன் தம்பி காமராஜை அழைத்து விவரத்தைச் சொன்னேன். அவர் முகத்தில் சந்தோஷம் மின்னியது. இத்தனை நாட்களாக எதற்காக முயற்சித்தோமோ, எந்தத் தடைகளை நொறுக்க வேண்டும் என்று பாடுபட்டோமோ அந்தத் தடைகளெல்லாம் பனித்துளி போல் கரைந்து கொண்டிருந்தது. நமது அட்வகேட் பெருமாளுக்கு போன் செய்து, கடிதத்திலிருந்த விவரத்தை தெரிவித்து உடனடியாக அலுவலகத்திற்கு வரச்சொன்னேன். அலுவலகத்திலிருந்த தம்பிகள் அனைவரையும் அழைத்தேன். நான் மிகவும் உற்சாகமாக இருப்பதைப் பார்த்து தம்பிகளுக்கு ஆச்சரியம். ஆட்டோ சங்கர் தொடர் பற்றிய விளம்பரம் வெளியான நாளிலிருந்தே நாம் நெருப்பாற்றில்தான் நீந்திவந்தோம். எதிர்பாராத சோதனைகள், மலை போன்ற தடைகள் என ஏராளமான இடர்பாடுகளை ஒவ்வொரு வாரமும் கடந்துதான் தொடரை வெளியிட முடிந்தது. இனி அந்த சங்கடங்கள் இல்லை என்பதை வெளிப்படுத்தும் விதமாக சிறைத்துறையிலிருந்து கடிதம் வந்திருந்தது. அதனால் ஏற்பட்ட மகிழ்ச்சியை பகிர்ந்துகொள்வதற்காகத்தான் தம்பிகளை அழைத்திருந்தேன்.

சுப்ரீம் கோர்ட் கொடுத்த மகத்தான தீர்ப்புக்கு பிறகு, மரண வாக்குமூலம் தொடரை எதுவும் செய்ய இயலாது என்பதை புரிந்துகொண்ட சிறைத்துறை அதிகாரிகள் நம்மிடம் காம்ப்ரமைஸ் செய்துகொள்ளும் விதமாக அந்தக் கடிதத்தை எழுதியிருந்தனர். அவர்கள் சொல்ல வந்ததை நேரடியாக சொல்லாமல் ஆட்டோசங்கர் சொல்வதுபோல் அவன் கைப்பட ஒரு கடிதம் எழுதி அதனைத் தங்கள் கடிதத்துடன் இணைத்து அனுப்பியிருந்தனர்.

ஐயா,

பொருள் : *மத்திய சிறை சேலம்- மரண தண்டனை, சிறைவாசி எண்:2841, சங்கர் என்ற கௌரிசங்கர் அனுப்பிய கடிதம் குறித்து.*

பார்வை : *மரணதண்டனை சிறைவாசி எண்:2841 சங்கர் என்ற கௌரிசங்கர் கடிதம் நாள் : 24-6-94*

பார்வையில் காணும் மரணதண்டனை சிறைவாசி சங்கர்

என்ற கௌரிசங்கர் தங்களுக்கு முகவரியிட்டு எழுதிய 24-6-94-ம் தேதியிட்ட கடிதம் தக்க நடவடிக்கைக்காக இத்துடன் இணைத்து அனுப்பப்படுகிறது.

ரெ.வெங்கடேசன்,
சிறைத்துறை தலைவருக்காக.

இணைப்பு : 1

-சிறைத்துறையினர் அனுப்பிய அந்த கடிதத்துடன் சங்கரின் கடிதமும் இணைக்கப்பட்டிருந்தது.

Praise the Lord *24-6-94 வெள்ளி காலை 11 மணி,* **To :** *நக்கீரன் ஆசிரியர் மற்றும் இணை ஆசிரியர் அவர்கள்.* **From : T.G.Sankar Ct:2841, Central Prison, Salem-636007.**

மதிப்பிற்குரிய நக்கீரன் ஆசிரியர் மற்றும் இணை ஆசிரியர் அவர்களுக்கு அன்புடன் உங்கள் AutoSankar எழுதும் கடிதம். தங்கள் வார இதழில் என் தொடரை வெளியிடுவதில் சிறைத்துறை பற்றியோ, சிறை நிர்வாகம் பற்றியோ ஏதும் எழுத வேண்டாமென அன்புடன் தெரிவித்துக் கொள்கிறேன். என் வக்கீலும் நண்பருமான Mr.சந்துரு மூலமாக என் வாழ்க்கைத் தொடரில் நான் எழுதியுள்ள விபரங்களையும் குற்றப்பத்திரிகையில் போலீஸ் என் மீது சுமத்திய குற்றவிபரங்கள், குறுக்கு விசாரணையில் என் சார்பாக வாதாடிய A.நடராஜன் வக்கீல் அவர்களின் குறுக்கு விசாரணைக் கேள்விகள், பொய்சாட்சிகளின் பதில்கள் இவற்றுடன் எனது வாழ்க்கைத் தொடர் அரசியல், காவல்துறை யாவும் எழுதிக்கொள்வோம். சிறைத்துறை பற்றி மட்டும் ஏதும் தொடரில் எழுத வேண்டாம். சிறைத்துறை பற்றியும் சில (சிறை) அதிகாரிகள் பற்றியும் 1990, 1991, 1992, 1993 ஆகிய வருடங்களில் நான் என் வக்கீலுக்கு கடிதங்கள் மூலம் தகவல் அனுப்பி (சிறை அதிகாரிகளுக்கு தெரியாமல்) உள்ளேன். அதைப் பற்றி எல்லாம் பத்திரிகையில் தயவு செய்து வெளியிட வேண்டாம். என் வக்கீல் சந்துரு அத்தகவல்களை தங்களிடம் கொடுத்திருந்தாலும்கூட தாங்கள் அவற்றை வெளியிடக்கூடாது என்று அன்புடன் இக்கடிதம் மூலம் தெரிவித்துக் கொள்கிறேன். மேலும் அரசியல்வாதிகள், காவல்துறை அதிகாரிகளால் என் மனைவி குழந்தைகளுக்கு எவ்வித தீங்கும் நேராமல் தாங்களும், சந்துருவும் என் குடும்பத்துக்கு பாதுகாப்பு அளிக்க வேண்டியது தங்கள் இருவரின் கடமையாகும் என்பதையும் அன்புடன் தெரிவித்துக்கொள்கிறேன்.

என்றும் அன்புடனும் நன்றியுடனும் உள்ள சகோதரன்
Auto sankar (a) T.Gowrisankar

சங்கரின் கடிதம் மூலமாக சிறைத்துறையினர் நமக்கு சொல்ல வந்தது இதுதான்; தொடரை வெளியிட்டுக் கொள்ளுங்கள். ஆனால் எங்களைப் பற்றிய ரகசியங்களை மட்டும் அம்பலப்படுத்தி

விடாதீர்கள். இதுதான் அவர்கள் சொல்ல விரும்பியது.

பவர் ஆஃப் அட்டர்னி ஃபோர்ஜரி என்றும், தொடர்மூலம் பிளாக்மெயில் செய்வதாகவும் நம்மீது கிரிமினல் குற்றம் சுமத்தி வழக்கை சந்திக்க வேண்டியிருக்கும் என்று மிரட்டிப் பார்த்த அதே சிறைத்துறையினர்தான் இப்படி ஒரு வேண்டுகோள் கடிதத்தை ஆட்டோ சங்கர் மூலம் தாழ்மையுடன் எழுதியிருந்தனர். வரலாற்றுச் சிறப்பு மிக்கத்தீர்ப்பு ஏற்படுத்தியிருந்த விளைவு இது.

ஏறத்தாழ 5 ஆண்டுகாலம் போராடி, தகவல்களை சேகரித்து, ஆட்டோ சங்கரை எழுத சம்மதிக்க வைத்து, ஜெயலலிதா அரசாங்கமும், காவல்துறை மற்றும் சிறைத்துறை அதிகாரிகளும் ஒவ்வொரு கட்டத்திலும் ஏற்படுத்திய தடைகளை நொறுக்கி, இந்திய பத்திரிகையுலகமே சுதந்திரக்காற்றை சுவாசிக்கும் வகையில் மகத்தான தீர்ப்பை பெற்று, இறுதியாக சிறைத்துறை அதிகாரிகளும் பணிவான வேண்டுகோளை வைக்கக்கூடிய அளவுக்கு மாபெரும் சாதனை தொடராக அமைந்தது ஆட்டோ சங்கரின் மரண வாக்குமூலம் தொடர்.

உச்சநீதிமன்றத்தின் மகத்தான தீர்ப்பினால் தடைகளை தகர்த்தெறிந்து வெளியான அந்தத் தொடர்தான் இப்போது புத்தகமாக வெளியாகியுள்ளது. வழக்கம் போல தங்களின் மேலான ஆதரவை இரண்டாம் பதிப்பாக வெளியாகும் இந்நூலுக்கும் வழங்கிட அன்புடன் வேண்டுகிறேன்.

1

நக்கீரனோட லட்சக்கணக்கான வாசக சகோதர சகோதரிகளுக்கு என் வணக்கம்!

உங்கள்ல யாராவது முகம் சுளிக்கலாம்...

'கேவலம் கைதி! பெரிய மகாத்மா மாதிரி சுயசரிதை எழுத வந்துட்டான்'னு கோபப்படலாம்!

ஒப்புக்கொள்கிறேன்... நான் மகாத்மா இல்லை... தூக்குதண்டனை கைதிதான்!

ஆட்டோ சங்கர்ன்னு சொன்னதும் ஆறு கொலை பண்ணினவன்னுதான் எல்லாருக்கும் ஞாபகம் வரும். தாஜ்மகாலைக்கூட 'உலகத்தின் அதிசயம்'ன்னுதான் எல்லாரும் சொல்றாங்களே தவிர, 'உலகத்தின் சோகம்'னு யாரு சொல்றாங்க?

ஆறு கொலைகளைச் செய்து பிணங்களைப் புதைக்க வீட்டு சுவத்தையே கல்லறையா மாத்தினவன். கள்ளச்சாராய வியாபாரி... பெண்களை வச்சு 'மாமா' பிசினஸ் பண்ணியவன்... இதெல்லாம்தானே என்னைப்பத்தி நீங்க தெரிஞ்சுக்கிட்டிருக்கிற விஷயங்கள்? இதுமட்டும்தானா நான்? இந்தப் புகார்களிலே சொல்லப்பட்டது பூரா உண்மைதானா? மொத்தக் குற்றங்களுக்கும் நான் மட்டும்தான் பொறுப்பா? நான் ஒரு ரத்தவெறி பிடிச்ச மனித மிருகமா?

கோர்ட்டும், போலீசும், பத்திரிகைகளும் ஏன் மொத்த ஊரும் என்னை ஒரு காட்டுமிராண்டியாகவே தீர்மானிச்சு அருவருப்பா ஒதுக்கிடுச்சு. இப்ப ஒரு தனிமரமா- மொட்டை மரமா- இந்த ஆட்டோ சங்கர், யாருமற்றவனா... கைதி நம்பர் 2841 ஆக சேலம் ஜெயில்லே அடைபட்டிருக்கேன்.

எனக்குத் தூக்கம் வரல. எப்படி வரும்? நாளைக்கு சுப்ரீம்கோர்ட் தீர்ப்பு. என்ன சொல்லப்போறாங்களோ தெரியல. ஒரு வாரமாவே தூக்கமில்லை. சாப்பிடவும் இல்லை. ரெண்டு மூன்று நாளாகவே வயிற்றுப்போக்குவேறு!

இப்ப ரெண்டு மணியிருக்குமா? மூன்றா! இந்த

செல்லுக்குள்ளே ராத்திரியும் கிடையாது. பகலும் கிடையாது. மங்கலான வெளிச்சம்தான் எப்பவும்.

யாரோ நடந்து வர்ற சத்தம் கேட்டது. மூச்சுவிட்டாலே சத்தம் கேட்கும்... நடந்து வந்தா கேட்காதா என்ன? "2841"

நிமிர்ந்து பார்க்கிறேன். ஜெயில் வார்டன்.

"ஐயா"

"காலையிலிருந்து சாப்பிடலையாமே....?"

"ப... பசிக்கல சார்..."

கிட்ட நெருங்கி வந்து உட்கார்ந்தார். பசிக்காமல் போனதுக்கான காரணத்தை அனுதாபமா கேட்டார்! என்னத்தைச் சொல்வது? 'கொஞ்சம் உடம்பு சரியில்லை சார்'ன்னேன். பதறிப்போனார். உடம்புக்கு என்ன... ஏதுன்னு குடைஞ்சு எடுத்தாரு. ஏன் முதலில் சொல்லலைன்னு உரிமையா கண்டிச்சாரு... "காய்ச்சலா? எங்கேயாவது வலியா சங்கர்?"

எல்லா வலியும் இதயத்திலேதான் சார்ன்னு சொல்லலாமா?

உனக்கு இதயம்கூட இருக்குதான்னு கேட்பாரோ? என்னை இரக்கமா ஊடுருவி பார்த்தார்.

"ஒன்றும் கவலைப்படாதே சங்கர். வேணும்னா பாரு... தூக்கு தண்டனைய அவங்க கேன்சல் பண்ணி ஆயுளாக்கிவிடுவாங்க!"

என் கண்ணுலே சின்னதா நம்பிக்கை வெளிச்சம்.

"நிஜமாவா சார் சொல்றீங்க?"

"நிஜமாதான் சொல்றேன்... ஹைகோர்ட்டிலே தூக்கு தண்டனை கொடுத்த எத்தனையோ கேஸ் அங்கே ஆயுள் தண்டனையா குறைஞ்சிருக்கு. ஏன், விடுதலையே கூட ஆகியிருக்கு! இதுக்கு பயந்துகிட்டா பட்டினி கிடக்கிறே..., சாப்பிடுப்பா!"

இன்னும் நம்பிக்கை ஏற்படுத்தும் விதமா என்னென்னவோ சொன்னார். ஆனாலும் எனக்குச் சாப்பிட பிடிக்கவில்லை. பசிக்கலை!

பைபிளைப் புரட்டினேன். மனசுக்குள்ளாற சங்கடம் வந்து உட்கார்றப்ப எல்லாம் பைபிள்தான்.

என்னைப் பொறுத்த வரைக்கும் மனக்காயங்களுக்கு அது ஒரு சைபால் மாதிரி. விவிலியத்திலே எல்லா பக்கங்களும் அற்புதம்ன்னாலும் நான் விசேஷ ஆர்வம் காட்டுற சில இடங்கள் உண்டு.

ஏன் விருப்பம் காட்டறேன்னு தெரியலை. கடவுளுக்கே வெளிச்சம்.

ஏசு நாதரோட பிரசங்கம் கேட்க பெருவாரியான ஜனங்க வாராங்க. அந்த கூட்டத்துக்கு ஒரு விலைமாதும் வரா.

மக்கள் ஆத்திரமாகி அவளைத் தாக்கப்போறாங்க. 'புனிதமான

இடத்து'க்குக் கேவலம் இவ வரதாவது?'

யேசுநாதர் உடனே கூட்டத்தைப் பார்த்து சொல்றார். 'இவளை கல்லாலும், கட்டைகளாலும் அடியுங்கள்... உங்களில் யோக்கியர் முதல் கல்லை வீசுங்கள்!'

கூட்டம் வீசலை.

இந்தக் கதை எனக்கு ஏன் பிடிச்சுதுன்னு எனக்கே தெரியலை.

பெருமாள், ஐயப்பன், பழனிச்சாமி இன்னும் சிறைத் தோழர்கள் எல்லாரும் வேலைக்குக் கிளம்பற சலசலப்பு சன்னமா கேட்குது. ஜெயிலுக்குள்ளேயே கைதிங்க எல்லாருக்கும் வேலை உண்டு. எனக்குக் கிடையாது. Condemend Prisonerன்றதாலே வேலை பார்க்க வேணாம். சுதந்திரமா நடமாடக்கூட முடியாது. அவங்க பக்கம் போய் எட்டிப்பார்க்கக்கூட முடியாது. இது ஒரு மாதிரி நரக வேதனை. ஒரே சமயத்திலே ரெண்டு ஜெயில் தண்டனைன்னு கூட சொல்லலாம்.

மறுநாளும் சாப்பாட்டை மறுக்க வார்டன் விநோதமாய்ப் பார்த்தார்.

"உண்ணாவிரதம் எதுவும் இருக்கியா?"ன்னு கேட்டார். தூக்கி வாரிப்போட்டுச்சு எனக்கு.

சாப்பிடாம இருக்கிறதுக்குப் பேரு உண்ணாவிரதம்தான். இருந்தாலும் ஜெயில்லே அதை உண்ணாவிரதம்ன்னு சொல்லிக் கக்கூடாது. சொன்னா தொலைஞ்சோம். அப்புறம் என்னவெல்லாம் விளைவுகளைச் சந்திக்க வேண்டி வரும்ன்னு பின்னால சொல்றேன். சோத்தை அவசரமா கேட்டு வாங்கினேன்.

பசி லேசா வயித்தைக் கிள்ள ஆரம்பிச்சது. ஆறி அவலாப் போயிருந்த சோத்தை நோக்கி கையை நீட்டினேன். ஒரு வாய் கூட வச்சிருக்க மாட்டேன். கம்பிகளுக்கு வெளியே நிழலாட நிமிர்ந்தேன். சூப்பிரண்டெண்டன்ட் ஐயா!

அவர் முகம் இறுகியிருந்துச்சு.

"ஐயாம் ஸாரி.... சங்கர். சுப்ரீம் கோர்ட் தண்டனையை உறுதிபடுத்திடுச்சு. உன்னைத் தூக்கிலே போடச்சொல்லிட்டாங்க"

முந்தானையைக் கடிச்சுக்கிட்டே அழுதா மனைவி ஜெகதீஸ்வரி. கூடவே என் நாலு குழந்தைகளும் கதறி அழுதுச்சுங்க. 'சந்திப்பு அனுமதிக்கப்பட்டிருக்கிற நேரத்தை பூரா அழுதே தீர்க்கணுமா ஜெகதீஸ்'ன்னு கேட்டேன்.

பின்னாலே அழ வேண்டியது எவ்வளவோ பாக்கியிருக்கு... அப்ப அழுதுக்கலாமே?

"இனிமே என்ன செய்யப்போறீங்க?" -விசும்பலோட கேட்டா.

"இருக்கப்போற கொஞ்ச நாளைக்கு என் மனசுக்குள்ள 'ற தேடப்போறேன்னம்மா. என் ஜெகதீஸ்வரியை வாழ்க்கை ல

எப்பவாச்சும் சந்தோஷமா வச்சிருந்த நிமிஷம் உண்டான்னு நினைவுகள்ல தேடப்போறேன்"

கண்ணீரை மறைக்கிறதுக்காக அவ வேறு பக்கம் திரும்பினா.

"இப்ப படிக்கிற ஸ்கூல்ல இருந்தும் எங்களை விலக்கிடுவாங்களா அப்பா?" நாலாவது படிக்கிற என்மகன் கேட்டான். நான் கைது செய்யப்பட்டதுமே என் குழந்தைகளை அவங்க படிச்ச பள்ளிக்கூட ஹெட்மாஸ்டர் ஸ்கூல்லே இருந்து விலக்கிட்டாரு. அப்புறம் கிறிஸ்தவ அனாதை விடுதி ஒன்று இரக்கப்பட்டு சேர்த்துக்கிடுச்சு.

இப்ப தண்டனை உறுதியானதாலே அடைக்கலம் கிடைச்சிருக்கிற விடுதியிலேருந்தும் துரத்தப்படுவோமோன்னு அவனுக்குப் பயம்!

"நான் போயிட்டு வரேன்... உடம்பைப் பார்த்துக்கங்க!"

ஜெகதீஸ்வரி திரும்பி நடந்தா... எம்முன்னாடி அழுதா உடைஞ்சு போயிடுவேன்னு சமாளிச்சாளே தவிர சற்று தூரம் போனதும் கதறி அழுதபடிதான் போறா. இங்கிருந்தே நல்லா தெரிஞ்சது எனக்கு.

திரும்ப என் அறைக்கு வந்ததும் கட்டுப்படுத்தமுடியாம முகம் பொத்தி அழறேன்.

"சங்கர்"

முழங்காலுக்குள்ளேயிருந்து நிமிர்ந்து பார்க்கிறேன்.

வார்டன் ஐயாதான். உடம்பு சரியில்லைன்னு நான் முந்தினநாள் சொன்னதாலே டாக்டரைக் கூட்டி வந்திருந்தார். இல்லைசார்... எனக்கு ஒண்ணும் இல்லை... என்னைத் தனியா அழ விட்டாலே போதும்.. பெரிய உதவின்னேன்.

"மனசை தளரவிடக்கூடாது சங்கர்... ! தைரியமா இருக்கணும்... உடம்பு சரியில்லைன்னேல்ல... உடம்புக்கு என்ன சொல்லு... ட்ரீட்மெண்ட் கொடுக்கத்தான் டாக்டர் வந்திருக்காரு!"

ஒண்ணுமில்லை.... நல்லாதான் இருக்கேன்னு மன்றாடிப் பார்த்தேன். கேட்டால்தானே? "எங்ககிட்டே இருக்கப் போற மூணு மாசத்திலே உனக்கு எந்த வியாதியும் வந்துடக்கூடாது சங்கர்... நீ ஆரோக்கியமா இருக்கணும்... உன் நல்லதுக்காகதான்(!) டாக்டர் வந்திருக்காரு.

பலி கடாவுக்கு மஞ்சதெளிச்சுப் பொட்டு வைக்கிற மாதிரியான சடங்குதான் இது. ஆனாலும் நா வைத்தியம் பார்க்கலைன்னா அவங்களுக்கு... வயித்துகடுப்பு வந்துடும்ன்னு நல்லா தெரிஞ்சுது!

யோசிச்சுப் பார்க்கிறேன். நா குற்றவாளிதானா? எனக்கு வரப்போகிற மரணம நியாயமானதுதானா? என்னோட நடப்பு சோகத்தைச் சொல்லி உயிர் பிச்சை கேட்கிற அழுகுணியா?

எப்பவோ படிச்ச சின்ன கதை ஒண்ணு ஞாபகத்துக்கு வருது!

தன்னோட தாய், தகப்பனைக் கொலை செஞ்ச ஒருத்தன், ஜட்ஜ்கிட்டே, "ஐயா, நான் கொலைகாரன்ங்கிறது உண்மைதான்! ஆனா இப்ப நான் அம்மா-அப்பா ரெண்டு பேரையுமே இழந்த அனாதை... அதுக்காக வேண்டியாவது இரக்கப்பட்டு என் தண்டனையைக் குறைக்கக் கூடாதான்னு கேட்டானாம். அதுக்கு நீதிபதி உண்மைதான். 'உன்மேல் இரக்கப்பட்டு உன்னை உனது பெற்றோர் இருக்கும் இடத்துக்கு அனுப்புகிறேன்'னாராம்!

இந்த கதையிலே வந்த அழுகுணி கைதி இல்லை நான்!

அதேசமயம் ஒரு விஷயத்தை ஞாபகப்படுத்தறேன்!

ஆட்டோ சங்கருக்கு மட்டுமா மரணதண்டனை? கூடவே எத்தனை உண்மைகளும் சவக்குழிக்கு போகப்போகுது தெரியுமா?

பத்திரிகைகள் இந்த கேஸிலே பத்திரிகை தர்மத்தோட செயல்பட்டதா?

இவனைக் கெட்டவனா காட்டினாதான் வியாபாரத்துக்கு நல்லதுன்னு அந்த நல்லவங்க நினைச்சாங்க.

அதுவும் தவிர, உண்மையைப் பூரா வெளியிட்டு பல முக்கிய புள்ளிகளோட கோபத்தைச் சம்பாதிக்கணுமேன்னு பயம்! ஆனா, நக்கீரன் ஆசிரியர் என் உணர்வுகளை மதிச்சு, 'வாசகர்கள் உண்மையைத் தெரிந்துகொள்ளட்டும். புதைக்கப்பட்ட உண்மைகள் வெளியே வரட்டும்'ன்னு வி.வி.ஐ.பி.க்களுக்கும், போலீசுக்கும் பயப்படாம வாய்ப்பு கொடுத்ததுக்கு முதல்ல என் நன்றியைத் தெரிவிச்சுக்கறேன்!

உண்மையிலேயே எனக்கு இது ஒரு அற்புதமான வாய்ப்பு. என்னோட கடைசிப்புகலிடம். என் வாக்குமூலத்தை ஒளிவு மறைவில்லாம தெரிவிக்கத் தரப்பட்ட மேடை! தெரிவிக்கிறேன்... மறைஞ்சுகிட்டிருக்கிற எல்லா உண்மைகளையும் வெளியே கொண்டுவரேன்!

என்னைப் பேச அனுமதிச்ச நக்கீரனுக்கும், அதன் வாசகர்களுக்கும் மறுபடியும் நன்றி!

நான் மட்டும்தான் குற்றவாளியா, சமூகத்தில் பெரிய அந்தஸ்தோடு உள்ளவங்க இல்லையான்னு தொடர் முடியறப்போ நீங்களே ஒரு முடிவுக்கு வாங்க.

ஆனா அந்த முடிவை தெரிஞ்சுக்கதான் நான் இருக்கேனோ என்னவோ?

2

என் வாழ்க்கையை எந்த இடத்திலிருந்து சொல்ல ஆரம்பிச்சாலும் வேதனையான முள் ஒண்ணு விசாலமா முளைச்சிருப்பதைப் பார்க்கலாம். மத்தவங்களுக்கு வாழ்க்கையிலே கஷ்டம் வரும். எனக்குக் கஷ்டமே வாழ்க்கையாயிடுச்சு.

அப்ப எனக்கு ஏழெட்டு வயசிருக்கும். பள்ளிக்கூடம் விட்டு வந்ததும் வராததுமா சுடச்சுட அந்தச் செய்தியை சொன்னாங்க. அம்மா வாயிலேயும் வயித்திலேயும் அடிச்சுக்கிட்டு அழுதுச்சு.

"டேய் சங்கரு! உன் அப்பா ஒருத்தியோட ஓடிப் போயிட்டாருடா!"

என் காதுலே காய்ச்சின இரும்பை ஊற்றின வலி!

அந்தச் செய்தியை ஜீரணிச்சுக்கிற வயசில்லை அது; இன்னும் சொல்லப்போனா அது செய்தியே இல்லை. இடி! பையன் வீட்டைவிட்டு ஓடறது நடக்கும். தகப்பன் ஓடறதாவது?

ஏற்கனவே என் அப்பாவுக்கு ரெண்டு பெண்டாட்டி. மூத்த சம்சாரம் இருக்கிறப்ப ரெண்டாவதா என் அம்மாவைக் கட்டிக்கிட்டாரு... இந்த மூன்றாவது சம்சாரம் புது சமாச்சாரம்!

என் அம்மாவுக்கும், பெரியம்மாவுக்கும் இருந்த குழந்தைகளை வச்சு ஒரு நர்சரி ஸ்கூலே நடத்தலாம். அம்புட்டு பிள்ளைங்க!

ஓடிப்போன மனுஷன் சும்மா போயிருக்கக் கூடாதா... இருந்த சொத்துபத்தையெல்லாம் வித்து, பணத்தையும் எடுத்துகிட்டு போயிட்டாரு! நாங்க சோத்துக்கு லாட்டரி!

அம்மாவும், பெரியம்மாவும்... ஏன், மொத்த குடும்பமும் இடிஞ்சு போயிட்டோம்.

'இனிமே என்ன பண்றது?'

எனக்கு பயங்கரக் குழப்பம்.

அப்பா ஏன் ஓடிப்போகணும்? வீட்டிலே ரெண்டு அம்மாவை வைச்சிருக்கிற மாதிரி, இந்த மூணாவது அம்மாவையும் வைச்சிருக்கிறதுதானே? இனிமே அப்பா வருவாரா, மாட்டாரா? வருவார்ன்னா எப்ப? வந்து கொஞ்சநாளிலே நாலாவதா ஒரு அம்மாவைக் கூட்டிவருவாரா? அவளோடும் ஓடிப்போவாரா?

மரண வாக்குமூலம் ● 81

இன்னும் எத்தனை அம்மாவைக் கூட்டி வருவார்? இதுக்கெல்லாம் யாரிடம் கேட்டால் பதில் தெரியும்?

அம்மாகிட்டே கேட்க மனசில் தெம்பில்லை. பிடிக்காத கேள்விகளுக்குப் பதில் கேட்டால், ஒண்ணு அம்மா அழும் அல்லது அடிச்சு என்னை அழவிடும்.

பத்து, பதினைஞ்சு குடும்பங்களுக்கு வைக்கவேண்டிய கஷ்டத்தை, கடவுள் எங்க ஒரு குடும்பத்துக்கே குடுக்கிறது எப்பவும் வாடிக்கை!

அப்பவும் அப்படித்தான்.

அம்மாவும் பெரியம்மாவும் அக்கம்பக்க வீடுகளில் பாத்திரம் கழுவி, பாத்திரம் கழுவி அம்புட்டு குழந்தைகளோட வயித்தைக் கழுவ முடியுமா என்ன?

குழந்தை பெறக்கிறதை நிறுத்த கருப்பையை கத்தரிக்கிறாங்களே...? அதுபோல பசியை நிறுத்த இரைப்பையை எடுத்துடலாம்ன்னு ஒரு ஏற்பாடு இருந்தா, எவ்வளவு நல்லா இருக்கும்? ஹூம்!!

தம்பி மோகன் அழுதுகிட்டே வந்தது தூரத்திலிருந்தே தெரிந்தது. என்னைவிட ரெண்டு வயசு சின்னவன் அவன்! பசி பொறுக்கத் தெரியாது! அதற்குப் பழகவும் இல்லை. அப்போதைக்கு ஆறுதல் சொல்லுவேன் நான்! அம்மா கிட்டேயும் சிபாரிசு செய்வேன். அம்மா ஏதாச்சும் கொடுத்து அவன் அழுகையை நிறுத்தும். எதுவுமில்லைன்னா உதையாச்சும் கொடுத்து நிறுத்தும். எனக்குத்தான் பாவமா இருக்கும்!

பசியைவிடவும் இந்த பாசம் என்னை படுத்தின பாடு ரொம்பவும் அதிகம்!

அவன் அழுகைக்குக் காரணம் கேட்டேன். ஸ்கூல்லே யாரோ ஒரு பையன் எங்க அப்பா ஓடிப்போனதை சொல்லி கேலி பண்ணிக்கிட்டேயிருக்கான்னு சொன்னான்.

எனக்கு கண்ணுமண்ணு தெரியாம கோபம் வந்துச்சு.

"யாருடா அவன்?"

தம்பி பசியைத் தீர்க்கத்தான் வகை தெரியல; பழியைத் துடைக்கவுமா முடியாது.

"சொல்லு யாரவன்?"

"ஜோஸி நாயரோட பையன்"

அம்மா பாத்திரம் தேய்க்கிற வீடுகளில் ஒன்றுதான் ஜோஸி நாயர் வீடும். இருக்கட்டுமே! சம்பளம் தரதுக்குத்தான் வேலை வாங்கறாங்களே... ஏச்சும் வாங்கணுமா என்ன?

ஜோஸி நாயரோட மகனை விசாரிக்கக் கிளம்பினேன்.

ஸ்கூலிலே நாங்க ரெண்டுபேரும் மும்முரமா

மோதிக்கிட்டிருந்த சமயத்திலே வாத்தியார் வந்துட்டாரு. சண்டை விலக்கினாரு. எனக்கு செம அடி!

"படவா ராஸ்கல்! அவனை ஏண்டா அடிக்கிறே? ஜோஸி நாயர் மகன் மட்டுமா பேசறான்... ஊர் முழுக்க உன் அப்பாவைப் பேசத்தான் செய்யுது. ஊரைப்பூரா அடிப்பியா?"

"அவரு செஞ்சதுக்கு எங்களுக்கு ஏன் சார் தண்டனைன்னு கரகரப்பா கேட்டேன். அடக்கப் பார்த்தும் மீறிக்கிட்டு கண்ணீர் ததும்பினது.

வாத்தியார் பெருமூச்சு விட்டார்!

''சங்கர்... நிறைய வாய்களை மூடறதை விட ரெண்டு காதுகளையும் மூடிக்கிறது சுலபமா... இல்லையா?"

அவர் சொன்னதன் அர்த்தம், அப்ப எனக்கு சுத்தமாப் புரியல. இப்ப புரியறபோது, அது காலம் கடந்த ஞானம்!

எப்பவும் நான் அம்பா இருந்திருக்கேனே தவிர ஒருநாளும் 'எய்தவனா' இருந்ததில்லை. ஆனா தண்டனையை மட்டும் இந்த 'அம்பு'தான் அனுபவிக்குது! எய்தவர்கள்?

என்கிட்டேயிருந்த விலைமாதுக்களிலே ஒருத்தியா இருந்த லலிதா அடிக்கடி ஒரு கதை சொல்லுவா. நாக்கு ஒருநாள் எல்லாப் பற்களுக்கும் நன்றி சொல்லுச்சாம்!

'பற்களே... சுவையான தின்பண்டங்களை பூரா நான் சுவைக்க வசதியா உடைச்சு நொறுக்கி தூள் பண்ணிக் கொடுக்கிறீங்களே... உங்களுக்கு எப்படி நன்றி சொல்லுவேன்'னுச்சாம் நாக்கு! அதற்குப் பற்கள், 'நீ நன்றியெல்லாம் சொல்லவேண்டாம். சும்மா இருந்தாலே போதும்! யாரையும் திட்டாம, கெட்டது பேசாம இருந்தாலே எங்களுக்கு நன்றி சொன்னமாதிரிதான்! நீ கெட்டது பேசப்போக அவங்க உன்னை திட்டறதில்லை... 'பல்லை உடைப்பேன்'ன்னு எங்களைத்தான் திட்டறாங்க'ன்னு பற்கள் சொல்லுச்சாம்!

பற்களோட நிலையிலேதான் இப்ப நான் இருக்கேன்!

லலிதான்னு சொன்னதும், வரிசையா பல சம்பவங்கள் நினைவுக்கு வருது. முதன்முதலா அவளை நான் பார்த்தது- ஒரு காபரே டான்ஸரா! மவுண்ட்ரோட்டிலே சாந்தி தியேட்டர் இருக்குதே... அதற்குப் பக்கத்திலே இருக்கும் பால்ஸ் அரங்கத்திலே தினமும் காபரே டான்ஸ் நடக்கும். அப்பப்ப நான் பார்க்கப்போனேன்.

லலிதாவைச் சந்தித்தேன்.

நான் ஒன்றும் போர்பந்தர்லேயோ, போதி மரத்தடியிலேயோ பிறந்த புண்ணிய புருஷனில்லே.

கோடானு கோடி ஜனங்கள்ல ஒருத்தன்! சமுத்திரத்திலே ஒரு துளி!

வெறும் சராசரி. அவமேலே ஆசைப்பட்டேன். அவளும்தான் என்னை விரும்பினா. என் பெர்சனல் ஃபோன் நம்பரை (410065) அவளுக்குக் கொடுத்துட்டு வந்தேன். அதற்கப்புறம் என் இதயம் துடிச்சதை விட அந்த டெலிஃபோன் துடிச்சதுதான் அதிகம்.

"யாருக்கும் தெரியாம எதற்கு வரணும்? உன் வேலையை ரிஸைன் பண்ணிட்டுவா! என்கூட வரப்போகிறதாவே சொல்லிட்டு வா"ன்னு சொன்னேன்.

பயந்து நடுங்கினா. முகம் இருண்டு போச்சு.

"ஐயோ.. வேணாம் சங்கர்! நான் வேலையிலிருந்து விலகினா, அவ்ளோதான்.. தொலைஞ்சேன்!"னு சொன்னா அழுதுகிட்டே.

"ஏன்? அங்கே கடன் எதுவும் வாங்கியிருக்கியா? சொல்லு நான் அடைக்கிறேன்!"

"அதில்லை.. இங்கே வர ஒரு ஆளுக்கு நான் 'கீப்பா' இருந்தவ... அப்பப்ப வந்து என்னை அனுபவிச்சுட்டுப் போவாரு... அவர் பார்த்து 'இனிமே நீ வேண்டாம்'ன்னு சொன்னால்தான் நான் விலக முடியும்! நானாக விலகறதா சொன்னா, கோபத்திலே அவர் என்ன செய்வார்ன்னே சொல்லமுடியாது!"

"யாரு அவர்?"

"வேணா சங்கர்! அவர்கிட்டே மோதல் வச்சுக்காதீங்க!"

"லலிதா... உன்னை என்ன விலை கொடுத்தாவது நான் மீட்டுப்போவேன். ஒருத்திய கொத்தடிமையா வச்சிருக்க எந்த கொம்பனுக்கும் உரிமை இல்லை... சொல்லு யாரு, அவன்?"

"சங்கர்... ப்ளீஸ்! நான் சொல்றதைக் கேளுங்க..."

"ந்தா! என்னை அண்டி வந்தவங்க பாதிக்கப்படறப்ப பாத்துக்கிட்டிருக்க மாட்டேன்.. உனக்காக என் உயிரையே கொடுப்பேன் லலிதா"ன்னேன் உருக்கமா.

அந்த லலிதாதான் பின்பு ஒருநாள் கொல்லப்பட்டாள்.

எதிர்பாராத அதிர்ச்சிகள், உலகத்திலேயே என் வாழ்க்கையிலேதான் அதிகமா நடந்திருக்கும்னு நினைக்கிறேன்.

சின்ன வயசுலே அப்பா ஓடிப்போனது பற்றி சொல்லிட்டிருந்தேனில்ல... அதற்கப்புறம் வறுமையிலே நாங்க திண்டாடினது, ஸ்கூல்லே ஜோஸி நாயரோட பையன் என் தம்பியைக் கேலி செய்தது... நான் சண்டைக்குப் புறப்பட்டது... இதெல்லாம் நடந்து ஒரு வருஷம் கூட ஆகியிருக்காது.

இன்னொரு இடியையும் அந்த சின்ன வயசிலே நான் சந்திக்க வேண்டியிருந்தது. அப்பவும் அப்படித்தான் அலறினேன்.

தூங்கிட்டிருந்த என்னை உலுக்கி எழுப்பிச்சு பெரியம்மா...

அரக்கப் பரக்க விழித்தேன்.

"என்ன பெரியம்மா?"

"ஒன் ஆத்தாக்காரி ஒருத்தன்கூட ஓடிப்போயிட்டாடா?"

அப்படியே உறைஞ்சு போயிட்டேன். நெஞ்சுக்குள்ளே பூமி குலுங்குகிற அதிர்வு.

"பெரியம்மா"ன்னு அலறிட்டேன்.

இருட்டிக்கிட்டு வந்துருச்சு. முகமெல்லாம் அவமானம் அப்பிக்கிடுச்சு.

பெரியம்மா விவரிச்சாங்க. இருக்கிற துணிமணி, பண்ட பாத்திரத்தோட கொஞ்சநஞ்சமிருந்த பணத்தையும் தூக்கிட்டு தன் கள்ளக்காதலன் கூட அம்மா ஓடிடுச்சாம்!

அப்படியே அப்பாவோட பாணி! ரெண்டு பேருமா எங்கிருந்துதான் ஜோடி சேர்ந்தாங்களோ?

உலகத்திலே யாருக்காவது கிடைப்பாங்களா சார், இப்படி ஒரு அம்மாவும் அப்பாவும்?

எச்சிலைக் கடிச்சு விழுங்கினேன்.

தம்பி மோகன் நடந்த விபரம் தெரியாததால் வாயில் விரல்போட்டு தூங்கிக்கிட்டிருந்தான்.

"யாருகூட ஓடிச்சு?"ன்னேன். கசப்பு என் மனசைக் கசக்கினது.

பெரியம்மா அமைதியா சொல்லிச்சு.

"ஜோஸி நாயர்கூட"

நொறுங்கிப்போனேன். பெட்ரோல் கிணத்தில வெடிகுண்டு விழுந்தது மாதிரி குலைஞ்சு போயிட்டேன்.

மெள்ள மெள்ள அழ ஆரம்பிச்சேன்.

விசும்பல் வளர்ந்து பெரிசான அழுகையா மாற பெரியம்மா ஆறுதலா தடவிக்கொடுத்தாங்க.

"அழாதடா... நாதான் இருக்கேனில்ல. அப்புறமென்ன?"

அப்புறமும் என் அழுகை நின்ற பாடில்லை.

"ச்ச்ச்! கண்ணை துடைச்சிக்கயேன் ராசா! நாதான் இருக்கேனில்லே. ஏன் கவலைப்படறே?" -பெரியம்மா.

"அதுக்கில்ல பெரியம்மா...... எனக்காச்சும் இது பழகிப்போச்சு. ஜோஸி நாயரோட மகன் பாவமில்ல? அப்பா ஓடிப்போனது அவனுக்கு இதானே மொத தடவை... எவ்வளவு கஷ்டப்படுவான் அவன்?"

அலறினேன்.

என் எதிர்காலம் திசை திரும்பியது.

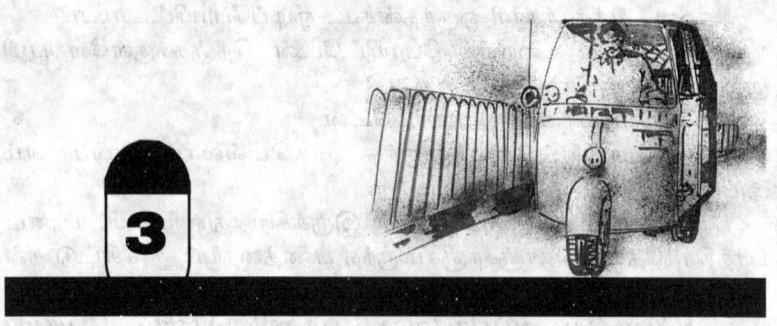

3

மனுஷங்க பெரிய மலை தடுக்கி கீழே விழறதில்லை.. சின்னச் சின்ன கல் தடுக்கித்தான் விழறாங்க இல்லையா?

வாழ்க்கையும் அப்படித்தான்போல, சின்னச் சின்ன சம்பவங்களும் கஷ்டங்களும்தான் எவ்வளவு திருப்பங்களை ஏற்படுத்திடுது?

ஒரு கன்னத்தில் அடிச்சா மறுகன்னத்தைக் காட்டுன்னு சொன்ன இயேசுநாதர் கூட ஒரு சமயம் ஆத்திரப்பட்டாராம். கோயில்ல வியாபாரம் செய்து புனிதத்தன்மையைக் கெடுத்த வியாபாரிகளை கோபத்தோட அடிச்சு துரத்தினாராம்.... "கோயிலை கள்வர் குகை ஆக்காதீர்கள்"ன்னு கண்டிச்சாராம்.

ஆண்டவனே கோபப்படும்போது... நா வெறும் ஆட்டோ சங்கர்தானே!

வழிகாட்டிகள் சரியா அமையலேன்னா ஒருத்தன் எவ்வளவு விலையுயர்ந்த அம்சங்களையெல்லாம் விலையா கொடுக்க வேண்டியது வரும்ன்றதுக்கு என் வாழ்க்கைதான் உதாரணம்.

கடவுள் கதவை மூடி வச்சாலும் காற்றுக்காக ஜன்னலைத் திறந்துவைப்பார்னு சொல்லுவாங்க. என் விஷயத்திலேயும் அப்படித்தான். அடுக்கடுக்கா எத்தனையோ துயரங்களைக் கொடுத்தாலும் ஒரு நிரந்தர சந்தோஷத்தை எனக்கு கொடுக்கத்தான் செய்தாரு. அந்த சந்தோஷத்தோட பேரு ஜெகதீஸ்வரி. என் மனைவி.

எங்களுடையது காதல் கல்யாணம். காதலிக்கிறப்ப எனக்கு வயசு 17. ஜெகதீஸ்வரிக்கு பதினாலு வயசு.

கல்யாணம் செய்துக்கிற வயசில்லை அது. எனக்கு எந்த வயசிலேதான் வயசுக்கு பொருத்தமான விஷயம் நடந்திருக்கு? பத்து, பதினைஞ்சு வயசுக்குள்ளே நாற்பது வயசுக்குப் போதுமான கஷ்டங்கள். இதோ.... இப்ப நாற்பது வயசாகப்போகுது... எழுபது, எண்பது வயசிலே வரவேண்டிய மரணம் ரொம்ப பக்கத்திலே இளிச்சுக்கிட்டிருக்கு.

கல்யாணத்துக்கான பக்குவம் வருவதுக்குள்ளேயே கல்யாணம்

நடந்தது.

தப்பான வயசிலே கல்யாணம் நடந்தாலும், பலவருஷம் தவமிருந்தாலும் கிடைக்காத ஒரு தேவதை மனைவியா கிடைச்சா. சின்னப் பசங்க புத்தகத்துக்குள்ளே வச்சு 'அடைகாக்கிற' மயிலிறகு மாதிரி என்னோட அந்த காதல்! மனசின் முக்கியமான மூலையிலே அதை பத்திரமா வச்சுக்கிட்டிருப்பேன் என்னிக்கும்.

எங்க காதல் ஆரோக்கியமா இருந்துச்சே தவிர நாங்க ஆரோக்கியமா இல்லை. பசியும் பட்டினியுமா பரம சௌகரியத்தோட இருந்தோம். ரோஜா கூடவே வளர்ந்துக்கிட்டு வந்த முள் மாதிரி எங்க காதல் கூடவே கஷ்டங்களும் வளர்ந்துச்சு.

அப்ப நானே சோத்துக்குக் கஷ்டப்பட்டுக்கிட்டிருந்த நேரம்...

கல்யாணம் செய்துகிட்டா பொண்டாட்டிக்கு எப்படி சோறு போடறது?

கடவுள் இதயத்தைக் கொடுத்ததோட விடலையே... கூடவே வருத்தத்தையும் இல்லை கொடுத்துப்புட்டான்.

பணக்காரன் காதலிச்சா செத்துப்போனவளுக்குக் கூட தாஜ்மகால் கட்ட முடியுது.

பஞ்சப் பரதேசி காதலிச்சா, உசிரோட இருக்கிறவளுக்குத் தாலி கூட கட்ட முடியலியே!

நாங்க 'லவ்' பண்றது தெரிஞ்சு அவங்க வீட்டுல எச்சரிக்கையாயிட்டாங்க. ஜெகதீஸ வெளியவே விடறதில்லை.... இப்ப எனக்குக் கொடுத்திருக்கிற பாதுகாப்பைவிட அப்ப அவளுக்குக் கொடுத்தது அதிகம். கிட்டத்தட்ட ஜெயில்லதான் அவ இருந்தாள்னு சொல்லலாம்!

வீட்டிலே அவ படிப்பை நிறுத்திட்டு வேற மாப்பிள்ளை பார்க்கிறதிலே தீவிரமாயிட்டாங்க... அவளோட சொந்த முறைமாமன் பூபாலனுக்கு பரிசமெல்லாம் போட்டுட்டாங்க. பூபாலன் கால் ஊனமுற்றவர். ஆனாலும் பரவாயில்லைன்னு பதினாலு வயசுப்பெண்ணை பூபாலனுக்கு (வயசு வேற முப்பதுக்கு மேலே) கட்டி வைக்க முடிவு செய்தாங்க.

ஜெகதீஸ்வரி எனக்கு ஒரு அவசர கடிதம் எழுதினா. "உடனே என்னைக் கூட்டிப் போகலைன்னா செத்துடுவேன்..."

எனக்குக் கவலையும் குழப்பமும் ரெட்டைத் தண்டவாளமா நெஞ்சு பூரா ஓடிச்சு.

நேரா ஜெகதீஸோட அப்பாவைப் போய்ப் பார்த்தேன். என்னைப் பார்த்ததும் எகிறிக் குதிச்சாரு.

"ஒழுங்கா விலகிப்போறியா? உன் காலை ஒடிக்கட்டுமா?"ன்னு கேட்டாரு.

"ஏன்... மாமா; மகளை ஊனமுற்றவருக்குத்தான்

கொடுக்கிறதுன்னு ஏதாவது வேண்டுதலா?" -கேட்டேன். ரொம்பவும் ஆத்திரமாயிட்டார்.

"நாயே... எவ்வளவு திமிர் உனக்கு?" -கடுப்பாயிட்டாரு. பயங்கர பேஜாராப் போச்சு. அவர்கூட இருந்தவங்க எல்லாம் அவரை அமைதிப்படுத்தினாங்க. அவருக்கு நெஞ்சுவலி வந்து மாரை வலியோட பொத்திக்கிட்டே மடங்கி உட்கார்ந்தாரு. எனக்கு பயமாப்போச்சு.

கூட்டம் என்னைத் துரத்தினது. தயக்கத்தோட விலகினேன்.

அதற்கப்புறம் அவளோட முறைமாமன் பூபாலனைப் போய்ப் பார்த்தேன். இந்த விஷயம் இந்த நிமிஷம் வரைக்கும் ஜெகதீசுக்கே தெரியாது.

"நானும் ஜெகதீசும் உசிருக்குசிரா காதலிக்கிறோம்"ன்னு சொன்னேன். அவர் முகத்திலே கோபத்தை எதிர்பார்த்தேன்.

ம்ஹூம். புன்சிரிச்சார்.

"சரி... நான்விட்டுத்தாரேன்! அவளை எப்படிக் காப்பாத்தப் போறே?"ன்னு கேட்டார்.

"தெரியல"ன்னேன்.

அதற்கும் சிரிச்சார்.

''சங்கர்...! மூளையால் முடிவெடு! இதயத்தாலே எடுக்காதே"ன்னார்.

ம்ஹூம். சுத்தமா புரியல-அப்ப!

புரிஞ்ச பிறகு மட்டும் என்ன... இதயத்தால்தான் முடிவுகளை எடுத்தேன்.

பூபாலன்தான் யோசனை கூட கொடுத்தார். "ஓடிப்போங்க" -தீக்குச்சிய பத்த வைச்சது தினுசா, என் கண்ணுக்குள்ள'பளிச்'சுனு வெளிச்சம்.

"ஓ...டி...போ...ற...தா...!"

''உம்! சங்கர்... வாழுறதுதான் வாழ்க்கை... மூச்சு விட்டுக்கிட்டிருக்கிறது இல்லே... புரியுதா?"

அன்றைக்கு சாயங்காலம் நாங்க ரெண்டு பேரும் கம்பி நீட்டினோம்.

ஊர் எல்லையக் கடக்கிறப்ப மாரியம்மன் கோயில் தட்டுப்பட ஜெகதீஸ்வரி, "கொஞ்சம் நில்லுங்க" என்றாள்.

"நம்ப காதல் கைகூடினா கற்பூரம் ஏத்தறதா அம்மனுக்கு வேண்டுதல். கொஞ்சம் நில்லுங்க! ஏத்திட்டுவறேன்..."

"ஜெகதீஸ்வரி... நில்லு! நானும் கற்பூரம் ஏத்தணும்"னேன். குழப்பமா பார்த்தா.

"உங்க அப்பாவுக்கு நெஞ்சுவலி வந்துச்சில்லை... எதுவும் ஆகக்கூடாதேன்னு நானும் அம்மனுக்கு வேண்டிக்கிட்டிருந்தேன்."

பஸ். நெருக்கியடிச்ச கூட்டம். உட்கார இடம் கிடைக்காம மூச்சு முட்டிப்போனது. ஜெகதீஸ்வரி, "இப்ப நாம எங்கே போறோம்?"

"என்னோட சொந்த ஊருக்கு!"

நான் சொல்ல அவளுக்கு கரெண்ட்டைத் தொட்டமாதிரி அதிர்ச்சி.

"சொ...சொந்த ஊருக்கா? உங்க ஆளுக அங்கே தேடி வர மாட்டாங்களா?"

"அங்கே நம்மை எதிர்பார்க்க மாட்டாங்க! யூகிச்சு அங்கே வரதுக்கு ஒரு வாரம், பத்துநாள் ஆகும்... அதுக்குள்ளே நமக்கு எல்லாமே முடிஞ்சிடும்."

ஜெகதீஸ்வரி முகத்தில் வெட்கச் சிரிப்பு.

"என் சொந்த ஊர் காங்கேயநல்லூர். அங்கே என் அப்பாவுக்கு ஒரு ஃப்ரெண்ட் இருக்கார். பெரிய அறிஞர் அவர்... அவர்கிட்டேதான் போய் வழி கேட்கலாம்னு இருக்கேன்... அவர் கண்டிப்பா நமக்கு நல்ல வழிகாட்டுவார்"ன்னு சொன்னேன்.

அவ முகத்திலே கலவரம். "உங்க அப்பாவோட ஃப்ரெண்ட்...?"

நான் சிரிச்சேன். "மண்டு! மண்டு! என் அப்பாவோட நண்பரா இருந்தாலும் இவர் மேதை! ஒழுக்கசீலர்! இடி இருக்கிற வானத்திலேதானே நிலவும் இருக்குது... அதுமாதிரிதான்... இவரு...! ரொம்ப பெரியவர்... நம்மை நிச்சயமா ஆதரிப்பார்"னேன்.

அந்த பெரியவர் எங்களைக் கோபித்துக் கொண்டார்.

''முருகா! முருகா!! இதென்ன சோதனை!!'' என நொந்துகொண்டார்.

நாங்கள் உறுதியோடிருப்பதைத் தெளிவாக தெரிஞ்சுகிட்டார். "ரெண்டு பேருமே இன்னும் மேஜராகலை! தவிர, இது ஆடி மாதம் வேற... கல்யாணம் இப்ப யாருமே செய்யறதில்லே! வேற வழியில்லாம அவசரம் கருதி இதை நான் ஆதரிக்கிறேன்... ஆனா அங்கீகரிக்கலை! புரியுதா" என்றார்.

அவர் கையால் மாலைகள் எடுத்து எங்களிடம் கொடுத்து அந்த திடீர் கல்யாணத்தை நடத்தி வைத்தார்.

அங்கீகரிக்காமல் ஆதரித்த- அந்த பெரியவர் யார் தெரியுமா? திருமுருக கிருபானந்தவாரியார்தான்.

மிகமிக மதிப்புமிக்க பெரியவர் நடத்தி வச்ச கல்யாணம்தான் அது!

மணப்பெண்ணும் ரொம்ப ரொம்ப அற்புதமானவள்தான்!

நானும் இப்பவேணா இத்தனைபழிகளை சுமந்துக்கிட்டிருக்கேனே தவிர அப்ப மாசு மருவற்றவன்.

அப்படி இருந்தும் இப்ப ஏன் இந்த கஷ்டம்?

எங்கே பிசகு நடந்துச்சு?

விஷயம் தெரிஞ்ச யாராவது பதில் சொல்லி என் ஆத்மாவை அமைதிப்படுத்துங்களேன்...ப்ளீஸ்!

உண்மைன்றது கற்பனையைவிட வேடிக்கையாவும் விபரீதமாகவும் எத்தனையோ தடவை தோற்றம் தருவது!

என் வாழ்க்கையிலேயே அதற்கு எவ்வளவோ உதாரணங்கள்!

நான் 'வில்லங்கமான' தொழில் செய்துகிட்டிருந்த சமயம்!

திருவான்மியூர்லே கொடிகட்டிப் பறந்தேன்.

சாராயத்தை ஒரு இடத்திலே கொடுத்துட்டு வியர்வையும் களைப்புமா திரும்பி வந்திருந்தேன்.

தம்பி மோகன் வந்து, யாரோ எனக்காக ரொம்ப நேரமா காத்திருப்பதாகச் சொன்னான்.

போய்ப் பார்த்தேன். அவன் எழுந்து நின்றான்.

அப்ப மெட்ராஸ்லே இருந்த பெரிய பெரிய தாதாக்கள் பேரெல்லாம் சொன்னான். பேரைக் கேட்டாலே நான் மிரளுகிற பெயர்கள்.

அவர்களெல்லாம் தனக்கு மிகவும் நெருக்கமென்றான்.

"நீங்க என்னைப் பார்க்க வந்திருக்கிற காரணம்?"

"இந்த வட்டாரத்திலேயே நீங்கதான் பெரிய சாராய வியாபாரின்னு சொன்னாங்க... அதான் பார்த்துட்டு போகலாம்னு வந்தேன்! நான் உங்களுக்கு ரொம்ப உபயோகப்படுவேன்!"

"எப்படி?"

அவன் சொன்ன பதில்கள்ல எனக்கு செம அதிர்ச்சி. கொஞ்சம்கூட எதிர்பாராத மிருகத்தனமான யோசனைகள் சொன்னான் அவன்.

"இப்படி மனிதாபிமானமில்லாம இருக்கீங்களே"ன்னு சொல்லிட்டு சிரிச்சேன்.

நான் செய்த சாராய வியாபாரம் ஒன்றும் புனிதமான பணி இல்லே! அதே சமயம் சன்னமா ஒரு தொழில்தர்மம் வச்சிருந்தேன் நான்.

ரெண்டு பேரோட குணமும் பொல்லாததுதான்! அதே சமயம் நான் திருட்டுத்தனமா மாட்டுகிட்டேயிருந்து பாலை கறந்தேன்... அவன் கழுத்தை அறுத்து ரத்தத்தைக் கறந்தான்னு சொல்லலாம்.

விரிவா எல்லாத்தையும் பின்னாலே சொல்றேன்.

பேரைக்கேட்டேன்.

'பாபு'ன்னு சொல்லி சிரிச்சுகிட்டே கை குலுக்கினவன் மெல்ல "என் மேலே ஒரு கொலைக் கேஸ்... நடந்துக்கிட்டிருக்கு" என்றானே பார்க்கலாம்

பதறிப்போனேன்.

“கொ...கொலை....கேஸா?” -எனக்குக் குலை நடுங்கியது.

பின்னாளில் என் மீதே ஆறு கொலைகள் பண்ணினதா கேஸ் வரப்போகுது, அதற்கு இந்த பாபுதான் அப்ரூவராகி எனக்கெதிரா சாட்சி சொல்லுவான்னு அப்ப சுத்தமா எதிர்பார்க்கல!

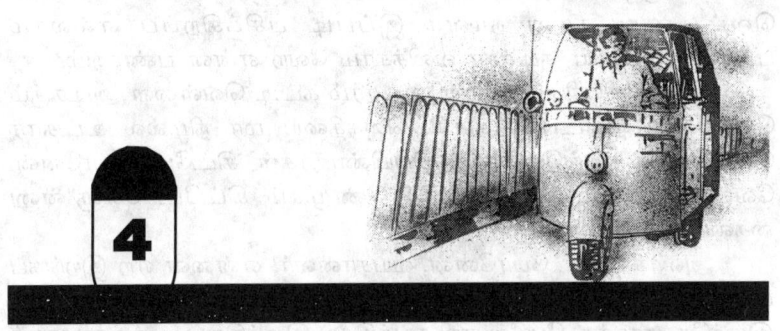

4

பிறக்கிறப்ப யாரும் மகான்களா பிறக்கிறதில்ல. கேடிகளாகவும் பிறக்கிறதில்லை.

எல்லாருமே ‘குழந்தைகளா’தான் பிறக்கிறாங்க.

சம்பவங்கள், சூழ்நிலை, படிப்பு, அறிவு, அனுபவம், அதிர்ஷ்டம் எல்லாம் மொத்தம் சேர்ந்துதான் ஒருத்தனை எப்படியெல்லாமோ திசை மாத்திடுது.

நான்கூட அப்படித்தான் மாற்றப்பட்டேன்.

1975! என்னோட வாழ்க்கை திசை திரும்பிப் போனது இந்த வருஷம்தான்.

எங்க கல்யாணத்துக்கு ரெண்டு பக்கத்திலிருந்தும் எதிர்ப்பு! இரண்டு பேர் வீட்டிலிருந்தும் துரத்திட்டாங்க; சரியா சொல்லணும்னா முச்சந்தியிலே நின்றோம்!

பசி எனக்கு புதுசல்ல. கஷ்டங்களும் அப்படித்தான்! நான் கஷ்டத்தை விட்டாலும் அது என்னை விட்டது கிடையாது.

என்னைக் கட்டிக்கிட்ட பாவத்துக்காக இந்த சின்னப் பொண்ணுமில்ல பட்டினி கிடக்க வேண்டியதா இருக்குன்னு ஒவ்வொரு நிமிஷமும் வேதனை.

அவளைப் பட்டினியில்லாம பார்த்துக்க வேண்டிய பொறுப்பு ஒரு பக்கம். இன்னொரு பக்கம் அவளோட கற்பைப் பாதுகாக்க வேண்டிய கடமை வேற...!

கட்டியா சாப்பிடலைன்னா கஞ்சியாக்கூட சாப்பிடலாம். அதுவும் இல்லைன்னா பட்டினியா கூட கிடக்கலாம்... நாலு சுவத்துக்குள்ளே...!

ஆனா அண்டியிருக்க ஒரு குச்சிலோ குடிசையோ வேணுமே!

இல்லைன்னா பொண்டாட்டியோட பெண்மையே இல்ல பறிபோயிடும்?!

பசியும் பயமும் வயிற்றைப் பிசைந்தது.

காந்திமண்டபம்கிட்டே இருந்த குழாய்ல வயிறு ரொம்ப தண்ணி குடிச்சோம். என் வயித்திலே சுளீர் சுளீர்ன்னு வலி வெட்டினது. நாலு நாளா இப்படி பசிக்கிறப்ப எல்லாம் பச்சைத்தண்ணிய குடிச்சா வலிக்காம வேற என்ன பண்ணும்?

இன்ஜினியரிங் காலேஜ்லே சாரம் கட்டி வெள்ளை அடிக்கும் வேலை நடந்துட்டிருந்துச்சி. ஜெகதீயை மர நிழல்ல உட்கார சொல்லிட்டு அங்கேயிருந்த பெயிண்டர்கள் கிட்டே போனேன். வேலை கேட்டேன். "மேஸ்திரி சண்முகம் கிட்டே கேளு"ன்னு கையை காட்டினாங்க.

அவர்கிட்டே போனேன். வயசானவர்! என்னை ஏற இறங்கப் பார்த்துட்டு "என்னப்பா தம்பி! பார்த்தா படிச்ச பையனாட்டம் இருக்கே... சாரத்து மேலே ஏறி சுவத்திலே இருக்கிற அழுக்குகளையும் பாசி படர்ந்த இடத்தையும் துடைப்பத்தால தேய்க்கிற வேலைதான் இங்கே இருக்கு, பரவாயில்லையா?"

அவர் பின்னே என்ன... அமைச்சர் வேலையா கொடுப்பாரு...!

"செய்யறேங்க! எந்த வேலையானாலும் செய்றேன்"

"சரி என்ன கேட்கிறே?"

"சோறு"

பசித்தவனுக்கு ரொட்டித்துண்டுதான் கடவுள்னு அண்ணல் காந்தி சொன்னதா புத்தகத்திலே படிச்சிருக்கேன்.

பெரியவர் சண்முகம் என் முகத்தைப் பார்த்து அன்னிக்கு அதைப்படிச்சாரு!

"சாப்பிட்டு எத்தனை நாளாச்சி?"

"நாலு நாளாகுது! எனக்கு இல்லைன்னாலும் பரவாயில்லை.. என் சம்சாரத்துக்கு கொஞ்சம் சோறு கொடுங்க, ஸார் போதும்!" -சண்முகம் அண்ணன் பேசவேயில்லை. தன்னோட தூக்குச்சட்டியை எடுத்து நீட்டினார்.

"ரெண்டு பேரும் சாப்பிடுங்க!"

அனுபவமில்லாத வேலை! சுவத்துகூட சண்டை போட்டுத்தான் அழுக்கையும் பாசியையும் பிடுங்க வேண்டியதா இருந்துச்சு. பல தடவை பேலன்ஸ் தவறி உச்சியிலேருந்து கீழே விழுந்துருவேனோன்னு பயமாப் போச்சு. ஜெகதீ கீழே நிழல்ல உட்கார்ந்துகிட்டே நான் தடுமாறி வேலை செய்யறதை அழுதபடி பார்த்துக்கிட்டிருந்தா.

வேலை முடிஞ்சதும் கூலி தரலை. 'மொத்தமா சனிக்கிழமைதான் கிடைக்கும்'ன்னார் சண்முகம் அண்ணன்.

“இன்றைக்குக் கூலியை மட்டுமாவது கொடுங்க... சனிக்கிழமை வரை வச்சிக்கிறேன்! நாளையிலேருந்து வர்ற கூலியை மொத்தமா சனிக்கிழமை வாங்கிக்கிறேன்.” -சொன்னேன். ரெண்டு ரூபா கூலி கொடுத்தார்.

காந்தி மண்டபத்திலேதான் எங்க ‘தனிக்குடித்தனம்’ தொடங்கிச்சு. அப்ப எல்லாம் மண்டபம் அடர்ந்த காடாக கிடக்கும். வாட்ச்மேன் கிடையாது. பாம்புகள் நிறையவே உண்டு. வானம்தான் கூரை, புதர்கள்தான் பள்ளியறை.

புருசன் பொஞ்சாதி இணக்கமா இருந்தா ஒரு தீப்பெட்டிக்குள்ளாற கூட குடித்தனம் நடத்த முடியுமே!

முரட்டுத்தனமா பழக்கமில்லாத வேலை செய்ததாலே கையெல்லாம் செவந்திருச்சு. விரல்களை மடக்க முடியலை. ரணம்!

ஜெகதீ பார்த்துட்டு கண் கலங்கினாள்.

“ஒரு நா அந்த சாமி நிச்சயமா கண்ணை திறக்கும்... ஜெகதீஸ்...”

‘‘சாமி கண்ணை திறந்ததாலேதான் நீங்க எனக்குக் கிடைச்சிருக்கீங்க” -மறுபடி அழுதா.

“நமக்கு ஒருநாள் விடியாமலா போயிடும்? குடுக்கிற தெய்வம் கூரையைப் பிச்சுக்கிட்டு கொடுக்கத்தான் போகுது... பாரேன்!”

“பிச்சுக்கிட்டு கொடுக்குதோ, இல்லையோ... முதல்ல கூரையைக் கொடுக்கட்டும்...”

கையிலேயிருந்த ரெண்டு ரூபாயை வச்சுக்கிட்டு சனிக்கிழமை வரை எப்படி சமாளிக்கிறதுன்னு பிரச்சினை.

இன்னும் நாலு நாள் இருந்தது. ஒரு நாளைக்கு ஒரு வேளையாவது சாப்பிட வேணாமா?

‘‘ராப்பாட் டை(!) ராத்திரியே வச்சுக்கிடலாம் ஜெகதி. வயித்திலே கொஞ்சமாவது இரை இருந்தால்தான் ராத்திரி தூங்க முடியும்”னேன்.

மற்ற கூலியாட்களெல்லாம் சோத்துப் பாத்திரம் திறந்து சாப்பிட தொடங்க, நாங்க வழக்கம்போல் பச்சை தண்ணி! பசியோட அவங்க சாப்பிடறதை வேடிக்கை பார்த்தோம்.

“ராத்திரி எட்டணாவுக்கு அஞ்சு இட்லி (அப்ப 1 இட்லி 10 காசு) வாங்கி நாம பகிர்ந்துப்போம்” -ஜெகதிகிட்டே சொன்னேன்.

“உங்களுக்கு மூணு... எனக்கு ரெண்டு!” -ஜெகதி.

“அது சரியில்லே! ஆளுக்குப் பாதி பாதி!”

“ம்ஹூம்! வேலை பார்க்கிற ஆளு நீங்க... சொல்லப்போனா அஞ்சுமே நீங்கதான் சாப்பிடணும்...”

நாங்க சண்டை போட்டுகிட்டிருந்ததை தூரத்திலிருந்து கவனிச்சுட்டு சண்முகம் அண்ணன் வந்தாரு. கேலியா கேட்டார்.

“வேலை பார்க்கிற இடத்துக்கு பொண்டாட்டிய கூட்டி

வரியே... எதுக்கு சங்கர்? உனக்கு துணைக்கா?"

"இல்லை அண்ணே... அவளுக்குத் துணைக்கு."

நான் வீடு, வாசல் இல்லாம இருக்கிறது தெரிஞ்சதும் சைதாப்பேட்டையில் இருக்கிற தன்னோட வீட்டுக்கு கூப்பிட்டார்.

"சைதாப்பேட்டையிலே என் வீடு இருக்கு. அங்கே உங்களுக்கு ரூம் ஒதுக்கித் தரேன்! மாசம் இருபது ரூபா வாடகையை உன் சம்பளத்திலிருந்தே பிடிச்சுக்கறேன்! எனக்குக் கல்யாண வயசிலே மூணு பெண்கள் இருக்காங்க. உன் மனைவிக்கு ஒரு பாதுகாப்பும் ஆச்சு"ன்னு சொன்னார்.

அதன்படியே தங்க நிழல் கொடுத்தார். உடனடியா தேவைப்படற அரிசி, பருப்பெல்லாம் வாங்கித்தந்து, "முதல்ல... சமைச்சு சாப்பிடுங்க"ன்னார்.

எனக்குக் கண்ணீர் பெருகிடுச்சு.

"ஐயா.. நீங்க என் அப்பா மாதிரி! என் வாழ்க்கைக்கு நீங்கதான் இனி எல்லாமே"ன்னேன்.

பின்னாலே சண்முகம் அண்ணனோட மூணு பொண்ணுக்கும் என் செலவிலே கல்யாணம் முடிச்சதை சுட்டிக்காட்டறது மனிதாபிமானம் இல்லைதான்.

நான் மிருகமா, மனிதனான்னு எடை போடறதுக்கு என் எல்லா செயல்களையும் தராசுலே வைக்க வேண்டியதா இருக்கு.

பெயிண்டர் வேலையைத் துப்புரவா தெரிஞ்சுகிட்டேன். ஆனாலும் என் வறுமை சாயத்தை மாற்றவே முடியலே.

குழந்தைகள் பெத்ததும் ஒரு காரணம்!

பணக்காரங்க பொழுது போகலைன்னா டிராமா போவாங்க. சினிமா போவாங்க. ஏழைங்க?

'கட்டில் சுகம்'கூட ஏழை பாழைங்களுக்கு ஒருவித பொழுதுபோக்குன்னுதான் சொல்லணும்!

அதிர்ஷ்டம்ன்றது பசுமாடு மாதிரிதான் போல! எல்லாருக்கும் அந்த பசு பாலை கொடுத்துச்சின்னா எனக்கு சாணியதான் கொடுத்துச்சு! அதுவும் பல சமயம் உதைதான் தந்தது.

எந்த சந்தோஷத்தையும் விதி எனக்கு கிடைக்கவிட்டதில்லை... கிடைச்சாலும் நிலைக்க விட்டதில்லை...

மேஸ்திரி வாங்கிக் கொடுத்த உத்தியோகம், அமைதியான வீடு, அற்புதமான மனைவின்னு எவ்வளவு நிம்மதியா குடும்பம் நடத்தியிருக்கணும். நடத்தலை!

அதற்கப்புறம்தான் கஷ்டத்துக்கு மேலே கஷ்டம்!

டைஃபாய்டு ஜுரம் வந்து ரொம்ப சீரியஸாகி அவ்வளோதான், பிழைக்க மாட்டேனோன்னு நம்பிக்கை இழக்கிற அளவுக்கு ஆயிடுச்சு. கண் திறந்தா ஒரே இருட்டாயிருக்கு... பார்வை

போயிருச்சுன்னு பதறிட்டேன். ரொம்ப பயமாப்போச்சு.

ஒருமட்டிலும் எழுந்து நடமாடத் தொடங்கினப்ப சென்னையில் பயங்கர புயல் வெள்ளம்! மழை காரணமா பெயிண்டிங், வார்னீஷ், சுண்ணாம்பு வேலை எதுவும் கிடைக்கலை. வேற வேலையாவது செய்யலாம்ன்னு வயல்ல அறுப்புக்குப் புறப்பட்டேன்.அனுபவமில்லாததாலே விரல அறுத்துக் கிட்டதுதான் மிச்சம்.

ஜெகதி இட்லி சுட்டு எடுத்துகிட்டுப் போய் வீதி வீதியா, வீடு வீடா விற்றுப்பார்த்தா. உபயோகப்படல. மேஸ்திரியும் வேலையில்லாம கஷ்டப்பட்டாரு! நாமவேற அவருக்கு பாரமா இருக்க வேணாம், அவருக்கு கிடைக்கிற இருவது ரூபா வாடகைய கெடுக்கக் கூடாதுன்னு வீட்டைக்காலிபண்ணி கோட்டூர்புரம் போனோம்.

ஓலை குடிசை. சுத்தி வெள்ளக்காடு. கும்மிருட்டு! வயித்திலே ஒருவார பசி. திரும்ப ஆரம்ப நிலைமை!

அப்பவாச்சும் புருஷன் பொஞ்சாதி ரெண்டு பேர் மட்டும் பட்டினி! இப்ப கையிலே ஒன்று வயித்துக்குள்ளே ஒன்று...!

மொத்த குடும்பமும் தொடர்ந்து ரெண்டு நாளா பட்டினி!

குழந்தை கீதா பால்கேட்டு அழுதது. ஜெகதி சாப்பிட்டால்தானே குழந்தைக்குப் பால் சுரக்கும்.

குழந்தையோட பசி தீர்க்க வகை தெரியாம ரெண்டு பேரும் ஒருத்தரை ஒருத்தர் பார்த்துகிட்டு அழுதோம்! வெளியே போய் பிச்சையாவது எடுத்துட்டு வந்து குழந்தை குட்டிகளுக்கு சோறு போடமாட்டோமான்னு எனக்கு வெறி வந்துருச்சு.

"அப்படி எதுவும் செய்துடாதீங்க! அப்புறம் வீட்டைக் காலி பண்ண சொல்லிடுவாங்க! ஏற்கனவே ரெண்டு மாச வாடகை பாக்கின்னு கத்றாங்க! இதைவேற செய்தோம்னா... 'பிச்சைக்காரங்களுக்கெல்லாம் வீடு கிடையாது'ன்னு விரட்டிடுவாங்க" -ஜெகதி பலவீனமா கெஞ்சினா. மூச்சு முட்டிச்சு அவளுக்கு. கிட்டத்தட்ட அரை மயக்கத்திலே இருந்தா!

"ஜெகதி... என்னாச்சும்மா?"ன்னு கலங்கினேன்.

குழந்தை வேற பால் கேட்டு பயங்கர கத்தல்.

"வயிறு ஒரு மாதிரியா பொரட்டுதுங்க. வயித்துக்குள்ளாற இருக்கிற குழந்தை என்னாகுமோ தெரியலை. மயக்கமா வருது... பசி தாங்க முடியலங்க" -குழறினாள்.

அந்தக் காட்சி இப்பவும்கூட என் கண்ணிலே நிழலாடுது. 'ஜெகதி! இரும்மா... இப்ப வாரேன்... கொஞ்சம் பொறுத்துக்க'ன்னுட்டு வெளியிலே ஓடறேன்...

இன்னமும் மழை கொட்டிக்கிட்டே இருக்கு.

கிழிந்த கோணியைத் தலையிலே போத்திக்கிட்டு நாடார் கடைக்கு ஓடினேன். வீட்டை விட்டு அவசரமா கிளம்பினேனே தவிர, கடை நெருங்க நெருங்க தயக்கம்.

ஏற்கனவே அங்கே போன வாரம் வாங்கின கால் கிலோ அரிசிக்கு இன்னும் காசு தரல. அதற்கே போறப்ப வரப்ப எக்கிக்கிட்டிருக்காரு அந்த கடைக்கார நாடார். திருநெல்வேலிக் காரர்!

வேற வழியில்ல.. அவர் எதிரே போய் நின்றேன். குளிர்ல நடுங்கறேனா, பயத்திலே நடுங்கறேனான்னு எனக்கே தெரியலை.

"அண்ணாச்சி... ஒருகிலோ அரிசி கடன் தாங்க! வேலைக்கிப்போனதும் கொடுக்..." முடிக்கவே இல்லை. அவர் கோபப்பார்வை பார்த்துட்டு குலை நடுக்கமாயிருச்சு.

"என்னலே... இதென்ன தர்மசத்திரமா... வாரவன் போறவனுக்கெல்லாம் அரிசி கொடுக்க? போன வாரம் வாங்கினதுக்கு காசு கொடுத்தியாலே? வெட்கமாயில்ல...? மானங்கெட்ட மூதி? அப்படி சோறு திங்கலேன்னா.. என்னலே? ஆங்... கழுதை சம்பாதிக்கிற வரைக்கும் இதை திங்கறதுதானே?"

விளக்குக் கம்பத்துகிட்டேயிருந்ததைக் காட்டினார்.

"நா ஒண்டி கட்டையாயிருந்தா இப்படிக் கடன் கேட்கமாட்டேன் அண்ணாச்சி... பிள்ளை குட்டியெல்லாம் ரெண்டு நாளாப் பட்டினி.. சம்சாரம் வேற புள்ளத்தாச்சி..."

"என்னைக் கேட்டாலே பெத்தே...? அறிவுகெட்ட முண்டம்! படுக்கிறப்ப தெரிய வேணாம்? கழுதை... அரிசி கடன் கேட்கறதுக்கு 'மோன்பக்'கேளேன்! மூட்டைப்பூச்சி மருந்தை! அதைக் கேட்க மாட்டியே?"

எச்சிலை முழுங்கினேன்.

"உழைக்க மாட்டதவனா இருந்தா அதைத்தான் வாங்கணும் அண்ணாச்சி! இதோ எப்படியும் ரெண்டு, மூணு நாளிலே மழை நின்னுரும்... நான் சம்பாதிக்க ஆரம்பிச்சுடுவேன்... இப்ப உள்ள கஷ்டத்துக்காக தற்கொலை செய்துக்கிட்டேன்னா நாளைக்கு வரப்போற சந்தோஷத்தை அநுபவிக்கிறது யாரு...?"னேன். சூடா பெருமூச்சு விட்டேன்.

"இப்ப நீ இங்கிருந்து போறியா என்னலே? கோட்டிக்காரன் மாதிரி பேசிக்கிட்டு?" -அவர் சொல்லிகிட்டிருக்கிறப்ப யாரோ சைக்கிள்ளே வந்து கடை முன்னாடி ப்ரேக் போட்டு நிறுத்தினார்! சைக்கிளை ஸ்டாண்டு போட்டு நிறுத்திட்டு வந்து "நாடாரே! ஒரு பாக்கெட் சிசர்!"

நான் கொஞ்சம் தயங்கி ஒதுங்கி நின்றேன். அந்த வாடிக்கையாளர் சிகரெட் வாங்கிட்டுப்போனப்புறம் கடனுக்கு

இன்னொரு தடவை முயற்சி பண்ணலாம்னு நினைச்சேன். ஜெகதி பாவம் என்ன பாடு படறாளோ? குழந்தைங்க பாவம் எனக்காக பசியோட காத்திருக்குமே!

வந்தவருக்கு சிகரெட் நீட்டின நாடார், நான் இருப்பதை கவனிச்சிட்டு ''ஏய்... இன்னுமா நீ போகல..?''ன்னாரு என்னைப்பார்த்து.

"ஸார்... பாருங்க ஸார் இவனை! நெதக்கும் மாமூல் கேட்டு தொந்திரவு பண்றான்"னு சொன்னாரே பார்க்கலாம்.

எனக்குத் தூக்கிவாரிப் போட்டுச்சு. சிகரெட் குடிச்சவரை அப்பதான் பார்த்தேன். மஃப்டியிலே இருந்த போலீஸ்காரர்.

"இங்கே வாடா"ன்னு கூப்பிட்டு என் அம்மாவை சம்பந்தப் படுத்தி கெட்ட வார்த்தை சொல்லி திட்டினார்!

"மவனே... மாமூல் கேட்கறியா? ஏரியாவுக்குப் புச்சா... யார்ரா நீ?"

முட்டிக்கு முட்டி தட்டி லாக்கப்லே போட்டுருவேன்"

நான் பதறிப்போய் "ஐயையோ! அதெல்லாம் இல்ல ஸார்... நா... கடன்தான்... எப்பவும் அரிசியெல்லாம் கூட இந்தக் கடையிலேதான் ஸார் வாங்கறது. அவரையே... வேணா கேட்டுப்பாருங்க" -நடுங்கிட்டே சொன்னேன். "போடான்னா போவாம போலீஸ்காரன் கிட்டயே நியாயம் பேசுறியா..."ன்னு சொல்லி சைக்கிள்ளேயிருந்த லத்தியை உருவினார்.

என் மேலே விளாச ஆரம்பிச்சாரு. சேறிலும் சகதியிலும் பொரட்டி பொரட்டி அடிச்சாரு.

இப்ப கூட ஞாபகமிருக்கு... விழுந்த மொத்த அடிகள்... பதிமூன்றுன்னு...

என்னை அவரு மிருகத்தனமா அடிச்சது கூட வருத்தமில்லை. அப்பிராணியா இருந்த என்னைப்போய் ஒரு மிருகமா மாத்திட்டா ரேன்றதுதான் என் சங்கடமெல்லாம். என்னுடைய இன்றைய வாழ்க்கைக்கு பிள்ளையார் சுழியே அந்த போலீஸ்காரர்தான்.

5

யாரையாச்சும் முதுகிலே தட்டறோம்னா அது பாராட்டுறதுக்காகத்தான் இருக்கணும்னு நினைக்கிறவன் நானு. ஆனா, எனக்கு முதுகிலே விழுந்த தட்டுகள் எல்லாமே என்னை தட்டுத் தடுமாறி விழ வைக்கிறதாதான் இருந்துச்சு.

நான் கடன்தான் கேட்டேன். கப்பம் எதுவும் கேட்கல.

கடன் கேட்டதுக்குத்தான் கான்ஸ்டபிள் அப்படி நையப்புடைச்சாரு.

'அப்பம் கேட்கிற பிள்ளைக்கு எந்த தகப்பனாவது கல்லைக்கொடுப்பானா?'ன்னு பைபிள்லே ஒரு வசனம் வரும்.

எனக்கு அன்னிக்கு கல்லைக்கொடுத்தாங்க. சட்டத்தின் பாதுகாவலரே கொடுத்தார்.

உடம்பெல்லாம் வலி! சட்டை, ட்ரவுசர்லாம் சேறு... (அப்ப நான் அதிகமா ஆஃப் ட்ரவுசர்தான் போடுவேன்). அவமானத்திலே கூனிக்குறுகிப்போனேன்.

அப்பவும் எனக்குக் கோபம் வரலே. கண்ணீர்தான் வந்துச்சு. அதையும் அவங்க பார்த்துடக்கூடாதேன்னு அடக்கிக்கிட்டு சிரமப்பட்டேன்.

மழையிலேயும், கண்ணீர்லேயும் நனைஞ்சிகிட்டே வீட்டுக்கு வந்தேன்.

வீட்டுக்குள்ளே நுழைய மாட்டாம வெளியிலேயே நின்னேன். ஜெகதியும், கீதாவும் பட்டினி கிடக்கும் பரிதாபம். நா அடிபட்ட வேதனை எல்லாம் சேர்ந்து தொண்டைக்குள்ளேயும் கண்ணீர் சுரந்த மாதிரி வேதனை.

நா வீதியிலே நிக்கிறதைப் பார்த்துட்டு ஜெகதி. "ஏன் மழையிலே நனைஞ்சுகிட்டு நிக்கறீங்க சிலை மாதிரி"ன்னு சொன்னவ, என் சட்டை ட்ரவுசர்லே சகதியைப் பார்த்துட்டு "ஐய்ய.. என்ன இந்த கோலம்?"ன்னு கேட்டா.

"நா கீழே விழுந்துட்டேன் ஜெகதி"ன்னு சொல்லிட்டு 'ஓ'ன்னு அழுதேன். அடி வாங்கினேன்னு சொல்றதுக்கு வெக்கம்!

அதேசமயம், அந்தச்சம்பவம் கொடுத்த அவமானமும் வலியும் கதறி அழ வைச்சுடுச்சு.

ஜெகதி பதறிப்போனா. ''முதல்ல உள்ளே வந்து தலையைத்துவட்டுங்க"ன்னு கையப்பிடிச்சு இழுத்துப் போனா. என் வாய்க்குள்ளே இன்னமும் ரத்தம் வழிஞ்சது. ஜெகதி பார்த்துடக்கூடாதேன்னு நாக்கினாலே வாய்க்குள்ள இருந்த ரத்தத்தையெல்லாம் ரகசியமா துடைச்சேன்.

"கீழே விழுந்ததுக்குப் போய் யாராவது அழுவாங்களா... விழுந்தப்புறம் எளுந்திரிக்காம விழுந்தே கெடந்தாதான் அழணும்"ன்னா. துண்டை எடுத்து தலை துவட்டினா.

குழந்தை கீதா குடிசையிலே ஒரு மூலையிலே தூங்கிட்டிருந்தது. தூக்கம்தானா? மயக்கமா?

எனக்கு ரொம்ப சங்கடமாப் போச்சு. குழந்தையை எடுத்து என் மடியிலே போட்டுக்கிட்டேன். கைகள் ரெண்டும் அடி வாங்கினதிலே விறுவிறுன்னு தாங்க முடியாத வலி!

''கடைக்காரர்கிட்டே அரிசி கடன் கேட்கறேன்னு போனீங்களே... என்னாச்சு...?"

நாடாரை ஞாபகப்படுத்தினதும் அழுகை திரும்ப பொங்கிக்கிட்டு வந்துச்சு...

"கடனெல்லாம் கிடையாதுன்னுட்டான் ஜெகதி..."

ஜெகதி பரிதாபமாகப் பார்த்தா.

'இனிமே தாக்குப்பிடிக்க முடியாதுங்க. குழந்தைங்க பசியிலே செத்துடும். எனக்கே காதை அடைச்சுக்கிட்டு மயக்கமா வருது... சைதாப்பேட்டைக்குப் போய் பெரியவர் (சண்முகம் மேஸ்திரி)கிட்டே ஐம்பது ரூ ா கடன் கேளுங்களேன்..."

அது சரியான யோசனையா எனக்குப் படல. மேஸ்திரி அண்ணனும் இந்த மழையில கஷ்டம்தான் படுவாரு. தவிர, இந்த வெள்ளத்திலே நீந்தி பஸ் பிடிச்சி சைதாப்பேட்டைக்குப் போய் திரும்ப... துட்டு?

நடந்தே போகலாம்னா திரும்ப சாயங்காலமாயிடும். அவரும் கைவிரிச்சுட்டா?

ஆனாலும் வேற வழியில்ல. அவரைத்தவிர யாரையும் எனக்குத் தெரியாது.

கேட்டுப்பார்க்க வேண்டியதுதான்னு எழுந்திரிச்சேன்.

தலையிலே கோணிச்சாக்கு. வீதியிலே இறங்கி நடந்தேன். நாடார் கடையைத் தாண்டித்தான் மெயின் ரோட்டுக்கு போகணும். கடையை நெருங்க நெருங்க அறுபட்ட புழு மாதிரி துடிச்சேன். போலீஸ் அடிச்ச ஒவ்வொரு அடியையும் மனசுக்குள்ளே திரும்ப வாங்கினேன். மறுபடி ஒருதரம் சகதியிலே உருண்டு, புரண்டு,

விழுந்து... வலியிலே துடிச்சு...

கடை வாசல்ல நின்னு நாடார் சிகரெட் புடிச்சிக்கிட்டிருந்தார். என்னைப் பார்த்ததும் கேலியா சிரிச்சார். 'என்னடா அடி எப்படி இருக்குன்னு?'ன்றது மாதிரியான சிரிப்பு. சிகரெட் பொகை மொத்தத்தையும் (தேவைக்கு அதிகமாகவே) அம்பு மாதிரி என் முகத்துக்கு நேரா அனுப்பினார்.

அநேகமா 'ஆட்டோ சங்கர்' உருவான நிமிஷம் அதுதான்னு நினைக்கிறேன்.

நான் நின்னு திரும்பிப் பார்த்தேன். அவர் முகத்திலே திரும்ப கேலிச் சிரிப்பு. என்னைச் செல்லாத நயாபைசாவைப் பார்க்கிறமாதிரி அருவருப்பா பார்த்தார். எனக்கு ரத்தம் கொதிச்சது. உள்ளுக்குள்ளே புஸ்புஸ்ஸுன்னு புகைஞ்சது.

அவரை நெருங்கிப் போனேன். அப்ப எனக்கு 'மெட்ராஸ் தமிழ்' பேசத் தெரியாது. புழக்கத்திலேயிருந்த கெட்ட வார்த்தைகள் எதுவும் தெரியாது. டீசன்ட்டாத்தான் பேசுவேன்!

"நாடாரே, நான் தி.மு.க. கட்சிக்காரன். ஆனால் எம்.ஜி.ஆர். ரசிகன். நான் எந்தத் தப்பும் பண்ணாம அடிவாங்க வச்சியே... இப்ப வட்டியும் முதலுமா வாங்கிக்கோ"

அந்த ஆள கொத்தா சட்டையை ரெண்டு கையாலேயும் புடிச்சு வெளியே இழுத்தேன். வெறி தீருமட்டும் நடுரோட்டிலே மழை நீரில் சேற்றில் படுக்க வைச்சேன். நெஞ்சிலும், முகத்திலும் எட்டி எட்டி உதைச்சேன். மூஞ்சி முகரையெல்லாம் அவனுக்கு ரத்தம்!

சகதியிலே படுத்துகிட்டே என்னைக் கையெடுத்துக் கும்பிட்டார்.

"அண்ணே என்ன புடிச்சே கொன்னுடாதீங்க அண்ணே" -எனக்கு ஆத்திரம் தீரலை.

கடை பெஞ்ச் மேலே இருந்த காய்கறித் தட்டுகளை எடுத்து ரோட்டிலே விசிறினேன். பிஸ்கட் பாக்கெட், மிட்டாய் பாட்டில் அத்தனையும் பிய்ச்சு எறிஞ்சேன். கடையே அலங்கோலமாச்சு.

'பசி வந்தா பத்தும் பறந்து போகும்'பாங்க.

அன்னிக்கு ஒரு நாடார் கடை பறந்து போக எனக்குப் பசி வந்ததுதான் காரணமா? பாதிப்பு வந்ததும்தான் காரணம்னு நான் நினைக்கிறேன்.

அந்தக் கடைக்காரரை அவ்வளவு தூரம் புரட்டி எடுத்தும் தடுக்க யாரும் வரலை. பக்கத்துக் கடைக்காரங்களெல்லாம் வேடிக்கைதான் பார்த்துக்கிட்டிருந்தாங்க.

ஒரு தடவை சர்ச்சில் கிட்டே அவரோட நண்பர், 'நீங்க பேசற கூட்டங்களுக்கு நிறைய கூட்டம் வருதே'ன்னு பாராட்டினாராம்.

அதற்கு சர்ச்சில், 'நாளைக்கு என்னை பொது இடத்திலே தூக்கில் போடட்டும், அதைப் பார்க்க இதைவிட அதிகமாக கூட்டம் வரும்'ன்னு சொன்னாராம்.

ஜனங்க, தனக்கு ஆபத்து வராதவரையில் சரின்னு இப்படி வேடிக்கை பார்க்கப் பார்க்க வன்முறையும், ரௌடிகளும் தோன்றிக்கிட்டேதான் இருப்பாங்க.

நாடார் அடிவாங்கும்போது மட்டுமில்லை... நான் அடிவாங்கும்போதும் தலையிட்டு போலீஸ்காரர்கிட்டே 'எதற்காக இப்படி நடுரோட்டிலே ஒருத்தனை அடிக்கிறீங்க? உங்களுக்கு யார் அந்த அதிகாரம் தந்தது'ன்னு கேட்பதற்கென்ன? பயம்!

நியாயத்தைக் கேட்கவே பயப்படுகிறபோது வேடிக்கை என்ன வேண்டிகிடக்குது?

கடையை சூறையாடத் தொடங்கினதும் நாடார் என் காலைப் புடிச்சுக்கிட்டு கெஞ்ச ஆரம்பிச்சாரு.

சட்டுனு அமைதியானேன். கடையிலேயிருந்து பேப்பரை எடுத்தேன். தோராயமா ஒரு கிலோ அரிசியை பொட்டலமா கட்டி எடுத்தேன்.

"இது எவ்வளவு அரிசிடா இருக்கும்?" -கடைக்காரர் மென்று முழுங்கினாரு.

"ஒரு... கிலோ இருக்கும்!"

"இதை நான் கடன் கேட்டதுக்குப் போலீஸைவிட்டு அடிச்சேல்ல? இப்ப அரிசியை சும்மாவே எடுத்துட்டுட்டுப் போறேன்! இப்ப போலீஸ்ல போய் ரிப்போர்ட் குடுடா! என் பேரு சங்கர். பொம்மைக்காரர் வீட்டுக்குப் பக்கத்து வீட்லதான் இருக்கேன்னு என் அட்ரஸையும் சொல்லுடா நாயே..."

மறுபடி அவர் நெஞ்சிலே ஒரு மிதி! வலியிலே சுருண்டுட்டாரு.

பொட்டலத்தோட வீட்டுக்கு நடந்தேன். வழியிலேயே தேங்கியிருந்த மழைத்தண்ணியிலே முகம் கை,கால் கழுவினேன்.

"அதுக்குள்ளே வந்துட்டீங்களே.. சைதாப்பேட்டை போகலையா?"

"இல்லை ஜெகதி! நாடாரே கூப்பிட்டு கடன் கொடுத்தாரு... வாங்கிட்டு வந்துட்டேன்."

பொய் சொன்னேன்! நாடாரை உதைச்சு சம்பாதிச்ச அரிசின்னு சொல்ல கூச்சம். உள்ளுக்குள்ளேயிருந்த இன்னொரு சங்கருக்கு இன்னமும் இந்த 'கொள்ளையிலே' உடன்பாடு இல்லே"

கஞ்சி காய்ச்சி குடிச்சதும் பெண்டாட்டி, பிள்ளைங்களுக்கு வயிறு ரொம்பின திருப்தி.

குழந்தை கீதா என் மடியிலேயே மறுபடி தூங்கிச்சு. ஜெகதி என் தோளிலே சாய்ஞ்சுகிட்டா. எல்லாரும் கண்ணயர்ந்துட்டாங்க!

எனக்குத் தூக்கம் வரலை. பசி அடங்கின பிறகுதான் பயம், சிந்தனை எல்லாம் சுறுசுறுப்பாச்சு.

அடிபட்ட நாடார் எப்படியும் போலீஸுக்குப் போயிருப்பான். கடன் கேட்டதுக்கே பின்னி எடுத்த போலீஸ், கொள்ளையடிச்சதுக்கு சும்மா இருப்பாங்களா? அடிச்சு இழுத்துட்டுப்போய் லாக்கப்பிலே வைப்பாங்களே?

ஜெகதி, கீதால்லாம் இன்னுமில்லே சோத்துக்கு திண்டாடுவாங்க?

யோசிச்சபடியே தூங்கிட்டேன்.

யாரோ தட்டி எழுப்ப பதறிப்போய் எழுந்தேன்.

"விடிஞ்சுடுச்சு! எழுந்திரிங்க" -ஜெகதிதான் எழுப்பினது. "ஏன் இப்படிப் பயப்படறீங்க?"

எனக்கு ஆச்சரியமாயிருந்துச்சு.

இன்னும் ஏன் போலீஸ் வரல?

மெள்ள எழுந்து வேப்பங்குச்சி ஒடிச்சு பல்லுல மென்னுகிட்டே, கடைவீதி பக்கம் போனேன். மனசுக்குள்ளே குறுகுறுப்பு. நாடார் என்ன ஆனார்ன்னு தெரிஞ்சுக்க ஒரு ரகசிய ஆவல்.

நாடார் கடையையெல்லாம் சுத்தம் பண்ணி ஊதுபத்தி ஏத்தி வச்சுக்கிட்டு உட்கார்ந்திருந்தாரு. முகமெல்லாம் வீக்கம்!

நான் மெல்ல எட்டிப்பார்த்ததும் அவரும் என்னைப் பார்த்துட்டாரு. எனக்கு உள்ளுக்குள்ளே உதறல். இருந்தாலும், இப்ப ஓடி ஒளிஞ்சா அந்த ஆளு 'தாட்டியம்' பண்ணிடுவானேன்னு தோணிச்சு. கெத்தா நடந்தேன் அவரைப்பார்த்து! வேப்பங்குச்சியை வாயோட ரெண்டு ஓரத்துக்கும் நகர்த்தினேன் ஸ்டைலா!

உப்பு மூட்டை மேலே ஒரு காலைத் தூக்கி வச்சேன். "என்னடா? ரிப்போர்ட் கொடுக்கலையா இன்னும்?"

கடைக்காரர் பெரிய கும்பிடாய் போட்டார்.

"அண்ணே! வாங்கண்ணே! நீங்க பெரிய ரௌடின்னு எனக்குத் தெரியாதுண்ணே! உங்களைப் பத்தி தெரியாம ரிப்போர்ட் பண்ணிட்டேன்; போலீஸ்ல சொன்னது தப்புதான்... இனிமே, கடையை சேதம் பண்ணிடாதீங்க! பெறகு என் வயித்திலே ஈரத்துணிதான்! இந்தாங்க. இந்த பையிலே அஞ்சு கிலோ அரிசி, பருப்பு, காய்கறி எல்லாம் இருக்கு. வாரம் ஒருநாள் இப்படி ஒரு பை தாரேன்! ஏதோ நடந்தது நடந்துபோச்சு. மனசிலே எதையும் வச்சுக்காதீங்க!"

எனக்கு ஒண்ணுமே புரியலை.

நான் ரௌடியாமே? அழறதா, சிரிக்கிறதான்னு தெரியல.

முந்தின நாள் அடிவாங்கினப்ப கண்ணீரை மறைக்க

சிரமப்பட்டது மாதிரி இப்ப சிரிப்ப மறைக்கிறது சிரமமா இருந்துச்சு.

கேவலம் எனக்குப் போய் பயப்படறானே! ஒருவேளை நடிக்கிறானோ? அப்படித்தான் இருக்கும். கடன் கேட்டதுக்கே கடுப்பானவன் இனாமா தர்றதுக்கு இளிச்சவாயனா என்ன?

ஒருவேளை-போலீஸ் வர்ற வரைக்கும் என்னை நிறுத்தி வைக்க நாடகமாடறானோ?

சந்தேகமாயிருந்துச்சு.

'என்னைப் பிடிச்சுக்கொடுக்கறதா இருந்தா நேற்றைக்கே செய்திருக்கலாமே?'

குழப்பம்.

மழுப்பலா நாடார்கிட்டே "இருய்யா! டீ குடிச்சுட்டு வந்து பையை எடுத்துக்கிறேன்"

பயத்தை மறைச்சுக்கிட்டு பக்கத்து டீக்கடைக்குப் போனேன். அங்கே அதைவிட ஆச்சர்யம் காத்திருந்துச்சு. என்னை 'வாடா, போடா'ன்னு எப்பவும் கூப்பிடற ஓனர்-பெரியவர் "வாங்க தம்பி! உட்காருங்க... ஆப்பம், வடைகறி சூடா இருக்கு! சாப்பிட்டு அப்புறமா சாயா குடிங்க தம்பி"ன்னாரே பார்க்கலாம்!

என்னடா... இந்த முதலாளி நமக்கு இவ்வளவு மரியாதை தராரேன்னு மலைப்பா இருந்தது.

"முதலாளி... என்கிட்டே காசு இல்லே! டிபன்லாம் வேணாம்! டீ மட்டும் தாங்க..."

அவர் என்னைக் கையைப் பிடிச்சு இழுத்துக் கடைக்குள்ளே கூட்டிப்போய் பெஞ்ச்லே உட்கார வச்சு, "நீங்க சாப்பிடுங்க தம்பி! காசு என்ன பொல்லாத காசு! மனுஷரை விட காசா பெரிசு"ன்னு சொல்லி, சில்வர் தட்டிலே இலை விரிச்சு தண்ணி தெளிச்சு ஆப்பம், வடைகறியை அவர் கையாலேயே எனக்குப் பரிமாறினார். சாதாரணமாக அந்த ஓட்டல்ல பரிமாறுவதற்கு சப்ளையர்கள் உண்டு. மொதலாளியே அதைச் செய்யறதுன்னா யாராவது முக்கியமான ஆளா இருக்கணும்!

ஆக நான் முக்கியமான ஆள்!

சுடச்சுட டிபன்! திக்கான டீ! அது போக கையிலே பார்சல்!

"இது எதுக்கு?"

"வீட்டுக்குக் கொண்டு போங்க..."

என்கிட்டே அடிபட்ட நாடாருக்கு போலீஸ் சப்போர்ட் வலுவா இருந்துச்சு. அப்படிப்பட்டவரையே அடிச்சேன்னதாலே சுலபமா சண்டியர் பட்டம்! நாடார்கிட்டே இருந்து அரிசிப்பையை வாங்கிக்கிட்டேன். வீட்டுக்கு நடையைக் கட்டினேன்!

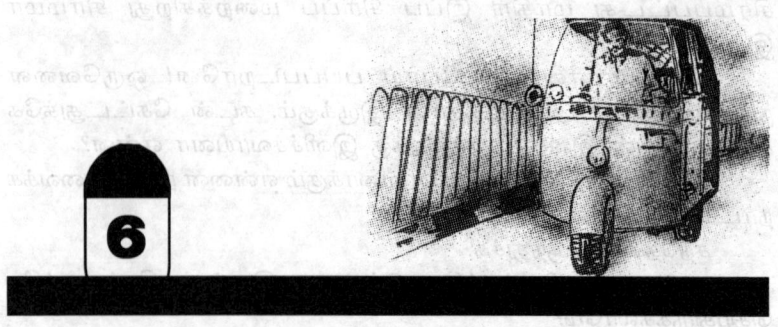

6

ஜெகதி ஆச்சரியத்தில் வாய் பொளந்தா!

“இத்தனையும் வாங்க ஏது பணம்?”

யார் கிட்டேயோ கடன் வாங்கினதா பொய் சொன்னேன்!

பலநாள் பட்டினி கிடந்த பொண்டாட்டி. பிள்ளைங்க வயிறார சாப்பிடுவது பார்த்து எனக்குக் கண்ணீர் ததும்பிச்சு.

புயல் மழையெல்லாம் ஓய்ஞ்சு வெயில் வரவரைக்கும் கடைவீதியிலே மாமூல் கேட்கறதுதான் வழின்னு தீர்மானிச்சேன். வேலைக்குப் போறதா வீட்டிலே பொய் சொல்லிட்டு கடைவீதி போவேன். ஒருநாள் விட்டு ஒருநாள் ஒவ்வொரு கடையிலும் மாமூல் கேட்பேன். தர மறுத்தால் கடை பெஞ்சிலே இருக்கிற இரு பிஸ்கட் பாட்டிலை மட்டும் கீழே போட்டு உடைக்கிறது. அரண்டு போய் பத்து, இருபதுன்னு மாமூல் நீட்டுவாங்க. வசூலான பணத்தையெல்லாம் நாடார்கிட்டேயே கொடுத்து வச்சு வாரக்கடைசியிலே மொத்தமா வாங்கிப்பேன்.

நான் இருந்த இந்திரா நகருக்கும் பக்கத்திலே இருந்த தரமணிக்கும் அப்ப பெரிசா ஊர் சண்டை வந்தது. எங்க ஏரியாவிலே நான் வஸ்தாதா இருந்ததாலே இங்கே ‘ராணுவ’ப்பொறுப்பு(!) எனக்கு வந்தது.

அடுத்த ஊர் ரௌடிகளைச் சமாளிச்சாதான் சொந்த ஊர்லே ‘தாதா’ பதவி நீடிக்கும். இல்லையானா செல்லாக்காசு! எங்க பகுதியிலேயே பத்து, பதினைந்து சில்லறை தாதாக்களை துணைக்கு சேர்த்துகிட்டு தாக்குதல்லே இறங்கினேன்.

ரெண்டு கோஷ்டிக்குமான சண்டை படுபயங்கரமா வளர்ந்துச்சு.

போலீஸ் என்னை தேட ஆரம்பிச்சது.

ஒருநாள் இந்திராநகர் பஸ் ஸ்டாண்டிலே நான் க்ரூப்போட உட்கார்ந்து பேசிக்கிட்டிருந்தப்ப ஒரு போலீஸ்காரர் சைக்கிள்ளே வேகமா வந்து என்கிட்ட நிறுத்தினார்!

போலீஸைப் பார்த்ததும் என் சீடர்கள் எல்லாரும் சிட்டாப்

பறந்துட்டாங்க!

நான் ஓடல. ஓடறதா வேணாமான்னு யோசிச்சிக்கிட்டே இருக்கிறப்ப, அவர் கிட்ட வந்தார். ஒருமாதிரி தில்லா எழுந்து நின்னு அவரைப்பார்த்தேன், கைலியைத் தூக்கிகட்டிக்கிட்டே...!

என் கை காலெல்லாம் சிலிர்த்துச்சு! போலீஸ்காரரைப் பக்கத்திலே பார்த்ததும்தான் தெரிஞ்சது... என்னை நாடார் கடையிலே 'உரிச்சு' உப்புகண்டம் போட்டாரே... அதே போலீஸ்காரர்.

எனக்கு ஆத்திரத்திலே கண்ணெல்லாம் சிவந்தது. கையிலே நடுக்கம்.

அவர் என்ன நினைச்சாரோ, என்கிட்டே சமாதானமா பேச ஆரம்பிச்சார்.

"சப்-இன்ஸ்பெக்டர் உன்னிடம் ஒரு விஷயம் பேசச்சொன்னார். வா. அப்படிப்போய் பேசலாம்!"

பஸ் ஸ்டாண்ட் பக்கத்திலே இருந்த டீக்கடைக்குப் போனோம்.

"சங்கர்...! நீ இப்படி ரௌடியா இருந்து மாமூல் கேட்டு சம்பாதிக்கிறதைவிட, அதிகமா சம்பாதிக்கலாம்... சாராயம் வித்தா! அப்படியே எங்களையும் கவனிச்சுக்கலாமில்ல.. 'அய்யா' இதை உன் காதிலே போடச்சொன்னாரு"

எனக்கு 'திக்'குன்னு ஆயிடுச்சு. சாராயம் விற்கிறதா? அதற்கெல்லாம் எவ்வளவு முதலீடு வேணும்? ஆளு படை வேணும்?

"யோசிக்காதே சங்கர்! ரௌடித் தொழிலையும் நீ வீட்டுரலாம். வருமானமும் அதிகரிக்கும். இருபத்தஞ்சு ரூபா முதல் இருந்தா போதும்! 19-பி பஸ் பிடிச்சு நாவலூர் போ. அங்கே டில்லின்றவர் சாராயம் விற்கிறாரு. அவர் கிட்டே நான் அனுப்பினதா சொல்லு! என் பேரு சுகுமார்!. டில்லி நல்ல சரக்கா கொடுப்பாரு... எடுத்துக்கிட்டு வந்து வியாபாரம் தொடங்கு. ரிக்ஷாகாரங்க... கூலி வேலை செய்றவங்க எல்லார்கிட்டயும் முதல்லேயே சொல்லிடு. ஜெயந்தி தியேட்டர் பின்பக்கம் முட்புதர்லே வியாபாரத்தைத் தொடங்கு... என்ன சொல்றே....?"

நான் சம்மதம் சொல்லாம இருக்கவும், "சாயங்காலம் நீ ஸ்டேஷன் வந்து அய்யாவைப் பாரு" என்றார்.

சாயங்காலம் 'அய்யா' ரவுண்ட்ஸ் புறப்படத் தயாரா இருந்தார். என்னைப்பார்த்ததும் ஸ்டேஷனுக்குள்ளே தனியா கூட்டிப்போனார்.

"என்ன... பிசினஸ் என்னிக்கு ஸ்டார்ட் பண்ணப்போறே?"

"இ...இல்ல ஸார்! நான் அதெல்லாம் செய்யணுமான்னு யோசிக்கிறேன்"னேன்.

அவருக்கு முகம் இறுகிச்சு.

“சங்கர்! நீ எனக்குத் தோதா இருப்பேன்னு நம்பித்தான் இதுவரைக்கும் உன்னை கைது பண்ணல. புரியுதா? போலீஸ் அடியைப் பார்த்ததில்லையே நீ...!”

“கொஞ்சம் யோசிக்க டயம் கொடுங்க ஸார்.”

“இருபத்தஞ்சு ரூபா மட்டும் இன்வெஸ்ட் பண்ணு. குபேரனாயிடலாம்! நீ மாமூல் வாங்கின பணத்திலேருந்து இருபத்தஞ்சு ரூபாய் பணம் கொண்டு வந்துடாதே! உழைச்ச பணமா இருக்கட்டும்.”

யோசிச்சுப் பார்த்தேன். தெரிஞ்சோ தெரியாமலோ ரௌடி வேடம் போட்டாச்சு. இனி நீடிச்சுதான் ஆகணும். போலீஸ் மொத்தமும் என்னைப் பழிவாங்கணும்னு கிளம்பினா சமாளிக்க முடியாது. பேச்சை மறுத்தா நிச்சயம் பழிவாங்குவாங்க...!

இவங்களுக்கு கேஸுக்கு ஆள் கிடைக்காதப்ப எல்லாம் என்னை சந்தேகக்கேஸ்ல கொண்டுவந்துடுவாங்க. வீடு முச்சந்திக்கு வந்துடும். என்கிட்டே எதிர்க்க பலம் இல்லே!

ஜெகதியோட மூக்குத்தியை அடமானம் வச்சு பணம் புரட்டினேன். மூக்குத்தி உழைச்ச பணத்துல வாங்கினது!

டில்லிக்கிட்டேயிருந்து சரக்கை வாங்கி வந்தாச்சு. முதல்நாள் விற்பனைக்கு ஆயத்தமானேன். என்னைச்சுற்றிலும் போலீஸ் பட்டாளம்! சப்-இன்ஸ்பெக்டர் அவர் கையாலே ஊதுபத்தி ஏத்தி வியாபாரத்தைத் தொடங்கிவச்சார்!

சீக்கிரத்திலேயே வியாபாரத்தோட நெளிவு, சுளிவுகளைத் தெரிஞ்சுகிட்டேன். நாவலூர், விருகம்பாக்கம், திருநீர்மலை இப்படி அத்தனை ஏரியாக்கள்ளயும் இருக்கிற சாராயங்களையும் தரம் பிரிக்கிற அளவு வெவரமாயிட்டேன்.

முதல்ல எல்லாம் பஸ்ஸிலே போய்தான் சாராய கேனை எடுத்துக்கிட்டு வருவேன். பஸ்ஸிலே என் பக்கத்திலே கேனை வச்சுக்கமாட்டேன். பின்புறமா அதை வச்சுட்டு நா டிரைவர் வரைக்கும் நகர்ந்திடுவேன். வழியிலே செக்கிங் வந்தா சரக்கை அம்போன்னு விட்டுட்டு இறங்கி ஓடிரலாமே! தூரத்திலே அவங்க நிற்கறப்பவே மோப்பம் பிடிச்சு இறங்கிடுவேன்....

மின்னல் வேகத்திலே வியாபாரம் வளர்ந்துச்சு! இந்த மாதிரி வியாபாரங்களே இப்படித்தானே... வளர்ந்தா மின்னல் வேகத்திலே இருக்கும். விழுந்தாலும் இடி விழுந்தது கணக்கா விழும்!

பஸ்ஸிலே போய் கொண்டு வந்தா போதாதுன்ற அளவு சரக்கு டிமாண்ட் ஆச்சு. வேனைப் புடிச்சேன்... பிறகு லாரி!

பஸ், லாரி, ஆட்டோன்னு பல வாகனங்களில் சரக்குகளைக் கொண்டுவந்தேன்னு ஒற்றை வரியிலே சொல்லிட்டாலும் அப்ப

நான் சந்திச்ச அனுபவங்களும் போராட்டங்களும் பயங்கரமானது.

ஒரு தடவை திருநீர் மலைல இருந்து சரக்கை எடுத்துக்கிட்டு வேன்லே வர்றப்ப மதுவிலக்கு போலீஸ் ஜீப்புலே துரத்திக்கிட்டு வந்துடுச்சு. இங்கிலீஷ் படத்திலே வரமாதிரி பயங்கர சேஸிங்! குறுக்கு வழியிலே தப்பிக்கிறதுக்கும் காரை சாமர்த்தியமா விரட்டி ஓட்றதுக்கும் சரியான வேன் டிரைவரைத்தான் எப்பவும் பக்கத்திலே வச்சிருப்பேன்!

ஆனா, அன்னிக்கு அவங்களுக்கு நல்ல நேரம். ஹைவேஸ்ல எக்கச்சக்கமா மாட்டிக்கிட்டோம். டிரைவர் இறங்கி ஓடியே போயிட்டான்... நான் இறங்குறதுக்குள்ளே வந்து மொய்ச்சுட்டாங்க.

மதுவிலக்கு பிரிவு இன்ஸ்பெக்டர் இப்ப மிகப்பெரிய போலீஸ் அதிகாரியா சென்னையிலேதான் இருக்காரு... என்னை நெருங்கி வந்து... "ஏண்டா... சரகத்துக்கு மட்டும்தான் மால் வெட்டுவியா? நாங்களெல்லாம் என்ன பழத்தை வச்சுகிட்டுப்போறதா?"ன்னு கேட்டார். அவர் யாருன்னு தெரிஞ்சா ஆச்சரியப்படுவீங்க. ஒருத்தர் பாக்கியில்லாம எல்லா பெரிய மனுஷங்களையும்... பெரிய மனுஷங்களோட சின்ன மனசுகளையும் இனி வரப்போற அத்தியாயங்களில் சொல்றேன்!

அந்த அதிகாரியோடு பேரம் பேசினேன். அப்பாடா! இனிமே இந்த வழியிலே ஆபத்திருக்காது.

ஏழு எட்டு வருஷ கிரிமினல் வாழ்க்கையிலே எத்தனையோ போலீஸ் ஆபீஸர்களைப் பார்த்துட்டேன்... நான் போட்ட எலும்புத் துண்டுகளை தின்றவங்களும் நான் குற்றவாளியாகக் காரணமானவங்களும் பெரிய பெரிய பதவிகளுக்கு ப்ரமோஷன் கிடைச்சுப்போனாங்க... ஆனா நான்?

என்னை மட்டும் 'சிவலோகப்பதவி'க்கு அனுப்பிட்டாங்க!

எல்லா போலீசுக்கும் இந்த முகம்தான்னு சொல்ல மாட்டேன். நேர்மையா வேலை செய்தவர்களும் உண்டு... அவங்க ரொம்ப அபூர்வம்ன்றது மட்டுமில்லை... எந்த பதவி உயர்வும் கிடைக்காதவங்கன்றதும் எனக்குத் தெரியும்.

நா நேர்மையை பத்தி நம்பிக்கை இழந்ததெல்லாம் இந்த இடத்திலேதான்.

சாராய வியாபாரத்துக்காக ஒதுங்கியிருந்த புறம்போக்கு நிலத்தை -ஜெயந்தி தியேட்டர் பின்புறம்- எனக்கே எடுத்துக்கிட்டேன்! போலீஸ்தான் துணை இருக்கே.

அந்த இடத்துக்கு 'பெரியார் நகர்'னு பேர் சூட்டினேன். 216 பிளாட்டுகளா பிரிச்சு, சுற்றி குடிசைகள் போட்டேன்.

"எப்படியாவது இந்த இடத்துக்கு பட்டா வாங்கிடு சங்கர்"ன்னு சுகுமார் யோசனை சொன்னார்.

மரண வாக்குமூலம் ● 107

நேரமில்லாததாலே அதைக் கவனிக்காமலே இருந்தேன். ஒருநாள் ஆட்டோவிலே சரக்கை எடுத்துக்கிட்டு வர்றப்ப கார்ப்பரேஷன்லேருந்து ஆட்களெல்லாம் வந்திருக்கிறதா சொன்னாங்க. பெரியார் நகரைச் சுத்தி கூட்டம் கூட்டமா ஜனம். புறம்போக்கை ஆக்கிரமிச்சிருக்கிறதாலே அப்புறப்படுத்த அதிகாரிங்களெல்லாம் வந்திருந்தாங்க!

எனக்கு பரபரப்பாயிடுச்சி! தொழில் நடத்த இடம் வேணுமே....

சட்டுனு ஆட்டோவை எடுத்துக்கிட்டு 'கோட்டை'க்குப் போனேன், அவரைப் பார்க்க...

செகரட்டரியேட்டை நெருங்குறப்பதான் தெரிந்தது... ஆட்டோவுக்குள்ளே இருந்த 'சரக்கை' இறக்காமலே கொண்டுவந்திருக்கேன்னு.

அவ்வளவு சாராயத்தோட கோட்டைக்குப்போன மொத ஆள் நானாகத்தான் இருக்கும்.

கோட்டையிலே போய் யாரை பார்த்தேன் தெரியுமா? முனு ஆதியை!

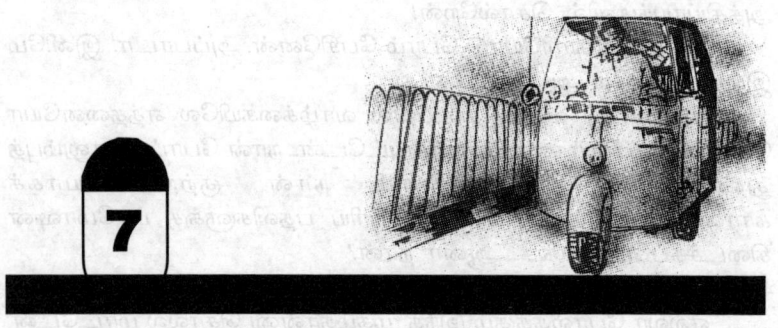

7

'நக்கீரன்' வாசகர்களுக்கு திரும்பவும் என் வணக்கம்! கடந்த சில வாரங்களா என் தொடரை படிச்சுக்கிட்டு வரீங்க... முதல் வாரம் நான் எழுதிய ஒரு சில வாக்கியங்கள் உங்களுக்கு நினைவிருக்கும்னு நினைக்கிறேன்!

'நான் மட்டும்தான் குற்றவாளியா? சமூகத்தில் பெரிய அந்தஸ்தோடு உள்ளவங்க இல்லையான்னு தொடர் முடியறப்ப நீங்களே ஒரு முடிவுக்கு வாங்க! ஆனா, அந்த முடிவை தெரிஞ்சுக்கத்தான் நான் இருக்கேனோ என்னவோ?'ன்னு சொல்லி யிருந்தேன் இல்லையா?

இப்ப, தூக்கு தண்டனை வரைக்கும் கூட நான் உயிரோட இருக்க அனுமதிக்கப்படுவேனான்னு சந்தேகமா இருக்கு. நான்

தொடர் எழுதப்போறேன்னதும் கலவரமான 'பெரும்புள்ளிகள்' -1988-க்கு முன்பு என்னோடு நகமும் சதையுமாய் இருந்த என்பதைவிட, நகமும், நகத்தின் அழுக்குமாய் இருந்த அரசியல்வாதிகள் - என்னைத் தீர்த்துக்கட்ட ஏற்பாடு செய்துட்டாங்க! என் உசிருக்கு விலை நிர்ணயிச்சுட்டாங்க! சேலம் A.R போலீஸ் மூலம் கொலை திட்டம் தீட்டப்பட்டாச்சு!

நான் யாருக்கு அள்ளி அள்ளி பணமும், மற்ற சௌகரியங்களும் செய்து தந்தேனோ, அந்த அரசியல்வாதிகளும், அதிகாரிகளும்தான் இப்ப என்னைக்கொலை செய்ய முடிவு எடுத்திருக்காங்க.

அவங்களுக்குப் பயம்! சாகிறதுக்கு முன்னாலே இவன் நம்ம சாயத்தையெல்லாம் கலைச்சுடுவானோன்னு பயம்!

நான் மிருகமா இருக்கிறவரைக்கும் அவங்க 'மனுஷங்களா' நடிக்க முடிஞ்சது. நான் மனுஷன் ஆனதுனாலே அவங்களுக்கு, மண்ணாயிடுவோமோன்னு பயம்.

நான் சிக்கிக்கிட்டதிலே என்னைவிட... என் பொண்டாட்டி, புள்ளைகளைவிட... அதிகமா கவலைப்பட்டது அந்த 'பெரும் புள்ளிகள்'தான்!

கடந்த 9-7-94 சனிக்கிழமை அன்னிக்கு சேலம் ஜெயில்ல இருந்து அரசு மருத்துவமனைக்கு சிகிச்சைக்காக பன்னீர்செல்வம், ஆறுமுகம் என்ற கைதிகளை, கூட்டிப்போனப்ப, A.R போலீஸ் அவங்ககிட்டே சொல்லியிருக்காங்க... "ஏண்டா... உங்க ஜெயில்ல இருக்கானே சங்கரு! அவன் என்ன பெரிய மயிரா? பெரிய உத்தமனாட்டம் சுயசரிதை எழுதறானே! அவனுக்கு நேரம் நெருங்கிடுச்சு. 6-ம் தேதி அவனைக் கோர்ட்டுக்குக் கூட்டிப்போறப்ப ஒரே தோட்டாவிலே அவனை சுட்டுட்டு, 'தப்பி ஓட முயற்சி பண்ணினான்'னு அவன் கதையை முடிக்கப்போறேன்'னு சொன்ன போலீஸ்காரர் பேரு குமார்! என்னைக் 'க்ளோஸ்' பண்ண ஏற்பாடு செய்யப்பட்டிருக்கும் மூன்று காவலர்கள் P.C. 1217, 1175, 1658.

சேலம் ரவுடி 'ஏரோப்ளேன் செல்வராஜ்', 'திருப்பூர் நாகராஜன்' என்ற ரெண்டு கைதிகளையும் கூட எதிர்த்துப் பேசினான்ற கோபத்திலே இப்படித்தான் கொன்னாங்க. அதுவும் அந்த திருப்பூர் நாகராஜனை ஜெயில் வாசல்ல வைச்சே சுட்டுக்கொன்னாங்க. இதை அந்தக் காவலர்களே ஒருமுறை என்கிட்டே சொல்லியிருக்காங்க. இதேபோல என்னையும் கொல்றதுக்குப் பிளான்! இதை நான் எழுதினதோட விளைவு என்ன நடக்கப்போகுதோ தெரியல. பன்னீர், ஆறுமுகம் ரெண்டு பேரும் என்ன பாடுபடப்போறாங்களோ... மறுப்பு விடறதுக்காக

எப்படியெல்லாம் துன்புறுத்தப்படப்போறாங்களோ தெரியல.

என் வாழ்க்கைத் தொடரை வெளியிட எத்தனையோ பத்திரிகைகள் வந்து கேட்டாங்க. நான் கொடுக்கலை... அந்தப் பத்திரிகைகள் மதிக்கிற முக்கியப் புள்ளிகளைப் பத்தி நான் சொல்றதை முழுக்க வெளியிடுவாங்களான்னு தயக்கம்! அதுவுமில்லாம என் வாழ்க்கையிலே சம்பந்தப்பட்ட அத்தனை வி.ஐ.பி.க்களையும் அடையாளம் காட்றதுக்கு அவங்களுக்குத் துணிச்சல் உண்டான்றதும் சந்தேகம்!

'நக்கீரன்' மாதிரி 'ஆண்மையோட' உள்ள பத்திரிகையிலதான் தொடர் வரணும்னு தீவிரமா விரும்பினேன்.

'ஆட்டோ சங்கர் எழுதறான்... அதுவும் 'நக்கீரன்'ல எழுதறான்'னதுமே அந்த பெரிய மனுஷங்களுக்கு வயித்திலே புளியைக் கரைச்சிருக்கும்!

அதனாலதான் என்னோட தூக்குத்தண்டனை வரைக்கும் பொறுக்க முடியல, பாவம்.

திருடங்க கிட்டேயிருந்து பாதுகாப்பு ஏற்படுத்தியிருக்கிற மாதிரி காவல்துறை கிட்டேயிருந்து ஜனங்களை காப்பாத்தவும் புதுசா ஒரு அமைப்பு வந்தாத்தான் எல்லாரும் ஜீவிக்க முடியும்!

மாஃபியா கூட்டத்தைச் சேர்ந்த பயங்கர குற்றவாளி சுர்லா! பம்பாய்க்காரன். இன்றைக்கு முக்கிய அரசியல் தலைவரா இருக்கிற அம்மையாரின் முகத்தை சிதைக்க ஏவப்பட்டான் அவன்! அந்த அம்மணி அப்ப அரசியல்வாதி இல்ல. அரசு உயர் அதிகாரி. அவங்க முகத்தைச் சிதைக்க திராவகம் வீசினான் அவன்...

பிடிபட்ட அவனை ஜீப்பில் ஏற்றி கோர்ட்டுக்கு கூட்டிப்போனாங்க. திரும்புற வழியில போலீஸே அவன்கிட்டே, "ஜீப்பை நிறுத்தறோம். நீ வேணா தப்பிச்சு ஓடு"ன்னு சொன்னாங்க. அவனுக்கு அதிர்ச்சியும், ஆச்சர்யமுமா இருந்துச்சு.

"விசாரணையில் நீ ஆளும் கட்சியைக் காட்டிக் கொடுத்துடுவே.. கேபினட்டே ஆட்டம் கண்டுரும். அதனால நீ 'எஸ்கேப்' ஆனா தேவலைன்னு உன்னை அனுப்பினவங்க விரும்புறாங்க. நீ தப்பிச்சுடு! உம்... உம்..."ன்னு அவசரப்படுத்தினாங்க.

ஆனாலும் நம்ப ஆள் சுர்லா தப்பிக்கலை. ஜீப்பை விட்டே இறங்கலை. "நான் மாஃபியா கூட்டத்துக்காரன்... என்னையா ஏமாற்றப்பார்க்கிறிங்க... என்னை க்ளோஸ் பண்ணி ஃபைலை மூடப்பார்க்கறீங்க... 'தப்பி போனான்; சுட்டுக்கொன்னோம்'னு சுலபமா முடிக்கப்பார்க்கறீங்களா...? எவனாவது அள்ளி முடிஞ்சவன்கிட்டே உங்க வேலையை வச்சுக்கங்க"ன்னு சொன்னானாம்.

அவனே தெரிவிச்ச தகவல் இது! நம்ப 'போலீஸைப்' பத்தி

நீங்களெல்லாம் தெரிஞ்சுக்கணும்ன்றதுக்காக இந்த முன்னுதாரணத்தைச் சொல்றேன்.... நான் தூக்கு தண்டனைக்கு முன்னால் கொல்லப்பட்டால், அதற்கு யார் யாரெல்லாம் காரணம்னு 'நக்கீர'னுக்குத் தெரிவிச்சிருக்கேன். ஒருவேளை கொலை செய்யப்பட்டேன்னா அதை 'நக்கீரன்'லே வெளியிடணும்னு கேட்டுக்கறேன்.

என் தேவனே! தாங்கள் செய்வது இன்னதென அறியாதிருக்கிறார்கள். இவர்களை மன்னியும். அல்லேலுயா!

சில லீடர்கள், 'நம்ம பேரை சங்கர் நாறடிச்சுடுவான்'னு பயந்துட்டாங்க. தூக்கு தண்டனைக்கு முன்னாலேயே என்னைக் கொல்றதுக்கு அவங்க முயற்சி எடுத்திருக்கிறது தெரிய வந்ததுனாலே, சொல்லவேண்டியதை விட்டுட்டு நான் இதைச்சொல்லவேண்டியதாச்சு.

நான் தூக்கு தண்டனைக்கு முன்னாலேயே கொலை செய்யப்படலாம். அதற்கு நான் கவலைப்படவில்லை.

'கவலைப்படுகிறதனால் உங்களில் எவன் தன் சரீர அளவோடு ஒரு முழத்தைக்கூட்டுவான்...' -லூக்கா:12:25

தேன் குடிக்கப்போற ஈக்களுக்கு தேனே சமாதியாயிடறது கணக்கா, உயிரைப் பணயம் வச்சு உண்மை சொல்லத்துடிக்கிற நான் அதன் காரணமாவே உயிருக்கு உலை தேடிக்குவேனோ என்னவோ?

நீதிதேவதை சிலை, நடந்தது எதையும் 'கண்டுக்காம' வழக்கம்போல தன் 'கண்ணைக்கட்டிக்கிட்டு' இருந்துவிடக்கூடும்.

வாசக சகோதரர்களே...! நீங்களாவது கண்ணை நல்லா திறந்துவச்சுக்கிட்டு இந்தப் பிரச்சினையைப் பாருங்கன்னு கெஞ்சி கேட்டுக்கறேன்....

என்னோட எல்லா நல்லது, கெட்டதுகளையும் இந்த 'தராசிலே' வைக்கிறேன்னு சொன்னேனில்ல?! என் எல்லா செயல்களையும் மட்டுமில்ல... சில 'தராசு'களையும் இப்ப எடை போட வேண்டியதா இருக்கு....

ஆனாலும் பரவாயில்லை... உண்மையைப் பூரா சொல்லத்தான் போறேன்... என்னோட சேர்ந்து அதுவும் புதைகுழிக்குப் போயிடக்கூடாது.

ஜெயந்தி தியேட்டர் பின்னாலே புறம்போக்கு நிலத்தைக் கார்ப்பரேஷன் ஆக்கிரமிச்சதும், முனுஆதியைப் பார்க்கப் போனேன்னு சொன்னேனில்லையா...? அப்ப அவர் சபாநாயகரா இருந்தாரு... வயதானவரு...!

"என்க்ரோச்மெண்ட்டுக்கு பட்டா கேட்கிறியா... உம்...?"ன்னு யோசிச்சாரு, பெரியவர் முனுஆதி.

“எவ்வளவு செலவானாலும் பரவாயில்ல அண்ணே!” என்றேன்.

“ரைட்... ஒண்ணுசெய்! அடுத்த வாரம் தலைவர் கூட்டம் உங்க ஏரியாவிலே இருக்கில்லே? பட்டா மனு வேணும்ன்னு அப்ளிகேஷன் எழுதி தலைவர் கிட்டே கொடு. மற்றதை நான் பார்த்துக்கிறேன்”ன்னு சொன்னார்.

அதேபோல எம்.ஜி.ஆர். பேசின பொதுக்கூட்ட மேடையிலே வரிசையில நின்னு மனுக்கொடுத்தேன்.

பெரியார் நகர் வலுவா உருவாச்சு. கல்லுக்கால் ஊன்றி கம்பிவேலியெல்லாம் போட்டு ரொம்ப பெரிசா...! போலீஸ் துணையோட அப்பப்ப நான் பந்தாவாப் போய் வேலை நடக்கிறதைப் பார்ப்பேன். இன்னொரு விஷயம்... நமக்குத் தீமை செய்தவங்களைப் பேர் சொல்லாமவிடலாம் தப்பில்லை. நன்மை செய்தவர்களை அடையாளம் காட்றதுதானே மனிதப்பண்பு!

பெரியார் நகர் உருவாக சில பெரியவங்க, அப்பழுக்கில்லாத நல்லவங்க ரொம்ப பிரமாதமாய் பாடுபட்டாங்க. அப்ப இருந்த 150-வது வட்டச்செயலாளர் சக்கரபாணி அண்ணன், ராமன் அண்ணன், கிருஷ்ணன், தாஸ், முருகேஸ் அண்ணன், ராமச்சந்திரன், மாரி அண்ணன், பெரியசாமி அண்ணன், லூயிஸ் இவங்க எல்லாருமே பாடுபட்டுத்தான் பட்டா கிடைச்சுது. உண்ணாவிரதம் கூட இருந்தோம். என் தம்பி மோகன் பட்டாவுக்காக கோர்ட்டுக்கே போனான். இப்படி ஒரு பக்கம் பெரிய போராட்டமே நடந்துச்சு.

இன்னொரு பக்கத்திலே சாராய வியாபாரமும் அமோகமா நடந்துச்சு... என் செல்வாக்கு கொஞ்சம் கொஞ்சமா வளர்ந்துகிட்டே போச்சு.

‘கல்லா கட்டி’ (4 ஷிப்ட்) போட்டு வியாபாரம் செய்யவேண்டிய அளவுக்குப் பெருகிப்போச்சு.

முப்பத்தைஞ்சு லிட்டர் கேன் வாங்கி எடை கட்டினா நாலு மடங்கு லாபம் பார்க்கலாம். எழுநூறு ரூபா சரக்குக்கு ரெண்டாயிரத்து எண்ணூறு வரை சம்பாதிக்கலாம்...

நல்ல சரக்குக்கு அடையாளம்... கையை சாராயத்துக்குள்ளே முக்கி தீயிலே காட்டினதும் குப்புன்னு கையை சுத்தி தீப்பிடிக்கும். ஆனா கையிலே சுடாது... அந்த நல்ல சரக்கிலே நாலு பங்கு தண்ணீர் சேர்த்து ஒரு கேனை நாலு கேன் ஆக்குவதற்குப் பேர்தான் ‘எடை கட்டுவது’!

சும்மா பேருக்கு அப்பப்ப ரெய்டு வருவாங்க. அதுவும் முதல்நாளே என்கிட்டே வந்து இன்ஸ்பெக்டர் தலைமலை சொல்லி டுவாரு...

தலைமலைன்னு சொன்னதும் ஒரு விஷயம் ஞாபகத்துக்கு வருது. போலீஸைப் பத்தி சரியா புரிய வைக்க இதைவிட நல்ல

சம்பவத்தைச் சொல்ல முடியாதுன்னு நினைக்கிறேன்.

ஒருநாள் ஸ்டேஷனுக்கு அவரைப்பார்க்கப் போனப்ப, லாக்-அப் ரூமிலே தலைமலையும், கூட நாலு போலீஸ்காரங்களுமா சேர்ந்து ஒரு ஆளை நையப்புடைச்சுக்கிட்டிருந்தாங்க... ஸ்டேஷன்ல இது வழக்கமா நடக்கிற விஷயம்தான்னு கண்டுக்காம வந்துட்டேன் முதல்நாள்.

ரெண்டாவது நாளும் அந்த ஆளை, ஆள்மாற்றி ஆள் பந்தாடிக்கிட்டு இருந்தாங்க... உடம்பெல்லாம் ரத்தம் ஒழுக அவனைப் பார்க்கவே பரிதாபமா இருந்துச்சு. 'இனிமே ஒழுங்கா இருப்பியா?'ன்னு ஆள் மாற்றி ஆள் கேள்வி கேட்டுக்கிட்டே அக்கக்கா கழற்றினாங்க. ஆள் செத்துடுவானேன்னு பயமாப்போச்சு. மூன்றாவது நாளும் அவன் தொடர்ந்து அடி வாங்கறதைப் பார்த்துட்டு என்னன்னு விசாரிச்சேன்... 'எதாவது ரௌடித்தனம் பண்ணினானா?'

''ம்ஹூம்... அதெல்லாமில்லை! இவனும் ஒரு சாராய வியாபாரிதான். நல்லா சம்பாதிச்சுக்கிட்டிருந்தான். எங்களுக்கு மாமூல் தந்துக்கிட்டிருந்தான். இப்ப திடீர்னு வந்து 'இனிமே நான் சாராய வியாபாரமெல்லாம் பண்ண மாட்டேன். திருந்திட்டேன்'றான். அதற்குத்தான் இந்த ஸ்பெஷல் பூஜை"

எனக்கு திக்குன்னு ஆயிருச்சு. எவ்வளவுதான் பணம் கொடுத்தாலும் போலீஸ் ஜாதிக்கு நன்றி மறந்துடும். பாவம் அந்த வியாபாரி. இந்த இன்ஸ்பெக்டருக்கு எவ்வளவு பணம் கொடுத்திருப்பான். அதையெல்லாம் சுத்தமா மறந்துட்டு இப்ப மாமூல் வரலைன்னதும் இப்படி அடிச்சு நொறுக்குகிறாரே... கொஞ்சம்கூட நெஞ்சிலே ஈரமே இருக்காதோ?

திருந்தினால்கூட திருந்த விட மாட்டேன்றாரே. இப்ப எனக்கு மரியாதை தந்தாலும் எதிர்காலத்திலே நான் மனசு மாறினாலும் இந்த கதிதான்!

போலீஸ்காரங்களை ரொம்ப நெருங்கினாலும் போச்சு. ரொம்ப பகைச்சாலும் போச்சு. மனசுக்குள்ள ஒரு எச்சரிக்கை விளக்கு எரிஞ்சது.

அடிவாங்கின அந்த ஆளோட ஏரியா இது கிடையாது. அவன் பெயில்ல போயிரக்கூடாதுன்றதுக்காக ஒவ்வொரு ஸ்டேஷன்லயும் மூணு நாளைக்கு மேலே வச்சுக்காம இடம் மாற்றிக்கிட்டே இருந்தாங்க. ஒவ்வொரு ஸ்டேஷன்லேயும் மண்டகப்படிதான்!

மாதா மாதம் திருவான்மியூர் போலீஸ் ஸ்டேஷனுக்கு அறுபதாயிரம், எழுபதாயிரம் மாமூல் வெட்டுவேன். ஒவ்வொரு போலீஸ்காரரும் வாங்கற சம்பளத்தை விட, ரெண்டு மடங்கு தொகை நான் தருவேன். அந்த ஸ்டேஷனைப் பொறுத்தமட்டிலும்

நான்தான் கவர்மெண்ட். ஏட்டு, ரைட்டர், எஸ்.ஐ., இன்ஸ்பெக்டர், எஸ்.பின்னு... அத்தனை பேருக்கும் 'கேட்டகரி'யைப் பொறுத்து சம்பளம் தந்தேன்.

நான் ஸ்டேஷனுக்குப்போய் மாமூல் கட்டின நிலைமாறி, என்னைத்தேடி வரும்படி வச்சேன். வீடு தேடி வர ஒவ்வொரு போலீஸ்காரரும், ஐ.ஜி.க்குத் தர்ற மரியாதையை எனக்குத் தந்தாங்க. சோபாவிலே கால் மேல கால் போட்டு தர்பாரா உட்கார்ந்திருப்பேன். இடப்பக்கம் வாள் சொருகிக்காத இளவரசன் கணக்கா செம பந்தா! கையிலே விஸ்கி கிளாஸ் வேற... கைகட்டி, வாய் பொத்தி நிப்பாங்க சுகுமாரும், மற்ற போலீஸும்.

பெரியார் நகர் பல பேரோட உழைப்பினாலே பிரமாதமா உருவாச்சு. குறிப்பா சொல்லணும்னா பெரியவர் முனுஆதியோட ஒத்துழைப்பு.

எம்.ஜி.ஆர். கிட்டேயிருந்து 216 குடியிருப்புகளுக்கும் பட்டா கிடைக்க அவர்தான் காரணம்.

பட்டா மட்டுமில்ல... வேல்யுவேஷன் சர்டிஃபிகேட், ஈ.சி. (வில்லங்க சர்டிஃபிகேட்)ன்னு எல்லா அரசாங்க அங்கீகாரங்களையும் வாங்கித் தந்தாரு. எங்க கூடவே அந்த வயசான காலத்திலே வேர்வை சிந்த அலைஞ்சாரு.

அப்ப ஹவுஸிங் போர்டு சேர்மனா இருந்தவங்க சுலோசனா சம்பத். (இவங்க சங்கதிகளை பின்னாலே சொல்றேன்). சுலோசனா, பெரியார் நகர் குடியிருப்புகளைக் காலி செய்ய பெரும் முயற்சி எடுத்தாங்க. என் தம்பி பேர்ல அதுக்கு உடனே 'ஸ்டே' வாங்க யோசனை சொன்னது பெரியவர் முனுஆதிதான்!

ஊர் பெரியவங்க எல்லாரும் தந்த முயற்சியினாலே ஒரு மட்டிலும் இடத்தைத் தக்க வச்சோம். இடத்துக்கு வீட்டுவரி, எலெக்ட்ரிக் கனெக்ஷன் கிடைக்கிற வரைக்கும் கூட இருந்து பாடுபட்டார் பெரியவரான முனுஆதி.

'அன்பளிப்பா' இருபதாயிரம் ரூபா எடுத்துக்கிட்டு அவரைப் பார்க்கப்போனேன். அவர் நல்லா தண்ணியடிப்பார்ன்னு கேள்விப்பட்டிருந்ததாலே, 'ஜானிவாக்கர்' பாட்டில் ஒண்ணும் வாங்கிக்கிட்டுப்போனேன். ரெண்டையும் அவர்கிட்டே நீட்டினேன். அவர் உதவிக்கு நன்றி சொன்னேன்.

பிறகு அவர் கேட்ட கேள்வியை வார்த்தை மாறாம இப்பவும் என்னால சொல்ல முடியும்.

"வெறும் பாட்டில் மட்டும்தானா...? 'ஃபிகர்' இல்லையா?"ன்னு கேட்டார்.

எனக்குத் தூக்கிவாரிப்போட்டுச்சு.

கொஞ்சம் கோபம் கூட வந்துச்சு. என்னை என்ன மாமா

வேலை பார்க்கிறவன்னு நினைக்கிறாரா?

நான் மௌனமா இருக்கிறதைப்பார்த்துட்டு அவர், "என்னை குஷிப்படுத்தினா, நானும் அடிக்கடி உனக்கு உபயோகப்படுவேன்... பார்த்துக்க"ன்னாரு.

"இப்ப புதுசா சினிமாவிலே ஆக்ட் கொடுக்கிறாளே... அந்தப் பொண்ணு வேணும் சங்கர்! மூக்கும் முழியுமா என்னா அழகு...!"

"சினிமா நடிகையா?" -வாயைப் பொளந்தேன்.

"ஆமாம்பா... ஜானிவாக்கர் மட்டும் எப்படிப் போதும். அந்த நடிகையும், வி.ஜி.பி. கோல்டன் பீச்சுல ஒரு காட்டேஜும் ஏற்பாடு பண்ணு" -ஒரு தினுசா சிரிச்சாரு.

இவர் 'சல்லாப நாயகரா'ன்னு சந்தேகமா இருந்துச்சு.

'தண்ணீர் தண்ணீர்'தான் வேணும்ன்னு சொல்லிமுடிச்சார் பெரியவர்!

"சரிதான்"னேன்.

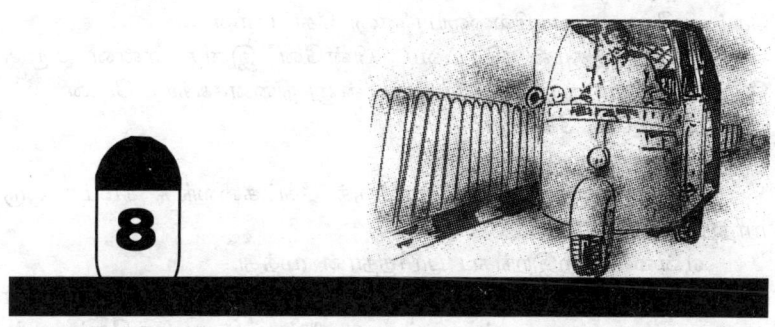

8

அவரு நடிகையைக் கேட்பாருன்னு எதிர்பார்க்கவே இல்ல! தவிர அந்த நடிகை அப்ப ரொம்ப பாப்புலரானவங்க... கலைமாமணி பட்டமெல்லாம் கூட வாங்கினவங்க... தமிழ்நாட்டிலே ஏகப்பட்ட ரசிகர்கள் அவங்களுக்கு. ஏன், நானே அவங்க ரசிகன்தான். அவங்களைப்போய் இவரு...?

ஆனாலும் அவருகிட்டே மறுப்பு எதுவும் சொல்லலை. 'ஏற்பாடு பண்றேன் அண்ணே'ன்னு மட்டும் சொன்னேன்.

அப்ப எனக்குப் பெண் சவகாசம் எதுவும் கிடையாது... சாராய வியாபாரம், அடிதடியிலே எல்லாம் ஈடுபட்டேனே தவிர இந்த விஷயத்திலே சுத்தமாதான் இருந்தேன்.

பெரியார் நகர் திரும்பி வந்து என் 'அமைச்சரவை சகாக்கள்'கிட்டே யோசனை கேட்டேன்.

பாபுதான் ஐடியா கொடுத்தான்.

"சங்கர்... இதுக்கு நம்மகிட்டே ஆள் இருக்கு. டி.நகர்ல

முத்துன்னு ஒரு புரோக்கர் இருக்கான்... வெற்றிலை பாக்கு மோகன்னு. அவனோட கைத்தடி ஒருத்தனும் உண்டு. ரெண்டு பேரையும் பிடி... அவங்களுக்கு உத்தியோகமே 'மாமா' தொழில்தான்...! பெரிய ரேட் பெண்கள் வேணும்னா இன்னிக்கு மெட்ராஸ்லேயே அவங்கதான்..."

எனக்கு அதற்கப்புறமும் நம்பிக்கை இல்லை. "மத்த பெண்களைக் கொண்டு வருவாங்க... அந்த நடிகையையுமா?"ன்னேன் அப்பாவித்தனமா, அவ்வளவு மரியாதை வச்சிருந்தேன். அவங்க மேலே!

பாபு சிரிச்சான்.

"அவ என்னடா... பணத்தைக் கொடுத்தா முத்துவும், வெற்றிலைபாக்கு மோகனும் கிளியோபேட்ராவைக்கூட தோண்டி எடுத்துக்கொண்டு வந்துடுவாங்க..."

முத்துவைப் பார்க்கப்போனேன்.

"அந்த நடிகையை கேட்கறீங்களா... கொஞ்சம் கூடுதலா பணம் கேட்பாளே... பரவாயில்லையா"ன்னு கேட்டான்.

"கேட்கத்தான் செய்வா. பின்னே இதை என்ன சமூக சேவையாகவா ஒருத்தி பண்ணுவா'ன்னு நினைச்சுக்கிட்டேன்.

"எவ்வளவு கேட்பா?"

"ஏழாயிரம் ரூபாய்..."

"நான் அவங்களை விலைக்குக் கேட்கலைங்க. சும்மா ஒரு ராத்திரிக்குதான்"

என்னை ஏறஇறங்கப் பார்த்தான் முத்து.

"ஒரு ராத்திரிக்குதான் சொல்றேன்" இது என்ன சாதாரணமான ஆளா... நடிகைன்னா என்ன சும்மாவா...?"ன்னு கோபமா கேட்டான். இன்னொரு அக்காவும் தங்கையுமான நடிகைகளைச் சொல்லி அவங்க ஃபீஸ் எவ்வளவு தெரியுமா? ஒவ்வொருத்திக்கும் பதினைந்தாயிரம் ரூபாய்ன்னான்.

"ரூம் எங்கே போடப்போறீங்க" என்றான். சொன்னேன். ம்ம்... அது நல்ல இடம்தான்னு தலையாட்டினான். கண்ட கண்ட பாடாவதி லாட்ஜுக்கெல்லாம் அவங்க வர மாட்டாங்களாம்...

நடிகைக்குச் சொந்த ஊர் ஆந்திரான்னாலும், தமிழ் நல்லா பேசுவாங்க. தமிழ்ப் படங்கள்லதான் அதிகமா நடிச்சாங்க. நடிக்கிறது மட்டுமில்லாம ஒருசில படங்களுக்குப் பின்னணி குரலும் (டப்பிங்) கொடுத்து சம்பாதிச்சுக்கிட்டிருந்தாங்க.

"புறப்படலாமா"ன்னு கேட்டான் முத்து. வண்டிக்குள்ளே ஏறி உட்கார்ந்தான். அடுத்த பத்தாவது நிமிஷம் வண்டிச்சக்கரம் நடிகை பங்களா முன்னால்...!

பிரமிப்பு என்னை விட்டு விலகவேயில்லை. நெஞ்சில் ஒரு

ராகம் பாடிய இவங்களா இப்படித் தப்புத்தாளங்கள் போடறது..?

அக்கினி சாட்சியா இதை நம்ப முடியல. ஒருவேளை இது அவங்களோட மரோசரித்திராவா...

நடிகை வீட்டு வரவேற்பறையில் உட்கார்ந்தோம். ஏற்கனவே அங்கே படக்கம்பெனி ஆட்களும், மிருகங்களை வச்சு படமெடுக்கிற ஒரு டைரக்டரும் எங்களுக்கு முன்னாலே நடிகைக்காக காத்துக்கிட்டிருந்தாங்க. அறையிலே கும்முன்னு ஊதுவத்தி வாசனை. கண்ணாடி அலமாரிக்குள்ளே படவிழாக்களிலே நடிகை வாங்கின ஷீல்டுகள்... நூறு நாள் நூத்தம்பதுநாள் ஓடின படங்களோட பேர் போட்ட அவார்டுகள்.

நடிகையோட பெரிய சைஸ் படமொன்னு இருந்துச்சு. பெரிசுன்னா சாதாரண பெரிசு இல்லை... ரொம்ப ரொம்ப பிரமாண்டமா கிட்டத்தட்ட பாதி சுவருக்கு இருந்தது அந்த படம். லாமினேட் செய்யப்பட்டிருந்துச்சு. லைஃப்சைஸ் படம்... கன்னத்திலே இருக்கிற பூனை மயிரெல்லாம் கூட தெரியும். அவ்வளவு டைட் க்ளோசப். அவ்வளவு பெரிசு. வேற யாரு வீட்டிலேயும் இவ்வளவு பெரிய படத்தை நான் பார்க்கலை. அவங்க நடிச்ச ஒரு சினிமாவிலே கூட இதே படம் வரும்!

எம்.ஜி.ஆர்., என்.டி.ராமாராவ், சிவாஜி, பாலசந்தர் ஒவ்வொருத்தர் கிட்டேயும் நடிகை தனித்தனியா பேசிக்கிட்டிருக்கிற மாதிரி அல்லது கும்பிடற மாதிரி போஸ் கொடுத்துக் கிட்டிருந்தாங்க.

எனக்குக் கொஞ்சம் பயமாகூட இருந்துச்சு.

திரைத்துணியை விலக்கிட்டு திடீர்னு நடிகை வெளியே வந்தாங்க. எல்லாரையும் பொதுவா பார்த்து ஒரு கும்பிடு. ஒரு அம்சமான சிரிப்பு. சோபாவிலே உட்கார்ந்த பிறகு நிறுத்தி நிதானமா ஒவ்வொருத்தரையும் தனித்தனியா பார்த்தாங்க.

தலைமுடியை சீவாம அப்படியே பின்பக்கம் அடர்த்தியா விட்டிருந்தாங்க... செக்கரட்டரி கிட்டே திரும்பி கால்ஷீட், ரிக்கார்டிங்ன்னு என்னவோ அஞ்சு நிமிஷம் மெதுவான குரல்ல விசாரிச்சுட்டு எங்க பக்கம் திரும்பினாங்க.

"ஹலோ... முத்து... எப்ப வந்தீங்க?"

"இப்பத்தான் மேடம்... இவர் பேரு சங்கர்! எனக்கு வேண்டியவர்"

"அப்படியா..."ன்னு என் பக்கம் திரும்பி, தொழுது சிரிச்சு...

எனக்கு மொத்த சாராயத்தையும் எடை கட்டாமலே குடிச்ச மாதிரி போதை தலைக்கேறிச்சு.

"முத்து... ஏ.வி.எம். டப்பிங் தியேட்டர் வரைக்கும் போகிறேன். நீங்க மானேஜரைப் பாருங்களேன்..."

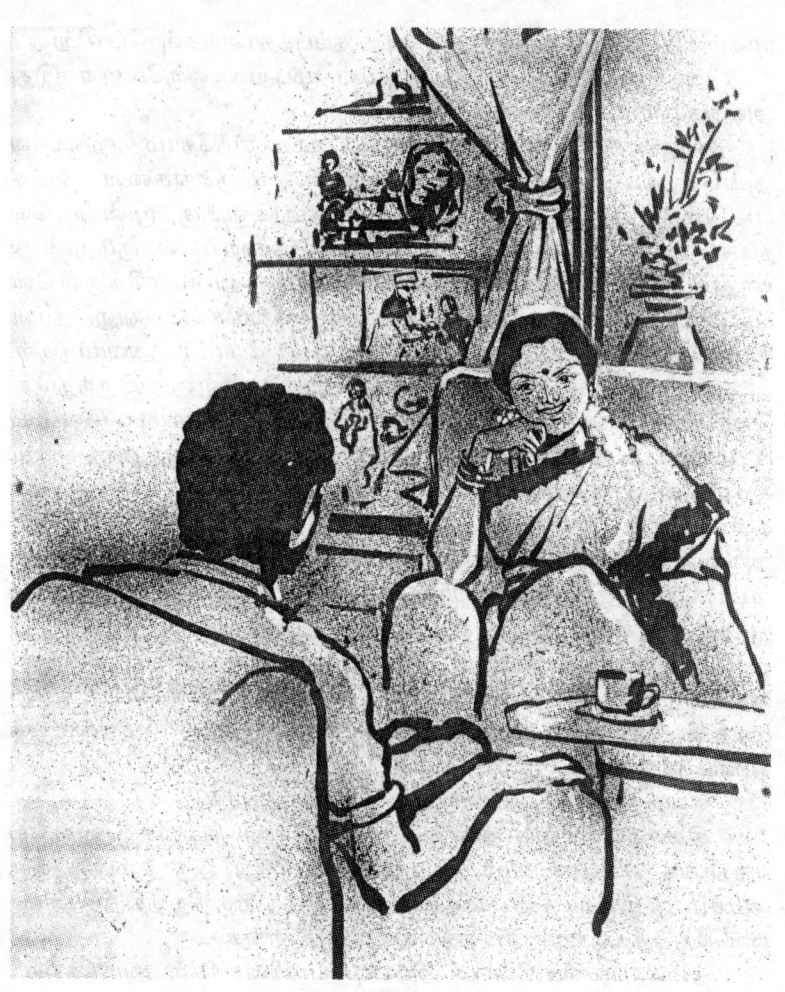

சொல்லிவிட்டு வாசலுக்கு நடந்தாங்க. காரிலே ஏறி போயே போயிட்டாங்க!

"என்னங்க இது.. ஒன்றுமே சொல்லலை?" -நான் கேட்டதும் முத்து சிரிச்சான்.

"அதான் மானேஜரைப் பார்க்கச் சொல்லிட்டாளே? பார்க்கலாம் வாங்க"

"மானேஜர் கேட்ட தொகை ஏழாயிரத்தையும் எடுத்து நீட்டினேன்.

ஏழாயிரமென்ன... செயிண்ட் ஜார்ஜ் கோட்டையை எழுதி வைக்க சொன்னாலும் அப்ப என்னாலே முடிந்திருக்கும். 1978-லி

ருந்து 88 வரைக்கும் திருவான்மியூருக்கு நான்தான் டாட்டா. நான்தான் பிர்லா!

தேசத்தோட ஜனாதிபதியை விட நான் சௌக்கியமா இருந்த நேரம் அது!

“டாக்ஸி அரேன்ஜ்மெண்ட் நாங்க பண்ணிக்கிறோம்... ஆனா பில்லை கொடுத்திடணும். கரெக்டா காலைல ஆறு மணிக்குத் திருப்பி அனுப்பிடணும். டாக்ஸி வந்துடும்...”ன்னு ஆரம்பிச்சு இன்னும் சில சில்லறை விதிகள் பேசினான் அந்த இளைஞனான மானேஜர்!

எல்லாத்துக்கும் தலையாட்டிட்டு பணத்தை நீட்டினேன்.

எண்ணிப்பார்த்து பையிலே வச்சுக்கிட்டான்.

“ஃபோன் நம்பர் விலாசம் கொடுத்துட்டுப் போங்க... அவங்க வந்ததும் பேசிட்டு ஃபைனல் டயத்தை கன்ஃபார்மா சொல்லிடறேன்”ன்னு சொன்னான். விசிட்டிங் கார்டு நீட்டினேன். “410065-க்கு ஃபோன் பண்ணுங்க. 142, காந்திவீதி, பெரியார் நகர், திருவான்மியூர்... இதான் என் வீட்டு அட்ரஸ்”

“ஃபோன் நம்பர் மட்டுமே போதும்...! உங்களுக்கு எப்ப தேவைப்பட்டாலும் அலைய வேண்டாம்....ஒரு ஃபோன் போட்டு என்னைக் கூப்பிடுங்க போதும்... காரியம் சட்டுனு முடிஞ்சுடும்”ன்னு சிரிச்சான் மானேஜர். எங்களை கைகுலுக்கி அனுப்பி வச்சான்.

‘‘நடிகையைப் பார்த்து ஒரு வார்த்தை ஊர்ஜிதமா கேட்டுட்டுப்போயிடலாமா?’’ -வெளியே வந்த முத்துகிட்டே சன்னமா கேட்டேன்.

“அதான்... அந்த மானேஜர் பயதான் சொல்லிட்டானே! அப்புறம் என்ன?”ன்னான் முத்து.

‘‘இருந்தாலும் அவங்ககிட்டே கன்ஃபார்மா? கேட்டுக்கிட்டோம்னா ஒரு நிம்மதி!”

“இப்பவே நிம்மதியா போங்க.. அவன் சொல்லிட்டான்னா சொன்னதுதான்”

தைரியமா பணம் வாங்கிக்கிட்டு அந்த நடிகை கோல்டன் பீச் காட்டேஜுக்கு வர சம்மதிச்சு, தேதியும் கொடுத்துட்டாங்க. தான் பிரபல நடிகை, தங்கற இடமும் உசத்தியானது. யாரு வரமுடியும்ன்னு தைரியம். பணமும், பெயரும் இருந்துட்டா எந்த தப்புக்கும் வழி ஏற்படுத்தித்தர்ற நாடுதானே இது. பணம் வச்சிருக்கிறவனை சாமிகூட பக்கத்திலே கூப்பிட்டு தரிசனம் கொடுக்குதே...

குடிக்கிறது தப்புங்கிறது சட்டம். ஆனா, பெர்மிட் இருக்கிறவன் குடிக்கலாம்ங்கிறதும் அதே சட்டம்தானே?

விபச்சாரம் தப்புங்கிறது சட்டம். ஆனா, பம்பாய்லே

ரெட்லைட் ஏரியாவிலே இருக்கிற பெண்களுக்கு அந்தச் சட்டம் பொருந்தாதுன்றதும் நம்ம சட்டத்திலே ஒரு ஏற்பாடுதானே...?

ஸ்டார் ஹோட்டல்ல இருக்கிற பார்களையும், பம்பாய் சிவப்பு விளக்கையும் எந்த சட்டத்தினாலேயாவது ஒழிக்க முடியுமா...பின்னே சட்டத்தின் முன்னால் ஏழை பணக்காரர் சமம்ங்கிறது எப்படி சரியானதாகும்? யார் விட்ட கரடி அது?!

ஏழைங்கதான் தண்ணியடிக்கக்கூடாது... தேவடியாகிட்ட போகக்கூடாது. பணக்காரங்க தேவடியாகிட்டவும் போகலாம். தேவடியாளாகவும் போகலாம். தப்பில்லை!

சராசரிகள்தான் திருடவும், பொய் சொல்லவும் கொலை பண்ணவும் கூடாது. தலைவர்களும், போலீஸூம் அதைச் செய்யலாம்.

ரோட்டோரம் இருந்தாத்தான் அதுக்குப் பேரு குடிசை. அதுவே பங்களாவோட மொட்டைமாடிக்கு வந்துட்டா, அதுக்குப் பேரு குடில்.

'கடவுளே! என் நண்பர்கள் கிட்டேயிருந்து என்னைக்காப்பாத்துங்க. எனது எதிரிகளை நான் சமாளித்துக்கொள்கிறேன்'ன்னு ஒரு அறிஞர் சொன்னாராம். அதுமாதிரிதான்... முதல்ல பொறுப்பில இருக்கிறவங்க கிட்டேயிருந்து எல்லாரையும் காப்பாற்றுங்க எம் ஆண்டவரேன்னு வேண்டிக்க தோணுது.

வி.ஜி.பி. கோல்டன் பீச்சுல காட்டேஜை அட்வான்ஸ் புக் செய்யப்போனேன்.

கடற்கரை... அதை ஒட்டி தோப்பும், தூரவுமான வனாந்தரம்... அந்த சூழல்ல அசத்தலான குடில்கள்.

கடற்கரைன்றது பொது சொத்து, கவர்மெண்ட் அதை வச்சுக்கணும். அந்தக் கடற்கரையிலேபோய் ஒரு பகுதியைத் தனியாருக்கு வித்த புண்ணியவான் யாருன்னு நினைச்சுக்கிட்டே காட்டேஜுகளை சுத்திப்பார்த்தேன்.

நம்மகிட்ட மட்டும் இது இருந்தா கள்ளக்கடத்தல் அது இதுன்னு பக்கத்திலேயிருக்கிற கடலை எப்படி உபயோகப்படுத்திப்போம்... கள்ளத்தோணியைக்கொண்டு வந்து ராத்திரி நேரத்திலே தொழில் நடத்த நல்ல துறைமுகமாச்சே இது... ஹூம்... அதையெல்லாம் செய்யாமலா இருப்பாங்கன்னு நினைச்சுக்கிட்டே பீச் மணல்ல நடந்தேன்.

காட்டேஜைச் சுத்தி எக்கச்சக்கமான மரங்கள். மறைவான இருட்டிலே மரங்களுக்கு அடியில் பல ஜோடிகள் சல்லாபத்திலே ஈடுபட்டிருந்ததைக் கவனிச்சேன். ஆள் நடமாட்டத்தைப் பார்த்ததும் விலகிக்கிறதும், தாண்டிப்போனதும் மறுபடி ஒன்று

சேருவதுமா நல்லபாம்பும் சாரையும் மாதிரி பின்னிப்பிணைஞ்சு கிடந்தாங்க. கல்லூரி மாணவ மாணவிகள்.. கள்ளஜோடிகள்... இப்படி நிறையவே தென்பட்டுச்சு. கணவன்-மனைவி ஜோடி அங்கே வர அப்ப பயப்படுவாங்க. மௌனமா தாண்டி வந்தப்ப, வேலைக்காரப் பையன் ஒருத்தன், ''என்ன சார்... நல்லா சுத்திப்பாத்தீங்களா? பீச் எப்படி இருக்கு?"ன்னு கேட்டுச் சிரித்தான்.

"மரத்துக்கு மரம் சாந்தி முகூர்த்தம் நடக்குது..."ன்னேன்.

"ஆமா சார்... காமிரா இருந்துச்சுன்னா எல்லாத்தையும் சூப்பரா படம் எடுக்கலாம்..." -அவன் விளையாட்டா சொல்ல, எனக்கு மனசுக்குள்ளே பளிச்சுன்னு ஒரு யோசனை தோணிச்சு.

அந்த நடிகையும், ரத்தத்தின் ரத்தமானவரையும் படம் புடிச்சா என்ன?

எனக்கு நல்லா ஃபோட்டோ எடுக்கத் தெரியும். என்கிட்டே பிரமாதமான காமிரா ஒண்ணும் இருந்துச்சு. ஆட்டோ மேட்டிக்யாஷிகா! ஜப்பான் தயாரிப்பு!

அவங்க ரெண்டு பேரையும் எசகுபிசகான போஸிலே படம் எடுத்தா என்ன?

எதிர்காலத்திலே அவர்கிட்டே மறுபடி உதவி தேவைப்பட்டால் இந்தப்படத்தைக் காட்டி மிரட்டலாமே? இத்தனை நாள் நான் அவங்களுக்கு மரியாதை தந்ததுபோக, அவங்க எனக்குத் தர ஆரம்பிச்சுடுவாங்களே. பின்னால் என்னிக்காச்சும் அது பயன்படுமே! அந்த மரியாதையை பெரிய விலையா மாற்றலாகுமே!

ஐடியா தோன்றியதும் சுறுசுறுப்பா திட்டம் தீட்ட ஆரம்பிச்சேன்.

குவார்ட்டர் போதையைப் போட்டுக்கிட்டுதான்...

'மனசாட்சி உறங்கும்போதுதானே மனக்குரங்கு ஊர்சுற்றக் கிளம்பும்'னு கலைஞர் ஏதோ ஒரு படத்திலே வசனம் எழுதியிருப்பாரு. என் அளவிலே தண்ணியடிச்சாதான் அது சாத்தியம். மனசாட்சியும் உறங்கும். மனக்குரங்கு ஊரென்ன, உலகத்தையே சுத்தும்.

காட்டேஜுல வேலை செய்த ரூம் சர்வீஸ் பையன்களைக் கூப்பிட்டேன்.

"உங்க ரெண்டு பேருக்கும் என்ன சம்பளம்டா?"

அதுமாதிரி நாலு மடங்கு ரூபா நீட்டினேன்.

பரவசத்திலே பொங்கிட்டானுங்க. அவங்க சர்வீஸ்லேயே இத்தனை டிப்ஸ் யாரும் தந்ததில்லையாம்.

"சொல்லுங்க சார்... என்ன செய்யணும் நாங்க?"ன்னாங்க பக்தியோட.

காசு கொடுத்தா என்னவோ சர்வகட்சி பந்த் மாதிரி எல்லாரும்

எப்படி ஒத்துழைக்கிறாங்க... எதுக்கு வேணாலும்! பணம்தான் அதல விதல சுதல பாதாளம்வரைக்கும் பாய்கிற சங்கதியாச்சே!

ஃபிலிம் ரோல் ரெண்டு வாங்கிக்கிட்டேன். முன்னேற்பாடா, அவங்க ரெண்டுபேரும் தங்கியிருந்த காட்டேஜுக்குப் பக்கத்திலேயே நானும் ஒரு ரூம் போட்டேன். அது அவங்களுக்குத் தெரியாது. அவங்க ரூமுக்குள்ளே நுழைஞ்ச அரைமணியிலே எனக்குத் தகவல் கிடைக்கும்படியா ஏற்பாடு... ரூம் பாய்கள் ரொம்ப துடிப்போட உதவினாங்க.

மெள்ள பூனைக் கால்களால் நடந்து அந்தக் காட்டேஜுக்குப் போனேன்.

ஃபுல் போதையில நம்ம பெரியவரும்... அச்சமில்லை அச்சமில்லைன்னு அந்த நடிகையும் ரொம்ப அலங்கோலமா தன்னை மறந்த நிலையிலே...

அகப்பட்ட காட்சிகளை எல்லாம் படம் எடுத்தேன். காமிராவிலே ஃப்ளாஷ் உபயோகிக்கலை.... பெரியவர் நடிகையை அணைக்கிறதிலே ஆர்வமா இருந்தாரே தவிர, அறை விளக்கை அணைக்கிறதிலே விருப்பமே காட்டாதது எனக்கு செளகரியமா போச்சு.

நா அவசரமே படலை. ரெண்டு ரோல் காலியாகிறவரைக்கும் ஃபோட்டோ எடுத்தேன். விதவிதமான கோணத்திலே எடுத்துத் தள்ளினேன்.

எடுத்தது அத்தனையும் கலர் ஃபோட்டோதான். ஆனா, நான் கலர் பிரிண்ட் போடலை. கருப்பு-வெள்ளைதான். கலர் பிரிண்ட் போடணும்னா கலர் லேப் ஸ்டுடியோவுக்குப் போகணும். ஸ்டுடியோக்காரன் பிரிண்ட்டைப் பார்த்தா வீண் பிரச்சினை வரும்ன்னு தெரியும். அதனால மவுண்ட்ரோடு எல்.ஐ.சி. பக்கத்திலே இருந்த கலர்லேப் ஸ்டுடியோவிலே நெகட்டிவ் மட்டும் ரெடி பண்ணி எடுத்துக்கிட்டேன்.

பெரியார் நகர் ஆட்டோ ஸ்டாண்ட் எதிர்ல நியு ஆர்ட் ஸ்டுடியோன்னு உண்டு. ஓனர் என் நண்பர்.

அவர் மதியம் சாப்பிடப்போறப்ப, சமயங்களிலே 'ஸ்டுடியோவை நான் பார்த்துக்கிறேன்'ம்பேன். என் பொறுப்பிலே விட்டுட்டுப் போவார். அன்றைக்கும் அப்படி விட்டுப்போனதும், அவருக்குத்தெரியாம நானே ஃபோட்டோ பிரிண்ட் போட்டுக்கிட்டேன். அவர்கிட்டே கலர் லேப் இல்லை. அதனால கருப்பு-வெள்ளையிலேதான் போட முடிஞ்சது. பிரிண்ட் சூப்பரா வந்திருந்துச்சு. உலர வைச்சேன். காய்ஞ்சதும் கட்டராலே சுற்றிலும் கத்தரிச்சு வைச்சுக்கிட்டேன்.

நெகட்டிவை பத்திரப்படுத்தணுமேன்னு யோசிச்சேன்.

அது முக்கியமான நெகட்டிவ்ன்னு எனக்குத் தெரியும்.

இதுமாதிரி நிறைய நெகட்டிவ் சேரப்போகுது... லட்சோப லட்சங்கள் பண மதிப்பு உள்ளதுன்னு அப்ப எனக்குத் தெரியாது.

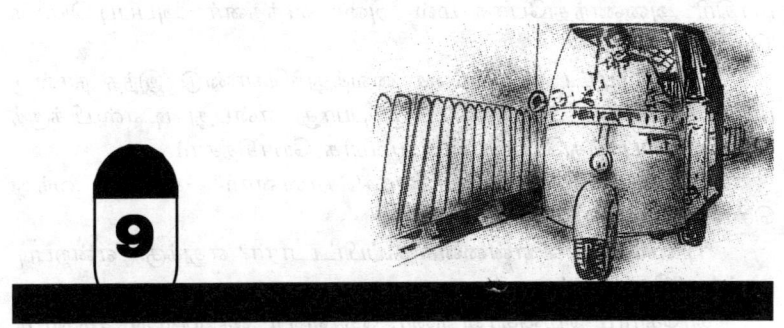

9

திருவான்மியூர்! கெட்ட காரியங்களுக்கு ஒரு காலத்தில் வேடந்தாங்கலாக இருந்த ஏரியா! இப்போதும் அதற்கு விமோசனம் எதுவும் வந்துவிடவில்லை.

ஆனாலும் 1980-களிலிருந்து தப்புச்செயல்களுக்கு அதுதான் தலைநகரம். போலீஸ் உயர் அதிகாரிகள் கூட்டம் போட்டு தங்கள் நீள அகலமான கவலையைப் பெருமூச்சுடன் தெரிவிக்க அன்றைய டி.எஸ்.பி.க்கு செம கண்டனக்கணைகள்!

ரௌடிகள் அட்டகாசம், கள்ளச்சாராய கால்வாய், எல்லாவற்றுக்கும் மேலாக விபச்சாரம்... ! காவல் துறையின் பெயர் கணிசமாக நாறிப்போனது.

போலீசின் 'மாமூல்' வாங்கும் வாழ்க்கை செழிப்பாக நடந்ததே தவிர, ஜனங்களின் 'மாமூல்' வாழ்க்கைக்கு பயங்கர பாதிப்புகள்!

அனுமந்தராவ், ஹரிநாயுடு, ரவணம்மா, அனுசூயா இந்த நான்கு பேர்களும் ஆந்திரா பேர்வழிகள். தேசிய ஒருமைப்பாட்டுக்கு முன்னுதாரணமாக கர்நாடகா, ஆந்திரா, பாண்டிச்சேரி, கேரளா என பல ஊர் சங்கதிகளை ஊர்பேர் சொல்லி போணி செய்தனர். அவர்கள் செய்தது லாட்டரி பிசினஸ் இல்லை. பலான பெண்களை வைத்துக் கொண்டு நடத்திய விபச்சாரம்.

மேலே குறிப்பிட்ட நான்கு பேரும் மாமாக்கள் மட்டுமில்லை. தாதாக்களும்கூட. போலீசாரால் கட்டுப்படுத்த முடியாத ஜல்லிகட்டுக்காளைகள்!

டி.எஸ்.பி.யால் அடக்கவும் முடியவில்லை. பிடிக்கவும் முடியவில்லை. பிடிக்க வருவதை முதலிலேயே மோப்பம் பிடித்து (கீழ்மட்டத்துக்கு எலும்புத்துண்டுகள் வீசிதான்) தேடிவரும்

போதெல்லாம் அகப்படாமல் எப்படியோ தப்பித்துக் கொண்டிருந்தார்கள்.

நான்குபேரில் யாராவது ஒருத்தர் அகப்பட்டுக்கொண்டாலும், மற்ற மூன்று பேரும் 'தொழில்வளம்' குன்றாமல் ஒலிம்பிக் ஜோதி மாதிரி அணைந்துபோகாமல் அடைகாத்தனர். அப்படியொரு 'தொழில் பக்தி'!

தன் கீழ்மட்ட போலீசை வைத்துக்கொண்டு இந்த நான்கு மாமாக்களையும் அடக்கிவிட முடியாது என்பது டி.எஸ்.பி.க்குத் தெளிவாக புரிந்துபோயிற்று. ஆழமாக யோசித்தார்.

"டி.எஸ்.பி. தங்கையா வரச்சொன்னார்" -சுகுமார் வந்து சொல்ல நெற்றியில் வியந்தேன்.

"டி.எஸ்.பி.யா...? என்னைக் கூப்பிட்டாரா? எதுக்கு?" என்றபடி பார்க்கப்போனேன்.

காதோரம் மெலிதான நரை! தோள் பட்டையில் நட்சத்திரம்... வீங்கின வயிறு... மிடுக் தோற்றம் கொடுத்தார் டி.எஸ்.பி.

மரியாதையை ஒற்றைப் புன்னகையில் ஏற்றுக்கொண்டு எதிர் நாற்காலியில் அமரச்சொன்னார்.

நாற்காலி நுனியில் பட்டும் படாமலும் பரவுகிறேன். முகத்தில் கணிசமான மரியாதை...

"சங்கர்...! நாலு தெலுங்குக்கார பயலுக பயங்கர தலைவலியா இருக்காங்க...! நாலு பேரையும் ஏரியாவை விட்டு துரத்தணும்... இந்த ஹெல்ப்பை நீ செய்வியா?"

அடர்த்தியாகச் சிரித்தேன்.

"என்ன சார்... ஹெல்ப் கில்ப்புன்னுகிட்டு... செய்யிடான்னா செய்து கொடுத்துட்டுப்போறேன்.... யாரு சார் அவனுக... என்ன பண்றாங்க?"

"அம்பது அறுபது பொம்பிளைகளை வச்சுக்கிட்டு பிராத்தல் பண்றானுக... அனுமந்தராவ், ஹரிநாயுடு, ரவணம்மா, அனுசூயான்னு நாலுபேரு. நம்ப சரகத்திலே இருக்கிற போலீஸாலே அவங்களைக் காலி செய்ய முடியாது. நீ என்ன செய்வியோ, ஏது செய்வியோ எனக்குத் தெரியாது. நாலு பேரும் இடத்தைக் காலி செய்யணும்... புரியுதா...?"

ரொம்பவும் குஷியாகிப்போனது. ரொம்ப நாளாக 'இதை யாராவது ஒழிக்க மாட்டாங்களா...?' என்று ஏங்கிக்கொண்டிருந்த சங்கதி, ஒழியப்போகிறது... அதுவும் ஒழிக்கப் போகிற பொறுப்பும் இந்த சங்கருக்கே... எத்தனை சந்தோஷமான செய்தி!

சட்டென்று வியூகம் அமைத்தேன்.... தளபதிகள் இன்னொரு போருக்குத் தயாரில் இருந்தனர்.

விதம் விதமான தாக்குதல்கள்... தினுசு தினுசான போர்

முறைகள். போலீஸையே மிஞ்சும் செயல்பாடுகள்.

தேடிப்போனதும் ஆள் அகப்படவில்லையென்றால் போலீஸ் திரும்பிவிடும். அல்லது அந்த நபருக்கு பொறிவைத்துக் காத்திருக்கும்.

நம்மளோட ஸ்டைலே வேறு!

ஆள் இல்லையென்றதும் கூடுதல் தெம்பு சேர்ந்துகொள்ள வீட்டுக்குள் தர்பாராக நுழைந்து இடத்தை ரணகளப்படுத்தினேன். கலர் டி.வி. சுக்கு நூறாக உடைபட்டது. கட்டில்கள், டேப் ரிக்கார்டு, ஃபிரிஜ் எல்லாமும் துவம்சம். வீட்டிலிருந்த பெண்மணிகளை வேனில் ஏற்றிச்சென்று சொந்த ஊருக்கு அனுப்ப ஏற்பாடு! "வேலைசெய்து பிழைங்கடி! ஒருசாண் வயித்துக்காக எண்சாண் உடம்பை விக்கறீங்களே... கேவலமா தெரியலை? இன்னொரு தடவை நான் இங்கே வரப்போ உங்களைப்பார்த்தா வெட்டி கொன்னுருவேன்!"

ஒருமாசம் தொடர்ந்து கலாட்டா. பலமான போலீஸ் சப்போர்ட் வேறு... ஆந்திர ஆசாமிகளுக்கு ஓடுவது தவிர வழியில்லாது போயிற்று. துண்டைக்காணோம் துணியைக் காணோம் என மறைந்துபோனார்கள்.

ஒருமட்டிலும் திருவான்மியூரிலிருந்து விபச்சாரத் தொழிலைச் சுத்தமா துடைத்தெறிந்தாகிவிட்டது. அப்பாடா!

ஒலிம்பிக் பதக்கம் வென்ற திருப்தி. எத்தனையோ யுத்தமும் ரத்தமும் பார்த்திருக்கிறேன். ஆனால் எந்த கலாட்டாவிலும் கிடைக்காத பரிபூரண திருப்தி இதில் கிடைத்தது. ஏனென்றால், ஒரு அவலத்தை ஏரியாவைவிட்டு துரத்தியாயிற்று! ஒரு சாக்கடையை அப்புறப்படுத்தியாகிவிட்டது!

ரகளை மூலமாக முதன் முதலாக ஒரு சமூக சேவையைச் சாதித்திருப்பதாகவே தோன்றியது.

அதேபோல் ஏரியாவாசிகளில் பலரும் நேர்முகமாய் பாராட்டினார்கள். ஊர் பெரியவர்கள் மனமார வாழ்த்துச் சொன்னார்கள். "நல்லகாரியம் பண்ணியிருக்கீங்க சங்கர்! நீங்க நல்லா இருக்கணும்"

மனசு கொள்ளாத சந்தோஷம். பெருமிதமும் கர்வமும் ரெட்டைத் தண்டவாளமாக நெஞ்சு நெடுக ஓட டி.எஸ்.பி.யைப் பார்க்கச் சென்றேன்.

அவர் ஆர்வத்துடன் என் விரல்களை வாங்கிக்கைக்குள் பொத்திக்கொண்டு விடாமல் கைகுலுக்கினார்.'பரம்வீர் சக்ரா' விருது கிடைத்த சந்தோஷம் பொங்கிற்று மனசுக்குள்.

அமரச்சொன்ன தங்கய்யா... "சங்கர்... இன்னொரு உதவிகூட நீ செய்யணும்" என்றார். "சொல்லுங்க சார்..." என்றேன் ஆவலாக.

“ஸ்டேஷன் செலவுகள்... எஸ்.பி. ஆபீஸ் செலவுகள் அப்படி... இப்படின்னு அதிகமான செலவுகளை சமாளிக்க முடியல. விபச்சார விடுதிகள் இருந்தப்ப எப்படியாவது அவங்ககிட்டே வரி மாதிரி வாங்கிட்டிருந்தோம். இப்போ அதற்கும் வழியில்லை... அதனால இந்த விபச்சாரத் தொழிலை இனிமே நீ நடத்தேன்?” என்றார்.

10

‘அந்த அதிகாரிக்குத் தங்கய்யா என்பதற்குப் பதில் தகரய்யா என்று பெயர் வைத்திருக்கலாமோ!’.

மனசுள் அருவருப்பு. விபச்சாரத் தொழிலை நான் நடத்துவதாவது? குமட்டிக்கொண்டு வந்தது!

போலீஸ் அதிகாரி பேசினது நெஞ்சுள் நெருப்பு மூட்டினது.

கொடிய விஷம் கொண்ட பாம்பை ‘நல்ல(!) பாம்பு’ என்பது மாதிரி தானோ தீயவர்களை உற்பத்தி பண்ணும் கொடிய ஸ்தலத்தை காவல்(?)துறை என்பதும்?

டி.எஸ்.பி.யிடம் கிணற்றுக்குரலில் முனகினேன்.

“ஸார்...! எ... என்ன சார்... என்னைப்போய் பிராத்தல் பண்ண சொல்றீங்களே... ரௌடின்னு பேர் எடுக்கறது தப்பு இல்லை சார்... ஆனா, ‘பாடு’ன்னு (PIMP) பேர் எடுக்கக்கூடாது...விபச்சாரத்தையே நான் வெறுக்கறேன்...! என்னால முடியாது சார். நான் பைக்ல போறப்ப ‘அண்ணா... வணக்கம்’ன்னு பெரியவங்க முதல் சின்னவங்க வரைக்கும் எனக்கு மரியாதை தர்றாங்க. நா... நான்போய் பிராத்தல் ஆரம்பிச்சா, எதிரிலே வணக்கம் சொல்லிட்டு கொஞ்சம் தூரம் போய் “மாமாக்காரன் போறான் பாரு”ம்பாங்க. ஏரியாவில எனக்கிருக்கிற கௌரவம் பாழாயிடும். என்னால முடியவே முடியாது சார்!”

தங்கய்யா மீசைக்குக் கீழே சிரித்தார்.

“டேய்... சங்கர்! நீ என்னடா... உலகம் புரியாதவனா இருக்கே? இப்படி பிகு பண்றியே! கருவாடு வித்த காசு நாறாதுடா...நாறும்னு நினைச்சா கருவாடு வியாபாரம் நடக்குமா? பாவ புண்ணியம்

பார்த்தா பணம் சம்பாதிக்க முடியுமா? சொன்னதைச் செய்யிடா. பணத்தோட பணம் சேரும். எங்களுக்கும் அநுபவிக்க வசதியா இருக்கும். உனக்கும் சின்னவயசு! பீ ஹேப்பி...! என்ஜாய் யுவர் லைஃப்டா!"

மீசையின் நுனி திருகிக்கொண்டார் தங்கய்யா! யோசித்தேன். உற்றுப்பார்த்தார்.

குண்டூசி எடுத்து பற்களில் ஒட்டடை அடித்தார்.

"யோசிச்சு செய் சங்கர்!" என் தோள் தட்டி அனுப்பி வைத்தார்.

மோகன், என்னை தீர்க்கமாகப் பார்த்தான்.

''வேற வழியில்லேண்ணா! நாம இதையும் செய்ய வேண்டியதுதான்"

கூடப்பிறந்த தம்பி சொல்கிறான்.

''முட்டாப்பயலே என்னடா உளர்றே? நாம 'மாமா' ஆகிறதாவது? ம்ஹூம்... எனக்கு இதிலே இஷ்டமில்லை...!"

''நீங்க இஷ்டப்பட்டா அண்ணே சாராயத்தொழில்ல இறங்கினீங்க? எப்படி சாராயத்தொழில்ல விருப்பம் இல்லாட்டியும் இறங்கினோமோ அதேபோல, இதிலேயும் இறங்க வேண்டியது தான்ணேன்"

"எ..ப்..ப..டி...டா..?"

"கள்ளச் சாராயத்தையும், 'மாமா' தொழிலையும் நடத்த போலீஸில் உள்ளவங்கதானே துணை போறாங்க. அந்தப் போலீசுக்கு மரியாதை தெரிவிக்க தவறினோமா என்ன? போலீசுக்கே கௌரவம் தந்து ஏத்துக்க முடியுதுன்னா, மாமா தொழிலை ஏத்துக்க முடியாதா... என்ன? இதை நாம மறுத்தா ஹனுமந்தராவ விரட்ட ஏற்பாடு பண்ணினமாதிரி நம்பளை ஒழிக்க யாரையாவது ஏற்பாடு பண்ணிட்டுப் போறார் தங்கய்யா.. என்ன புரிஞ்சுச்சா?" -உபதேசித்த தம்பியை தலை உயர்த்திப் பார்த்தேன்!

போலீசே ஆரம்பத்திலே இரண்டு பெண்களைக் 'கருணையோடு' தந்து கலர்ஃபுல் தொழிலுக்கு உதவி புரிந்தது.

அந்தக்கால கட்டத்தில் திருவான்மியூரின் ஜனத்தொகையில் ஆண்கள் எண்ணிக்கை சுமார் முப்பத்தைந்தாயிரம், பெண்கள் இருபத்திரண்டாயிரம்.

பொதுவாய் ஆண்களுக்குள் ரெண்டு வகையினர் உண்டு. ஒன்று பெண் மோகம் உள்ளவர்கள். மற்றொன்று மோகம் இல்லை என சொல்லிக்கொள்பவர்கள்!

ஆக, அத்தனை ஜனத்தொகை பிதுங்கி வழியும் திருவான்மியூருக்கு ரெண்டே ரெண்டு 'வாடகைப்பெண்கள்' எப்படிப் போதும்? இதற்கென்று பேப்பரில் விளம்பரம் போட்டு இன்ட்டர்வ்யூவா நடத்த முடியும்... 'செக்ஸ் ஒர்க்கர்ஸ்'

வேண்டுமென்று?

போதையில்லாமலே தலை சுற்றினது. அந்த இரண்டு பெண்கள் உதவியுடன் தேடினோம். ராதாகிருஷ்ணன் ரோட்டில் உள்ள பிரபல பெண்கள் கல்லூரியில் இரண்டு பெண்கள் கிடைத்தார்கள், பெத்தடின் ஊசிக்காக....

வழி தவறிப்போன இவர்களோடு இரண்டு, மெள்ள நான்கானது. அப்புறம் எண்ணிக்கை பத்தானது... 88-ம் வருடம் நான் கைது செய்யப்பட்டபோது என் வசம் இருந்த பலான பெண்கள் இருபத்தி ஐந்து பேர்கள்! வந்து போனவர்கள் எண்ணிக்கை பல நூறுகள்.

சாராயத்திலும் அபார மகசூல் TNH 3131 என்ற கார் போலீஸ் ஐ.ஜி. ஒருத்தருக்குச் சொந்தமானது. இதை இன்ஸ்பெக்டர் டைகர் தயாநிதி, ரங்கராஜன் ஆகியோர் எப்படியோ விலைக்கு வாங்கி என்கிட்ட கொடுத்தார்கள். டிரான்சிஸ்டருக்குப் பேட்டரி மாதிரி சாராய கடத்தலுக்கு மிகமிக பயன்பட்டது அந்தக் கார்!

ஆந்திராவிலிருந்து லாரியில் சாராய லோடு ஏற்றிக்கொண்டு வரும்போது முன்னால் அந்தக் கார் முன்புறம் வெளிநாட்டு ரெட்லைட் அணைந்து அணைந்து எரியும்... செக் போஸ்டில் போலீஸ் என்றே நினைத்து ஏமாந்து போவார்கள்... கார் நம்பர் வேறு ஐ.ஜி.யுடையது ஆயிற்றே. பற்றாக்குறைக்கு டேப்ரிக்கார்டர் ஏரியலை வேறு ரொம்ப பெரிசாக அமைத்திருந்தேன்.... வயர்லெஸ் ஏரியல் என ஏமாற்றுவது சுலபமாயிற்று.

காருக்குள் உட்கார்ந்துகொண்டு ஒவ்வொரு செக்போஸ்டிலும் லாரியை விடச்சொல்லி பெரிய ஆபீசர் கணக்காய் தெனா வெட்டாக சைகை காண்பிக்க ஏக தமாஷ்!

இப்போதும் அந்தக் கார் உருக்குலைந்து போய் வெயிலில் காய்ந்து, மழையில் நனைந்து செங்கல்பட்டு கோர்ட்டில் தோற்றம் தருகிறது... என்னைப்போலவே!

பெண்கள் எண்ணிக்கை பெருக வருமானம் மட்டுமல்ல, பொறுப்புகளும் கூடிப்போயிற்று.

விபச்சார பெண்கள் என்பதால் கோர்ட் காரியங்களுக்காக அலைவதற்கே தனியாக ஒரு ஆள் தேவைப்பட்டது. சிவாஜி என்பவனை அந்த வேலைகளுக்காக நியமித்தேன். அந்தப் பெண்கள் வெளியே சென்று வருவதற்காகவே ஒரு ஆட்டோவையும், ரவி என்ற டிரைவரையும் ஒதுக்கினேன்.... விலைமாதுகளின் ஊதியத்தை அவரவர் வீடுகளில் கொண்டுபோய்ச் சேர்க்கிற வேலை சுடலையிடம் தரப்பட்டது. பெண்களுக்கு மிகச் சரியான வைத்திய வசதிகள் டி.வி., டெக், ஃப்ரிஜ் என சகல சௌகரியங்களும் செய்து தந்தேன். பி.எப்., இன்சூரன்ஸ் ஏற்பாடுகள்தான் பாக்கி!

உபத்திரா தேவி! பெயருக்கு ஏற்ப பார்ப்பவர் மனசை உபத்திரவம் செய்கிற பேரழகி... என்னிடம் இருந்த பெண்களில் ஒருத்தி! நெஞ்சைச் சீண்டுகிற அழகு; சிரிக்கும்போது தென்படும் அடுக்கு தவறாத பல்வரிசை அவள் எழிலுக்கு ஜீவன்.

அந்த உபத்திராதேவி சுடலையின் மனதை ரொம்பவும் சோதித்திருக்கிறாள்.

தனது காதலை அவளிடம் சொல்வதா, வேண்டாமா? -சுடலையின் மனதுக்கும் மனசாட்சிக்கும் மத்தியில் மல்யுத்தமே நடந்திருக்கிறது.

ஒரு நாள் தயங்கித் தயங்கி சொல்லியே விட்டான் சுடலை.

"உ... உபத்திரா ஒன்று சொன்னா கோவிச்சுக்க மாட்டியே..?"

அவள் குறும்பாகச் சிரித்தாளாம்.

"கோவிச்சிக்கிற மாதிரி எதுவும் சொல்ல மாட்டீங்களே?"

அவன் காதலை தெரிவிக்க விழுந்து விழுந்து சிரித்த அவள்.

"காதலிக்கிறீங்களா...! என்னையா? நல்லகூத்து!"

"விளையாட்டா தெரியுது உனக்கு! நான் சீரியஸா சொல்றேன்!"

அவளை மெள்ள மெள்ள மூளைச் சலவை செய்திருக்கிறான் சுடலை.

"அதெல்லாம் சரி... நான் எப்படி இங்கேயிருந்து வரமுடியும்? ஐயாயிரம் ரூவா அட்வான்ஸ் வேற சங்கரண்ணா கிட்ட வாங்கியிருக்கேன். அதைக் கழிக்காம எப்படி வரமுடியும்?"

"சொல்லாம கொள்ளாம ஓடிப்போயிடுவோம்"

"வெளியே போய் பிழைக்கிறதுக்கு பணம்?"

"திருட வேண்டியதுதான்... சங்கர்கிட்டேயிருந்து!" என்று நன்றி மறந்து சொல்லியிருக்கிறான் சுடலை. இதெல்லாம் எனக்கு அப்போது தெரியவே தெரியாது.

தெரிந்திருந்தால் விபச்சாரத் தொழிலுக்கு இறக்கிய போலீஸ் அதிகாரிக்கு ராகம்தாளத்தோடு பல்லவியும் தேவைப்பட்டதால் அந்த நடிகையை ஏற்பாடு செய்வதற்காக சுடலையைக் கூப்பிட்டிருப்பேனா?

"அவளுக்கு ரேட் என்ன?"

"பத்தாயிரம் ரூபா"

"சரி... நீ போய் பணம் கொடுத்து அவளை சவேரா ஓட்டலுக்கு நாளைக்கு வரச்சொல்லிடு!" என்றேன் சுடலையிடம்.

சுடலையின் கண்களில் சந்தோஷச்சுடர் தெரிந்ததை கவனிக்கத் தவறிவிட்டேன்.

சுடலை பணத்தைத் திருடிக்கொண்டு ஓடினதைவிட என்னிடமிருந்த ஒரு பெண்ணைக் கூட்டிக்கொண்டு சென்றதைவிட அதிகாரிக்கு நடிகை அனுப்பப்பட்டிருக்க

வேண்டிய கடமையில் மண் விழுந்து கெட்ட பெயராகிவிட்டதே என்ற ஆத்திரம். 'ராஸ்கல்... அவனைத் தேடுங்கடா...' என எடுபிடிகளுக்குக் கட்டளையிடத்தான் முடிந்தது.

பாபுவின் தலைமையில் ஒரு பட்டாளம் எங்கெங்கோ தேடிற்று.

சுடலையைப் பிடிப்பதில் என்னைவிட தீவிர ஆர்வமாயிருந்தான் பாபு.

பாபுவுக்கும் சுடலைக்கும் சாதாரணமாகவே அடிக்கடி உரசல் வரும். முதல் தளபதியாக இருப்பது யார் என்பதில் பதவிச் சண்டை... இப்போது சுடலை பொது எதிரி என்னைவிட அவனோட கணக்கைத் தீர்த்துக்கொள்ள துடித்தான். எவ்வளவு தேடியும் சுடலை கிடைத்தபாடில்லை!

எம்.ஜி.ஆர். மரணத்தின்போது தமிழ்நாடே திமிலோகப் பட்டது. அரசியல் சதுரங்கத்தில் கன்னா பின்னாவென காய் நகர்ந்தது. ரெண்டு பக்கமும் 'ராணிகளின்' ராட்சத ஆட்டம்! எம்.எல்.ஏ.க்களை பங்கு போட்டுக்கொள்வதில் பயங்கர அமளிதுமளி.

ஆர்.எம்.வீ. தொண்ணூறுக்கு மேற்பட்ட எம்.எல்.ஏ.க்களை நட்சத்திர ஓட்டல்களில் கட்டிக்காத்தார். மற்றொருபுறம் கே.கே.எஸ்.எஸ்.ஆர். கோஷ்டி. பணம் தண்ணீராக வாரி யிறைக்கப்பட்டது.

நேற்றுவரை ஒரே தலைமையின் கீழ் இயங்கிய ரத்தத்தின் ரத்தங்கள் இன்று வேண்டாதவர்களாகிப்போனார்கள். ஒருவர் மீது மற்றவர் அழுக்கு அறிக்கைகளை வாரி இறைத்தனர்.

அந்த யுத்த களத்தில் ஒரேயொருவரை ரெண்டு கோஷ்டியிலுமே மதித்தனர். அந்த நபரைப் பார்த்ததும் தலையில் தூக்கிவைத்துக்கொண்டு ஆடினர். ரெண்டு பக்கமும் வேண்டியவரான அந்த நபர் சாட்சாத் நான்தான்!

அத்தனை எம்.எல்.ஏ.க்களுக்கும் தாக சாந்தியும், மோக சாந்தியும் செய்யவேண்டுமே. அந்த சந்தர்ப்பத்தை அபாரமாக உபயோகித்தேன். ஏகமாய் பணம் பண்ணினேன். இரண்டு அணியிலுமாக அப்போதுமட்டும் கிடைத்த தொகை ரூபாய் முப்பது லட்சம்.

கைவசம் இருந்த பெண்கள் போதாமல் நாயலைச்சல் அலைந்தேன். அடையார் கேட் ஓட்டல், பிரசிடென்சி ஹோட்டல் மற்றும் பல ஓட்டல்களுக்கும் விலைமாதுகள் தாறுமாறாக அனுப்பப்பட்டார்கள்.

இதில் முதல் தடவை எம்.எல்.ஏ.க்களிடம் சென்று வந்த பெண்கள் அடுத்த ரவுண்டு செல்ல மறுத்தனர்.

"எங்களை மனுஷங்ககிட்ட அனுப்புங்க சங்கரண்ணா... பூரா

கரடி,சிங்கம், புலியா இருக்கானுக...” என கதறிற்று விலைமாதுபெண் ஒவ்வொன்றும்!

அந்தச் சமயத்தில் ஏராளமாய் காசு மட்டுமா பார்த்தேன்...? பார்த்த அவலமான காட்சிகள், நாற்காலி பிடிக்க நடந்த சண்டைகள், மாண்புமிகுக்களின் மற்றொரு பக்கங்கள் என ஒவ்வொன்றுமே சின்னச் சின்ன மின்சாரத் தீண்டுதல்கள்!

பெண்கள் போதாமல் ஊரிலிருந்த புரோக்கர்களை எல்லாம் அணுகித்தான் நிலைமையைச் சமாளிக்க வேண்டி இருந்தது. அப்போது தற்செயலாக ஒரு ப்ரோக்கர். ‘அடடா...சங்கர்! இப்பதான் ஞாபகம் வருது; உன்கிட்டே இருந்தானே சுடலை... அவன் கூட கே.கே. நகர்ல இதே பிசினஸ்தான் பண்ணிக்கிட்டிருக் கான்... அவனைக்கூட கேட்கலாமே?'' என்றான். நெஞ்சுள் ஒரு திக் வாங்கினேன். “சு... சுடலை இப்ப கே.கே. நகர்லேயா இருக்கான்?”

பாபு வானத்துக்கும் தரைக்குமாக எகிறி குதித்தான்.

“அண்ணே! விடவே கூடாது அந்த துரோகியை; பணத்தை லவுட்டிக்கிட்டு பெண்ணையும் கடத்திப்போனவனாச்சே? அதோட, உபத்திராதேவி இப்ப இருந்தா இந்த சமயத்திலே எவ்வளவு நல்லா இருக்கும்....?”

“மோகன், பாபு! ரெண்டுபேரும் போங்க! அவனைக் கூட்டி வாங்க... அவன் மேலே கைவைக்கக்கூடாது என்ன?” -எச்சரித்து அனுப்பினேன்.

பாண்டி கோவில் பலிகடா கணக்காக சுடலை கொண்டு வரப்பட்டான். என்னைப் பார்த்ததும் நெடுஞ்சாண்கிடையாக கால்களில் விழுந்தான்.

“அண்ணே! என்னை மன்னிச்சுக்கங்க அண்ணே”

பாபு அவன் தலைமுடியைக் கொத்தாகப் பிடித்து தாக்குவதற்குத் தயாராக... தடுத்துவிட்டு கேட்டேன் சுடலையிடம்.

“சுடலை...அந்தப்பெண்ணை கூட்டிட்டுப்போனியே... என்ன பண்ணினே...? அவளை வச்சு தொழில் பண்றியா?”

‘‘ஐயையோ! இல்லைண்ணே; வேற பொம்பிளைகளை வச்சுதான் பண்றேன்... அவளை பெண்டாட்டி ஆக்கிக்கிட்டேன்”

“கல்யாணம் எப்ப நடந்துச்சு?”

“கல்யாணம்ன்னு பண்ணிக்கலை, புருஷன் பெண்டாட்டியா குடும்பம் நடத்திக்கிட்டிருக்கோம்”

‘‘முட்டாள்! உங்க ரெண்டு பேருக்கும் நாளை சைதாப்பேட்டை ரிஜிஸ்தர் ஆபிஸ்லே கல்யாணம்...! நாங்க எல்லாரும் சாட்சிக் கையெழுத்து போடறோம்! உன்னை மன்னிக்கறேன்... அதுதான் நான் உனக்கு தர்ற கல்யாண பரிசு”

சுடலையின் முகம் மலர்ச்சிக்குப்போனது. பாபுவின் முகம்...

11

"ப்ச்! விடுங்க! குழந்தை இப்ப ஸ்கூல் விட்டு வர்ர நேரம்" என்ற ஜோதியின் முகத்தில் வெட்கம். துணிமணிகளுக்கு 'ஆகஸ்டு 15' கிடைத்திருந்ததால் ஏற்பட்ட வெட்கம்! கைகளைப் பெருக்கல் அடையாளமாக்கி தனது மூச்சு முட்டும் வசீகரப் பிரதேசங்களை மறைக்க முயன்றாள். மறைந்ததா? ம்ஹூம் 'தடா'வை மீறி பிதுங்கி வழிந்தது. ரவிக்கையும், பாவாடையுமாக பெட்ரூமில் நிற்கிற வயசில்லை. அதுதவிர, வெட்கத்திற்குக் காரணம் அதுவுமில்லை. பள்ளிக்கூடம் போயிருக்கும் மகள் சுமதி எந்த நிமிஷமும் வீடு திரும்பலாம். குழந்தை என்று சொன்னாளே தவிர, பெண் சுமதிக்கு வயசு 16. பதினாறு வயசுப் பெண் பார்க்கக்கூடிய காட்சி இல்லை இது. பார்த்தாளென்றால் வெட்கம் ரெண்டு பேரையுமே பிடுங்கித்தின்னும்.

ஜோதியின் குடும்பம் மிகச் சின்னது. புருஷன், பொண்டாட்டி, ஒரு பெண். இதுதான் குடும்பம். புருஷன் ஜான் மனோகருக்கு ரயில்வேயில் உத்தியோகம். அரக்கோணம் ஜங்ஷனில் போகிற வருகிற புகைவண்டிகளுக்குக் கொடி அசைத்து சிக்னல் தருகிற வேலை.

ஜோதிக்கு திமிறினதை மீறி சொல்லப்போனால், அந்த மறுப்பையே கூடலுக்கான அழைப்பாக அர்த்தப்படுத்திக்கொண்டு கட்டிலில் சரிக்கவிருந்த சமயம் கதவு இடிபட்டது.

"ச்சு! சொல்லலை... குழந்தை ஸ்கூல் விட்டு வந்தாச்சு" என்ற ஜோதி உடுப்புகளைப் பொறுக்கிக்கொண்டு அவசரமாய் உடுத்தி வாசலுக்குப் போய் கதவு திறக்க...

வந்தது பெண் சுமதியில்லை. புருஷன் ஜான் மனோகர்.

ஜோதியின் முகம் நிறத்தை இழந்தது. நெஞ்சு அதிர்ந்தது. உணர்ச்சிகளை மறைத்துக்கொள்ள சிரமப்பட்டாள்.

ஜான் மனோகர் அவசரப்படவேயில்லை. நிதானமாக உள்ளே வந்தான். கதவை உட்புறம் தாழ்போட்டான். அவனுக்குள் ஒரு தீர்மானம் இருந்தது. முன்பே விஷயம் தெரிந்த அறிகுறிகள் முகத்தில் தெளிவாய் ஓடிற்று.

ஜோதியின் புருஷனுக்கும், க.புருஷனுக்கும் படுக்கை அறைக்குள் ஒரு குருசேத்திரப்போரே நடந்தது.

வலியும், ரத்தமும், வேதனையும், அழுகையுமாய் அவன் அலற துரத்தி அடிக்கப்பட்டான். ஊர் கூடி வேடிக்கை பார்த்தது.

அந்நியன் ஓடிப்போனதும் ஜான் திரும்பினான். மிச்சமிருந்தது பொண்டாட்டி... அவன் பார்த்த பார்வையில் அவள் பயந்துபோய் எச்சில் விழுங்கினாள். அவனுக்கே இத்தனை தாக்குதல் என்றால், கள்ளப்புருஷனைப் படுக்கையில் சேர்த்த தனக்கு...? நினைக்கும்போதே இதயத்துக்குள் ஒருவித ஜன்னி, நடுக்கம்!

அந்த ஜான் மனோகருக்குக் கோபமே குணம்.

ஜான் பயங்கரமான எரிச்சலுடன் அவளைப்பார்த்தான். கைவசம் பரமசிவனின் மூன்றாவது கண் இருக்குமானால், அவளை உடனடி பஸ்பம் செய்துவிடுவான்போல, அப்படி ஒரு பார்வை. அருகே மிக அருகே நெருங்கினான். ஜோதியின் நாடியைப் பற்றி தன் பக்கம் கோபத்துடன் திருப்பினான். அவளுக்குக் குலை நடுங்கிற்று.

"எனக்குக் கொலைவெறி வர்றதுக்குள்ளே இங்கேயிருந்து ஓடிடு" -அவளை நாய் கொண்டுவந்து போட்ட ஐந்துவைப்போல பார்த்தான்.

ஜோதி ஓடிப்போய் நின்ற இடம் பெண்ணின் பள்ளிக்கூடம். ஸ்கூல் முடிந்து மாணவிகள் கூட்டம் கூட்டமாய் வழிந்துகொண்டிருந்தனர்.

பெண் சுமதி பள்ளியின் வாசலில் தாயாரை எதிர்பார்க்க வேயில்லை. ஆச்சரியப்பட்டது. கண்களை மினுக்கிக்கொண்டு சிரித்தது.

"இங்கே எதுக்கும்மா...?"

"உங்க அப்பா என்னை வீட்டை விட்டு விரட்டிட்டாருடி"

தூக்கிவாரிப்போட்டது சுமதிக்கு. "விரட்டிட்டாரா... எதுக்கும்மா?"

"அதெல்லாம் அப்புறமா சொல்றேன்... என்னோட வரியா...?"

"எங்கேம்மா?"

"தெரியலை!"

பெண் தவித்தது. எதற்குத் துரத்தினார் அப்பா? எங்கே போகப்போகிறாள் அம்மா?

"நீ என் கூட வரதா இருந்தா வா... இல்லையானா அப்பாகூட சேர்ந்து இருக்கணும்னா இரு. என்ன பண்றே?"

தர்மசங்கடமான கேள்வி. 'உனக்கு இடது கண் வேணுமா, வலது கண் வேணுமா?' என்று கேட்டால் என்ன பதில் சொல்வது..?

"எதுக்காகம்மா அப்பா விரட்டினாரு? நா வேணா

பேசிப்பார்க்கட்டுமா?"

"வேணாம்! அதுவரைக்கும் நான் காத்திருக்க முடியாது. நீ என்கூட இப்ப வரியா, வரலையா?"

மறுபடியும் மனசுள் கடிகாரப் பெண்டுலம் ரெண்டு பக்கமும் ஆடிற்று. என்ன செய்வது?

அம்மா என்கிற தனித்த மதிப்பும், அன்பும், பாசமும், பரிதாபமும் சேர்ந்துகொள்ள, தாய்குலத்திற்கு ஓட்டு!

"என்கிட்டே மாற்றுத்துணி கூட இல்லையேம்மா?"

"என்கிட்டே மட்டும் இருக்குதாக்கும்? போய் வாங்கிக்கலாம்.. வா!"

"சரி.. நம்ம வருமானத்துக்கு வழி?"

"நீதான்!" என்ற அந்த அம்மா, பெண்ணின் புத்தகப்பையைப் பறித்து உள்ளே கை நுழைத்து அகப்பட்ட புத்தகங்களை எல்லாம் எடுத்து அருகாமை ஓடையில் வீசினாள்.

சுமதிக்கு முகம் இருண்டது. முகம் மட்டுமா? வாழ்க்கையும்தான்.

மந்திரிகளுக்கும், எம்.எல்.ஏ.க்களுக்கும், கட்சிக்காரர்களுக்கும் பெண் சப்ளை செய்வதற்குள் திண்டாடித் தவித்துப்போனேன்!

இருந்த கொஞ்சம் நஞ்சம் பெண்களும் அடுத்த ரவுண்டு போகவே முடியாதென்று பிடிவாதம் பிடித்தார்கள்.

அதுவும் அந்த கோயம்புத்தூர்க்காரனிடம் செல்லவே முடியாதென ஒவ்வொருத்தியும் கடும் அடம்!

ஒரு பெண் கையெடுத்துக் கும்பிட்டது. "மிருகக்காட்சி சாலையிலே இருக்க வேண்டிய ஆள் அண்ணே அவன்...! உடம்பாவா நினைக்கிறான். ஸ்பிரிங் கணக்கா கைகாலை வளைக்கிறான். ஜிம்னாஸ்டிக் தெரிஞ்சாதான் அண்ணே அவன்கிட்டே போக முடியும்" -கதறியவளை பரிதாபமாக பார்த்தேன். ஆழமாக பெருமூச்சு ஒன்று எனது அடிவயிற்றிலிருந்து கிளம்பியது.

முக்கியப்புள்ளிகளைச் சந்தித்துவிட்டு வந்த பெண் ஒவ்வொன்றும் கதைகதையாய்ப் பேசிற்று.

"ஏய்.. நான் தலைவர் படத்தைக் கையிலே பச்சை குத்தியிருக்கேன் இல்ல. நீ மார்ல குத்திக்கயேன்!" -போதையில் ஒரு பெண்ணிடம் பிதற்றினார் அந்த எம்.எல்.ஏ.!

"எந்த தலைவர் படத்தை... நீங்க பச்சை குத்தியிருக்கீங்களே... அதே தலைவர் படத்தையா?"

"ச்சேசே! அவர் தெய்வம்... நான் பச்சை குத்திக்கச்சொன்னது இப்ப என் தலைவனாயிருக்காரே... அவரு படத்தை!"

எரியும் சிகரெட்டால் படம் வரைய முயல, அவள் கதற,

கதவை உடைத்துத் திறக்காத குறையாய் பிறகு அவள் காப்பாற்றப்பட்டாள். இப்படிப் பலரின் முகங்கள் அந்த விலைமாதுகளின் முன்னே கிழிந்து தொங்கியது.

"அண்ணே! விஜின்னு ஒரு பொண்ணு புதுசா தொழிலுக்கு வந்திருக்கு.. சேர்த்துக்கலாமா?"

"ஆள் எப்படி இருக்கு?"

"தூள்!"

"பின்னே என்ன கேள்வி... இருக்கற டிமாண்டுக்கு உடனடியா அப்பாயிண்ட்மெண்ட் கொடு."

"இல்லேண்ணே.. அவளுக்கு ஏற்கனவே வி.டி.இருக்குது! ஆயிரம் ரூபா வரை செலவு செய்தாதான்.. சரிஆகும்னு தெரியுது..."

"செலவழிப்போம்..."

"இ...இல்லேண்ணே.. இன்னும் அவளை வச்சு சம்பாதிக்கவே துவங்கலை.. அதுக்குள்ளே..."

"பணம் சேர்க்கறது மட்டும் லைஃப் இல்லைடா. செய்கிற பாவங்களுக்குப் பிராயசித்தம் செய்றதும்தான். புரியுதா..."

"புரியுது" என்றான் புரியாமலே.

"சரி...அவளை டாக்டர் கிட்ட அனுப்பு! அதுக்கு முன்னாலே என்கிட்டே கூட்டிட்டு வா!"

எதிரில் நின்றவளை உற்றுப்பார்த்தேன். அழகியாகத்தான் தென்பட்டாள். பத்து வருஷத்துக்கு முன்பு பேரழகியாக இருந்திருப்பாள்.

"எத்தனை வருஷமாச்சு தொழிலுக்கு வந்து?"

"பன்னிரெண்டு வருஷமாச்சுங்க" -வறட்சியாகச் சிரித்தாள்! வியாதியின் அவஸ்தையும், வலியும் ஸ்பஷ்டமாய் முகத்தில்!

"தேவைக்கு அதிகமாவே தொழில் பண்ணிட்டே. ஒண்ணுசெய்.. வைத்தியம் பண்ணிக்க... உடம்பு சரியானதும் சொல்லாம கொள்ளாம ஆஸ்பத்திரியிலேருந்து ஓடிடு!"

என்னை ஆச்சரியமாகப் பார்த்தாள் விஜி.

"எதுக்கு..?"

"போதும்மா! இனிமே தொழில் பண்ணினா செத்துடுவே... எங்கேயாவது போ... ப்ராஸ்டிட்டியூட்டா இருக்காதே... உடம்பைக் காப்பாத்தறதுக்காக உசிரை அழிச்சிக்காதே... யார்கிட்டேயும் சொல்லாம தப்பிச்சுப் போயிடு... இந்த பசங்க பார்த்தா விட மாட்டானுங்க! செலவுக்குப் பணம் தாரேன்... எங்கேயாச்சும் போய் பெட்டிக்கடை வச்சுப் பிழை... இனிமே, இப்படிப்பிழைக்கிறது பிழை!" -விஜியின் கண்களில் நன்றி கூடுகட்டி உடைந்தது.

"தம்பி வணக்கம்" என்ற பெண்மணியை நிமிர்ந்து பார்த்து "யாரும்மா நீங்க? என்ன விஷயம்?"

"என்பேரு ஜோதி" என்றாள் ஜோதி. புருஷனை விட்டு விலகி வந்து சில வருஷங்கள் ஆகியிருந்தன. பெயர்தானே ஜோதியே தவிர, வாழ்க்கை இருட்டாத்தான் இருந்தது.

தாய் ஜோதிக்குப் பின்னால் பயந்தபடி எட்டிப்பார்த்த பெண் சுமதியின் தோற்றத்தில் இப்பொழுது கணிசமான வளர்ச்சி. லாட்டரிச் சீட்டின் பொங்கல் பம்பர் குலுக்கல் மாதிரி அபார வளர்ச்சி.

"இவ... என் மக சுமதி... இவளையும் உங்க கம்பெனியிலே(!) சேர்த்துக்கணும்..."

சுமதியை ஆழமாகப் பார்த்தபடி, "நீ கொஞ்சம் வெளியே போய் இரும்மா" என்று சொல்ல, பெண் வெளியே சென்று நின்றது!

தாய்காரியிடம் பேசினேன்.

"இதப்பாருங்க... பொண்ணு நல்லா இருக்கு... ஆனா, இந்தத்தொழிலுக்கு ஏற்ற உடல்வாகு இல்லை. முகவெட்டு, ஸ்ட்ரக்சர் எல்லாம் நடிகை கணக்கா இருந்தாதான் என் கிட்டே போணி ஆகும். ஏன்னா, நான் பெரிய பெரிய இடங்களுக்கு ஆளனுப்புறவன். உங்க மகளுக்குக் குடும்பப்பொண்ணோட தோற்றம். கிளாமர் பத்தாது" என உதடு பிதுக்கினேன்.

"தம்பி... முடியாதுன்னு சொல்லீடாதீங்க தம்பி! ரெண்டு பேருக்கும் பிழைக்கிறதுக்கு வேற வழியே இல்லை..."

யோசித்தேன். ஐடியா பளிச்சிட்டது!

"சரி, வேலை தரேன். பெண்ணுக்கு இல்லை. உங்களுக்கு. இங்கேயிருக்கிற மற்றபெண்களுக்குத் துணிமணி துவைச்சுப் போடுங்க. எடுபிடி வேலை செய்யுங்க. சம்பளம் தரேன். அதை வச்சுக்குடித்தனம் செய்யிங்க."

மாலை அந்தப்பெண் என்னைத் தனியா தேடிவரும் என எதிர்பார்க்கவேயில்லை. கண்களில் கரைகட்டிக்கொண்டு நீர் பெருகி ஓட, குரல் தழுதழுத்தது. "ரொம்ப நன்றி சார்... நல்லவேளையா என்னை ரிஜக்ட் பண்ணினீங்க. என்னை மட்டும் விபச்சாரியா ஆக்கியிருந்தா தூக்குப்போட்டு செத்திருப்பேன். எனக்கு அதிலே இஷ்டம் கிடையாது. குடும்பம், குழந்தை குட்டின்னு இருக்கத்தான் எனக்கு இஷ்டம். ஆனா, நாலு வருஷமா என்னை எப்படியாவது இப்படி ஆக்கிடணும்னு அம்மா முயற்சி பண்ணுது! சதா சண்டைதான். தாயாரா இவ? தெரியாத்தனமா இவ கூட ஓடிவந்துட்டேன். நீங்க மறுத்ததாலே இனிமே வேற எங்கேயாவது என்னைத் தள்ள முயற்சி செய்யும் அம்மா... உங்களை கையெடுத்து கும்பிடுறறேன். என்னைக் காப்பாத்துங்க சார்! உங்க வீட்டிலே ஒரு ஓரமா இடம் கொடுத்தா போதும். வேலைகளைக் கவனிச்சுக்கிட்டு நான்பாட்டுக்கு இருந்துப்பேன்.. என் கற்பு கெடாம

நான் இருக்கணும்... அவ்வளவுதான்!”

விக்கித்துப்போனேன். மனசுக்குள் உணர்ச்சிகள் கண்ணாமூச்சி ஆடிற்று. சுமதியை இரக்கம் பொங்கப்பார்த்தேன்.

“கவலையே படாதேம்மா... எப்பாடுபட்டாவது உன்னைக் காப்பாத்தறேன். உன் கற்புக்கு ஒரு சின்ன தீங்குகூட வராது... போதுமா?” என்றேன் உறுதியுடன்.

அதன்படியே காப்பாற்றவும் செய்தேன். அது முக்கியமில்லை, அந்த சுமதிதான் எனது தூக்குதண்டனைக்கே துருப்புச்சீட்டாக ஆனாளே... அதுதான் முக்கியம்!

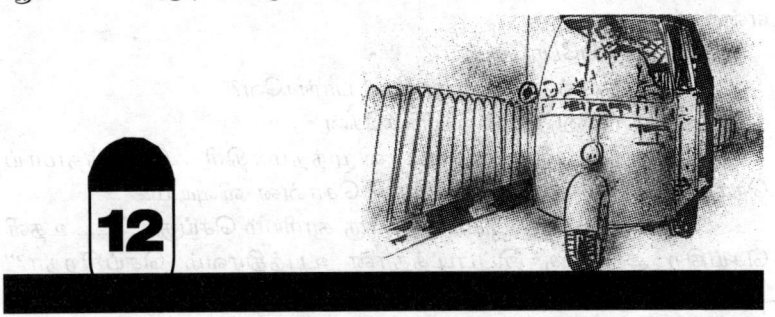

12

சுமதிக்கு உதவி செய்வதாக வாக்குக் கொடுத்துவிட்டாலும் ஏகமாய் சிரமம்.

“இங்கே உன்னை வச்சிருக்க முடியாது... என் வீட்டிலே வேலைக்குச் சேர்க்க முடியாது. என் ஒய்ஃப் சந்தேகப்படுவாள். ஏன்னா, நீ வயசுப்பொண்ணு. வேணும்ன்னா உன் அம்மாவுக்குத் தெரியாமல் கோட்டூர்லே இருக்கிற என் அம்மா வீட்டுக்கு அனுப்பறேன். அவங்களுக்குத் துணையும் ஆகும். என்ன சொல்றே?”

சம்மதித்தாள். ஆனால் சுவற்றில் மோதின பந்தாக கோட்டூர் போன மறுநாளே திரும்பி வந்தாள். வந்தவள் நேராக ஆட்டோ ஸ்டாண்டு பக்கமாய் இருந்த நம்ம சாராயக்கடைக்கே நேராக வந்து நின்று கண்ணைக்கசக்கினாள். “ஏய்.. என்ன ஆச்சு?”

‘‘உங்க அம்மா என்னைச் சந்தேகப்படுறாங்க... உங்க வைப்பாட்டியாம் நான்! அடிச்சு துரத்திட்டாங்க” -கண்ணைக் கசக்கினாள்.

சரி.. எவ்வளவோ சம்பாதிக்கிறேன்.. எப்படி எல்லாமோ செலவு பண்றேன்.. உன் ஒருத்திக்குச் சோறு போடறதிலே ஒண்ணும் கஷ்டம் இல்லை. ஒரு அப்பாவிப் பெண் விபச்சாரி ஆகாம என்னாலே காப்பாற்றப்பட்டாளேன்னு சந்தோஷமாகூட இருக்குமேயென்று, மருந்தீஸ்வர்நகரில் வீடு பார்த்து சுமதியை கொண்டுபோய் அங்கே குடிவைத்தேன். சாப்பிடவும் உடுத்தவும் வசதிகள் செய்து

தரப்பட்டது. கணிசமாய் பண்ட பாத்திரங்களும்!

ரெண்டு மூணு நாள் கழித்து மறுபடியும் 'வீடு சௌகரியமாய் இருக்கிறதா' என அவளிடம் விசாரிப்பதற்காக சென்றபோது ஆச்சரியம். காரணம், அவள் கழுத்தில் தொங்கிய தாலி!

"கன்னிப் பெண்ணாயிருக்கிறதாலே ஏகப்பட்ட விடலைப் பசங்க தொந்திரவு பண்றாங்க! அவங்ககிட்டேயிருந்து தப்பிக்கத்தான்... அதுவும் தவிர கல்யாணமானவள்ங்றப்ப என் அம்மாவும் என்னைக் கூப்பிட வராம இருப்பா இல்லே... அந்த பாதுகாப்புக்காகத்தான் எனக்கு நானே தாலிகட்டிக்கிட்டேன்" என்றாள்.

மலைத்துப்போனேன்.

"சரி, புருஷன் யாருன்னு கேட்பாங்களே?"

"நீங்கதான்னு சொல்லியிருக்கேன்"

முட்டை மீது இடி விழுந்தமாதிரி மொத்தமாய் நொறுங்கிப்போக வைத்தது சுமதி சொன்ன விஷயம்!

"எ..என்ன சுமதி? இப்படியொரு காரியம் செய்துட்டே... உதவி செய்கிற ஆளுக்கு இப்படித்தான் உபத்திரவம் செய்கிறதா?" -கோபிக்க... சுமதிக்கு கண்கள் அலம்பிற்று.

"நான் அப்படிக் கட்டிக்கலைன்னாலும், ஊர் உங்க வைப்பாட்டின்னுதான்ங்க சொல்லும். தாலியிருக்கிறதாலே கொஞ்சம் மரியாதை மட்டுமாவது மிஞ்சும். எந்தப் பயலும் வாலாட்டவும் மாட்டான்... வேற யாரையாச்சும் நான் புருஷன்னு சொன்னா... புருஷனைக் காணோமே... இந்த ஆள் யாருன்னெல்லாம் அக்கம் பக்கம் கேள்வி வரும். முதுகிலே கேலிபேசும். நயாபைசா பார்வை பார்க்கும். விபச்சாரி பட்டம் கொடுக்கும். அதற்கு வைப்பாட்டி கொஞ்சம் கௌரவமான பதவி இல்லையா.... ஆனா, உங்களை இதிலே தேவையில்லாம களங்கப்படுத்தியிருக்கேன்.... என்னை மன்னிச்சுடுங்க"

பெருமூச்சு வந்தது. நல்லது செய்யணும்னு வந்தா சோதனைகளைச் சந்திச்சுதானே ஆகணும்... "உன் இஷ்டப்படி செய்... ஆனா ஒரு விஷயம். தாலியைப் பார்த்து என் வைப்பாட்டின்னு ஊர் நினைக்கட்டும் பரவாயில்லை. ஒரு நாளும் நீ நினைச்சுடக்கூடாது. என் மேலே தப்பான ஆசை எதுவும் வச்சுடக்கூடாது. ஒரு பிராயச்சித்தமாதான் உன்ன காப்பாத்திகிட்டிருக்கேன்... நான் கூடுதலா ஒரு பாவம் பண்றதுக்கு நீ காரணமாயிடக்கூடாது. ஊர் என்னை உன் புருஷனா நினைக்கட்டும் பரவாயில்லை... ஆனா, நீ உன் சகோதரனாதான் நினைக்கணும், இந்த உத்தரவாதத்தை நீ கொடுத்தால் இனி நான் உன்னைப்பார்க்க வருவேன்.... இல்லையானா இதான் என் கடைசி

வருகை. என்ன சொல்றே?” சுமதி களங்கமில்லாமல் சிரித்தாள்.

“நீங்க எப்பவும் இங்க வரணும்...”

“அப்படியானா நீ...?”

“நான் உங்களை எப்பவுமே என் புருஷனா நினைக்கலியே... நான் எந்த விதத்திலேயாவது கற்போட இருக்கத்தான் இங்கே வந்திருக்கேனே தவிர, உங்களைக் கல்யாணம் செய்துக்கிறதுக்காக வரலை... நீங்களாக ஏன் எதை எதையோ கற்பனை செய்துக்குறீங்க?”

சில சமயங்களில் உண்மை கற்பனையைவிட வேடிக்கையாகவும், வியப்பாகவும் காட்சி தரக்கூடியது என்பது எவ்வளவு நிஜம்?

தாலி கட்டிக்கொண்டு அண்ணன் தங்கையாய் இருந்தவர்களை உலகத்தில் எங்கேயாவது பார்க்க முடியுமா? யாராவது சொன்னால் நம்புவோமா?

உண்மைக்கு நம்புவார், நம்பாதவர் பற்றியெல்லாம் என்ன அக்கறை? சாகாததுதானே உண்மை! எனவே தன்னை விளம்பரப்படுத்திக்கொள்வதும் அதற்குத் தேவை இல்லைதான்.

பெசன்ட் நகர் அருகே பங்களா ஒன்றை வாடகைக்குப் பிடித்து வைத்திருந்தேன். நிழலான சங்கதிகளுக்கு எப்பொழுதும் அந்த இடம்தான்.

இப்பொழுது இரண்டாயிரம், மூவாயிரம் கொடுத்தாலும் கிடைக்காத அந்த ராஜ இல்லத்துக்கு அப்போது வாடகை வெறும் அறுநூறு ரூபாய்.

வசீகரமான குற்றங்களுக்கு பெசன்ட் நகர் பங்களா ஒரு வெள்ளை மாளிகையாய் இருந்தது.

அடிதடியில் ஈடுபடுவது எனக்கு கோழி முட்டையிடுவது மாதிரி அத்தனை வாடிக்கையான விஷயம். சாராயம் வியாபாரமான பிறகு சண்டை சச்சரவுகளுக்கு குறைவிருக்குமா என்ன?

ஆனால் எல்லா கேஸ்களிலுமே போலீஸ் எனக்கு சப்போர்ட்டாகவே இருந்தது. கடைசியாக ஒரேயொரு கேஸைத் தவிர!

ஏற்கனவே பலமான கோஷ்டி. பற்றாக்குறைக்கு போலீஸ் ஆதரவுவேறு. எதிரிகள் என்ன ஆவார்கள்? தவிடுபொடி! ரெஃப்ரியும் சேர்ந்து ஒரு குழுவுடன் விளையாட ஆரம்பித்தால் யார் கோல் போடுவார்கள் என்று சொல்ல முடியாதா என்ன?

“குறுக்கு வழியில் போ! ஜயம் நிச்சயம்...” -நமது சட்டமும் சமுதாயமும் ஏன் நம் நீதிக்கதைகளும்கூட சில சமயங்களில் அப்படித்தானே வழிகாட்டுகின்றன.

மாய்ந்து மாய்ந்து உலகத்தைச் சுற்றினவருக்கு ஞானப்பழம் கிடைத்ததா? இல்லை.

'அம்மையப்பனை' சுற்றி வந்து குறுக்கு வழியில் வெற்றிப்பழத்தை பெறும் ஞானம் கைவந்துவிட்டது.

அம்மையப்பனைச் சுற்றுவது என்பது நம்ம அகராதிப்படி அதிகாரிகளைக் கவனிப்பது!

அநேக மோதல்களுக்கு வியூகம் அமைத்துக் கொடுத்ததே காக்கி சட்டை போட்ட கண்ணியவான்கள்தானே?

அப்படித்தான் ஒரு சாராய ராத்திரியில் நடந்த அந்த மோதல்...!

மிக உக்கிரமான போர் அது! என் தலைமையிலான அணிக்கும் எதிரணிக்கும் பெரிய யுத்தமே நடந்ததாக சொல்லலாம். சோடா பாட்டில்கள் அந்தரத்தில் மோதிக்கொண்டு வெடித்துச் சிதறின. வீதியின் ரெண்டுபக்கத்து கடைகளிலும் அவசரமாக ஷட்டர்கள் இழுத்து மூடப்பட்டன. சாலை பூரா நொறுங்கிக்கிடந்த கண்ணாடிக்கம்பளம்! ஆட்டோக்கள் பெட்ரோல் ஆவேசத்துடன் வீர்வீர்ரெனப் பறந்தன. ரோட்டில் அங்கங்கே ரத்தத்தீவுகள், இதுபோன்ற சமயங்களில் ரத்தத்தில் சிவப்பு அணுக்களைவிட சின அணுக்கள்தான் உடம்பில் ஜாஸ்தி உற்பத்தியாகும். ஆனது!

போலீஸ் ஜீப் வருவது தெரிய- சொல்லிவிட்டுதானே வருகிறார்கள்- ரெண்டு கோஷ்டியைச் சேர்ந்தவர்களும் சடுதியில் மறைந்தனர். ஜீப்பில் இருந்து குதித்தபோலீஸ்- ஜாக்கிரதையாய்-குற்றம் செய்யாதவர்களாகப் பார்த்து தேர்ந்தெடுத்து விலங்குபோட்டு கூட்டிச் சென்றது!

அந்த ராத்திரியில் போலீசை எதிர்பார்க்கவேயில்லை நான். புருவங்களில் ஆச்சரிய வில், "என்ன... சார் இப்ப தேடி வந்திருக்கீங்க... என்ன விஷயம்?" -இன்ஸ்பெக்டரை வியப்பு விலகாமல் கேட்டேன்.

"சங்கர்... நீங்க அடிச்சுப்போட்டு வந்ததில் ஒருத்தன் எம்.எல்.ஏ.வோட ஆள் போலிருக்கு. விஷயம் சீரியஸ் ஆயிடுச்சு" -குரலில் ஜன்னி நடுக்கம்...

"அடிச்ச ஆளுகளோட பெயரைப்பூரா அவன் சொல்லி விட்டான்... அதிலே உங்க பெயர்தான் முதல்லே இருக்கு சங்கர்!"

இன்ஸ். கையைப்பிசைய, எழுந்து உட்கார்ந்தேன். கண்களில் அநியாயத்துக்கு சிகப்பு ஏறியது.

"ஃஎப்.ஐ.ஆர். போட்டுட்டீங்களா?"

"ம்..ஆச்சு! வேற வழியில்லே... அடிபட்டது ஆளுங்கட்சி எம்.எல்.ஏ.வோட ஆள் ஆச்சே?"

பதில் பேசாமல் எழுந்துபோய் சட்டைக்குள் உடம்பை நுழைத்தேன்.

"எங்கே கிளம்பறீங்க... வக்கீலைப்பார்க்கவா?" அதிகாரி கேட்டார் அமைதியாக, "ம்ஹூம். அந்த எம்.எல்.ஏவை பார்க்கப்போறேன்... அட்ரஸ் கொடுங்க"

அதிகாரி ஆச்சரியமாக நிமிர்ந்தார். எம்.எல்.ஏ. ஆளை அடிச்சிட்டு 'ம்ஹூம்... எவ்வளவு தில் இவனுக்கு? எம்.எல்.ஏ.யைச் சந்திக்கப்போறேன்றானே' என்ற வியப்பு மனசுள் ஓடியிருக்கவேண்டும். எம்.எல்.ஏ.வின் மந்தைவெளி வீட்டு விலாசத்தைக் குறித்துக்கொடுத்தார்.

எம்.எல்.ஏ. முதலில் தாம்தூமென்று குதித்தாலும் மெள்ளமெள்ள வெற்றி நமக்கு சாத்தியமாயிற்று.

சில்லறை என்றால் கல்லறைகூட வாய்திறந்து பார்க்கிற காலம்தானே இது? அத்துடன் நேர்த்தியான வார்த்தை சாமர்த்தியம் தோற்குமா?!

"இப்ப என்னங்க... ஏதோ நடந்தது நடந்துபோச்சு. உங்களுக்கு வேண்டியவர்ன்னு தெரியாம கைவச்சுட்டோம். திரும்ப எங்களை உள்ளே போடறதுனாலே அவருக்கு வலி குறைஞ்சுடுமா என்ன? சமாதானமாப்போயிடுவோம். தப்புக்கு நீங்க சொல்ற தொகையை ஃபைன் கட்டிர்றோம்.. சரிதானே?"

எம்.எல்.ஏ. சிரித்து "ஃபைன்"

என பாராட்டி விட்டு "ஆனா அது மட்டும் போதாது சங்கர்?"

"வேற என்ன வேணும் சொல்லுங்க?" -ஆவலுடன் கேட்டேன். எப்படியோ விவகாரம் ஒரு தீர்வுக்கு வருகிறதே என்ற திருப்தி.

"எனக்கு ஃபாரின் விஸ்கியும், கம்பெனிக்கு ஒரு ஆளும் வேணும்"

எனது இதயம் டிரம் வாசித்தது. நான் கிளம்புவதற்குத் திரும்பியபோது...

"ச... சங்கர்" என்றது தாய்க்குலம் கட்டைக்குரலில், மேடையில் தொண்டை கிழிய பேசும் நல்ல பேச்சாளர் வேறு.

"எங்க போறீங்க?"

"விஸ்கியோட திரும்ப வரேன்"

நம்ம ஆட்டோ சாம்ராஜ்யத்தின் அந்தப்புரமான பெசன்ட்நகர் பங்களாவுக்கு அடிக்கடி ஆஜர் ஆனது அந்த தாய்க்குலம்.

வாரம் ஒருமுறை தொலைபேசி கொண்டு இது சாட்டர்டே, இது சன்டே என்பதுபோல 'இது செக்ஸ்டே' என வைத்துக்கொண்டோம்.

புராணக்கதைகளில் சூர்ப்பனகை, தாடகை என்றெல்லாம் மோசமான பெண்கள் வருவார்களே... அவர்களெல்லாம் நம்ப மேடத்தின் கால்தூசு பெறமாட்டார்கள்!

அந்த பெண்ணின் சிநேகம் கிடைத்ததில் 'கொஞ்சம் செலவும்' சற்று தேய்மானமும் அடைந்தாலும் எனக்கு பெரிய சைஸ் லாபங்கள் கிடைக்கவே செய்தன.

அரசியல் என்கிற மாரல் சப்போர்ட் அது. திருவான்மியூர் ஸ்டேஷனை போனில் கூப்பிட்டு மிரட்டியே பல காரியங்களை எனக்கு சாதகமாய் செய்து தந்தார்.

அந்த பெண்மணி இப்போதைய ஆட்சிக் காலத்திலும் கோலாகலமாகத்தான் இருக்கிறார். அம்மையாருக்கு மதிவளர்ந்திருக்கிறதோ இல்லையோ நிதி வளர்ந்துதானிருக்கிறது.

திருவான்மியூர் சரகத்தின் மொத்த ஆட்சியும் நமது குடையின்கீழ் வந்தது. என் தோஸ்துக்கள் மீது இருந்த உதிரி வழக்குகளும் 'அண்டாகாகசம் அபூக்காகசம்... மூடிடு சீஸே'வாக கேஸ் ஃபைல்கள் க்ளோஸ் செய்யப்பட்டன. அம்மையார் உதவியால்தான்.

மிகத்தெம்பாக வாகனங்களில் சாராயம் ஏற்றிக்கொண்டு, சங்கரால் நகரெங்கும் வலம்வர முடிந்தது.

"தெரியாத்தனமாக" நேர்மையுடன் இருக்கும் ஒரு சில போலீஸ் அதிகாரிகள் கூட என் மீது நடவடிக்கை எடுக்க முடியாது போயிற்று.

வளரும் சந்திரன் என்பதற்கு பதில் அந்தப்பெண்ணுக்கு வளரும் அமாவாசை என்று பெயர் வைத்திருக்கலாம் என போலீஸ் வட்டாரத்தில் முனகல்.

அந்தப் பெண்ணுக்கு, பெயருக்கு விரோதமாக 'வளராத மதி'யிருந்தது என்பதென்னவோ நிச்சயமான நிஜம்!

திருவான்மியூர் போலீஸ் ஸ்டேஷன் தொலைபேசி வீறிட்டதும் எடுத்துப் பேசினார் எஸ்.ஐ.

மறுமுனையில் அந்தப் பெண்மணிதான்!

"நாளைக்குச் சாயங்காலம் திருவான்மியூர்ல ஒரு வீடியோ க்டைதாக்கப்படப்போறதா நியூஸ் கிடைச்சிருக்கு! நீங்க என்ன பண்ணனும்னா..."

"நீங்க ஒன்றும் கவலைப்படாதீங்க மேடம்... நாங்க பார்த்துக்கறோம். கடைக்கு ஃபுல் செக்யூரிட்டி போட்டுடறேன்... ராஸ்கல் யாரு வந்தாலும்..." என்றவரை குறுக்கிட்டு அமர்த்தினார் பெண்மணி.

"யோவ்.. வாயை மூடுய்யா.. தாக்கப்போறது நமக்கு வேண்டியவர்தான்ய்யா. சங்கர் தெரியுமில்ல? அவர்தான் ஆளுங்களோட போய் தாக்கப்போறாரு. அவருக்கு எந்த இடைஞ்சலும் கொடுத்துடக்கூடாது உங்க ஆளுக.. புரியுதா? சாயங்காலம் ஏழரை மணிக்கெல்லாம் போன் ரிசீவரை தனியா எடுத்து டேபிள் மேலே வச்சுடணும்... பாதிக்கப்பட்ட ஆள் போன் பண்ணினா என்கேஜ்டு டோன்தான் கேட்கணும்.

சரகத்துல ஒரு பய இருக்கக்கூடாது அந்த சமயத்திலே... வேற

எங்காவது ரவுண்டுக்குப்போயிடணும்... என்ன புரியுதா?''
-அதட்டினது வளரும் சந்திரனின் மேடைக் குரல். பாவம்... சப்-இன்ஸ்பெக்டர் நொந்துபோயிருப்பார்!

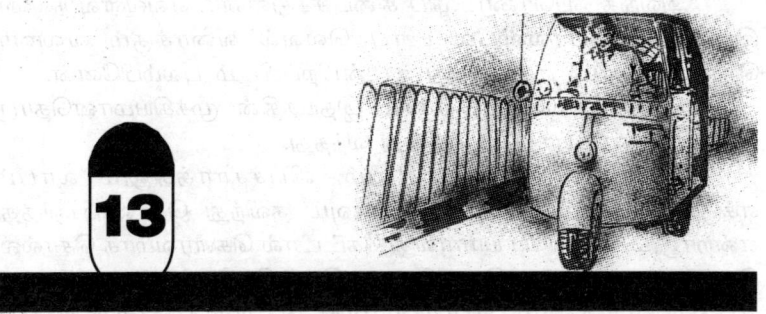

13

அப்போது எனக்கு சகட யோகம்! பின்னால் சங்கடம் மட்டுமே யோகமாக வரப்போகிறது என்று கண்டேனா.

ஆடித்தீர்த்தேன்!

பக்கபலமாகப் பெண் எம்.எல்.ஏ. ரத்தத்தின் ரத்தமாக இருந்தது பேரதிர்ஷ்டமாகப் போயிற்று.

சாராயம், தோராயமாக திருவான்மியூரை நாறடித்தது என்றால், மிச்சம் மீதி இருந்த பரிசுத்தத்தை விபச்சாரம் வேரோடு களைந்து எடுத்தது.

இந்த ரெண்டு வழிகளில் ஏரியா எக்கச்சக்கமாகக் கெட்டது போதாதென்று மேலும் கொஞ்சம் கெடுப்பதற்காகவே முளைத்ததோ அந்த வீடியோ கேம்ஸ் கடை..!?

அந்த (சாக்)கடை நான் துவங்கினது அல்ல. ஒரு பெண்மணி! கௌரவமான பெண்மணி. அவரை ஜனங்களுக்கு அதிகமாகத் தெரியாது. அவர் கணவரை?

மிஸ்டர் மில்க் அவர்! போலீசில் ரொம்ப மற்றும் ரொம்ப உயர்ந்த அந்தஸ்தில் இருந்தார். இப்போதும்தான்!

கணவரது பேச்சுக்கு எதிராய் ஒரு வீடியோ கேம்ஸ் கடையை அந்த அம்மையாரே நடத்தினார்!

திருவான்மியூரில் வயசுக்கு வந்த ஆடவர்களில் அநேகம் பேர், ஒன்று அந்த வீடியோ கேம்ஸில் இருந்தனர். அல்லது எனது வீ.டி. கேம்ஸில்!

பள்ளிக்கூட, கல்லூரி மாணவர்களையும் அப்பாவித் தொழிலாளர்களையும் போட்டி போட்டுக்கொண்டு ரெண்டு பேருமாகக் கெடுத்தோம். பர்ஸுகளை அமாவாசை ஆக்கினோம்.

பூட்சுக்குள் சிக்கின மண் துகள் மாதிரி என்னை அந்த வீடியோ கடை உறுத்திக் கொண்டே இருந்தது. கடை கூட அல்ல.

அந்த முதலாளி பெண்மணியும்தான்.

எப்படியாவது அந்த அம்மையாரின் நட்பு கிடைத்தால் தேவலையே என எல்லா எண்ணங்களிலும் விரும்பினேன்.

"அவங்க ஃப்ரெண்ட்ஷிப் கிடைச்சதுன்னா, எவ்வளவு நல்லா இருக்கும்... போலீஸ்லே டாப் லெவல் வரைக்கும் வலுவா நெருங்கிடலாம்" என எனது உடன்பிறப்பிடம் புலம்பினேன்.

எனது இன்னொரு ஏக்கம் இதயத்தின் முக்கியமானதொரு மூலையில் எப்போதுமே வசித்து வந்தது.

என்னதான் சாராயத்திலும், விபச்சாரத்திலும் லாபம் எக்குத்தப்பாகவும், தப்புப் தப்பாகவும் குவிந்து கொண்டிருந்தது என்றாலும், வெளியே யாராவது கேட்டால் கௌரவமாக சொல்லி கொள்ள முடியாத தொழிலாக இருக்கிறதே என்ற சங்கடம் எப்போதும் உண்டு. எப்படியாவது செல்வாக்கு பெற்று ஒரு எம்.எல்.ஏ. ஆகிவிட வேண்டும் என்று மனசு துடித்தது.

எம்.எல்.ஏ. என்ற மூன்றெழுத்தில் என் மூச்சிருந்தது. அதற்காக உள்ளுக்குள் ஒரு ஒலிம்பிக் தவமே செய்தேன்!

என்றைக்காவது ஒரு நாள், சட்டமன்றத்துக்குள் நுழைந்தே தீருவேன் என்று மற்றவர்களிடம் அடிக்கடி மந்திரம் ஜபித்தேன்!

தேர்தலுக்குள் நுழையுமுன் அரசியல் மட்டத்திலும் அதிகார மட்டத்திலும் சகலரின் சிநேகமும் சம்பாதிக்க வேண்டும் என்பது குறிக்கோளாக இருந்தது.

அந்த நட்புக்காக உ.பொ.ஆ. அர்ப்பணிக்கவும் தயாராக இருந்தேன்.

நீக்கப்பட்ட தெலுங்கு தேச கட்சியின் பெண் எம்பி. ஒருவரது பெயரை, தன் பெயரின் முன்பகுதியாகக் கொண்டவர் அந்த அம்மையார்.

அதனாலென்ன? தாடி வைத்தவரெல்லாம் தாகூர் ஆகி விடுவாரா? பெயர் ஒன்றாக இருப்பதால் இந்த பெண்புலியுடன் அவரை ஒப்பிடுவது தவறுதான்.

பெயரின் பின் பாதியில் தேவி உண்டு! அதென்னவோ எனக்கும் தேவி என்ற பெயருக்கும் அவ்வளவு ராசி; அப்புறமாய் அதைப் பார்ப்போம். முதலில் அந்த அம்மையார்!

படகு சைஸ் காரில் அவர்கள் இறங்கி வருகிற தோரணையும், சரக போலீஸ்காரர்கள் காண்பிக்கிற பயபக்தியும் பார்த்துப் பார்த்து ஆவல் பொங்கிற்று எனக்கு.

அந்த அம்மையார் சிநேகம் பெற வேண்டுமே, எப்

இந்த 'எப்படி' என்ற வார்த்தை மாம்பழத்து வண்டாக மனசைக் குடைந்தது.

தம்பி மோகன் சொன்னான் "அண்ணா...! நமக்குதான் அந்த

பெண் எம்.எல்.ஏ. செல்வாக்கு இருக்குதே...! போட்டிக்கு நாமும் ஒரு கடை போடுவோம்... இவங்க கடையை ஆளுங்களை வச்சு அடிச்சு நொறுக்குவோம்!"

"சேச்சே..."

"எனக்குத் தேவை அவங்களோட கடை இல்லை... அவங்கதான்!"

அப்புறம் ஒரு நாள், பதட்டத்துடன் ஓடிவந்தான் மோகன்... ஓடிவந்ததில் மூச்சு வாங்கினது. கண், காது, மூக்கு என எல்லாவற்றிலும் காற்றை வெளியே விடுவான் போலிருந்தது.

"அண்ணே... விஷயம் தெரியுமா? அந்த வீடியோ கடையிலே யாரோ நாலைஞ்சு பேர் புகுந்து அடிச்சு நொறுக்கறாங்களாம்!"

சட்டென சுறுசுறுப்பு என்னுள் சவாரி செய்தது.

"சீக்கிரம் வண்டி எடு"

ஆட்டோவா, ஆகாய விமானமா என சந்தேகப்படும் படியான, நம்ப முடியாத வேகத்தில் வண்டி பறந்தது.

"கடைக்கு பலத்த சேதமா...?"

"ஆமாண்ணே...! யாரோ நாலு பேர் புகுந்து. இந்த மிஷின்லே ஏதோ ஃபிராடு இருக்குது... எப்பவுமே காசு விழுறதில்லை... ஏமாத்தவா செய்யறீங்க'ன்னுஅடிச்சு நொறுக்கறாங்களாம்... நாமும் வேணா ஒரு நாலைந்து சேர்த்துப்போமா... சந்தடி சாக்கிலே கடையைத் தரை மட்டமாக்கிடலாம்!?"

"உளறாதே, பேசாம போ!"

சண்டையில் அமளி துமளிப்பட்டது கடை., அந்த நாலு வாட்ட சாட்டன்களும் பிரதேசத்தை உண்டு, இல்லை பண்ணிக் கொண்டிருந்தனர். முதலாளியம்மா பதட்டமாகி ஃபோனுக்குப் பாய ஸ்டூல் ஒன்று பறந்து வந்து தொலைபேசியில் மோத சிதறித் தெறித்தது.

அம்மையார் அலறித் தீர்த்தார்.

இன்னொருவன் கல்லா பெட்டியில் கைவைக்க முயன்ற நிமிஷம், கடைமுன்னர் பெரிய சப்தத்துடன் போய் நின்றது அவசர ஆட்டோ., சரேலென வெளிப்பட்டேன்.

ஒரு நிமிடம் சண்டையை நிதானமாய் கவனித்தேன். வெறுப்புடன் காரித் துப்பினேன்! தம்பி மோகனிடம் "நான் மட்டும் உள்ளே போய் கவனிச்சுக்கறேன்... நீ ஆட்டோவிலேயே இரு!"

-சொல்லிவிட்டு உள்ளே பாய்ந்து சண்டை ஜோதியில் சேர்ந்து கொண்டேன். அவர்கள் நான்கு பேரோடும் ஒற்றை ஆளாகச் சமாளித்தேன்.

வாசகர்களே, நீங்கள் யாருடைய ரசிகர்? ரஜினி? கமல்? விஜயகாந்த்? சத்யராஜ்? அல்லது வாத்தியார்? உங்கள் அபிமான

நடிகர் யாரோ அவரை நினைவுக்குக் கொண்டு வாருங்கள்! திரையில் அவர் எப்படி எதிரிகளை சமாளிப்பாரோ அப்படி ஒரு ஸ்டைல்! சாகஸம்! கெட்டிக்காரத்தனம்!

ஒரு ஆளாக நின்று கொண்டு எதிரிகளைப் பந்தாடினேன். ரௌடிகள் நான்கு பேரும் உதட்டில் எட்டிப் பார்த்த ரத்தத்துடன் துடித்தனர். வலி தாங்காமல் பெற்றவளைக் கூப்பிட்டுக் கொண்டே கீழே சாய்ந்தனர். கடையை விட்டு வெளியே பாய்ந்து மறைந்தனர்.

அம்மையார் கண்களில் ஆச்சரியம் பிரகாசம் காட்டிற்று. என்னை பரவசம் பொங்கப் பார்த்தார்.

'எங்கவீட்டுப் பிள்ளை' படத்தில் திருடனை விரட்டின எம்.ஜி.யாரின் பலம் பார்த்து பிரமித்த சரோஜாதேவி கூட அப்படித்தானே பார்த்தார்?!'

அது சரோஜாதேவி, இவர்... ஏதோ ஒரு தேவி!

அம்மணி என்னைப் பார்த்து தோழமையுடன் சிரித்தார்.

"ரொம்ப நன்றி...! நல்ல நேரத்தில் வந்து கை கொடுத்தீங்க!"

உதட்டில் புன்னகை உருவாக்கிக் காட்டினேன்.

"அதனால என்னங்க... உங்களுக்கு எப்ப, என்ன உதவி தேவைப்பட்டாலும் எனக்குப் ஃபோன் பண்ணுங்க" -விசிட்டிங் கார்டை அவர் கையில் திணித்தேன். என் உதவி அவருக்கும் அவர் உதவி எனக்கும், அப்புறம் அடிக்கடித் தேவைப்பட்டது.

அந்த பெண்மணிக்கு அடிக்கடி ஃபோன் செய்து என்னைக் கூப்பிடத் தெரிந்தது. பரஸ்பரம் தொழிலுதவி செய்யத் தெரிந்தது; போலீஸ் வட்டாரத்தில் என்னை மேலும் நெருக்கமாக்க தெரிந்தது.

வீடியோ கடையில் நடந்த மோதலில் சண்டை போட்டவர்கள் என்னுடைய ஆட்கள்... அந்த சண்டையே ஒரு 'செட்அப்' என்பது மட்டும் தெரியாது!

14

சூரியனும், சந்திரனும் கூட அப்போதெல்லாம் நான் சொன்னபடி கேட்டது என்றே சொல்லலாம்! சூரிய, சந்திரர் மட்டுமா? ஒரு சில நட்சத்திரங்களும் கூட! சினிமா நட்சத்திரங்கள்! நடிகைகள்!

என் ஓட்டு எப்போதும் சூரியனுக்குத்தான்! கட்சி உறுப்பினராகவும் அந்த வட்டாரத்தில் ஒரு பொறுப்போடும் இருந்தேன். ஆனால் அப்போது ஆட்சியிலிருந்தது அந்தக் கட்சியில்லை!

அதனாலென்ன... அந்தக் கட்சியில் அரசியல்வாதிகளுடன் நெருக்கமென்றால், ஆளும் கட்சியில் அதிகாரிகளிடம் செல்வாக்கு!

அதுவும் அந்த உயர் அதிகாரி 'ஐயா'வின் மனைவியின் நட்பு என்னை அங்கிங்கெனாதபடி எங்கும் பிரகாசமாக்கிற்று! செருப்புக்கு பாட்டாவும் இரும்புக்கு டாட்டாவும் இருந்தது மாதிரி சாராயத்துக்கு சங்கர் என பேரெடுக்க முடிந்தது, தேவியின் தயவால்!

எனக்கு இதில் இன்னொரு சந்தோஷம் கூட உண்டு! சட்டத்தின் நீள அகலமான கதவுகள் எனக்காக திறந்துவிடப்பட்டதே... இதற்கு எந்தக் கமிஷனும் கேட்கவில்லை தேவி! ஆனால் வேறு ஒன்று கேட்டார்... எனக்கு அது சம்மதமானது; சந்தோஷமானதும்!

தேவியுடன் சேர்ந்து கூத்தடித்தேன். என்னிடம் பெண் கேட்டு வரும் ஸ்திரிலோலர்களில் அதிக திடம் அதிக சக்தி வாய்ந்த ஆசாமிகளை அனுப்பி வைத்தேன்! அவளுக்கும் பரம திருப்தி. அந்த வாட்டசாட்டன்களிடமிருந்து நமக்கும் வசூல்! ஒரு கல்லில் ரெண்டு மாங்காய். சென்னையிலிருந்த இளம் நீக்ரோக்கள் நெல்சன் மண்டேலாவை விட அதிகம் நேசித்தது அந்த பெண்மணியைத்தான்!

பெரியார் நகரில் புதுசாக வீடு கட்டினேன். இப்படி வருமானம் குவிந்தால் வீடென்ன... அரண்மனையே கட்ட முடியுமே...!

கிரகப்பிரவேசத்துக்கு அத்தனை முக்கிய போலீஸ்

அதிகாரிகளும் ஆஜர் ஆகியிருந்தனர். ரிப்பன் வெட்டி வீட்டைத் திறந்து வைத்தது டி.எஸ்.பி.தங்கய்யாதான்! நம்ப அம்மையார் குத்து விளக்கு ஏற்றி வைக்க ஏகதடபுடல்.

சங்கரது சாராய வியாபாரத்தை விளக்கேற்றி தொடங்கி வைத்தது போலவே கிரகப்பிரவேசத்துக்கும் தவறாமல் கலந்து கொண்டனர் போலீஸார்!

அவர்களைச் சொல்லி தவறே இல்லை. காவல்துறை என்று பெயரே தவிர, யாருக்குக் காவல் என்று சொல்லவில்லையே? சாராய வியாபாரிகளுக்கும், மாமாக்களுக்கும் நாம்தான் காவல் காக்க வேண்டியிருக்கும் என நினைத்துக் கொண்டிருக்கிறார்கள். பாவம்! நன்றி மறக்காத காவல் துறையினர்!

நானும் நன்றி மறக்காமல் அவர்களுக்கு வேண்டியன செய்தேன். புதுமனை விழாவில் மனைவி ஜெகதிக்கு அத்தனை அதிகாரிகளையும் அறிமுகப்படுத்தினேன். ஜெகதிக்கு குருவி மூளை; புருஷன் எது சொன்னாலும் நம்புகிற ஜாதி! அவளைப் பொறுத்து கணவர் சொல்லுவதே வேதம்!

கிரகப்பிரவேச நிகழ்ச்சிகள் எல்லாமும் வீடியோவில் பதிவாயிற்று. எனக்கு ஒரு கலர் கனவு இருந்தது! என்றைக்காவது சட்டசபைக்குள் எம்.எல்.ஏ.வாக நுழைய வேண்டும் என்ற ராஜ கனவு! அதற்கான அவ்வளவு தகுதிகளும்(!) கைவசம் என்றாலும் நேரம்தான் வாய்க்கவில்லை.

எப்படியும் தேர்தல் சமயத்தில் உபயோகப்படும் என்றே எல்லா 'பெரிய மனிதர்களோடும்' பழகினேன்! பெரிய மனிதர்களின் அழுக்கு அந்தரங்கங்களுக்கு- கறுப்பு சிந்தனைகளுக்கு- பயன்பட்டது என் நீலப்பட்டறை!

பிற்பாடு தேர்தல் சமயம் அரசியல் வட்டாரத்தில் என் செல்வாக்கைக் காட்டுவதற்காகவே பூரா வி.ஐ.பி.களையும் அதிகாரிகளையும் விழாவுக்குக் கூப்பிட்டேன். வீடியோவில் அவர்களை விழ வைத்தேன். தேர்தல் வருமுன் நான் மட்டும் விழாமல் இருந்திருந்தால் தேர்தல் வெற்றி விழாவும் நடத்தியிருப்பேன்!

அம்மையாரிடம் விளையாடி விட்டு அப்போதுதான் வீடு திரும்பியிருந்தேன்.

வாசலில் ஜீப் ஒன்று டயர் தேய வந்து நின்றது. கான்ஸ் ரெண்டு பேர் இறங்கி வந்தனர்.

புருவத்தில் கேள்வி முடிச்சு!

'பெரிய அய்யா' உடனே அவனைக் கூட்டி வர சொன்னாராம். தெரிவித்தார்கள்!

எனக்குத் தூக்கி வாரிப் போட்டது! 'பெரிய அய்யா' என்பது

அந்த அம்மையாரின் கணவர்! இதுவரை அவரை நேருக்கு நேர் சந்தித்ததில்லை; காவல்துறையில் அந்த ஒருவரை மட்டும் நெருங்கவேயில்லை நான்! அவர் மனைவியுடன் பழகி வரும்போது அவரை சிநேகிக்க சங்கடமாயிருந்தது. ஒருவிதமான இடைவெளியை அடைகாத்து வந்தேன் கூச்சம் காரணமாக. அவரிடம் ஆக வேண்டிய காரியங்களை அவள் மூலமாகவே கவனித்துக் கொண்டிருந்தேன்.

இப்போது அவர் கூப்பிட்டார் என்றதும் அதிர்ச்சி! எதற்குக் கூப்பிட்டிருப்பார்! அவர் மனைவியிடம் உள்ள உறவு தெரிந்திருக்குமோ? அதை விசாரிக்கப் போகிறாரோ?

மனசுள் பயமுயலொன்று குறுகுறுவென ஓடிற்று.

முதுகுத் தண்டில் ஐஸ் நதி வருடினது மாதிரி ஜில்லிட்டது.

"எதுக்கு வரச் சொன்னார்?" -அவர்களையே கேட்டேன்.

"அதை நீங்க கேட்கலாம்! நாங்க கேட்டா வேலை பூடும்!" என்றனர்.

"சரி!" சட்டையை மாட்டிக்கொண்டு பைக்கை உசுப்பினேன்.

'ஐயா'வைப் பார்க்கவே கூச்சமாக இருந்தது. ஆனால் சந்தித்த முதல் நிமிஷமே தோழனாகிவிட்டார் அவர்! அன்பால்- பண்பால்- நட்பால்- என்னைத் தன்பால் இழுத்துக் கொண்டார் அவர்! மனைவி விஷயம் எதுவும் பேசாததில் சந்தோஷமாக இருந்தது.

கடைசியாக தன் பால் வெள்ளை பற்களைக் காட்டினார்.

"சங்கர்! நடிகைகள் கிட்டே பூரா பழக்கமுண்டா உனக்கு?"

இவ்வளவு கேட்டால் போதாதா எனக்கு?

"சொல்லுங்க ஸார்! உங்களுக்கு யாரு வேணும்?" என்றேன் குஷியோடு. சங்கரின் ராஜ்ஜியத்தில் உய்யலாலா!

"தங்கய்யாவுக்கு அனுப்பினியாமே...!"

அதே ராகம்! அதே தாளம்! அதே பல்லவி!

அதே போல ரகசியமாகப் படமெடுக்கவும் நான் மறக்கவில்லை.

போலீசின் மெகா ஸ்டார்கள் நான் தந்த போதை சங்கதிகளுக்கும், 'நேர்த்திக் கடன்' தொகைக்கும், பெண் மோகத்திற்கும் அடிமையானது கூட ஆச்சரியமில்லை! சபலம் என்பது மனித சுபாவம் என்று அழுத்தந்திருத்தமாகப் புரிந்துகொள்ள முடிகிறது.

ஆனால் அவர்களின் லீலைகளை, கட்டில் கண்றாவிகளை ஒன்று விடாமல் படம் பிடித்திருக்கிறேன் நான்! போலீஸ் அதிகாரிகளில் ஒருத்தர் கூட இதை முதலிலேயே கண்டுபிடிக்கவில்லையே! எச்சரிக்கையாக இருக்கவில்லையே... அசட்டுத்தனமாக படத்தில் பிறந்த மேனியாய் போஸ்

கொடுக்கிறார்களே...! இந்த பொறுப்பாளர்களா தீவிரவாதிகளிடமிருந்தும், வன்முறை குற்றங்களிலிருந்தும் நாட்டைக் காப்பாற்றுவார்கள்? இவர்களைக் காப்பாற்றிக் கொள்ளவே தெரியாத போது?!

ஜி.என்.வேலுமணி! ஒரு காலத்தில் கோடம்பாக்கத்தில் கொடிகட்டிப் பறந்த சினிமா தயாரிப்பாளர். சரவணா பிலிம்ஸ் வேலுமணி என்றால் தெரியாதவர் கிடையாது. எம்.ஜி.ஆர். சிவாஜி, என்.டி.ஆர், நாகேஸ்வரராவ், கன்னட ராஜ்குமார் என தென்னிந்தியாவின் எல்லா சூப்பர் ஸ்டார்களையும் வைத்துப் படமெடுத்தவர்! அவருடைய கடைசி காலம் கஷ்ட காலமாயிருந்தது. தயாரித்த படங்களெல்லாம் ஊத்திக் கொண்டது. பெரியவர் சோற்றுக்கே கஷ்டப்படுகிற நிலை!

லட்ச லட்சமாக நடிகர்களுக்குச் சம்பளம் கொடுத்த கைகள் குடியிருந்த வீட்டுக்கு வாடகை பணம் தர முடியாமல் தவித்தது.

அன்றைக்கு இவரால் முன்னுக்கு வந்த எந்த நடிகரும் இவரைக் கண்டுகொள்ளவில்லை. பாவம்!

அதுதான் சினிமா;

ஜி.என்.வேலுமணியின் மகளைக் கல்யாணம் செய்து கொண்டவர்தான் இசையமைப்பாளர் சங்கர்(கணேஷ்) சினிமா டைட்டிலில் 'தேவர் வழங்கிய கவிஞரின் சங்கர்-கணேஷ்' என்றெல்லாம் பெயர் போட்டுக் கொண்டார்கள். அறிமுகப்படுத்திய சின்னப்பா தேவருக்கும் கவிஞர் கண்ணதாசனுக்கும் இந்த வகையில் நன்றி தெரிவிப்பதாகவெல்லாம் பீற்றிக்கொண்டன இந்த ஜன்மங்கள். ஆனால், தங்கள் மாமனார், வாழ்க்கையுடன் ஒரு கலிங்கயுத்தம் செய்தபோது கண்டுகொள்ளாமல் இருந்தவர்தான் அந்த நல்லவர்! ஜி.என்.வி.க்கு ஒரே ஒரு மகனும் இருந்தார். சரவணன்! சரவணன் மாரடைப்பில் இறந்துவிட்டார். ஜி.என்.வி.யும் இறந்துவிட, சரவணனின் பெண்ணான புவனி என்ற பெண் நிர்க்கதியாய் நின்றது. சினிமா சான்ஸுக்காக பட கம்பெனிகள்தோறும் கனவுகளும் கால் செருப்பும் தேய ஏறி இறங்கிற்று அந்த பெண்! தாத்தா அத்தனை நடிகர், நடிகைகளையும் வளர்த்துவிட்டார். பேத்தியோ வாய்ப்பு கிடைக்காமல் அல்லாடினார். புவனிக்கு வாய்ப்பு தருவதை விட அவரை வாயும் வயிறுமாக ஆக்குவதையே குறிக்கோளாகக் கொண்டிருந்தனர் கோடம்பாக்க கோமான்கள்; எப்படியோ புவனிக்கு ஒரு பட வாய்ப்பும் கிடைத்தது. ஜோடி பிரபு! படத்தின் பெயர் சாதனை!

துயரம் அந்தப் பெண்ணை மொத்த குத்தகைக்கு எடுத்திருந்ததுபோலும்! சாதனை வசூலில் சாதனை

படைக்கவில்லை. புவனியைப் பட உலகம் ஒதுக்கிற்று.

சான்ஸ் கிடைக்காமல் வாடிக்கொண்டிருந்த புவனி வீட்டுக் கதவு திடீரென தட்டப்பட.... திறந்தார்.

"யாரு நீங்க? என்ன வேணும்?" என்றார்.

"என் பேரு சங்கர்?" என்றேன் நான்.

"இங்கே புவனி யாரு?"

"நான்தான்! என்ன வேணும்?" என்றவரைக் கண்களால் அளந்தேன்.

"நீதான் வேணும்?"

புவனி சினிமா முயற்சிகளை நிறுத்திவிட்டு விபச்சாரம் தொடங்கியிருந்த நேரம் அது!! புரோக்கர் யாரையும் வைத்துக் கொள்ளாமல் தன்னந்தனியாகவே தொழில் கவனித்தார்.

வியாபாரத்தின் முதலாளியும் அவரே... விற்பனைப் பண்டமும் அவரே! ஒரு சாண் வயிற்றுக்காக எண்சாண் உடம்பை விற்று சாப்பிட்டுக் கொண்டிருந்தார். நான் அவரைப் பார்க்க போனது டிஎஸ்.பி. தங்கய்யாவின் 'நேயர் விருப்பம்' நிறைவேற்றுவதற்காக!

புவனியின் 'மலரும் நினைவுகள்' தெரிந்த என் மனசுள் சங்கடம் பரவிற்று. 'பாவம்! வாழ்ந்து கெட்ட குடும்பம்!' அனுதாபம் பொங்கிற்று. அவருக்குப் பணம் தேவைப்பட்ட போதெல்லாம் கொடுத்து விட்டு வந்தேன்.

புவனி சந்தோஷமும் பரவசமுமாக "இந்த உதவியை மறக்கவேமாட்டேன்ங்க..." -நன்றியுடன் கை தொழுதார்.

அலட்சியமாகக் கையமர்த்தினேன். பின்னால் இதையெல்லாம் தூக்கிச் சாப்பிடுகிற மாதிரி பெரிய உதவியை அவர் செய்யப்போகிறார் என்று எனக்குத் தெரியாது.

சாக்கடையான காரியங்களின் போதெல்லாம் கூடவே இருந்து சௌகரியங்களை அனுபவித்த பாபு போன்றவர்கள் பூரா பழிகளையும் என்மீது போட்டுவிட்டு தப்பித்துப் போனார்கள். மற்றும் உதவி பெற்றவர்கள் பல பேரும் அப்படித்தான் நடந்து கொண்டார்கள். ஆனால், வேலுமணியின் பேத்தியோ "சங்கரைத் தெரியவே தெரியாது" என விசாரணையின் போது சொல்லி தனது நன்றியைக் காட்டினார்.

பொய் சொல்வது தப்புதான்! ஆனால் செய்நன்றி மறப்பதைவிட பொய் தேவலை என எண்ணியது போலும் அந்த பெண்!

15

பம்பாயில் நியு கிராண்ட் ரோட்டை 'சிவப்பு விளக்குப் பகுதி' என்பதைப் போல, சென்னையில் கோடம்பாக்கத்தைச் சொல்லலாம். அப்போதும், இப்போதும், எப்போதும்(?) 'எக்ஸ்ட்ராக்கள்' எனப்படும் துணை நடிகைகளில் சிலர், எக்ஸ்ட்ராவாக ஒரு தொழிலைக் கைவசம் வைத்திருந்தனர். சதை வியாபாரம்! சினிமா சான்ஸ் இல்லாத சமயங்களில் உபரி வருமானத்துக்கு இது! வீட்டில் அடுப்பெரிய வேண்டுமே! ஆதலின் விளக்கை அணைத்தனர்! மார்க்கெட் டல்லடிக்கும் போதெல்லாம் உடலை நம்பினார்கள்! அந்த ஜிகினா சுந்தரிகளுக்கு எப்போதுமே ஏக டிமாண்ட்! இன்று அமோக மகசூல் காட்டும் தலைநகர 'எய்ட்ஸ்' நோய்க்கு 69 சத இட ஒதுக்கீடு செய்தது என்பது அவர்கள்தான் நிச்சயமான நிஜம்!

துணை நடிகைகள் மட்டுமல்லாமல், போன நடிகை, வந்த நடிகை, வந்துவிட்டுப் போன நடிகை, போய்விட்டு வந்த நடிகை என கிழடு தட்டிப் போன தேவதைகள்(?) சிலரும் இதிலே சேர்த்தி!

நடிகை விஜயலலிதா! ஒரு காலத்தில் ரசிகர்களில் வாலிப-வயோதிக அன்பர்களுக்கு சிட்டுக் குருவி லேகியமாக திகழ்ந்தவர்! அந்தக் காலத்து சில்க் ஸ்மிதா! இவர் நடித்த பல படங்களை மாடர்ன் தியேட்டர் தயாரிப்புகளில் பார்க்கலாம். இவருடன் பழகியவர்களை ஆபரேஷன் தியேட்டர்களில் பார்க்கலாம். நோய்க்கு அவ்வளவு உத்தரவாதமான பெண்மணி!

சினிமாவில் சில உதிரிகளைச் சேர்த்துக் கொண்டு தி.நகரில் ஒரு 'ஃபிலிம் சிடி' அமைத்தார் தாய்க்குலம்!

நாற்பது, அம்பது பெண்கள் பாடுபட்டு உழைத்தனர். கட்டில்களில்தான், வேறெங்கே!

உயர் போலீஸ் அதிகாரிகள், அரசியல் தலைவர்கள் போன்ற பெரும்புள்ளிகளுக்கு அவர்கள் வேட்டைக்கு- ஒரு வேடந்தாங்கலாய் இருந்தது.

அலங்கரித்து அலங்கரித்தே மொத்த சமுதாயத்தையும் அலங்கோலமாக்கிக் கொண்டிருந்தனர் அவர்கள். எனக்கு விஜயலலி

தாவிடம் தொடர்பு இருந்தது. 'வியாபார' தொடர்பு! அவ்வப்போது பரஸ்பரம் பெண்களை மாற்றிக் கொள்வோம்! வெரைட்டி தராவிட்டால் வாடிக்கையாளர்கள் திருப்தி அடைய மாட்டார்களே... அதற்காக, இந்த பண்டமாற்று! தவிர, பெரிய மனிதர்கள் சினிமாப் பெண்களைக் கேட்டுக் கொண்டு வரும்போதெல்லாம் விஜயலலிதா 'உலக வங்கிக்கடன்' மாதிரி உன்னதமாக உதவினார்.

விஜயலலிதாவை முறியடிக்க எந்தக் கொம்பனாலும் முடியவில்லை. எத்தனையோ பேர் அவரது விபச்சார விடுதியைக் களையெடுக்க முயற்சி செய்து, புறமுதுகில் புண் சுமந்து வெட்கத்துடன் ஓட வேண்டியதாயிற்று.

சகலகலாவல்லியாக இருந்தார் அந்த வில்லி நடிகை; எல்லா மட்டத்திலும் ஆள் வைத்திருந்ததால், அப்படியொரு அசைக்க முடியாத பலம்!

ஒரு தடவை அப்படித்தான்! தி.நகர் காவல் நிலையத்துக்குப் புதிதாக வந்தார் இன்ஸ்பெக்டர் ஒருத்தர். கண்டிப்பும், நேர்மையும் அவருக்கு இரண்டு கண்கள்மாதிரி! அத்திப் பூத்தாற்போல இப்படியும் இரண்டொரு நல்லவர்கள் காவல் துறையில் இருக்கத்தான் செய்கிறார்கள்.

விஜயலலிதாவின் வில்லங்கமான வேலை தெரிந்து டென்ஷன் ஆனார். போலீஸ் வேனுடன் அந்த வீட்டுக்குப் போய் சரியாக நாற்பது பெண்களைக் கைது செய்து வண்டியில் ஏற்றினார்! விஜயலலிதாவின் எச்சரிக்கையையும், சவாலையும் ஏளனம் செய்துவிட்டுப் பெண்களைப் போலீஸ் நிலையம் கூட்டிப்போனார். நடிகை யார் யாரையோ ஃபோனில் கூப்பிட்டார். கூப்பிட்டவர்கள் வி.வி.ஐ.பி.க்கள்!

கைது செய்த இன்ஸ்பெக்டர், வேனை ஸ்டேஷன் வாசலில் நிறுத்தும்போதே, அவருக்குப் 'பெரிய இடத்திலிருந்து' உத்தரவு காத்திருந்தது.

"எந்த வேன்ல அரெஸ்ட் செய்து கூட்டிட்டு வந்தியோ, அந்த வேன்லேயே ஏற்றி மறுபடி அந்த வீட்டிலே கொண்டு போய் பெண்களை இறக்கி விட்டு அவங்க கிட்டே மன்னிப்பும் கேளு!"

இப்படி உத்தரவிட்டதற்குப் பதில் அந்த இன்ஸ்பெக்டர் முகத்தில் காறித் துப்பியிருக்கலாம்!

அவர் முகத்தை அவமானம் அப்பிக் கொண்டது. பெண்களை இறக்கிவிட்ட கையோடு, நேரே மேலதிகாரிகளை சந்தித்தார்.

"என் கைகள் கட்டப்பட்டிருக்கு. சுதந்திரமாகக் கடமையாற்ற முடியல. எனக்கு வேற ஸ்டேஷனுக்கு ட்ரான்ஸ்ஃபர் கொடுங்க" என கேட்டு வாங்கிக் கொண்டு போனார்.

சர்வ வல்லமை படைத்த விஜயலலிதாவின் அதிகார பலத்துக்கு ஒரு 'சாம்பிள்' நிகழ்ச்சி இது! இப்போதும் தி.நகரில் ஒரு வித சேஷன் 'தில்'லுடன் தொழில் நடத்தத்தான் செய்கிறார்- நம் அதிகாரிகளுக்குத் 'தண்ணி' காட்டிக்கொண்டு! 'தண்ணி' மட்டுமா, பணம், பெண் என எல்லாமும் காட்டிக் கொண்டுதான்!

விஜயலலிதா அப்போது வைத்துக் கொண்டிருந்த பெண்களில் சாந்தி என்ற பெண்ணுக்கு வாடிக்கையாளர் மத்தியில் கடும் போட்டி! 'குட்டை சாந்தி' என்று செல்லப்பெயர் கூட உண்டு! சாந்தியை ஒரு நிமிஷம் கூட சும்மா இருக்க விட்டதில்லை வாடிக்கையாளர்கள். சாந்தியும் அவர்களைச் சும்மா இருக்க விட்டதில்லை.

குட்டையாய், சிவப்பாய், ஒற்றைத் தலையில் ரெட்டை சடையுடன் துறுதுறுவென சூட்டிகையாயிருந்த குட்டை சாந்திக்கு நான், நீ எனப் போட்டியிட்டார்கள். அவளுக்காக, ஒரு ராத்திரிக்கு இருநூறு, முன்னூறு என கொடுக்கக்கூட தயாராக இருந்தனர்.

அப்போது இது மிக அதிகமான பணம்! மற்ற பெண்கள் அம்பதுக்கும், எழுபத்தைந்துக்குமே கிடைத்துக் கொண்டிருக் கையில், மூன்று மடங்கு தொகை அதிகம்தானே!

ஆனாலும், அவ்வளவு பணம் கொடுத்தாலும் கூட கிடைத்தற்கரிய பெண்ணாகவே இருந்தாள் குட்டை சாந்தி! நான்கூட என் வாடிக்கையாளர் விருப்பம் நிறைவேற்ற பல தடவை குட்டை சாந்தியை 'வாங்கி'ச் சென்றிருக்கிறேன்!

பத்து பதினைந்து தடவைக்கு மேல் வலிந்து முயன்று போராடினால் எப்போதோ ஒரு தடவை கிடைத்தாள் சாந்தி! இது எனக்கு எரிச்சலாக இருந்தது.

"போற போக்கைப் பார்த்தா சாந்தி வேணும்னா ரேஷன் கார்டெல்லாம் கொண்டு வரணும் போலிருக்கு. என்னாங்கடா அநியாயமா இருக்கு! என்னவோ இனாமா கொடுக்கிற மாதிரி இந்த பந்தா பண்றாளுங்க... முதல்லேயே அட்வான்ஸா சொன்னாக்கூட கிடைக்காதாமில்ல? அதையும் பார்த்துடுவோம். இன்னிக்கு அவளை என் கூட அனுப்பினாதான் இங்கிருந்து நகருவேன் என தகராறு செய்தேன்.

விஜயலலிதா கண்டிஷனாகச் சொல்லி விட்டார்.

நமக்குள்ளே தகராறு வேணாம் சங்கர்! நல்லதில்லை. அதாவது உனக்கு நல்லதில்லை! அந்தப் பெண்ணை அடிக்கடி பெரிய இடத்தில கேட்கறாங்க. எப்ப கூப்பிடுவாங்கன்னே சொல்ல முடியாது... அப்புறம் எப்படி நான் உத்தரவாதம் சொல்ல முடியும்? நீ இப்படி அடம்புடிச்சா அப்புறம் நான் அந்த அதிகாரிகிட்டேதான் சொல்ல வேண்டியது வரும்!"

“அந்த அதிகாரி யார்?” என்று அலட்சியமாகத்தான் கேட்டேன். சொன்னதும், சப்த நாடியும் ஒடுங்கிவிட்டது.

அப்பர் பாடிய சுலோகத்தைப் பெயராகக் கொண்டவர் அவர்!

விஜயலலிதாவோடு நான் விவகாரம் செய்தது கேள்விப்பட்டதும் தன் ஆஃபீஸுக்கு வரவழைத்தார் என்னை.

“என்னடா...? எங்கே வந்து மோதறே...? இன்னொரு தடவை அங்கே ஏதாவது சண்டை சச்சரவு பண்ணினே... அதற்கு மறுநாள் உனக்குப் பால்! ஞாபகமிருக்கட்டும்” என்று எச்சரித்தார்.

சிரித்து மழுப்பினேன். தொழில் சூட்சுமம் தெரிந்தவனாயிற்றே!

இதில் மற்றொரு ஆச்சரியமான விஷயமும் உண்டு!

அன்றைக்கு நூற்றம்பதும், இருநூறும் ஊதியம் வாங்கின ‘குட்டை சாந்தி’ இன்றைக்கு வாங்கும் சம்பளம் படத்திற்கு அம்பது, அறுபது லட்சங்கள்!

இப்போது அவர் பெயரும் குட்டை சாந்தி அல்ல. விஜயசாந்தி! நன்றியுள்ள இவர், இப்போதும் ஆதரவு தந்தவர்களை மறப்பதில்லை. என்னையும்தான்.

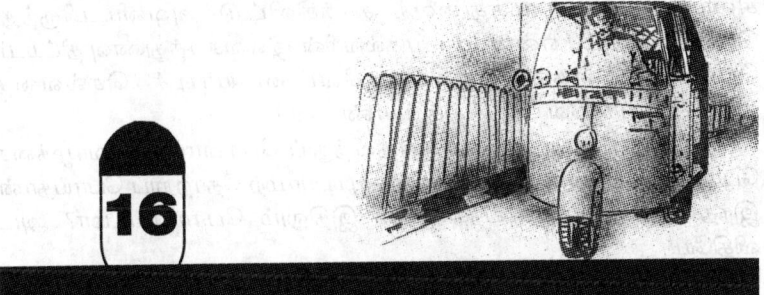

16

தப்புக் காரியங்களுக்கு பள்ளிக்கூடம் வைத்தால் ஹெட்மாஸ்டராக்கலாம் எனும் அளவுக்கு அத்தனை கெட்ட சங்கதிகளிலும் அரசனாக வளர்ந்திருந்தான் சங்கர். சாராயம், விபச்சாரம், வன்முறை ஒன்று பாக்கியில்லை.

அதே சமயம் நானாக இருந்தாலும் சரி... சந்தன வீரப்பன், பூலான்தேவி மற்றும் எந்த போக்கிரியாக இருந்தாலும் சரி. அவர்கள் அப்படி விஸ்வரூபம் எடுப்பதற்கு ஏணியாகவும் தோணியாகவும் இருந்தவர்கள் போலீஸ் அதிகாரிகளும் அரசியல்வாதிகளுமே என்பது தெளிவு!

எனது வி.விடுதியில் நிறைய பெண்கள் வந்து போனாலும் விலைமாது பெண்களாக அதிகநாட்கள் பணியாற்றினது புதுவை சாந்தி, திருப்பதி துர்க்கா, விஜயா, நெல்லூர் லதா, தேனாம்பேட்டை ரேகா, குமாரி, கமலா, லட்சுமி, அசீனா பேகம் இவர்கள்தான்!

போலீஸ் யார் யாரையோ வழக்கில் சாட்சி சொல்ல சேர்த்துக்கொண்டது. நான் திருமணம் செய்து கொண்டதாக சில பெண்களையும், இவர்களை வைத்து விபச்சாரம் செய்தேன் என ஒரு சிலரையும் காட்டிற்று. எனக்கு சாராயத்தில் 'எடைகட்டுவது' தொழில் என்றால் போலீசுக்கு 'இட்டுக் கட்டுவது' தொழில்போலும்!

சிவகாசி பட்டாசு தொழில் உயிருக்கு அபாயகரமானதுதான். ஆனாலும் 'சிங்கம் மார்க்' போன்ற பெரிய நிறுவனங்களில் வேலை செய்பவர்கள் மற்றவர்களை விட அதிர்ஷ்டக்காரர்கள்தானே?! விபத்து வாய்ப்பும் குறைச்சல். ஊதியமும் அதிகம்! என்னைக் கிட்டத்தட்ட அவ்வாறே எடுத்துக் கொண்டார்கள்.

சாந்தி; ஒவ்வொரு ராத்திரியும் இவளுக்கு சாந்தி முகூர்த்தமாயிருக்கும் என்பதை யூகித்துதான் அந்தப் பெயர் வைத்தார்களோ?

அரங்கேற்றம் சினிமா மாதிரி, இந்த பெண் 'சம்பாதித்து' தன் குடும்பத்தையே காப்பாற்றினாள்! 1986-ல் தி.நகர் முத்து என்ற விபச்சார முதலாளியிடம் வேலை பார்த்தாள்;

முத்து அவ்வளவு விபரம் போதாதவன். லோக்கல் தாதாக்கள் சிலர் அடிக்கடி முத்துவைத் தாக்கிவிட்டு அவனிடமிருந்து பெண்களையும்...! என்னவோ முதல்வரின் இலவச சத்துணவு திட்டம் போல பெண்களை ஓசிக்கு வேட்டையாடிச் செல்வதை வாடிக்கையாகவே வைத்துக்கொண்டனர்.

'வாடகை மனைவிகள்' பரிதவித்துப் போனார்கள்... வாழ்க்கை போராட்டங்களை எதிர்கொள்ள முடியாமற் தோற்றுப் போய்தான் இந்த தொழிலுக்கே வந்தார்கள். இதிலும் போராட்டமா? அட விதியே!

சாந்தி தவித்துப் போனாள்... இப்படி இனாமாக படுத்தால் தொழிலே படுத்துவிடுமே? அப்புறம் எப்படி தம்பிகளைப் படிக்க வைப்பது? சோற்றுக்கு என்ன செய்வது?

விலைமாது பெண்களில் பேரழகியாகவே இருந்தாலும் கூட எல்லோருமே ஜெயித்து விடுவதில்லை! வெல்வதற்கு அழகுமட்டும் போதாது. அதிர்ஷ்டமும் வேண்டும்.

அதிர்ஷ்டம் இல்லையென்றால் வாழ்க்கையை கோட்டை விட வேண்டியதுதான்! அதிர்ஷ்டம் இருந்தாலோ 'கோட்டை'யிலேயே வாழவும் கூட முடியும்;

புரோக்கர் நாகுமணியிடம் யோசனை கேட்டிருக்கிறாள் சாந்தி. அவன், "சாந்தி! பேசாம திருவான்மியூர் போ! அங்கே சங்கர்ன்னு ஒரு ஆள் இருக்காரு! ரவுடிகள் தொல்லையோ, போலீஸ் தொல்லையோ இல்லாம நிம்மதியா தொழில் நடத்தறது மெட்ராஸ்லேயே அவர் மட்டும்தான்" என்று.

பலான பெண்களுக்கும் புரோக்கர்களுக்கும் ஒரு ஆயுள் காப்பீடாகவே மாறியிருந்தது நம் வி.விடுதி!

அந்தப் பெண்களுக்கு மனசு கொள்ளாத ஆச்சரியம்! தங்களைத் தொட்டுப் பேசாத, படுக்கையில் வீழ்த்தாத முதலாளி என்று அவர்கள் என்னை நேரடியாக குறிப்பிட்டார்கள். அப்போதுதான் பார்த்தனர். அது மட்டுமல்லாமல், அவர்களை 'தங்கச்சி' என்று நான் கூப்பிடுவது கேட்டு கைகளைக் கிள்ளிப் பார்த்துக் கொண்டனர்.

'ஏதோ நம்ம தலையெழுத்து... இந்தக் கேவலமான தொழிலுக்கு வந்துட்டோம்! எவ்வளவு சீக்கிரம் இந்த தொழிலை விட்டுட்டு குடும்பம் குடித்தனம்ன்னு திரும்பறீங்களோ அவ்வளவுக்கவ்வளவு நல்லது" என உப தேசம் செய்வதை விழி விரிய

மரண வாக்குமூலம் ● 157

கேட்டுக்கொண்டிருப்பார்கள். கசாப்புக் கடையில் ஜீவகாருண்யமா என்று வியப்பு, ஒன்று நிச்சயம். அப்போது, பலான பெண்களுக்கு மட்டும் ஒரு தேர்தல் நடத்தினால் என்னை எதிர்த்து நிற்பவர்களுக்கு டெபாசிட் திரும்ப கிடைக்காது என்பது! என்னிடம் வேலை பார்த்த பெண்கள் மட்டுமல்லாமல் மற்ற இடங்களிலிருந்த பெண்கள், புரோக்கர்கள் என எல்லோர் மத்தியிலும் எனக்கு அப்போது ஹீரோ புகழ்!

நான் கைதான பிறகு தப்பிப் போன பெண்களுள் சாந்தியும் ஒருத்தி! விக்னேஷ் என்பவரைக் கல்யாணம் செய்து கொண்டு-விலாசம் வேண்டாமே; ப்ளீஸ்! -வழிகாட்டியபடி- சந்தோஷமாக வாழ்ந்து வருகிறது அந்தப் பெண்! தம்பதியருக்கு ஒரு பையன் பிறந்து 'சங்கர்' நினைவாக அவன் பெயரையே வைத்திருக்கின்றனர்.

சாந்திக்கு மீண்டும் இப்போது இடுப்பில் டயர். "பெண் பிறந்தா எங்க அண்ணி பெயரை வைப்போம்" திரும்பவும் பையனாய் இருந்தா சின்ன அண்ணன் மோகன் பேரு வைப்போம்" என்று வெட்கமாக நம்மிடம் சிரித்தது அந்தப் பெண்!

பத்து வருஷ சாக்கடை வாழ்வில், பல முதலாளிகளை, புரோக்கர்களை பார்த்திருந்தாலும் என்னை மட்டும் இன்னும் மறக்கவில்லை. "சாகும் வரை மறக்க மாட்டேன்" -சொல்கையில் கண்கள் ஈரத்தில் தத்தளிக்கிறது.

ரேகா இன்னொரு பரிதாப கேஸ்! அன்றைய அமைச்சரான ஜி.ஆரிடம் காரோட்டியாயிருந்த லோகநாதன் என்பவரை -கல்யாணம் செய்து இப்போது சுபிட்ச வாழ்க்கை!

ரேகாவின் ப்ளாஷ்பேக் சாதா-ரணமானது இல்லை; ஸ்பெஷல் ரணமானது!

ரேகா முகத்தில் மெலிதான நடுக்கம். இது பத்து வருஷத்துக்கு முந்தின ரேகா! அப்போது அவள் விலைமாது இல்லை.

“விபசாரமா... அபச்சாரம்! அபச்சாரம்” என்று அருவருப்பாய் பார்ப்பாள் அப்போது! நாமும் ஒரு நாள் கால்கேர்ள் ஆவோம் என கனவுகூட கண்டிருக்க மாட்டாள்.

ரேகா அய்யராத்துப் பெண்! காலை எழுந்ததும் கூந்தலில் ஈரத்துண்டு சுற்றி சௌந்தர்ய லஹரியும், கனகதாரா ஸ்தோத்திரமும் சொல்லுகிற ஜாதி! சனிக்கிழமையானால் எம்.எஸ்.ஸின் சுப்ரபாத மும் சேங்காலிபுரம் அனந்தராம தீட்சிதரின் காலட்சேபமும் கேட் பதற்கு மட்டும் வீட்டு ரேடியோவை அப்பா திருப்புவார்... அசந்து மறந்து ரேடியோவில் ‘நேத்து ராத்திரியம்மா’ கேட்டால் போச்சு! அன்றைக்கு ராத்திரி சோறு கிடையாது. வீடு அமளி துமளிப்படும்... “மூதேவி! எம்புட்டுக் கொழுப்பிருந்தா சினிமா பாட்டு கேட்பே...! அதுவும் நேத்து ராத்திரி அம்மாவாமில்ல... இனிமே கேட்பியா, கேட்பியா...?” -விழுகிற அடி உதையில் வீடு ரெண்டுபடும்.

அப்படிப்பட்ட அப்பா! குழந்தை குட்டி மனைவியின் அபிப்பிராயங்களைக் கூட சுயமாக வைத்துக் கொள்ள விடாமல், தானே தீர்மானிக்கிற ஒரு சர்வாதிகாரி...

அப்பாவா அவர்? அம்ஜத்கான்!! எஸ்.ஏ.அசோகன், பி.எஸ்.வீரப்பா முதல் இன்றைய ஆனந்த்ராஜ்வரை உள்ள வில்லன்களின் கூட்டுக் கலவை.

மனைவியே அவர் எதிரே நின்று நிமிர்ந்து பேச மாட்டாள்.... ஆனால், ஏழெட்டு குழந்தைகளை மட்டும் பெற்றுக் கொண்டாள் என்பது வேறு விஷயம்!

ஒழுக்கம், மடி, ஆசாரம் இவற்றை உலகத்துக்கே தன் இனம்தான் சப்ளை செய்வதாக கௌரவம். ம்ஹூம்... கர்வம் கொண்ட ஒரு அப்பாவி அப்பாவிடம் எப்படி தன் காதலைச் சொல்வது? அதுவும் ஒரு தாழ்த்தப்பட்ட ஜாதிக்காரரை காதலிப் பதை சொன்னால் நரசிம்ம அவதாரம் எடுத்து விடுவாரே அப்பா!

ஆனாலும் எப்படியோ தயங்கித் தயங்கி பிரச்சினையை துவங்கி விட்டாள் ரேகா.

“உம்... அப்பா... நான் ஒண்ணு சொல்லுவேன்! கோவிச்சுக்கமாட்டேளே?” என்றாள் கிணற்றுக் குரலில்.

அப்பா நிமிர்ந்து பார்த்தார். பிறந்ததிலிருந்தே யாரிடமும்

சிரித்துப் பேசுவதில்லையென்று நேர்த்திக் கடன்போல.

"என்ன கேட்டே?" -உறுமினார்.

''இ...இல்லை! நான் ஒண்ணு சொல்லுவேன்... கோவிக்கப்படாது...!"

"நான் கோவிக்கிறாப்ல எதுவும் சொல்லப்படாது!" பதில் கண்டிஷன் போட்டார்.

ரேகா முகத்தில் தயக்கம். சன்னமாய் மருட்சி! பேசாமல் திரும்பி விடுவோமா என்று கூட யோசித்தாள். பிரச்சினையின் அவசரம் தெரிவிப்பது தவிர, வேறு வழியுமில்லை. பளிச்சென்று சொல்லியே விட்டாள்.

"நா... நான் ஒருத்தரை லவ் பண்றேன்ப்பா!"

தூக்கி வாரிப் போட்டது அவருக்கு. அதிர்வை முகத்திலிருந்து மறைக்க பெரிதும் சிரமப்படுவது தெரிந்தது. இரைந்து கத்தி மனைவியைக் கூப்பிட்டார். பதறியடித்து வந்தவளை அக்கினிப் பார்வை பார்த்தார். முகத்தில் கோப சிவப்பு.

"உன் பொண்ணு என்ன சொல்றான்னு கேட்டியாடி....?"

அம்மா குழம்பி திகைத்துப் பெண்ணைப் பார்க்க... பெண் பூமி பார்த்தது.

பெரியவருக்கு பற்கள் கடிபட்டது.

"ஒருத்தனைக் காதலிக்கிறாளாம்டி உன் பொண்ணு! அதை தகப்பன் கிட்டேயே வந்து வெட்கமில்லாம சொல்றா...?! பொண்ணாடி வளர்த்திருக்கே? புண்ணு வளர்த்திருக்கேடி..." என்றவர் ஆத்திரமாகி மனைவியை பளார் பளார் என அறைய ஆரம்பிக்க, பெண் ரேகா துடித்துப் போனாள்.

"நிறுத்துங்கோப்பா... சொல்றேன்" என அலற, பெற்றவர் ஸ்தம்பித்துப் போய் சிலையானார்.

"காதலிச்சது அம்மா இல்லைப்பா நானு..." -அமைதியாகச் சொன்னாள்.

அவர் கோபத்தை அடக்கிக்கொண்டு "ஆனா, உன்னைப் பெத்தது அவதானே!"

"ஏன்... அதிலே உங்களுக்குப் பங்கு இல்லையா...? தவிர, இப்ப நான் என்ன தப்பு பண்ணிட்டேன்... காதலிச்சேன்! கள்ள நோட்டா அடிச்சேன்? தினம் காலம்பற எழுந்தரிச்சதும் சொல்றேளே... கந்த சஷ்டி கவசம்... அந்த முருகப்பெருமான் கூட வேற ஜாதி பெண்ணை காதலிச்சதா உங்க புராணங்கள்தானே சொல்றது... அதை மதிக்கலை நீங்க?"

அவர் முகத்தை மேலும் அதிர்ச்சி மொய்த்தது.

"அப்படியானா... நீ காதலிக்கிறதும் வேற ஜாதிப் பையனைதான், இல்லையா?"

"ஆமா! தாழ்த்தப்பட்டவர் அவர்!"

"கலப்புத் திருமணமா! பேஷ்."

"இல்லை; மனுஷனும், மனுஷியும் செய்துக்கற கல்யாணம் எப்படி கலப்புத் திருமணமாகும்? ஒரு மனுஷனோ மனுஷியோ கரடியையோ ஒட்டகத்தையோ பண்ணிண்டாதான் அது கலப்புத் திருமணம்...! இது வெறும் திருமணம்தான்... நான் கல்யாணம் பண்ணிக்கப் போறவர் மருத்துவர் இனம்..."

"டாக்டரா?"

"இல்லை... முடிவெட்டற ஜாதி!"

"பா...ர்...ப...ரா?" என்றார் குலை நடுக்கத்துடன்.

"நம்ப பார்ப்பனர்... அவர் பார்ப்பர்... இடையிலே ஒன்றிரண்டு எழுத்துலதாம்பா கோளாறு..."

"உன் தலையெழுத்தே கோளாறு! நாயே... குடும்பமானத்தையே சந்தி சிரிக்க வைக்கணும்ன்னு தீர்மானிச்சுட்டியா! ஒரு முடி வெட்டற பையனைப் போய்..."

"இவர் முடிவெட்டலேப்பா! வெட்டினாலும் கேவலம் எதுவுமில்லை. வால்மீகிங்கிற கொள்ளைக்காரன் எழுதின ராமாயணத்தை ஏத்துக்கறேள்...?' யாதவராயிருக்கிற கண்ணனையும் குறத்தி வள்ளியையும் சுடுகாட்டில் பிணம் எரிக்கும் சிவனையும் கும்பிடறேள்...?! பகவானை பல இனத்தைச் சேர்ந்தவரா கதையாக்கினதிலே இருக்கிற நீதியே மனிதன் சமம்ங்கிற தானேப்பா? பிராமணன்... பிராமணன்ங்கிறளே... அவன் உஞ்சவிருத்தி எடுத்து சாப்பிடணும்ங்கிறது வேதம்! இப்ப எந்த பிராமணன் பிச்சை எடுத்து சாப்பிடறான்?"

"என்னடி... தகப்பனை எதிர்த்தே பிரசங்கம் பண்றியா?"

"இல்லைப்பா... யோசியுங்கோன்னு சொல்றேன்! யார் பிராமணன்? யார் சத்ரியன்? யார் வைசியன்? தொழிலுக்காகப் பிரிக்கப்பட்டவாதானே ஜாதிகளா பிரிஞ்சா? குலத்தொழிலே மாறி குமாஸ்தா ஆனப்புறம் ஒரே ஆபீஸ்லே நாலு ஜாதிக்காராளும் சேர்ந்தப்புறம்- ஒரே தொழிலுக்கு அத்தனை இனமும் படையெடுத்தப்புறம் குலமென்ன, கோத்திரமென்ன? உடையிலே வித்தியாசம் ஒழிஞ்சுடுத்து. உணவு வித்தியாசம் விட்டுக் கொடுத்து ஒழிக்கலாம். ஆரியபவன் வெங்காய தோசை எந்த ஜாதி உணர்வு? உங்களை எத்தியோப்பியா பஞ்சத்திலே கொண்டு போய்விட்டா எலியைக் கூட தின்பேளா மாட்டேளா? ஜாதிங்கிறது ஒரு சௌகரியமான செருப்பு. தேய்ந்ததும் கழட்டி எறியணும். தலையிலே வச்சுண்டு ஆடப்படாது..."

அப்பா வரவழைத்த சிரிப்பை முகத்தில் மாட்டிக் கொண்டு பெண்ணை நிமிர்ந்து பார்த்தார்.

"ரேகா... நேக்கு ஒரு உதவி பண்ணுவியா?"

"சொல்லுங்கோப்பா!"

"வெளியே போடி, எச்சில்கலை நாயே..."

ரேகா சிரித்தாள் "அப்பா! உலகம் பரந்து கிடக்கு... அதிலே நான் வாழ ஒரு குச்சில் கிடைக்காமப் போகாது... நான் வர்றேனே"

"வராதே! போயிடு! போயே போயிடு."

ரேகா தனது காதலன் வீட்டை அடைந்தபோது அங்கே ஏகக் கூட்டம்! பையனின் அப்பா "ஓகோ! நீதான் அந்தப் பெண்ணா, இதெல்லாம் நடக்காத காரியம்மா! நீங்க காதலிக்கப் போக ஜாதிச் சண்டை வந்து அம்பது நூறு பேரு ரத்தம் சிந்தணும்... நாலு பேர் பலியாகணும்... பேசாம தாய், தகப்பன் சொன்னவங்களையே கட்டிகிட்டு வீட்டிலே அடங்கிக்கிட தாயி... வீணா எங்களைக் கொல்லாதே."

"ஐயா... நான் வீட்டை விட்டு வெளியே வந்துட்டேன்!" என்றாள் குரல் கரகரக்க

"அப்படியா... இந்த பயலையும் வெளியே அனுப்பிட்டோம்! இங்கிருந்தா வம்பு! வெளியூர் போய் சொந்தக்காரப் பெண்ணைக் கல்யாணம் முடிச்சு வைச்சுதான் இங்கே கூட்டியாரப் போறோம்."

ரேகாவுக்கு நெஞ்சு குலுங்கினது! தலை சுற்றி மயக்கம் வரும்போல் இருந்தது. குமட்டிக் கொண்டு வாந்திகூட வந்தது. கர்ப்ப வாந்தி!

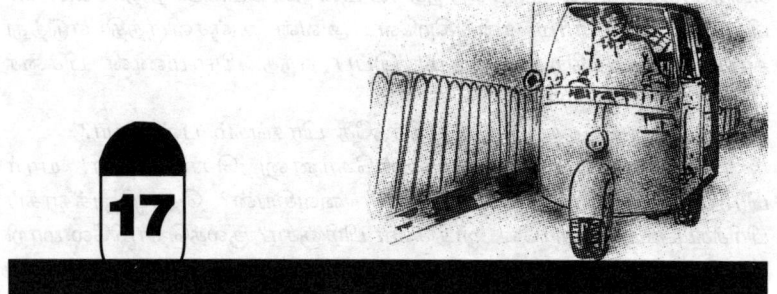

17

ரேகா கலங்கிப் போனாள். கண்களை இருட்டிக் கொண்டு வந்தது... வீட்டைவிட்டு வெளியே வந்த தன்னை காதலன் வாயிலில் நின்று வரவேற்று வயிற்றுக்குச் சோறிடுவான் என எதிர்பார்த்தாள். ஏமாற்றம்! வாயும், வயிறும் ஆக்கினதோடு சரி... காணாமற் போய்விட்டான்.

பெட்டியைக் கைகளிலும் துக்கத்தை மனசிலுமாகச் சுமந்தபடி பெற்றோரிடம் திரும்ப வந்தாள்.

வீட்டுக்கு வந்தவளைப் பார்த்து நெருப்பு வைத்து பட்டாஸை சட்டை பைக்குள் போட்டுக் கொண்டது போல் எகிறிக் குதித்தார் அப்பா!

“கண்ட பீடைகள்லாம் உள்ளே வரதே!” -முணுமுணுத்தவர் இரைந்து கத்தி மனைவியைக் கூப்பிட்டார்.

“கதவைச் சாத்தி தாழ்ப்பாள் போட மாட்டியா? பாருடி திறந்த வீட்டுக்குள்ளே கண்டதெல்லாம் நுழையறது!”

பெண்ணுக்குத் தொண்டை அடைத்துக் கொண்டு வந்தது.

“அப்பா... நான் உங்க பொண்ணுப்பா...”

“உலகம் பரந்து கிடக்குன்னு சொல்லி வெளியே போறச்சயே என் பொண்ணு செத்தாச்சு! இப்ப எதுக்கோசரம் இங்கே வரே?”

“அ...அவரை காணோம்பா!”

‘‘ஓஹோ! அதனால பெத்தவா ஞாபகம் பொத்துண்டு வந்துட்டதாக்கும்... இதுவரைக்கும் கரெக்டா பண்ணிண்டு இப்ப மட்டும் தப்பு பண்ணலாமா? விலாசம் மாறிவந்துட்டே! பெத்தவாளை விட்டு வீம்பா வெளியே போனே... காதலிச் சவனையும் காணோம்... அதற்கப்புறம் போக வேண்டிய இடம் எது தெரியுமா?”

“எ...எதுப்பா?”

“பாழும் கிணறு, குளம், குட்டை இப்படி ஏதாவது ஒண்ணு! போ; போயிடு”

நிர்தாட்சண்யமாக உதறி கதவைச் சாத்தினார்.

கடற்கரை! நன்றாக இருட்டுவதற்குக் காத்திருந்தாள் ரேகா. அப்போதுதான் தற்கொலைக்கு வசதி! இப்போது வெளிச்சத்தில் முடியாது; யாராவது பார்த்துக் காப்பாற்றி விடுவார்கள்!

இருட்டிற்று. சுற்றிலும் பார்வையை மேயவிட்டாள்; யாருமில்லை; அப்பாடா! பொடி நடையாகக் கடலுக்குள் அலைகளைக் கிழித்துக் கொண்டு இறங்கி அவளைச் சந்தோஷமாக வாரி எடுத்துச் சென்றது சமுத்திரம்.

இந்த சமயம் பார்த்துத்தானா பீச்சுக்கு வந்த அந்த நால்வரின் பார்வையில் பட வேண்டும் ரேகா? சாவதற்குக் கூட அதிர்ஷ்டம் இருந்தால்தான் முடியுமோ, என்னவோ?

வயிற்றில் முட்ட முட்ட உப்பு நீரை ரொப்பிக்கொண்டு சாவுக்கு மிகப் பக்கத்தில் அவள் இருந்த நிமிஷம் காப்பாற்றப் பட்டாள்! மயக்கத்துடனேயே கரைக்கு கொண்டு வந்து போட்டார்கள். வயிற்றை அழுத்தி அழுத்தி குடித்திருந்த தண்ணீர் மொத்தமும் வெளியேற்ற முயற்சி நடந்தது.

அவளைக் கரை சேர்த்தவுடன் விட்டுவிட்டுப் போக ஏனோ மனசு வரவில்லை அவர்களுக்கு; ஆள் மாற்றி ஆள் அவளை வேட்டையாடினார்கள்!

அரைகுறையாக நினைவு திரும்பின ரேகா பதறிப் போய் தப்பவும் போராடவும் முயற்சி செய்து பலவீன அழுகையுடன்

தோற்றுப் போனாள்!

"பாவிகளா... உங்களைச் சும்மாவிட மாட்டேன்... போலீஸ்லே புகார் கொடுத்து..." -மனசுக்குள் கறுவினவள் அப்போதுதான் அவர்களைக் கவனித்தாள்...! காக்கி உடுப்பு;

நாலு பேருமாக அடுத்த ரவுண்ட் பரவ ஆரம்பித்தபோது, சுத்தமாய் மயங்கிப் போனாள் ரேகா. ரெண்டு நாள் பட்டினி, துக்கம், கடல் தண்ணீரைக் குடித்த சோர்வு, அப்புறம் இந்த போராட்டம் வேறு!

ரேகா என்னைச் சந்திக்க வந்த போது 'தொழிலில்' அகரம் முதல் சிகரம் வரை அறிந்து வைத்திருந்தாள்.

வி.விடுதியில் வேலை கேட்டுக் கொண்டு வந்து நின்றாள்!

"இப்ப எங்கே வேலை செய்துகிட்டிருக்கே?"-நான் கேட்டேன்.

"கோடம்பாக்கத்திலே" என்று விலாசம் சொன்னாள்.

அவள் சொன்ன இடம் ஒரு லோ கிளாஸ் விடுதி! ஐந்து ரூபாய்க்கும் பத்து ரூபாய்க்கும் பெண்களை அனுப்புகிற பிரதேசம்! அந்த இடத்து பெண் என்றாலே விடி. இருக்கும் என்பதற்கு நூறு சத உத்தரவாதம்!

'உனக்கும் 'டிஸீஸ்' உண்டா?"

"ஆமா!", -குற்ற உணர்வுடன் தரையைப் பார்த்தாள்.

"சரி! சரி! இதற்குப் போய் வெட்கப் படுவானேன் தங்கச்சி!"

ரேகா ஆச்சரியமாக நிமிர்ந்தாள்.

"த...தங்கச்சியா!"

"ஆமா, ஏன் அப்படிச் சொல்லக் கூடாதா?"

"சொ... சொல்லலாமே! ஆனா நம்பவே முடியல; எங்களை மாதிரி பெண்களுக்குச் சகோதரர்கள் கூட உண்டான்னு ஆச்சரியம்! எங்களுக்கெல்லாம் புருஷர்கள்தான் உண்டு... நீங்க தங்கச்சின்றீங்களே!" அவளுக்குக் கண்ணீர் ததும்பிற்று.

காதலன் இவளைப் பெண்டாட்டியாய் ஏற்கவில்லை. தகப்பன் மகளாய் ஏற்கவில்லை! எவனோ ஒருத்தன் சாராயமும் விபச்சாரமும் வியாபாரமாகக் கொண்டவன் தங்கச்சி என்கிறானே என்று நினைத்திருப்பாள்!

ரேகா பரிபூர்ண நலம் பெற்றாள். ரீட்ரேடிங் ஆன டயர் கணக்காய் மறுபடி பிரயாணத்துக்குத் தயார்!

எம்.ஜி.ஆர். மந்திரி சபையில், விவிலியத்துக்கு வணக்கம் சொல்கிற அமைச்சர் அவர்;

எனது விடுதியிலிருந்து ரேகாவை அடிக்கடி அமைச்சரின் பெர்சனல் காரில் ஏற்றிச் செல்வார் லோகநாதன்! அடிக்கடி லோகநாதனின் காரில் மட்டும்தான் ஏறுவதாக நினைத்தாள் ரேகா; மனதிலும் குடியேறி இருக்கிறோம் என்பது அவளுக்கு அப்போது

தெரியாது.

விழுந்து விழுந்து சிரித்தாள் ரேகா. டிரைவர் லோகநாதன் அவளைக் காதலிப்பதாகச் சொன்னதற்குத்தான் அப்படி பொத்துக் கொண்டு வந்தது சிரிப்பு.

"லோகநாதன் ஸார்... நான் யாருன்னு உங்களுக்கு நல்லா தெரியும்! அதுவும் உங்க காரிலேதான் என்னை கூட்டிகிட்டே போறீங்க! அதுக்கப்புறம் என்னைப் போயி...?! ஒரு தடவை அனுபவிக்கணும்னு ஆசையிருந்தா... காரை அப்படி ஓரமா வேணா நிறுத்திட்டு..."

கோபத்தில் உதடு துடித்தது, லோகுக்கு.

"சும்மா உணர்ச்சிவசப்படாதீங்க ஸார்! கல்யாணம் பண்றதுக்கெல்லாம் கொடுத்து வைக்காதவ நான்!

யாராவது நல்ல குடும்பப் பொண்ணாப் பார்த்து கல்யாணம் செய்துக்கங்க நீங்க..."

மறுநாள் நான் கூப்பிட்டதும் வந்து நின்றாள் ரேகா. "என்னண்ணே?

"இந்தப் புடவை பிடிச்சிருக்குதான்னு பாரு!"

"நல்லா இருக்கே!, யாருக்கு?"

"உனக்குதான்! கல்யாண புடவை."

"அ...ண்...ணே! என்ன சொல்றீங்க?"

"தங்கச்சின்னு சும்மா ஒப்புக்குச் சொல்றேன்னு நினைச்சியாம்மா! லோகநாதன் அன்றைக்கே உன்னை விரும்புறதா சொல்லிட்டாரு! உன் விருப்பம் தெரியணும்ன்னு காத்திருந்தேன். வர்ற வெள்ளிக்கிழமை உங்க ரெண்டு பேருக்கும் கல்யாணம்."

"எ...என்ன சொல்றீங்கண்ணே? என்னைப் போய்... அவரு...!"

"தங்கச்சி... நான் அன்றைக்கே சொல்லலை? ராத்திரியும் சேர்ந்ததுதான் ஒரு தினம்! கஷ்டமும் கலந்ததுதான் வாழ்க்கைன்றது. உனக்கு ஒரு பகலும் உண்டுன்னு அடிக்கடி சொல்லுவேனில்ல...? இது பகல்மா... உனக்கு விடிஞ்சுடுச்சு!"

சைதாப்பேட்டை ரிஜிஸ்தர் ஆபிசில் சாட்சிக் கையெழுத்துப் போட்டு கல்யாணம் நடத்தினேன் அவர்களுக்கு; ரேகாவுக்கு மட்டுமல்ல... என் வசம் இருந்த பல பெண்களுக்கும் அப்படிதான்; என்னுடைய செலவில் நானே தலைமையேற்றுப் பல பதிவு திருமணங்களை நடத்தி வைத்திருக்கிறேன்.

சாந்திக்கு விக்னேஷைக் கல்யாணம் செய்து வைத்து சொந்தத் தொழில் அமைத்துத் தந்திருந்தேன். தம்பதி இப்போது வேறு மாநிலத்தில். அவர்கள் வீட்டுப் பூஜை அறையில் இந்த தூக்கு தண்டனை கைதியின் படம்!

விஜயவாடா கெய்கலூரரைச் சேர்ந்த விஜயாவுக்கு ஊட்டி குன்னூரில் இருக்கும் தசரதன் என்ற டாக்டருக்கு மாங்கல்யம்

தந்துநானே! அடையார் பத்மநாபா கோயிலில் கல்யாணம் நெல்லூர் லதாவுக்கும், கோயமுத்தூர் சேகருக்கும்!!

கல்யாணத்துக்கும் விருப்பம் காட்டாத பெண்களைப் பணம் சேமிக்க வற்புறுத்தினேன்.

"வயசாயிருச்சுன்னா உங்க சம்பாத்தியம் போச்சு, எதிர்காலம் இருட்டாயிறக் கூடாது... வருமானத்திலே பாதியை சேவிங்ஸ்லே போடுங்க."

பெண்களில் சில பேர் தங்கள் வீடுகளுக்குப் பணம் அனுப்ப விரும்பினார்கள். மணி ஆர்டர் செய்வதை விட நேரில் போய் கொடுத்தால் வீட்டார் நிலைமையும் அறிந்து வர முடியும் என்று தீர்மானித்தேன்.

அதன்படி ஒரு ஆளை விலைமாது பெண்களின் வீடுகளுக்கு அனுப்பி வைத்தேன்.

அதற்குப் பொறுப்பேற்றுக் கொண்டான் சுடலை... பல ஆயிரக்கணக்கான ரூபாய்களைச் சுடலை எடுத்துக்கொண்டு போய் ஆந்திராவிற்கும், கேரளாவிற்கும், தமிழ்நாட்டில் பல ஊர்களுக்கும் எடுத்துக் கொண்டு போய் கொடுத்து விட்டு வருவான்! மிகப் பொறுப்புடன் அவர்களிடமிருந்து பதிலும் பெற்று வருவான்!

சுடலைக்கும், பாபுவுக்கும் மத்தியில் சின்னச் சின்ன உரசல்கள் நீடித்து வந்தன.

நான் மத்தியஸ்தம் செய்து தகராறுகளைத் தீர்த்து வைத்தாலும் இரண்டு பேருமே எப்போதும் எலியும், பூனையும்; சின்னச் சின்ன சச்சரவு ஒரு நாள் சுடலையைச் சுடலைக்கு அனுப்பும் என யார்தான் எதிர்பார்த்தார்கள்!

கெய்கலூர் விஜயா தெலுங்கு தேச பெண். நல்ல குடும்பத்தைச் சேர்ந்தவள்தான்! பெற்றோர் மிக பிரம்மாண்டமாக அவளது கல்யாணத்தை செய்து வைத்தார்கள்! ஊரே ஆச்சரியத்தில் வாய் பிளக்கும்படி அவ்வளவு தடபுடலாக நடந்தது கல்யாணம்!

ஆனால், ஆழமாகப் பார்த்தால் அவளுக்கு நடந்தது கல்யாணமே இல்லை. காயம்! புருஷனாக வாய்த்தவன் பெண்ணைப் பெற்றவர்களிடம் வரதட்சணை கேட்காமல் கப்பம் கேட்டான்! தேவை ஏற்படும் போதெல்லாம் பெண்டாட்டியை உதைத்து பிறந்து வீடு அனுப்பி பணம் வசூலித்தான். பஞ்சாப் தவிர, இந்தியாவில் இருக்கிற மாநிலங்களைப் பூரா தனக்கு சீதனமாகத் தர வேண்டுமென்று எதிர்பார்த்தான்! இவனுக்குச் சீர் தந்து, சீர் தந்தே சீரழிந்து போய் விட்டது அந்தக் குடும்பம்!

இனிமேல் மாமனார் வீட்டிலிருந்து எதுவும் கறக்க முடியாது என்று தெரிந்ததும் அந்த 'உத்தம புருஷன்' யாருக்கும் தெரியாமல் பெண்டாட்டியைப் பம்பாய் சிவப்பு விளக்கில் விற்று விட்டு வந்து

'பெண்டாட்டி ஓடிப்போய் விட்டாள்' என்றான்!

அப்புறமென்ன? அய்யா 'புதுமாப்பிள்ளை'யாகி விட்டாரே; உடனடியாகப் புதுப் பெண்டாட்டியையும் தேடிக் கொண்டார்.

ஆனால் விஜயா?

பம்பாய் விடுதியில் நாய்படாத பாடு பட்டாள்.

ஏழெட்டு வருடங்களில் எத்தனையோ ஆயிரம் முறை சின்னாபின்னப் படுத்தப்பட்டது அந்தப் பெண். கண்ணை விற்று சித்திரம் வாங்கின கதைதான்!

எப்படியோ தப்பித்து சென்னைக்கு வந்தவள் எங்கள் குழுவில் சங்கமமானாள்!

டாக்டர் தசரதனுக்கு அந்த பெண்ணை நிச்சயம் செய்யும்போது, ரேகா போலவே விஜயாவும் கதறி அழுதாள்.

"நான் கேவலமான பிழைப்பு பிழைச்சவ... என்னைப் போய் மறுபடி குடும்பப் பெண்ணாக்கறீங்களே அண்ணே?"

என் வழக்கமான ஆறுதலையே சொன்னேன்.

"உனக்கு இப்ப விடிஞ்சிருச்சும்மா தங்கச்சி... உனக்கு ஒரு பகலும் உண்டுன்னேனில்லையா? இது உன்னோட பகல்... இது நியாயமான பகல்... இந்த அண்ணனோட வாழ்த்துக்கள்" -அடையார் கோயிலில் வைத்து ஒரு தகப்பன் நிலையில் நின்று, மணமக்களுக்கு மாலை எடுத்துக் கொடுத்தேன்.

நெல்லூர் லதா சின்ன வயசிலேயே பெற்றோரை இழந்தவள்... யாரோ ஒரு தூரத்துச் சொந்தக்காரர் எடுத்துப்போய் வளர்த்தார்.

'கார்டியனாக' இருந்தவர் லதா கன்னி கழிவதற்குள்ளாகவே அவளது கற்பைக் கழித்த புண்ணியவான்! முடிந்த மட்டிலும் அவளைச் சோரம் போகச் செய்த பாதுகாப்பாளர். கே.கே.நகரிலிருந்த நாடார் என்பவருக்குப் பத்தாயிரம் ரூபாய்க்கு விற்றுவிட்டார். நாடாரிடம் அந்த பெண் அனுபவித்த துயரங்கள் தனிக் கதை.

திருப்பதி துர்காவை சொந்த தாய், தகப்பனே விலை மாதாக்கிப் பணம் பார்த்துக் கொண்டிருந்தனர். லதாவை கோய முத்தூர் மில் அதிபர் மகனுக்கும் துர்காவை கோபி என்பவருக்கும் மணம் செய்து வைத்தது அவர்களுடைய மம்மி-டாடி இல்லை. இந்த ஆட்டோ சங்கர்தான்.

இப்போது ஒவ்வொரு பெண்ணும் மூலைக்கு ஒருவராகப் பிரிந்து குடும்பம், குழந்தை குட்டி என விருட்சமாக வளர்ந்து விட்டனர். ஒவ்வொருவரும் பிரிந்து போனாலும் அவர்கள் ஒருமித்த குரலில் ஒரு கருத்தை வைத்துக் கொண்டிருக்கிறார்கள்.

"ராத்திரியும் சேர்ந்ததுதான் ஒரு தினம்...! கஷ்டமும் கலந்ததுதான் வாழ்க்கைன்னு... இப்ப எங்க சங்கரண்ணனுக்கு ராத்திரி! நிச்சயமா ஒரு பகலும் வரும்!"

18

எம்.ஜி.ஆரின் மரணம் இரண்டு பேருக்கு பம்பர் பரிசாக அமைந்துவிட்டது! ஒன்று ஜெயலலிதா; ஆட்சியைப் பிடித்தார்! இன்னொரு நபர் ஆ.சங்கராகிய நான்தான்.

இரண்டு பட்ட கோஷ்டிகளுக்கு பலான சங்கதிகளை சப்ளை செய்து ஒரு சில ராத்திரிகளுக்குள் முப்பது லட்சம் பணம் கொட்டியது. ரூபாயை எங்கே மறைத்து வைப்பது என்றே தெரியவில்லை. கறுப்புப் பணமாயிற்றே. வருமான வரி ஆபீசுக்கு தெரிந்தால் போச்சு.

தொகை அனைத்தையும் ஐநூறு ரூபாய் கட்டுகளாக மாற்றினேன். சுருக்கமான எண்ணிக்கையில் இருந்தால் மறைப்பது சுலபம் ஆயிற்றே!

படுக்கை மெத்தையின் ஒரு முனை நூலை பிரித்து உள்ளேயிருந்த இலவம் பஞ்சு மறைவுக்குள் பணக்கட்டுகளை திணித்தேன். பழையபடி வாயைத் தைத்து மேலே போர்வை விரித்து மறைத்தாயிற்று.

இதை கட்டின மனைவியிடம் கூட சொல்லக்கூடாது என தீர்மானித்தேன். பாபுவிடம் மட்டும் தெரிவித்தேன்!

தாம்பரம் தொகுதியில் எம்.எல்.ஏ. சீட்டுக்கு போட்டியிட திட்டமிட்டேன்! அப்போது தேர்தல் செலவுக்கு இந்த பணத்தை பயன்படுத்த எண்ணம்.

இன்றைய சட்டமும், கைத்தறியும் அன்றைக்கு என்னுடைய அதிமுக்கிய வாடிக்கையாளர்கள்!

வி.ஜி.பி.யில் தங்கிக்கொண்டு போன் போட்டு என்னைக் கூப்பிடுவார் சட்டத்துறை. பெண்ணை கூட்டிக் கொண்டு போவதற்குள் கோடு போட்ட அண்டர்வேர் தவிர அத்தனையும் அவிழ்த்துப் போட்டு விட்டு துடிப்புடன் காத்துக்கொண்டிருப்பார்!

அறை வாசலில் காவலுக்கு தொப்பியும், தொப்பையுமாய் ஒரு போலீஸ்காரர் வேறு!

எங்கள் பாரத தேசமென்று தோள் தட்டுவோம்.

லலிதா! அவளை நடனக்காரி என்று மட்டுமே

அறிந்திருந்தேன்.

மவுண்ட் ரோடு சாந்தி தியேட்டர் எதிரில் இருந்த Pala கேப்ரே அரங்கிலிருந்து ஒரு போதை ராத்திரியில் அவளை கூட்டி வந்தேன்.

லட்சுமிபுரத்தில் ஒரு பங்களாவில் குடியமர்த்தினேன்.

அவளுக்கு பழைய தொழில் விபச்சாரம் என்றாலும் அவளை அழைத்து வந்தது அதற்கு அல்ல! அவளுக்கு ஒரு மனைவி அந்தஸ்து தந்திருந்தேன்! என் சகாக்களை கூட அவள் ஒரு 'சசிகலா தர்பாருடன்' அதட்டுவதை அவர்கள் சகித்துக் கொண்டார்கள்.

கலர் டி.வி. டெக், ஃப்ரிஜ், வாஷிங் மெஷின் என ஒரு 'வசந்த் அன் கோ'வே அவள் வீட்டிற்குள் வந்திறங்கிற்று.

நகை நட்டு, துணி மணி, பண்ட பாத்திரம் ம்ஹூம்... எதற்குமே குறைவில்லை. லலித்திடம் குடிப்பழக்கம் வேறு குடி கொண்டிருந்ததால் விஸ்கியும், பிராந்தியும் ததும்பி வழிந்தது.

வீட்டு வேலைகளை செய்ய ஒரு வேலைக்கார கிழவியை அவளுக்கு துணையாக அமர்த்தினேன்!

தொலைபேசி வீறிட்டது. எடுத்தேன்.

எதிர்முனையில் அந்த வேலைக்கார கிழவி!

"தம்பி! நீங்க உடனே இங்கே வரமுடியுமா?"

"ஏம்மா... லலிதாவுக்கு ஏதாவது சுகவீனமா?"

"ஆமாம் தம்பி! புத்தி சுகவீனம்" என்றதும் பதறிப் போனேன்.

"எ... என்னம்மா சொல்றீங்க?"

"நாயைக் குளிப்பாட்டி நடு வீட்டில வச்சுட்டீங்களே தம்பி! அந்த பொண்ணுக்கு புத்தி பிசகிதான் போயிருக்கணும்... இல்லைன்னா நீங்க இல்லாதப்ப அந்த போலீஸ்காரனை பெட்ரூமுக்கு வரவைச்சு..."

காதுகளுக்குள் கோடி நாகங்கள் கொத்தின வலி. அடிவயிற்றில் ஒரு நெருப்பு மாநாடு. மனசுக்குள் கோபம் ப்ரேக் டான்ஸ் ஆடினது.

வாழ்க்கையில் என்றைக்குமே அவ்வளவு விஸ்கி சாப்பிட்டதில்லை! அதுவும் 'ராவாக'.

போதையும் கோபமும் போட்டி போட்டுக் கொண்டு மூளைக்குள் ஏறிற்று.

லட்சுமிபுரத்திற்கு மிதந்தேன்.

லலிதாவை பார்க்கப் போன போது அவளும் அளவுக்கு மீறின போதையில் இருந்தாள்.

வீட்டில் நாங்கள் ரெண்டு பேர் மட்டுமே!

வீட்டிற்கு வந்த பின்னும் விஸ்கி பாட்டில்... கன்னித்தீவு சிந்துபாத் கணக்கா முடிவில்லாததாயிருந்தது குடி!

வரவழைத்த நிதானத்துடன் லலிதாவிடம் விசாரித்தேன்.

"இன்ஸ்பெக்டர் தலையானமலை இங்கே வந்தானா லலிதா?"

லலிதாவின் முகம் பூரா வியர்வை அறுவடை அதிர்ச்சியை மறைக்க சிரமப்பட்டாள்.

"எ... என்ன... கே... கேட்டீங்க...?"

"ஏன் காதும் கெட்டுப் போச்சா...? தொழில் பண்ணி பண்ணி உடம்பு கெட்டுப் போன பன்னி... உனக்கு காதும் கெட்டுப் போச்சா"ன்னு கேட்டேன்."

லலிதாவுக்கு முகம் வெளுத்தது. அப்புறம் கறுத்தது. எச்சிலைக் கடித்து விழுங்கினாள்.

"ஆமா! நான் அதுதான்; தெரிஞ்சுதானே கூட்டி வந்தீங்க! குடிப்பழக்கம் இருக்கிறது தெரிஞ்சு விஸ்கியும் பிராந்தியும் வாங்கி வைச்சிருக்கிறது மாதிரி நாலைந்து ஆட்களையும் எனக்கு வாங்கி வைக்கிறதுதானே...?! நான் காமத்துக்கும் அடிக்ட் ஆனவ சங்கர்! குடிச்சதும் எனக்கு ஆம்பிளை வேணும்" -சிணுங்கினாள் பலூன் கேட்கும் சிறுமி போல.

அத்தனை எண்ணங்களிலும் ஆத்திரமாகி கன்னம் நோக்கி கைவீசினேன்.

'பளார்' என பொறி கலங்கிப் போகும்படி ஒரு அறை! அவள் இன்னொரு கன்னத்தை காட்டவில்லை. அதற்காக நான் விட்டு வைக்கவுமில்லை. இன்னுமொரு பளார்!

"போலீஸ்காரனெல்லாம் என்னை கண்டா கிட்ட வராம பத்து அடி தள்ளி நின்னு பேசிட்டு மாமூல் வாங்கறானுங்க; எத்தனை ரௌடி பசங்களை அடக்கி வச்சிருக்கேன்? கேவலம் ஒரு தேவிடியா நீ, ஊர் பொறுக்கி நீ என்னடான்னா என் சோத்தை தின்னுகிட்டு என்கிட்டே இவ்வளவு திமிராவா பேசறே?"

கோபம், வெறுப்பு, போதை எல்லாம் சேர்ந்து கூட்டு சதி செய்ய அந்த நிமிடத்து அரக்கனானேன்! மறுபடி அவளது கன்னங்களில் அறை மழை!

லலிதாவும் போதையிலிருந்தாள். அடிபட்ட அவமானம் சேர்ந்து கொள்ள பெண் புலியாக சீறினாள்.

"நிறுத்துடா நாயே...! என்னடா சொன்னே... கேவலம் தேவிடியாவா?! ஆமாண்டா, கேவலமானவதான் நான்...

ஆனா, நானே கேவலம்னா எங்களை மாதிரி பெண்களை வச்சு பிழைப்பு நடத்தற நீ?"

வார்த்தை வீசினாள், வார்த்தைகளா அவை...? ம்ஹூம்! அதற்கு பதில் என் முகத்தில் காறித் துப்பியிருந்தால்கூட அப்படி அவமானப்பட்டிருக்க மாட்டேன்.

எது எனது மிகப்பெரிய பலவீனமோ எந்த அவலத்தை ஊமைக் காயமாக சுமந்து கொண்டிருந்தானோ அதை குத்தி ரத்தமும் சீழுமாக வெளியே கொண்டு வந்ததும், அதுவும் அந்த

வகைப் பெண்ணே அந்த கைங்கரியத்தை செய்ததும் நொறுங்கிப் போனது பழைய மனசு.

“என்னடி சொன்னே?” -உறுமலுடன் அவள் தலையை கொத்தாகப் பற்றினேன். வலியில் வெறியே பிடித்துவிட்டது அவளுக்கு.

‘‘என்னையாடா அடிக்கிறே...? என்னை மாதிரி நாலு பொம்பிளைகளை வச்சு சம்பாதிச்சுகிட்டிருக்கிற உனக்கே இவ்வளவு கோவம் வந்தா எனக்கு எவ்வளவு வரும்...? உனக்கு முகத்திலே மீசைன்னா எனக்கு தொடையிலே மீசைடா...”

கூப்பாடு போட்டாள்.

“பொறுக்கியாமில்ல? இவரு பெரிய சுதந்திரப் போராட்ட தியாகி! பெரிய ரோமியோ ஜூலியட் காதல்...! தாலி கட்டின பொண்டாட்டி இருக்கிறப்ப வைப்பாட்டியா ஒருத்திய வச்சு கிட்டியே அது பொறுக்கித்தனமில்லையா? நீ உன் பெண்டாட்டிக்கு செய்தது துரோகமில்லையா... ரெண்டும் பொறுக்கிங்க... இதிலே என்னடா நீ மட்டும் உசத்தி!”

விஸ்வாமித்திர கோபத்துடன் அவளை நெருங்கினேன். கோபத்தில் பற்கள் கடிபட்டது. துரோகம் செய்ததுமல்லாமல் இந்த திட்டு திட்டுகிறாளே, அதுவும் சப்தத்துடன்! அக்கம்பக்கம் கேட்டால் மரியாதை என்னாவது?

“வாயை மூடுறி, முதல்ல!” -பற்கள் நறநறத்தன!

“என் வாயை ஏண்டா கிளறினே...? இப்ப மூடணுமாமில்ல! உன் வண்டவாளத்தை வெளியே சொல்லாம வாயை மூடமாட்டேன்!”

“மூடமாட்டே ?” -மேலும் கிட்டத்தில் நெருங்கி... உஷ்ணக் காற்று என் முகத்தில பட்டது. விரல்களை மடக்கி குவித்து வாயை குறிவைத்து ஆக்ரோஷமாகக் ஒரு குத்து...

பேசுகிற வாயை வெற்றிலை பாக்கு போட வைத்தால் அப்புறம் பேசுவாளா என்று எண்ணியதால் வாய் நோக்கி தாக்கினேன்.

லலிதாவுக்கு போதாத நேரம். தாக்குதலிலிருந்து தப்பிப்பதற் காக அவள் திமிற, அந்த குத்து விமான வேகத்துடன் தொண்டை யைத் தாக்கினது.

கர் கர் என்று தொண்டையை அடைத்துக்கொண்டதைப் போல அவளிடமிருந்து சப்தம் வந்தது. கை, கால்கள் வலிப்பு வந்த மாதிரி உதறிக்கொண்டன. உள்ளுக்குள் மூச்சுக் காற்றை இழுத்துப் பிடிக்க நுரையீரல் உன்னதமாய் போராடினது.

என்னை வெறித்துப் பார்த்தபடி லலிதா சரியத் தொடங் கினாள். அவளுடன் என்னுடைய வாழ்க்கையும் சரிய ஆரம்பித்தது அப்போதுதான் என்பது எனக்குத் தெரியாது.

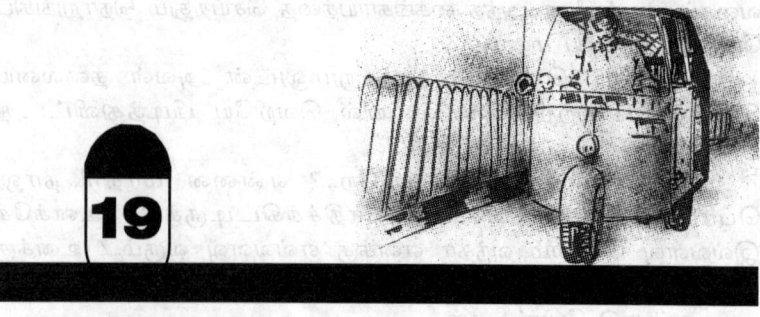

19

லலிதா இறந்து போய் விட்டாள் என்பதையே உணரவில்லை! மயங்கியிருக்கிறாள் என்றே திடமாக நம்பினேன்.

நீர் தெளித்துக் கொண்டிருந்தேன் முகத்தில்!

எத்தனையோ முறை தண்ணீர் விட்டுப் பார்த்தும் துளி சலனமில்லை; கைகால்களில் அசைவுமில்லை; நிலைமை புரிபட, உறைந்து போனேன்.

'கொ... கொலை பண்ணிவிட்டேனா?'

நினைத்துப் பார்க்கவே நடுக்கமாயிருந்தது. கண்களுக்குள் நெருப்பை அள்ளிப் போட்டு இமைகளை கோணி ஊசியால் தைத்துவிட்டது போல் இருந்தது.

முகத்தில் அறைந்து கொண்டு கதறி அழுதேன்! தேர்தலுக்கு அப்புறம் மாயமாகி விடுகிற எம்.எல்.ஏ. கணக்காய், போதை எப்போதோ தொலைந்து போயிருந்தது.

அழுதேன்! உலகத்து துக்கத்தை எல்லாம் மொத்தக் குத்தகைக்கு எடுத்தவன் போல அப்படி ஒரு அழுகை!

லலிதாவை இழந்ததற்காக அல்ல. என்னை இழந்ததற்காக! போதையில் தன்னை இழந்து, ஆத்திரத்தில் நிதானத்தை இழந்து, ஆணவத்தில் அறிவை இழந்து...!

கொலைகாரப் பாவம் ஒன்று பாக்கியிருந்தது. அதையும் செய்தாயிற்று.

ஏதோ உணர்ச்சிவசப்பட்டதில் செய்த காரியமென்றாலும் தவறு தவறுதானே?

வேர்த்து விறுவிறுத்து, வீட்டுக் கதவைப் பூட்டிக்கொண்டு சாராயக் கடைக்குப் பறந்தேன்.

சகாக்களின் காதுகளில் விஷயத்தை விதைத்தேன்!

செய்தியைக் கேள்விப்பட்ட அதிர்ச்சியில் இரண்டொரு நிமிடங்கள் இறந்துவிட்டான் மோகன்! இமைத்தபோதுதான் தனக்கு மீண்டும் உயிர் வந்ததை உணர்ந்தான்.

"எ...என்னண்ணே... இப்படிப் பண்ணிட்டீங்க...?"

172 ● ஆட்டோ சங்கரின்...

"எனக்கே தெரியலைடா... ஒரே ஒரு அறைதான் விட்டேன்! ஆனா பாரு..."

சாவை என்ன பெயர் சொல்லி அழைத்தால் என்ன... துக்கம் துக்கம்தானே?

மோகன், எல்டின், சிவாஜி, பாபு என மொத்த 'கேபினெட்டும்' யோசித்தது!

இரவு,

வானத்தில் சூம்பிப் போன சந்திரன்! கார்ப்பரேஷன் விளக்குகளுக்கு சீதபேதி. ஆகவே பிரதேசம் நெடுக வெளிச்சப் பஞ்சம்!

அந்த அம்பாசிடர் கார் தப்பு நோக்கத்துடன் லட்சுமிபுரம் பகுதிக்குள் நுழைந்தது. லலிதாவின் வீட்டின் முன்னால் அத்தனை அத்தனை இயக்கங்களையும் நிறுத்தி விட்டு சாதுவாக நின்றது!

எனக்கு வலது கையாகவும், இடது கையாகவும் விளங்கின தோழர்கள் உன்னத வேகத்துடன் வீடு பிரவேசித்தனர்.

லலிதா இப்போது மேலும் கொஞ்சம் வீங்கிப் போயிருந்தாள். உடம்பின் நிறம் மாறியிருந்தது. மேலே பூசியிருந்த சென்ட் சமாச்சாரங்களை மீறி பிணவாடை விநியோகித்தாள்.

கோணி சாக்கில் திணித்தார்கள். வாயை சணல் கயிறால் கட்டி விட்டு மூன்று, நான்கு பேராக மூச்சுமுட்ட தூக்கிக் கொண்டு காருக்குப் பாய்ந்தார்கள்.

ஒருவருக்கொருவர் எதுவும் பேசிக் கொள்ளவில்லை. எல்லா உத்தரவுகளும், பதில்களும் சைகை மூலமாகத்தான்! முன்னெச்சரிக்கை நடவடிக்கையாக வீட்டிலிருந்த விளக்குகள் எல்லாம் கூட அணைக்கப்பட்டிருந்தன.

கார் கதவைத் திறந்து வைத்தபடி தெருவையும் நோட்டமிட்டேன். ஓட்டமும், நடையுமாக சாக்கை தூக்கிக்கொண்டு அவர்கள் வந்தனர். உள்ளே... ஓட்டத்தை நிறுத்திக்கொண்ட லலிதா!

சிவாஜி வீட்டிலேயே தங்கிக்கொண்டான்! ரத்தக் கறைகளைத் துடைத்து வீட்டைக் கழுவின பிறகு ஓரிரு மணி நேரத்தில் அவன் சாராய குடோனுக்கு வந்து சேர வேண்டுமென கட்டளை.

மெயின் ரோட்டில் செல்லாமல், சந்து பொந்துகளாகப் புகுந்து வெளிப்பட்டது கார்!

யார் கண்ணிலும் அகப்பட்டுவிடக்கூடாதே என்ற எச்சரிக்கை உணர்வு! அப்படியிருந்தும் திருவான்மியூர் நெருங்கின சமயம் அந்தப் போலீஸ் வேன் எங்களை வழிமறித்து மடக்கினது!

கூட்டாளிகள் நெஞ்சின் பரப்பெங்கும் ஒரே பரபரப்பு! இருதயம் வாய்க்கு வெளியே துடித்தது போல் தோன்றிற்று.

நான்மட்டும் அமைதியாக இருந்தேன். முப்பது கிலோமீட்டர்

நீள மௌனம்!

கடவுள் எனக்குக் கொடுத்த வரமா, சாபமா தெரியவில்லை... ஆபத்து அதிகமாக ஆகத்தான் அதிகப்படியான யுத்த தந்திரங்களை மேற்கொள்கிறேன்.

ஆஸ்துமாக்காரனே கூட இமயமலையை பாராட்டுவதில்லையா... அதுமாதிரி, பெரிய பெரிய போலீஸ் ஜாம்ப வான்களே என் டெக்னிக்குகளைப் பாராட்டியிருக்கிறார்கள்!

"காரில் என்னதுப்பா... எல்லாரும் கீழே இறங்குங்க..." -போலீஸ் அதிகாரி சொல்ல, ஒருத்தர் முகத்தை ஒருத்தர் பார்த்துக் கொண்டோம். குப்பென்று வியர்த்தது. உடம்பின் ஆறு லிட்டர் ரத்தமும் அதிர்ச்சியில் அடித்துப் புரண்டு ஓடினது!

"எங்களை செக் பண்ணனுமா ஸார்?" -இது நான்.

"ஆமா... இறங்குங்க..."

"கொஞ்சம் இருங்க... வயர்லெஸ்ஸை இப்படித் தரீங்களா? நான் கொஞ்சம் பேசிக்கிறேன்..."

"நீ பேசறியா...? யார் கிட்டே?"

"இந்த வயர்லெஸ்ஸை வச்சிக்கிட்டு எலிசபெத் கிட்டேயா பேச முடியும்...? எல்லாம் உங்க டிபார்ட்மெண்ட் ஆளுங் களோடதான்..." என ரெண்டு மூணு பேர் பெயரை நம்பருடன் சொல்ல, ஆடிப்போனார் ஆஃபீஸர்!

ஒரு சல்யூட்டுடன் எங்களை அனுப்பி வைத்தார்!

காருக்குள் நிம்மதிப் பெருமூச்சு! "நல்லவேளை சங்கர்! எப்படியோ சமாளிச்சுட்டே.... செக் பண்ணியிருந்தான்னா அவ்வளவுதான்... செத்தோம்." -சிரித்துக்கொண்டேன்.

சோதனை செய்திருந்தால் கூட சளைத்திருக்க மாட்டேன்...! போலீஸ் அதிகாரியிடம் வேறுவிதமாக வியாபாரம் பேசியிருப்பேன். எனக்குத் தெரியும். நம்முடைய கவர்ன்மெண்ட் என்பதே 'கவரில் அமவுண்ட்' தானென்று!

சாராய குடவுனுக்குள் லலிதாவைக் கொண்டு வந்தார்கள்! பார்த்தவர்கள் யாருக்கும் சந்தேகம் வரவில்லை! கள்ளச் சாராயம் என்று நினைத்துக் கொண்டனர். நடுநிசியில் அங்கே இப்படி சரக்கு வருவது வழக்கமான ஒன்றுதானே?!

ஆறடி ஆழத்திற்கு நான்கு பேருமாக குழி தோண்டினோம்!

தரையில் கடப்பாரை மோதும் சத்தத்தால் யாருக்கும் சந்தேகம் வந்து விடக்கூடாதே!

டேப் ரிக்கார்டில் டி.எம்.எஸ்.ஸும், பி.பி.எஸ்.ஸும், சீர்காழியும் அலறித் தீர்த்தனர்.

"பொன் ஒன்று கண்டேன்!

பெண் அங்கு இல்லை...

என்னென்று நான் சொல்லலாகுமா?

ஏனென்று நான் சொல்ல வேண்டுமா?"

நாலைந்து திடகாத்திரர்களும் இரண்டு ஃபுல் பேக்பைப்பருமாக சேர்ந்துகொண்டு ஆறடி குழியை உருவாக்கிவிட முடியாதா என்ன?

நிமிஷமாய் தயாராயிற்று. தரை வாயைப் பிளந்துகொண்டு நிற்க, முன்பே வாயைப் பிளந்திருந்த லலிதா சாக்குமூட்டையிலிருந்து வெளியே உருவப்பட்டாள். வளையல், காதுத்தோடு... என நகைகள் எல்லாம் ஒன்று விடாமல் எடுத்து வைத்துக்கொண்டோம்! உடுத்தியிருந்த துணிமணி கூட நீக்கப்பட்டு பூஜ்ஜியமானாள்!

குழி நோக்கி உருட்டி விடப்பட்டாள்!

அம்பாரமாய் குவிந்து கிடந்த மணலை அவள் மீது கொட்டி குழியை மூடினோம்.

பகலில் தயாராக வாங்கி வைத்திருந்த சிமெண்டை நீரில் கரைத்து மேலே புதுசாய் தளம்...

உள்ளுக்குள் பிணத்தை ஒளித்து வைத்திருப்பதைக் காட்டிக்கொள்ளாது 'சாது' போஸ் கொடுத்தது தரை...! மீதமிருந்த மணல் குப்பை அப்புறப்படுத்தப்பட்டது.

"சங்கர்... நாளைக்கு ஒரு நா கடை லீவு விட்டுருவோம்! நாளை ராத்திரி பூசின இடத்திலே நல்லா தண்ணீ தெளிச்சுட்டா தரை இறுகிடும்! சாராய கேனையெல்லாம் இங்கே கொண்டு வந்து அடுக்கிடுவோம். சரிதானே?"

ஒப்புக் கொள்ளப்பட்டது. அவ்வளவு பேரும் குழாய் திறந்து அலுப்பு தீர குளித்தோம்! துணியிலிருந்து அழுக்கெல்லாம் நீரில் அடித்துக் கொண்டு ஓடினது.

உடையில், உடம்பிலிருந்த அழுக்கெல்லாம் ஓடிதான் விட்டது. உள்ளத்து அழுக்கு?

ரத்தம் தேசியபானமாகிவிட்ட பிறகு, எந்தத் தண்ணீர்தான் போக்க முடியும் உள்ளத்து அழுக்கை?

குளித்து விட்டு வந்ததும் மறுபடி அலமாரி திறந்து விஸ்கி பாட்டிலை வெளியே எடுத்தோம். போதையின் இரண்டாவது அத்தியாயம் ஆரம்பமாயிற்று.

கழுத்து முட்டும் அளவு குடித்து விட்டு, மூச்சு முட்டும் அளவு சாப்பாடு! சிக்கன் 65, ஆஃப்பாயில், தலைக்கறி என சகலமும் வயிற்றில் புதைத்தோம்.

லலிதாவை தரையில் புதைத்தோமே... அதேமாதிரி!

மறுநாள் பகல் முழுக்க அடித்துப் போட்ட மாதிரி அசதியான தூக்கம். முந்தின தினத்து அசதி! இரவு அனைவரும் மறுபடி தங்கள் வேடந்தாங்கலுக்கு வந்தார்கள் இளைப்பாற!

எனக்கு மட்டும்தான் சங்கடமாயிருந்தது. மற்றவர்களுக்கு லலிதா வின் மரணம் எந்தத் தாக்கத்தையும் ஏற்படுத்தினதாகத் தெரியவில்லை. கொஞ்சம் சந்தோஷம்கூடப்பட்டார்கள் என்று சொல்லலாம்! வெட்டியாய் அதிகாரம் பண்ணிக் கொண்டிருந்தவள் தொலைந்தாளே என்று சந்தோஷம்!

பாபுவுக்கு சற்று அதிகப்படியாகவே மகிழ்ச்சி! அந்த மகிழ்ச்சிக்கு அர்த்தம்தான் எனக்குத் தெரிந்திருக்கவில்லை.

பொதுவாக எல்லோருக்குமே இந்தக் காரியம் தங்கள் கிரீடத்தில் மற்றுமொரு மாணிக்கக் கல் என்றே நம்பினார்கள். தவறு என்றே தோன்றவில்லை! தேர்தலைச் சந்திக்கும்போது இன்னும் எத்தனை பாவங்களைச் சந்திக்க வேண்டியிருக்குமோ? இப்போதே தயார்படுத்திக் கொள்ளாவிட்டால் எப்படி?

உள்ளூருக்குள் ஒருவனை ஒருவன் கொன்றால்தான் தூக்கு! ராணுவத்தில் போர் நிமித்தம் எதிரியைக் கொலை செய்தால் பதக்கம், பாராட்டு எல்லாமே கிடைப்பதில்லையா என்று தங்கள் கைங்கர்யத்துக்கு சாக்கு போக்கு சொல்லி சமாதானப்படுத்திக் கொண்டார்கள்!

கண்ணதாசனின் குட்டிக்கதை ஒன்று உண்டு!

ஒரு தோட்டக்காரன் அழகான கோழி ஒன்றை வளர்த்தான். அதைப் பார்த்துவிட்டு பக்கத்து வீட்டுக்காரன் அழகான நாய் வளர்த்தான்.

தோட்டக்காரன் காய், கனி, கிழங்கு தரும் செடிகளைப் பயிரிட்டான். பக்கத்து வீட்டுக்காரன் வாச மலர்ச் சோலைகள் உண்டாக்கினான் போட்டிக்கு!

தோட்டக்காரன் அழகான குதிரை வளர்த்தான். ப.வீ.க்காரன் ஒரு புலிக்குட்டியை வாங்கி வளர்த்தான்.

நாட்கள் சென்றன.

ஒரு நாள் தோட்டக்காரன் காய், கனிகளைப் பறித்து சமையல் செய்து, கோழியை அடித்துக் குழம்பு வைத்துச் சாப்பிட்டு விட்டு குதிரை மேலேறி ஜம்மென்று புறப்பட்டான்.

பக்கத்து வீட்டுக்காரன் பார்த்துக் கொண்டு நின்றான்.

தோட்டக்காரன் சொன்னான்:

"நீயும் மலர்களைப் பிடுங்கி சமையல் செய்து, நாயை அடித்துக் குழம்பு வைத்து சாப்பிட்டு விட்டு, புலியின் மேலேறிப் புறப்பட்டு வா!"

அரசியல்வாதிகளை மனதில் வைத்து தங்கள் வன்முறையை நியாயப்படுத்திப் பார்த்த எனது கூட்டத்திற்கும், குட்டிக்கதையில் வந்த பக்கத்து வீட்டுக்காரனுக்கும் வித்தியாசம் எதுவுமில்லை.

இரண்டு பேருமே அவலை நினைத்து உரலை இடித்தவர்கள்

என்பது மட்டும் உருக்குலையாத உண்மை!

புதைத்து மூடி விட்டால் விஷயம் வெளியே தெரியாது என நம்பினது எங்களது அறியாமை! இரண்டு விஷயங்கள் புதைத்த பிறகுதான் முளைத்து வெளிக் கிளம்பும் என்பது அப்போது எங்களுக்குத் தெரியாது! அந்த இரண்டில்- ஒன்று விதை! இன்னொன்று ரகசியம்!

20

புயலுக்குப் பின்னே அமைதி... வரும் துயருக்குப் பின் சுகம் சரிபாதி! என சினிமாப் பாடலில் வருவது மாதிரி லலிதா சாவுக்கு அப்புறம் வியாபாரத்தில் தீவிர கவனமாக, சக்கைப் போடு போட்டது பிசினஸ். வழக்கத்தை விட ரெண்டு மடங்கு லாபம்! வேலை கெடுபிடிகளில் கொஞ்சம் கொஞ்சமாக லலிதாவை மறக்க முயன்றேன். கையில் தங்கிப்போன பழைய அம்மைப்பால் ஊசி வடு மாதிரி மனசுக்குள் அந்தத் தழும்பு மட்டும் மறையவே இல்லை. அவ்வப்போது நண்பர்கள்தான் ஆறுதலாக தோள் தட்டுவார்கள்.

"சங்கர்! வேணும்னா பண்ணினே... அவ செய்த வேலைக்கு கொல்லாம விட்டிருந்தாதான் தப்பு..."

"அப்படியா சொல்றீங்க?"

"பின்னே...?! சரி சரி... சும்மா அதையே நினைச்சு கிட்டிருக்காம ஜாலியா இரு சங்கர்... முதல்ல இந்த சரக்கை ஊற்று."

ஆள் மாற்றி ஆள் உபதேசம் செய்தார்கள்! கண்ணாடி கிளாஸ்களில் ஊற்றிக் கொடுத்தார்கள். தொப்பையை கர்ப்பமென்று ஏமாறுகிற பெண் போல சுமையை கிரீடமென்று எண்ணி ஏமாந்தார்கள்!

அன்புக்குரியவர்கள் பேசும்போது அத்தனையும் யோசிக்காமல் ஏற்றுக்கொள்வது என்னுடைய சுபாவம்!

ரஷ்ய நாட்டு நாடோடிக்கதை ஒன்று உண்டு! 'இங்கு நல்ல மீன்கள் விற்கப்படும்' என்று அறிவிப்பு பலகை போட்டு மீன்கடை வைத்திருந்தான் ஒருவன்... அதைப் பார்த்த அவனது நண்பன் 'நல்ல மீன்கள் விற்கப்படும்' என்று போட்டால் போதாதா...? 'இங்கு' என்ற

வார்த்தையை எடுத்துவிடு... நீ என்ன இங்கு விற்காமல் ஐந்து கிலோ மீட்டர் தூரம் தள்ளியா 'விற்கிறாய்? என கேட்க வியாபாரிக்கு அதுவே சரியென்று பட்டது! குறிப்பிட்ட வார்த்தையை எடுத்துவிட்டான்... வேறொரு நண்பன் வந்து விளம்பரப் பலகை பார்த்து 'நல்ல மீன்கள் விற்கப்படும் என ஏன் போட வேண்டும்? கெட்ட மீன்கள் வேறு விற்கிறாயா என்ன? போர்டை திருத்து என சொல்ல, 'மீன்கள் விற்கப்படும்' என்று அறிவிப்பு சுருக்கப்பட்டது. இன்னொருவன் வந்து... மீன்கள் 'விற்கப்படும்' என ஏன் போட வேண்டும்...? பின்னே ஓசிக்கா கொடுப்பார்கள் என கேட்க போர்டு மேலும் சின்னதானது... 'மீன்கள்' என்ற அறிவிப்பு மட்டும் மிச்சம்! வேறொரு நண்பன் வந்தான் "மீன் நாற்றம்தான் எட்டு ஊரைத் தொடுகிறதே... நீ அறிவிப்பு வேறு செய்யாவிட்டால் என்ன...?' என்றதும் கடுப்பான வியாபாரி போர்டை போட்டு உடைத்தானாம். நானும் அப்படித்தான்... சாராய கடை வை... பெண்களை வைத்து தொழில் நடத்து என ஆளாளுக்கு சொன்னதையெல்லாம் கேட்க இதோ கொலை வரைக்கும் வந்தாயிற்று.

வளசரவாக்கம், திருநீர்மலை என எட்டு திக்கிலிருந்தும் சாராயத்தைக் கொண்டு வந்து விற்ற மாதிரி பல மாநிலங்களிலி ருந்தும் விடுதிக்கு பெண்கள் வந்து சேரத் துவங்கினார்கள்.

மிக லாபகரமான ரெண்டு பெரிய தொழில்களை பெரிய லெவலில் நடத்தினது அன்றைக்கு அநேகமாக நான் மட்டும்தான்! சம்பாத்தியம் கொழித்தது. பங்கு பத்திரம் கூட வெளியிடலாம் போல... அப்படியொரு வருமானம்.

என் வாழ்க்கையில் இன்னொரு குறிப்பிடப்படவேண்டிய பெண் தேவி! விபச்சார தொழிலை ஆரம்பிப்பதற்கு முன்பே அவளுடன் சிநேகம்! 1981-லேயே; தாம்பரத்திற்கு தையல் பயிற்சி படிக்க வந்தவள்!

சாராயம் ஏற்றி ஆட்டோவில் வந்து கொண்டிருந்தபோது ஏற்பட்ட கவலை... இது 81-ம் வருஷ சங்கர்! கவலை என்னவென்றால் போகும் வழியில் சரக்குடன் பிடிபடுவோமோ என்பதுதான்! வண்டியில் யாராவது பயணியை ஏற்றிக்கொண்டால் வழியில் தப்பிக்க ஒரு வாய்ப்பு உண்டு! யோசனையுடன் வண்டி ஓட்டி வந்தவன் பஸ் ஸ்டாப்பில் ஒரு பெண்ணைப் பார்த்ததும் ஆவலுடன் நிறுத்தினேன். "பஸ்ஸுக்கு கொடுக்கிற காசை கொடும்மா போதும்... வண்டி அந்த வழியாதான் போவுது..." என்று ஏற்றிக் கொண்டேன். வண்டியில் பெண்மணி இருக்கும்போது ஆட்டோவை நிறுத்த சொல்ல மாட்டார்கள் என்று யோசனை!

ஆட்டோ எந்தத் தொந்தரவுமில்லாமல் சென்றது. வீட்டருகே அவளை இறக்கிவிட... காசை எடுத்தாள். "பரவாயில்லைம்மா... நீயே

வச்சுக்க! நான் வர பாதையிலேதானே விட்டிருக்கேன்... இதற்கெல்லாம் நான் பணம் வாங்கறதில்லை... என் பாலிசி அது" என்றதும் அந்தப் பெண்ணும் விடாப்பிடியாக "ம்ஹூம்! இலவச சவாரி போறதில்லை... என் பாலிசி அது!" என பிடிவாதம் காட்டி எனக்கு ஆச்சரியமூட்டினாள். பிறகு சிரித்து "உண்மையிலேயே சவாரிக்காக உன்னை ஏற்றலை... எனக்கு ஒரு பாதுகாப்புக்காகத்தான்! நியாயமா நான்தான் உனக்குப் பணம் தரணும்..." -காசை வாங்காமலே ஆட்டோவை விர்ரென்று கிளப்பிக்கொண்டு பறந்தேன்.

அப்புறம் இன்னொரு தடவை இதே போல வண்டியில் சரக்கேற்றிக்கொண்டு வர அதே பஸ் ஸ்டாப்பிங்கில் அன்றைக்கும் அவள்!

"என்ன? இன்னிக்கும் ஏறிக்கலாமா? அய்யாவுக்கு பாதுகாப்பு வேணாமா?" என்றதும் தயக்கத்துடன் பதில் சொன்னேன்.

"வேணும்தான்...! ஆனா, இனிமேலும் வண்டியிலே என்ன இருக்குதுன்னே சொல்லாம உன்னை ஏற்றினேன்னா அது அயோக்கியத்தனம்! நான் கள்ளச் சாராயம் கொண்டு போறேன்... வழியிலே போலீஸ் இருக்கும்... நீ கூட வந்தா சரக்கைக் கொண்டு போயிடுவேன்... பயப்படாதே! போலீஸ்லே மாட்டினா எப்பாடுபட்டாவது பேசி உன்னை ரிலீஸ் பண்ணிடறேன்... போதுமா?"

"போதாது" என்றவளை நெற்றி சுருக்கத்துடன் பார்த்தபோது

"நானும் உங்க கூட தண்டனையை அனுபவிக்கிறேன்... ஜாலியா சவாரி மட்டும் வேணும்...! சிக்கல் வந்தா தப்பிச்சுக்கிறதா... இந்த தேவி அப்படிப்பட்டவ இல்லை ஸார்."

மீதி சில்லறையை பொறுப்பாய் தரும் அரசு கண்டக்டரைப் பார்த்தது போல் அத்தனை அதிசயப்பட்டேன் அவளைப் பார்த்து!

அந்த தேவிதான் பிற்பாடு ஜெயிலில் அடைக்கப்பட்ட நான் தப்பவும் உதவி செய்தாள்!

வடபழனி புரோக்கர் போன் போட்டு கூப்பிட்ட போது முதலில் ஆர்வமே காட்டவில்லை நான்! லலிதா மரணம் நடந்து ஒரு வாரம், பத்து நாள்தான் ஆகியிருந்தது... துக்கத்தின் வலி கணிசமாகவே நெஞ்சில் தேக்கம் கண்டிருந்தது.

"என்ன வேணும்?" என்றது எனது வாய்!

நடிகை ஒருத்தியை உடனே ஏற்பாடு செய்யும்படி சொன்னான். "யாருக்கு?" என்றேன் சுரத்தில்லாமல். அந்த பெரிய மனிதரின் பெயர் கேட்டதும் பெரும் பரபரப்பானேன்.

"நி... நிஜமாவா...? அவருக்கே வா?"

ரத்தத்தில் சுறுசுறுப்பானேன்.

மணியைப் பார்த்தேன். பெருமூச்சு ஒன்று பயணமானது! ராத்திரி ரெண்டு மணிக்கு எந்த நடிகையைக் கூப்பிட முடியும்? ஆனால் வி.ஐ.பி.யை திருப்திப்படுத்தியும் ஆகவேண்டும்!

வளசரவாக்கம் சரஸமாடும் அம்மாவுக்கே போன் செய்தேன்! அவர் வீட்டில்தான் ரெண்டு நடிகைகள் இருந்தார்கள். ஒருத்தர் இல்லாமல் போனாலும் இன்னொருத்தராவது கிடைப்பாரே!!

"-எந்த சங்கர்! மணி ரெண்டு ஆயிட்டல்லே... இப்போ போய் பெண்குட்டிகளை எழுப்பி பறையணுமல்லே...?" என்று சிணுங்கி மறுத்தது தாய்க்குலம்.

அம்மா... கூப்பிடறது யாரு தெரியுமா? வி.ஐ.பி.யின் பெயரை சொல்ல... அந்தம்மாவின் ஆச்சர்யம் அவளையும் மீறி போனில் கேட்டது.

"ஓ... அயாளோ?"

அவர் சற்று விபரமான தாய்க்குலம். நட்சத்திர மகள்கள் ரெண்டு பேரையும் பெரிய மனிதர்களிடம் மட்டுமே அனுப்புவார் (அந்த தொகையை கட்ட அவர்களால்தான் முடியும் என்பது வேறு!). முதல் தடவை அனுப்பும் போது மட்டும்தான் என் போன்ற புரோக்கர்கள் தேவைப்படுவார்கள். அந்த வி.ஐ.பி.க்கள் அடுத்த தடவை டைரக்டாக வீட்டுக்கே போன் அடிப்பார்கள். முதல் தடவை சென்ற 'பெண் குட்டிகள்' அவ்வளவு ஈடுபாடாக பழகிவிட்டு வரும்! அதற்கப்புறம் வேறொரு புதுபார்ட்டியைத்தான் கொண்டு வரவேண்டும் நான்!!

'தொழிலில்' அவ்வளவு சமர்த்துப் பெண்கள் அவர்கள்! இந்த விஷயம் எனக்கும் தெரியும்!

வேறொரு பெரிய மனிதரிடம் முன்பு ஒரே தடவைதான் கொண்டுவிட்டேன்! அக்காவும் தங்கையுமாக அப்புறம் எத்தனை தடவை அவர்களாக போய்விட்டு வந்தார்களோ.

வளசரவாக்கத்தில் ஸ்டுடியோ, தோட்டம், பங்களா என எல்லாமே சடுதியில் சேகரமாயிற்று அந்த பெரிய மனிதர் உறவால்!!

நடித்து சம்பாதித்ததை விட அவர்கள் கட்டிலில் துடித்து சம்பாதித்தது அமோகம்.

நான் சொன்ன வி.வி.ஐ.பி.யின் பெயர் கேட்டதும் புளகாங்கிதப்பட்டுப் போனார் தாய்க்குலம்!

பின்னே மாட்டாரா? நான் முன்பு பழக்கப்படுத்தி வைத்த ஒருநபரிடமே லட்சக் கணக்கில் கறந்து ஒரு தலைமுறைக்கு சொத்து சேர்த்தாயிற்று. இப்போது நான் சொல்வது பழைய வி.ஐ.பி.யை விட பராக்கிரமசாலி! டெல்லி வரைக்கும் தங்கள் கொடி பறக்குமே;

அரை மணி நேரம் தன் பெண்களுக்கு 'கிளாஸ்' கூட எடுத்திருப்பார்! அவரிடம் எப்படி நடந்து கொள்ள வேண்டும்...

என்ன கேட்க வேண்டும் என்று!

போயும் போயும் இதைப் போய் அவர்களுக்குச் சொல்லித் தர வேண்டுமா என்ன?

டெல்லிக்கும், காஷ்மீருக்கும், அஸ்ஸாமுக்குமாக பொழுதுக்கும் பறந்து கொண்டிருக்கும் அவருக்கு இதற்கெல்லாம் நேரமும் விருப்பமும் வருவதே அபூர்வம்! அது வந்து, அந்த வாய்ப்பு தன் பெண்களுக்கே கிடைக்கிறதென்றால் எவ்வளவு பெரிய அதிர்ஷ்டம்! அதை உபயோகித்துக் கொள்ள தவறுமா தாய்க்குலம்.

வாசலில் கார் குலுங்காமல் போய் நிற்க. எட்டிப்பார்த்தார்கள்.

"பெண்ணுக்கு எவ்வளவு ரூவாம்மா?" என்றேன்.

"சங்கர் அறியுமல்லே? எப்போதும் போல்!" -தமிழ் பேச திணறினார் அம்மா.

"எப்பவும் பதினைந்தாயிரம் தருவேன்... ஆனா இந்த தடவை ஒரு மாறுதலுக்கு நீங்க எனக்கு பதினைந்தாயிரம் தரீங்க!" என்றேன்.

"எந்தானு?" -நெற்றி சுருங்கினார்.

"ஆமா! ஏன்னா அடுத்த தடவை அவர்கிட்டே போக என் தயவு தேவையிருக்காதே உங்களுக்கு? அது மட்டுமில்லாம... அவர்கிட்ட இன்னும் எவ்வளவு லட்சோப லட்சம் சம்பாதிக்கப் போறீங்களோ... யாருக்குத் தெரியும்... உங்க மகள்கள்தான் அதிலே எமகாதகிகளாச்சே..."

"ஓ" -முகத்தில் கோபம் மொய்த்தது. இவ்வளவு புகழ் வாய்ந்த தன் மகளுடன் சுகம் அனுபவிக்க அவனவன் தவம் கிடக்கிறான். இவன் என்னடாவென்றால் ராத்திரி எழுப்பிக் கூட்டி செல்வதுமல்லாமல் தங்களிடமே பணம் கேட்கிறானே... என்ன கொழுப்பு? என்றுதான் நினைத்திருப்பார்.

"மிஸ்டர் சங்கர்! வில் யூ ப்ளீஸ் கெட் அவுட்?" என ஆத்திரம் பொங்க சொன்னது மூத்த பெண்.

"வித் ப்ளஷர்!" -சிரித்தேன்.

"எனக்கென்ன வந்துச்சு? அவரு ஏதோ ஒரு நடிகையைத்தான் கேட்டாரு... ஏழாயிரம் கொடுத்தேன்னா... சரிதான்னு அந்த கருப்பாயி வந்துட்டுப் போறா...! சாந்தி இருக்கவே இருக்கிறா! எனக்கொன்னும் நஷ்டமில்லை..." -கார் நோக்கிப் புறப்பட்ட என்னைத் தடுத்தாள் அம்மாக்காரி!

"இருப்பா!" என்றவள் உள்ளேயிருந்து பணம் கொண்டு வந்து நீட்டினாள். வாங்கி பையில் வைக்க "நீ உருப்படவே மாட்டே!" என சபித்தாள். மீண்டும் சிரித்தேன் .

"தேங்க்யூ" என்றபடி தலைவரின் ராயப்பேட்டை ஸ்டார் ஹோட்டலின் அறை எண் சொன்னேன்.

பெண் அம்மாவை முறைத்தது. "நம்ம பணம் கட்டி படுக்கப் போகணுமா. அதுவும் இந்த ராத்திரியிலே... பேஷ்! ரொம்ப நல்லா இருக்கு."

"வல்லிய இடம் தன்னே இது! அது கொண்டாக்கும் ஞான்...!? நீ போய்க்கோ மோளே! உனக்கு ஒந்நும் தெரியாது....!" என சமாளித்தார்.

"அம்மா எங்களுக்கு வகுப்பு எடுத்தே நீ... உனக்கு வகுப்பு நடத்திட்டார் பாரு இந்த ஆளு..."

"சரி... சரி... டயமாகுது! சீக்கிரம் புறப்படுங்க; அதான் எல்லாத்தையும் சேர்த்து வச்சு அவர்கிட்டே கறக்கப்போறீங்களே அப்புறம் என்ன?" என்றேன் நான்.

கார் அரை மணியில் ஹோட்டலை அடைந்தது. நடிகை பின் தொடர லிஃப்டில் மாடி ஏறி அறை கதவைத் தட்டினேன். "ஐயா! ஐயா!"

கதவு மெல்ல திறக்க தூக்கக் கலக்கத்துடன் வெளிப்பட்டார் அந்த கதர் உடைத் தலைவர். தலையில் ஏகமாய் வெள்ளி ரோமங்கள்! மூப்பு முகத்தில் ததும்பினது.

"வாம்மா" என்றார் தேசியத் தலைவர்.

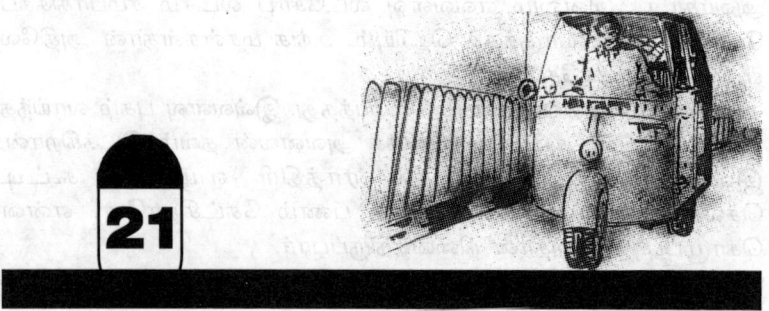

21

'ரோமாபுரி நகரம் ஒரே நாளில் கட்டி முடிக்கப்பட்டதல்ல' என்று பிரபலமான ஒரு ஆங்கிலப் பழமொழி உண்டு! எனக்கு இது சாலவும் பொருந்தும். ஆம்! எனது எவரெஸ்ட் உயரக் குற்றங்களுக்கு என் ஒருவனை மட்டுமே குற்றஞ்சாட்டுவது எல்லா தர்மங்களின் படியும் தப்பு!! 'தர்மமே தப்பு' என தறிகெட்டுப் போய்க்கொண்டிருக்கும் சூழலில், வாய்மை வாய்மூடிக் கொள்ளத்தான் செய்யும்.

நான் மட்டும் அதற்குப் பொறுப்பல்ல. சரி வேறு யார் யாரெல்லாம் பொறுப்பு? ஒரு கோடி ரூபாய் கேள்வி இது. மிக அவசியமும் ஆதாரமுமான கேள்வி!

எனது பாவங்கள் பாஞ்சாலி சேலை மாதிரி வற்றாமல்

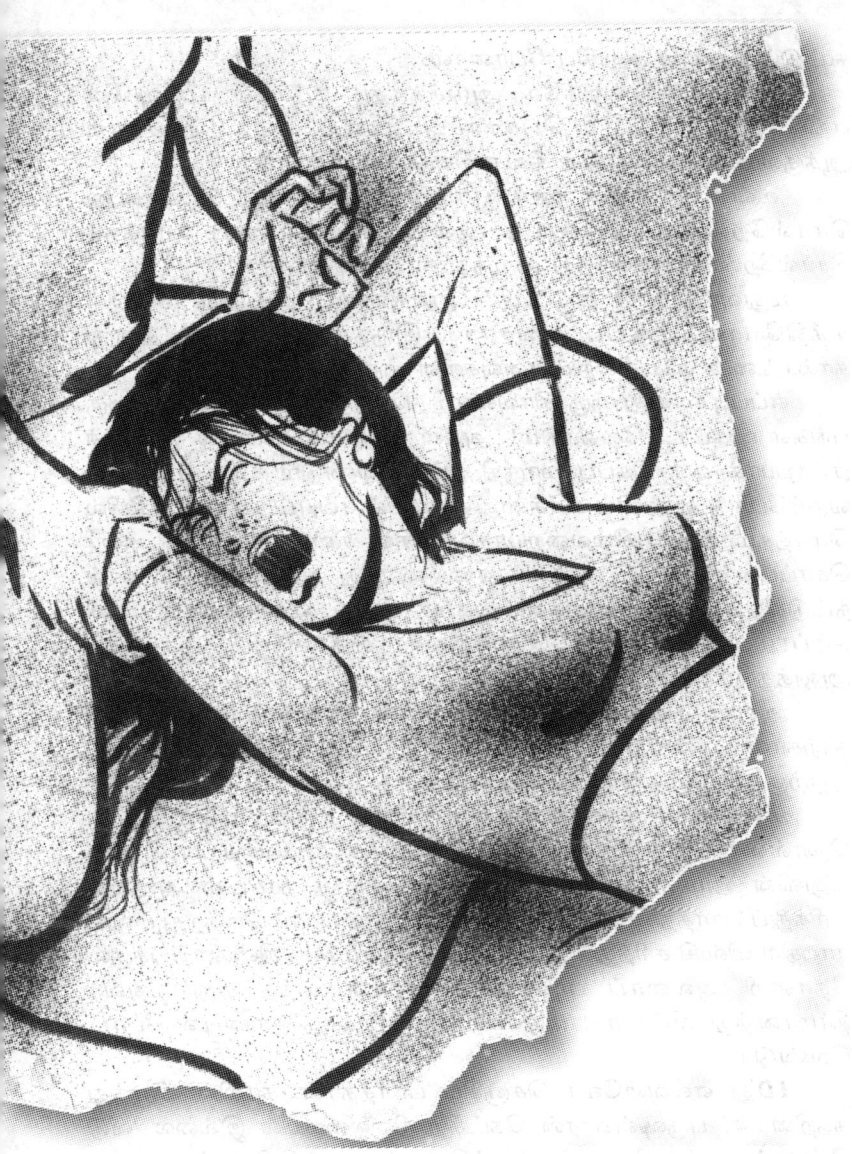

வளர்ந்ததற்குக் காரணமாயிருந்தவர்கள். அதிகாரங்களோடும், அலங்காரங்களோடும் பவனி வருவது ஒரு நித்திய நிஜம்! ஆனால் நான்?

மது அதிர்ந்தாள்... கணவனே ‘விபச்சாரம் செய்’ என்று சொன்னால் எந்தப் பெண்தான் அதிர்ச்சியடைய மாட்டாள்! இதயத்தின் வலது அறைகளில் கோபம். இடதில் துக்கம்! மோருக்குள் விழுந்த உப்புத்தூளாய் சோகத்தில் கரைந்து போனாள்.

கூட்டுப்புழுவாய் குறுகிப் போனாள்.

"இது பகவானுக்கே அடுக்காது! கட்டின புருஷனே எங்கேயாவது பொண்டாட்டியை விபச்சாரி ஆக்குவானா...?"-சினத்தில் சிவகாசியாக வெடித்தாள்.

"உன்னை என்ன ஊர் பூராவுமா மேய்ஞ்சுட்டு வான்னு சொல்றேன்...? ஒரேயொரு ஆள்கிட்டே தானேடி படுக்கச் சொல்றேன்!" என எரிந்து விழுந்தான் புருஷன்காரன்!

மதுவுக்கு ஊர் திருப்பதி! புருஷன்காரனுக்கு ஒரு மில்லில் உத்தியோகம்! சூப்பர்வைசராக இருந்தான். அவன் தனது கால்சட்டை பை நிறைய கனவுகளை வைத்திருந்தான்.

எப்படியாவது ஒரு கிரவுண்ட் நிலம் வாங்கி சின்னதாக ஒரு பங்களா கட்ட வேண்டும்! அதன் போர்டிகோவில் பூனைக் குட்டியாக ஒரு சிகப்பு மாருதி நிற்க வேண்டும்! போகும்போது வரும்போது வாசலில் கூர்க்காவின் ராயல் சல்யூட் என்கிற ரீதியில் மொத்தமாகவும், சில்லறையாகவும் சில சில ஈஸ்ட்மென் கலர் சொப்பனங்கள்! குடிசையில் தலை வைத்து தாஜ்மஹாலில் கால் நீட்டுகிற பலூன் கனவுகள். அதற்கு இந்த சூப்பர்வைசர் பதவி சரிப்படாது! பழைய ஹெர்குலஸ் சைக்கிளும், குச்சுலும் அலுத்துதான் விட்டது.

அவன் கனவுகளெல்லாம் பலிக்க வேண்டுமானால் ஒரு நாற்காலி வேண்டும்! பிராஞ்ச் மேனேஜர் பதவி என்ற சிம்மாசனம்... அதற்கு ஆயுதம்தான் பெண்டாட்டி...

மில்லின் மானேஜிங் டைரக்டர்களில் ஒருவர் மிகப் பெரிய ஜொள்ளர்! ஆலையின் ஆண்டு விழாவுக்கு கணவனுடன் சென்ற மதுவின் அழகு அவரை அசத்திவிட, 'இந்த நிமிடம் அவளை உரித்துப் பார்த்தால்தான் ஆயிற்று' என்று முரண்டு பிடித்தது மனசு! ராத்திரி விஸ்கி சரித்து குடிக்கப் போகும் சமயம்... கிண்ணத்துக்குள் தோன்றி அவரைப் பார்த்து சிரித்தாள் அந்த மது!! அவர் தீர்மானித்து விட்டார்! மதுவின் புருஷனுக்குத் தூண்டில் போட வேண்டும்.

மது எவ்வளவோ கெஞ்சிப் பார்த்தாள். காலில் விழுந்து கதறினாள்! புருஷன்காரன் கேட்கிற நிலைமையில் இல்லை. 'வீடு தேடிவர்ற லட்சுமியை வேணாம்கிறியா' என எகிறினான்.

"புருஷன் சொல்வதைக் கேட்பவள்தானே பத்தினி... இப்போ நான் சொல்வதைக் கேள்" என்று சென்டிமெண்ட்டாகத் தாக்கினான்.

அன்புக்காக எதையும் தியாகம் செய்யலாம்தான்! அன்பையே தியாகம் செய் என்றால்? மனசுக்கும் மனசாட்சிக்கும் மத்தியில் மல்யுத்தமே நடந்தது கடிகாரப் பெண்டுலமாக உள்ளுக்குள்

நெஞ்சம் அலைபாய்ந்தது.

"யோசிச்சுப் பாரு...! காரு, பங்களான்னு எத்தனை வசதிகள் எனக்குக் கிடைக்கும்...? ராத்திரி ஷிஃப்ட்டுன்னு கண் விழிச்சு வேலை பார்க்க வேணாம்! சைக்கிள் பெடலை மிதிக்க வேணாம். நான் மானேஜராகிறது உன் கையிலே தாண்டி இருக்கு... எனக்காகவும், நம்ப குழந்தைகளுக்காகவும் கொஞ்சம் இரக்கம் காட்டுடி!" -வார்த்தைகளுக்கு நிறம் கொடுத்து வானவில் செய்தான். கண்ணீரும், கம்பலையுமாக பத்தினி படிதாண்டினாள்.

அவனுக்கு சடுதியில் சிம்மாசனம் கிடைத்தது. கண்ணை விற்று சித்திரம்! விரலை விற்று வாங்கின வீணை!

கார், பங்களா என கண்ட கனவுகளெல்லாம் வரிசையாக வந்து நின்று வாசல் கதவு தட்டினது. இப்படி பெண்டாட்டியை வாடகைக்கு அனுப்பினது கேவலமில்லையா? அதிலொன்றும் அவனுக்கு வருத்தமில்லை. தங்களுக்குத் தாடியில்லையே என்று பெண்கள் வருத்தப்படுவார்களா என்ன?

ஆனால், அவளுக்கு அருவருப்புதான்... சாகும் வரைக்கும் சாகாமலிருக்கப் போகும் நினைவு!! அதிர்ச்சியை ஒருவாறு ஜீரணிக்கப் பழக ஆரம்பித்த நேரம்... மறுபடியும் ஒரு அதிர்ச்சியைத் தந்தான் புருஷன்காரன். நொறுங்கிப்போய்விட்டாள். திடும் என்று எவளையோ இரண்டாம் கல்யாணம் பண்ணிக்கொண்டு வந்து நின்றான்! அதிர்ச்சி அப்பிக்கொண்டது அவளை.

"எனக்கு நாலு பார்ட்டிகளுக்குப் போகிறப்போ பொண்டாட்டின்னு ஒரு படிச்சவளை காட்டினாதான் நல்லதுன்னு நினைக்கிறேன். நீ பட்டிக்காடு.. பேசாம அவளை அட்ஜெஸ்ட் செய்து கொண்டு போ!" என்று அட்வைஸ் செய்தான். சுக்கல் சுக்கலாக உடைந்து போனாள்! யாரை யார் அட்ஜெஸ்ட் செய்வது? உலக மகா அக்கிரமமாயிருக்கிறதே! என்னடா இது... மதுவுக்கு வந்த சோதனையா?

உஷ்ணம் உயர்ந்து கொண்டே போயிற்று. கண்களில் கோபம் தெறிக்க புருஷனிடம் சண்டை போட்டாள். இதை அனுமதிக்க முடியாது என்றாள்.

அவன் வாயை கோணிக்கொண்டு சிரித்தான். "நீ என்னடி என்னை அனுமதிக்கிறது... தேவடியாத்தனம் பண்ணின உன்னை நான் வீட்டுக்குள்ளே அனுமதிச்சாதானே?"

மதுவின் தலையில் நெருப்புக் குற்றாலம் கொட்டின வலி...! அவளுள் எதுவோ உடைந்து போனது.

"நா... நான்... படிதாண்டினேன்தான்! ஆனா நீ தானேய்யா அனுப்பினே வெட்கமில்லாம...?"

"யெஸ்! நான் உன்னை இன்னொருத்தன்ட்ட

அனுப்பினேனில்ல? இப்ப நீ என்னை அனுப்புடி!"

ஆடிப் போய்விட்டாள். அதற்கப்புறமும் சண்டை போட பிடிக்காமல் புருஷன் முகத்தில் காறித் துப்பி விட்டு ரயிலேறினாள்.

எண்பதுகளின் மையமான தினங்கள். இந்திரா நகரில் கொடி கட்டிப் பறந்த அனுமந்தராவ் என்ற புரோக்கரிடம் அரும்பணி(!) ஆற்றினாள் மது! எங்கெங்கோ தடுமாறி விழுந்து காலம் அவளை இப்படி கரை சேர்த்தது.

அப்போது கூட அவளது அழகு கணிசமாய் மிச்சமிருந்தது. தேடிவரும் 'பார்ட்டிகளை' அனுமந்தராவ் சோபாவில் அமர்த்தி கைவசமிருந்த பத்து, பன்னிரெண்டு பெண்களை வரிசையாக நிற்க வைத்து காட்டும் போது, யாரும் முதலில் தேர்ந்தெடுப்பது மதுவைத்தான்!

அன்றைக்கும் அப்படித்தான் ஆனது. 'சபலிஸ்ட்' ஒருத்தன் இவளைத் தேர்வு செய்ய, ராவ் முன்னூறு ரூபாயை ராவிக்கொண்டு அவனுடன் ஆட்டோவில் அனுப்பி வைத்தான்.

ப்ளூ லாகூன் ஹோட்டல் முன்னால் வாகனம் நின்றது. இளைஞன் பூட்ஸ் சப்திக்க லாட்ஜுக்குள் பிரவேசித்தான். பின் தொடர்ந்தாள் மது!

அறைக் கதவைத் திறந்ததும் பெண் அதிர்ச்சியில் உறைந்தது. உள்ளே, ஏற்கனவே வாயெல்லாம் பல்லாக ரெண்டு வாலிப வயோதிக அன்பர்கள் கட்டிலில் காத்திருந்தார்கள். மூன்று பேர் சேர்ந்து இவளை வேட்டையாடும் உத்வேகத்துடன் அழைத்து வந்திருக்கிறார்கள்! போதாக்குறைக்கு அந்த மிருகங்கள் போதையில் வேறு இருந்தன. மறுக்கவும் முடியாது! நாசூக்காக சொல்ல வேண்டும்... என்னதான் விலைமாது என்றாலும், மூணு ஆடவர் முன்னால் அவிழ்த்துப் போடுவது கேவலம். நினைத்துப் பார்க்க முடியாத அசிங்கம்! ரெண்டு பேரை வெளியே போகச் சொல்ல வேண்டுமே என்று யோசித்துக் கொண்டிருக்கும்போதே, பட்டென்று கதவைச் சாத்தி அவளை அள்ளிக் கொண்டார்கள். மிருகமாய்ப் பரவினார்கள்.

கிடைத்த ஒரே குழந்தையை கொஞ்சிக் கொஞ்சியே கொன்று விடுவது கணக்காய், சந்தோஷத்தின் பெயரால் அவளை சாக்கடையாக்கினார்கள்.

விருந்துக்கு வந்தவளே மரணத்தின் மேஜையில் பரிமாறப்பட்ட கதையாயிற்று. அவளை மூன்று பேருமாக சேர்ந்து அல்லோலகல்லோலப்படுத்தினார்கள்! மதுவின் மத்தியப் பிரதேசத்தில் ஒருவன் எரியும் சிகரெட்டினால் மச்சம் வைக்க ஆரம்பித்தான். இன்னொருவன் துச்சாதன காரியத்தில் விருப்பம் காண்பித்தான். மூன்றாமவன் அவளது கைகள் ரெண்டையும்

முறுக்க ஆரம்பித்தான்.

இருதயம் கண்களுக்கு இடம் பெயர்ந்தது போல் துடித்துப் போனாள் மது! அவர்களது வன்முறை அவளின் உயிரின் பரப்பை உரசிற்று. அவர்கள் மனிதர்களே இல்லை. வண்டலூரில் வாழ வேண்டியவர்கள், பெண்ணின் உடலை இம்சிப்பது மாத்திரமே அவர்களைப் பொறுத்து சந்தோஷம்... காமம் என்பது காதலுக்கு அடுத்தகட்டமாக இருப்பது மானுட இயல்பு! கதறலுக்கு அடுத்த கட்டம் என்பது அந்த வக்கிர புத்தி படைத்தோரின் வாழ்வியல் நெறி போல!

அவர்களுக்கோ அது சாதாரணம். அந்தப் பெண்ணுக்கோ பூவின் தலையில் கடப்பாரை உட்கார்ந்த மாதிரி ரணமோ ரணம்! சிகரெட்டால் சுட்டது போதாதென்று, லைட்டரை உலுக்கி நெருப்பு ஜோதியை விடுவித்து, அவளது ரவிக்கை விலக்கி...

உயிரின் ஆதாரமே ஆடிப்போயிற்று வலியில், மது துடித்துப் போய் அலறித் தீர்த்தாள். அவர்களில் ஒரு முரடன் சட்டென்று வாய் பொத்த. சத்த வெள்ளம் அணைக்கட்டை மீறி வரமுடியவில்லை.

இன்னொரு அக்னிப் பரீட்சை அடுத்த மார்புக்கு வைக்கப்பட்டது. அவளால் நிற்க முடியவில்லை. கால்களுக்கு கால்கள் தேவைப்பட்டது! இருதயம் மேலே ஏறிவந்து கண்களைப் பிதுக்குவதாய் கலங்கிப் போனாள். வலி தாங்காது தப்பிக்கும் முயற்சியில் பொத்தியிருந்த விரல்களைக் கடித்தாள். அவன் கையை உதறிக் கொண்டு விலகினான். கிடைத்த தற்காலிக விடுதலையை அபாரமாய் உபயோகித்தாள். குய்யோ முறையோ என்று அலறித் தீர்த்தாள். ஏழெட்டு முறை கத்தினதும் சப்தம் அலை அலையாய் கசிந்து அடுத்த அறையில் பேசிக் கொண்டிருந்த ரெண்டு பேரை உசுப்பிற்று. அதில் ஒருவர் இன்ஸ்பெக்டர் ஆனந்தன். இன்னொரு நபர் சாட்சாத் நானேதான்!

கதவு உடைக்கப்பட்டது. மூன்று பேரும் அதிர்ச்சியில் நிமிர, அந்தப் பெண் கதறி அழுதபடி ஓடி வந்தது! மாருக்குக் குறுக்கே கைகள் பெருக்கல் அடையாளமாகி மானம் காத்தது. கீழே கிடந்த துணிமணிகளைப் பொறுக்கி ஆனந்தன் அவளிடம் நீட்ட, கோயில் துளசி தீர்த்தம் வாங்கிக் கொள்ளும் பக்தனைப் போல் மகாபக்தியுடன் வாங்கிக்கொண்டு மறைவிடம் ஓடினாள்.

அப்புறம்...

அகரத்திலிருந்து ஆகாரத்திற்கு இடம் மாறினாள் மது! அதாவது, 'அ'னுமந்தராவ் நிறுவனத்திலிருந்து 'ஆ'ட்டோ சங்கர் கம்பெனிக்கு!

மதுவை ஆரம்பத்தில் விடுதிக்குக் கூட அனுப்பவில்லை நான்!

சுமதி இருக்கும் வீட்டில் கொண்டு போய் விட்டு ஓய்வெடுக்கச் சொன்னேன்! தன் தாயாரிடம் தப்பித்து கற்புக்கு அடைக்கலம் கேட்டு தங்கியிருந்தாளே, அதே சுமதி!

மது அப்போதுதான் சென்னைக்கு வந்திருந்த புதிது! 'எதையுமே இன்னும் பார்க்கவில்லை... கோல்டன் பீச், மகாபலிபுரம் எல்லாம் பார்க்க ஏற்பாடு செய்யுங்களேன்' என என்னிடம் கோரிக்கை கொடுத்தார்கள்.

"பாவம் சுமதி... அந்தப் பெண்ணும் கூட எதையும் பார்க்கவில்லை... ரெண்டு பேரையுமே கூட்டிப் போகிறேன்". காரை நானே ஓட்டிச் சென்றான்.

சைதாப்பேட்டை கலைஞர் வளைவு அருகே பச்சை குத்திக்கொண்டிருப்பவர்களை கண்டதும் சுமதி அடம் பிடித்தாள். அவளும் பச்சைக் குத்திக் கொள்ள வேண்டுமாம்! சம்மதித்தேன். பச்சை குத்துபவரிடம் கையை நீட்டி, "கௌரி சங்கர் ஜெகதீஸ்வரின்னு எழுதுங்க" என்றாள்.

"எங்க பேரை எதுக்கும்மா பச்சைக் குத்திக்கிறே...? அதெல்லாம் வேண்டாம்!"

சுமதி சம்மதிக்கவில்லை.

"வடக்கேயெல்லாம் தங்கச்சி அண்ணன் மேலே வச்சிருக்கிற பாசத்தை காட்டறதுக்கு 'ரக்ஷா பந்தன்'னு பண்டிகை கொண்டாடி 'ராக்கி' கட்டுவாங்களாம்... இங்கே அது இல்லே... நான் என் அண்ணன் -அண்ணி பேரை கையிலே பச்சை குத்திக்கிட்டு என் அன்பை வெளிப்படுத்தறேன்... அவ்வளவுதான்..." என்று மௌனமாக்கினாள் சுமதி.

சுமதி வலியைப் பொறுத்துக் கொண்டு பச்சைக் குத்தி முடிக்க, யாரும் எதிர்பார்க்காத வகையில் மதுவும் கை நீட்டினாள். "நானும் பச்சை குத்திக் கொள்வேன் சங்கர் அண்ணன் பெயரை."

தீவிரமாக தடுத்தேன். "அது அசிங்கமா சிகப்பு உடம்புலே பளிச்சுன்னு தெரியும்! அன்பு மனசிலே இருந்தா போதும்... அதெல்லாம் குத்திக் கொள்ளக்கூடாது!"

பெண் முடியவே முடியாது என பிடிவாதம் பிடித்தது. சுமதியும் வேறு மதுவுடன் சேர்ந்து கொள்ள, சம்மதிப்பது தவிர வழியில்லாது போயிற்று. மது 'கௌரி சங்கர்' என்ற பெயர் குத்தி முடிப்பதற்குள்ளாகவே கூச்சலும், பிரேக் டான்ஸுமாக ஒரு எக்ஸிபிஷனே நடத்திவிட்டாள். குத்திக் கொள்ளும்போது கையில் ஒருவித கூச்சமும், வலியும் ஏற்படும். அதைத் தாங்கமாட்டாமல்தான் அத்தனை ஆட்டமும்! 'அந்த ஒரு பெயர் குத்திக்கொண்டதே போதும்... இப்படி கூத்தடிக்கறே" என்று காதைத் திருகி கூட்டிப் போனேன்!

மகாபலிபுரத்தில் ரெண்டு பெண்களையும் நிற்க வைத்து ரோல் ரோலாக படம் எடுத்தேன். உயர்தர ஹோட்டலில் சாப்பிட்டோம். கார்டன் சில்க் சேலைகள் ரெண்டு பேருக்கும் வாங்கித் தந்தேன்.

"ராக்கி கட்டின தங்கச்சிகளுக்கு அண்ணனோட அன்புப்பரிசு!"

புகைப்படங்கள் மின்னல் மழையாய் எடுத்துத் தள்ளிக் கொண்டிருந்தபோது... "அண்ணன்... நீங்களும் எங்க கூட சேர்ந்து ஒரு படம் எடுத்துக்கக் கூடாதா? அது ஆட்டோமேடிக் காமிராதானே..." என்றாள் மது...!

'சரி' என சிரித்தபடி வந்து போஸ் கொடுத்தேன்.

அதே காமிராவில் எவ்வளவோ புள்ளிகளை ரகசிய ஃபோட்டோ எடுத்திருக்கிறேன். பின்னால் தேர்தல் சமயத்தில் 'சீட்' கேட்கவோ, நிதி கேட்கவோ அந்தப் படங்கள் உதவும் என்ற நப்பாசையில்...

அந்தப் படங்கள் யாருக்கு உதவிற்றோ, நான் தனக்குத் தானே எடுத்துக்கொண்ட இந்தப் படம் எனக்கே எமனாக மாறும் என்று அப்போது எனக்குத் தெரிந்திருக்கவில்லை.

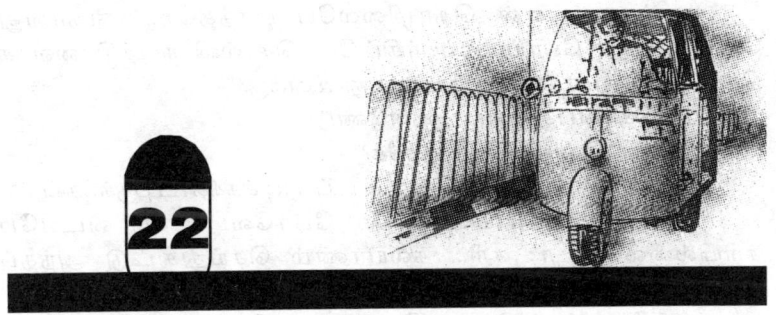

22

"எல்லாச் சாலைகளும் மாஸ்கோவை நோக்கி" என்கிற வாக்கியம் சிகப்பு சித்தாந்த வேந்தர்களின் வேதம்! எனது அந்த நாள் காரியங்களும் அப்படித்தான்; எல்லா செயல்களும் எம்.எல்.ஏ. பதவி நோக்கி என்பதாய் இருந்தது!

பெரியார் நகரில் என்னை தி.மு.க.வில் பெரிய ஆளாக வளர்த்துக் கொள்ள சிரமம் எதுவும் படவில்லை; நூற்றி நாற்பத்தி ஒன்பதாவது வட்டத்தில் எங்கே தி.மு.க. கூட்டம் நடந்தாலும் மேடை செலவு நம்முடையதுதான்! முன்னேற்றக் கழகத்தின் முன்னணிப் பேச்சாளர்களில் யாரை அழைத்து கூட்டம் போடுவது என தீர்மானிப்பவனாக இருந்தேன்.

பொது சேவையிலும் குறிப்பிடத்தக்க இடம். ஏரியாவாசிகள் எல்லோரும் மெச்சுகிற வகையில் சமூகப் பணிகள்! அந்தப் பகுதியில் யார் வீட்டில் கல்யாணம் என்றாலும் முதல் பத்திரிகை வைக்கும் அளவு சுலப புகழ்;

பிராந்தியத்தில் என்ன பூசல் வந்தாலும் வம்பு தும்பு என்றாலும் தீர்ப்பு சொல்கிற ஸ்தானம் எனக்குத் தரப்பட்டது.

ஒரு பக்கம் ஆக்கப்பூர்வமான வேலைகளை- சமூகப் பணி செய்து கொண்டே இன்னொருபுறம் அக்கப்போரான விவகாரங்கள்!

அந்த விடிகாலையில் அவர்களை எதிர்பார்க்கவேயில்லை. ஒரு இளம் ஜோடி!! தாவணி பருவத்தில் நின்ற அப்பெண்ணை இதற்குமுன் பார்த்ததில்லை...!ஆனால், உடன் நின்ற பையனைப் பார்த்திருக்கிறேன்... திருவான்மியூர் ஏரியாதான் அவனுக்கும்! சாராயக்கடைக்கு அருகிலிருந்து ஒரு இன்ஸ்டிட்யூட் அருகே அடிக்கடி பார்த்திருக்கிறேன்... மற்றபடி அறிமுகம் இல்லை! என்ன வேண்டும்? என விசாரித்தேன்.

"நாங்க ரெண்டு பேரும் உயிருக்குயிரா காதலிக்கிறோம் அண்ணே! நீங்கதான் கல்யாணம் பண்ணி வைக்கணும்" -பையன் தயவாகக் கேட்டான்.

"ஏண்டா... என் தொழிலையே மாத்தறே...? ஏதாவது கோயிலுக்குப் போய் அய்யர்கிட்டே சொல்லி நடத்தி வைக்க சொல்லு...! ஆமா, என்ன வயசாகுது உனக்கு?"

"பத்தொன்பது வயசு அண்ணே!"

"என்ன பண்ணிகிட்டிருக்கே?"

"ப்ளஸ் டூ பெயில்ண்ணே! டைப் படிச்சுக்கிட்டிருக்கேன்..."

"டைப்பும் பெயிலாதான் போவே! உன் டைப்பே சரியில்லையேடா; சரி... கல்யாணம் செய்துகிட்டு அந்தப் பெண்ணை எப்படிக் காப்பாற்றுவே...?"

"எங்கேயாச்சும் வேலை தேடி... சம்பாதிச்சு" என்றான் தயக்கக் குரலில்.

"மயிர சம்பாதிப்பே" -பற்றிக் கொண்டு வந்தது கோபம்.

"பெரிய்ய ஐ.ஏ.எஸ். படிச்சுப்பிட்டே... ஏண்டா உயிரை எடுக்கிறே காலங்காத்தாலே...? த பாரு... பேசாம ஊடப் ஒழுங்கா படிச்சு பாஸ் பண்ற வழியைப் பாரு! இதுக்குப் பேரு 'காதல்'ன்னு உனக்கு எவன் சொன்னான்? வெறும் பருவக் கோளாறுதான்... புரியுதா? உனக்கு இப்பப் புரியாது; வருஷங்களாகணும்; வண்டியிலே ஏறு.... முதல்ல உங்க வீட்டுக்குப் போவோம்! பொண்ணு வீடு எங்கே இருக்கு?" -அதட்டவும், பையன் குரல் தழுதழுக்க என் கால்களில் விழுந்தான். "அய்யய்யோ! ஏற்கனவே

எங்க ரெண்டு பேரையும் இவளோட ஆளுங்க பூரா தேடிக்கிட்டு இருக்காங்க அண்ணே! இவ மாமா வேற எம்.எல்.ஏ.! கிடைச்சோம்ன்னா ரெண்டு பேரையும் தொலைச்சுக் கட்டிடுவாங்க" என்றான். கண்களின் கருப்பு கோலிகள் நீருக்குள் தத்தளித்தன.

எம்.எல்.ஏ. என்றதும் என் காதுகள் சற்று கூர்மையாயின.

"அந்த எம்.எல்.ஏ. யார்?" என்றேன் ஆர்வதொனியில்.

"பம்மல் நல்லதம்பின்னு பேரு! தி.மு.க. எம்.எல்.ஏ. பொல்லாதவரு."

பம்மல் நல்லதம்பி, கட்சிக்குள் எனக்கிருந்த ஒரு எதிர்கால சவால்; நான் சாராய வியாபாரி என்பதைக் கட்சி மேல் மட்டம்வரை அம்பலப்படுத்தியவர்! எனது வளர்ச்சிக்கு அவ்வப்போது முட்டுக்கட்டையான ஆள்; எனக்கு எம்.எல்.ஏ. பதவி கேள்விக்குறி ஆகுமானால், அதற்குப் பெரிதும் காரணம் இந்த நல்லதம்பிதான்.

ரெண்டு பேருக்குள்ளும் பழைய பகை இருந்தது. கணக்குத் தீர்த்துக் கொள்ள இந்த சந்தர்ப்பத்தை நாகாஸ்திரமாக்கிக் கொள்ளலாமா என்று யோசித்தேன். அந்தப் பெண்ணைத் திரும்பிப் பார்த்தேன்.

"பம்மல் நல்லதம்பி உனக்கு என்ன சொந்தம்?"

"தாய்மாமன்" என்றாள் அவள் மிட்டாய்க் குரலில்.

எனக்கு சந்தோஷமாயிற்று. இந்தப் பிரச்சினையில் பம்மலை மண் கவ்வ வைக்க வேண்டும் என ஏக மனதுடன் தீர்மானம் நிறைவேற்றிக் கொண்டேன்.

அவள் படிப்பு விபரங்களைக் கேட்டேன். பெயர் சுந்தரி! தாம்பரம், கிறிஸ்ட் கிங் கான்வென்ட்டில் ப்ளஸ் டூ படித்து வருவதாகச் சொன்னாள். கொலைக்குற்றம் சாட்டப்பட்டவன் நீதிபதியின் உதடுகளையே கவனிப்பது போல என்னையே டென்ஷனுடன் பார்த்துக் கொண்டிருந்தாள் சுந்தரி.

"இது கல்யாணம் செய்கிற வயசில்லை. காதலிக்கிற வயசும் இல்லை! ஏன்... நீங்க காதலர்களும் இல்லை... உங்களோட நல்ல காலமோ கெட்ட காலமோ உங்க கல்யாணம் எனக்கு ஒரு விதத்திலே உதவியா இருக்கப் போகிறதாலே இதை நடத்தி வைக்கிறேன்... தம்பி! வேலைன்றது உனக்கு மீசை முளைச்ச மாதிரியோ, காதல் முளைச்ச மாதிரியோ தானா முளைச்சு வராது! ஏன்... நீ தேடினா கூட கிடைக்காது! வேலையில்லாம குடும்பம் நடத்த முடியுமா? அதனால நாளையிலிருந்து ஆட்டோ ஸ்டாண்டுக்கு வந்துடு... ஆட்டோ பழகு! வர்ற வாரம் உங்க ரெண்டு பேருக்கும் நானே கல்யாணம் செய்து வைக்கிறேன்... கிராண்டா!"

சுந்தரியும், சுந்தரனும் மனசு குளிர சிரித்தனர் பாரதிராஜா படத்தின் வெள்ளை கவுன் தேவதைகள் மனசுக்குள்

ஸ்லோமோஷனில் ஓடினார்கள். 'சுந்தரி நீயும் சுந்தரன் ஞானும் சேர்ந்திடும் நாள் திருவோணம்!"

என் தூக்கத்தைத் தொந்தரவு செய்தது இந்தப் பிரச்சினை. இந்தக் கல்யாணம் செய்து வைப்பது, முதலில் நியாயம் என்று கருதுவதே கூட கடினமான காரியமாகத் தோன்றியது.

பொம்மைக் கல்யாணம் மாதிரி மிக சின்னஞ்சிறிசுகளான இவர்களைச் சேர்த்து வைப்பது. சாராயம் விற்பதை விட மோசமான குற்றமாகப்பட்டது.

என்னதான் பையனுக்கு வேலை வாய்ப்பு தந்து, வாழும் வழியைக் காட்டினாலும் கூட, தனது சொந்த லாபத்துக்காக அவர்களைப் பணயம் வைக்கிறது பாவம்தானே? விபரமறியாத வயசில் கல்யாணம் பண்ணிக்கொண்டு என்னவென்று குடித்தனம் நடத்துவார்கள்? கிட்டத்தட்ட தன் வாழ்க்கை தப்பிப் போனதற்குக்கூட இந்த பால பருவ கல்யாணம்தானே காரணம்?

புதையல் எடுத்த கருமி கணக்காய், உறக்கமில்லாமல் தவித்தேன். நினைவுகளுக்குப் பேன் பார்த்துக் கொண்டிருந்தது நெஞ்சு.

கல்யாணத்திற்கு அப்புறம் அவர்கள் சந்திக்கப் போகும் சவால்கள் இருக்கட்டும். முதலில் கல்யாணம் நடத்துவதே ஒரு சவாலான விஷயமாயிற்றே... சுந்தரி மைனர் பெண்! ஏன், அந்தப் பையனும்தான்...! இவர்கள் கல்யாணத்தை சட்டம் கூட அங்கீகரிக்காதே! பெண்ணை அவன் நகைக்காக கடத்தி வந்ததாகப் புகார் புறப்பட்டால் கூட ஆச்சரியமில்லை... பையனை தண்டிப்பதற்காக பெண்ணை பெற்றவர்கள் அப்படியெல்லாம் புகார் சொல்வது வழக்கம்தான்! போதாக் குறைக்கு பக்கபலமாக இருப்பவர் ஒரு எம்.எல்.ஏ. அத்துடன் போனஸ் பாய்ண்ட்டாக எனக்கும், அவருக்கும் விரோதம் என்பது வேறு!

சுவரொட்டி போல சுலபமாய் தோன்றிய கல்யாணம். இப்போது கல்வெட்டைப் போல கஷ்டமாகத் தோன்றினது. மனசை சின்னச்சின்ன மின்சாரங்கள் தீண்டி விட்டுப் போனது.

பயந்தது போலவேதான் ஆயிற்று. சுந்தரி நகைக்காகக் கடத்தப்பட்டதாக சொல்லிக்கொண்டு ஒரு கூட்டம் அவளைத் தேடிக் கொண்டு வந்தது.

அடைக்கலம் தந்திருப்பது நான் எனத் தெரிந்ததும், பம்மல் பட்டர்ஸ் வார்த்தைகளை உதிர்த்தார். இப்போது சுந்தரியைக் கூட்டிப்போன பையனை விட்டு விட்டார். மைனர் பெண்ணை நான்தான் கடத்திவிட்டதாக எகிறிக் குதித்தார். போலீஸில் புகாரெல்லாம் கூட சொன்னார்.

போலீஸில் எனக்கிருந்த செல்வாக்கு பற்றி பம்மல் நல்லதம்பி

அறிய மாட்டார். ஆகஸ்ட் பதினைந்துக்கு கொடியேற்றச் சொல்லி 'அணிவகுப்பு மரியாதை' தரச் சொன்னால்கூட அநேகம் போலீஸார் என்னை ஆதரிப்பார்கள் என்பது அவருக்குத் தெரியாது பாவம்! மற்றவர்களுக்கு வேண்டுமானால் அவர்கள் தலைமைக் காவலர்கள். எனக்கு முன்னால் தஞ்சாவூர் பொம்மைகள்.

"கல்யாணத்தைக் காதும் காதும் வைத்த மாதிரி எளிமையாக, ரகசியமாக நடத்தினால் போதும்' என்று யோசனை சொன்னாள் சுந்தரி. எப்படியாவது சீக்கிரமாகக் கல்யாணம் நடந்தால் போதும் என்றிருந்தது அவளுக்கு. 'ரோஜாவை என்ன பெயர் சொல்லிக் கூப்பிட்டால் என்ன? மணக்கத்தானே போகிறது; எப்படி விவாகம் நடத்தினால் என்ன... தம்பதியாகத்தானே போகிறோம்' என்பது அவள் தரப்பு வாதம்.

ஆனால் நான் சம்மதிக்கவில்லை. பெண்ணை நானே கடத்தினதாக அல்லவா புகார்! சீட்டாட்டத்தில் ரம்மி கார்டு கிடைக்காதவன் போல ஏக்கம் எனக்கு. "அரசியல் வட்டாரத்திலே பூரா என்னை சாராய வியாபாரின்னு விளம்பரம் பண்ணினது மாதிரி, இப்ப பெண் கடத்தினேன்னு பரப்பப்பார்க்கிறாரா... பார்த்துடுவோம்! அவருக்காச்சு, எனக்காச்சு! பம்மல் காயை நகர்த்திட்டாரு... இனி என்முறை! சங்கர் யாருன்னு அவருக்கு அடையாளம் காட்டறேன்! அதற்கப்புறம் அரசியல்லேயும் அவரை தலையெடுக்க விடாம செய்யறேன்..."

"திட்டமிட்டபடி கல்யாணம் தடபுடலா நடக்கும்... எல்லாத்துக்கும் ஏற்பாடு பண்ணுங்கடா!" என என் படைக்கு உத்தரவிட்டேன்.

கல்யாணப் பத்திரிகையுடன் எம்.எல்.ஏ. வீடு தேடி பம்மலுக்கே காரில் சென்று இறங்கினேன். பம்மல் நல்லதம்பி நெற்றியில் வியர்த்தார்! வீடு தேடி வந்த எதிரியை வரவேற்பதா, வாதம் செய்வதா என்று மெலிதான தயக்கம் அவருக்கு. அவரைப் பார்த்து சிநேகமாய் சிரித்தேன். பற்கள் 'பளிச்' காட்டின.

"எங்க ஏரியாவிலே யாருக்குக் கல்யாணம்னாலும் முதல் பத்திரிகை எனக்குத்தான் அண்ணே வைப்பாங்க! எங்க வீட்டிலே நடக்கப் போற கல்யாணத்துக்கு நான் முதல் பத்திரிகையை உங்களுக்கு வைக்கிறேன்."-கவரை நீட்டினேன்.

பம்மலுக்குக் காதுகளில் கோடி நாகங்கள் கொத்தின வலி. சூழ்நிலையின் உஷ்ணத்தால் முடிவெடுக்க முடியாது தவித்தார்.

அந்த விஷ வினாடிகளில் விருட்சமாய் பரவிய உணர்ச்சிகளை விவரிப்பது கடினம்.

"சங்கர்... வீடு தேடி வந்தவனை அவமானப்படுத்தக் கூடாதுன்ற நாகரிகத்துக்காக உன்னை ஊனப்படுத்தாம அனுப்பறேன்...! நீ மீசை

முளைச்ச ஆம்பளையா இருந்தா... அந்தத் தேதியிலே... அந்த இடத்திலே கல்யாணத்தை நடத்தனும்! சரிதானா?”

முகத்தில் வெற்றிப் புன்னகையை வழியவிட்டேன்.

“ஸார்... கல்யாணம் நடக்கும்ன்றதாலேதான் இன்விடேஷனைக் கொண்டு வந்திருக்கேன்... ஒவ்வொரு பத்திரிகைக்கும் அஞ்சு ரூபா செலவு பண்ணி அடிச்சது. வேற எதுக்காகன்னு நினைக்கிறீங்க...?”

“ரைட்...! கல்யாணத்தன்னிக்கு சந்திப்போம்; ஒன்று மட்டும் தெரிஞ்சுக்க... கல்யாணம் நடக்காமலே அந்தப் பையனும், நீயும் மாமனார் வீடு போவீங்க! மைனர் பெண்ணை கடத்தினா எத்தனை வருஷம்னு தெரியுமில்லே?”

“ரைட்... தில்லு இருந்தா கல்யாணத்தை நிறுத்துங்க! ரகசியக் கல்யாணமில்லை இது... பத்திரிகை அடிச்சு, பந்தல் போட்டு, ஊர்கூடி நடத்தப்போகுது... யார் பெரிய ஆளுன்னு அப்பப் பார்த்துப்போம்!”

வாகனத்தில் ஏறிக்கொண்டு படாரென கதவைச் சாத்தினேன். புழுதி வாலுடன் கிளம்பிப் போனது கார்!

திருமணம் நடப்பதற்கு முன்பே ரெண்டு பக்க படைகளுக்கும் ஒரு வியட்நாம் போரே நடந்தது! ஏகமாய் தவணைமுறை யுத்தங்கள்! ரெண்டு பக்கத்து ஆட்களுக்கும் நிரம்பவே ரத்த சேதம்! வாடகைக் கொடுப்பதைவிட, ‘ஒத்திக்கு எடுப்பது’ உபயோகம் என்று தொலைநோக்குடன் யோசித்தேன். சம்பந்தப்பட்ட போலீஸ் அதிகாரிகளை ‘மொத்தமாக’ப் பெரும் தொகை தந்து ஒத்திக்கு வாங்கினேன். நல்ல தம்பியால் எதுவும் செய்ய முடியவில்லை.

ஒரே தரப்பு ஆட்டக்காரர்களுடன் ரெஃப்ரியும் சேர்ந்து கொண்டு ஆடும்போது, யாரால்தான் ஜெயிக்க முடியும்...?

இருந்தாலும்... ‘கல்யாணத்தன்று பார்த்துக் கொள்ளலாம்... போலீஸ் கல்யாணத்தை நிறுத்தி, அவர்களைக் கைது செய்யத்தானே வேண்டும்? இல்லாவிட்டால் போலீஸும் உடந்தை என்றல்லவா ஆகிவிடும்?’ என்று உறுமினார் பம்மல்.

கல்யாண நாள் நெருங்கிற்று.

‘‘அண்ணே... இதுவரைக்கும் வெறும் சண்டைகள்தான் நடந்துச்சு! போலீஸ் கண்டுக்காம இருந்துடுச்சு... இப்ப கல்யாணத்தை அனுமதிச்சா போலீஸும் சேர்ந்து குற்றம் செய்ததாக அல்லவா ஆயிடும்...? இந்த சிக்கல்ல அவங்களையும் இழுத்து விடணுமா?”

அமைச்சர் லெவலுக்கு யாரையாவது உதவிக்குக் கூப்பிடலாமா? ம்ஹும்... வேண்டாம்! இந்தச் சின்ன காரியத்திற்கு அவர்கள் என்னத்திற்கு?

பாரிவள்ளல் வீட்டு கதவைத் தட்டி யாரேனும் பழைய சோறு

கேட்பார்களா என்ன? அமைச்சர்களிடம் போய், போயும் போயும் ஒரு கல்யாணத்தை நடத்திக் கொடுங்கள் என்று கேட்பார்களா?

''அண்ணே... வி.ஜி.பி.க்கு உடனடியாக பொண்ணு அனுப்புவீங்களாம்... ஃபோன் வந்திருக்கு" என்றான் மோகன்.

"வி.ஜி.பி. சரி... வி.ஐ.பி. யாரு?" தம்பியிடம் கேட்டேன்.

"கே.ஏ.கே...!"

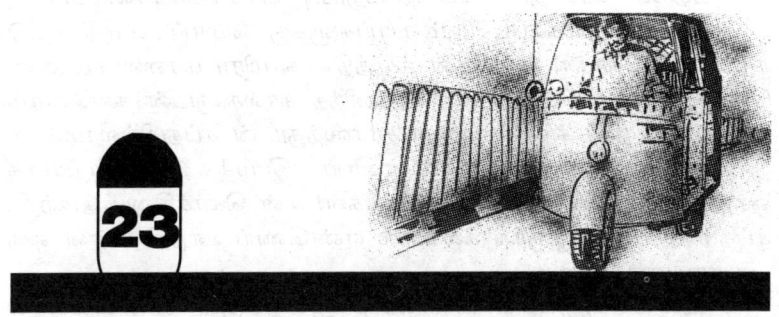

23

நான் எதிர்பார்த்தது போலவே அவர் ஒரு பலான பெண்ணைத்தான் கேட்டிருந்தார்.

அவர் சிலாகித்துக் கேட்டிருந்ததும் ஒரு சினிமா நடிகையைத்தான்! அதிலே ஆச்சரியமென்ன...? மேடையிலே நடிப்பவர் திரையிலே நடிப்பவளை விரும்புவார்தானே? இனம் இனத்தோடுதானே சேர விரும்பும்?

அதிலும், அந்த குறிப்பிட்ட நடிகைதான் வேண்டுமென்று அடம் பிடித்தார் அவர்.

மார்க்கெட்டும் மார்கட்டும் போன அவளைப் போய்...? என்று எனக்கு ஆச்சரியமாயிருந்தது.

அந்த நடிகை முதல் படத்தில் ஏற்றிருந்த கேரக்டரே முழு நேர வாழ்க்கையாகிப் போனது பரிதாபம்!

அரங்கேற்ற நாயகியாய் அய்யராத்துப் பெண்ணாய் பிறந்து அப்புறம் விலைமாதாக மாறிப் போகும் கதாபாத்திரம்! வெளியான உடனேயே விவகாரங்களை சம்பாதித்தது அந்தப் படம்.

நாயகியோ அதற்கப்புறம் எப்பவும் சர்ச்சைக்குரியவராகவே இருந்து வந்தார்.

மலையாள காம சினிமாக்களில் கண்டபடி நடித்து ஏராளமாய் பணம் பண்ணினார்! நடிப்பை விட தனது மறைவான பிரதேசங்களை ரசிகர்களுக்கு அறிமுகப்படுத்தி வைப்பதில் ஏனோ ஆர்வமாகிப் போனார்.

வாய்க்குள் ஜரிதா பீடாவை ஒதுக்கிக் கொண்ட நடிகை, நான்

நீட்டின நோட்டுக் கட்டை நோகாமல் வாங்கிக் கொண்டார்.
"எந்த ஓட்டல்?"
"வி.ஜி.பி." என்றேன்.
நடிகையைப் பார்த்து அட்டகாசமாக சிரித்துக் காட்டினேன். அரங்கேற்றப் படத்தில் நடிகை அப்படித்தான் ஒரு பேய் சிரிப்பு சிரிப்பார்...!
பதிலே பேசாது பணத்தை மறுபடி வாங்கிக்கொண்டார்.
தனது வழக்ககபடி ரூம் பாய்களுக்கு 'மொய்' எழுதிவிட்டு காட்டேஜ் நோக்கி நடந்தேன். கழுத்தில் காமிரா மாலை! பூட்ஸை வெளியே உதறிவிட்டு சாக்ஸ் அணிந்த கால்களுடன் சுவரோரம் நடந்தேன். நுனி காலில் பூனை சாகஸத்துடன் சப்தமில்லாமல்!
ஜன்னல் கதவை சன்னமாய் இழுக்க அமைதியாக ஒத்துழைத்தது. விசுவாசமான பசங்கள்! உள் கொக்கியை அகற்றி... சப்தம் வராமல் இருக்க கீல்களில் எண்ணெய் ஊற்றி என்ன ஒரு அபாரமான சேவை.
கூனை குறுக்கிக் கொண்டு அறைக்குள் பார்வையால் அலம்பினேன். இருட்டு! கண்களை இறுக்கமாக மூடி மூடித் திறந்தால் இருட்டு கண்களுக்குப் பழக்கமாகி விடும்...கும்மிருட்டில் நடப்பது கூட பார்க்க முடியும் என அனுபவத்தில் சுற்றிருந்த பாடம்.
இப்போது மங்கலாக அந்த சலனங்கள் தெரிய ஆரம்பித்தன. வசீகரமான பாலங்கள்...!
முக்கல் முனகல் சப்தங்கள் காதுகளை வருடின.
பெண் திடீரென எழுந்து விளக்கை போட அறையெங்கும் வெளிச்ச வெள்ளம்! கண்களைக் கூசவைக்கும் அவர்களின் பிறந்த மேனி தரிசனம்!
சந்தோஷத்துடன் காமிராவில் எல்லாவற்றையுமே படமாக்கிக் கொண்டேன்!
அந்த பெரிய மனிதர் கட்டிலில் இவ்வளவு அவலமாகவும் அழுக்காகவும் நடந்து கொள்வார் என்பதை எதிர்பார்க்கவேயில்லை நான்!
சட்டமன்றத்தில் என்ன நிதானமாக, மேடைகளில் எவ்வளவு அமைதியாக நடந்துகொள்கிற அவரா இப்படி?
நடிகை விளக்கு எரிய விட்டது ரொம்ப வசதியாகப் போய்விட்டது! படங்களை நன்றாகவே எடுக்க முடிந்தது.

விடிந்தால் கல்யாணம்! என் தலையெழுத்தை தீர்மானிக்கிற தினம். பரிவாரங்களிடம் வேலையை பகிர்ந்து கொடுத்தேன்.
"சரி... பிரச்சினையை எப்படி சமாளிக்கப் போறோம்... சட்டப்படி இது தப்பான காரியமாச்சே...?" -கவலையுடன் சிவாஜி கேட்டபோது சிரிக்கத்தான் முடிந்தது. பிறகு சன்னமாகச்

சொன்னேன்...

“சாராயம் விற்கிறது கூட தப்பான காரியம்தான்... நாம செய்யலை?”

“அதை ஒளிவு மறைவாதானே செய்கிறோம். இதுபோல விளம்பரம் பண்ணலையே!”

“கரெக்ட்...! இப்படி செய்யறது புத்திசாலித்தனமில்லைதான்...! ஆனா செய்து காட்டினோம்ன்னா கிடைக்கிற பலன்களை நினைச்சுப் பாரு? எவ்வளவு பெரிய சாகஸம் அது?”

“சரி... இதை எப்படி செய்யப் போறோம்?”

“நாம யோசிக்க வேண்டியது எல்லாம் அதைப் பற்றி மட்டும்தான்(!) ஜெயிக்கிறதுக்கு எப்பவுமே ரெண்டு வழி உண்டு...! நாம தீவிரமா பாடுபட்டு வெற்றியடையறது; இன்னொன்னு... எதிரிய ஜெயிக்க விடாம செய்கிறது!! இரண்டிலே ஒன்றை செய்தாலும் போதும்; எது சுலபமானதுன்னு முதல்ல பார்க்கணும்.”

கூட்டம் வாயைத் திறந்து போட்டுக் கேட்டுக்கொண்டிருந்தது.

“இந்த விவகாரத்திலே நமக்கு சுலபமானது பம்மலை மடக்கிப் போடறதுதான்!! நாளைக்கு விடிகாலையிலே சுடலை தலைமையிலே நாற்பது, ஐம்பது பேர் கிளம்பிப் போய் பம்மல் வீட்டைத் தாக்கட்டும். இதை அவர் சுத்தமா எதிர்பார்க்க மாட்டாரு... கல்யாணத்தன்னிக்கு கல்யாண மண்டபம் கிட்டேதான் மோதலை எதிர்பார்ப்பாரு! நம்ப ஆளுங்க பூரா இங்கேதான் ஒன்னு சேர்ந்திருப்போம்ன்னு நினைப்பாரு... அவரு வீட்டை நாம தாக்க ஆரம்பிச்சதும் நிலைகுலைஞ்சிடுவாரு! மண்டபத்திலே நடக்க வேண்டிய சண்டை அவர் வீட்டிலே நடக்கும்...”

“புரிஞ்சிடுச்சு” என்றான் சுடலை. தெளிவு கிடைத்த திருப்தியில் முகத்தில் பரவசம், பரவிற்று.

“அவர் வீட்டு வாசல்ல சண்டை நடக்கிறதாலே பிரச்சினை திசை திரும்பிடும்! விசாரணை என்ற பெயரில் அவரை ஸ்டேஷனுக்கு வரச் சொல்லிடுவாங்க போலீஸ்காரங்க!”

“ஆமா! போலீஸ்லே சொல்லி அந்த ஏற்பாடுகளை நான் கவனிச்சுக்கறேன்! ஒருவேளை சண்டை நடக்கும்போது அவர் அங்க இல்லைன்னாலும் கூட பரவாயில்லை... அவர் எங்கேயிருந்தாலும் விசாரணைக்கு கூட்டிட்டு போயிடுவாங்க! கல்யாண மண்டபத்து வாசல்லே வச்சு கூட அவரை அரெஸ்ட் பண்ணி கூட்டிட்டு போகலாம்... பிரச்சினையை டுவிஸ்ட் பண்ணி விடறதுக்காகதான் இந்த விடிகாலை தாக்குதல்... சுடலை மேலே ஒரு செவன்டி ஃபைவ் போட்டு பைன் கட்ட சொல்லுவாங்க... அவ்வளவுதான்! எப்படியோ முகூர்த்த நேரத்திலே பம்மலை ஸ்டேஷனுக்குக் கொண்டு போனாலே போதும்!”

“அருமையான திட்டம்” என பாராட்டினான் பாபு.

“ஆபரேஷன் பூமாலை’ன்னு சொல்லலாம் இதை” என்று சிரித்தபோது மீண்டும் கைதட்டிப் பாராட்டினார்கள்.

திட்டமிட்டது போலவே அனைத்தும் நிறைவேறிற்று.

சூரியனுக்கு முன்பே ஒரு பட்டாளம் எழுந்து போய் பம்மலுடன் வம்பு செய்தது. கல்யாணத்தை நிறுத்தத் திட்டமிட்டிருந்த பம்மலை இந்தக் காலை நேர யுத்தம் சலசலக்க செய்துவிட்டது. சுதாரித்து, அடுத்த நடவடிக்கை எடுப்பதற்குள் வேன் நிறைய நிரம்பி வழியும் காவலர்களுடன் சட்டம் வீட்டு வாசலில் நின்றது. நல்லதம்பிக்கு நல்ல நேரமில்லை! விசாரணைக்காக அத்தனை பேர்களையும் அள்ளிக் கொண்டு போனார்கள்!

டெலிபோன் சிணுங்க எடுத்துப் பேசினேன். எதிர்முனையில் அந்த அரங்கேற்ற நடிகை.

நடிகைகள் வேண்டுமென்று போன் வருமே தவிர, நடிகைகள்

என்னை போனில் கூப்பிடுவது வழக்கமேயில்லை. இப்போது என்ன புதுசாய்!

உடனே பார்க்க வேண்டும் என்றார் அந்த கோடம்பாக்க கோதை. ஆச்சரியத்துடனேயே அவர் வீடு சென்றேன். உள்ளே, சந்தேகம் குறுகுறுத்தது. எதற்குப் பார்க்க வேண்டுமாம்? பண பாக்கி எதுவும் இல்லையே...?

வரவேற்று உட்கார சொல்லி புத்தம் புது பீடாவை வாயோரம் ஒதுக்கிக் கொண்டார் நடிகை.

"எதுக்கு கூப்பிட்டே?" என்றேன்.

"ஓட்டல்லே படம் எடுத்தீங்களே... எல்லாம் பிரிண்ட் போட்டாச்சா?" பிரமிளா மிகச் சாதாரணமாக கேட்டார். எனக்கோ தூக்கி வாரிப் போட்டது.

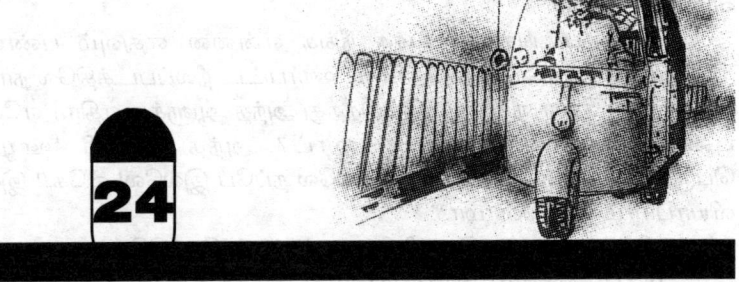

பிரமிளா பிரமிக்க வைத்தார். 'நாம் ரகசிய படம் எடுத்தது இவளுக்கு எப்படித் தெரியும்'

ஆச்சரிய முயல் என் மூளைப் பிரவேசத்திற்குள் குறுகுறுவென ஓடிற்று.

"எ... என்ன சொல்றே...?" என்று கேட்டு, மையமாக சிரித்து வைத்தேன்.

"த... பாருங்க! என்கிட்டே நடிப்பு வேணாம்! நானே ஒரு நடிகை" என்றதும் தலை கவிழ்த்தி தரை வெறித்தேன்.

"எத்தனை மலையாளப் படங்களிலே(!) நடிச்சிருக்கேன்(?) எம்புட்டு துபாய் கேசட்டுக்கு போஸ் கொடுத்திருக்கேன்... என் கூட கம்பெனி கொடுத்த ஆளுக்கே கூட தெரியாம? ஒரு காமிரா மிக சின்ன சத்தம் கொடுத்தாக் கூட நான் உஷாராகிறவ!"

எனக்குப் புரிந்தது!

தொழில் மும்முரமாக நடந்து கொண்டிருக்கும் போது விஜிபி காட்டேஜில் நடுவில் ஏன் விளக்கு எரிந்தது என்று;

விளக்கு என்பது புரூட்டஸ் மாதிரி! நட்பாக இருக்கும். திடீரென்று காட்டிக் கொடுத்துவிடும்! அதனால்தானே நானே

மரண வாக்குமூலம் ● 199

இருட்டை வழிகாட்டியாக (வாழ்க்கையாகவும்?) சேர்த்துக்கொண்டேன்.

தனக்குத் தொழில் தெளிவாக நடக்கட்டுமென்றுதான் அவள் அந்த விசாலமான இருட்டில் வெளிச்சத்தை வாரி வழங்கியிருக்கிறாள்!

“ஆக... பிரிண்ட் ‘பளிச்’ சென்று வரவேண்டுமென்றே இடையில் எழுந்து கொண்டு வெளிச்ச வெள்ளத்தை வாரி வழங்கியிருக்கிறாள்.”

அடுக்கு தவறாத பற்களில் சிரித்தார் நடிகை.

“நான் டிரஸ் போடாம நடிச்ச படங்கள்தான் அதிகம்...! இது அகில உலகத்துக்கும் தெரியும்! இருந்தாலும், நீங்க ரகசியமா படம் எடுக்கறீங்கன்னா... அந்த பெரும் புள்ளியை சீட்டிங் பண்ண தானே?”

உதட்டில் மறுபடி மழுப்பல் பிராண்ட் சிரிப்பை வழியவிட்டேன்.

“அந்த படங்களை வச்சு நீங்க என்னை எதுவும் பண்ண முடியாதுன்னு எனக்குத் தெரியும்! ஊர்பட்ட நீலப்படத்திலே நான் நடிச்சாச்சு; ஸோ, நீங்க படமெடுத்தது அந்த ஆளுக்கு எதிரா ஏதோ பண்றதுக்குதான்... ஆம் ஐ ரைட்? அந்த மாதிரி ‘ஊழல் பெருச்சாளிகளை’ சீட்டிங் பண்றதிலே தப்பே இல்லே! ஓ.கே.!! இனி வியாபாரம் பேசுவோமா?”

“வியாபாரமா?” -நெற்றியில் ஆச்சர்யம் தேக்கினேன்.

“ம்! படத்தோடு நெகட்டிவை நீங்களே வச்சுக்கங்க... எனக்கு ஒரு ரோல் பிரிண்ட் போட்டு கொடுத்துருங்க...! நான் முழு ஒத்துழைப்பு தறேன்! அண்ணா தி.மு.க., இந்திரா காங்கிரஸ் மாதிரி ஒரு வெற்றிகரமான கூட்டணி அமைப்போம்...! என்ன சொல்றீங்க!!”

பெண்ணா இவள்? ஈரைப் பேனாக்கி பேனைப் பெருமாள் ஆக்கி அந்தப் பெருமாளுக்கு நாமமும் போடுவாள் போலி ருக்கிறதே...!

நீலப்படங்களில் நடித்து நடித்து அச்சம், மடம், நாணம், பயிர்ப்பு என அத்தனையும் அடகு வைத்துவிட்டாள் போல! ஏ.டி.எம்.கே.-இ.காங் கூட்டணியாமே? முதல் படத்திலேயே ‘எல்லாமே மரத்துப் போச்சு!’ என்று சொன்னவள் தானே?

உள்ளுக்குள் ஓர் எச்சரிக்கை விளக்கு எரிந்தது என்னுள்!

ம்ஹூம், இவளை வியாபாரத்தில் சேர்த்துக் கொள்ளக் கூடாது! அதே சமயம் அதில் கோபமாகி பிரமிளா தனக்கு எதிராகவும் திரும்பி விடக்கூடாது!’ மனசுக்குள் எண்ணிக் கொண்டிருக்க, பளிச்சென்று யோசனை மின்னலடித்தது.

“செய்துக்கங்க... உங்க இஷ்டம்! ஆனா, நேற்றைக்கு எடுத்த படங்களும் சரி... முன்பே என்னை வச்சு எடுத்த படங்களும் சரி...

அதற்கும் எனக்கும் சம்பந்தமில்லை...!"

"சம்பந்தமிருக்கிறதா நான் சொல்லவேயில்லையே..."

"ரைட்! இன்னொரு உதவி!"

"முடிந்தால் செய்கிறேன்!"

"முடியும்...! யூ மஸ்ட் ட்ரை! இனிமே தயவு செய்து என்னைக் கூப்பிட வராதீங்க!"

பிரமிளா முகத்துக்கு முன்னால் ரெண்டு கைகளையும் கூட்டணி சேர்த்துக் கும்பிட,

நடிகையைப் பார்த்து அட்டகாசமாக சிரித்தேன்!

சுனிதா! அண்ணா நகரில் வசித்து வந்தாள்! இவள் வீதிக்கு வந்தால் வாலிபர்களுக்கு அன்று செமஸ்டர் பரீட்சை! இவள் விழி அசைப்பு ஒன்றுக்கே விண்மண்டலம் வரை நடந்து போய்விட்டு வரலாம்! அப்படி ஒரு அட்டகாசமான அழகு!

அந்த சுனிதாவுக்கு 'அப்ளிகேஷன்' அனுப்பிய ஆடவர்கள் அநேகர்!

சுனிதாவுக்கும் ஆண்கள் மீது அமோக விருப்பம். எவனாவது ஒருத்தனை மட்டும் காதலித்தால் மற்றவர்கள் துவண்டு போய் விடுவார்களே... ஆதலின் அத்தனை இளைஞர்களையும் பார்த்து சிரித்தாள். அவளைப் பொறுத்தமட்டில் ஒரேயொரு நிபந்தனை மட்டும்தான் விதித்தாள்! அவளை விரும்புபவன் வசதி படைத்தவனாக இருக்க வேண்டும்.!!

"அண்ணா நகரில் அந்த காலத்து குஷ்பூவாகவே வளையவந்தாள் சுனிதா. ஒரே சமயத்தில் அரைடஜன் பணக்கார மைனர்களை வசியப்படுத்தி வைத்திருந்தாள். அப்போது பசையான இளைஞராயிருந்த புகழேந்தி சுனிதாவை அனார்கலி-சலீம் லெவலுக்கு காதலித்து வந்தார்.

தன்னை மட்டுமே அந்தப் பெண் நேசிப்பதாக நெஞ்சு நெடுக நம்பினார். அப்படித்தான் அவரிடம் சொல்லியிருந்தாள் அவள். பழகும் எல்லோரிடமுமே அப்படித்தான் சொல்லுவாள்!

தீபமாயிருக்கிற வெளிச்ச சுடர்தானே சில சமயம் தீப்பந்தமாக மாறி சகலமானதையும் சாம்பலாக்குகிறது.

பெண்மையும் அப்படித்தானோ?!

புகழேந்தியுடன் சுனிதா மாலை ஆட்டம் சினிமா போயிருந்தாள். அந்த மாலை ஆட்டம் அவள் பித்தலாட்டத்தையும் வெளிச்சத்துக்குக் கொண்டு வருவதாய் இருந்தது!

அலங்கார் தியேட்டரே அல்லோலகல்லோலப்பட்டது!

திரையில் தோன்றின ரஜினியின் சண்டைக் காட்சியை விட அந்த சண்டை படு உக்கிரம்!

சுனிதாவால் காதலிக்கப்பட்ட வேறொரு வாலிபரும்

தற்செயலாக சினிமாவுக்கு வர, பார்வையில் சுனிதா 'புதிய காதலனுடன்' அகப்பட அந்த ஆசாமி மனசுக்குள் ஒரு மகாராஷ்டிர பூகம்பம்.

ரெண்டு இளைஞர்களும் ஏகமாய் அடித்துக் கொள்ள அமளிதுமளி!

இவர்கள் சண்டை போட்டுக் கொண்டிருக்கையில் சுனிதா மெள்ள நழுவிப் போனாள்!

புகழேந்திக்கு சின்ன சின்ன காயங்களும் பெரிய பாடமும் கிடைத்தது! சுனிதா பற்றிப் புரிந்தது! எப்பேர்பட்ட விபத்திலிருந்து தப்பித்தோம்... உள்ளுக்குள் உற்சாகம் ஊற்றெடுத்தது!

இந்தச் சம்பவம் மட்டும் நடக்காமல் இருந்தால் சுனிதாவை வீட்டார் எதிர்ப்பை எல்லாம் மீறி கல்யாணம் செய்து கொள்வதாக இருந்தார்! இப்போது நிம்மதி... அப்பாடா தப்பித்தோம்!

அப்புறம் அதிக நாட்கள் சுனிதாவால் வசந்தசேனை வாழ்க்கையை தொடர முடியவில்லை. அத்தனை பேருக்கும் தெரிந்து போயிற்று வண்டவாளங்கள்!

சுனிதா 'சட்'டென்று ப்ரமோஷன் பெற்றாள். முழுநேர விலைமாது! வேறு வழி! இனிமேல் வயிற்றுப் பாட்டிற்கு அதைவிட்டால் வேறு மார்க்கமில்லையே! எனது கம்பெனியில் 'ஆள் எடுப்பதும்'(!) இங்கே கிடைக்கும் சலுகைகளும் செவிவழி செய்தியாக கிடைக்க, வேலைக்கு சேர்ந்தாள். அழகாகவும் இருந்ததால் சுலப அப்பாயிண்ட்மெண்ட்.

"சுனிதா... இன்றைக்கு எவ்வளவு பிரமாதமா அலங்காரம் பண்ணனுமோ பண்ணிக்க...!" என்றான் சங்கர். அவள் வேலைக்கு சேர்ந்து வருஷம் ஒன்று ஆகியிருந்தது.

"ஆல்ரைட்!" -சுனிதா ஜாங்கிரிக் குரலில் சொல்லிவிட்டு சிரித்தாள்.

"ஒரு முக்கியப் பிரமுகர்கிட்டே உன்னை அனுப்பப் போறேன்! குடிநீர் வடிகால் வாரியத் தலைவரா இருக்கார் அவர்...! அவர்கிட்டே ஒரு காரியம் ஆக வேண்டியிருக்கு நமக்கு"

"அவர் பேரு என்ன?" கேட்டாள்.

"புகழேந்தி" உடைத்தேன்.

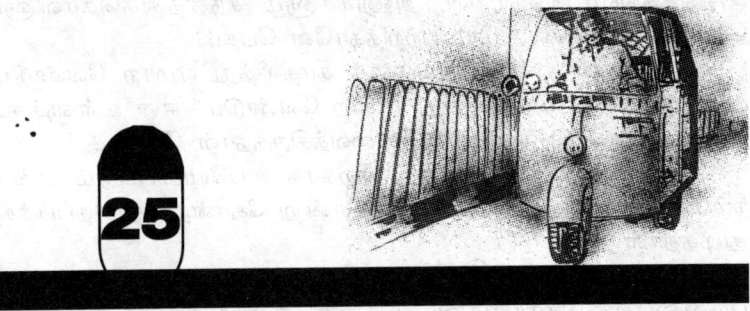

25

அந்த சுனிதா பல் முளைப்பதற்கு முன்பே வால் முளைத்தவள் போல பழைய காதலனைப் பார்க்க நேர்ந்ததில் குற்ற உணர்ச்சி குத்த வேண்டாமோ?

'ஆபத்தின்போது கோழை அரை மனிதனாகிறான். அஞ்சாதவனோ அஞ்சு மனிதன் ஆகிறான்' என்பது அவளது ஆணித்தரமான கொள்கையாயிருந்தது. தவிரவும், தன்னுடைய அழகின் மீது அப்படி ஒரு அடங்காத திமிர் சுனிதாவுக்கு!

தெலுங்கு தேசம் அவளுக்கு! அண்ணாநகர் வருவதற்கு முன் ஆந்திராவில் வாசம். வளர்ந்ததெல்லாம் அங்கேதான்.

கர்ணனுக்குக் கவச குண்டலம் மாதிரி, சுனிதாவுக்கு சபலம் என்பது பிரிக்க முடியாத அம்சமாயிருந்தது.

பதினேழு வருடமும், ஏழு மாதமும், ஆறு நாட்களும், நாலுமணி நேரமும் அவளுக்கு நடந்து முடிந்திருந்த ஒரு சுபயோக சுபதினத்தில் பெற்றோர் கல்யாணம் செய்து வைத்தனர். மாப்பிள்ளையின் பெயர் ராமகிருஷ்ணா. புருஷன் ராமனோ இல்லையோ, இவள் நிச்சயம் சீதை இல்லை. சூர்ப்பனகை. கல்யாணத்துக்கு முன்பே தெருவோர வாலிபர் பலரைத் திருவோடு ஏந்த வைத்தாள். அக்கப்போர் பொறுக்காமல்தான் அம்மாவும், அப்பாவும் அந்த அவசரக் கல்யாணத்தை நடத்தினார்கள்.

மாங்கல்யம் வந்துவிட்டதால் மனசு ஒன்றும் மாறிவிடவில்லை. மாறாக, தன் 'தேசிய சந்தோஷத்துக்கு' இந்த வசதி தேவைதான் என்று நினைத்துக் கொண்டாள். பிறக்கும் குழந்தைக்குக் காரணம் சொல்ல ஒரு வாகனம் கிடைத்ததே என்று பூரிப்பு!

மனைவி சன் டி.வி., ஸ்டார் டி.வி., ஜெயின், ராஜ், கேபிள் என கண்டபடி இணைப்புகள் வைத்திருப்பது தெரிந்து ராமகிருஷ்ணன் ராவணகிருஷ்ணன் ஆனான். சுனிதாவின் பல நடவடிக்கைகளுக்கு 144 விதிக்கப்பட்டது.

ராமகிருஷ்ணன் வெறுப்புக்குள் வாழ்ந்துகொண்டிருந்தான். சுனிதாவோ, கட்டுப்பாடு எனும் நெருப்புக்குள்...

அவளால் இயலவில்லை. சுனிதாவின் ரத்தத்தில் சிவப்பு

அணுக்களும் வெள்ளை அணுக்களும் சந்தித்துக்கொள்ளும் போதெல்லாம் சல்லாபம் பற்றித்தானே பேசும்!

'ஆண்கள் ஒன்று அவளைக் காதலித்து ஏமாற வேண்டும்; அல்லது கல்யாணம் செய்து ஏமாற வேண்டும்!' என உள்ளுக்குள் ஒரு ஒத்திவைப்புத் தீர்மானமே வைத்திருந்தாள் போல...!

கல்யாணம் தனக்கு ஒரு சிறகாக உபயோகப்படும் என்று நம்பினாள். அது வெறும் கூண்டு என்று தோன்றியதும் தப்பிக்கத் துடித்தாள்.

புதுசாய் ஒரு ஜீன்ஸ் இளைஞன் மாட்டினான். 'உன் புருஷனுக்குத் தெரியாம வா... ரெண்டு பேரும் ஓடிப்போயிடலாம்' என்றான் முகம் பூராவும் சிரித்து.

காய்ச்சல் கண்டிருந்த கைக்குழந்தையை டாக்டரிடம் காட்டிவிட்டு வருவதாகப் புருஷனிடம் பொய் சொன்னாள் சுனிதா.

பஸ் ஸ்டாண்டிற்கு நடையைக் கட்டினாள். நகத்தை மேய்ந்தபடி காத்துக்கொண்டிருந்த அவன், சுனிதாவைப் பார்த்ததும் மலர்ந்தான். இடுப்பில் கைக்குழந்தையைப் பார்த்ததும் சில அங்குலம் சுருங்கினான்.

"நம்ப ஜாலியா வாழலாம்னு போனா, இதையும் தூக்கிட்டு வரியே...? குழந்தையை உன் புருஷன் கிட்டேயே விட்டுட்டு வா! அவனுதுதானே? அந்த ஆளே பார்த்துக்கட்டும். நம்ப நாளைக்குக் கூட புறப்படுவோம்!" என்றான் தீர்மானமாக.

சுனிதா எச்சில் விழுங்கினாள். திரும்ப புருஷனைத் தேடிப் போக முடியாது. நெடுநேரமாக திரும்பாததில் சந்தேகமாகி டாக்டர் வீடு போயிருப்பான். இனி திரும்பிப் போனால் ஏற்றுக்கொள்ளமாட்டான். அவளை ஒரு ஜந்துவாகவே சேர்த்துக்கொள்ளமாட்டான். சுனிதா நினைவுகளில் யோசனை தேடினாள். சட்டென்று மலர்ந்தாள்.

"உங்களுக்குக் குழந்தையோட வரக்கூடாது... அவ்வளவுதானே... அதுக்காக பிரயாணத்தைத் தள்ளிப்போட வேண்டாம். அரைமணி நேரம் பொறுங்க, வந்துடறேன்....!" -குழந்தையுடன் திரும்பி நடந்தாள்.

ஷெட்டின் மூலையில் அனாதையாய் நின்றுகொண்டிருந்த பேருந்து கண்ணில் பட்டது. சுற்றிலும் பார்த்தாள். நடமாட்டம் எதுவுமில்லை. அப்பாடா! ரகசிய நோட்டம் வீசிவிட்டு பளிச்சென்று புகுந்தாள்; குழந்தையின் வாயில் ஃபீடிங் பாட்டில் ரப்பரைத் திணித்து விட்டு பஸ்ஸை விட்டு சடுதியில் இறங்கினாள்.

தற்செயலாக இவள் பின்னால் தொடர்ந்து வந்து கொண்டிருந்த காதலன் இதனைப் பார்த்துவிட்டுக் கலங்கிப் போனான். சொல்லாமல் கொள்ளாமல் கரைந்து போனான்.

திரும்பி வந்தவள் அவனைக் காணாமல் திடுக்கிட்டு, சிறிது நேரம் காத்திருந்துவிட்டு, 'வீட்டிற்குத் திரும்பலாம்... கணவனிடம் ஏதாவது சாக்குப் போக்கு சொல்ல வேண்டும்' என்று தீர்மானித்து குழந்தையைத் தேடி பஸ் வந்தாள்... பகீரென்றது... குழந்தையைக் காணோம்...

இனி வீட்டிற்கும் திரும்ப முடியாது. கிடைத்த பஸ்ஸில் உடனடியாக ஏறினாள்... மெட்ராஸுக்கு டிக்கெட் எடுத்தாள். பட்டணம் எவ்வளவு பரந்து கிடக்கிறது. அங்கே ஒரு இஃவாயன் கிடைக்காமலா போவான்?

அண்ணாநகரில் விவகாரம் ஏற்பட்டதும் கழண்டுகொண்டு போனாள். எத்தனையோ புரோக்கர்கள், காண்ட்ராக்டர்கள் என்று ஒப்பந்தம் 'கையெழுத்தானது'. பம்பாய் போனாள்.

சரஸ்வதி என்ற பெண்ணுடன் மறுபடி சென்னைக்கு திக்விஜயம். வடபழநியில் ரமணம்மா காண்ட்ராக்ட்டில் சேர்ந்தாள். மாதச்சம்பளம் ஆயிரத்து ஐநூறு ரூபாய். வேலைக்குச் சேர்ந்த ஒரு மாதத்திற்குள் பெரும் தொகையை அட்வான்ஸ் கேட்பது, கோழி, முட்டையிடுவது மாதிரி அத்தனை வாடிக்கை அவளுக்கு. ரமணம்மாவும் பத்தாயிரம் ரூபாயைக் கேட்டதும் கொடுத்தாள்.

அங்கே வாடிக்கையாளர்களில் ஒருத்தர் போலீஸ் இன்ஸ்பெக்டர். போலிச் சாமியார்கள் மாதிரி போலி போலீஸார் இருப்பதும் சமூக நியதியாயிற்றே. அவர் அடிக்கடி சுனிதாவை ஹோட்டலுக்குக் கூட்டிப்போய் ரூம் எடுத்து அம்மா, அப்பா விளையாட்டு விளையாடினார்.

ரமணம்மாவிடம் அட்வான்ஸ் வாங்கியாயிற்றே.. இனி வேலையிலிருந்து விலகிக் கொள்வதுதான் உத்தமம் என்று பட்டது சுனிதாவுக்கு! தனது போலி(ஸ்) காதலனிடம் ஒரு ஊடலான தருணத்தில் அவள் விண்ணப்பம் வைக்க, 'ஆவன செய்தால் போச்சு' என்றான் இன்ஸ்!

ரமணம்மாவின் ஊழியக்காரனான முனியாண்டியை அடிக்கடி ஸ்டேஷன் கூட்டிப்போய் 'மசாஜ்' செய்தார். ஒரு ரௌடியை அனுப்பி ரமணம்மாவின் வீட்டில் கலகம் செய்யச் சொன்னார். ரௌடி கதிகலங்க வைக்க, ரமணம்மாவுக்கு நாளொரு துன்பம், பொழுதொரு கஷ்டம். ஒரு வெயிலடித்த வெள்ளிக்கிழமையன்று கடையைக் காலி செய்தாள் ரமணம்மா, துயரம் பொறுக்காமல்.

அதற்கு அப்புறம்தான் சங்கரிடம் வேலை கேட்டு வந்தாள் சுனிதா. உமாபதி என்ற ஆட்டோ டிரைவர் மூலம் என்னிடம் 'வேகன்ஸி' இருப்பதாகக் கேள்விப்பட்டிருந்தாள்.

"சம்பளம் எவ்வளவு தருவீங்க?" என்றாள் என்னிடம்.

"மொத வேலை பார்த்த இடத்திலே எவ்வளவு கொடுத்தாங்க...?" என்றேன்.

"மூவாயிரம் ரூபா" என்றாள். பொய்தான்; இருக்கட்டுமே! அதிகம் சொல்வதுதானே அப்ளிகேஷன் போட்டவருக்கு அழகு.

சிரித்தேன்.

"நான் ஒரு வருஷத்துச் சம்பளத்தைக் கேட்கலை... மாசா மாசம் எவ்வளவு கொடுத்தாங்க?" என்றேன் குசும்புடன்.

"ஒரு மாதச் சம்பளத்தைத்தான் சொல்றேன்..." -தயக்கத்துடன் சொன்னாள்.

"ரைட்.... நான் மூவாயிரம் தர்றேன்..." -அசர அடித்தவனை முகத்தில் ஆச்சரியம் மொய்க்கப் பார்த்தாள் சுனிதா.

"ஆனா நான் ரெண்டு நிபந்தனை விதிக்கிறேன்."

அவள் சிரிப்புத் தேய்ந்து புன்னகை ஆனது.

"சொல்லுங்க..."

"என்கிட்டே வேலை பார்க்கிற வரை நீ அட்வான்ஸ் எதுவும் கேட்கக்கூடாது. என்னை தாதாக்களை விட்டு அடிக்கவும் கூடாது, சரிதானா?"

அவள் முகம், ரத்தம் தொலைத்தது.

"எ... என்ன சொல்றீங்க?"

"ரமணம்மாவை ஆளை விட்டு அடிக்க விட்ட மாதிரி, என்னையும் அடிக்க விடாதேன்றேன்... என்னடா இவனுக்கு எப்படி அது தெரியும்னு யோசிக்கிறியா? ரமணம்மாவை அடிச்சு விரட்டின ரௌடியே நான்தான்..."

தூக்கி வாரிப்போட்டது சுனிதாவுக்கு.

"ஆனாலும் உனக்கு நான் வேலை தரேன். உன்னை மாதிரி ஆட்களும் எனக்கு வேணும்தான்...! சொல்லப்போனா உன் அறிவை மதிக்கிறேன் நான். 'கற்றாரை கற்றாரே காமுறுவர்' என்று செய்யுள் படிச்சிருக்கியா...?"

"உங்களைப் பார்க்கப் பார்க்க ஆச்சரியமாயிருக்கு ஸார்!"

"ஏன் நான் ரமணம்மாவை அடிச்சுத் துரத்தினவன்னு எதிர்பார்க்கலையோ...?"

"செய்யுள் சொல்வீங்கன்னு எதிர்பார்க்கலை..."

26

ராமகிருஷ்ண பரமஹம்சரிடம் ஒருமுறை அவரது சீடர்களில் ஒருவர் கேட்டாராம். “பூனைக்குப் பல் இருக்கிறதே, அது நல்லதா, கெட்டதா?”

பரமஹம்சர் சிரித்துவிட்டுப் பதில் சொன்னார்.

“பூனைக்குப் பல் நல்லதா, கெட்டதா என்று கேட்டால், யாரிடம் கேட்கிறோம் என்பதைப் பொறுத்துத்தான் விடை கிடைக்கும்.”

சீடர் குழம்பினார். “இதென்ன பதில்? யாரிடம் கேட்கிறோம் என்பதைப் பொறுத்த விஷயம் என்கிறாரே... ஒரு கேள்விக்கு ஒவ்வொருவரிடமும் ஒவ்வொரு பதிலா இருக்கும்?” -சீடரின் குழப்பத்தைப் பார்த்து சிக்கனமாய் சிரித்து, “பூனைக்குப் பல் இருப்பது நல்லதா என்று அதன் குட்டிகளிடம் கேட்டால் என்ன பதில் சொல்லும்...? ‘என் அம்மாவிடம் இருக்கும் பற்கள் கருணையின் வடிவம்! எங்களை ஓரிடத்திலிருந்து அம்மா தூக்கிச் செல்ல அந்தப் பற்கள்தானே உதவுகின்றன. எனவே, அந்தப் பற்கள்தான் எங்கள் வளர்ச்சிக்குப் படிக்கட்டுகள்’ என்று சொல்லும்.

...இதையே ஒரு எலியிடம் போய் கேட்டுப்பாருங்கள்... திட்டும்! ‘பற்களா அவை? எமன்!! கடவுள் இந்தப் பூனையைப் படைத்ததோடு நிறுத்தியிருக்கக் கூடாதா? அவற்றிற்குப் பற்கள் எனும் பிசாசை... வேறு கொடுக்க வேண்டுமா?’ என ஏசும்... இப்போது புரிந்ததா?”

பூனைக்கதை ஓரளவு எனக்கும் பொருந்துமோ?

ஏராளமானவர்களுக்கு எமனாக இருந்தாலும் சார்ந்து இருந்தவர்களுக்குச் சாமியாகவே இருந்திருக்கிறேன். சார்ந்திருந்தவர்களையே சூறையாடும் பிரேமானந்தாவைவிட இது சற்று தேவலைதானே?

எம்.எல்.ஏ.க்களுக்கு ‘மந்திரி கனவு’மாதிரி அப்போதைய விலைமகளிர்க்கெல்லாம் என்னிடம் வேலைக்குச் சேரும் தங்க சொப்பனம் இருந்தது.

சம்பளமும் சௌகரியங்களும் உன்னதமான

திருப்தியாயிருந்தது. நிறுவனத்தை ஐ.எஸ்.ஐ. முத்திரைக்குச் சிபாரிசு செய்யலாம் போல!

அடுப்பை எரிப்பதற்காய் விளக்கை அணைக்கும் அந்தப் பெண்களின் எதிர்காலம் இருண்ட காலமாகிவிடக்கூடாது என்பதில் நான் கவனமாயிருந்தேன்.

யாருக்கும் சொல்லாமல் அத்தனை இலைகளுக்கும் உணவு சப்ளை செய்கிற வேர்களைப் போல அவர்களுக்கு சுபிட்சம் சப்ளை செய்தேன்.

குஷியும் கும்மாளமுமாக அந்தப் பெண்கள், ஆட்டமும், பாட்டும், களிப்பும், கொண்டாட்டமும், சிரிப்பும், விளையாட்டுமாக.

"புகழேந்தியிடம் போகவேண்டும்" என்று நான் சொன்னதும் சுனிதா பரபரப்பானாள். மனசின் நினைவு அடுக்குகளில் ஞாபகக் குறிப்பைத் தேடி மனசுள் ப்ளாஷ்பேக் உற்பத்தியானதும், அடையாளங்களை என்னிடம் சொல்லி "அவர்தானா...?" என சந்தேகம் கேட்டாள்.

"ஆம்..."

"உனக்கு ஏற்கனவே தெரியுமா?"

சுனிதா குலுக்கிப் போட்ட சோழியாகச் சிரித்தாள். அலங்கார் தியேட்டரில் நடந்த குருஷேத்திர யுத்தத்தைச் சொன்னாள்.

"அடடா... அப்ப அவரை நீ காதலிச்சியா?"

"யாரைத்தான் காதலிக்கலை? ஆம்பிள்ளையாய்ப் பிறந்த எல்லாருமே எனக்கு லவ்வர்தான்."

"அப்படிப்போடு! சரி... இப்ப புகழேந்திகிட்டே நீ போறியா... வேற ஆளை அனுப்பட்டுமா?"

"ம்ஹூம்... நான்தான் போவேன்..." -கால்மணி நேரத்திற்குள் அலங்கரித்துக் கொண்டு வந்து நின்றாள். பூவும், நெற்றிப்பொட்டும், போர்த்தி மூடின புடவையுமாய் கண்ணகி தோற்றாள். ரத்தத்தில் தோய்த்த மாதிரி லிப்ஸ்டிக் உதடுகள், நகங்களில் ரசாயனத் தொப்பி. சிங்கத்தை அதன் குகையிலேயே போய் சந்திக்கத் தயாரானாள்.

புகழேந்திக்குப் புருவம் வில்லானது. அகலமான ஆச்சரியம் முகத்தில்!

"நீ...யா...?"

சுனிதாவும் ஆச்சரியமும் அதிர்ச்சியும் அடைந்தது போல் காட்டிக்கொண்டாள். முன்பே திட்டமிட்டிருந்தபடி கதறி அழுதாள். அவளுக்குத்தான் நடிப்பில் செவாலியர் பட்டம் தரலாமே! தனது கதையாலும் சதையாலும் அவரை ஆளும் ஆளானாள்.

புகழேந்தி மெல்ல மெல்ல மனதில் ஏந்த ஆரம்பித்தார் அவளை. மாதம் ஓரிரு தடவை சுனிதாவைக் கூப்பிட ஆரம்பித்தவர், நிரந்தரமான சின்ன வீடாக செட்டப் செய்துகொண்டார். மனைவிக்குத் தெரியாமல் சுனிதாவுடன் குடும்பம் நடத்தத் தொடங்கினார்.

இப்போதும் அவர்கள் குடியும் குடித்தனமுமாக இருக் கிறார்கள். சுனிதா தனது பெயரை சரோஜா என மாற்றிக்கொண்டு ரேஷன் கார்டெல்லாம் கூட வாங்கிக்கொண்டு விட்டாள்.

இந்தப் பரந்த சென்னையில் அவர்களும் வசித்துக்கொண் டிருக்கிறார்கள். அதிலொன்றும் நமக்கு வருத்தமில்லை. ரெண் டாவதாக வந்த சுனிதாவுக்கு முதல் ஸ்தானமும் சொந்த மனைவிக்கு நெடுஞ்செழியன் ஸ்தானமும் தந்திருக்கிறாரே புகழேந்தி, அதுதான் கொஞ்சம் வருத்தம்.

உமாவின் கதையும் பரிதாபமானது. பொள்ளாச்சி பெண் அவள். பொல்லாத அழகு அவளிடமிருந்தது. 'சினிமாவுக்குப் போனா நீதான் ஹீரோயின்' என்று அக்கம் பக்கம் வர்ணனையை நம்பி கோடம்பாக்கக் கனவுகளுடன் சென்னையில் வந்து இறங்கினவள். எந்த ஸ்டுடியோ கதவும் இவளது வருகைக்காகக் கொட்டாவி விடவில்லை. மாறாக, மூடிக்கொண்டது.

கதாநாயகர்கள்தான் அவளை ஏறிட்டுப் பார்க்கவில்லையே தவிர வேறு நாலு கயவர்கள் கவனித்தார்கள். தங்களுக்குள் திட்டமிட்டார்கள்.

உமா ஏமாற்றிக் கூட்டிச் செல்லப்பட்டு ஒரு இடிபாடான கட்டிடத்தில் மடக்கப்பட்டாள். அலற... அலற கற்பழிக்கப்பட்டாள். நாலு மிருகங்கள் 'தொடர் ஓட்டம்' ஸ்டைலில் விடிய விடிய வேட்டையாடினார்கள்.

கலைந்தும் குலைந்தும் போய் நொறுங்கிப் போனாள் உமா. ஒரு பெண்கள் விடுதியில் சேர்ந்து வீட்டுக்கு விபரமாகக் கடிதம் எழுதிப் போட்டாள். தன்னை உடனே வந்து கூட்டிக்கொண்டு போகும்படி கெஞ்சினாள்.

இனிமேல் வீட்டிற்கே நீ வரவேண்டாமென்று பதில் வந்தது. இரண்டாவது இடி!

பசி வேறு வயிற்றைப் பிசைந்தது. ரெண்டு நாள் பட்டினி வதைத்தது, வாட்டியது.

விடுதியில் தங்கியிருந்த மற்ற பெண்களிடம் 'எங்கேயாவது வேலை கிடைக்குமா?' என்று கேட்டுப் பார்த்தாள்.

"என்ன படிச்சிருக்கே? சர்டிபிகேட் இருக்குதா?"

அவள் ஸ்கூல் ஃபைனலே முடிக்கவில்லை. அதற்கும்கூட சர்டிபிகேட் இல்லை. நடிகையாகும் எண்ணத்தில் புறப்பட்டு வந்ததால் 'அதற்குப் படிப்பு என்னத்திற்கு' என வெறுமனே வந்துவிட்டாள்.

"ஏதாவது வீட்டு வேலைகளுக்குப் போ..." என உபதேசம் செய்யப்பட்டது.

உமா அடிபட்ட பார்வை பார்த்தாள். 'கனவுக் கன்னி' குறிக்கோளுடன் வந்துவிட்டு வீட்டு வேலைகளாவது... கேவலம்!

"அ... அதைத்தவிர வேறே ஒரு வேலையும் கிடைக்காதா?"

"சென்னை நகர ஷெரிப் வேணா ஆகறியா... அதற்கு இன்னும் யாரையும் போடலையாம்!" -ஒருத்தி நக்கலடிக்க... ஜோக் பிரமாதமாக எடுபட்டு, பிரதேசமெங்கும் அலை அலையாய் சிரிப்புச் சத்தம்.

உமா பொறுமை அடைகாத்தாள்.

"உன் குவாலிபிகேஷனுக்கு(!) நல்ல வேலை கிடைக்கணும்னா, நீ சுனிதாவைத்தான் பார்க்கணும்!" -இன்னொருத்தி குறும்பாகச் சொல்ல அதற்குக் கூரை அதிர சிரித்தார்கள்.

உமாவுக்கு விளங்கவில்லை. விளங்காமற் போவதற்காகவே வந்தவளுக்கு எதுதான் விளங்கும்?

"சுனிதாங்கறது யாரு...? எந்த ரூமிலே இருக்காங்க!" -வெகுளித்தனமாகக் கேட்டாள்.

“அவள் இங்கே இல்லை... திருவான்மியூர்லே இருக்கா. அவளுக்கு வேண்டிய ஒருத்தி இங்கே இருக்கிறா... வேணும்னா பாரு!”

சுனிதாதான் லலிதா, உமா ரெண்டு பேரையும் என்னிடம் கூட்டி வந்தவள்.

உமாவைச் சேர்த்துக்கொள்ள சம்மதித்த நான், வழக்கம்போல் அவளிடமும் கேட்டேன்.

“இதுக்கு முன்னாலே எங்கே இருந்தே?”

“எங்கேயும் இல்லை!” -உமாவை முந்திக்கொண்டு பதிலளித்தது சுனிதா.

நெற்றியில் கேள்வி முடிச்சு. “இங்கேயிருந்துதான் ஸார் அவ தொழிலையே தொடங்கணும்” என்றதும் அதிர்ந்தேன் ஒரு விநாடி!

“சினிமா ஆசையிலே இங்கே வந்து கற்பிழந்துட்டா. பிறந்த வீட்டிலேயும் துரத்திட்டாங்க. இப்ப சோத்துக்கு லாட்டரி...! சின்னச் சின்ன வேலைகளுக்குப் போக இவளுக்கு இஷ்டமில்லை... படிக்கவுமில்லை. சரி, நோகாம சம்பாதிக்கணும்னா, இதான் வழின்னு வந்துட்டா.”

நோகாமல் சம்பாதிப்பதா...? நோவுக்குத் தோட்டமே இதுதானே என தோன்றிற்று.

“ஸாரிம்மா... உனக்கு இங்கே வேலை இல்லை.”

உமா, சுனிதா ரெண்டு பேருமே அதிர்ந்தனர்.

“முதல்ல... சேர்த்துக்கிறதா சொன்னீங்களே...?” -பலவீனமாகக் கேட்டாள்.

“முதன்முதலா இங்கேதான் இந்த லைஃப்பையே தொடங்கப் போறது! அப்ப தெரியாது... அதனாலே சொன்னேன்.”

சுனிதா முகத்தில் வியர்த்தாள்.

“அதனால என்ன இப்போ? நம்ப தொழிலே அதுதானே... அதை இங்கே வந்து தொடங்கக் கூடாதுன்றது உங்க ‘தொழில் தர்மமா?’ இவளை ஏன் வேண்டாங்கிறீங்க?”

“தெரியலை...” -எனது தீர்மானத்தைப் பதிலாகப் பேச வார்த்தை கிடைக்கவில்லை. சூழ்நிலையைச் சகஜமாக்க உரையாடலை மாற்றினேன். “ஆமா... யாரோ நாலு பேர் ரேப் பண்ணினதா சொன்னியே... போலீஸ்லே ரிப்போர்ட் குடுத்தியா?” என்றேன் உமாவைப் பார்த்து.

உமா உதட்டில் ஒரு இன்ச் புன்னகை. சோகக் குரலில் பேசினாள்.

“ரேப் பண்ணினதே அவங்கதானே?”

27

ஒரு முதியவர்... பற்கள் பதவி விலகி விட்ட பருவம் கண்ட கிழவர். பேருந்தில் பயணம் செய்தார். ஓடிக்கொண்டிருந்த பஸ்சுக்குள் உட்கார சீட் கிடைக்காமல் தடுமாறினார். யாருமே இடம் தரவில்லை. கவனித்துக் கொண்டிருந்த ஒரு இளைஞர் கொதித்துப் போனார். பஸ்சுக்குள் இருப்பதெல்லாம் மனிதர்கள் தானா... அல்லது அறுபது எழுபது மரங்களா? யாருமே இரக்கப் படக் காணோமே? ஆத்திரத்தில் துடித்த வாலிபர், கிழவருக்காக தனது இருக்கையையாவது விட்டுத் தரலாம் என்று கருணையுடன் எழுந்தார். கிழவரைத் தனது சீட்டில் உட்காரச் சொன்னார்...!

பார்த்துக் கொண்டிருந்த பயணிகள் பதறிப் போனார்கள். அவர்களால் அதை ஜீரணிக்கவே முடியவில்லை. ஏனென்றால் 'சீட்டை விட்டுக்கொடுத்த இளைஞர்தான் அந்த பஸ்ஸின் டிரைவர்.

எனது கதை 'டிரைவரின்' அலைவரிசையுடன் ஒத்துப்போவதாலேயே என்னை ஒப்புக்கொள்ள இயலவில்லை. அல்லவா?

சுந்தரி சொன்ன செய்தி கேட்டு என் முகத்தில் அதிர்ச்சிப் புயல் அடித்ததும் உணர்ச்சிகள் உஷ்ணமானதும் சாத்தியம்.

"புருஷனைக் காணோம்... ஓடிப்போயிட்டாரு..." -சர்வ சாதாரணமாகச் சொன்னாள் அவள்.

மனசுக்குள் மின்னல் மின்னி இடி இடித்தது.

எனது பரம எதிரி பம்மல் நல்லதம்பியைத் தோற்கடித்து அந்த சுந்தரிக்குக் கல்யாணம் செய்து வைத்தேன். இப்போது அவள் புருஷன் ஓடிவிட்டானாமே...

அவமானத்தில் பற்சக்கரங்களில் அரைபட்டேன்...

'ஏன் ஓடினான்? எங்கே போனான்?" மனசுள் கேள்வி வேள்வி.

முதலில் இதுவும் பம்மலின் வேலையாக இருக்குமோ என்று சந்தேகம் வந்தது! பின்னர் விசாரணையில் தெரிந்தது. வசதியாய் வாழ்ந்த அந்தப் பையன் வாழ்க்கை பிரச்சினைகளை எதிர்கொள்ள தைரியமின்றி ஓடிப்போய்விட்டான். உழைத்து பெண்டாட்டியைக்

காப்பாற்ற சோம்பேறித்தனம். காதலிப்பது மட்டுமல்ல காதல்... காதலை ஜெயிப்பது. அவனுக்குக் காதலிக்க மட்டும்தான் தெரிந்தது... அதுமட்டும்தான் முடிந்தது.

'அவனை அப்புறம் தேடலாம். இப்போது இந்தப் பெண்ணுக்கு என்ன பதில் சொல்வது?' -பிரச்சினை நெஞ்சைப் பிழிந்தது.

அங்கங்கே வசீகர மடிப்புகளில் வசித்துவிட்டுப் போவதல்ல காதல்... உள்ளுக்குள் ஒரு சிம்மாசனம் போட்டு வாழ்ந்திருப்பது... என்பது, ஏன் அவனுக்குப் புரியாமற் போயிற்று."

"இனிமே நா என் வூடு போக முடியாதுண்ணே. எதுனாச்சும் வேலை வாங்கித் தாங்க... ஒண்டியா பொழச்சுக்கறேன்?" என்றாள். வாயும் வயிறுமாக இருந்தாள். இவளுக்கு என்னவென்று வேலை வாங்கித் தருவது... ஆடவனாயிருந்தால் அவனே ஒரு வேலை போட்டுக் கொடுப்பான். ஆட்டோ ஓட்டுவது, கலெக்ஷன், சாராயக்கடையில்... என்று எத்தனையோ! பெண்ணுக்கு என்ன வேலை தருவது? அவனிடம் ஒரேயொரு வேலைதான் உண்டு!

சுந்தரியை அதற்கு அனுப்புவதாவது? நினைக்கவே நெஞ்சுக்குள் நிலநடுக்கம்.

''த... பாரு! பாதியிலே படிப்பை நிறுத்தினே இல்லே...?! திரும்பப் படி. இப்பதான் தபால்லே கூட பாடம் படிக்கலாமே...? உன்னை நான் படிக்க வைக்கிறேன். அந்த ராஸ்கலை விட நீ பெரிய ஆளா நிமிர்ந்துக் காட்டு...!"

ஆனால் சுந்தரியால் முடியவில்லை. சுற்றி நின்ற சமூகம் அவளை நிமிர்ந்து நிற்கவிடவில்லை.

"புருஷன் ஓடிப்போயிட்டானே... இப்ப யாரு அந்த சங்கர்தான் புருஷனா?"

"ஆறு மாசத்துக்கப்புறம் இவனை மாத்துவியாக்கும்."

எறும்பை எருமை என்பதுதானே வம்பு பேசுவோரின் வேலை.

வார்த்தைகள் கற்களா என்ன, இப்படிக் காயப்படுத்துகிறதே?

உள்காயம் அகலமாகி உயிர்வரை எரிந்தது. சிந்தை நொந்து சிதைந்து போய் அழுதாள்.

விமர்சன விற்களின் வலி பொறுக்க முடியாத சுந்தரி, ஒருநாள் தனது உடம்பைத் தீக்குச்சிக்குத் தின்னக் கொடுத்துவிட்டாள்.

மனதின் தரைவரைக்கும் தடுமாறிப் போனேன். இதயத்துக்குள் மழையும் வெய்யிலும் மாறி மாறி அடித்தது.

கண்களுக்குள் ரகசிய அழுகை. சுந்தரியை யாருமே காப்பாற்றவில்லையே தவிர, அவள் யாருக்குமே தீங்கு தரவில்லை. காவலர்களிடம் கொடுத்த கடைசி வாக்குமூலத்தில் கூட "ஸ்டவ் வெடித்து'' என்று ஒப்புதல் தந்துவிட்டு உயிரை நிறுத்திக்கொண்டாள்.

சுந்தரியின் சாவு, எனது செல்வாக்கைக் கட்சி மட்டத்திலும் சின்னதாய் சரித்தது. "இவன் செய்து வைத்த கல்யாணம்தான் அது. அந்தப் பையன் கூட இவனுக்குத் தெரிஞ்சவன்தான். ரெண்டு அயோக்கியப் பசங்களுமா சேர்ந்து என் சொந்தக்காரப் பொண்ணு வாழ்க்கையை பாழடிச்சிட்டாங்க!" என்று பார்ப்பவர்களிட மெல்லாம் புலம்பினார் பம்மல்.

எனக்கு அவஸ்தை! ஏதாவது பம்மாத்து பண்ணினால் தவிர, பம்மலை முறியடிப்பது கடினம் எனத் தோன்றிற்று.

கட்சியில் பேரையும் புகழையும் தேனி சேர்ப்பது போல் சொட்டுச் சொட்டாகச் சேர்த்து வரும்போது அது தேன்கூடு கலைந்ததுபோல் ஒட்டுமொத்தமாய்க் கலைந்துவிடுமோ என கவலையாயிற்று...!

சுனிதா சாகஸக்காரி. பாய் விரிப்பவனிடம் இரவில் பணிந்து பகலில் அவனைப் பணிய வைப்பதில் கில்லாடி. பி.எச்.டி. பட்டம் தரலாம். அவளை வைத்து புகழேந்தியின் அறிமுகம் கிடைத்தது. புகழேந்தி அண்ணா தி.மு.க.தான். ஆனால் தி.மு.க.விலும் சில பிரமுகர்களுக்கு வேண்டியவராக இருந்தார். நமக்குப் புகழேந்தியுடன் படு நெருக்கம் ஏற்பட்டுவிட்டது. எனது சமீப தலைவலியைப் பேசினதும் "ப்பூ இவ்வளவுதானா? பம்மல் எல்லாம் ஒரு ஆளா? உங்களை அதை விடவும் பெரிய பெரிய இடங்களிலே அறிமுகப்படுத்துறேன்... போதுமா?" என்றார்.

நம்பிக்கையில்லாமல் சிரித்து வைத்தேன். புகழேந்தி செல்வாக்கானவர்தான். சந்தேகமில்லை. ஆனால் அது அ.தி.மு.க.வில். முற்றிலும் மாற்றுக் கட்சியொன்றில் இவருக்கு இவ்வளவு செல்வாக்கு இருக்குமா என்று தோன்றிற்று.

அவர் திமிங்கலமாகவே இருக்கட்டும். அதற்காக வனாந்தரத்தில் வாலாட்ட முடியுமா? திமிங்கலம் கடலில் வேண்டுமானால் ராஜா...!

ஆயினும் நானே ஆச்சரியப்படும்படி ஆயிற்று. புகழேந்தியின் புகழ் தி.மு.க.விலும் செலாவணி ஆனது. அவர் டெலிபோனை எடுத்து நம்பர் சுற்றி சர்வ அலட்சியத்துடன் அந்த பிரமுகரைக் கூப்பிட்டார். மாலை பார்க்க வருவதாகக் கூறினார்.

சொன்னது போலவே மாலை அந்தப் பிரமுகரைத் தனது 'விஸ்கி பொழுதிற்குள்' வரவேற்க முடிந்தது என்னால்...!

அதன் பிறகு புகழேந்தியைக் கத்தரித்து விட்டு அந்தப் பிரமுகருடன் ஒரு நயாகரா நட்பை ஏற்படுத்திக் கொண்டேன்.

கட்சியில் எனது புகழ் மழைக்கால ஏரியில் நீர்மட்டம் மாதிரி மளமளவென்று உயர்ந்தது.

அவர் அத்தனை உதவிகளையும் செய்து என்னை ஆகாய

உயரத்திற்குத் தூக்கினார்.

முன்னேற்றக் கழகத்தின் முக்கியஸ்தர்களை அவர் அறிமுகம் செய்ய நம் காட்டில் மழை.

சின்னச் சின்ன உற்சவர்களை உதறித் தள்ளி விட்டு 'மூலவர்களுடன்' சிநேகம் பிடித்தேன்.

என்னை லிஃப்ட்டில் ஏற்றி சடுதியில் மேலே உயர்த்தின அந்தப் பிரமுகருக்கு உன்னதமான விருந்து தர விரும்பினேன்.

"ஆறுமுகம் அண்ணே... உங்களுக்கு என்ன வேணுமோ கேளுங்க... இதுவரைக்கும் இப்படி ஒரு ட்ரீட் உங்களுக்கு கிடைச்சிருக்கக்கூடாது. இந்த சங்கர் உங்களை மறக்கவேமாட்டான். அதே போல நீங்களும் என்னை மறக்கவே முடியாதபடி பெரிசா செய்யணும்னு விரும்பறேன். எது வேணுமோ கேளுங்க!"

அளவாய் அழகாய் சிரித்தார் அவர். மெலிதான குரலில் பேசினார். இது கட்சி மேடையா என்ன... வீர முழக்கமிட? அந்தரங்கம் பேசும் சபை... மெதுவாகத்தான் பேச வேண்டும்.

"வேறொண்ணுமில்லே சங்கர்... ஒரு சின்ன விருப்பம் நிறைவேத்துவியா?"

"என்னண்ணே நீங்க...? பெரிசாவே கேளுங்கன்றேன். சின்ன விருப்பமாமில்லே?"

மறுபடி சிக்கனச் சிரிப்பு. காற்றுக்கு வலிக்குமே என்பது போல சன்னக்குரலில் கேட்டார்.

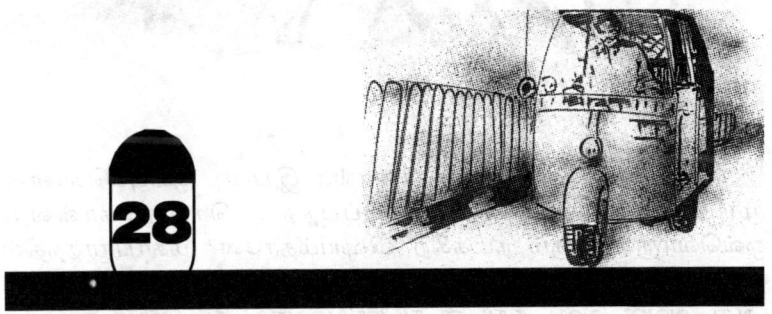

28

அந்த மதுராந்தகத்துக்காரர் விருப்பமும், மதுவும் மாதுவுமாகத்தானிருந்தது. இதில் ஒன்றும் ஆச்சரியமில்லை. இதையெல்லாம் கேட்காத பெரிய மனிதர் கிடைத்தால்தான் ஆச்சரியப்பட்டிருப்பேன்.

தனக்குச் சம்மதம் இல்லாவிட்டால் சமர் செய்துகொண்டு பேச வேண்டும் என சமூகம் சொல்லிக் கொடுத்திருந்தது.

முரண்பாடுகளுடன் கூட உடன்பாடு வைத்துக்கொள்வதுதவிர வழியில்லாது போயிற்று!

இன்னும் சொல்லப்போனால்... இப்படி ஒப்புக்கொள்ள முடியாத விஷயங்களுடன் ஒப்பந்தம் செய்துகொள்வது ஒவ்வொருவருக்கும் நடக்கிற விஷயம்தானே? மகாபாரதத்தில் தர்மன் சொந்த சகோதரர்களுடன் மாபெரும் போர் நடத்தினானே... அது அவன் இஷ்டத்துடன் நடந்ததுதானா? சீதையைச் சிதைக்கு அனுப்பி அக்னிப் பரிட்சை நடத்தினானே ராமன்... அது அவன் முழு சம்மதத்துடன் நடந்ததுதானா?

குற்றங்களின் கிளைகள் ஆனேன் நான்... வெளியே தெரிந்ததால் வெட்டி எறிந்தாயிற்று. கிளைகளை வெட்டினது சரி; ஒளிந்து கொண்டிருக்கும் வேர்களை?

பம்மல் உள்ளத்திற்குள் ரகசிய விம்மல். நொறுங்கிப்போனார். சிறகுகளில் பாரம் ஏறி, கண்ணீருக்குள் நங்கூரம் பாய்ச்சிய துக்கம். தோல்வியைத் தொண்டைக்குள் வைத்துக்கொண்டு விழுங்கவும்

முடியாமல் துப்பவும் மாட்டாமல் துயரம் கொண்டாடினார்.

ஏற்கனவே கல்யாணத்தை நிறுத்த முடியாமற் போனதில் குடும்பத்தில் அவமானம்... இப்போது கட்சியில் எனது செல்வாக்கைச் சரிக்க முடியாமற் போனதில் நயாபைசா மரியாதைதான் அவருக்கு!

இதயம் அவமானத்தில் அங்குலம் அங்குலமாக சரிவது போல் தோன்றிற்று.

பொதுவாகக் கட்சியில் பதவிக்கான போட்டி என்பது அவருக்கும் மி.வ.வைதி என்பவருக்கும் மட்டும்தான் இருந்தது.

இப்போது புதிதாக ஒருவன் தோன்றி தங்கள் இருவரையுமே மீறுகிறானே... தொகுதியில் தி.மு.க.வின் டினோசராகக் காட்சி தருகிறானே... என்று கடுப்பாயிருந்தது.

தனது பரம எதிரி 'வைதி'யை விடவும் வைரியாக அவர் நினைத்தது என்னைத்தான். அதன் காரணமாகவே வைதியிடம் கூட்டு சேர்ந்தால்கூட தேவலை என தோன்றியிருக்கிறது.

எதிரியின் எதிரி என்ற கோணத்தில் தேடுகையில் எப்போதுமே நண்பர்கள் கிடைப்பார்களே...!

மி.அ. வைதிக்கும் மீசை துடித்திருக்கிறது. என்னை நிர்மூலமாக்க வேண்டும் என்ற கொள்கையை அன்றாடம் அடைகாத்தார் அவரும்.

பொதுப்பிரச்சினை புது சிநேகிதத்தை பூக்க வைத்தது. அணிசேரா நாட்டுத் தலைவர்கள் 'அணி சேர்த்து' கொண்டது மாதிரி அப்படியொரு ஈடுபாட்டுடன் கை குலுக்கிக் கொண்டார்கள் ரெண்டு பேரும்.

"சங்கர் ரெண்டு பேருக்கும் வேண்டாதவனாயிட்டான்... அவனை தலையெடுக்க விடாம அடிக்கணும்! ஆனா... ஜாக்கிரதையா செய்யணும் பம்மல் அண்ணே! ஏன்னா... இப்ப அவன் இருக்கிற இடம் அப்படி" என்றார் நடுக்கத்துடன்.

"கரெக்ட்.... நம்ம கட்சிக்குள்ளே புகுந்த நாகப்பாம்பு அவன். ஆனாலும் மதிக்கத்தான் வேண்டியிருக்கு... ஏன்னா, அந்த பாம்பு இருக்கிற இடம் பரமசிவன் கழுத்தாச்சே...!"

அவசரப்படாமல் யோசித்திருக்கிறார்கள்... படை திரட்டினார்கள். நாலாம்படை!

முன்பே என்னிடம் தோற்ற வலியும் அவமானமும் பம்மல் மனசுள் பசுமரத்து ஆணி. எனவே, இந்தத் தடவை நான் தப்பவே கூடாது என்று கறுவினார்.

திருவான்மியூரில் இன்னொரு பக்கம் ரௌடி ராஜ்யம் நடத்தி வந்தவர்கள் வில்சன், பைண்ட் மணி என்ற இரண்டுபேர்கள். தப்புக் காரியம் செய்வதற்கென்றே பிறந்தவர்கள் என சிபாரிசு செய்யும்,

அந்த முகத்துத் தழும்பும் தோற்றமும்!

பணக்கட்டை நீட்டினதும் அலட்சியத்துடன் வாங்கி, அழுக்கு பேண்ட் பையில் போட்டுக் கொண்டான் பைண்ட் மணி.

"ஆறு மாசம் ஆஸ்பத்திரியிலே மாவுகட்டோட படுக்க வைச்சா போதுமில்லை...?"

"போதும்..." என்றபடி அவர்கள் நீட்டின விஸ்கி பாட்டிலை வாங்கி எதுவும் கலக்காமலே தொண்டைக்குள் கொட்டிக்கொண்டனர். நெருப்பு சரடாய் திரவம் உட்புகுந்து ரத்தத்தில் பேரணி நடத்த ஆரம்பித்தது. கண்கள் ஜிவுஜிவு என சிவக்கத் தொடங்கிற்று...!

"காரியத்தை கச்சிதமா முடிப்பீங்களா... இல்லை கோட்டை விட்டுருவீங்களா?"

வில்சன், பைண்ட் மணி ரெண்டு பேர் முகத்திலும் கோபச் சிவப்பு.

"எதுனா கோளாறு பண்ணிட்டு வந்தேன்னா உன் காலைத் தொட்டு கும்பிடறேன் வாத்தியாரே... போதுமா? நீ ஆளை மட்டும் காட்டு... கொத்துக்கறி போட்டுடுறோம்..." -உஷ்ணமாக கத்த, வைத்தியலிங்கம் சிநேகமாக சிரித்து ஆதரவுடன் தோள் தட்டினார்.

"கோவிச்சுக்காதீங்க தம்பி... அவனும் கொஞ்சம் தாட்டியமான ஆளுதான்... அதனாலதான் நீங்க எச்சரிக்கையா இருக்கணுமேன்னு சொல்றேன்..."

"கவலைப்படாதே தலைவா! அத்தெ நாங்க பாத்துக்கறோம்... நீ அட்ரஸை மட்டும் தந்துட்டு போய்கினே இரு...!"

"அப்படியா...!?" என்று கேட்டு திருப்தியாகச் சிரித்துவிட்டு மெலிதாகச் சொன்னார்.

"ஆட்டோ சங்கர் தெரியுமா...! அவனைத்தான் அடிக்கணும்."

அவ்வளவுதான்... ரெண்டு பேர் முகமும் இருட்டுக்குப்போனது.

பாட்டிலைக் கீழே வைத்து விட்டான் வில்சன். வாங்கின முன்பணத்தை மடிப்புக் கலையாமல் திரும்ப கொடுத்தார்கள்.

"ஏய்... என்னாச்சு?"

"உன் காலைத்தொட்டு கும்பிடறேன் வாத்தியாரே... எங்களை விடு! சங்கரைத் தவிர யாரை வேணும்னாலும் சொல்லு... இது எங்களாலே முடியாது தலைவா... மன்சுக்க!"

தேவியைப் பார்த்ததும் என்னை ஆச்சர்யம் அப்பிக்கொண்டது. திருநீர் மலையிலிருந்து நான் ஆட்டோவில் சாராயம் கடத்த உதவி செய்தாளே... அதே பெண்...

அவளை அவ்வப்போது சாராயக் கடத்தலுக்கு உபயோகித்துக்கொண்டது உண்மை. ஆனால்... அவளிடம் விலாசம் எதுவும் சொல்லிவிட்டு, வரவில்லை நான். பின்னே எப்படி....?

“ரொம்ப சுலபம்” சிரித்தாள் தேவி.

‘‘உங்க ஆட்டோவில் ரெண்டு மூணு தடவை வர்றப்ப, உங்ககிட்டே மாமூல் வாங்கற போலீஸ்காரங்க என்னைப் பார்த்தாங்களா...?! அதுக்கப்புறம் ரொம்ப நாளா நீங்க வரலைன்னதும் கவலையோட என்னை விசாரிக்க ஆரம்பிச்சிட்டானுக, நமக்குள்ள அதிக பழக்கம் கிடையாதுன்னு சொன்னால் நம்பினாதானே? அப்புறம் அவங்ககிட்டேயேதான் விலாசம் வாங்கிட்டு வந்தேன்!”

“இங்கே எதுக்கு வந்தே?”

தேவி தரை வெறித்தாள். வாழ்க்கை வறுமையின் ராட்சதப் பிடியில் இருப்பதை வருத்த குரலில் சொன்னாள். தானும் தனது தம்பி வெங்கடேசனும் வாழ்வதற்கு வழிகாட்ட வேண்டுமென்றாள். ‘ஆபத்தைப் பற்றி கவலைப்படாமல் எனக்கு உதவியவள் பாவம்’ என்று இரக்கமாயிருந்தது.

‘‘சரி... உன் தம்பியை என்கிட்டே அனுப்பு! அவன் வருமானத்துக்கு ஏற்பாடு பண்றேன். நீ தொடர்ந்து தையல் படி... ஒரு நல்ல மாப்பிள்ளையாய் பார்த்து உனக்கு ஒரு கல்யாணம் செய்து வைக்கிறேன்... சந்தோஷம்தானே?”

“ஓ...” என்றாள் சந்தோஷம் இல்லாமலே.

அப்புறம் ஒருநாள்... பராமரிப்பில் மெள்ள மெள்ள தேவி தலையெடுக்க ஆரம்பித்த சமீபம்.

திடீரென ஒருநாள் அவள் கையில் ‘கௌரிசங்கர்’ என்ற பெயரை தேதியுடன் சேர்த்து அவள் பச்சைக் குத்திக்கொண்டு வந்தாள்.

ஆத்திரத்தில் அவளைக் கூப்பிட்டு வேகத்துடன் உறுமினேன்.

“யாரைக் கேட்டு கையிலே பச்சை குத்திகிட்டே...?”

‘‘இ... இல்லைங்க. சுமதியெல்லாம் குத்தியிருக்குதில்ல... அதனாலதான்...” -குரல் தழுதழுத்தது.

“இதென்ன அண்ணா தி.மு.க.ன்னு நினைச்சியா... இயக்கத்திலே இருக்கிற எல்லாரையும் பச்சை குத்த சொல்றதுக்கு... அறிவு கெட்ட முண்டம்...” என ஆரம்பித்து வார்த்தைகளில் பச்சைமிளகாய் சேர்த்துத் திட்ட அவளுக்குக் கண்கள் அலம்பிற்று. தவிர, சுற்றிலும் இருந்த ஜனங்களின் பார்வையில் தென்பட்ட கேலி மனசை காயப்படுத்திற்று.

என்னிடம் சொல்லாமற் கூட கோபித்துக் கொண்டு போய்விட்டாள் தேவி.

கோடம்பாக்கத்தில் கேசவன் என்பவனைக் கல்யாணம் செய்துகொண்டு அவள் வசித்து வருவதாக ஓரிரு நண்பர்கள் சொன்னபோது அலட்சியப்படுத்தினேன்.

“ஓடுகாலி...! சொல்லிக்காம ஓடிப்போனவதானே!” -மனசுள் முனகிப் பார்க்க... செல்லாமலே இருந்துவிட்டேன்.

ரெண்டுபேரும் சென்னாரெட்டியும்- ஜெ.யும் மாதிரி வெட்டி வீம்பில் சந்தித்துக் கொள்ளவில்லை.

சில வருஷங்கள் கழித்து மிக தற்செயலாக மறுபடி தேவியை மவுண்ட் ரோட்டில் சந்தித்தேன். இதயத்தை ஒரு டஜன் இடி ஒரே சமயம் தாக்கியது. ஆடிப்போனேன்.

சூரத் எலி தோற்றம் தந்தாள் இப்போது அவள். அவள் தேக்கி வைத்திருந்த அழகும் இளமையும் அதற்குள் எங்கே போயிற்று? ஐஸ்வர்யாராய் வயதில் ஒளவையார் தோற்றம் தருகிறாளே ஏன்?

கதறி அழுதாள் அந்தப் பெண். தனது ப்ளாஷ்பேக்கை கதை கதையாக சொன்னாள். அந்த கோடம்பாக்க கேசவனுக்குக் கல்யாணம் என்பது தினசரி அலுவலாம். ஒவ்வொரு பெண்ணாகக் கட்டிக்கொண்டு அலுத்து சலித்ததும் பம்பாயில் விற்றுப் பணம் பார்த்து விடுவானாம்.

தேவியும் அப்படித்தான் விற்கப்பட்டாள். அங்கே ‘ஓர்க்லோடு’. கடின உழைப்புக்கு ஈடு இணை ஏதுமில்லைதான்... மற்ற விஷயத்தில்! ஆனால் அவளது உத்தியோகத்தில்...? வீ.டி.யாக விஸ்வரூபம் எடுத்தது...

எந்த வைத்தியத்துக்கும் வசியப்படாததால் பம்பாய் இவளை ரயிலேற்றிவிட்டது.

கண்ணைக் கசக்கினாள். அதோடு என் மனசை கசக்கினாள்.

“சரி... இனிமே என்ன செய்யப்போறே?”

“தெரியலைங்க...”

“நீ எதுவும் செய்ய வேணாம்... தனியா ஒரு வீடு பார்த்து குடிவைக்கிறேன்... டாக்டரையும் அனுப்பறேன்.... கவலைப்படாம இரு.”

கண்கலங்க அந்தப் பெண் நன்றியுடன் கை தொழுதது. இத்தனை இழி நிலையில் கூட தனக்கு ஒருவன் சோறு போட்டு காப்பாற்ற சம்மதிக்கிறானே என அவளுக்கு ஆச்சரியம்.

வாழ்வில், இதைவிடவும் ஆச்சரியமெல்லாம் காத்திருக்கிறது. நாம் பிச்சையெடுத்து, இந்த பணக்காரனுக்கு பின்னால் சோறு போட வேண்டிய தினமெல்லாம் வரும் என அப்போது அவள் கண்டாளா?

29

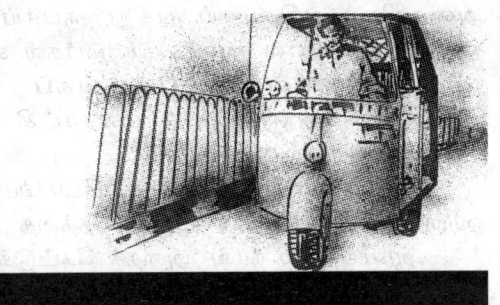

எனது வெளிச்சங்களுக்கு விலாசம் கிடைக்காமல் போனாலும், 'இருட்டுக்கு' ஒரு சரித்திரம் கிடைத்தது வினோதமான நிஜம்!

சுடலை, பாபு இரண்டு பேரும் எனது இரட்டைக் குழல் துப்பாக்கியாகவும், துர்பாக்கியமாகவும் வாய்த்துவிட்டனர். எதிரிகளுடன் சண்டையில்லாத நேரங்களில் இந்த 'குழல்கள்' தங்களுக்குள் குமுறிக்கொண்டேதான் இருந்தன.

சுடலை 'தனியாக'த் தொழில் நடத்த வேண்டுமென்ற கொள்கையை, பத்தினிப்பெண் கற்பில் பிடிவாதமாய் இருப்பதுபோல் அடிமனசில் அடைகாத்துக் கொண்டிருந்தான்.

என்னுடன் சங்கமமாகியிருந்த சமயத்தில்தான் விடுதியிலிருந்த உபத்திராதேவி என்பவளைத் தள்ளிக்கொண்டு போனான் சுடலை.

ஆனாலும் தப்பு செய்தவனை மன்னித்து, அவர்கள் ரெண்டுபேருக்கும் கல்யாணமும் செய்து வைத்து மறுபடி என்னுடனேயே சுடலையை சேர்த்துக்கொண்டேன்.

பிரச்சினை அத்துடன் முடிவுக்கு வந்துவிட்டதாக நம்பினேன். ஆனால் அது விவகாரத்தின் வேறொரு ஆரம்பமாயிருந்தது.

வேதாளம் மறுபடி முருங்கை மரம் ஏறிற்று.

சுடலை என்னை ஏமாற்றுவதற்காகத்தான் அந்தக் கல்யாண ஏற்பாட்டிற்கே சம்மதித்திருக்கிறான்.

கூட இருந்துகொண்டே குழி பறித்துக்கொண்டிருந்தான்.

விடுதிப் பெண்களின் ஊதியம், அவர்கள் விரும்பினால் அவரவர்களின் வீடுகளுக்கு நேரடியாகச் சென்று பணப்பட்டுவாடா செய்யும் பொறுப்பு சுடலையிடம் இருந்தது.

பெண்களிடம் மேலும் அந்தரங்கமாக நெருக்கம் வைக்க இந்தப் பதவி அவனுக்கு வாகான வாகனமாகிப்போனது. ஒவ்வொருத்திக்கும் தனியாகத் தூண்டில் போட ஆரம்பித்தான்.

சங்கரிடம் இருந்து விலகு! நான் இன்னும் நிறைய சம்பளம் தருகிறேன்.

இந்திய பட்ஜெட் தொகையையே சம்பளமாகத் தந்தாலும்

அதைவிட அதிகமாய் பத்து ரூபாய் யாராவது சம்பளம் தருகிறேனென்றால் சபலப்படுகிறவர்கள் எவ்வளவு பேர் இல்லை?

சபலர்களின் சாப்பாடாகப் போய் திரும்புகிற பெண்களுக்குள்ளும் அந்த மனசாட்சி 'பெண்டுலம்' ஆடாதா என்ன?

சிலபேர் சம்மதித்தார்கள். சிலபேர் யோசித்தார்கள். விசுவாசிகள் ஓரிருவர் என்னிடமே வந்து விபரீதத்தை அம்பலப்படுத்தினார்கள்.

ஆரம்பத்தில் நான் அதைக் கேட்டுக்கொள்ளவில்லை.

"சுடலையா... சேச்சே! இருக்காது... இப்ப திருந்திட்டான்."

பாபு ஏற்கவில்லை. வானத்துக்கும் தரைக்குமாகக் குதித்தான். விஷயத்தின் வெப்பத்தில் வெந்து போனான்.

"அந்தப் பய காமிரா, பத்தாயிரம் ரூபாயோட உபத்திராவை தள்ளிக்கிட்டு காணாமல் போனதுக்கே கேட்டுருக்கணும். நீங்கதாண்ணே விட்டுட்டீங்க. இப்ப பார்த்தீங்களா... மறுபடி துரோகம் பண்றான்."

"அதெல்லாம் இருக்காது பாபு... கண்கூடா பார்க்காம எந்த முடிவுக்கும் வரக்கூடாது."

"நீங்க வேணா ட்ரேஸ் பண்ணுங்க. தெரிஞ்சுப்பீங்க. அவன் அயோக்கிய ராஸ்கல்தான்."

பாபுவைச் சமாதானப்படுத்தினேன்.

சுடலையின் உள்ளத்துக்குள் உற்சாகம் 'ஓடிப்பிடித்து' விளையாடிக்கொண்டிருந்தது.

எனது கஸ்டமர்கள் பலபேரை தன் பக்கம் இழுக்க முடிந்ததில் சரமாரியாக சந்தோஷப்பட்டிருக்கிறான்; எனது பெண்களையும், ஃபோனையும் வைத்துக்கொண்டே சன்னம் சன்னமாக தனக்குச் சாதகமாக-

அதுவும் கம்பெனியின் மிகப்பெரிய வாடிக்கையாளர் ஒருத்தர் அன்றைக்குக் காலை ஃபோனில் ஒரு அழகியை கூப்பிட்டபோது நைசாகப் பேசி அவரையும் தன் பக்கம் இழுத்திருக்கிறான்.

"எனக்குத் தேவை பொண்ணு. நீ அனுப்பினா என்ன... சங்கர் தந்தா என்ன? ஆல்ரைட். சாயந்திரம் ஆளை அனுப்பு... இப்ப வந்து பணம் வாங்கிட்டுப் போ!"

இதயமெங்கும் ஒரு சந்தோஷ மேகம் தொடர்ந்து தூறலிட்டது.

'எச்சரிக்கை... எச்சரிக்கை' என்று இதயம் அடித்துக்கொள்ள...

'பாபு சந்தேகப் பார்வை பார்க்கிறான். அவன் கண்டுபிடித்துவிடக்கூடாது. ஒவ்வொரு எட்டையும் கவனத்துடன் எடுத்து வைக்க வேண்டும்...!' என்றானாம் கிளியிடம்!

சங்கிலித் தொடராய் திட்டமிட்டிருக்கிறான் சுடலை.

பாபுவுக்கு 'அல்வா' கொடுத்துவிட்டு ஆலாய்ப் பறந்துகொண்டு போனான் அந்த ஹோட்டலுக்கு.

அழைப்பு மணியை வருடிவிட்டு கஸ்டமருக்குக் காத்திருக்க ஆரம்பித்தான்.

கதவு கொட்டாவி விட... வெளிப்பட்ட என்னைப் பார்த்தவன் பதறிப்போனான்.

"ச... சங்கரண்ணன்... நீ... நீங்களா...?" -வேட்டியில் தீப்பிடித்த மாதிரி அலறினான். கஸ்டமராக அவதாரம் எடுத்தது நானே என்ற உண்மை புரிந்தது. கலங்கிப் போனான்.

எனக்கோ கண்கள் ஜிவுஜிவு என்று சிவந்தது. கோப ரத்தம் குய்யோ முறையோ என படையெடுத்து ஓடியது. முகத்துத் தசைகள் இறுகினது.

"பொழைப்புதான் மானங்கெட்டதுன்னாலும், தொழில்லேயாவது மானம் வேண்டாமாடா நாயே...?"

கல்யாணப் பெண் கணக்காய் சுடலை தலைகுனிந்தான்.

"இனிமே உனக்கு மன்னிப்பே கிடையாது... கிளம்பு...! ஏரியாவுக்கு வந்து பேசிக்கிறேன்."

சுடலை குடல் நடுங்கினான். அடிவயிற்றில் ஒரு பயம் ஊசி தொட்டது. நெஞ்சின் அத்தனை எண்ணங்களிலும் தப்பிக்கும் மார்க்கத்தைத் தேடினான்.

மரண வாக்குமூலம் • 223

இவர்களிடம் மாட்டிக்கொள்ளக்கூடாது. உடம்பை உண்டு, இல்லை என்று பண்ணி விடுவார்கள். ஒருதடவை மன்னித்ததே பெரிசு. இரண்டாவது- துரோகத்துக்கு ஈவு இரக்கமே காட்டமாட்டார்கள். மோகன், சிவாஜி, எல்டின், ராஜாராம், ரவி, ஜெயவேல், சசி என்று எத்தனை பெரிய ரவுடி பட்டாளம்... குறிப்பாக அந்த பாபு; தனது ஜென்ம விரோதி... கையில் கிடைத்தால் கைமா பண்ணிவிடுவார்களே! அடி தாங்க முடியாதே... 'அய்யோ... கடவுளே எப்படி தப்பிக்கப் போகிறேன் இங்கேயிருந்து...!'

இப்படித்தான் மூளைக்குள் ஒரு அபாய விளக்கு எச்சரித்துக்கொண்டேயிருந்திருக்கும் அவனுக்கு. 'சீக்கிரம் தப்பி! சீக்கிரம் தப்பி!'

பைக்கை நான்தான் ஓட்டினேன். பின்புறம் சுடலை!

அடையார் சிக்னலுக்காக வண்டி நின்ற சந்தர்ப்பத்தைப் பளிச்சென்று பயன்படுத்திக் கொண்டான் சுடலை. சட்டென்று வண்டியிலிருந்து குதித்து விரையும் வாகனங்களுக்கு இடையே ரோட்டின் குறுக்கே பிரபுதேவா டான்ஸுடன் ஓடினான். பிறவிப் பெருங்கடலைக் கடப்பது போல சாலையைக் கடந்தான். ஒரு பச்சை உடம்பு பல்லவனை அசுர ஓட்டத்தில் பிடித்து உள்ளே ஜோதியில் கலந்தான்.

மூன்று நான்கு நிமிஷங்களுக்குள் இத்தனை களேபரமும்! அத்தனையையும் அமைதியாகக் கவனித்துக்கொண்டிருந்த நான், வாகனத்தை மௌனமாகத் திருப்பினேன். கண்கள் தொலைபேசி தேடி அலைந்தது.

வீட்டுக்குப் ஃபோன் போட்டேன். பாபு கிடைத்ததும் நடந்ததைச் சொன்னேன். பாபுவுக்கு ரத்தம் கோபத்தில் கொதித்தது.

"அடடா... தப்ப விட்டுட்டீங்களேண்ணே அந்த சொறி நாயை..."

"அதான் இல்லை... நீ உடனே ஆட்களோட கிளம்பி நான் சொல்கிற விலாசத்துக்குப் போ!"

அட்ரஸ் சொன்னேன். ஆச்சரியப்பட்டான் பாபு.

"நம்ப வாடிக்கையாளர் வீடாச்சே அது... அங்கே எதுக்காக போகணும்..."

"இப்ப அவரு அவனோட கஸ்டமர். அது மட்டும் இல்லை... இன்னிக்குக் காலையிலே அவன் பெண்டாட்டி உபத்திராதேவியை அந்த வீட்டுக்குத்தான் அனுப்பியிருக்கிறான். அதையும் தெரிஞ்சுக்கிட்டுத்தான் நான் ஹோட்டலுக்குப் போனேன். சுடலை இனி வீடு திரும்பமாட்டான். உபத்திராவோட வேற எங்கேயாச்சும் தப்பிச்சிடுவான்! அந்த அட்ரஸை வாட்ச் பண்ணிக்கிட்டுருங்க. அவனோ அவளோ பிடிபடுவாங்க!"

சுடலை பஸ்ஸை விட்டு டெப்போ போகும்வரை

இறங்கவில்லை. மந்தைவெளி ஸ்டாண்டிலிருந்து கண்களில் பயத்துடன் மெள்ள எட்டிப் பார்த்தான்.

சட்டை பேண்ட் பைகளில் சோதித்தான்... ம்ஹூம்... போதுமான ரூபாய் இல்லை... இருக்கிற ரூபாயில் முதலில் ஏதாவது சாப்பிடுவோம் என்று தோன்றியது.

எக்காரணம் கொண்டும் வீடுபோகக்கூடாது. சங்கரின் ஆட்கள் சூழ்ந்திருப்பார்கள். போலீஸின் கண்களிலும் படக்கூடாது. அவர்களே சங்கரிடம் பிடித்துக்கொடுத்துவிடுவார்கள்; எஜமான விசுவாசத்தில்...

உபத்திராவைக் கூப்பிட்டுக் கொண்டு எங்காவது ஏரியா மாறுவதுதான் உபத்திரவம் இல்லாதது...

அவள் வீடு திரும்புவதற்குள் அழைத்துக் கொள்ளாவிட்டால் போச்சு! ஆபத்து! 'ஆட்டோ பிடித்து அவளை கூப்பிடப்போகலாமா' என்று யோசித்து உடனடியாக அதை நிராகரித்தான்.

பணப்பற்றாக்குறையுடன் நடமாடிக்கொண்டிருக்கும் போது வீண் செலவு விவேகமல்ல என்று பட்டிருக்கும்.

ஃபோன் சிணுங்கிற்று. போர்வையே உடையாக அணிந்திருந்த அந்த ஜோடி மெள்ளப் பிரிந்தது. 'அவர்' எடுத்துப் பேசிவிட்டு-

"உபத்திரா... உன் புருஷன். உன்னை உடனே கிளம்பி வரச்சொல்றாரு..." என்று ஃபோனை வைத்துவிட்டார். அந்த உபத்திரா நெற்றி சுருங்கினாள். 'எதற்காயிருக்கும்?'

ஐந்து பத்து நிமிடங்களில் ஸ்டிக்கர் பொட்டை நெற்றியில் ஒட்டி, டிஷ்யூ கட்டி நளினமாக நடந்து அவள் வெளியேறிய பத்து நிமிஷத்தில் மீண்டும் ஃபோன் துடிக்க... எடுத்துப் பேசின அவர் திகைத்தார்.

"நான் சுடலை பேசுறேன்... உபத்திரா கூட கொஞ்சம் பேசணுமே!"

ஆச்சரியத்துடன் அவர் "எ... என்னங்க இது...? நீங்கதானே கொஞ்சம் முன்னாலே ஃபோன் பேசி அவளை கிளம்பச் சொன்னீங்க... அப்பவே போயாச்சு அவ..."

சுடலை அதிர்ந்துபோய் அலறியிருக்கிறான். "அய்யோ... மோசம் போயிட்டேனே... அப்ப பேசினது நான் இல்லை ஸார்..."

30

என்னிடம் மாட்டிக்கொள்ளாமல் உபத்திராவை மீட்கவேண்டுமே, எப்படி? இந்த ‘எப்படி’ என்ற வார்த்தை மாம்பழத்து வண்டாக மனசைக் குடைந்திருக்கும்.

போலீஸ் ஸ்டேஷன் போய் உயிர் பாதுகாப்பு கேட்கலாமா?

ம்ஹூம்... வேண்டாம்! பூனையைக் கொலை செய்ய முயன்றதாய் எலியின் மீது எஃப்.ஐ.ஆர். எழுதுகிறவர்கள்தானே போலீஸ்காரர்கள்!

போலீசுக்குப் போவது புத்திசாலித்தனமில்லை. அவர்களும் நையப்புடைத்து, சங்கரிடமும் ஒப்படைப்பார்கள்!

ஒரு தப்புக்கு ஏன் இரண்டு தண்டனை பெறவேண்டும்! அதற்குப் பதிலாக சங்கர் கோஷ்டியிடமே சரணடைந்துவிட்டுப் போகலாம்!

ஆள்மாற்றி ஆள் துவைத்துத் தொங்கவிடுவார்கள்...

மற்றபடி மன்னித்து விட்டுவிடுவார்களா? சான்ஸே இல்லை... புலால் தின்னாதே என்று கோரிக்கை வைத்தால் புலி கேட்குமா என்ன?

பளிச்சென நினைவுகளில் ஒரு ஞாபக மின்னல் வெட்டினது. சங்கரைத் தனியாகச் சந்தித்து காலில் விழுந்து கதறி அழுதால்?

கரெக்ட்! அதுதான் சரி... அவன் கோபக்காரனென்றாலும் நெல்லிக்காயின் எங்கோ மூலையில் ஒட்டிக் கொண்டிருக்கும் ஆதார இனிப்பைப் போல இரக்கமும் உள்ளவன்.

அவன் நிச்சயமாக மன்னிப்பான். மன்னிக்காமல் தண்டிப்பதானால்கூட சங்கர் கையால் தண்டனை தரட்டும்! மற்றவர்கள் கை வைக்கக்கூடாது. கொல்வதானால்கூட சங்கர் கொல்லட்டும்! மற்ற எல்லோருமாக உதைபந்து ஆடுவதைவிட, சங்கரின் கையால் சாவது உத்தமம்!

மனசுள் தினுசு தினுசானக் கலவையான உணர்ச்சிகள் ஓடிற்று. குடுகுடுப்பைக்காரன் சட்டை போல!

நிலைப்படியில் நிழலாடியது. மோகனும் எல்டினும்.

“உபத்திராவை கூட்டி வந்துட்டோம்ண்ணே!”

சிகரெட்டின் ஜீவன் முழுவதையும் ஒரே மூச்சில் உள்ளிழுத்தேன். புகையைத் தவணை முறையில் வெளிப்படுத்திக் கொண்டு பேச ஆரம்பித்தேன்.

“உபத்திரா மேலே யாரும் கை வைக்கலை இல்லே...?”

“இல்லைண்ணே!”

“நல்லது! அது நான் நடத்தி வச்ச கல்யாணம்... என்னதான் இப்பவும் அந்தப் பொண்ணு விபச்சாரத் தொழில் செய்தாலும் என் பழைய நண்பனோட மனைவி... புரியுதா?”

ஆமோதித்துத் தலையசைத்தனர்.

“உபத்திரா உங்களைப் பார்க்கணும்னு சொல்லிச்சு. கூட்டி வந்திருக்கோம். வெளியே காத்துக்கிட்டிருக்கு.”

“அடடா! உள்ளே கூட்டி வரதுக்கென்ன எல்டின்?”

என்னைப் பார்த்ததும் உபத்திராவுக்குக் குரல் தழுதழுத்தது. கண்களில் நீர் கண்ணாடி காட்டிற்று. கையெடுத்துக் கும்பிட்டாள்.

“அவர் செய்தது தப்புதான் அண்ணே... இந்த ஒருதடவை அவரை எனக்காக மன்னிச்சு விட்டுடுங்க!” என்றாள் நடுக்க சொற்களில்.

சோக சிரிப்பை நாடகமாய் உதிர்த்தேன்!

‘‘அப்புறம் இங்கே என்னை யாரும் மன்னிக்க மாட்டாங்களேம்மா! தேவைக்கு அதிகமாகவே அவனுக்கு சலுகை காட்டிட்டேன்னு ஏற்கனவே எரிச்சல்லே இருக்காங்க. தவிர, இப்ப இதை லூஸ்லே விட்டுட்டேன்னா கூட்டத்திலே இருக்கிற இன்னொருத்தனுக்கும் நாமும் இதைச் செய்யலாம்... அண்ணன் மன்னிச்சிடுவாருன்னு நினைப்பு வந்துடும். மன்னிப்பெல்லாம் கிடையாது. ராஸ்கல்... அவனை ஆறு மாசமாவது ஆஸ்பத்திரியிலே படுக்க வைச்சாதான் புத்தி வரும்...”

‘ஹுக்’ -சீக்குக் கோழியின் கொக்கரக்கோ போல ஒற்றை விசும்பல் வெளிப்பட்டது அவளிடமிருந்து. துக்கத்துடன் கண்ணைக் கசக்கினாள்.

“சில விஷயங்களை மன்னிக்கவே முடியாது உபத்திரா. இப்ப சுடலை மேலே பரிதாபம் காட்டினா நாளைக்கு எனக்காக எவனாவது பரிதாபப்படும்படியா ஆயிடும்! அவன் படுக்கையிலே கிடக்கிற காலத்திலே உனக்கு செலவுக்கு எதுனா தரச்சொல்றேன். அதுமட்டும்தான் முடியும்! இன்னொரு விஷயம்... பத்துப்பதினைந்து நாள் உன்னை வேணா பிராத்தல் கேஸ்லே உள்ளே வைக்க ஏற்பாடு பண்ணட்டுமா?”

பதறிப் போனாள் உபத்திரா. “நா... நான்... எ... என்ன தப்புண்ணே செய்தேன்... என்னை எதுக்காக?” என்றாள் கரகர குரலில். துக்கத்தில்

கழுத்தின் கோலி ஏறி இறங்கிற்று.

"உன் நலத்துக்காகத்தான் இதைச் சொல்றேன்! சுடலை உன்னையும் விட்டுட்டு ஓடற முடிவுக்கு வந்துட்டான்னு வை...! உன்னை எங்க பாதுகாப்பிலே வைச்சிருந்து என்ன யூஸ்? சுடலை கிடைக்காத ஆத்திரத்திலே பாபுவும் மற்ற ஆட்களுமா உன்னை உதைக்க ஆரம்பிச்சிடுவாங்க. உன் பாதுகாப்புக்காகத்தான் இந்த ஏற்பாடு... என்ன சொல்றே...?"

அவள் யோசித்துக் கொண்டிருக்கும் சமயம் ஃபோன் வீறிட்டது. சுடலை!

முகத்தில் சலனமே இல்லாமல் அந்தக் கோரிக்கையில் இருந்த ஈர உருகலைக் காதில் வாங்கினேன்.

ஃபோனில் வாயைவிட காதுகளை மட்டுமே நிரம்ப வேலை வாங்கினேன். ஃபோனை வைத்துவிட்டு...

"உபத்திரா... உன் புருஷன்தான்! நீ உன்னோட வீட்டுக்குப் போகலாம். சுடலையைக் கூட்டிவர இப்ப ஆட்களை அனுப்பறேன். அவன் உயிரோட திரும்பி வருவான். அந்த உத்தரவாதத்தை மட்டும் உனக்குத் தரேன். ஆனா காயமில்லாம அவனை அனுப்ப முடியாது! எங்க காயத்துக்கு மருந்தே அதுதான்..."

மயான மௌனத்துடன் மனசு கனக்க திரும்பிச் சென்றாள் உபத்திரா.

ஆச்சரிய அலைகள் பாபுவின் முகத்தை மொய்த்தது.

"என்னண்ணே சொல்றீங்க! அந்த துரோகி இருக்கிற இடம் தெரிஞ்சு போச்சா... சொல்லுங்க! எங்கே இருக்கான்... இப்பவே போய் கொத்துக்கறி போட்டுறுவோம்..."

"சரி புறப்படு" என்றேன்.

"ம்ஹூம்! நீங்க அங்கே வரவேணாம். நாங்க பாத்துக்கறோம்."

"சரி... நான் வரலை! ஆனா நான் சொல்றதைக் கேளு... யாரும் அவனை அடிக்க வேணாம். ரெண்டு கைகளையும் கட்டி கைவிரல்களில் பத்துவிரலுக்கும் மாத்தமா துணி சுற்றி கிருஷ்ணாயில் ஊற்றி கையைமட்டும் கொளுத்திவிடு பாபு... இதைத் தவிர அவன் மேலே உன்னோட விரல்கூட படக்கூடாது! சரிதானா? அதுமட்டுமில்லை. கொளுத்துறதுக்கு முன்னாலே நான் அவன்கிட்டே ஃபோன்ல பேசணும். அவனைப் பேசச் சொல்லுங்க."

ஆட்டோ புகை கக்கினபடியே புறப்பட்டுப் போனது.

பாபுவைப் பார்த்ததுமே பேயறைந்தாற் போல் ஆனான் சுடலை. ஒன்றுக்கு முட்டிக்கொண்டு நெருக்கினது. "சங்கரண்ணன் வரலையா?" என்றான் பலவீனமாக.

பாபு முகத்தில் விஷச் சிரிப்பு! சுடலையைத் தன் ஆட்கள் சூழ வண்டியில் ஏற்றிக் கொண்டான்.

"சங்கரண்ணன் வரமாட்டாரா பாபு?" -கேட்ட சுடலையை நோக்கி முஷ்டியை வீசினான் பாபு. தாடையில் வெடித்தது. உதட்டோரம் ரத்த நூல் தொங்க வலியுடன் கூப்பாடு போட்டான் சுடலை. உடம்பின் ஒவ்வொரு அங்குலத்திலும் தாக்குதல் நடந்தது. கண்களை இருட்டிக்கொண்டு வந்தது.

"சங்கரண்ணன் இப்படியெல்லாம் அடிக்கச் சொன்னாரா பாபு?" -முக்கலும் முனகலுமாய் வேதனையுடன் கேட்டான்.

"அடப் போடா... நீ மன்னிப்பு கேட்டமாதிரி நானும் கேட்டுட்டுப் போறேன்! துரோகம் பண்ணிப்பிட்டு கேள்வி வேறயாடா மவனே!"

பற்களைக் கடித்தபடி காலை மடக்கி முழங்கால்களால், சுடலையின் ரெண்டு கால்களுக்கும் இடைப்பட்ட உறுப்பில் உக்கிரமாகத் தாக்கினான். படாத இடத்தில் பட்ட அடி! போக உறுப்பில் பிசகாய் விழுந்த தாக்குதல்!

அதிபயங்கரமான வலியை வெளிப்படுத்த நினைத்த சுடலை, வாயைத் திறந்த அடுத்த செகண்ட் விறைத்துப் போய் நின்றான். கண்கள் நிலைகுத்தினது. சப்தமில்லாமல் செத்துப் போனான்.

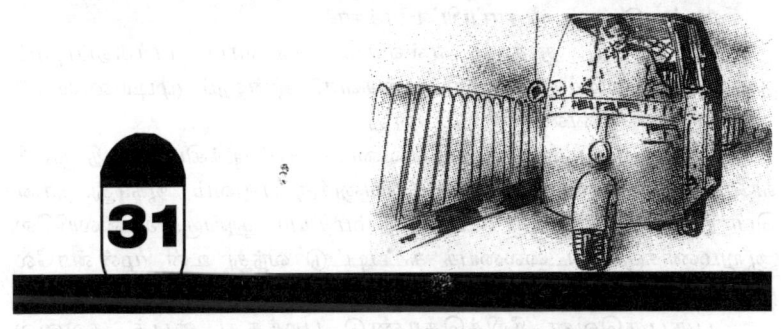

31

பாபுவின் முகத்தைப் பதற்றம் தொற்றிக்கொண்டது. சுடலை இத்தனை சீக்கிரத்தில் செத்துப்போவான் என்பதை அவன் எதிர்பார்க்கவும் இல்லை. சுடலையைக் கொல்ல வேண்டுமென்பது அவன் கொள்கையுமல்ல. ஆத்திரம் தீர அடித்து நொறுக்க வேண்டும் என்பதுதான் அவனின் விருப்பம். சுடலை இறந்துவிட்டான் என்பது தெரிந்து தெப்பமாய் வியர்த்தான்.

மூலவியாதி வந்தவன் போல் இருப்புக் கொள்ளாமல் தவிக்க வைத்துவிட்டார்கள். 'சுடலை இன்னும் ஏன் போன் செய்யவில்லை' என்ற கேள்வி மனசுள் விருட்சமாய் விஸ்வரூபமெடுத்தது. ஒருவேளை இவர்களைப் பார்த்துவிட்டு அங்கிருந்தும் சுடலை தப்பித்துவிட்டானா; என்ன? தன் மீது சுடலைக்குக் கோபம் ஏற்பட்டிருக்குமா என்ன? என்ன, என்ன, என்ன என்று

கே.பி.சுந்தராம்பாளாக என் நெஞ்சம் நெடுக கேள்விகள் பிறந்துகொண்டே இருந்தது.

சுடலை காணாமற் போயிருந்தாலும் கூட பாபு திரும்பி வந்து சொல்லியிருப்பானே...? ஒருவேளை சுடலையை துரத்திக்கொண்டு போயிருப்பானோ?

ஒரு தீர்மானத்துக்கு வந்தவனாக பைக்கை உசுப்பி, உபத்திராவை தேடிக்கொண்டு போனேன்.

உபத்திரா வீட்டில் இன்னமும் விளக்கு எரிந்து கொண்டிருந்தது. முதல் தட்டிலேயே கதவு கொட்டாவி விட்டது. உபத்திரா வெளிப்பட்டாள்.

"இ... இன்னும் தூங்கலை?" என்றேன். மனசுக்குள் கேட்க நினைத்தது 'சுடலை இன்னும் வரலையா' என்பதை.

ம்ஹூம்... கூடாது. இப்போது போய் அப்படிக் கேட்டால் இவள் கலவரம் அதிகமாயிடும்.

அரண்டு விடுவாள்.

"எப்படிண்ணே தூக்கம் வரும். அ... ஆமா அவர் எங்கே?"

சிரமப்பட்டுச் சிரித்தேன்.

"வந்துடுவான், நீ சாப்பிட்டாச்சா?"

"சாப்பாடு, தூக்கம் எல்லாம் அவரைப் பார்த்தப்புறம் தாண்ணே... அடிச்சு முடிச்சிட்டீங்களா? இன்னும் முடியலையா?" -அவளுக்குக் கண்ணீர் ததும்பினது.

"கவலைப்படாதே! சுடலையைக் கூட்டிக்கிட்டு திரும்பி வரேன்... நீ போய் படுத்துக்க! அவனுக்கு எதுவும் ஆகாது. நான் பொறுப்பு! போதுமா? போய் நிம்மதியா தூங்கு! காலையிலே ஆறுமணிக்குச் சுடலையைக் கூட்டிட்டு வந்து உன் முன்னாலே நிப்பேன்."

புருபுருவென சீறிக்கொண்டு பறந்தது பைக். கவலை ஆக்ஸாப்ளேடாக சன்னம் சன்னமாக மனதை அரித்தது.

வீட்டு வாசலில் திடும்மென்று பாபுவைப் பார்த்ததும் பரவசப்பட்டேன். கூடவே மெலிந்த நூலான கோபமும் கிளம்பிற்று.

"போனதும் போன் பண்ணச் சொன்னேனில்லே... பண்ண வேணாமா? இப்ப உங்களைப் பார்க்கத்தான் நான் கிளம்பிக்கிட்டிருக்கேன்."

பாபு அசந்தர்ப்பமாக ஒரு ரெடிமேட் புன்னகையை உதட்டில் உடுத்தினான்.

"ஆள் அகப்பட்டானில்ல?"

"ஓ....!" -பாபு மட்டும்தான் பேசினான். கூட இருந்தவர்கள் மத்தியில் மௌனம் முகாம் போட்டிருந்தது.

"நிறைய அடிச்சீங்களா?"

“ச்சேச்சே... அதெல்லாமில்லை அண்ணே.. நாலு தட்டுதான் தட்டினோம்.”

“நீ மட்டும் நாலா? ஆளுக்கு நாலு தட்டா?”

மோகன் முந்திக்கொண்டான். “நாங்க யாரும் தொடவே இல்லைண்ணே... பாபு மட்டும்தான்.”

நிம்மதியுடன் ஒரு எழுபது எம்.எம். பெருமூச்சு என்னை மீறி வெளிவந்தது.

“இப்ப சுடலை எங்கே இருக்கான்?”

பாபு எச்சிலையும் உண்மையையும் ஒரேசமயம் விழுங்கினான்.

“நம்ம குடோன்லே கிடக்குதுண்ணே!”

“அப்படியா...?” -மலர முயன்ற புன்னகை, ஜனனத்திலேயே செத்தது.

“கி... கிடக்கிறானா? கிடக்குதா? எ...ன்...ன... சொ...ல்...றே... பாபு?” என்றேன் நடுக்க வார்த்தையில்.

“அ... ஆமா... சங்கரண்ணே! அவன் சாகப்போறான்னு எதிர்பார்க்கவே இல்லை, நான்...” -பாபு பேசிக்கொண்டே போக என் முதுகில் தண்டுவடத்தில் ஓர் ஐஸ் கட்டி ஸ்லோமோஷனில் வழுக்கினது.

குவாட்டர் அடித்துக் குப்புறப்படுத்திருந்தவன் தலையில் குதுப்மினார் விழுந்த அதிர்ச்சி. நெற்றிக்கு முன்னால் நினைவுகளில் உபத்திராதேவி ஒரு நிமிடம் தொழுத கைகளுடன் தோன்றி ‘அ...வ...ரை... அடிச்சு முடிச்சுட்டீங்களா... இன்னும் முடியலையா அண்ணே?’ என்றாள்.

“கடவுளே... கடவுளே...” முகத்திலே அறைந்துகொண்டு அரற்றினேன்.

இனி பாபுவைத் திட்டுவதில் ஒரு உபயோகமும் இல்லை. கொலை செய்தது அநியாயம்தான் என்றாலும் இது ஒருவித எஜமான விசுவாசத்தின் வெளிப்பாடு. தவிர சாகப்போவதை அவனும் எதிர்பார்க்கவில்லை என்கிறானே?

வெளிச்சம் வேண்டும் என்பதற்காகக் கூரையைக் கொளுத்தின காரியம் செய்துவிட்டான் பாபு. இப்போது உபத்திராவுக்கு என்ன பதில் சொல்லப்போகிறேன். முட்டை மீது மொத்தமாக இடி விழுந்த மாதிரி ஆகிவிட்டதே!

“அண்ணே... பாடி குடோன்ல கிடக்குது. காலைல யாவாரத்துக்கு ஆட்களெல்லாம்... வந்துடுவாங்க! அதுக்குள்ள டிஸ்போஸ் பண்ணணும்...” என்று இழுத்தான் மோகன்.

பாபு குற்ற உணர்ச்சியுடன் பூமி பார்த்தான்.

எனக்குள் பரபரவென ஒரு மின்சாரம் பரவியது.

சுடலையின் சாவில் எனக்கு விருப்பம் உண்டோ, இல்லையோ

சம்பந்தம் உண்டு.

அவன் அதற்குக் காரணமில்லை என்றாலும் சகலரும் இதில் குற்றவாளிதான். பாபு கூட எனக்காகத்தான் கொலையே பண்ணியிருக்கிறான்.

அதனால் பிணத்தை அப்புறப்படுத்துவதில் விரைவு காட்டத்தான் வேண்டும்.

முன்பு லலிதாவை அவன் கொலை செய்தபோது கேள்வியே கேட்காமல் அவர்கள் உதவவில்லையா, அது மாதிரி.

சுடலையைப் புதைக்க வேண்டாம் என்று தீர்மானமாயிற்று. தரையைத் தோண்டவும் சமாதி கட்டவும் நேரம் கிடையாது. ஈர மணல் பார்த்து காலையில் கேள்வி எழும்! சாராயப்பிரியர்கள் சந்தேகப்படுவார்கள்.

மண்ணெண்ணெய் வாங்கி, சுடலையைக் குளிப்பாட்டினோம். தீக்குச்சி உரசி எறிய... சுடலை கூரை விட்டம்வரைக்கும் எரிந்தான். வெப்பம் தாங்காமல் அறையைப் பூட்டிவிட்டு வெளியே வந்துவிட்டோம்.

சாம்பலை மூட்டை கட்டினோம். வண்டியில் ஏற்றி கடலுக்குச் சென்றோம். இடத்தை சுத்தப்படுத்தும் பொறுப்பை எல்டின் ஏற்றுக்கொண்டான்.

முட்டுக்காடு கடற்கரையில் மூட்டையை இறக்கினோம். தன் முயற்சியில் சற்றும் மனந்தளராத விக்கிரமாதித்தனாக கரைக்கு மீண்டும் மீண்டும் படையெடுத்தது அலைகள்.

சொல்ல முடியாத சங்கடம் பரவிற்று. சுடலையின் அஸ்தியை தன் கைகளாலேயே கடலுக்குள் கரைத்தேன். மீண்டும் உபத்திரா நினைவுகளில் தோன்றினாள். உள்ளுக்குள் ஊமை ரணத்துடன் சாம்பலின் கடைசி பகுதியைக் கடலில் கரைத்துவிட்டு, பாபுவிடம் 'மணி என்ன?' என்று கேட்டேன்.

"ஆறு மணி ஆகுதுண்ணே!" என்றான் பாபு.

32

சுடலையைக் கடலில் கரைக்கும் போதே மனசும் சேர்ந்தே கரைந்தது. திரும்பி வந்தவுடன் எனக்குள் ஒரு ஒயின்ஷாப்பே உள்ளே இறங்கிற்று.

சிப் சிப்பாகப் பருகி, பானத்தில் பாவத்தைக் கரைக்க ஓர் இமாலய முயற்சி இதயத்துக்குள் நடந்தது. ஆனால்... ஒவ்வொரு சொட்டு போதையிலும் மறப்பதற்கான முயற்சி என்பது நினைவு களை இன்னும் நீளமாக நினைப்பதற்கான நடவடிக்கையாகவே அமைந்துவிட்டது. எனது அதிர்ஷ்டக் குறைவு.

குடோனில் ஒரு வட்டமேஜை மாநாடு கூட்டப்பட்டது. நான், மோகன், பாபு, எல்டின், சிவாஜி என ஐந்து பேர் மட்டும் கலந்துகொண்ட ரகசிய கூட்டம் அது. வாய்க்கும் காதுக்குமான பேச்சாக இராமல் இதயத்துக்கும் இதயத்துக்குமான உரையாடலாக இருக்கவேண்டுமென உளப்பூர்வமாக விரும்பினேன்.

ஒரு கொலை செய்வதால் ஒருதடவை தூக்கு... அதுவே ஐந்து தடவையெனில் ஐந்தால் பெருக்கவேண்டும் என்பது சட்டமில் லையே... என்று சுடலையின் சாவுக்கு பாபு சமாதானம் சொன்னான்.

சுடலைக்கு நேர்ந்தது ஒரு விஷம் தோய்ந்த விபத்து என்று விமர்சிக்கப்பட்டது. இனி முடிவுகளை மூளையால்தான் எடுக்கவேண்டும்... உணர்ச்சிகளால் அல்ல... என்பதை சந்தேகத்துக்கு இடமில்லாமல் புரிந்துகொண்டேன். தண்ணீரிலிருந்து தரைக்குத் தாவுகிற தவளை மாதிரி நடந்த அதிர்ச்சியிலிருந்து அமைதிக்குத் தாவப் பார்த்தது மனசு. எனது தீர்மானத்தைத் தெரிவித்ததும் ஒரு தேசிய சிரிப்பை விநியோகித்தனர் வீரதளபதிகள்.

ரவி, ஒரு ஆட்டோ டிரைவர். திருவான்மியூர் ஸ்டேண்டில் உத்யோகம். ரவிக்கு உத்யோகத்தை விட யோகத்தில்தான் வருமானம் நிறைய! என் விடுதி விபச்சார பெண்கள் அவசரத்திற்குப் பயணம் செய்வதும் அதனால் நான் ரவிக்குப் பயன் செய்வதும் அவன் ஆட்டோவின் கைங்கர்யத்தால்தான்.

பல தடவை காவல்நிலையத்துக்குக் கப்பம் கட்டப் போகும் போதெல்லாம் ரவியின் வண்டியில் பயணம் செய்திருக்கிறேன்.

ரவிக்கு இரண்டு கொலைகள் பற்றியும் தெரியாது. ஆனால்

லலிதாவைக் காணோம் என்றதுமே மெலிதாக ஒரு சந்தேகம் வெள்ளைச்சட்டை மீது விழுந்த கறையாக தொற்றிக் கொண்டிருக்கிறது.

ஏனென்றால் தினமும் ஒரு தடவையாவது அவனது ஆட்டோவில் பிரயாணிப்பது லலிதாவுக்கு வாடிக்கை. திடீர் என்று அவள் மாயமாகிவிட்டாள் என்றதும் சந்தேக வெளிச்சமொன்று எரிந்து அணைந்து, எரிந்து அணைந்தது.

என்னிடம் கேட்டதற்கு "அவளை ஊருக்கு அனுப்பிவிட்டேன் ரவி...! இனிமே அவ வரமாட்டா" என்றேன். ரவிக்குள் அப்போதே ஒரு ஐயம் வேர்விட ஆரம்பித்தது. லலிதா பற்றி என் சகாக்கள் ஒவ்வொருவரிடமும் தனித்தனியாக விசாரிக்க ஆரம்பித்தான். அவர்கள் சந்தேகப்படாதவாறு, சாதாரணமாக பேசிக் கொண்டிருக்கும் போதே சட்டென்று அந்த கேள்வித் தூண்டிலைப் போடுவான்.

"லலிதாக்காவை இப்ப எங்கண்ணே காணோம்?"

அவர்கள் சொல்லுகிற பதிலைவிட அந்த முகபாவம் முக்கியமாகப் பட்டது அவனுக்கு!

அந்த வினா விடப்பட்ட விநாடியில் அவர்கள் ஒவ்வொருவர் முகமும் அமாவாசைக்குப் போய் திரும்பினதை மனசுள் குறித்துக்கொண்டிருக்கிறான். சட்டென்று சிரிக்க முயன்ற அவர்கள் ஒவ்வொருவரும் உடனடியாக அந்தப் பிரச்சினையைத் திசை திருப்ப எடுத்துக்கொண்ட எவரெஸ்ட் பிரயத்தனம்...!!

அது மட்டுமல்லாமல் ஒவ்வொருவரிடமிருந்தும் வந்த விதம் விதமான காரணங்கள்...!

லலிதா சொந்த ஊருக்குத் திரும்பிவிட்டதாக நான் சொல்ல, சண்டை போட்டுக்கிட்டு பழைய புரோக்கரிடமே அவள் போய் விட்டதாக மோகன் சொல்ல, தெரியவில்லையே என்று சிவாஜி சொல்ல, பம்பாயில் விற்றுவிட்டதாக சொல்லியிருக்கிறான் எல்டின்.

ரவிக்கு சர்வ நிச்சயமாகத் தெரிந்துவிட்டது... இவர்கள் சொன்னது எதுவும் செய்தியில்லை. சொல்லாதது எதுவோ அதுவே செய்தி. காங்கிரஸூம் உள்கட்சி தகராறும் மாதிரி அந்த உறுத்தல் மட்டும் அவன் மனசை விட்டு நீங்கவேயில்லை.

'லலிதாவை என்னவோ செய்துவிட்டார்கள்!'

இனிமேல் இவர்களைக் கண்காணிக்க வேண்டும் என திடமாக தீர்மானித்திருக்கிறான். தனது சந்தேகத்தை அவனுக்கு வெளியே சொல்ல பயம். மிருக பலம் கொண்ட மிகப்பெரிய கூட்டம்... தான் சந்தேகப்படுவது தெரிந்தால் லலிதாவுக்குக் கொடுத்த தண்டனையை தனக்கும் கொடுத்து விடுவார்களே என்று பயம்...!

ஆமாம்... லலிதாவுக்கு என்ன தண்டனை கொடுத்திருப்பார்கள்?

அவளை எதற்கு தண்டிக்க வேண்டும் என்பதில் அவனுக்கு சந்தேகம் ஒன்றும் கிடையாது.

மரண வாக்குமூலம்

ஏனென்றால் லலிதாவை பலதடவை காதலனுடன் ரவி பார்த்திருக்கிறானே? இந்தத் தப்புக்கு ஒரு சிவப்பான தீர்ப்பு கிடைக்குமென்று சந்தேகத்திற்கு இடமில்லாமல் தெரியும் அவனுக்கு. ஆனால் எப்போது கிடைத்தது, என்ன தீர்ப்பு அது...?! இப்போது லலிதா எங்கே? லலிதா செத்துப்போனதில் ஏகமாய் பொருளாதார நஷ்டம் அவனுக்கு. நிறையவே டிப்ஸை வாரி வழங்கிய பெண் வள்ளல் ஆயிற்றே அவள்.

காசு தந்து கவனித்துக்கொண்டது மட்டுமில்லை. ஆட்டோ வுடன் அவள் வீட்டு வாசலிலேயே வேலையின்றி ரெஸ்ட் எடுக்கவும் முடிந்தது. "அவர் கேட்டா நான் சொல்லிக்கிறேன் ரவி... நீ கவலைப் படாதே. நீ மட்டும் இங்கே பார்த்ததை வெளியே சொல்லாம இரு போதும். நீ வேற ஒரு சவாரிக்கும் போக வேணாம், சரிதானா?"

முதல் நாள் மதியம் அவள்தான் பணம் கொடுத்து விஸ்கியும், பரோட்டா கடையிலிருந்து ஒரு 'மிருக காட்சி சாலை'யும் வாங்கி வரச்சொன்னாள். ஈரல், குடல், சிக்கன் 65, மீன் குழம்பு என எவ்வளவு அயிட்டங்கள். மறுநாள் திடும்மென்று அவளைக் காணோமென்றால் சந்தேகப்படுவானா? மாட்டானா?

லலிதாவை 'சங்கரண்ணன்' ஏதோ செய்துவிட்டார் என மிக நிச்சயமாய் யூகிக்க முடிந்திருக்கிறது. சந்தேகமெல்லாம், அவளுக்கு கட்டப்பட்ட 'தாஜ்மகால்' எங்கே என்பதில்தான். குடோனில் புதிதாக முளைத்திருந்த சிமிண்ட் தளம் சந்தேகத்துக்கு உரம் போட்டிருக்கிறது. ஆனாலும் ஐயத்தை வெளியே சொல்ல பயம். சாராயம், விபச்சாரம் என எல்லாமும் போலீசுக்கு தெரிந்துதானே செய் கிறார்கள். அதேபோல இதுவும் தெரிந்திருக்கக் கூடும்! இதை தான் தெரிந்ததாகக் காட்டிக் கொள்வதற்கு தன்னையே விலையாக கொடுக்க வேண்டியிருந்தால்? பயத்தில் குலை நடுங்கிற்று. மனசுள் மயான மவுனத்துடன் வண்டி ப்ளஸ் வாழ்க்கையை ஓட்டிக்கொண்டிருந்தான்.

திடும்மென்று இந்த சந்தேகம் வேறு அவனைத் தாக்கினது.

'சுடலையை காணவில்லை! முகாமை சேர்ந்த ஒவ்வொரு முகமும் சொல்லிற்று.' "சுடலையை காணோமே! பார்த்தாயா?"

ரவிக்கு சந்தேகமே இருக்கவில்லை. ஏனென்றால், சுடலை கடைசியாக பிரயாணம் செய்தது அவனது ஆட்டோவில்தான்.

நான் கொள்கை ரீதியாய்(!) தி.மு.க.வில் இருந்தாலும் அத்தனை கட்சிக்காரர்களுக்கும் அவசியத் தேவையாய் இருந்தேன். காங்கிரஸ் கட்சிக்காரர்கள் மட்டும் விதிவிலக்கா என்ன? காந்தியை மறந்துவிட்டாலும் காமத்தை மறப்பார்களா என்ன?

எந்த ஊர் எந்த கட்சிக்காரர்தான் இதில் விதிவிலக்கு?

கதரை கட்டுவதற்கு பதில் 'சில்க்'கை கட்டிக் கொள்வதில் அவருக்கு ஏகவெறி! நடிகையும் வந்தார். அந்த எம்.பியும் வந்தார்?

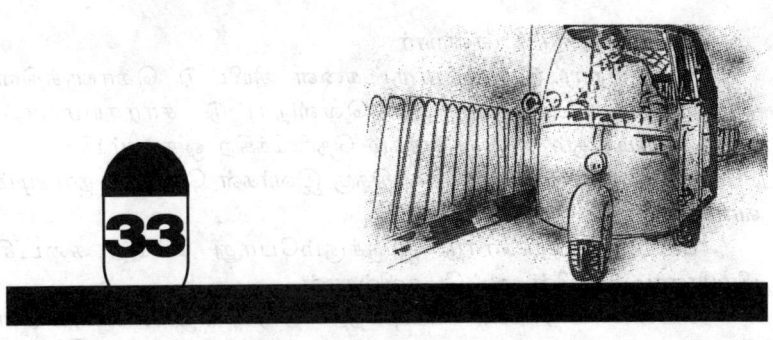

33

கெட்ட விஷயங்கள் ஒரு யாத்ரீகனைப் போல வந்தது. பிறகு விருந்தாளியாகி முடிவில் அதுவே எனது எஜமானனாகிவிட்டது.

ரணத்திற்கு முன்பு சொறிந்து கொள்வது மிகச் சுகமானதாகத் தான் இருக்குமென்று, அரிக்கும்போது அறிந்து கொள்ளவே யில்லை நான்.

எந்தக் கட்சி பிரமுகராயிருந்தால் என்ன? 'வில்லங்கமான விருப்பத்தை' பூர்த்தி செய்யவேண்டுமானால் உடனே என்னைத்தான் தேடினார்கள். அந்த விஷயத்தில் ஒரு 'சர்வரோக' நிவாரணியாக நான் இருந்திருக்கிறேன்.

சென்னையில் மட்டுமில்லை. வடக்கே வேங்கடம் முதல் தெற்கே குமரிவரை தமிழ் கூறும் நல்லுலகெங்கும்(!) உள்ள பெரும்பாலான புள்ளிகள் எனது ரெகுலர் கஸ்டமர்கள்.

காந்திக்கு அப்புறம் இப்போது நூற்றுக்கொண்டிருப்பதே சிலந்தி மட்டும்தான். இதில் காந்தியமாவது, அகிம்சையாவது? ஏதோ போனால் போகிறதென்று கதருடையை மறக்காமல் போட்டுக்கொண்டிருப்பதே பெரிசு... என்று அவர் நினைத்தாரோ என்னவோ? அந்த எம்.பி.யின் பெயர் வேறு ஏகபத்தினி விரதனான ராமாயண ஹீரோவுடன் தொடர்புடையது.

பட்டணம் வந்தவனெல்லாம் பட்டினத்தாராயிருக்க வேண்டுமென்று அவசியமில்லை. எனவே பெயருக்கு மாறாக அவர் 'ஏகப்பட்ட பத்தினி' விரதனாயிருந்ததிலும் ஆச்சரியமில்லை. பெயர் என்றதும் இன்னொரு தமாஷான விஷயமும் இதில் ரசிக்கத்தக்கது.

துணிக்குத்தான் பருத்தி, பட்டு, பாலியஸ்டர், சில்க் என்று பெயர் இருக்கும்.

ஆனால் அங்கே நிர்வாணத்துக்குப் பெயர் சில்க்.

இதெல்லாம் கூட தேவலை!

நான் அவளை அவரிடம் ஒப்படைத்து "வேறென்னமும் வேணு மாங்க ஐயா!" என்றதும் சாப்பிடுவதற்கு சில பிராணிகளின் ஸ்பேர் பார்ட்ஸ் மற்றும் தாக சாந்திக்கு ஏற்பாடு செய்யச் சொன்னார். வெளிநாட்டு விஸ்கி ஒன்றின் பெயர் குறிப்பிட்டு

“அதுதான் வேண்டும்” என்றார்.

அந்நியநாட்டுப் பொருட்களை தீயிட்டு கொளுத்தின காங்கிரஸ் கட்சியிலிருந்து “வெளிநாட்டு சாராயம்தான் எனக்குப்பிடிக்கும்” என்று ஏக்கம் தெரிவிக்கிற ஒரு எம்.பி.

காந்தி நாமம் வாழ்க! காந்திக்கு இவர்கள் போட்ட நாமமும் வாழ்க!

சுடலை உயிரோடு இருக்கும்போது செய்த கடைசி பிரயாணம் ரவியின் ஆட்டோவில்தான்.

சுடலையை நாங்கள் கூட்டிவந்த ‘தோரணை’யிலேயே ரவியின் சிந்தனைக்குள் ஒரு சந்தேகம் கண்சிமிட்டியிருக்கலாம்.

தீப்பிடித்த வீட்டில் வெளியேறத் தெரியாத சேவல் போல, சுடலை தவியாய் தவிப்பது பளிச்சென்று புரிந்தது. இவ்வளவு நாளும் சிநேகிதராய்ப் பழகியவர்கள் சுடலையை அன்றைக்கு ஏனோ செத்தவன் நெற்றியிலிருக்கும் செல்லாக்காசு அந்தஸ்து கொடுத்து காறி உமிழ்ந்ததை உள்ளத்தில் குறித்துக் கொண்டிருக்கிறான்.

பயணத்தின்போது சோகையான இரவில் சுடலை ரவியிடம் பீடியும் வத்திப் பெட்டியும் இருக்குமா என்று உள்ளடங்கிய குரலில் கேட்க, ரவி சிகரெட் பெட்டியையே தானம் செய்திருக்கிறான். கூடவே சிகார் லைட்டரையும் நீட்ட, வாங்கிப் பற்ற வைத்ததும் லைட்டரை திருப்பித்தர “நீங்களே வைச்சிருங்கண்ணே... காலையிலே வாங்கிக்கறேன்... இப்ப என்ன?” -சாலை மீதிருந்த தலையை திருப்பாமலே.

சுடலை மீது தாக்குதல் நடக்கும் என்று தெளிவாய் தெரிந்து போயிற்று. நாளையோ மறுநாளோ லைட்டரை திரும்பப் பெறுவதை சாக்காக்கிக் கொண்டு சுடலை வீட்டுக்கு செல்லலாம். ரகசியங்களை அவனிடம் விசாரிக்கலாம். மனசந்தேகங்களை தெரிவிக்கலாம்... நிறைய மர்மங்களுக்கு அந்தச் சந்திப்பில் பதில் தெரியும் என்று எதிர்பார்த்திருக்கிறான் ரவி.

இவர்களால் தாக்கப்படும் சுடலை நிச்சயம் இவர்களுக்கு எதிராக திரும்புவான். அது, தான் தெரிந்துகொள்ள விரும்பும் புதிர்களுக்கு சாதகமாக இருக்கும் என்பது ரவியின் நம்பிக்கையாக இருந்திருக்கிறது.

‘அந்த லலிதாவை என்னதான் செய்தார்கள் என்பதை முதலில் கண்டுபிடிக்க வேண்டும்... சுடலையுடன் கூட்டணி சேர்ந்தால் வேலை இன்னும் சுலபம்...!

அவ அங்கே போயிட்டா இங்கே போயிட்டான்றானுக... லலிதாவோட துணிமணியைப் பூரா இங்கே உள்ள பொம்பளைங்க கட்டிகிட்டிருக்காளுக...!

அத்தனை புடவைகளையும் இங்கே விட்டுவிட்டு பூஜ்யமாகவா ஒருத்தி புறப்பட்டுப் போவாள்!? அதுவுமில்லாமல் காதணி, வளையலையெல்லாம் கூட சுமதி, விஜி இவர்களிடம் காணப்பட்டதும் ரத்தம் கோடி அடுப்புகளின் சூட்டில் கொதித்திருக்கிறது.

மறுநாள் லைட்டரும் விடையும் தேடி சுடலையின் வீடு வந்த ரவி கால்கள் வேர்களாக அப்படியே நிற்க...

வீடு பூட்டிக்கிடந்தது. அடுத்த நாள் அதற்கு மறுநாள்... ம்ஹூம்... கதவு திறந்தபாடில்லை.

என்னடா இது... புளியங்காயைக் காணோம் என்று தேடிக்கொண்டிருந்தால் இப்போது புதையலையே காணோமே...?

விடையை மனசின் தரை வரைக்கும் தடவித் தேடினான்.

'சுடலையையும் கொன்றிருப்பார்களோ?'

நினைக்கும்போதே முனிசிபாலிட்டி ரோட்டில் போன ஆட்டோவாக இதயம் குலுங்கி நின்றிருக்கிறது.

ரவியின் இருதய அறைகளெங்கும் சந்தேகத்தின் செடி முளைத்தது. அந்த இரண்டாவது மர்மம் அவனது 'இரவுத் தூக்கத்தையே' துண்டித்துவிட....

சிவாஜியிடம் சென்று மெள்ள பேச்சுக் கொடுத்தான்.

"சுடலையை எங்கே ஒருவாரமா காணோமே...?"

"வீடு கீடு மாத்திப் போயிருப்பான்..." சிவாஜி இவன் பார்வையை தவிர்த்துவிட்டு வேறு திசை பார்த்திருக்கிறான்.

"மறுநாள் வரேன்னு சொன்னாரே... ஆமா, புது அட்ரஸ் எங்கேன்னு தெரியுமா?"

சிவாஜி கைலியை திரட்டிக்கட்டி, பீடி கடித்து, மூக்கு நுனியில் கோபம் மொய்க்க அவனைப் பார்த்து.

"த பாரு! என் பேரு சுடலையில்லை, சிவாஜி!! சிவாஜிகிட்டே கேக்கவேண்டியது எதுனா இருந்துச்சுன்னா கேளு சொல்றேன்..." என கடுப்புடன் சொல்ல, சட்டென சிரித்த ரவி...

"அட.... கோவிச்சுக்காதீங்கண்ணே... அவரு ஒரு நூறு ரூவா வாங்கியிருந்தாரு. கடைசியா குடோனுக்கு கூட்டியாரல? அப்பதான். மறுநாளே கொண்டு வந்து கொடுக்கறேன்... இல்லைன்னா சிவாஜிகிட்டே கொடுத்தனுப்பறேன்னாரு அதான் கேட்டேன்!" என்று மழுப்பினானாம்.

சந்தேகப்படப்பட சவப்பெட்டி தன்னை நெருங்கி வந்து கொண்டிருக்கிறது என்பது தெரியாது அவனுக்கு!

ரவி இப்படி ஓயாமல் சுடலை பற்றி விசாரிப்பது என்னிடம் சொல்லப்பட்டது. "இப்படித்தாண்ணே... லலிதாவை பத்தியும் அடிக்கடி கேட்டுக்கினே இருந்தான். வேலை பார்த்துட்டு கூலியை

வாங்கிட்டுப் போவானா? இவனுக்கு எதுக்கு இந்த விசாரணையெல்லாம்...”

பாபு முகத்தில் ஆச்சரியம் அப்பிக்கொண்டு “உன்கிட்டேயும் விசாரிச்சானா... முந்தாநாள் என்கிட்டேயும் கேட்டான். ‘நீ எதுக்குடா இங்கே வேலை பார்த்துகிட்டு அவனைத் தேடறேன்னு கேட்டேன். இல்லை... சுடலை நூறு ரூவா கடன் வாங்கியிருந்தான்... மறுநா தரதா சொன்னான்’னு இழுத்தான்...!”

பிழியப்பட்ட ஆரஞ்சுப் பழமாய் சுருங்கிப் போனான் சிவாஜி “கஸ்மாலம், இனிமே வாயை தொர்கட்டும், அவனை கைமா பண்ணிட்றேன்'' -உடம்பின் ரத்தமெல்லாம் கோபத்தினால் கண்களில் குவிந்தது.

நான் அவசர அவசரமாக குறுக்கிட்டான்.

“அதெல்லாம் எதுவும் வேணாம்...! இப்ப என்ன சுடலையோட... நூறு ரூவாய்க்காகத்தானே அவன் தேடறான்? ‘ஆமா சுடலை கொடுத்தான்... நான்தான் மறந்துட்டேன்...!னு அவன்கிட்டே மால வெட்டு... அதுக்கப்புறம் தேடறானா பாரு?”

சிவாஜி அதேபோல் ரவியை சந்தித்து நூறு ரூபாய் தாளை நீட்டி... “மன்சுக்கபா! அந்த சுடலைப்பய பாபுகிட்டே பணத்தை கொடுத்துட்டுத்தான் போனானாம். பாபு போதையில மறந்துட்டான். அப்பாலே நேத்துதான் ஞாபகம் வந்து சொல்றான்... ந்தா... துட்டைப் புடி!”

பணத்தை நீட்ட, ரவி அதிர்ச்சியை மறைக்க சிரமப்பட்டிருக்கிறான். அவனுக்கு சுடலை பணம் தரவே வேண்டியதில்லை. சந்தேகப்படாமலிருக்க சும்மா ‘உதார்’ விட்டிருக்கிறான்.

கைகள் நடுங்க பணத்தை வாங்கிப் பையில் போட்டுக்கொண்டிருக்கிறான்.

போதையுடன் எழுந்தேன். வெளியே தடுமாறினபடி நடந்து ஆட்டோவுக்கு வந்தபோது, காத்திருந்த ரவி என்னையே உற்றுப் பார்த்துக் கொண்டிருந்தான். ரவி கண்காணிப்பதை மனசின் அந்தரங்கத்துக்குள் குறித்துக் கொண்டேன்.

“என்ன ரவி... சுடலையை ஒரு வாரமா தேடிக்கிட்டிருந்தியாமே என்னத்துக்கு...?” -ஏதுமறியா முகபாவத்துடன் கேட்டேன்.

சிக்கல் வரும்போது மெள்ள கழன்று கொண்டு ஒதுங்கிப்போவது மற்ற கூட்டாளிகளின் சுபாவம். அதைத் தேடி வந்து நேருக்கு நேராய் அந்தக் கவலையிடம் கைகுலுக்கி ஹலோ சொல்வது எனக்கு இயல்பாகிவிட்டது.

“இல்லண்ணே... அந்நாள் பணம் தர வேண்டியிருந்துச்சு... அதான்!” என இழுத்தான் ரவி.

"அப்படியா...? நான் அந்தப் பயலைப் பார்த்தே நாலஞ்சு மாசமிருக்கும். இப்ப எங்கே இருக்கானாம்?" என்றபடி சிகரெட்டை உதட்டுக்குக் கொடுத்ததோடு ரவியிடமும் நீட்டினேன்.

"தெரியலைண்ணே... ஆனா பணம் கிடைச்சிருச்சு... பாபுண்ணேன்கிட்ட சுடலை.." ரவியின் பேச்சு சட்டென்று நின்றது. அப்படியே ஆடிப்போய் மனிதமரமாய் நின்றான். நான் சிகரெட் பற்ற வைப்பதற்காக வெளியே எடுத்த லைட்டரை... ரவி தீர்க்கமாக பார்த்தான்.

34

அனுபவம் என்பது ஒரு வித்தியாசமான ஆசிரியர். அது பாடங்களைக் கற்றுத் தந்தபின் பரிட்சை வைப்பதில்லை. பரிட்சைகளின் மூலம் தன் பாடங்களைக் கற்றுத்தருகிறது.

கொலை தவறு என்கிற பாடம் எனக்கு கிடைத்தது லலிதாவை புதைக்கும் போதான அனுபவத்தில் அல்ல! சுடலையை கடலில் கரைக்கும் போதான அனுபவத்தில். லலிதாவின் சாவு தந்த சலுகைதானே பாபுவை வரம்பு மீற வைத்தது.

இனி கறாராய் இருக்க வேண்டுமென தெளிவாய் முடிவெடுத்தேன். எச்சில் இலையைத் தொட்டியில் எறிவது மாதிரி இப்படி எத்தனை பேரைத்தான் சவக்குழிக்கு அனுப்புவது?

'உபத்திராவுக்கு என்ன பதில் சொல்வது?' இந்த கேள்வியை நினைக்கும்போதே என் மனசுக்குள் எங்கேயோ வலித்தது. சுடலையைக் காலையில் அவளிடம் ஒப்படைப்பதாக சொல்லி யிருக்கிறோம்... என்ன செய்யலாம்...?

காலை ஏழு, ஏழரை மணிபோல அவளை சந்தித்தேன். முன்பே திட்டமிட்டபடி, முகத்தில் பதட்டம் சேர்த்து, "உபத்திரா, உடனே கிளம்பு... சீக்கிரம்..." -அவசரப்படுத்தினேன்.

ராத்திரி பூராவும் விழித்தே விழி களைத்த உபத்திரா வாரிச் சுருட்டிக்கொண்டு எழுந்தாள்.

"ஏன் அண்ணே? என்ன காரணம்?"

சுடலையைப் பற்றி அவள் கேட்பதற்குள் முந்திக்கொண்டு பதில் சொன்னேன்.

"சுடலைப்பய ஆள் அகப்படலை. வந்த வழியிலேயே எஸ் ஆயிட்டான். பாபு, சிவாஜி எல்லோரும் கடுப்பிலே இருக்காங்க. சுடலை அகப்படாத கோபத்தை உன்கிட்டே காட்டிடுவானுக... பேசாம இங்கேயிருந்து தப்பிச்சுப் போயிடு. மெட்ராஸிலேயே இருக்க வேணாம். ஏதாவது ஊருக்கு ஓடிப்போயிடு! இவங்க யார் கண்ணிலேயும் படவேணாம்; புரியுதா?"

கை நிறைய பணத்தை அள்ளி அவளிடம் திணித்து அவளை பாரிஸ் வரைக்கும் சென்று வழி அனுப்பிவிட்டு வந்தேன்.

ஆனால் சென்னையை விட்டு எங்கும் சென்றுவிடவில்லை உபத்திரா. திருவான்மியூரிலிருந்து அன்னியப்பட்ட ஒரு ஏரியாவில் தொழில் நடத்தி மப்பும் மந்தாரமுமான பணக்கார இளைஞர்களை இவளும் வேட்டையாடி அவர்களையும் வேட்டையாட அனுமதித்துக் கொண்டிருந்திருக்கிறாள்.

அண்ணா கைகாட்டின சாலையில் நடந்துபோய்க்கொண்டிருந்த உபத்திராவை தாண்டிச் சென்ற ஆட்டோ இவளைப் பார்த்து விட்டு பொசுக்கென நின்று, அரை வட்டமடித்து திரும்பி அருகில் வர ஏறிட்டுப் பார்த்தாள்... ரவி!

ரவியைக் கண்டதும் அவள் முகத்தில் கொஞ்சம் அச்சம், கொஞ்சம் ஆச்சரியம். அவனுக்கும் அளவிட முடியாத ஆனந்தமும் வியப்பும்.

"உபத்திரா இப்ப எங்கே இருக்கே... சுடலை அண்ணன் எங்கே?" என்றான் ரவி அவசர அவசரமாக.

"ப்ச்... இப்ப இடம் மாறிட்டேன்... அவரு ஓடிப்போயிட்டாரு..." அவள் சொல்ல ரவி ஆட்டோவை விட்டு இறங்கினான். பின்னால் ஒரு டாக்ஸி வழிவிடச் சொல்லி ஹாரனில் அதட்டினது. வண்டியை ஓரங்கட்டினான். அவளிடம் வந்தான்.

"அவர் ஓடினதா உனக்கு யார் சொன்னது?"

"சங்கரண்ணன்தான்!"

"வசமா ஏமாத்தியிருக்காரு? சுடலை எங்கேயும் ஓடலை!"

''தெரியும்'' -என்றாள் உபத்திரா தூரத்தில் விரையும் வாகனங்களை வெறித்துப் பார்த்தபடி.

"சரி... நீ ஏன் வீட்டை காலி செய்து இங்கே வந்தே?"

''அவர்தான் போகச் சொன்னாரு. பாபு கண்ணிலே அகப்பட்டா தொலைச்சிடுவான்னு ஓடிப்போக சொன்னாரு."

"அதுவும் பொய்" -ரவி கொதிப்புடன் சொன்னான்.

"அதுவும் தெரியும்" -என்றாள் உபத்திரா அழுத்தமாக. ரவி ஆச்சரியமாகப் பார்த்தான்.

''ஆமாம்... அதற்கப்புறம் பல தடவை பாபுவை நான் ரோட்டிலேயே பார்த்தேன். அவரு எதுவுமே செய்யலை என்னை. அப்ப அதுவும் பொய்தானே?" -வறட்சியாகச் சிரித்தாள்.

"சுடலையை இவங்க கொன்னுருப்பாங்கன்னு எனக்கு சந்தேகமா இருக்கு... உனக்கு...?" -ரவி.

"சேச்சே... எனக்கு சந்தேகமெல்லாம் இல்லை..." உபத்திரா சொன்னாள். கண்களில் நீர் அடைத்துக்கொண்டது. குரல் தழுதழுத்தது.

"நிச்சயமா தெரியும்... கொன்னுட்டாங்கன்னு..." என்றாள் துக்கத்தை அடக்கினபடி.

ரவிக்கு தூக்கிவாரிப்போட்டது. ஒரு பரபரப்பு மின்சாரம் மொத்த ரத்தத்திலும் பரவினது. அந்த நெருப்பு நிமிஷத்தில் அவளது மனசுக்குள் ஓடின எண்ணங்களை கண்களுக்குள் கண்டுகொள்ள முடிந்தது.

"எ...ப்...ப...டி... சொல்றே?" என்றான்.

"காலைல என்னை தப்பிக்கச் சொன்ன சங்கரண்ணன் என் முகத்தைப் பார்க்கவே இல்லை. பார்வையை தவிர்த்துக்கிட்டே இருந்தாரு... கடைசிவரைக்கும் என்னை நிமிர்ந்து பார்க்கவே இல்லை. கண்ணிலே நூறு சாகஸம் பண்ணற தொழில் செய்கிறவ நான். எனக்குத் தெரியாதா? அதுவும் தவிர, என் வீட்டுக்காரர் அகப்படாதப்ப இவர் எப்படி என்னை தப்பிக்க அனுமதிப்பாரு? இதற்கு என்னை மடக்கி கூட்டி வந்திருக்கவே வேணாம்! தப்பிக்கறதுக்கு பணத்தை வேற அள்ளிக் கொடுத்தாரு....'சரிதான் நான் தப்பிக்கலை... அவரு தப்பிக்கிறார்'ன்னு புரிஞ்சு போச்சு! அப்புறம் பாபு பார்த்தா கடுப்பாவான்னாரு... அதுவும் பொய்..."

ரவி முகத்தை ஆச்சரியம் உழுதது.

"தெரிஞ்சும் நீ எப்படி சும்மா இருக்கே?"

அவள் உதட்டுச் சிரிப்பில் வேதனை நெளிந்தது.

"வேற வழி? என் புருஷன் ஒண்ணும் சுதந்திரப் போராட்டத்திலே உயிரை விட்டுறல... நானும் படி தாண்டா பத்தினியுமில்லை... செய்கிற தப்புகளுக்கு இப்படியெல்லாம் தண்டனை கிடைக்கத்தான் செய்யும்னு தேத்திக்க வேண்டியதுதான்... அவங்களுக்கு எதிரா எதுவும் பண்ணிட முடியாது நான்...!"

"சுடலையண்ணனை எப்படிக் கொன்னாங்க தெரியுமா?"

அவசரமாக மறுத்து தலையசைத்தாள்.

"வேணாம். எதுவும் சொல்லாதே! ஏதோ பண்ணிட்டாங்க... ஒண்ணு நல்லா தெரியும்... சங்கரண்ணனையும் மீறி ஏதோ அசம்பாவிதமா நடந்துப் போச்சு..."

"இதை இப்படியே வி...க்கூடாது உபத்திரா...இப்படித்தான் லலிதாவையும்..."

உபத்திரா கையெடுத்துக் கும்பிட்டாள்.

"என்கிட்டே எதுவும் சொல்லாத ரவி. எனக்கு எதுவும் தெரிய வேணாம். இதிலே ஏதாச்சும் தட்டிக் கேட்கணும்னு தோணிச்சுன்னா... அது என் சொந்த விருப்பம். என்னை சம்பந்தப்படுத்தாதே... இப்ப நான் நிம்மதியா வாழ்ந்துடலை... ஆனா துயரத்தை அதிகப்படுத்திக்க விருப்பமில்லை. என்னை ஆளை விடு... இருக்கிற அமைதியையும் கெடுத்துக்காதேன்னுதான் உனக்கும் சொல்வேன்."

அவனது பதிலையே கேட்காமல், யாரோ ராணுவ ஆபீசர்

எபவ்...டன் சொன்னதுபோல் சட்டென்று திரும்பி டாக் டாக்கென்று நடந்து போனாள்.

வீடு சென்ற பின்னும் அவளுக்கு நிம்மதி இல்லை. சுடலை, சங்கர், பாபு, ரவி என கதம்பமாகத் தோன்றி மனசுக்குள் ஆள் மாற்றி ஆள் குழப்பினார்கள். தூக்கம் துண்டிக்கப்பட்டது.

இந்த ரவி இதோடு நிறுத்திக் கொள்வான் என்று அவளுக்குத் தோன்றவில்லை.

அவன் என்னமும் செய்து கொள்ளட்டும்... பாழாய்ப்போகட்டும்... அவர்களிடம் தன்னை சந்தித்த விஷயத்தை சொல்லாமல் இருப்பானா?

ம்ஹூம்... கண்டிப்பாய் சொல்வான்... அந்த டினோசர் கூட்டம் அதற்கப்புறம் சும்மா இருக்குமா? கண்டிப்பாய் தேடிக்கொண்டு வரும்... கொலை ரகசியம் தெரிந்தவர்களை மிச்சம் வைப்பார்களா அப்புறம்... திருவான்மியூரில் இன்னும் சில சிகப்பு ராத்திரிகள் பாக்கியிருக்கின்றன என சர்வ நிச்சயமாகத் தோன்றியது. விடிந்ததும் சென்னைக்கு நிஜமாகவே டாட்டா காட்டிவிட்டுப் போக வேண்டியதுதான் என்று நினைத்துக்கொண்டே தூங்கிப்போனாள். பின்னால் ஒருநாள் இந்த சாட்சிகள் என் கவனத்திற்கு கொண்டுவரப்பட்டன.

என்னிடம் தனது லைட்டரைப் பார்த்ததுமே ரவிக்கு பல்ஸ் எகிறிற்று. உள்ளத்துக்குள் ஒரு நரி மெள்ள புரண்டு படுத்தது.

"லைட்டர்... நல்லா இருக்குதே? என்ன விலை அண்ணே?" என்று பேச்சுக்கொடுக்க ஆரம்பித்தான்.

படு உஷாராயிருந்தேன். நான் சிகரெட் பற்ற வைத்தபோதே ரவியின் பேச்சு பாதியில் அறுந்துபோனது என்னை உறுத்திக்கொண்டே இருந்தது.

ஏன் மௌனமானான்? தன்னிடம் எதைக் கண்டு திடுக்கிட்டான். இனி கோடவுன் போகும் வரைக்கும் இவன் பேசும் ஒவ்வொரு வார்த்தைக்குள்ளும் ஒளிந்து கொண்டிருக்கும் அர்த்தத்தை தேட வேண்டும். பார்க்கலாம்... எதனால் அதிர்ச்சியானான் என்பதை எந்த விதத்திலாவது வெளிப்படுத்தாமலா போவான்?

ரவி லைட்டரைப் பற்றி பேச்சு கொடுத்ததும் எனக்குள் எச்சரிக்கை விளக்கு எரிந்து எரிந்து அணைந்தது.

சரிதான்... இந்த லைட்டரில்தான் ஏதோ விஷயம் இருக்கிறது. இதை யாரிடம் வாங்கினோம்... பாபுவிடமிருந்தா, மோகனிடமிருந்தா? சரி யாரோ ஒருத்தர்?! அவர்களுக்கு இது ஏது...?

அங்கே போனதும் விசாரிக்க வேண்டும் என நினைத்துக்கொண்டேன்.

"யாரு கிட்டே வாங்கினேன்னு ஞாபகமில்லைடா!" -சொல்லி விட்டு இருக்கையில் வசதியாக சாய்ந்து கொண்டேன்... கவனிக்கலாம். இன்னும் என்னென்னவெல்லாம் கேட்கிறானோ... உன்னிப்பாக கவனிக்கலாம்.

கூட்டத்தில் விசாரிக்கும்போதே தெரிந்துவிட்டது... இறந்து போன சுடலையின் பையில் அது இருந்ததென்று. ரெண்டுநாட்கள் ரவியை விடாமல் கண்காணிக்கும்படி பரிவாரங்களுக்கு உத்தரவிட்டேன். அதற்கிடையில் ஒருமுறை பணி நிமித்தம் ரவி தேடி வந்தபோது, அவனுக்கு எதிரே அதே லைட்டரால் சிகரெட் பற்ற வைத்து, அந்த கணத்தில் ரவியின் முகம் மாற்றம் அடைவதை பேச்சு தடுமாறுவதை குறித்துக்கொண்டேன். அலட்சியமாக அதை மேஜையில் எறிந்துவிட்டு பேச்சுக் கொடுத்தபோது, ரவியின் பார்வை நாலைந்து தடவை 'அங்கே' சென்றது.

மவுண்ட் ரோட்டில் ரவியும் உபத்திராவும் சந்தித்தது தெரியவர, இதயத்துக்குள் சம்மட்டி அடியின் வலி! அதிர்ச்சி!

சட்டென ஏறி பைக்கில் பரவினேன்.

'உபத்திரா வீட்டை எப்படிண்ணே கண்டுபிடிப்பீங்க?'-கவலையுடன் கேட்டான் பாபு.

"போலீஸ் ஸ்டேஷன்லே விசாரிச்சா சொல்லிட்டுப் போறாங்க..."

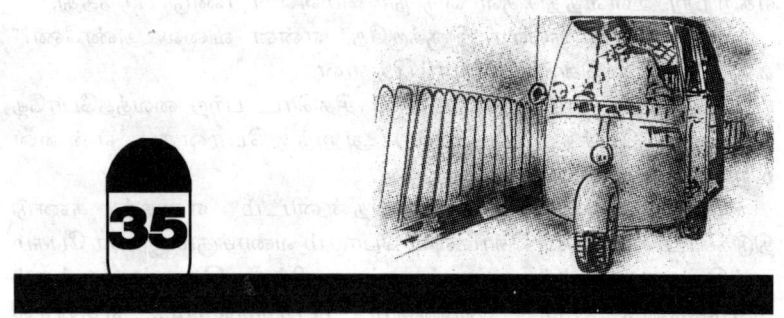

35

'**ச**ந்தனம் விற்று நஷ்டமடைவதை விட சகதி விற்று லாபம் பார்ப்பதே புத்திசாலித்தனம்' என்று ஒரு அரேபியப் பழமொழி உண்டு. கிட்டத்தட்ட அதுதான் உபத்திராவின் பாலிசி. உயிரைக் கையில் பிடித்துக்கொண்டு இங்கே நிறைய சம்பாதிப்பதை விட எங்கேயாவது ஒரு ஓரத்தில் வருமானம் குறைச்சலானாலும் நிம்மதியாக பிழைப்பை ஓட்டவே விரும்பினாள். விடிந்ததுமே ஹவுஸ் ஓனர் பெண்மணியிடம் வீட்டைக் காலி செய்துகொண்டு ஊருக்குப் புறப்படப்போவதாக சொல்ல, அந்த அம்மாளுக்கு சந்தோஷம் கரைபுரண்டது. பின்னே இருக்காதா? உபத்திராவை

வீட்டைக் காலி செய்ய வைக்க வேண்டுமென்று எத்தனை முயற்சிகள் செய்து பார்த்து விட்டாள் அவளும். எல்லாம் விழலுக்கு இறைத்த நீர்!

உபத்திராவின் தொழில் இன்னது என்று தெரியாமல் அவளுக்கு வீட்டைக் கொடுத்துவிட்டு பின்னர் 'தொழில்' தெரிந்ததும் இதயத்துக்குள் இடி இறங்கின அதிர்ச்சி. 'நாலு குடும்பஸ்தர்கள் இருக்கிற காம்பவுண்டிலே வேசியை குடிவைப்பதாவது?' என வெங்கடகிரி வேட்டியை வரிந்து கட்டிக்கொண்டு வெகுண்டெழுந்தார். ஆனால், உபத்திராவை காலி செய்ய வைக்கத்தான் அவளால் முடியவில்லை. ஏரியாவிலிருந்து எல்லா முக்கியஸ்தர்களின் ஆதரவும் அந்த உபத்திராவுக்குத்தான். ஏனென்றால், எல்லா முக்கியஸ்தர்களும் ஆண்களாயிருந்தார்கள்.

ஆக, உபத்திரா அவளது தினசரி கவலை! அவளை காலி செய்ய உபாயம் தெரியாமல் தவித்துக் கொண்டிருந்தாள்...! திடீரென அந்த உபத்திரா தானாகவே முன் வந்து 'வீட்டை காலி செய்கிறேன்! அதுவும் அன்று சாயங்காலமே' என 'இன்ப அதிர்ச்சி' தர திக்குமுக்காடி விட்டாள்- அம்மணி.

அப்போது எனக்கு இருந்த செல்வாக்கிற்கு கூப்பிட்டனுப்பினால் போலீஸ் ஸ்டேஷனில் இருக்கும் வேப்பமரம் கூட அட்டன்டன்சில் வருமே... எனவே, உபத்திராவின் விலாசத்தை கண்டுபிடிப்பதில் சிரமம் ஒன்றும் இருக்கவில்லை...! ஆனாலும் தேடிப் போனவனுக்கு ஏமாற்றம்! கதவில் பூட்டு தொங்கிற்று. வீட்டுக்கார அம்மாள் "அந்தப் பொண்ணு வீட்டை காலி பண்ணிட்டு ஊருக்குப் போகப் போவுதுங்க... சாயங்காலம் காலி பண்ணிடும்... இப்ப பஸ்ஸ்டாண்டுக்குத்தான் போயிருக்குது டிக்கெட் எடுக்க!" என்றாள்.

மனசின் பரப்பு பூராவும் பரபரப்பு. முகத்தில் மலர் தோட்டம். அப்பாடா... நல்ல வேளையாய் இன்னும் அவள் காலிசெய்து விட வில்லை. கடைசி மைக்ரோ செகண்ட்டில் வந்து சேர்ந்திருக்கிறேன். ஒரு நாள் தவறிப் போயிருந்தாலும்... தப்பிப் போயிருப்பாள்.

'இப்போது டிக்கெட் ரிசர்வ் பண்ணப் போயிருக்கிறாள்... எப்படியும் திரும்ப வருவாள். பெட்டி படுக்கையெல்லாம் எடுக்க வேண்டும். இந்த அம்மாவிடம் பாக்கி அட்வான்ஸ் வாங்க வேண்டும். கண்டிப்பாக வருவாள். காத்திருந்தால் பிடித்துவிடலாம். ரவி அவளிடம் என்ன சொன்னான் என்பதை கேட்க வேண்டும்... அதுசரி! அவளை அழைத்துப்போக என்ன காரணத்தைச் சொல்வது? சுடலை கிடைத்துவிட்டதாக பொய் சொல்ல வேண்டியதுதான்... தன் பாதுகாப்பில் இருப்பதாக ரீல் அடித்து, இவளைக் கடத்தி...'

சட்டென்று சிந்தனை தடைபட்டது. திறந்திருந்த ஜன்னல் இடைவெளியில் பார்வையில் அகப்பட்டது அந்தப் படம்.

சுடலையின் போட்டோ அது. ஃபிரேம் பண்ணி, பூட்டியிருந்த உபத்திராவின் அறைக்குள் மாட்டப்பட்டிருந்தது அந்தப் படம். படத்தைப் பார்த்ததுமே 2000 வாட்ஸ் அதிர்ச்சி தொற்றிக்கொண்டது என்னை. நெற்றியில் குங்குமப் பொட்டுடன் காகித மாலையும் சூடிக்கொண்டிருந்தான் சுடலை.

'அப்படியானால்... சுடலை செத்துப்போன விஷயம் இவளுக்கும் தெரிந்துவிட்டது. நினைக்கும்போதே மாவு சலிக்கிற மிஷினாக மனசு அதிர்ந்தது.'

'உபத்திராவுக்கு சுடலை செத்துப்போனது எப்படித் தெரியும்?'

நேற்று ரவியை பார்த்ததாகச் சொன்னார்களே... அவன் சொல்லியிருப்பானோ? ம்ஹூம்... அதற்கு முன்பே இவளுக்கு விஷயம் தெரிந்திருக்கிறது... ஏனென்றால் படத்தில் இருக்கும் குங்குமப் பொட்டும் மாலையும் ரொம்ப பழையதாக தெரிகிறதே... அப்படியானால்... பல நாட்களுக்கு முன்பே இவளுக்கு விஷயம் தெரியும் என்றுதானே அர்த்தம்? எப்படித் தெரியும்? யார் சொன்னார்கள்? இன்னும் யார் யாருக்கெல்லாம் கொலை ரகசியம் தெரியும்?

சகல சிந்தனையிலும் கவலை கொடி சடசடவெனப் பறந்தது. உபத்திரா சீக்கிரம் வராததில் டென்ஷன் கூடிற்று. விரல் நகங்களை வெடுக் வெடுக் என்று கடித்துத் துப்பினான்.

அவளை தப்பவிடவே கூடாது...! ஆதியோடந்தம்

விசாரிக்கவேண்டும்... சீக்கிரம் திரும்பி வருவாளா...

பொறு! அவசரப்படாதே... பதட்டம் வேண்டாம்... என திரும்பத் திரும்ப உள்மனம் உஷார்படுத்தியது.

உபத்திரா எப்படியும் வந்துதான் தீரவேண்டும். துணிமணி, பண வசூல் எல்லாம் நல்லவேளையாய் பாக்கியிருக்கிறது. வரத்தான் செய்வாள். எங்கே போய் விடுவாள்?

அடடா! வாசலில் வண்டியை நிறுத்தியிருக்கிறோமே, கவலை மனசை அரித்தது.

'வண்டியை தூரத்திலிருந்தே கவனித்து அரண்டு போய் அப்படியே திரும்பி ஓடிவிடுவாளே...! முதல் வேலையாக வண்டியை அப்புறப்படுத்த வேண்டும்' என்று தீர்மானித்தேன்.

'உபத்திராவை சீக்கிரம் மடக்கி விசாரிக்கிறதைப் பத்தி மட்டும்தான் இப்ப யோசிக்கணும். அநாவசிய கவலைகளிலே அவளை கோட்டை விட்டுறக் கூடாது!'

பைக்கை ஸ்டார்ட் செய்து ரெண்டு தெருவுக்கு அப்பால் செலுத்தினேன்.

உபத்திரா திருவள்ளுவர் பஸ் ஸ்டாண்டுக்குத்தான் போயிருப்பாள்... அங்கே ஆட்களை அனுப்பினால் அகப்படும் சாத்தியக்கூறுகள் உண்டே....!

டெலிபோன் பூத்திலிருந்து எனது 'கம்பெனி'க்கு தொடர்புகொண்டேன்.

ரெண்டு கண்ணாடி டம்ளர்களிலும் அந்த 'திரவ வடிவ நெருப்பு' பொங்கித் ததும்பியது. மனிதர்கள் அதை குடிக்கும்போதே பதிலுக்கு அதுவும் அவர்களை குடிப்பதால்தான் 'குடி' என்று பெயர் வைத்தார்களோ?

சிவாஜி, ரவி ரெண்டு பேரும் உச்சபோதையில் உடைந்து உடைந்து சிரித்தார்கள்...!

ஊறுகாய் தொட்ட விரலை உறிஞ்சிக் கொண்டே என்னவோ சந்தேகம் கேட்டான் ரவி.

குடித்துவிட்டுப் பேசுவதில் ஒரு சௌகரியம். ஆழமாகப் பேசலாம்... அடுத்தவனை ஆழமும் பார்க்கலாம்!

சாராய ஆயுதத்தை நம்பி சிவாஜி ரவியையும் ரவி சிவாஜியையும் ஒருத்தரை ஒருத்தர் 'ஆழம் பார்த்துக்'கொண்டிருந்தார்கள்.

"வண்டி ஸ்டார்ட் ஆச்சுன்னா கடகடன்னு சவுண்டு வருது... க்ளட்ச் அழுத்தினா சரியாயிடுது... ஏண்ணே...?" ரவி கேட்க, சிவாஜி வாயைக் கோணிக்கொண்டு சிரித்தான்.

கியர் பிராப்ளம்டா! கிளட்ச் பேரிங்கை மாத்தினா சரியாப்பூடும்... நீ அத்தெ எங்கே பார்க்கறே... ராங்கான நியூஸ்

எதுனா கேட்கிறதுதான்னுதானே அலியரே!'

சிவாஜி சொன்னதை ரவி கவனித்ததாகவே தெரியவில்லை.

"வண்டி அவ்ளோதாண்ணே! சங்கரண்ணன் கிட்ட சொல்லி புதுசாதான் வண்டி வாங்கச் சொல்லணும்... நீங்க அவர்கிட்டே சொல்லலாமில்ல... ஏன்ண்ணே...?"

டம்ளரில் இருந்ததை நீர்மோர் மாதிரி கடகடவென குடித்துவிட்டு தலையை குலுக்கிக் கொண்டான் சிவாஜி.

ரவி இன்னமும் 'ஆட்டோ'பயோக்ராஃபியை விட்டபாடில்லை.

"கியர் அடிக்கடி ஸ்ட்ரக் ஆகுதுண்ணே; அது ஏன்ண்ணே?"

அதுவும் அவன் தப்புதான். ஆட்டோவின் தப்பு அல்ல என்றான் சிவாஜி. க்ளட்சை அழுத்தி கியர் போட வேண்டும் என்று அறிவுறுத்திவிட்டு கூடவே "நாம ஒயுங்கா ஓட்டினா எல்லாமே ஒயுங்கா ஓடும்டா! பேஜாரு உங்கிட்டேதான் கீது!" என்று 'ஊசி' குத்தினான்.

"திருநீர்மலை சரக்குன்னாலே மற்றதைவிட... நல்லா இருக்குதே... ஏன்ண்ணே...?" என்ற ரவியின் கேள்விக்கு கண்ணாடி டம்ளரில் இருந்ததை கலகலவென காலி செய்துவிட்டு என்னவோ பதில் சொன்னான் சிவாஜி. மலர்ந்திருந்த பக்கோடா பொட்டலத்திலிருந்து திடகாத்திரமான கட்டி ஒன்றை எடுத்து வாயில் போட்டான். உற்றுப் பார்த்துக் கொண்டேயிருந்த ரவி கிசுகிசுப்பான குரலில் கேட்டான். "சுடலையை கொலை பண்ணினீங்களே... ஏன்ண்ணே...?"

வெறுத்துப்போனாள் உபத்திரா. நூறு ரூபாய்க்குக்கூட சில்லறை இல்லையா என கேட்க வேண்டும் என நினைத்தவளின் கால்கள் மெள்ளத் தயங்கியது...

மோகன் மட்டுமில்லை... அவனுக்குப் பின்னால் பாபு, எல்டின், ஜெயவேல், பரமசிவம், ராஜாராம் என்று ஒரு கூட்டமே படையெடுத்து வந்திருக்கிறதே... கூடவே! என்ன காரணமாயிருக்கும்?

மனசை அச்சம் வருடினது.

'ஒருவேளை... ஒருவேளை... என்னை பிடித்துப்போகத்தான் வந்திருக்கிறார்களோ...?

ஜீவன் சில்லிட்டுப்போனது அவளுக்கு! நிலவரம் பார்த்து கலவரம் சேர்ந்தது கண்களுக்குள்!

எச்சில் விழுங்கினாள்.

'சேச்சே... இருக்காது! என் ஒருத்தியை பிடிக்கவா இத்தனைபேரு! தவிர, நான் இங்கே வந்திருக்கிறது இவங்களுக்கு எப்படித் தெரியும்...?"

தனக்குத்தானே சமாதானப்படுத்தப் பார்த்தாள்.

தேடிப்போகாமலிருப்பதுதான் உத்தமம் என்று பட்டது.

இவர்கள் நிகழ்த்தவிருக்கும் வன்முறைக்கு தேவையில்லாமல் நாம் சாட்சியாக இருக்க வேண்டாமே...!

மெள்ள விலகி வேறு புறமாக வெளியேறி சில்லறை மாற்றச் சென்றாள்.

ரெண்டு பேர் போய் டிக்கெட் கவுண்டர்லே அவ கியூவிலே நிக்கறாளான்னு பாருங்க... மோகன் நீ ஆட்டோவிலேயே ஏறி வெளியிலே தேடு. பக்கத்திலே பஸ் ஸ்டாப்லே நின்னுகிட்டிருக்கப்போறா... மவுண்ட் ரோடு போற ரூட்டிலேதான் பஸ்ஸுக்கு நிப்பா! போய் பார்த்துட்டு வந்துடு...”

“சரி...” என்றான் மோகன்.

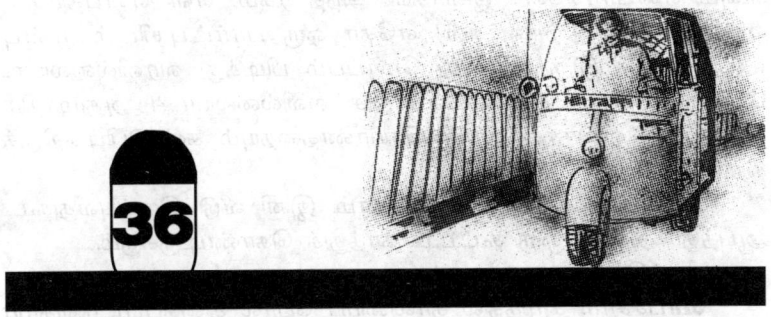

36

சொர்க்கத்திற்குப் பாதை உண்டு! ஆனால், அதில் யாருக்கும் அக்கறை இல்லை; நரகத்திற்கு வாசலே கிடையாது. ஆனால் பலர் அதில் ஏறிக் குதித்தாவது உள்ளே போகத் துடிக்கின்றனர்!

மோகன் தனது பரிவாரங்களுடன் சும்மா காத்திருந்தாலே போதும். உபத்திரா அகப்பட்டிருப்பாள்! சில்லறை மாற்றப் போனவள் டிக்கெட் கவுண்ட்டர் திரும்பினதும் பிடித்திருக்கலாம்! சீக்கிரம் பிடிக்க வேண்டுமென்கிற ஆர்வத்தில் வண்டியை மூலையில் நிறுத்திவிட்டு அருகாமை ஓட்டலுக்குச் சென்றான். தங்களது ரெகுலர் கஸ்டமர்கள் சிலருக்குப் போன்செய்து உபத்திரா அங்கே வந்திருக்கிறாளா என விடாமல் விசாரித்தான்!

மோகன் முதுகுப்புறம் உபத்திரா வந்து நின்றதையோ அதிர்ச்சியில் உறைந்து போனதையோ அறிந்திருக்கவில்லை! சில்லறை மாற்றுவதற்காக அவள் சாப்பிட வந்த அதே ஓட்டலுக்கு அவனும் போன் பேச வந்தது தலைவிதி! அதிர்ச்சியில் அவளுக்கு மேலே போன நெற்றியும் மேலே போன இமைகளும் கீழே வர சற்று நேரம் பிடித்தது. பூவுக்குள்ளிருந்து வெடிகுண்டு வந்து விழுந்தமாதிரி வியந்து போனாள். தன்னை எதற்காக இப்படி விரட்டி விரட்டி விசாரிக்கிறான்... ஒருவேளை ரவி அவளைப் பார்த்துப் பேசினதை சொல்லியிருப்பானோ?! அந்த

ரௌடிப்பட்டாளம் பஸ் ஸ்டாண்ட் வந்திருப்பதே தன்னைத் தேடித்தானோ? அவளுள் அச்சம் பரவினது. இதயத்தில் ஒரு ஜுராசிக் குலுக்கல்!

ஆ…ஆனால் இப்போது டிக்கெட் எடுக்க வந்தது இவர்களுக்கு எப்படித் தெரியும்... ரவிக்கே தெரியாத விஷயமாயிற்றே அது! அவனுக்கு வீட்டு விலாசமே கூட தெரியாதே...!

அப்படியே பத்திரமாகப் பின்வாங்கி, மறுபடியும் ஓட்டலுக்குள் ஓசைப்படாமல் போனாள்.

படபடப்பு அடங்கவேயில்லை. இவர்கள் லேசுப்பட்ட ஆட்களில்லை. கெட்டிக்காரச் சேவல் முட்டைக்குள்ளிருந்தே கூவும் என்பார்களே... இவர்கள் அந்த ரகம்; எள் என்பதற்குள் எண்ணெயாக நிற்பவர்கள்! ஏதோ ஒரு பார்ட்டியிடம் முன்பு உல்லாசமாக இருந்தபோது மோப்பம் பிடித்து வரவில்லையா... போன் பேசி மடக்கி கூட்டிச் செல்லவில்லையா...?! அதுமாதிரி இப்போது விலாசத்தையும் பிரயாணத்தையும் கண்டுபிடித்திருக் கிறார்கள்...!

அகப்பட்டால் தொலைந்தோம். இனி வீடு திரும்புவதுகூட ஆபத்து. அங்கே ஒரு கூட்டம் காத்துக் கொண்டிருக்கும்.

உபத்திரா உஷாரானாள்.

விபச்சாரி கழுத்தில் தாலியைப் போல் திகைப்பூட்டுவதாய் இருந்தது அந்த விஷயம்! 'ஏன் இன்னும் வீடு திரும்பவில்லை அவள்?'

பூமி உருண்டை, சூரியனுக்கு முதுகு திருப்பிக் கொண்டிருந்த நேரம், ஏ அப்பா! காலையிலிருந்து எவ்வளவு நேரமாகக் காத்திருந்தேன். இன்னும் காணோமே அவளை. பொழுது இருட்ட இருட்ட சந்தேகம் வலுத்தது.

வாசற்படியில் நிழலாடியது. திரும்பிப் பார்த்தேன்... பாபு. பாபுவைவிட அவனது முக பதட்டம் முக்கியமாகப் பட்டது எனக்கு.

"அண்ணே! உபத்திரா தப்பிச்சுட்டா!" என்றான் வந்ததும் வராததுமாக.

ஆச்சரியச் சிறகு கட்டி அதுவரைக்கும் அந்தரத்தில் பறந்து கொண்டிருந்த எனக்கு சட்டென்று பூமியில் விழுந்த மாதிரி துவண்டு போனேன்.

"எப்படிரா சொல்றே...?"

"இப்பதான் போன் பண்ணினா... 'நான் தப்பிச்சுட்டேன். என்னைத் தேட வேணாம்... எப்பதான் உங்க ரத்த வெறி அடங்கும்'ன்றா...!"

உலையில் விழுந்த உயிருள்ள மீனாகத் துடித்தது மனசு! எதுவும் பேசவில்லை. சில நிமிடங்களுக்கு ஒரு மயான மௌனம். "சரி... நீ போ பாபு! நான் அப்புறமா வரேன்". எனக்குத் தனிமை

தேவைப்பட்டது !

உபத்திரா தப்பித்துப் போன செய்தி எங்களுக்குக் கிடைத்தபோது அவள் எங்களிடமிருந்து நாற்பத்தேழு ரூபாய் அம்பது காசு தொலைவில் இருந்திருக்கிறாள்.

சூரியனை ஜூஸ் பிழிந்த மாதிரி தோற்றம் தந்தது அந்த விஸ்கி; சிப் சிப்பாகப் பருக நெருப்பு சரடாக உள்ளே வழுக்கிக் கொண்டு போனது.

ஆனாலும் போதையை மீறிக் கொண்டு அந்த பயம் உயிரைப் பிசைந்தது.

பாட்டிலைச் சரித்து மீண்டும் குடித்தேன். ம்ஹூம்...! எவ்வளவு குடித்தாலும் அந்த ஞாபகம் மட்டும் அழியவே இல்லை; கனவுகளில் இடப்படும் முத்தம் மாதிரி ஒரு ரகசிய உறுத்தல் சிந்தனையைக் கசக்கிப் பிழிந்தது.

'அந்த உபத்திரா தப்பித்துப் போய்விட்டாளே...! அடடா, அவளை ஒன்றும் நாங்கள் கொலை செய்வதாக இல்லையே! அவளை என்ன, யாரையுமே இனி கொல்லுவதாக இல்லை... ஏற்கனவே செய்ததே இந்தப்பாடு படுத்தும் போது, இன்னும் வேறா... உபத்திராவை கூப்பிட்டு சமாதானப்படுத்தலாம். நிவாரணமாக ஏதாவது பணம் தரலாம் என்பதுதான் உத்தேசம்! இது புரியாமல் அவள் பயத்தில் தப்பிப்

போய்விட்டாள். போனவள் யாரிடமாவது விஷயத்தைச் சொல்லுவாளோ?

கழுத்து முட்டும் அளவுக்குக் குடித்தேன். தட்டுத் தடுமாறி எழுந்து பாரை விட்டு வெளியே வந்து வண்டியை உதைக்க அலங்காநல்லூர் ஜல்லிக்கட்டுக் காளையாய் திமிறிக் கொண்டு புறப்பட்டது.

தாறுமாறான போதையும் உபத்திரா பயமும் புணரும் பாம்புகளாய் கூட்டணி சேர, திருப்பத்தில் ஆவேசமாக எதிர்ப்பட்ட காரைக் கவனிக்கவேயில்லை நான்! நெருங்கினதும் பதறி சுதாரித்து ஒதுங்குவதற்குள் அந்த விபத்து நடந்தே விட்டது.

வண்டியிலிருந்து தூக்கி எறியப்பட்டே......ன்.

வெறும் மூன்று அங்குல நீளமுள்ள நாக்கு ஆறடி உயர மனிதனையே ஆபத்தில் தள்ளிவிடுகிற வல்லமை பெற்றது! ரவிக்கும் ஆபத்தைத் தந்தது அந்த நாக்குதான்!

"சுடலையைக் கொலை பண்ணினீங்களே.... ஏண்ணே!" என ரவி கேட்டதும் சிவாஜி மனசுக்குள் ஒரு 'திக்' வாங்கினான். மார்பில் முயல் உதைத்தது. பளிச்சென்று நிமிர்ந்தான். கண்களை இடுக்கிக் கொண்டு ரவியைப் பார்த்தான்.

"என்னடா கேட்டே?" -மெலிதான குரலில் அழுத்தமாய்க் கேட்க ரவி எச்சில் விழுங்கினான்.

"இ... இல்லேண்ணே! சுடலை என்ன தப்பு பண்ணினாரு. எதுக்காக கொ...லை... பண்ணினீங்க...ன்னு..."

அதிர்ச்சியை ஒளித்து வைக்க இதயத்தின் ஒவ்வொரு அங்குலத்திலும் இடம் தேடினான் சிவாஜி.

"என்னடா சொல்றே? சு...சுடலையைக் கொலை பண்ணினேனா... நானா?"

ரவி மரியாதை சேர்த்து சிரித்தான். "உங்களை மட்டும் சொல்லலைண்ணே... நீங்க எல்லாருமா சேர்ந்துதான்..."-கூடியமட்டும் எச்சரிக்கையாகப் பேசினான் ரவி.

"என்னடா பேமானி... இன்னா தெனாவெட்டு இருந்தா, இப்படி ராங்கா டயலாக் உடுவே..." -சிவாஜியின் முகம் உக்கிரமானது.

"சொல்ரா... எத்தை வச்சு சுடலைப் பயலுக்கு நாங்க சங்கு ஊதினோம்னு பினாத்துவே... அவனை எத்தினி நாளா தேடிக்கினு இர்க்கோம்! தெர்யாது?" -ரவியின் சட்டைக் காலரை கொத்தாகப் பற்றினான்.

முதலில் பயந்தாலும் சிவாஜி தன் சட்டையைப் பற்றினதும் தனது வம்ச குடிப்பெருமையே(!) இதில் சேதமடைந்ததுபோல் ஒரு கோபம் கிளம்பிற்று ரவிக்குள்! கொலையும் செய்துவிட்டு

தன்னையும் இவன் அவமானப்படுத்துவதாவது... இவர்களது குடுமியே தன் கையில் சிக்கியிருக்கும்போது, தன் சட்டையைக் கேவலம் இவன் பிடிப்பதாவது!

பொறுமையின் கடைசிப் படிக்கட்டில் நின்றுகொண்டு அமைதியாக "முதல்ல சட்டையிலிருந்து கையை எடுங்க..."

''முடியாது'' என்றான் சிவாஜி. அவன் சொன்ன அபாண்டத்துக்கு விளக்கம் தரும்வரை விடப்போவதில்லை என தீர்மானமாகச் சொன்னான்.

"சரி... சொல்றேன்! ஒவ்வொன்றா கேட்டுக்குங்க. சுடலை கொடுத்ததா நூறு ரூவா கொடுத்தீங்களே... நான் சுடலைக்குப் பணம் கொடுக்கவேயில்லை! உபத்திராவும் நானும் எப்பவோ போலீசுக்குப் போயிருப்போம். சரி பழகிட்டோம்னு சமாதானமா கேட்டா, என்னை என்ன கேனயன்னு நினைச்சுட்டீங்களா? சுடலை மட்டுமில்லை. லலிதாவைக் கொலை பண்ணி புதைச்சதும்கூட தெரியும் எனக்கு...!"

சிவாஜி விக்கித்துப் போய் நின்றான். சட்டையைப் பிடித்திருந்த கைகள் தானாகவே தளர்ந்தது. முகம் பூராவும் முத்து முத்தாய் வியர்வை பூத்தது.

"ஹ...ஹ... என்னடா என்னென்னவோ சொல்றே...?" -அசட்டுச் சிரிப்புடன் முகத்தைத் துடைத்துக் கொண்டான்.

"அண்ணே! இந்த வேலையெல்லாம் நம்மகிட்டே வேணாம். இப்ப போலீசுக்குப் போய் சொன்னேன்னா போதும். ம்ஹூம்! நம்ம சரகத்திலே சொல்ல மாட்டேன். இங்கே இருக்கிறவுக போலீஸ் காரனுகளா... பொம்பிளை விபச்சாரிகளை வச்சிருக்கீங்களே... அதேமாதிரி அவனுக உங்களோட ஆம்பிளை வேசிங்க! புகார் கொடுத்தா என்னை கைமாப் பண்ணிடுவானுக, எனக்குத் தெரியாதா? அதனாலே நேரா கமிஷனர்கிட்டேதான் போவேன்."

சிவாஜிக்கு பகீர் என்றது. ரவியின் மேல் அடங்காத ஆத்திரம் பிறந்தது. குழம்பு கக்கின இதய எரிமலையில் பொறுமை என்னும் தண்ணீரை ஊற்றி ஊற்றி தன்னை அடக்கிக் கொண்டான். மெள்ள சிரித்து சிநேகத்துடன் ரவியின் தோளில் கை போட்டான்.

"த பாரு... இப்ப இன்னா நடந்துச்சுன்னு டென்ஷன் ஆவுறே... ஒனிக்கு இன்னா வேணும்... அத்த சொல்லுவியா... ஹாங்!"

"ம்..ம்.. அப்படி வாங்க வழிக்கு! நான் ஒண்ணும் அதிகமா கேட்டுரல... ரெண்டே ரெண்டு லட்ச ரூபாதான். சுடலைக்கு ஒண்ணு! லலிதாவுக்கு ஒண்ணு! அதை மட்டும் கொடுத்துட்டா எங்கேயும் வாய் திறக்க மாட்டேன்."

அவன் சொன்னதும் சிவாஜிக்கு முகத்தில் ரத்தம் தப்பித்தது. கண்கள் செந்தூரம் காட்டினது. ரவியைப் பார்த்து ஒரு இன்ச்

புன்சிரித்தான். கைகள் வேட்டியின் மடிப்புக்குள் இருந்த பட்டன் கத்தி நோக்கி அங்குலம் அங்குலமாக நகர்ந்தன.

ரவி ஆபத்து உணராதவனாக சவடால் அடித்துக் கொண்டிருந்தான்.

''பணத்தை கொடுத்துட்டீங்கன்னா கண்மறைவா எங்கேயாவது போயிர்றேன். இப்பல்லாம் வேலை செய்யவே பிடிக்கமாட்டேங்குது. நாலைஞ்சு ஆட்டோவை வாங்கி வாடகைக்கு விட்டுரலாம்னு பார்க்கிறேன். பணம் தரலேன்னு வைங்க... குடிபோதையில நான் பாட்டுக்கு யார்கிட்டேயாச்சும் இதை உளறி வைப்பேன்!"

அவன் சொல்லச் சொல்ல பேசாது கேட்டுக் கொண்டிருந்தான் சிவாஜி! மௌனத்தையும் சேர்த்து இப்போது அவனிடம் இரண்டு ஆயுதம்.

"நீங்களே யோசிச்சுப் பாருங்க! நான் ஒண்ணும் அதிகமா கேட்டுரலை... இல்லே?" -பேச்சு சட்டென பாதியில் நின்றது. சிவாஜியின் கையிலிருந்த ஆயுதம் கண்டு கண்களில் சாவு பயம் தொற்றிக் கொண்டது.

சிவாஜியின் பட்டன் கத்தி எவர்சில்வர் கோட்டிங்குடன் டாலடித்தது. ரத்தப்பசியுடன் ரவியைப் பார்த்து 'ஹலோ' என்றது.

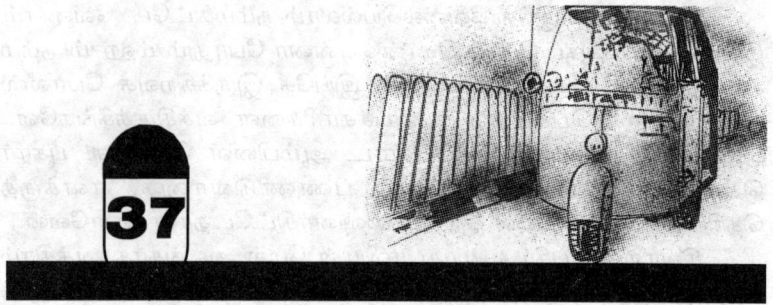

37

சந்தோஷத்திலிருந்து சில லட்சம் கிலோமீட்டர் தூரத்தில் நானிருந்தேன். எத்தனையோ உயர்ரக காக்கி உடுப்புகளையும், அதிகாரிகள்- அமைச்சர்களையும் கட்சித் தலைவர்களையும் தோஸ்துகளாக வைத்துக் கொண்டிருந்தும் தோல்வியா? அதுவும் கேவலம் வாலிபத்தை வாடகைக்கு விடுகிற ஒரு சராசரி பெண்ணை சமாளிக்க முடியாமல்...!

தீயைக் கண்களுக்குள் திணித்த மாதிரி உஷ்ணம் என்னை உண்டது. புல்லட்டில் பயணம் செய்தாலும் நான் ஓட்டினதென்னவோ ஜெட் விமானம்! அண்ணா நகரில் ஒரு இன்ஸ்பெக்டருக்குப் ஃபாரின் விஸ்கியை மொய் எழுதிவிட்டு

உபத்திரா கவலைகளுடன் சர்க்கஸ் சாலைகளின் போக்குவரத்து சிக்கலில் மாட்டி அந்த விபத்து.

கண் விழித்தபோது நான் ஒரு ஆஸ்பத்திரியில் படுத்துக்கிடந்தேன். கால், கையை அசைக்க முடியவில்லை. தோள்பட்டை எலும்பு நொறுங்கியிருந்ததால் அங்கே பேண்டேஜ் இம்சை...! வலது கால் முழுக்க கட்டு போடப்பட்டு ஏதோ ஒரு வெண்ணிற யானையின் கால் போல தோற்றம் தந்தது. காலை அசைக்க முடியவில்லை. தலையில் வெள்ளை கிரீடம் அணிந்த நர்ஸ் ஓடோடி வந்தாள்!

"காலை அசைக்கக் கூடாது! ஆபரேஷன் பண்ணியிருக்கோம்... இன்னும் ஒரு மாசத்துக்கு படுக்கையைவிட்டு இறங்கக்கூடாது"

என்னது... ஆபரேஷன் செய்திருக்கிறார்களாமே... எப்போது? இந்த ஆஸ்பத்திரியில் கொண்டுவந்து சேர்த்தது யார்? எத்தனை நாட்களாயிற்று? இது என்ன ஆஸ்பத்திரி? நண்பர்களெல்லாம் எங்கே?

சற்று நேரத்தில் மோகன் ஃப்ளாஸ்க்குடன் வந்தான். காபி வாங்கப் போயிருந்தானாம்! விபத்து நடந்து ரெண்டு நாட்களாகிவிட்டதாக சொன்னான். காலில் நரம்பு துண்டாகி கட்டை விரல் வேலை செய்யாமல் போய் ரத்த வெள்ளத்தில் மயங்கிக் கிடந்தேனாம். போலீசுக்குத் தகவல் போய், நண்பர் குழுவுக்கு தெரிந்து, பிரைவேட் ஆஸ்பத்திரியில்தான் தரமான சிகிச்சை என்று தீர்மானித்து மந்தைவெளி பி.எஸ்.எஸ். நர்சிங்ஹோமில் அட்மிட் செய்து, விபரங்களை மூச்சுவிடாமல் பேசிக் கொண்டே போனான்.

நினைவு திரும்பியிருந்ததால் வலி காயங்களை ஞாபகப்படுத்தினது. கட்டுப் போட்டிருந்த இடத்திலிருந்தெல்லாம் ஆங்கிலத்தில் 'வெற்றி' 'வெற்றி' என்று வலித்தது.

வேதனையில் என் முகம் தவிப்பதைக் கண்டு மோகன் தயக்கக்குரலில்... "அண்ணே...!"

பலவீனமாக திரும்பிப் பார்த்தேன்.

"இப்படி ஏன்ண்ணே குடிச்சிட்டு வண்டி ஓட்டறீங்க?" என கேட்கப் போகிறானோ...?

"ரொம்ப வலிக்குதாண்ணே? ஒரு குவார்ட்டரை வேணா குடிக்கிறீங்களா?"

ரவுண்ட்ஸ் வந்த டாக்டர் என்னைப் பார்த்து நட்பாய் சிரித்தார். குரலில் தேன் தடவிக்கொண்டு பேசினார். தன்னுடைய பெயர் டி.சி.சந்திரன் என சுய அறிமுகப்படுத்திக்கொண்டு வலிக்காமல் கை குலுக்கினார். "பயப்படாதீங்க சங்கர்... சீக்கிரம் குணமாயிடும். சரிதானே! ம்... தண்ணி சாப்பிடறது தப்பே இல்லை!

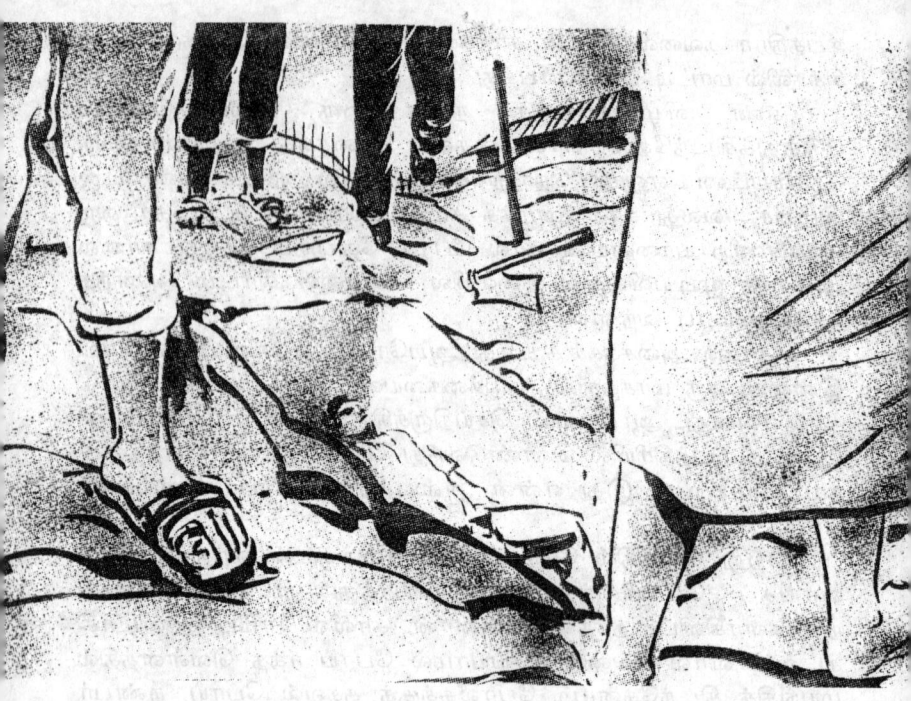

ஆனா, அது நம்மை சாப்பிட்டுறக் கூடாது; அதான் முக்கியம்" என்று சிரித்தார். அருகாமை ஸ்டாண்டில் க்ளுக்கோஸ் தயக்கமாக சொட்டிக் கொண்டிருந்தது.

"டாக்டர்... எப்ப டிஸ்சார்ஜ் பண்ணுவீங்க...?"

"ஒரு மாசமாவது ஆகும். வீட்டுக்குப்போன பிறகும் ரெண்டு, மூணு மாசமாவது பெட் ரெஸ்ட்ல இருக்கணும். வண்டி ஓட்டறதுக்கு எல்லாம் மூணு மாசமாவது ஆகணும். தைரியமா இருங்க... தன்னம்பிக்கையும் தைரியமும்தான் முதல் மருந்து... புரியுதா? பழம், பால் சத்துள்ளதா சாப்பிட்டு உடம்பை முதல்ல பில்ட்-அப் பண்ணுங்க! அதான் பெரிய பட்டாளத்தையே பக்கத்திலேயே வச்சிருக்கீங்களே! நல்லா கவனிச்சுப்பாங்க."

சிரித்தார் டாக்டர். மெல்ல என்னிடம் தலை கவிழ்த்து சன்னமான குரலில் கேட்டார். "அது சரி சங்கர்! உபத்திராவைப் பத்தி தகவல் கிடைச்சுதா?" -தூக்கி வாரிப்போட்டது. அதிர்ச்சி வாணலியில் வறுபட்டது மனசு.

உபத்திரா விவகாரம் டாக்டருக்கு எப்படித் தெரியவந்தது? இதென்னடா இது! கோபுரத்தைப் பார்க்க வந்து கோவணத்தை பறிகொடுத்த மாதிரியல்லவா இருக்கிறது. அவன் விசாரிப்பதற்குள் டாக்டரே வாயைத் திறந்தார். "பயந்துட்டீங்களா...! ஹ..ஹ..ஹ..!

டோண்ட் பீ அஃப்ரைய்டு சங்கர்! ஆபரேஷன் பண்றப்ப வலியிலே நிறையப் புலம்பினீங்க! உபத்திரான்ற பேரை நூறு தடவையாவது சொல்லியிருப்பீங்க... 'உபத்திரா எங்கேயிருந்தாலும் தேடிக் கூட்டிட்டு வாங்கடா'ன்னு முனகிகிட்டே இருந்தீங்க! உங்களுக்கு இப்படி ஆகக் காரணமே அந்த உபத்திராதான்னு நினைக்கிறேன். கரெக்ட்!"

"அப்பாடா!" சிக்கன சிரிப்புடன் ஒரு பெருமூச்சு. "இல்லை டாக்டர்! உபத்திராவோட அந்த நிலைமைக்கு காரணம்தான் நானு!"

டாக்டர் என்னை விநோதமாகப் பார்த்தார். கால், கையை தவிர தலையிலும் அடிபட்டிருக்குமோ என்று சந்தேகம் தென்பட்டது பார்வையில்!

சிறிது சிறிதாக குணமாகிக் கொண்டு வந்தேன். டாக்டர் பரிபூர்ணமாய் திருப்திப்பட்டார். சத்து மாத்திரைகளும் 'பயப்படாதீங்க!'ன்னு அட்வைஸூம் கொடுத்துவிட்டுப் போனார்.

ரெண்டு பக்கமும் தோழர்கள் தாங்கிப்பிடிக்க ஒற்றைக் காலில் தத்தித் தத்தி நடந்துபோய் (வலதுகாலில் மாவு கட்டு) பாத்ரூம் போகவும் கட்டிலில் எழுந்து உட்கார்ந்து சாப்பிடவும் 'போர்டு மீட்டிங்' (சாராய சகாக்களுடன்தான்) போடவும் முடிந்தது.

"உபத்திராவைப் பத்தி அலட்டிக்க வேணாம்னு நினைக்கிறேன். அவளுக்கு விஷயம் தெரிஞ்சதால பாதகம் இல்லை. சொல்வதாயிருந்தால் இந்நேரம் போலீசுக்குச் சொல்லியிருப்பாளே... என்னத்துக்குடா வம்புன்னு எங்கேயோ தன் தொழிலை மட்டும் கவனிச்சுக்கிட்டிருப்பா போல" என்றேன்.

சகாக்கள் ஆமோதித்தனர்.

"பாத்தியா பாபு... கொலை பண்ணினதாலே எப்படியெல்லாம் சிக்கல் வருது கவனிச்சியா? ஆறுமாசமாகும் பழையபடி நடமாட.... தொழிலை கவனிச்சமான்னு இல்லாம இப்படி பொழைப்பை கெடுத்துக்கிட்டு வந்து ஆஸ்பத்திரியில படுத்துக்கிட்டு... உம்...! ஆமா அந்த ரவிப்பயலை ரெண்டு நாளா காணோமே...? எங்கனா ஏத்திக்கிட்டு படுத்துட்டானா? அந்த பிள்ளைங்களை ஒழுங்கா கவனிக்கிறானா... எப்படி?"

கவனிப்பதாகச் சொன்னார்கள். விடுதிப் பெண்கள் அனைவரும் என்னை வந்து பார்க்க விரும்புவதாக மோகன் சொல்லிக் கொண்டிருந்த சமயம் சிவாஜி வியர்க்க விறுவிறுக்க வந்து சேர்ந்தான். முகத்தில் இறுக்கம்! ரூம் மொத்தத்தையும் போதையால் மெழுகினான்.

"அண்ணே... அந்த ரவிப் பய நாம பண்ணின ரெண்டு கொலை பத்தியும் நல்லா தெரிஞ்சு வச்சிருக்கான்" -சிவாஜி அவசர மாகச்சொல்ல, உள்ளத்தை ஓராயிரம் இடிவந்து உரசிவிட்டுப்

போனது. "அய்யோ... அப்புறம்...?" என்றேன் பதட்டமாக.

"அவன் பாட்டுக்கு ரெண்டு லட்ச ரூபா கொடு. இல்லைன்னா... போலீசுக்கு போவேன்றான்...!"

ப்பூ இவ்வளவுதானா! அந்த மட்டிலும் அவனாகவே வியாபாரம் பேசினானே... தொகையை சற்றுக் குறைத்து பேரத்தை முடித்துவிடலாம். நல்லவேளை!

"இப்ப ரவி எங்கே?"

"எனக்கு கடுப்பாப் பூடுச்சு! கத்தியாலே சதக் சதக்னு ரெண்டு குத்து! ஆள் அவுட்"

உரசின ஓராயிரம் இடிகளும் இப்போது உள்ளேயே இறங்கியது. பஞ்சு மிட்டாய் மீது பாம் போட்டது கணக்காய் தூள் தூளாய் நொறுங்கிப் போனது தைரியம்.

கூடல் உடம்புக்கு வெளியே சரிந்துகிடக்க பரிதாபமாய் செத்துப் போயிருந்தான் ரவி. பிணத்தை எரிக்கலாம் என்றால் மறுநாள் பாரத் பந்த் (இலங்கைத் தமிழருக்காக). வழி எங்கும் போலீஸ் மயம்! காரை மடக்கி செக் செய்வார்களே என்று பயம். விபச்சாரப் பெண்கள் தங்கி இருந்த வீட்டின் பின்புற பாத்ரூம் ஓரத்தில் ஆழக் குழிதோண்டி அம்மணமாக புதைத்தார்கள். நடமாட முடியாத நிலைமையில் இருந்ததால் சங்கர் மேற்பார்வை மட்டும்!

மண் வெட்டி, கடப்பாரை, சாந்துக்கரண்டி இந்த உபகரணங்களோடு உபரியாய் விஸ்கியும் சேர்ந்து கொண்டது. டேப்பில் டி.எம்.எஸ். பேய் கூப்பாடு போட்டார். (கடப்பாரை சத்தத்தை ஈடுகட்ட)

"விதியின் ரதங்களிலே- நாம்
விரைந்து பயணம் செய்தால்
மதியும் அடக்குதடா- சிறு
மனமும் கலங்குதடா!
கொடுக்க எதுவுமில்லை
குழப்பம் முடிந்ததடா!
கணக்கை முடித்துவிட்டேன்
ஒரு கவலை தீர்ந்ததடா...!"

போகிற போக்கில் அந்த வீட்டில் தரைக்கு மேலே வசிப்பவர் எண்ணிக்கையைவிட கீழே இருப்பவர்கள்தான் எண்ணிக்கை கூடிவிடுமோ என்ற பயமேற்பட்டது எனக்கு.

பின்னால் போலீஸ் புகாரில் ரவியின் கழுத்தை மோகன் இறுக்கினதாகவும் பாபு ரவி நெஞ்சில் ஏறி அமர, ரவியின் வயிற்றில் எனது வலது காலால் எட்டி உதைத்தேன் என்றும் ஜோடிக்கப்பட்டது.

வலதுகால் உடைந்து பேண்டேஜ் சுற்றிக் கொண்டிருந்தவர் நடமாடுவதே ஏதோ, அடுத்தவர் ஒத்தாசையில்! எட்டி உதைப்பது எங்ஙனம் சாத்தியம்? துடித்துப்போன நான் அந்த சமயத்தில் சிகிச்சை பெற்றதை கோர்ட்டில் வந்து சொல்ல வரும்படி டாக்டரிடம் கெஞ்சினேன். ஆனால் டாக்டர் சந்திரன் வரமறுத்தார். பயப்படாதே! பயப்படாதே! என்று திரும்பத் திரும்ப தன் பேஷண்டுக்கு சொல்லிவிட்டு அவர் பயந்து நடுங்கினார்.

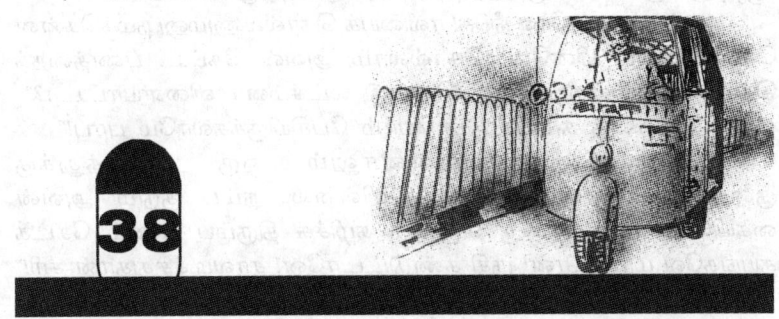

38

ரவியை 'லாக்கரில்' போட்டு மூடி பாத்ரூமை ஒரு அவசர இடுகாடாக்கிவிட்டு திருப்தியுடன் எழுந்தனர் அவர்கள்! அந்த ஜுராசிக் கூட்டத்தின் விரல்பட்டால் விஷம்கூட செத்துப்போகுமே... ரவி எம்மாத்திரம்!

அலுப்புதீர குளித்தார்கள். உடம்புக்கு வெளியே தண்ணீர் பட்டால் போதுமா... குளித்து முடிந்ததும் உள்ளேயும் தேகத்தின் வெளியே குளிர்ச்சியும் உள்ளுக்குள் வெப்பமுமாக விநோதமான இளைப்பாறல்.

இந்த சம்பவத்தை ஜீரணிக்க ரொம்பவே சிரமப்பட்டேன். ரவியின் மரணம் என் மனசுள் கல்லெறிந்துவிட்டது. ஹோவென்று பெரிதாகக் கதற தோழர்கள் திகைத்துப் போனார்கள். பாறைகளின் புத்திரன், நெருப்பின் நண்பன். இவனா... இப்படி நிலைகுலைந்தது என்று ஆச்சரியம்!

என்னை நெருங்கி ஆறுதல் சொல்வது எப்படி என்பது அவர்களுக்குள் மெலிதாய் தவிப்பு. பூனைக்கு மணிகட்டும் பொறுப்பை பாபு ஏற்று வந்தான்!

''ப்ச்சு... விடுங்கண்ணே! அவன் கொடுத்து வச்சது அவ்வளவுதான்"

என் அழுகைக்கு இடைவேளை கொடுத்துவிட்டு நிமிர்ந்தேன்.

"நான் ரவியோட சாவுக்காக இப்ப அழலை பாபு!"

"பின்னே?"

"லலிதாவைக் கொலை பண்ணதுக்காக அழறேன்!"

பாபு நெற்றியில் வியந்தான்.

"அவ அந்த போலீஸ்காரப் பயலை காதலிக்கிறாள்னு தெரிஞ்சதும் சனியனை வீட்டைவிட்டு துரத்தியிருக்கணும்... போதையிலே கோவப்பட்டு அப்பினேன் பாரு... அதுக்காக அழறேன்."

அதற்குப் போய் இப்போது அழுவானேன் என்று குழம்பினார்கள் மற்ற சகாக்கள். ஆனால் பாபு, வார்த்தையின் ஆழத்துக்குள் சென்று அர்த்தம் கண்டுபிடித்துவிட்டான்.

"என்ன அண்ணே நீங்க! ரவியைக் கொல்லணும்னு நமக்கென்ன வேண்டுதலா... பின்னே, கொல்லாம அவன் கேட்ட பணத்தைக் கொடுக்கணும்ன்றீங்களா...? ரெண்டு லட்சம்னா விளையாட்டா?"

"அவனைக் கூப்பிட்டுப் பேரம் பேசியிருக்கலாமே பாபு!"

"வேஸ்ட்! அப்படியானாலும் ஒரு லட்சத்துக்கு குறையமாட்டான். அது மட்டுமில்லை... நம்ப குடுமி அவன் கையிலே; மறுபடி ஒரு வருஷம் கழிச்சு திரும்ப பணம் கேட்க தயங்கவே மாட்டான்! ருசி கண்டுட்டானே! சாவடிச்சதுதான் சரி!"

"என்னமோ போ! எனக்கு ஈரக்குலையே நடுங்குது. என்னிக்காவது விஷயம் தெரிஞ்சு போலீஸ் வந்து தரையைத் தோண்டறாங்கன்னு வை... பூரா கொலையும் நான்தான் பண்ணேன்னு வளைகாப்பு நிச்சயம்! பிணம் பூரா என் வீட்டிலே இருக்குதே."

"அதெல்லாம் எதுவும் நடக்காதுண்ணே! எலெக்ஷன் சீட் கிடைச்சு நீங்க எப்படியும் எம்.எல்.ஏ. ஆவுறது நிச்சயம்! ஆளுங்கட்சி எம்.எல்.ஏ. வீட்டுத் தரையை தோண்டற அளவுக்கு நம்ப போலீசுக்கு மூளை இல்லாமப் போகலை."

மற்றவர்களும் பாபு சொன்னதை ஆமோதித்தார்கள். முதலிரவு வருவதற்குள் முதுமை வந்தது கணக்காய் எனது ஈஸ்ட்மென் கனவுகள் இடிக்குத் தீனியாகும் என்று நான் எதிர்பார்க்கவில்லை.

"சரி... நாம அடுத்து செய்ய வேண்டியது என்ன தெரியுமா? ரவி பணத்தோட ஓடிப் போயிட்டான்னு நியூசை பரப்புங்க... ஏன்னா, ஒரு முன்னெச்சரிக்கை!" -கண்களை இடுக்கிக்கொண்டு நான் சொல்ல... "புரியுது" என்றான் பாபு.

மீண்டும் ஆஸ்பத்திரி போய் படுத்துக்கொண்டேன். சுடலை கொலையைச் சொல்லி ரவி மிரட்டினது மாதிரி ரவியின் சாவைச் சொல்லி மிரட்ட இன்னும் வேறு யாராவது கிளம்பி வராமல் இருக்க வேண்டுமே என்று கவலையாயிருந்தது. அப்படி வருபவனை இந்த கோபக் கூட்டம் கொல்லாமல் இருக்க வேண்டுமே.

முரட்டுத்தனத்தைப் பூரா தொழிலுக்கு மட்டும் பயன்படுத்தினால் போதுமே என பாபுவிடம் கெஞ்சினேன்.

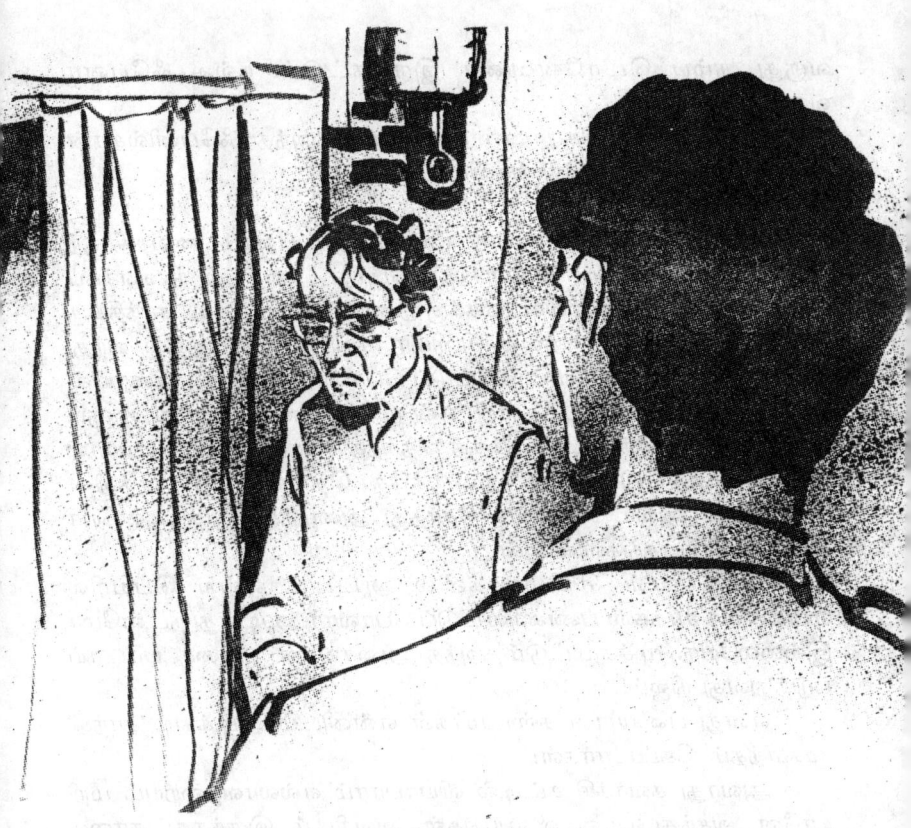

நெருப்பிடம் போய் "சுடாமலிரு... ஆனால் சமைக்க மட்டும் பயன்படு" என்பதுபோலத்தான் இதுவும்.

விபத்தில் சிக்கி மனித ஒர்க்ஷாப்பில் (மருத்துவமனை) இருக்கிறேன் என்பது தெரிந்ததும் பாசத்தில்(!) துடித்துப் போய்விட்டார்கள் போலீஸ்காரர்கள். அவ்வளவு பேரும் ஆள் மாற்றி ஆள் விசுவாசத்துடன் தேடி வந்து குசலம் விசாரித்துவிட்டுப் போனார்கள். அவர்கள் கொடுத்துவிட்டுப்போன பழங்கள் ஒரு பக்கம் மலையாய் குவிந்தது! டாக்டரே பிரமித்து 'நீங்க இவ்வளவு செல் வாக்கான ஆளுன்னு சொல்லவே இல்லையே' என்றார். தம்பியிடம் பணக்கட்டை எறிந்து, "தேடி வந்த போலீஸ்காரனுக்கெல்லாம் நல்ல விஸ்கியா வாங்கிக் கொடு. அதோட நம்ப போலீஸ் ஸ்டேஷனுக்கு நல்லதா ஒரு ஃபேன் வாங்கிப் போடு" என்றேன்.

"எதுக்குண்ணே?"

"இன்ஸ்பெக்டர் ரூமிலே இருக்கிற காத்தாடிக்கு வயசாயிடுச்சுடா. அதிலே இருந்து காத்து வரலைடா! சத்தம்தான்

வருது. நம்ப டொனேஷனா இருக்கட்டும். நல்ல ஃபேனா வாங்கிப்போடு".

பின்னாளில் விசாரணையின்போது அந்த ஃபேனில்தான் தலைகீழாக கட்டித் தொங்கவிடப்பட்டேன்.

சாந்தி-

திமிரும் இளமை, வாகான வயது, பணம் வைத்திருந் தவர்களின் அந்தரங்க விருப்பத்தின்போது அவசியம் நினைக்கப் பட்டவர். வாலிபத்தை வாடகைக்கு அனுப்பினாலும்கூட சாந்திக்கு தொழில் விபச்சாரம் அல்ல. சினிமா! கவர்ச்சி வேடத்தில் வந்து கிளர்ச்சிகளை கிள்ளி விட்டுவிட்டுப் போவார் சினிமாத் திரையில்.

கராத்தே, சிலம்பு, களறி என்று அத்தனை சண்டைகளும் அத்துபடி சாந்திக்கு! அவருக்குத் தெரிந்த சண்டையின் பெயரால் அவரை குறிப்பிடாமல் அவருக்கே தெரியாத நடனத்தின் பெயருடன் அவர் பெயரைச் சேர்த்து அழைத்தது எத்தனையோ சினிமா விநோதங்களில் ஒன்று!

அந்த நாள் சினிமாக்களில் ஆட்டம் என்ற பெயரில் என்னவோ சர்க்கஸ் பண்ணிவிட்டுப் போவார். ஆடினது நடனமோ இல்லையோ, மூச்சுமுட்டும் அந்த அசைவுகள் பலரை பாடாய் படுத்துவது நிஜம்!

எனது பசையான கஸ்டமர்கள் என்னிடம் அடிக்கடி 'சாந்தி' முகூர்த்தம் கேட்டார்கள்!

அவரது கவர்ச்சி கட்டில் வியாபாரம் எல்லாவற்றையும் மீறி நானே அசந்துபோன விஷயங்கள் அவரிடம் இருந்தது. காலை சேவலை முந்திக்கொண்டு கண்விழித்து ஆழ்நிலை தியானம், யோகா, உடற்பயிற்சிகள் என்றும் அசர அடித்தார்.

"எப்படியாவது பெரிய நடிகையாயிரணும் சார்! அதுக்காகத் தான் இத்தனை கஷ்டமும். உங்ககிட்ட வாங்கற பணமெல்லாம்கூட எக்ஸர்சைசுக்கும் சண்டை பயிற்சிகளுக்கும் தான் செலவழிக்கிறேன்" என்று எனக்கே திகைப்பை தின்னக்கொடுத்தார்.

"உடம்பைக் காப்பாற்ற உடம்பை விற்பார்கள். இவள் உடம்பை சீராக்குவதற்காக விற்கிறாளாமே... தப்புக் காரியத்தில், செய்த உடற்பயிற்சிகளெல்லாம் பாழாகிவிடாதோ?" -நினைத்து நினைத்து வியந்திருக்கிறேன்.

சாந்தியின் செயல்களுக்கு மனசுள் சலாம் வைத்துமிருக்கிறேன். அரைமணி நேர தியானம். பிறகு கடற்கரை சாலையில் ஜாகிங், ஸ்டார் ஓட்டல் குளத்தில் நீச்சல் பயிற்சி, கராத்தே, டான்ஸ், இந்தி, தெலுங்கு மொழிகள் என ஒவ்வொன்றையும் சொல்லித்தர வெவ்வேறு மாஸ்டர்கள் வீடுதேடி வருவதைப் பார்த்திருக்கிறேன்.

"முயற்சி என்னிக்குமே வீணாகாது! வேணும்னா பாரு... இந்தப்

பெண்ணோட அழகுக்கும் அறிவுக்கும் விடாமுயற்சிக்கும் ஒருநாள் பெரிய ஸ்டாரா ஆகத்தான் போவுது! லட்ச லட்சமா சம்பாதிக்கப்போவுது. உன் பேரும் சாந்திதானே... நல்லா தண்ணியடிக்கிறே... தின்றே! அந்தப் பொண்ணு பாரு... எப்படிப் பாடுபடுதுன்னு?"-மற்றொரு விலைமாது பெண்ணான குட்டை சாந்தியிடம் சில்மிஷங்களுடன் இடித்துக் காட்டினேன். குட்டை சாந்தி ஊடலுடன் கோபித்துக்கொள்வாள்; நான் வர்ணித்த நடிகை சாந்தியை முதுகில் அழகு காட்டுவாள்!

நான் ஒன்று நினைத்தேனே தவிர... சாமி வேறொன்று நினைத்தது...!

அப்புறம் வந்த வருஷங்களில் லட்சக்கணக்கென்ன கோடிக்கணக்கில் சம்பாதித்தாள் சாந்தி! நான் கணித்த சாந்தி இல்லை. ஃபீல்டில் நீடித்தாலும் அந்தப் பெண் பெரிதாய் எதுவும் சாதித்துவிடவில்லை! பிரபல நடிகையாகி கோடி கோடியாய் சம்பாதித்ததெல்லாம் அந்த குட்டை சாந்திதான்.

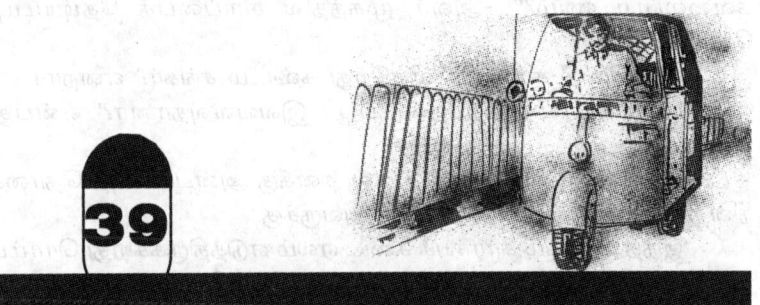

39

பணப் பையுடன் காவல் நிலையத்துக்குள் நுழைந்தபோது செம மரியாதை. மாண்புமிகுக்களை விடவும், மாமூல் தருபவர்களுக்கு உண்மையான விசுவாசம் காட்டுபவர்கள்தானே காவலர்கள்! தோல் பை பிரித்துக் கட்டுகளாக விசிறியபோது, காக்கிகளுக்கு வாயெல்லாம் பல்!

இன்ஸ்பெக்டர் மட்டும் 'இடிச்சபுளி செல்வராஜாக சுரத்தேயில்லாமல் காணப்பட்டார். 'ஏன்? என்ன கஷ்டம். 'பேமெண்ட்' போதாதோ?' -கண்களால் அவர் மனசு தடவினேன்.

அவர் முகத்தில் எந்த உணர்ச்சி ரேகையும் ஓடவில்லை. அந்த அமைதி எனது அடிநெஞ்சை அரித்தது.

எதிரில் உட்கார்ந்து, கோக்கோகோலா குரலில், "என்ன ஸார்... எதுவும் பிரச்சினையா?" என்று கேட்டு அவரைப் பருந்துப் பார்வை பார்த்தேன். அதிகாரி எதுவும் பேசாமல் பெருமூச்சை மட்டும் வழிய விட்டார்.

"சொல்லக் கூடியதானால் என்கிட்டே சொல்லுங்க... நான் முடிந்த ஒத்தாசையை செய்யறேன்."

அவர் நிமிர்ந்து உட்கார்ந்தார். மௌனமாய் இருப்பதால் பிரச்சினையைத் தள்ளிப் போட முடியுமே தவிர, தவிர்க்க முடியாது என்று நினைத்தாரோ என்னவோ? வாயைத் திறந்தார்.

"பிரச்சினை எனக்கில்லை சங்கர். உனக்குத்தான்!"

இதயம் ஆபத்து... ஆபத்து என்று அடித்துக்கொண்டது. 'கொலையைப் பற்றி ஏதாவது கண்டுபிடித்திருப்பாரோ? உபத்திரா ஏதாவது பெட்டிஷன்... கிட்டிஷன்?'

மூளைக்குச் சென்ற ரத்தம் சுடச் சுடத் திரும்ப வந்தது. முடிந்தமட்டிலும் இயல்பாக இருக்க முயன்றேன்.

'பொறு மனமே பொறு! அவர் என்ன சொல்கிறார் என்று கேள்! பிரச்சினை எனக்கு என்கிறபோது, அவர் இப்படிக் கவலைப்பட்டு சாவானேன்?'

"எனக்குப் பிரச்சினையா? அதற்கு நீங்க ஏன் ஸார் கவலைப்படணும்?" -அவர் முகத்தில் சிரிப்பைத் தேடியபடி கேட்டேன்.

"இனிமே நீ சாராயம் விற்கிறது கஷ்டம் சங்கர்!' என்றார்.

மலர்ச்சியாய் சிரித்தேன். 'ப்பூ... இவ்வளவுதானா?' என்பது போல.

நான் சரக்கு விற்கா விட்டால், தனக்கு அன்பளிப்புத் தொகை நின்று போகுமே என்ற அரிப்பு அவருக்கு.

"இந்த வருஷம் சாராயக் கடை ஏலம் எடுத்திருக்கிறது ரொம்ப முக்கியமான பிரமுகர். தன் பினாமி பேரிலே எடுத்திருக்கார்! ஏற்கனவே ஒயின் ஷாப்புகள் வேற அவரோட ஆளுங்கதான் நடத்தறாங்க! இப்ப இது வேற...! நேத்து கோட்டைக்கு என்னைக் கூப்பிட்டனுப்பி, 'இந்த வருஷம் நா... நான் எடுத்திருக்கேன். அதைத்தவிர வேறு யாராவது கள்ளச் சாராயம் விற்றா, அதற்கு நீங்கதான் பொறுப்பு... சங்கர்னு ஒரு ஆள் உங்க ஆசீர்வாதத்தோட கடை போட்டிருக்கானாமில்ல... முதல்ல அதை மூடறீங்க... இனி யாரும் அங்கே சாராயம் விற்கக் கூடாது! ஏலம் எடுத்த கடைங்க மட்டும்தான்... புரியுதா?'ன்னு கண்டிஷனா சொல்லிட்டாரு. இனிமே உன்னை எப்படி அனுமதிக்க முடியும். சொல்லு? பெரிய இடத்தைப் பகைச்சுக்க முடியுமா?" என்றார்.

அமைதியாகக் கேட்டு சிந்திக்க சில நிமிஷங்கள் எடுத்துக்கொண்டேன். பின் நிமிர்ந்து, "ஸார்! இனிமே அது உங்க கவலை இல்லை... என் கவலை. போதுமா?" என்று அந்த 'சர்வதேச'ப் பிரச்சினைக்கு முற்றுப்புள்ளி வைத்தேன்.

இன்ஸ்பெக்டர் ஆச்சரியத்தோடு "உன்னைத் தூக்கி

சமுத்திரத்தில் போட்டாலும் வாயில் விரால் மீனைக் கவ்விக்கொண்டு கரையேறி விடுவாய்" என்றார்!

சூரியன் சுடத் தொடங்காத அதிகாலையில், 'அவர்' வீட்டுக்குப் போய் விட்டேன்.

தரை முழுக்க கம்பள விரிப்பினால் மெழுகப்பட்டிருந்தது. உட்கார்ந்தால் தூக்கிப் போடும் மென்மையான சோபாக்கள். மேலே சரவிளக்குகள். அலமாரியில் கண்ணாடித் தடுப்புக்குள் பரிசுக் கேடயங்களும், அன்பளிப்புப் பொருட்களும் பொங்கி வழிந்தது. சட்டம் போட்டு மாட்டியிருந்த ஏதோ ஒரு வாழ்த்து மடல், 'அண்ணனின்' பெருமை சொல்லி சந்தோஷித்தன. அறிஞர் அண்ணா மற்றும் எம்.ஜி.ஆர். படங்கள் சுவரை கணிசமாய் ஆக்கிரமித்திருந்தன.

வணக்கம் தெரிவித்த என்னை கையமர்த்தி விட்டு, "என்ன வேண்டும்?" என்றார் அவர்.

"என் பேரு சங்கர்... திருவான்மியூர்லே அராக் (சாராயம்) விற்கிறேன்" -சொல்லி விட்டு அவரை ஆழமாய் ஊடுருவினேன்.

தோள்பட்டையில் இருந்த கட்சித் துண்டால் முகத்தை அழுந்தத் துடைத்துக் கொண்டார் அவர்.

'ஹும்... என்ன திமிர்? இவனை அப்புறப்படுத்த வேண்டுமென்றுதான் ஆணையிட்டுக் கொண்டிருக்கிறோம்... இவன் நம்மைத் தேடியே வந்துவிட்டானே...' என நினைத்திருப்பார். சொல்லவில்லை.

அவர் வாய் திறப்பதற்குள் "என்னைப் பரிபூரணமா நம்பலாம் ஸார்! இப்ப வியாபாரம் பேசறதுக்குத்தான் வந்திருக்கேன். உங்க போலீஸ் டிபார்ட்மெண்ட்லேயே வேணா கேட்டுப் பாருங்க. என்னைப் பற்றி நல்ல விதமாத்தான் சொல்லுவாங்க."

தீர்க்கமாய் பார்த்தார் அவர். "போலீஸ் டிபார்ட்மெண்ட்ல யாரைக் கேக்கணும்?"

மழுப்பலாகச் சிரித்து, "அ...! இதெல்லாம் சொல்ல முடியுமாண்ணே... என்னைப் பரிபூர்ணமா நம்பலாம்னு இப்பதான் சொன்னேன். என்னை நம்பினவங்க பேரை நானே காட்டிக்கொடுக்கிறது வியாபார தர்மம் இல்லீங்களே...!"

அவர் சிக்கனமாய் சிரித்து, "ரைட்! நான் உன்னை நம்பறேன்... பிஸினஸை பேசு."

அதற்காகத்தானே காத்திருந்தேன். மேலும் நெருங்கி உட்கார்ந்தேன்.

"கடை ஏலம் எடுத்திருக்கீங்க இல்லே... சாராயத்தைக் கவர்மெண்ட்லேருந்து வாங்க வேணாம் நீங்க... நானே சப்ளை பண்றேன் உங்களுக்கு! கவர்மெண்ட் ரேட்டிலே பாதி கூட ஆகாது

நம்ப சரக்கு! அதேசமயம் 'கிக்'கும் இதிலேதான் அதிகம். மூணு மடங்கு லாபம்! என்ன சொல்றீங்க?" என்றேன்.

திகைத்துப் போனார் வீரத்தின் அப்பாவான அந்த 'மாண்புமிகு.'

நான் கணித்தபடி சினிமாவில் பிரமாதமாக எதுவும் சாதித்துவிடவில்லை. டி.சாந்தி! வெறும் கவர்ச்சி நடனங்களுக்கு மட்டுமே வந்து, தானும் குலுக்கி, ரசிகர்களையும் குலுக்கி விட்டுப்போனாள். சினிமாவில் நடித்த நேரம் போக, இரவுகளில் 'லெதர் பிஸினஸும்(?!) செய்து வந்தாள்.

சாந்தியிடம் எல்லா விஷயங்களும் எனக்குப் பிடித்திருந்தது என்றாலும், ஒரு அம்சம் மட்டும் அவ்வப்போது கடுப்படித்தது.

சாந்தியை என்னிடம் அனுப்பி வைக்கும் அந்த புரோக்கர்? நடிகைகள் வீட்டில் சித்தி, மாமன்... என்று எவராவது நடிகையின் கூடவே தங்கிக்கொண்டு, நட்சத்திரத்தின் கால்ஷீட்டையும் கால் (கேர்ள்) ரேட்டையும் கவனிப்பது வழக்கம்தான்.

சாந்தியுடன் அப்படி ஒரு ஆள் இருந்தது. வயதான மனிதர்! பணத்தை எண்ணி வாங்கிக் கொண்டு அவனுடன் அனுப்பும் போதெல்லாம் 'பொண்ணு பத்திரம்பா...' என்று நூறு தடவையாவது சொல்லி அனுப்புவார்.

'இது பாசமல்ல' வியாபாரக் கவலை! பெண்ணுக்கு ஏதாவது ஆகி விட்டால், வருமானம் நின்று போகுமே என்கிற தவிப்பு' என்ற எண்ணத்துடன் நான் அரை குறையாக தலையசைத்து விட்டு வருவேன். இது பொதுவாய் எல்லா நடிகைகள் வீட்டிலும் சந்திக்கும் தமாஷ்தான்!

அதனைப் போலவே அந்தப் பெரியவரையும் கணக்கில் எடுத்துக்கொண்டேன். ஆனால், அவர் அழைத்துச் செல்லும் போதெல்லாம் ஏகப்பட்ட தடவை எச்சரிக்கை விடுக்க, எரிச்சல் மண்டியது.

அன்றைக்கும் அப்படித்தான்... வி.ஜி.பி. காட்டேஜுக்கு அவளை அனுப்பி வைத்து விட்டு வந்து நேரங்கழித்துப் படுத்தேன். விடிகாலைத் தூக்கத்தைத் தொந்தரவு செய்தது தொலைபேசி சத்தம். எடுத்துப் பேசினால், அந்தப் பெரியவர்...

"சாந்தி... எப்ப ஸார் வீட்டுக்கு வரும்?"

வந்ததே கோபம்... "யோவ்! ராத்திரிதானேய்யா கூட்டிட்டுப் போயிருக்கேன். பணத்தை எண்ணி வாங்கினேல்ல? காலைல 'ஓர்க்' முடிஞ்சுதானே வரும்?" -வெடித்தேன்.

"ஆமா... ஆறு மணிக்குத் திரும்பி வந்துடும்ன்னு சொன்னீங்க. மணி ஆறாயிடுச்சு. இன்னும் திரும்பலை..."

எனக்குள் உஷ்ணம் உலைச் சூட்டில் கொதித்தது.

“கெலட்டுப்பயலே... அறிவிருக்கா உனக்கு? ஆறு மணின்னா, கரெக்டா ஆறு மணிக்கே ஷிஃப்ட் முடிய இதென்ன ஃபேக்டரி வேலையா? கூட்டிட்டுப் போன பெரிய மனுஷனுக்கு காலைல ‘மூடு’ வந்து இன்னொரு ரவுண்ட் ஆட மாட்டானா? அவளை என்ன கடிச்சா தின்னுடுவாங்க? இப்படி அரள்றியே... காலங் கார்த்தாலே தூக்கத்தைக் கெடுத்துக்கிட்டு! சாவு கிராக்கிய்யா...” -அதட்டினேன்.

எதிர்முனை கிழவர் நைந்து போன குரலில், “மன்னிச்சுடுங்க ஸார்...! வயசுப் பொண்ணாச்சா... டயத்துக்கு வீடு திரும்பலைன்னா மனசு படபடக்குது.”

விபச்சாரத்துக்காக அவளை வெளியே அனுப்பி விட்டு, வயசுப் பொண்ணாம்! டயத்துக்குத் திரும்பாவிட்டால் மனசு அடித்துக் கொள்கிறதாம். என்ன மாய்மாலம்!

“யோவ் கெலடு! வயசுப் பொண்ணை வீட்டிலேயே வச்சிருந்து நீ உழைச்சு கஞ்சி ஊத்த வேண்டியதுதானே? பிராத்தலுக்கு அனுப்பிட்டு... ஏதோ கதையளந்துகிட்டிருக்கிறே...!” என்று காறித் துப்பினேன்.

“நீ யாரு... அவளுக்கு மாமனா? சித்தப்பனா? வந்துருவீங்களே. ஊர்லேயிருந்து புறப்பட்டு... நாலு காசு சம்பாதிச்சுட்டாப்போதுமே? நீ ஒண்ணும் சாந்திக்காகக் கவலைப்பட்டு கரைஞ்சு போயிட வேண்டாம். அவளை சுரண்டாம இரு! அது போதும். கால் கையெல்லாம் நல்லா இருக்குதில்ல... நீ எதுனா வேலைக்குப் போறதுதானே? என் சாராயக் கடைக்கு வரியா? ஒரு நாளைக்கு அறுவது ரூபா சம்பளம் தரேன். கஸ்டமருக்கு ஊத்திக் கொடு. கிளாஸ் கழுவு. போதும்... அது வர மாட்டியே?”

எதிர்முனையில் பேச்சு சப்தமேயில்லை. பின்னும் கோபம் அடங்காமல் நாலைந்து எழுத முடியாத வாக்கியங்களில் அவரைத்திட்டி விட்டு ஃபோனை கீழே வைத்தேன்.

தூக்கம் சுத்தமாய் போச்சு. காரை எடுத்துக்கொண்டு நானே லாட்ஜுக்கு கிளம்பினேன். ரிஸப்ஷனில் காத்திருந்த அரைமணிக்குள் சாந்தி வெளிப்பட்டாள். சீவி முடித்து சிங்காரித்து, சிவந்த நெற்றியில் பொட்டும் வச்சு!

காரில் ஏறிய அவளிடம், ‘பெரிசு’ படுத்தின பாட்டையும் பதிலடி தந்ததையும் விவரித்தேன். அவரைக் கண்டித்து வைக்கும்படி கேட்டுக் கொண்டேன்.

அவரை நான் திட்டினதைக் கேள்விப்பட்டு அப்படியே அதிர்ந்து போய் விட்டாள். முகத்தைத் துயரம் தொற்றிக் கொண்டது. கண்ணில் நீர் முத்துக் கோர்த்தது.

“பாவம் சங்கர் அவரு... வாழ்ந்து கெட்ட மனுஷன்... என்னை சுரண்டறவரில்லை அவர். எனக்காகத்தான் வாழ்ந்து கிட்டிருக்கார்.

என்னை சினிமாவுக்கு அனுப்பவே அவர் இஷ்டப்படலே. வாழற காலத்திலே எல்லா அவலத்தையும் பார்க்கணும்னு அவர் தலையிலே எழுதியிருக்கு. நான் சம்பாதிக்க தேவையில்லை. அவர் சம்பாதிச்சு நூறு பேரைக் காப்பாத்த முடியும். காப்பாத்தியு மிருக்காரு. இப்ப? விதி! இதே சினிமாவிலே அவரும் பிரபல கதாநாயகனா கொடி கட்டிப் பறந்தவர்தான் தெரியுமா?” சாந்தி கேட்க, எனக்குள் நெஞ்சு குலுங்கினது. கார் குலுக்கலுடன் நின்றது.

“ஏ… என்ன சொல்றே சாந்தி”

சாந்தி கரகரப்பான குரலில் சொன்னாள்.

“அவர் என் அப்பா!”

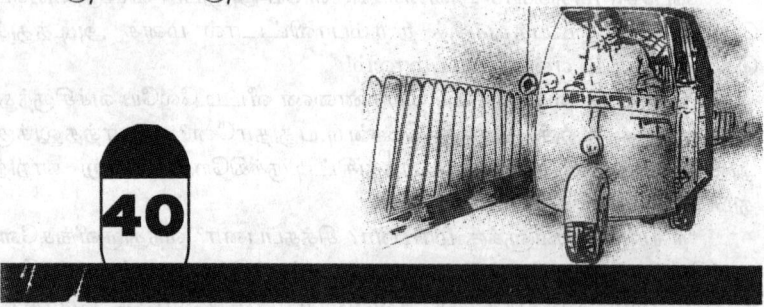

40

இரண்டு பக்கங்களைக் கொண்டவனாக இருக்கிறான் சங்கர். அப்போது முல்லைக்குத் தேர் தந்த பாரியாகவும் காட்சி தருகிறான். இன்னொருபுறம் சந்தன மரங்களை வெட்டிச் சரித்த வீரப்பன் தோற்றமும் கொடுக்கிறான்.

தனது சாராயத்தால் சமூகத்தைக் கணிசமாக கெடுத்ததுடன், அரசாங்க ஏலமெடுத்த -அனுமதி பெற்ற கடைகளுக்கும் சப்ளை செய்து, ‘குடி’ மக்கள் உயிரை அங்குலம் அங்குலமாக குடித்தது ஒரு பக்கமென்றால், திருவான்மியூரில் ஏழை எளியவர்களுக்கு அள்ளிக் கொடுத்ததும் ஏராளம்! அங்கிருக்கும் பட்ட தாரிகளுக்கு தன் செல்வாக்கினால் வேலை வாங்கித் தரும் மினி-எம்ப்ளாய்மெண்ட் ஆஃபீஸாக விளங்கினான். தொழிற் கடன்களை வட்டியில்லாமல் தருகிறான்! பல கல்யாணங்களை நடத்தி வைக்கிறான்.

எண்பத்தெட்டாம் வருஷம் சட்டசபைத் தேர்தலை குறிவைத்துத்தான் இவ்வளவு பரோபகாரங்களும் செய்கிறான்.

-என்றெல்லாம் என்னைப்பற்றி செய்தி சேகரித்திருக்கிறார்கள் பம்மலும் வைத்தியும்.

தி.மு.க.வில் எனக்கு நல்ல பெயர் இருந்தது. அதன் எதிரொலி , தேர்தலில் சீட் கிடைக்கும் என்றும் திடமாக நம்பினேன். திருவான்மியூரில் முன்னேற்றக் கழகத்தின் முக்கியமான ஆள் என்ற

பேரையும் சம்பாதித்தாயிற்று. ஆளும் கட்சியிடமும். வியாபார சிநேகிதம் இருந்ததால், சங்கரால் முடியாத காரியமே இல்லை என்று பேராயிற்று.

ஏரியாவில் கட்சிக் கூட்டம் எதுவும் என்னைக் கேட்காமல் நடக்காது. எந்த முக்கியப் பேச்சாளரும், மேடையில் எனக்கு முதல் வணக்கம் வைக்கும் நிலையை ஏற்படுத்தியாயிற்று.

தேர்தல் வருவதற்கான வெளிச்சங்கள் கண் சிமிட்ட, என் எதிரிகளுக்குப் பதட்டமானது. பம்மலும், வைத்தியலிங்கமுமாய் சேர்ந்து பலமான ரௌடிகளைத் தேட ஆரம்பித்தார்கள்.

'எலெக்ஷன் வருவதற்குள் சங்கரை ஒரு வழி பண்ணி விட வேண்டுமாம்!'

சம்பத், மோகன், கோவிந்தராஜ், சேகர் நான்கு பேரும் மந்தைவெளி சண்டியர்கள். தப்புக் காரியம் செய்வதற்கென்றே ஏற்படுத்தப்பட்டவர்கள்! காவல் துறையின் பழுப்புக் காகித ரிக்கார்டுகள், பக்கம் பக்கமாய் இவர்கள் அடாவடித்தனத்தைச் சொல்லிப் புலம்பியிருக்கின்றன.

மந்தைவெளி வட்டாரத்தில் சட்டத்திற்குப் புறம்பாய் எது நடந்தாலும், போலீஸ் இந்த நால்வரையும்தான் முதலில் தேடுவார்கள். கிடைக்காவிட்டால் வருத்தப்படுவார்கள். அப்படிப்பட்ட வீர சரித்திரத்திற்குச் சொந்தக்காரர்கள்தான் எனக்குப் 'பூஜை' நடத்த நியமிக்கப்பட்டனர். அதற்காகப் பெருந்தொகை தந்தனர், அந்தப் பெருந்தகையாளர்கள்.

'**நா**ல்வர் அணி' மந்தைவெளி பஸ் ஸ்டாண்டிற்குள் நள்ளிரவில் கூடிற்று. பஸ் ஸ்டாண்ட்தான் அவர்களின் செக்ரட்டேரியட்! காலியாக ரெஸ்ட் எடுக்கும் பஸ்களுக்குள் அமர்ந்துதான் முக்கிய முடிவுகளை எடுப்பது வழக்கம். கள்ளச்சாராயம், நல்ல சாராயம், கஞ்சா, நேர் எதிரே ஒயின் ஷாப் என இளைப்பாறத் தேவைப்படும் எல்லாமே, எப்பவுமே மந்தைவெளி பஸ் ஸ்டாண்ட் வட்டாரத்தில் பஞ்சமில்லாமல் கிடைக்குமே...!

என்னை நொறுக்கும் திட்டத்தை, விஸ்தாரமாக யோசித்திருக்கின்றனர். சுத்தமாய் ஒரு வாரம் என்னைக் கண்காணிக்க வேண்டும் என தீர்மானமாம். ஏழு நாட்கள் தூரத்திலிருந்து கவனிக்க மட்டுமே வேண்டும்! எங்கெங்கே போகிறேன். வருகிறேன்... வழித்தடம், பழக்க வழக்கம் இதெல்லாம் குறிப்பெடுத்துக் கொள்ள வேண்டும்! பின்தொடரும் ஒரு வார காலத்துக்குள் என் மீது வாய்ப்பு கிடைத்தாலும் கை வைக்கக்கூடாது! அதன் பிறகு திட்டமிட்டுத் தாக்க வேண்டும். அதில், நான் தப்பக்கூடாது!

இவையெல்லாம்தான் அவர்கள் யோசனை. யோசனை ஏகமனதாக ஏற்றுக்கொள்ளப்பட்டு, இந்த 'ஆபரேஷனுக்கு' சம்பத்தை தலைவனாக ஏற்றுக் கொண்டனர். கேப்டன் என்பதால், படையெடுப்பு முழுக்க சம்பத் சொல்லும்படி கேட்பது என்பதும் ஒப்புக் கொள்ளப்பட்டிருக்கிறது.

காலை, சூரியன் சோம்பல் முறித்தான். சம்பத் வாரிச் சுருட்டிக் கொண்டு எழுந்தான். குளிக்க நேரமில்லாததால் முகம் மட்டும் கழுவி, அவசரமாக பேண்டை மாட்டிக்கொண்டு இன்ஸ்பெக்டரைப் பார்க்க ஓடினான்.

சண்டை செய்யுமுன் எதிரியின் வலிமையை தெரிந்து கொள்வது நல்லது எனப் பட்டது! தெரிந்த போலீஸிடம் கேட்டு, என் ஜாதகத்தையே பிராய்ந்து கொள்வது என முடிவெடுத்தான்.

மறுபடி இரவு நண்பர்கள் போதையுடன் சந்தித்தபோது பெருமூச்சு விட்டான் சம்பத்.

"திருவான்மியூர் சங்கர். எதிர்பார்த்ததை விட பலமான ஆள்தான்! போலீஸ்லேயும் டாப் லெவல்ல பழகி வச்சிருக்கான்... கட்சியிலேயும் தூள் செல்வாக்கு! இது பத்தாதுன்னு, அ.தி.மு.க.விலேயும் அமைச்சர்ங்களுக்கு தோஸ்த்தாம்...

"அவ்வளவுதானா?" -கோவிந்தராஜுக்கு எதிரிகள் 'படை பலம்' மீது பொறாமையாயிருந்தது.

''இன்னும் இருக்கு....! ஏரியாவிலேயும் கட்சிக்காரங்க, பொதுஜனம் சப்போர்ட்! இது தவிர, இருபது முப்பது அடியாளுங்க வேற உண்டாம்... போதுமா?"

"ஆனாலும் அவனை நாம அடிக்கணும்!" -சேகர் கறுவினான்.

"அடிக்கிறதா! பீஸ் பீஸாக்கணும்!! எச்சரிக்கை செய்யறதுக் காகத்தான் அவன் பலத்தைச் சொன்னேன். பயந்து ஒதுங்கிப்போறதுக்காக இல்லை..." -சம்பத்.

"ஆமா! கைநீட்டி அட்வான்ஸ் வாங்கிட்டோமே! செய்து முடிச்சுத்தான் ஆகணும்."

"பேலன்ஸ் பணம் வேற வர வேண்டியிருக்குதே... செய்து முடிச்சுதான் ஆகணும்" -ஞாபகப்படுத்தினான் சம்பத்.

மலரில் தேன் எடுக்கும் வண்டும் களைப்பதில்லை. மலரும் களைப்பதில்லையல்லவா? அது போல, ரௌடிகளும் களைப்பதில்லை. வன்முறைகளும் களைப்பதில்லையே?

"அது சரி... சம்பத்! சங்கரைப் பத்தி போலீஸ்லே விசாரிச் சிருக்கியே... அவன் அடிபட்டதும் போலீஸ்காரனுக்கு சந்தேகம் வராதா... இவனுகதானே விசாரிச்சாங்க! அடிச்சது இந்த குரூப்தான்னு?" என்ற சேகரைப் பார்த்து சாகஸமாய் சிரித்தான் சம்பத்.

"அதுக்காகத்தான் சங்கர் மேலே கடுப்பிருக்கிற இன்ஸ்பெக்டர் கிட்டே விசாரிச்சேன்! நம்ப இன்ஸ்பெக்டருக்கும், சங்கருக்கும் ஆகாது!"

"அதெப்படி உனக்குத் தெரியும்."

''பம்மல்தான் சொன்னாரு! சங்கர் ஒரு 'ஸ்டெப்னி' வச்சிருந்தானாம். 'லலிதா'ன்ற பெண்ணை! அதை இன்ஸ்பெக்டரும் டாவடிச்சாராம்... அது பொறுக்காம லலிதாவை சங்கர் துரத்திட்டானாம். அதனாலே இன்ஸ்பெக்டருக்கு கடுப்புன்னாரு! சங்கர்கிட்டே மாமூல்லாம் வாங்கிக்குவாரு. ஆனாலும் உள்ளூர கடுப்பு உண்டுன்னார்... சங்கரை பெட்லே போட்டா இன்ஸ்பெக்டருக்கும் சந்தோஷம்தான்!"

சம்பத் சொல்லி முடிக்க, சேகர் சிகரெட்டை கடைசியாய் ஒருமுறை உறிஞ்சி விட்டு கீழே போட்டு நசுக்கிக் கொன்றான். புகை வழியும் உதட்டினால் சம்பத்தை எச்சரித்தான்.

"தப்பு சம்பத்! இன்ஸ்பெக்டருக்கு சங்கரைப் பிடிக்காம இருக்கலாம். அதற்காக நம்மை ஆதரிப்பாங்கன்னு அர்த்தமில்லை! பம்மலும் அப்படித்தான். போலீஸ்காரன், அரசியல்வாதி, ரவுடி மூணு பேரும் ஒரே குணம்தான்னாலும், தப்புக்கு தண்டனை கிடைக்கிறது தொண்ணூறு சதம் நமக்குத்தான். பத்து சதம்தான் போலீஸ்காரனுக்கு, அரசியல்வாதிக்கு அதுவும் இல்லை! ஊழலோ, கடத்தலோ பண்ணிட்டு எந்த அரசியல்வாதியாவது ஜெயிலுக்குப் போறான்னு சொல்லு... நாமதாம்பா இளிச்சவாயன்ங்க(!?)" என்றான்.

"ஊத்தினா உங்கிட்டே இதான் பேஜாரு! சப்ஜெக்ட்டை விட்டுட்டு மேடை கணக்கா ஊர் கதையெல்லாம் பேசுவே சேகர்! நாம்ப துட்டை வாங்கியிருக்கோம்... இன்னும் வாங்க வேண்டியதும் இருக்கு! அடுத்து செய்ய வேண்டியதை சொல்லு" -கோவிந்தராஜ் அலுத்துக் கொண்டான்.

மறுநாளிலிருந்து கண்காணிக்க வேண்டுமென்றும், திருவான்மியூரில் நான்கு பேரும் தனித் தனியாக பிரிந்து பணி செய்ய வேண்டுமெனவும் தீர்மானித்தான் சம்பத். அவன் சொல்லச் சொல்ல, மற்ற மூவரும் இமைக்காமல் கேட்டுக் கொண்டிருந்தனர்.

சுமதி வீட்டிலிருந்து வெளியே வந்தேன். வண்டியை ஸ்டார்ட் செய்கையில்... வண்டியின் மிர்ரரில் (கண்ணாடி) தூரத்தில் அந்த ஆட்டோ சிறியதாகத் தெரிந்தது.

நெற்றிக்குள் ஒரு கீற்று சிந்தனை ரேகை தோன்றி மறைந்தது.

'யார் இவர்கள்? மூன்று நாட்களாய் பின் தொடருகிறார்களே, காரணம்?'

மனதில் பட்ட சந்தேகத்தை உறுதி செய்து கொள்வதற்காக, சட்சட்டென்று அகப்பட்ட வளைவுகளில் வண்டியை திருப்ப, அந்த

வாகனமும் தயக்கமாக திரும்புவது தெரிந்தது.

நான் நிற்கும்போது நூறடி இடைவெளியில் அதுவும் 'ஊமையாய்' நின்றது.

நிச்சயமாய் தெரிந்து போயிற்று. என்னை ஃபாலோ செய்கிறார்கள்.

ஏன்?

வண்டியை திடீரென திரும்பி எதிர்புறம் நெருங்கி அருகில் போய் பார்க்கலாமா? யார் இவர்கள்?

'ரவி இருந்திருந்தால் வண்டியைப் பார்த்ததுமே 'இந்த ஏரியா ஆட்டோ' என்பதைச் சொல்லியிருப்பான். அவனையும் சீட்டைக் கிழித்தாயிற்று! ம்ஹூம்... 'டிக்கெட்' கொடுத்து 'மேலோகம்' அனுப்பியாயிற்று.'

'இப்போது என்ன செய்யலாம்?'

ஆட்டோவில் அதிக ஆட்கள் இருக்கிற மாதிரி தெரியவில்லை... சண்டை போட்டால் அக்கக்காய் பிய்த்து எறிந்து விடலாம். வேண்டாம்! அவர்களை வேவு பார்ப்போம். இவர்களை அடிப்பதை விட, அனுப்பினவர்கள் யாரென்று கண்டுபிடிப்பதுதான் முக்கியம்.

தன் ஏரியாவைச் சமீபித்தேன். பின்புறம் அந்த வாகனமும் வெகு ஜோராய் தொடர்ந்து கொண்டிருந்தது. ஜெயந்தி தியேட்டர் முன் வண்டியை நிறுத்தியபடி டெலிஃபோன் கடைக்கு நடந்தேன்.

லைனில் பாபு அகப்பட, நான் தொடரப்படுவதைச் சுருக்கமாகச் சொன்னேன். அக்கம் பக்கம் ஃபோன் பேச ஆட்கள் காத்திருந்ததால், ஓரிரு நிமிஷம் மட்டும் பேசினேன். ஆட்டோ நம்பரைக் குறிப்பிட்டு ஏரியாவை கண்டுபிடிக்க கட்டளையிட்டேன். பின் தொடரும் வண்டியை, தான் கண்காணிப்பதாக பாபு சொல்ல, அமைதியாக திரும்பினேன். அமைதி இழந்திருந்தான் எனக்குப் பக்கத்தில் நின்றிருந்த சம்பத்!

41

மத்திய சிறைச்சாலையிலிருந்து கைதிகள் 'அல்வா' கொடுத்துவிட்டுப் போனது இன்றைய தினத்தின் செய்தி தீ; தலைநகர ஜெயிலுக்கு, இந்த தலையெழுத்தை 'பிள்ளையார் சுழியாக' முதலில் போட்டதே... நம்புங்கள் நான்தான்!

1990-ம் வருடம் ஆகஸ்ட்- 20; மத்திய சிறைச்சாலை சுதந்திரதினம் கொண்டாடி ஒரு வாரம் கூட ஆகவில்லை. அதற்குள் மற்றொரு சுதந்திர தினத்துக்காக கைதிகள் சிலர் கோஷ்டி சேர்ந்தனர். அதன் தலைவராக வழிமொழிந்தனர்.

வக்கீல் ராஜா, சுண்டல்குமார், மோகன், செல்வராஜ், குமார், சங்கர் என்று இப்போது போலவே தப்பிக்கத் தீர்மானித்தோம்.

“தப்பிக்கிறதைப் பற்றி அப்புறம் யோசிப்போம்! வெளியே போனா பிரயாணத்துக்கும் சாப்பிடவும் மற்ற செலவுகளுக்கும் துட்டு வேணுமே, அதுக்கு என்ன வழி? சொல்லுங்கப்பா” என்றேன்.

“அதைப் பற்றி கவலைப்பட வேணாம் அண்ணே! இந்தியா சில்க் ஹவுஸ்லே நான் கொள்ளையடிச்ச பணம் ஒன்னரை லட்சம் இருக்குது. வெளியே ஓரிடத்திலே அதை ஒளிச்சு வைச்சிருக்கேன். இங்கேயிருந்து தப்பிக்க மட்டும் நீங்க வழி பண்ணுங்க! வெளியே போனதும்... எல்லாம் என் பொறுப்பு” என்றான் ராஜா கண்களில் வெளிச்சம் மின்ன.

கார் திருடுதல், செயின் அறுத்தல், வழிப்பறி என ஏகப்பட்ட வழக்குகள் அந்த ராஜா மீது. காளிமுத்துவும் கட்சி மாறுவதும் மாதிரி ஜெயிலுக்கு வந்து போவது அத்தனை வாடிக்கை அவனுக்கு. ஆனால் தப்பித்ததெல்லாம் இல்லை. இப்போதுதான் முதல் தடவை!

ராஜா, எனக்குக் கிடைத்த ஜெயில் சிநேகிதன்... தப்ப வேண்டும் என முடிவெடுத்ததுமே வெளியிலிருந்து யார் உதவியாவது ரொம்பவும் அவசியம் எனத் தெரிந்தது.

திட்டத்தைச் செலுத்தும் முழுப் பொறுப்பும் என் தலையில்; வேண்டிய வெளியாளை அப்புறம் தேடலாம்... தப்பிக்க வேண்டுமானால் முதலில் பூட்டைத் திறக்க வேண்டும். அதற்கு சாவி?

ஜெயிலை தீர்க்கமாக ஆராய்ந்தேன். சிறையின் 1-ஆம்

தொகுதியில் காலி அறை ஒன்று தென்பட்டது; அதில் பழைய சாவிகளைச் சிறை நிர்வாகம் கொத்துக் கொத்தாய் அலட்சியமாக வைத்திருக்க, அதில் சிலவற்றை சேகரம் பண்ணிக்கொண்டேன்.

வெளிப்பூட்டின் சைஸைப் பார்த்து வைத்துக்கொண்டு, குத்துமதிப்பாக மனதுக்குள் அளவைக் கணக்கிட்டுக் கொண்டு சிறிய சாவிகளை அப்புறப்படுத்தினேன்.

சிறை இருட்டானதும், சாவிகளை வரிசையாய் பூட்டில் நுழைத்து சோதித்துப் பார்க்க... ம்ஹூம்... அசைந்து கொடுக்கவில்லை. அந்த பூட்டுக்குதான் எவ்வளவு கற்பு!

செல்வராஜைச் சந்தித்து உள்ளங்கையில் சோப்புத் துண்டை அழுத்தி, “விடியற்காலையிலே வார்டன் பூட்டைத் திறப்பாரில்ல... அப்ப காக்கா வலிப்பு வந்த மாதிரி நடிச்சு கீழே விழு! கையைக் காலை உதறு” என்றேன்.

“எதற்குண்ணே?”

“வலிப்பை நிறுத்த கையிலிருக்கிற சாவியைக் கொடுப்பார் வார்டன்... அதை ஈர சோப்பிலே நன்றாக அழுத்து! அந்த தடத்தை வைச்சு ஒரு சாவி ரெடி பண்ணிடலாம்...”

அந்த யோசனை செல்வராஜுக்குப் பிடித்திருந்தது. ஆனால் கூடவே தனக்கு நடிக்க வருமா என்று உதறலாகவும் இருந்தது. தைரியம் சொன்னேன்.

“தூக்கு தண்டனையிலிருந்து நாம தப்பிக்கணும்னா ஜெயிலை விட்டு போய்த்தான் ஆகணும் செல்வராஜ். அதிகாலை நேரத்தை ஏன் தேர்ந்தெடுத்தேன்னா, சரியா வெளிச்ச மில்லாததாலே நீ சோப்பிலே வைச்சு அழுத்தறதை யாரும் கவனிக்க மாட்டாங்க! அதுவும் தவிர, அந்த சாவியைத் தவிர வார்டனுக்குக் கொடுக்க வேற இரும்புப் பொருளும் இல்லை... கண்ணை மூடிகிட்டு கீழே தடால்ன்னு விழ வேண்டியது. பயப்படவே வேண்டாம்... சுற்றிலும் நம் ஆளுங்கதான் இருப்போம்! நீ சாதுவான ஆள்ன்னு பேரெடுத்ததாலே வலிப்பு வந்ததில் யாருக்கும் சந்தேகமும் வராது... புரியுதா? நாம எல்லாரும் தப்பிக்[illegible]ன் கையிலேதான் இருக்கு...”

அரைகுறை மனதுடன் சம்மதித்தான் செல்வராஜ்

காலை மணி ஆறு, சீனியர் வார்டர் ர[illegible] பின் தொடர்ந்துதான் வார்டர்கள் சம்பத், ஏழுமலை, குகன் ஆகியோர் கைதிகளின் லாக்கப்பை நோக்கி நடந்தனர். தூரத்திலிருந்தே கவனித்து விட்டேன். செல்வராஜை நிமிண்டினேன்.

வார்டனுக்கு சத்தமாய் வணக்கம் சொன்னபடி சோம்பல் முறித்தேன். செல்வராஜுக்குக் கண்கள் சிக்னல் கொடுத்தது. ‘அவசரம்... அவசரம்’

செல்வராஜுக்கு ஏற்பட்ட டென்ஷனில் நிஜமாகவே வலிப்பு

வந்துவிடும் போல் அவஸ்தைப்பட்டான்!

கதவு திறந்த ஜோரில் படாரென்று கீழே விழுந்து கை காலை உதறினான். எங்களுக்கோ தலையில் இடி இறங்கின மாதிரி ஆகிவிட்டது. ஏனென்றால், கீழே விழுகிற அவசரத்தில், நடிப்பு மெச்சும்படி இருக்க வேண்டுமென்கிற பயத்தில் சோப்பைத் தூர எறிந்துவிட்டான் செல்வராஜ். கையை வீசி ஆட்டினதில், சோப்பு அறையின் ஒரு மூலைக்கு ஓடிப்போய்விட்டது. இருட்டில் அதை வேறு தேடி கண்டுபிடிக்க வேண்டும்!

"ஏய்... என்னாச்சுப்பா?" என நிஜமான பதட்டத்துடன் கேள்வி கேட்டார் வார்டன்.

"வலிப்பு போலிருக்கு ஸார்!" -சுரத்தேயில்லாமல் குரல் வந்தது. அனுதாபத்துடன் சாவி நீட்டப்பட்டது.

'என்ன பிரயோஜனம்?' -மோகனுக்கு வயிற்றெரிச்சலாயிருந்தது.

சாவியை வாங்கின பின், சோப்புடன் மூன்று நிமிஷங்களாவது செல்வராஜ் அழுத்த வேண்டுமென்று கட்டளை. கையில் சோப்பையே காணோம் என்றதும் செல்வராஜுக்கு வாயில் நிஜமாகவே நுரை தள்ளும் போலிருந்தது. ஐந்து நிமிஷங்களாகியும்

சாவியைத் திரும்ப கொடுத்தபாடில்லை. நான் நெருங்கி வந்து பிடுங்க வேண்டியதாயிருந்தது.

ராஜாவும், மோகனும் வெறுத்துப் போய் செல்வராஜைத் திட்டித் தீர்த்தனர். "நல்ல சான்சை அநியாயமா கோட்டை விட்டுட்டானே..."

"எதுவும் வீணாகலை... கவலையை விடுங்க!" மெல்ல கிசுகிசுத்தேன்.

நண்பர்கள் முகத்தில் வினாக் குறி.

"சாவி மார்க்கை சோப்பிலே பதிய வச்சாச்சு... போதுமா?"

அத்தனை பேர் முகத்திலும் ஆச்சரியம் அலை அடித்தது. விளக்கினேன்.

"என் கையிலேயும் ஒரு சோப்பு வச்சிருந்தேன்... சான்ஸ் கிடைச்சா எக்ஸ்ட்ராவா இன்னொரு நகல் எடுத்துக்கிட்டா நல்லதுதானேன்னு கொண்டு வந்தேன். செல்வராஜ் சோப்பை பதட்டத்திலே தூக்கி எறிஞ்சதுமே 'சரி நாம மட்டும்தான் எடுக்கணும்'ன்னு உறுதியாயிடுச்சா... அதனாலே வார்டன்கிட்டே யிருந்து சாவியை நானே வாங்கிட்டேன்... செல்வராஜுக்கு கொடுத்தது கூட வார்டன் தந்த சாவி இல்லை... என் கையிலிருந்த வேறொரு சாவி... மறுபடி செல்வராஜ் கிட்டேயிருந்த சாவியை பறிச்சு நானே வச்சுகிட்டேன்... வார்டனோட சாவி அவர்கிட்டேயே போயிருச்சு..." -சோப்பைக் காட்டினேன். சாவியின் வடிவம் அதில் தெளிவாக ஓடியிருக்க, மலைத்துப் போனார்கள்.

கையிலிருந்த சாவிகளுடன் இந்த வடிவத்தைப் பொருத்திப் பார்க்க சற்றே ராவி, விளிம்புகளை அறுத்தால் பூட்டுக்குப் பொருந்தும் என்பது புலப்பட்டது. ஆனால் வெளியே ஏதாவது பூட்டு ரிப்பேர்க்காரன் கை வைக்காமல் சாவி நிச்சயம் வழிக்கு வராது! யாரை உதவிக்குக் கூப்பிடலாம்...?!

"அதை அப்புறம் யோசிப்போம்... கதவைத் திறந்து தப்பிக்கிறதுக்கு முன்னாலே ஒவ்வொரு விஷயத்தையும் கவனிக்கணும். இல்லையானா தப்பிச்சு உபயோகமில்லாமப் போயிடும்... இங்கேயிருந்து நாம வெளியே போறது திங்கள்கிழமையாதான் இருக்கணும்... அதுவும் ராத்திரி ஒன்பது நாற்பதுதான் டைம்! ஏன் தெரியுதா?" சஸ்பென்ஸ் வைத்தேன்.

"தெர்யுது. இரவு டி.வி.யிலே ஒலியும் -ஒளியும் பழைய பாடல்கள் போடுவாங்க. அப்ப எல்லா தொகுதியின் பாரா வார்டர்களும் டவரில் உள்ள டி.வி.யில் படம் பார்க்கப் போயிடு வாங்க. நம்மைக் கண்காணிக்க ஆளிருக்காது!"

"கரெக்ட்! இன்னொரு விஷயம்.. அஞ்சு பேரும் 1-ம் தொகுதியை விட்டு வெளியே வந்ததும் அதற்கும் காம்பவுண்ட் சுவருக்கும்

நடுவிலே வெளிச்சமிருக்குமே... ஆள் நடமாட்டத்தை அங்கேயிருக்கும் விளக்கு வெளிச்சம் காட்டிக் கொடுத்துடுமே, அதை எப்படிச் சமாளிக்கிறது?"

"அதற்கு நான் பொறுப்பு..." என்றான் செல்வராஜ். அவனுக்கு எலக்ட்ரீஷியன் தொழில் அத்துப்படி. "'ஃப்யூஸ் கேரியர் எங்கேயிருக்குன்னு எனக்குத் தெரியும்! ஒயரைப் பிரிச்சு அந்த பல்பு மட்டும் எரியாம செய்துடறேன்..."

சட்டென திரும்பினேன்.

"நம்பலாமா செல்வராஜ்? வலிப்பு விஷயம் மாதிரி கோட்டை விட்டுறுவியா?"

"அதெல்லாம் கரெக்டா செய்வேன் அண்ணே! ரெண்டே நிமிஷம் போதும்...!! வலிப்பு எனக்குத் தெரியாது... அதனால் கோட்டை விட்டேன்; ஆனா கரண்ட் விஷயம்தான் தெரியுமே?"

காம்பவுண்ட் சுவரை தூரத்திலிருந்து காதலோடு நோக்கினேன். சுவருக்கு வெளிப்புற ரயில்வே லைனில் சுவரையொட்டி வளர்ந்திருந்த அடர்த்தியான மரம் பரம திருப்தி தந்தது. வெளியேயிருந்து கொண்டு மரத்தில் உட்கார்ந்து யாராவது கயிற்றை வீசினால் போதும்... அடுத்த நிமிஷம் ஆகஸ்ட்- 15.

ஆனால் யார் வீசப் போகிறார்கள்...? ஆழமாக யோசி!

பளிச்சென்று ஞாபகத்திற்கு வந்தாள் தேவி. அவள் குடும்பத்திற்கு எவ்வளவோ உதவிகள் செய்திருக்கிறோம்... அவளை ஒத்தாசைக்குக் கூப்பிட்டால் என்ன?

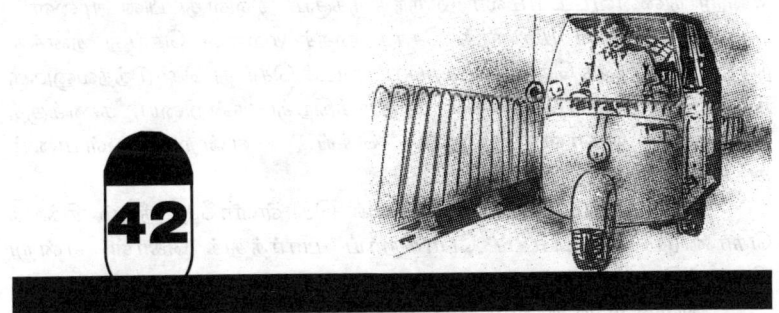

42

கடிதம் எழுதின ரெண்டாவது நாளில் மனு போட்டுப் பார்க்க வந்துவிட்டாள் தேவி. பார்த்ததும் கண்கள் அலம்பிற்று. "எத்தனை பேருக்கு எவ்ளோ உதவி செய்திருக்கீங்க... உங்களுக்கா இந்த கதி?"

காலால் தரை கீறி வாயால் அவள் செவி கீறினேன்!

"அதெல்லாம் இருக்கட்டும்... எனக்கு ஒரு உதவி செய்வியா?" -சந்தோஷ முறுவலோடு சொன்னேன்.

"ஒண்ணுமில்ல தேவி... நாங்க 5 பேர் ஜெயில்லருந்து தப்ப நீ உதவி செய்யணும்..." என்றதும்

"அய்யய்யோ" -அலறியே விட்டாள் தேவி.

வார்டன் திரும்பிப் பார்த்தார்.

தேவிக்கு இருதயத்தின் இண்டு இடுக்குகளில் கூட அதிர்ச்சி மற்றும் அதிர்ச்சி! ரத்த ஓட்டம் யுத்த ஓட்டமாயிருந்தது.

'எத்தனை பெரிய சிறைக் கூடம். எவ்வளவு இரும்புத் தடைகள்... இதிலிருந்து தப்புவதாவது? இமயமலைக்கு முண்டாசு கட்ட முயற்சிப்பது மாதிரி, இது ஒரு முடியாத காரியமல்லவா!' என்பதுபோல பார்த்தாள்.

ஆனால், அவளுக்கு என் மீதும் எடை குறையாத நம்பிக்கை இருந்தது.

தனக்கும், தனது தம்பி வெங்கடேசனுக்கும் நான் முன்பு செய்த உதவிகள் மனசுக்குள் க்யூவில் நின்று எண்ணங்களைத் தொந்திரவு செய்திருக்கும்.

ஊரார் கண்களுக்கெல்லாம் தன் மார்பகம் மட்டுமே தென்பட்டபோது, அதன் உள்ளே இதயமொன்றில் இரத்தக் கண்ணீர் கசிந்ததைக் கண்டுபிடித்தவன் இந்த ஆள்தானே? என்ற எண்ணம் அவளைத் தின்னத் தொடங்கியதோ என்னமோ...

சமூகம் அவளைப் பொதுமகள் என்பதால் பொது வாழ்க்கைக்குள் நுழையவிடாமல் பொத்தி வைத்தபோது, அதை உடைத்து வாழ்க்கை வரம் அமைத்துக் கொடுத்தது இவன்தானே என்று நினைவூட்டாமலா இருந்திருக்கும் இவளது பின் மூளை!

மரணத்தின் மீதிருந்த சோகத்தைச் சலவை செய்து தனக்கு நிரந்தரமாய் ஒரு வெளிச்ச ஏற்பாட்டைச் செய்து கொடுத்தவனுக்கு உதவ ஒரு சந்தர்ப்பம் கிடைத்திருக்கிறது 'நன்றியை, கணக்குத் தீர்த்துக் கொள்! உதவி செய்...' என்று உள்மனம் கட்டளையிட்டிருக்குமோ?

'வேண்டாம்... வம்பு... மாட்டிக் கொள்ளாதே... நீயும் சிக்கிக் கொண்டு அடைபடப் போகிறாய். பார்த்துக் கொள்' என்று நினைக்கிறாளோ?

அவளையே இமைக்காது பார்த்துக் கொண்டிருந்தேன். அவள் மனப்போராட்டங்கள், முகத்தில் ரேகைகளாக மாறி மாறி நெளிந்து ஓடிக்கொண்டிருந்தன. அவளிடமிருந்து பதிலையே காணோம். பார்வையாளர்கள் நேரம் முடிந்து போவதற்கான அறிகுறிகள் தோன்ற ஆரம்பித்தன.

தேவியின் மௌனத்தைக் கலைத்து, மறுபடி அதே கேள்வியைக் கேட்டேன்.

"நாங்க ஜெயில்லருந்து தப்ப நீ உதவி செய்யணும் தேவி! செய்ய

முடியுமா?"

அவள் நிமிர்ந்து பார்த்தாள். பார்த்துக்கொண்டே நின்றாள்.

"பாரும்மா. டயம் முடிஞ்சிடுச்சு. எல்லாரும் போறாங்களே, பார்க்கலை?" -வார்டன் துரத்த, விழிகளால் திரும்பவும் 'கோரிக்கை மனு' வைத்தேன். "செய்வாயா?"

புறப்படும்முன் மெலிதான குரலில் சொன்னாள் தேவி. "செய்கிறேன்"

பார்வையாளர் கூட்டம் கலைந்ததும் அந்த வார்டன் என்னை

நெருங்கி,

"என்ன கேட்டே அந்தப் பொண்ணுகிட்டே? பயந்து அலறிச்சே 'அய்யய்யோ'ன்னு?"

கேள்வியை எதிர்பார்த்திருந்ததால் பதிலை ரெடிமேடாக வைத்திருந்தேன்.

"ஒண்ணுமில்லைங்க. 'அடுத்த டிரிப் வரப்ப, நாலு கஞ்சா பொட்டலம் வாங்கிட்டு வா'ன்னு சொன்னேன்! பயப்படுது!"

"அறிவிருக்கா உனக்கு?" திட்டினார் வார்டன். "பொம்பளைகளைப்போய் அதெல்லாம் வாங்கிட்டு வரச் சொல்லலாமா? நாங்க எதுக்கு இருக்கோம்? உனக்கு எத்தனை பொட்டலம் வேணும்... சொல்லு!"

'வெளியே சாராயக் கடை வைக்க அனுமதிச்சது மாதிரி, இங்கே ஒரு கஞ்சாக் கடை வைக்கச் சொல்லி விடுவார்கள் போலிருக்கே'.

அடுத்த சந்திப்பின்போது தேவியிடம் அச்செடுத்த சோப் தரப்பட்டது. "கவனம் தேவி! சோப் மிஸ்ஸாயிடாமல் பார்த்துக்க, பூட்டு ரிப்பேர்காரன் கிட்டே கொடுத்தா, இதே அளவுக்கு சாவி ரெடி பண்ணிடுவான். ஆனா, மெட்ராஸ்லே இதைச் செய்யாதே, சிக்கல்! பக்கத்திலே ஏதாவது வெளியூருக்குப் போய் தயார் செய். தப்பிப் போனதும் போலீஸ், ஊரிலேயிருக்கிற பூட்டு ரிப்பேர் பார்க்கிறவனைப் பூரா அள்ளிக்கிட்டு வந்து விசாரிக்கும். சோப் கொடுத்து, நீ சாவி போடச் சொன்ன விஷயம் அம்பலமாயிடும். புரியுதா?"

தேவி கொண்டுவந்து கொடுத்த சாவி, பூட்டுடன் 'ராசி'யாகிவிட, எங்களுக்கோ சந்தோஷம் கொப்பளித்தது. நண்பர்களை எச்சரித்தேன். "ரொம்ப ஆடாதீங்க! இயல்புக்கு மாறா நடந்தா மத்தவங்களுக்குச் சந்தேகம் தட்டும். ஜாக்கிரதை! ம்ம்... அப்புறம் ராஜா! வெளியே போனதும் பணம் நிச்சயம் கிடைச்சுடும் இல்லை."

ராஜா பரவசத்துடன், "பின்னே...?" என்றான் சப்தமாக. நான் முறைக்க, 'சவுண்ட்' குறைத்தான்.

"அதான் சொன்னேண்ணே! 'இந்தியா சில்க் ஹவுஸ்'லே அடிச்ச ஒன்னரை லட்சமும் வெளியே பத்திரமாக இருக்கு எடுத்துக்கலாம்னு!"

சுண்டல் குமார் குறுக்கிட்டு, "தப்பிச்சதும் நாம எந்த ஊருக்குப் போறோம்ண்ணே?" என்றான் ஆவல் பொங்க.

"அதை வெளியே போனதும் சொல்றேன். ஏன் தெரியுமா? போகிற வழியிலே யாராவது ஒரு ஆள் போலீஸ்ல மாட்டிக்கிட்டான்னு வை! அவனுக கொடுக்கிற அடி தாங்காம

திட்டத்தைக் காட்டிக் கொடுத்துடக் கூடாதில்ல. அதனாலே! எல்லோருக்கும் சொல்றேன். கேட்டுக்குங்க... எவன் மாட்டிக்கிட்டாலும், போலீஸ்காரன் கிட்டே இதையே சொல்லுங்க... 'உங்களையெல்லாம் விட அந்த சங்கர் புத்திசாலிடா! அதனாலதான் போகப்போற இடத்தை முன்கூட்டி சொல்லலை... பிடிபட்டதும் உங்ககிட்டே இதையே சொல்லச் சொன்னானுங்க. என்ன சரிதானா?" -வாய் பிளந்தார்கள் ஜெயில் தோஸ்துகள்.

அறையை, திறக்க வேண்டிய பொறுப்பு மோகனுக்கு ஒதுக்கப்பட்டது.

"அண்ணே... நம்ப பிளாக்கிற்கான பூட்டை இந்த சாவியாலே திறந்திடலாம். கதவைத் திறந்து வெளியே வந்ததும், மெயின் கேட்டுக்குப் போகணும். அதுவும் பூட்டியிருக்குமே, அதற்கு சாவி? அந்த கேட்டைத் திறந்தால்தானே காம்பவுண்ட் சுவருக்கே போக முடியும்?"

"அதற்கு வேறொரு ஏற்பாட்டைப் பண்ணிட்டேன்! வார்டன்களில் ஒரு ஆளை விலைக்கு வாங்கி வச்சிருக்கேன். அந்தக் கதவைத் திறக்கறதுக்கு அவன் பொறுப்பு."

கூட்டம் ஆச்சரியப்பட்டது.

"அப்புறமென்ன சங்கர்! இந்தத் தொகுதியிலே இருக்கிற பூட்டுக்குச் சாவி போட நாம இத்தனை கஷ்டப்பட்டிருக்கவே வேணாமே! அந்த வார்டன் ஏற்பாட்டிலேயே இதையும் திறந்திருக்கலாமே?" -ராஜா சந்தேகத்துடன் கேட்க.

"அது முடியாது! அப்புறம், அவர் மாட்டிப்பாரு... மெயின் கேட் பூட்டைக் கூட அவர் திறக்கப் போறதில்லை. பூட்டிலே காலையிலேயே ஒரு சின்ன விஷமம் பண்ணி வைப்பாரு. அவ்வளவுதான்! பூட்டுக்குள்ளே ஒரு கைப்பிடி மணலைக் கொட்டி வச்சிருப்பாரு. அப்படிச் செய்தால் பூட்டு ஓர்க் ஆகாது. பூட்டியிருக்கிற மாதிரி தெரியும். ஆனா, சும்மா இழுத்தாலே திறந்துடும். சாவி தேவையில்லை! இந்த ஏற்பாட்டைச் செய்து வைக்கிறவர் நம்ம தொகுதிக்கான வார்டன் இல்லை. நாம தப்பிக்கிறப்ப அவருக்கு ஷிஃப்ட்டும் இல்லை. அவரோட ஸேஃப்டிக்காக அப்படி ஒரு ஏற்பாடு! இதிலே தமாஷ் என்ன தெரியுமா? நான் ஒரு ஆள் மட்டும்தான் தப்பிக்கப் போறதா அவர்கிட்டே சொல்லி வைச்சிருக்கேன்! கூட்டம்னா பயந்துடுவாரே!"

நான் பேசப் பேச, பிரமித்துப் போனது அந்த ஆர்வக் கூட்டம்.

"ஆக, தப்பிக்கிறதிலே ஒரு சிரமமும் இல்லை... அப்படித்தானே?" -ராஜா.

"நிறைய இருக்கு. அந்தப் பக்கத்தை, நீங்க யாரும் விவாதத்

துக்கே எடுத்துக்கலை! நான் அதை மட்டும்தான் யோசிச்சுக் கிட்டிருக்கேன். பிளான்லே எங்கேயெல்லாம் ஓட்டை இருக்குதோ, அதைத் தேடித் தேடி அடைச்சுக்கிட்டிருக்கேன்... கதவையெல்லாம் திறந்ததோட சிக்கல் முடியலை! சொல்லப் போனா, அதற்கப்புறம் தான் சிக்கலே! அவ்ளோ பெரிய காம்பவுண்டு சுவரிலே ஏறி அந்தப் பக்கம் ஐந்து பேரும் இறங்கறவரை யார் கண்ணிலும் படாம இருக்கணும். அப்படி ஏறி இறங்க வலுவான ஒரு ஆள் வெளியிலிருந்து உதவணும்! அந்தப் பக்கம் 'பார்க் ஸ்டேஷன்' இருக்குது. இறங்கினதுமே அங்கே சீக்கிரமா ரயில் கிடைக்கணும். இல்லையானா ஆபத்து... ஒரு விஷயத்தை ஞாபகப்படுத்த மறந்துட்டேன். பக்காவா இத்தனையும் செய்து நாமா தப்பிக்கிறதுக்குக் கிடைக்கும் அவகாசம் எவ்வளவு நேரம் தெரியுமா?"

"ம்ஹூம்...!"

"இருபது நிமிஷம் இருபதே நிமிஷம்தான். சரியா ஒன்பது நாற்பதிலிருந்து பத்து மணிக்குள்ளே! பத்து மணிக்கு டி.வி.யில 'ஒளியும் -ஒளியும்' முடிஞ்சிடும்! சரியா பத்து மணிக்கு வார்டன்கள் கண்காணிப்புக்கு திரும்பிடுவாங்க! ஒரு நிமிஷம் நாமா தாமதப் பட்டாலோ, பூட்டைத் திறக்கறதிலேயோ, சுவர் ஏறுவதிலோ யாராவது லேட் ஆக்கினாலோ போச்சு! திட்டமே பாழ்!"

குழப்பமில்லாமல் விவரித்தேன். சிறைச்சாலை என்பது ஒரு பல்கலைக் கழகமல்லவா?

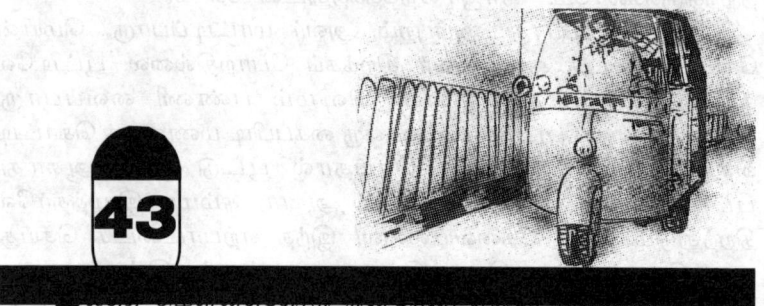

தப்பிப் போக தீர்மானித்துவிட்டதால் ஜெயிலில் இருக்கும் போதே, அவர்களை 'கடைசியாக ஒரு தடவை' சந்தித்து விட விரும்பினேன்.

தப்பிக்கும் உத்தேசம் இருப்பதை அவர்களிடம் வாய் திறக்கவில்லை. ஜெகதீஸ்வரி பயத்தில் தடுத்து விட்டாளானால் போச்சு. அவளது மறுப்பை மீறி சிறகு விரிக்க மனசு சம்மதிக்காது.

மௌனம் காத்தேன்.

புருஷன் தன்னிடமும் குழந்தைகளிடமும் ஏன் பேசவே இல்லை என சஞ்சலப்பட்டுக்கொண்டே அகன்று போனாள்

ஜெகதீஸ்வரி.

மோகன் பெருமூச்சு விட்டான்.

"பாவம்ண்ணே... அண்ணியும் குழந்தைகளும்!" என்றான்.

"நான் செய்த பாவம்டா!" -மனசின் அந்தரங்கங்களில் ஊமை அழுகை.

"நம்பகிட்டே கூட சொல்லலையேன்னு அண்ணி பின்னாலே நிச்சயம் வருத்தப்படுவாங்க!"

"தூக்கு தண்டனையிலே நான் செத்துப் போனா என் சாவுக்காக வருத்தப்படுவா! தப்பிச்சுட்டேன்னா மானத்தைச் சாகடிச்சுட்டு நான் வாழ்ந்துட்டிருக்கிறதுக்காக வருத்தப்படுவா! ஏதோ ஒரு வகையிலே எம் மேலே வருத்தப்பட்டுதான் ஆகணும் அவ... என்ன பண்றது!"

வானம் மலடாயிருந்தது. சுவரோடு சுவராய்த் தேய்ந்து, தரையோடு தரையாய்த் தவழ்ந்து குத்த வைத்துக் குமுறினேன். தம்பியிடமிருந்து கண்ணீரை மறைக்கப் பார்வையை வேறு திசையில் வீசினேன்.

மோகன் முகத்தில் கோபம் முகாமிட்டது.

"இதுக்கெல்லாம் காரணமான அந்த பாபுவை வெளியே போனதும் சும்மா விடக் கூடாதுண்ணே" -கறுவினான். சட்டென்று திரும்பினேன்.

"முட்டாள்தனமா எதுவும் உளறாதே! நம்ப துயரத்துக்கெல்லாம் காரணம் பாபு இல்லை!"

"பின்னே?"

"நாமதான்! இல்லாத பழியெல்லாம் நம் மேலே சுமத்தி தண்டனை அனுபவிக்கிறோம், உண்மை! ஆனா, முன்னால செய்த தப்புக்கெல்லாம் தப்பிச்சிருக்கோமே, அது? ரெண்டுக்கும் கணக்கு சரியா போச்சு! இதுக்குப் பேருதாண்டா விதி... பாபுவை பழிவாங்கற எண்ணத்தையெல்லாம் மூட்டை கட்டி வச்சுடு! அதுக்காகத்தான் தப்பிக்கிறோம்ன்னா நான் வரலைப்பா!" என்றதும் மோகனுக்கு அவசர வியர்வை அமோக மகசூல் காட்டினது.

"என்னண்ணே இது? திடீர்னு இப்படி சொல்றீங்க!"

"அப்புறம்? ஏற்கனவே பண்ணின பாவத்துக்குத்தான் இவ்ளோ கஷ்டம்! இன்னமும் செய்யச் சொல்றே? அது மட்டுமில்லை... நாம தப்பினதுமே போலீஸ் பாபுவுக்கும் நமக்கு எதிரா சாட்சி சொன்னவங்களுக்கும் பாதுகாப்பு கொடுக்கும். நாம அவங்களை தேடி வருவோம்ன்னு எதிர்பார்த்துக் காத்திட்டிருக்கு. போனா வலையிலே சிக்க வேண்டியதுதான். புரியுதா?"

புரிந்ததற்கு அடையாளமாய் தலையை நிதானமாய் அசைத்தான்.

“வேண்டாதவங்களை மட்டுமில்லை. வேண்டியவங்களைத் தேடி கூட நாம போகக்கூடாது. எல்லா இடத்திலும் காக்கிச் சட்டை காத்துகிட்டிருக்கும். வெளியே போனதும் எல்லோரும் சேர்ந்து நடமாடவும் கூடாது... திசைக்கு ஒருத்தரா அஞ்சு பேரும் பிரிஞ்சுடணும்!”

திகைத்தான் தம்பி.

“அஞ்சு பேரும் பிரியறதா...? அவங்களெல்லாம் பிரிஞ்சு போகட்டும். நாம ரெண்டு பேரும்?”

“நாம்தான் முதல்ல பிரியணும்; நாம பிரிய மாட்டோம்ன்னு எதிர்பார்த்து போட்டோவை வச்சுகிட்டு நம்ப ரெண்டு பேரையும் சேர்த்து தேடுவாங்க. ஜோடியா நம்மை எதிர்பார்ப்பாங்க...! போலீஸ் எதையெல்லாம் எதிர்பார்க்கிறாங்களோ அதையெல்லாம் செய்யாம இருந்தா மட்டும்தான் தப்பிக்க முடியும். அதன்படி நாம பிரிஞ்சு போறதுதான் நல்லது!”

மோகனுக்குக் கண்ணீர் தளும்பிற்று. “அண்ணி, குழந்தைங்க, தங்கச்சிங்க, தாய், தகப்பன் எல்லாரையும் பிரியறோம். நமக்குள்ளேயும் பிரிஞ்சுட்டு தனியா எங்கேண்ணே போறது? இன்னும் சொல்லப் போனா, எதுக்குப் போகணும்? நம்ப சாவுக்குக் கூட அர்த்தம் இருக்குது இப்ப... தப்பிச்சுப் போய் வாழறதிலே என்ன அர்த்தம்ண்ணே இருக்குது...?! மனுஷன் வாழறதுக்கு ஒரு காரணம் வேணாமாண்ணே?” -குரல் கரகரத்தது. பதில் பேச வார்த்தையில்லை. மயான மௌனம். மௌனத்தால் வேதனையைத் துடைக்க நினைத்தேன். வேதனை மௌனத்தைத் துடைத்துக் கொண்டிருந்தது.

நத்தைக்குக் கூடு கணக்காய் பிரிவு பாதுகாப்பானதுதான். ஆனால் கூட்டுக்குள்ளே படுத்துக் கொண்டே நத்தை பயணம் போக முடியுமா...

வாழ்க்கைக்கு வெளியே வெகு தூரத்தில் வாழப்போவது சாத்தியம்தானா? முதலில் அதன் பேர் வாழ்க்கைதானா?

விட்டால், கோடி சிதறல்களாய் நெஞ்சு வெடித்துச் சிதறிவிடுமோ என கலவரப்பட்டது பின் மண்டை. உடைந்த மனசை ஒன்று கூட்டியது இருவிழியும்.

“மோகன்...! வாழ்க்கையே ஒரு ரயில் பிரயாணம் மாதிரிதாண்டா! அவங்கவங்க ஸ்டேஷன் வந்ததும் இறங்கி போயிட்டே இருக்க வேண்டியதுதான்...! அய்யய்யோ, இத்தினி நேரம் பேசிட்டிருந்தோமே, பிரியணுமான்னா எப்படி? பிரிஞ்சுதானே ஆகணும்...!”

“நம்ப ஸ்டேஷன் எதுன்றதே தெரியலையேண்ணே இன்னும்?”

“வித்அவுட் பிரயாணம்ன்னா இதாண்டா கஷ்டம்! எல்லா

பாஸஞ்சரும் சக பயணியை விட்டுப் பிரிஞ்சாலும் கரெக்டான ஸ்டேஷன்லேயாச்சும் இறங்குவாங்க! வித்அவுட் பிரயாணிக்கு அந்த உத்தரவாதமுமில்லை. பார்க்கலாம்! என்றைக்காவது ஒன்று சேராமலா போயிடுவோம்...? அப்படியே, சேரலைன்னாலும் எங்கேயோ சௌக்கியமா இருக்கார்ன்னு பெண்டாட்டி, பிள்ளைங்க திருப்திப்படுவாங்கல்ல?! அவங்க திருப்தி படுவாங்கன்னு எதிர்பார்த்து நாம் வாழறதுக்குப் போதுமான காரணமில்லையா?!"

பேச்சில் மோகனுக்கு உடன்பாடில்லை என்றாலும், அண்ணனின் வருத்தத்தை அதிகப்படுத்துவானேன் என்று சும்மா இருந்தான் போலும்.

"சரி... வெளியே போனதும் நான் எங்கண்ணே போகட்டும்?"

மோகன் முகத்தைப் பார்க்கவே கஷ்டமாயிருந்தது.

"அந்த ஆள் ராஜா ஒன்னரை லட்சம் இருக்குதுன்னான்லே? நமக்கெல்லாம் லைஃபே அதான்! ஒரு அம்பதாயிரமாவது அதிலே கறந்துடணும். நான், நீ, செல்வராஜ் மூணு பேருமா அதைப் பிரிச்சுப்போம். வடக்கே எங்கேயாவது கிளம்பிப் போயிடுவோம். மூணு பேருக்குமே ஆட்டோ ஓட்டத் தெரியும். வாடகை ஆட்டோவை ஓட்டலாம். அதிலே ஸ்டாண்ட் பண்ற வரைக்கும் இந்த பணத்தை வச்சு சமாளிக்கணும். ராஜா தர்ற அம்பதாயிரத்தை மூணு பேரும் பிரிச்சுப்போம். பம்பாய் பக்கம் போயிடு! மாதுங்காவிலே எவ்வளவோ தமிழர்கள் இருக்காங்க. பேரை மாத்திக்க! தலை கர்லிங், துணிமணி எல்லாத்தையும் அடையாளம் தெரியாத அளவு மாத்திடு... மூணு பேருக்கும் பத்து, பன்னிரெண்டாயிரம் தேறும்... பணத்தைப் பத்திரமா வச்சுக்க..."

"சரிண்ணேன்! ம்ம்... அப்புறம் பம்பாயிலே நான் என்ன பேர் வச்சுக்கட்டும், நீங்களே சொல்லிடுங்கண்ணே?" -கெஞ்சலாகக் கேட்டான் மோகன்.

"எதுக்காகடா?"

"என்றைக்காவது நீங்க என்னைத் தேடி பம்பாய் வந்தா, உங்களுக்கு என் பேர் சொல்லித் தேடறது சுலபமா இருக்குமே... அதுக்குத்தான்" என்றான் பலவீன தொனியில்.

ரெண்டு பேருக்குமே கண்ணீர் மண்டினது.

"தப்பிச்சு வெளியே போனதும், பேர் வைக்கிறேன்டா" தழுதழுப்புடன் தம்பிக்கு பதில் சொன்னேன்.

மறுமுறை தேவி வந்த போது, அவளை உடனே வீடு மாறச் சொன்னேன்.

"நான் தப்பித்ததும் போலீஸ் உன் விலாசத்துக்குத் தேடி வரும் என்னைப் பார்க்கணும்ன்னு பெட்டிஷன் போட்ட

அத்தனைபேரையும் தேடிப் போகும். வம்பா நீ மாட்டிக்கக் கூடாது... அப்புறம், உன் தம்பி வெங்கடேசனை அனுப்பு! அவன்கிட்டே பேசணும்... நான் பணம் தரேன்! தப்பிக்கிறதுக்கு அவனும் உதவணும்"

-அவளது விழிகளில் கண்ணீர் குளம் கட்டினது.

"நீங்க எங்க குடும்பத்துக்கு செய்திருக்கிற உதவிக்கு நாங்க ஜென்மம் பூரா உழைக்கணும்ங்க! பணம் எதுவும் தர வேணாம். வெங்கடேசனை நான் அனுப்பறேன்."

"சேச்சே...! பணம் வாங்கிட்டு செய்தாலே அது பெரிய உதவிதான். தவிர, நாங்க தப்பிச்சதும் உன் தம்பியும் கொஞ்ச நாள் தலைமறைவா இருந்தாகணும். அப்ப, சாப்பாட்டுக்கு பணம் வேணாமா? நீ ஒன்றும் கவலைப்படாதே; ராஜாகிட்டே ஒண்ணரை லட்சம் இருக்கு! உன் தம்பிக்குக் கொடுப்பதிலே ஒன்றும் கொறைஞ்சு போயிட மாட்டான்! போய், வெங்கடேசனை வரச் சொல்லு."

44

சிறையிலிருந்து தப்பிக்கும் சதித்திட்டமானது மனசுக்குள் கல்லெறிந்துகொண்டே இருந்தது.

திட்டமிட்டபடி தேவியின் தம்பி வெங்கடேசன் மனுபோட்டு என்னைப் பார்க்க வந்தான். திட்டத்துக்கு உதவ பெரிய மனசுடன் ஒப்புக் கொண்டான்.

"ரைட்! நாளைக்கு பார்க்க வரும்போது ஒரு ஆயிரம் ரூபா புரட்டிக் கொண்டு வா!" என்று நான் கேட்டதும்,

சர்க்கஸ் ஆடாக விழித்தான் வெங்கடேசன் "நான் பணம் கொண்டு வரணுமா? என்னண்ணே... நீங்கள்ல எனக்கு தரதா சொன்னீங்க?"

"முட்டாள்! அதை வெளியே வந்த பிறகுல்ல எடுக்கணும்? அதுவரைக்கும் செலவுக்கு வேணாமா... பயப்படாம குடு! சேர்த்து திருப்பிக் கொடுத்துர்றோம்." -வெங்கடேசன் விலக தம்பியை கூப்பிட்டேன்.

“மோகன்! செலவுகளைக் குறை; இப்ப நாம வச்சிருக்கிற ஒவ்வொரு நயா பைசாவும் ஒவ்வொரு ரூபாய்க்கு சமம், அந்த ஒன்னரை லட்சத்தை ராஜா வெளியே எடுக்கற வரைக்கும் சாப்பாட்டுக்கும் கை செலவுக்கும் இதான்! நினைவிருக்கட்டும்.”

ஆமோதித்த மோகன் “அண்ணே! இப்பதான் ஞாபகம் வருது... இங்கே அம்பதும் நூறுமா நிறைய கைதிகளுக்கு கைமாத்து கொடுத்திருக்கோமே! அதையெல்லாம் வசூல் பண்ணினாலும் கணிசமான பணம் தேறுமே!”

“அதை வசூலிக்காதே” -கண்டிப்புடன் சொன்னேன்.

“ஏன்?”

“திடீர்னு வசூலித்தால் யாருக்காவது சந்தேகம் வரக்கூடும்! அது மட்டுமில்ல... அந்தப் பணம் அவங்களுக்கு நாம கொடுக்க வேண்டிய ஃபைனா இருக்கட்டும் விடு.”

“ஃபைனா?” -அடர்த்தியான ஆச்சரியம் மோகனுக்கு. நாம் எதற்கு இவர்களுக்குத் தண்டத் தொகை தரவேண்டும்?”

“என்ன மோகன், குழப்பமா இருக்குதா? நாம் தப்பித்த பிறகு இவங்களை சும்மாவா விடுவாங்க...? அள்ளி எறிஞ்சுடுவானுகளே! தப்பே செய்யாத கைதிகளெல்லாம் நம்மாலே எவ்வளவு உதைபடுவாங்க... யோசிச்சியா? அது மட்டுமா, அவங்களுக்குக் கிடைச்சிட்டிருக்கிற சின்னச் சின்ன சலுகைகளும் இனி கிடைக்காது...! நாம தப்பிக்கிறதுக்காக அநியாயமா ஒண்ணுமறியாத வங்க, உதைபடுவாங்களே... அதற்கு இந்த சின்ன ஃபைனாவது நாம கட்டக்கூடாதா மோகன்?”

மறுப்பேதும் சொல்லாமல் ஒப்புக்கொண்டான்.

“ஆமாண்ணே, ரொம்ப பாவமில்லே இவங்க.”

“ஹூம்... இதிலே பரிதாபம் என்னன்னா, இவங்களை அடிச்சு சித்திரவதை பண்ணப்போறவங்கதான் நாம தப்பிக்கிறதுக்கும் உடந்தை. இது தாண்டா உலகம்!”

விட்ட பெருமூச்சுகளை சேகரம் பண்ணியிருந்தால், ஒரு புயலுக்கு போதுமான காற்று கிடைத்திருக்கும்.

சில நாடுகளில் தண்டிக்கப்பட்டவனைத் தூக்கில் போடுவதற்கு முன்பு கொலையாளி, சக கைதியை முத்தமிடுவது கூட ஒரு மரபாக இருக்கிறது. இது மனித நேயத்தின் அடையாளம்!

இங்கே, கைது செய்யப்பட்ட கிரிமினல்களை, கைதாகாத கிரிமினல்கள் அடக்குவது ஒரு மரபு. இது காந்தி தேசத்தின் அடையாளம்!

தப்பித்ததும் மற்ற கைதிகள் உதைபடுவார்கள் என்பதை நினைத்துப் பார்க்கவே நெஞ்சு வலித்தது இரண்டு பேருக்கும்!

போலீஸ் அடி என்பதன் நீள அகலமான பரிமாணம்

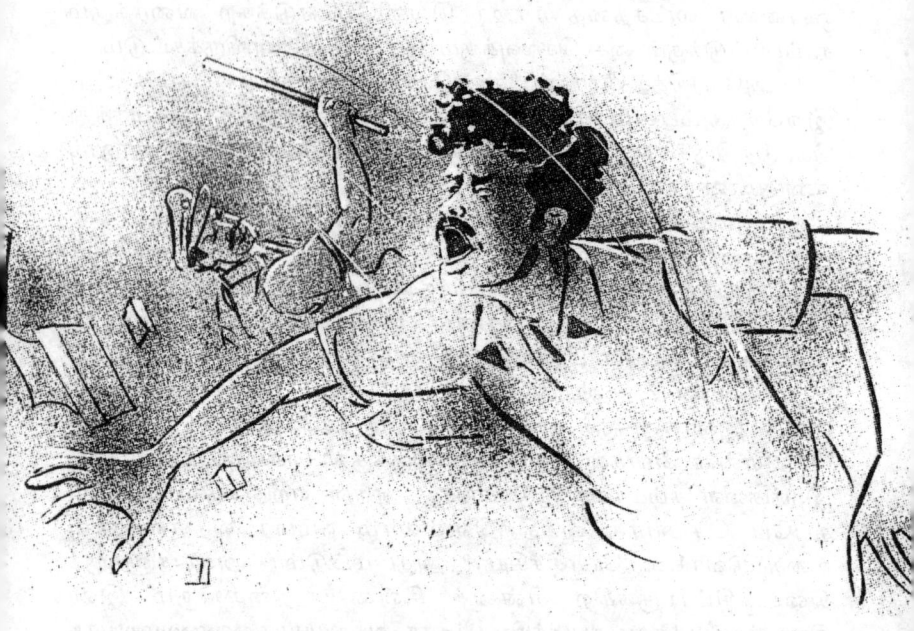

அவர்களுக்குத்தானே தெரியும். எலும்புகளின் ஒவ்வொரு மில்லி மீட்டரும் அதன் ருசியைப் புலம்புமே.

என் நினைவுகளில் ப்ளாஷ்பேக் உற்பத்தியானது.

ஜூன் மாதம் ஆறாம் தேதி. வருஷம் 1988; எழுப்பினதும் உற்சாகமாக விழித்தெழுந்தேன். அன்றைக்கு மனைவியின் பிறந்தநாள். தினம் என்னவோ லட்சுமிகரமாகத்தான் ஆரம்பித்தது. ஆனால் என்னைப் பார்த்து விதி சிரித்தது. வாழ்க்கையின் வசந்த காலம் அன்றுடன் காலாவதியாகப் போவதை உணரவேயில்லை நான். மனைவிக்கு மட்டும் பிறந்தநாளில்லை. தனது அவஸ்தை களின் பிறந்த நாளும் அதுதான் என எதிர்பார்க்கவேயில்லை.

அதிகாலையில் குடும்பத்துடன் கோயிலுக்கு ஒரு பக்தி விசிட், மதியம் வடை, பாயசத்துடன் விருந்து, ஏழைகளுக்கு அன்னதானம், (தேர்தல் வருகிறதே!) என அமர்க்களப்படுத்தினோம்.

மாலை ஐந்து மணி இருக்கும். சூரியன் மேற்கே சோம்பல் முறித்தான். எல்லா உண்ணாவிரதங்களும் ஒரு ஆரஞ்சு ஜூஸில் முடிவது மாதிரி எனது எல்லா கொண்டாட்டங்களும் சிநேகிதர்களுடன் ஜமா சேர்ந்து சோமபானம் அருந்துவதில் முடிவது வாடிக்கை. அந்த வழக்கத்தின் காரணமாக, குடும்பத்திலி ருந்து கழற்றிக் கொண்டு எனது 'ஆசிரமத்துக்கு'(!) புறப்படுவதற்காக

பைக்கை உசுப்பினேன். தூரத்தில் புழுதி பறக்க ஒரு போலீஸ் ஜீப் வருவது தென்பட, வண்டியை நிறுத்தினேன்.

என்னை சமீபித்ததும் போலீஸ் வண்டி உறுமலுடன் நின்றது. பாஸ்கர்- திருவான்மியூர் ஸ்டேஷன் பி.சி. -விசுவாசத்துடன் சிரித்து "இன்ஸ்பெக்டர் உங்களை அவசரமாப் பார்க்கணும்ன்னார் ஸார்."

பின்னாலிருந்த மோகன், காதுகளில் முணுமுணுத்தான் "யாராவது பெரிய ஆபீசருக்கு 'ஃபிகர்' வேணும்பாரு... வேறென்ன! நைட் வந்து பார்க்கிறதா சொல்லுங்கண்ணே! நம்ப ஆளுங்க ளெல்லாம் காத்திருப்பாங்கள்லே?"

மோகனிடம் பைக்கை ஒப்படைத்து "நீ போய் அவங்களைக் காத்திருக்கச் சொல்லு! நான் வந்துடறேன்" என்று ஜீப்பில் ஏறிக்கொண்டேன்.

காவல் நிலையம் முன் வண்டி நின்றதும் சாவகாசமாய் இறங்கி உள்ளே போனேன். தலைமலையான இன்ஸ்பெக்டர் உட்கார்ந் திருப்பதைப் பார்த்ததும் பிரகாசமாய் சிரித்து வணக்கம் சொல்லி விட்டு இனிப்பை நீட்டினான். "என் ஒய்ஃபுக்கு பர்த்டே ஸார்! ஸ்வீட் எடுத்துக்கங்க" -அவர் எடுத்துக் கொள்ளவில்லை. என்னை விறைப்பாய் பார்த்தார். எனக்குள் ஒரு சந்தேகம் மெள்ள 'மினுக்' காண்பித்தது. இன்ஸ்பெக்டர் வந்ததிலிருந்து குரோதமாகவே பார்க்கிறாரே ஏன்?

யோசித்துக்கொண்டிருக்கும் போதே, அதிகாரி பிரம்பை கையிலெடுத்து ஆவேசமாக வீசினார்.

'சுவீட்டாடா கொடுக்கிறே சுவீட்டு?"

பிரதேசம் பூராவும் இனிப்பு சிதற என்னை அதிர்ச்சி அப்பிக் கொண்டது. சிந்தனைக்குள் சிங்கம் மார்க் பட்டாசு வெடித்தது.

நீட்டும் இனிப்பை தட்டி விடுகிறார் ஒரு போலீஸ் ஆபீசர். போதாக்குறைக்கு போடா, வாடா என்று வேறு சொல்கிறாரே... உலகத்தின் எட்டாவது அதிசயமாக அல்லவா இருக்கிறது இது?

அதிர்ச்சியில் உறைந்து போய் சிலையாக நின்றேன். இன்ஸ் பெக்டரின் முகத்துக் கடுமை எனக்கு விளங்காத ஒரு விக்கிர மாதித்தப் புதிராக இருந்தது.

என்ன கோபம் இவருக்கு? போன வாரம் இவர் படுக்கைக்கு அனுப்பின பெண்ணுக்கு மாதவிலக்காயிருக்குமோ? அந்த கோபத்தின் எதிரொலியோ?

என்னுள் ஆச்சரியம் ஆல விருட்சமாக விழுது பரப்பிக் கொண்டிருக்க, அவர் நாற்காலியை உதறிவிட்டு என் மேல் பாய்ந்தார்.

"ஆறு கொலை பண்ணிட்டு வந்து போலீஸ்காரனுக்கே ஸ்வீட் கொடுக்கறியா... மவனே!"

தூக்கி வாரிப் போட்டது. கிலி அலைகள் சுற்றிச் சுற்றி வந்து

கும்மியடித்தன. ஒரு டஜன் இடிகள் இதயத்துக்குள் புகுந்து நலம் விசாரித்துவிட்டுப் போனது.

"ஆ... ஆறு... கொலைகளா? என்ன ஸார் சொல்றீங்க?" என்றேன். சலவைக்குப் போன சவமாக முகம் வெளுத்தது. குரலில் குளிர் நடுக்கம்.

விபரீதமாக என்னவோ நடந்திருக்கிறது என்று மனசுக்குள் பட்சி சொல்லிற்று.

எங்கே கோட்டை விட்டோம்? யார், சொல்லியிருப்பார்கள்! எப்படிக் கண்டு பிடித்தார்கள்...?

விஷயம் கைமீறிப் போவதற்குள் ஜெயிக்க வேண்டுமே என புத்தி சொல்லிற்று. பயம் குட்டி போட்ட பூனையாக என்னைச் சுற்றி, சுற்றி வந்தது.

"என்னெல்லாமோ சொல்றீங்க... ஹி... ஹி! சுத்தமா எதுவும் புரியலை ஸார்! உங்களுக்கு மூடு சரியில்லைன்னு நினைக்கிறேன்... நான் அப்புறமா வரேன்" -பேசி முடிப்பதற்குள் கன்னத்தில் பொளேர் என அறை விழுந்தது. எனக்கு கண்களுக்குள் பூச்சி பறந்தது. மூளைக்குள் டைம்பாம் வெடித்தது.

பேரும் புகழும் சம்பாதித்த பின் போலீஸிலிருந்து கிடைக்கும் முதல் அடி!

வலியுடன் கன்னத்தை தடவிக் கொண்டு, எதிர்ப்பைக் காட்டுகிற மாதிரி சின்னதாய் முறைத்தேன். அவ்வளவுதான்! இன்ஸ்பெக்டர் அதற்காகவே காத்துக் கொண்டிருந்தார் போலும். அடி வயிற்றில் பூட்சு காலால் உதைத்தார். எகிறிப் போய் சுவற்றில் மோதி மல்லாக்க விழுந்தேன். உதட்டில் ஒரு பொட்டு ரத்தம் எட்டிப் பார்த்தது.

"எதுக்கு ஸார் அடிக்கறீங்க?" -கெஞ்சினேன். குரலைவிட காற்று அதிகம் வெளிப்பட்டது. ஆசுவாசப்படுத்தி எழுந்து நிற்குமுன் ஐந்தாறு போலீசார் சுற்றி நின்று சுவர் கட்டினார்கள். "அவனை டார்க் ரூமுக்கு கூட்டிப் போங்க... நான் வந்துடறேன்" என்று உடுப்பை சரி செய்ய ஆரம்பித்தார் அதிகாரி.

கவலை ஜுரமாய் பற்றிக் கொண்டது. ஏது? வெளியே விடமாட்டார்கள் போலிருக்கிறதே! சட்டப்படி வக்கீலிடம் போக வேண்டுமானால் நண்பர்களுக்கு தகவல் அனுப்ப வேண்டும்... இப்போது என்ன செய்வது?

போன் போட்டு தம்பிக்கு விஷயத்தை சொல்லலாமா? ம்ஹூம் வேண்டாம்! பாபுவைக் கூப்பிடலாம்! வக்கீல், கேஸ் எல்லாம் அவனுக்குதான் அத்துபடி. சடுதியில் வெளியே வர வேண்டுமானால் அவன் தான் சரி...

தொலைபேசும் விருப்பத்தை தெரிவித்த போது சப்-இன்ஸ்

பெக்டர் பவுன் அதற்கும் ஒரு, அப்புத் திருவிழா' நடத்தினார்.

"பெரிய லார்டு...!... போன் பேசறானாமில்ல? யாரு கிட்டேடா பேசணும்?'' -எகத்தாளமாகக் கேட்டார். வலியை இருதய ஆஷ்ட்ரேயில் அணைத்துக்கொண்டே "என் ஃபிரண்ட் பாபுகிட்டே ஸார்! ஒரேயொரு போன் பேசமட்டும் 'அலோ' பண்ணுங்க... ப்ளீஸ்!"

அலை அலையாக சிரித்தார் எஸ்.ஐ. "பாபு கூடப் பேசணுமா! நீ ஆறு கொலை பண்ணினதுக்கு ஒப்புதல் வாக்குமூலம் தந்ததே அவன்தானேடா. வா, அடுத்த ரூமிலேதான் இருக்கான். போய் பாரு"

நெஞ்சு நெருப்பு நயாகராவில் நனைந்தது. நம்பிக்கை எரிமலையில் காய்ந்தது.

45

இருதயத்தின் எடுக்க முடியாத பிரதேசத்தில் விழுந்துவிட்ட துயரம் அது! எனது மனசின் மர்ம பாகங்களை அந்த மாபெரும் ரணம் துழாவியது. நெற்றி உயர்த்தி நிறையவே வியந்தேன்! என் மீது மூட்டைப் பூச்சியாய் விழுந்து, கம்பளிப் புழுவாய் ஊர்ந்து, அட்டையாய் ஒட்டிக்கொண்ட பாபுவா இப்படி புரூட்டஸ்ஸாக மாறினது? ஏன் செய்தான் இதனை? சோடாபுட்டிக்குள் சிக்கிய கோலி குண்டாக அந்த புதிர் மட்டும் விடுபடவே இல்லை. துயரத்தின் துரு உள்ளத்துக்குள் ஓயாமல் உதிர்ந்தது.

தனக்கு நண்பனாய் -மந்திரியாய்- நல்லாசிரியனுமாய்(?) -பண்பிலே தெய்வமாய்(!) -பார்வையிலே சேவகனாய் விளங்கிவந்த பாபுவா காட்டிக் கொடுத்தான்!(?) அறுந்த தென்னங்குலையாய் விழுந்து சிதறினது உள்ளம்.

பளிச்சென்று ஒரு ஞாபகம் மின்னலடித்தது. திருவான் மியூருக்கு சமீபமாய் ஒரு பிரபல நடிகை குடிவந்தவுடன் எனது பிஸினஸின் குடி கெடுக்க உன்னத முயற்சிகளை எடுத்தாள்... அவளுக்கு ஆதரவாய் ஒரு ரௌடி அண்ணன் வேறு உடனிருந்தான்! 'பத்ரகாளி' படத்தில் நடித்துக் கொண்டிருந்தாலும், நடிகை என்னவோ பரம சாது? ஏதோ உடன்பிறப்பின் பேச்சைக் கேட்டுக் கொண்டு எனக்கு எதிராக பெரிய மனிதர் களை ஏவி விட்டாள்.

எனக்கு வரும் பெரும் புள்ளிகளையெல்லாம் மறித்து, தனக்கு வாடிக் கையாளராக்கி வம்பு செய்தாள்.

பொங்கி எழுந் தேன் நான். ஏரியா, ஏகக் களேபரமானது. அவள் வீட்டுக்குள் ஒரு அக்கினிப் படை யெடுப்பு. ராணியான அந்த சந்திர நடிகையை தலை முடியைப் பிடித்து ரோட்டில் தரதரவென இழுத்து வந்தேன். வார்த்தைகளில் சாக்கடை சேர்த்து திட்டியும் 'தாமரைக் கனி'யாகத் தட்டியும் விரட்ட, துடித்துப் போனாள் நடிகை... எச்சரித்து விட்டுத் திரும்பி வந்தேன். மறு தினம் நடந்த விமான விபத்தில் தற்செயலாய் நடிகை 'சிவலோகப் பதவி' அடைய, திரு வான்மியூரே பர பரப்பானது. அப்போது வீட்டில் தூங்கிக் கொண்டிருந்ததால், எனக்கு மட்டும் விஷயம் தெரியாது. வெரி லேட்டாகத் தெரிந்தது.

பாபு பதறிப் போய் 'தர்பாரை'க் கூட்டினான். "அவ செத்துப் போனதை சங்கரண்ணன்கிட்டே உடனடியாக சொல்லிடாதீங்கடா... திடீர்னு செய்தி கேள்விப்பட்டா அவருக்கு ஒண்ணு கிடக்க ஒண்ணு ஆயிடும்..." "அய்யோ... சாகப் போற பொண்ணையா கைநீட்டி

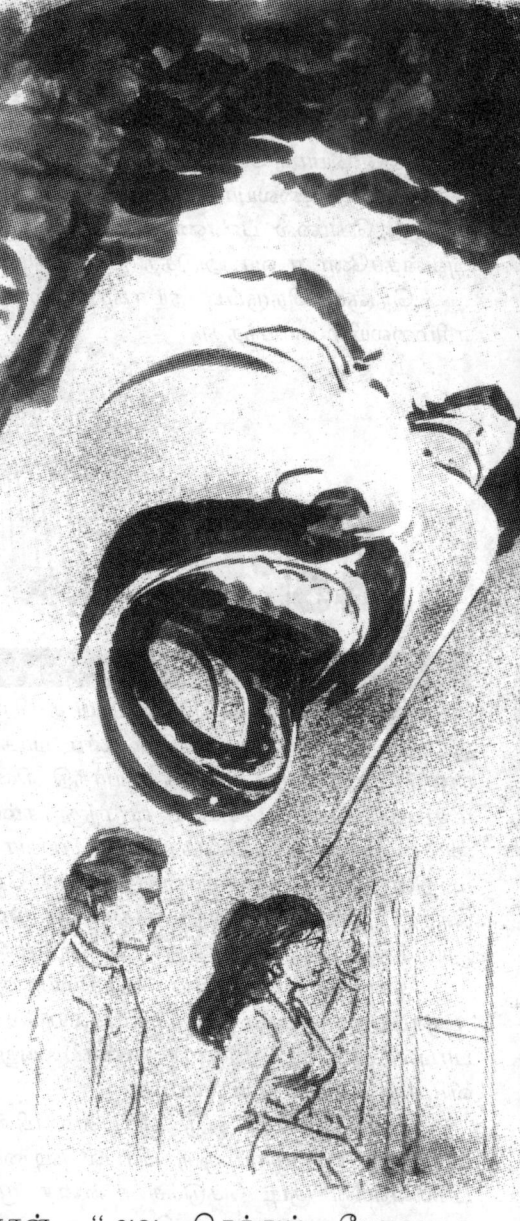

அடிச்சேன்?னு ஒப்பாரி வைக்க ஆரம்பிச்சிடுவாரு... நியூஸைப் பக்குவமா சொல்லணும்!" என்றானாம்.

இப்படி எச்சரித்தவனா இந்த ஏடாகூடமான வேலையைச் செய்தான்? அயோத்திக்கு ராமனே கொள்ளி வைத்தது மாதிரியல்லவா ஆகிவிட்டது?

அவன் காட்டிக் கொடுத்தது கூட பெரிய துக்கமில்லை. ஆறு கொலைகளையும் செய்தது நான்தானென்று, என்னவோ அதில் தனக்கு சம்பந்தமேயில்லைபோல அபாண்டப் பழி போட்டதில்தான் திகைப்பு.

ஆடையில் நெருப்புப் பிடித்த மாதிரி அலறித் தீர்த்தேன்.

இன்ஸ்பெக்டர், எஸ்.ஐ., கான்ஸ்டபிள்கள் என ஆறேழு பேர்கள் சேர்ந்து ரவுண்டு கட்டினார்கள்.

ஒவ்வொரு அடியும் ஜீவனில் பம்பர் குலுக்கல் நடத்தினது. வேதனையில் வெந்து போனேன். இதோ அடித்துக் கொண்டிருப்பவர்களில் ஒருத்தர் பாக்கியில்லாமல் அத்தனைபேருக்கும் அள்ளிக் கொடுத்திருக்கிறேன். இப்படியா 'எஜமான'னையே நன்றியில்லாமல் அடிப்பார்கள் என வெறுப்பாய் வந்தது.

ஐந்து, ஆறு, ஏழு ஒவ்வொரு பிரம்படியும் நேரே மூளையில் விழுவது போல வலித்தது.

பதினைந்து, பதினாறு அடிகள் வரை எண்ண முடிந்தது. இதை எதற்கு வீணாக நாம் எண்ணிக் கொண்டிருக்கிறோம் என்றுகூட தோன்றிற்று. அடி தாளாமல் மயங்கி சரிய...

விட்டு விடுவார்களா? முகத்தில் தண்ணீர் தெளித்து மிக அவசரமாக உணர்வை மீட்டார்கள். பலிகடாவைக் குளிப்பாட்டி பொட்டு வைக்க மாட்டார்களா, அதுமாதிரிதான் மயக்கம் தெளிய வைத்ததும்!

வலியில் அலறினேனே தவிர, கேள்வியே கேட்கவில்லை. பேச வாய் திறந்தாலே கன்னத்தில், உதட்டில் கன்னாபின்னாவென்று அடி விழுந்தது. கை, கால் எல்லாவற்றையும் ஒன்று சேர்த்து மூட்டையைப் போல் கட்டி, குறுக்கே கம்பு கொடுத்து, ரெண்டு மேஜைகளுக்கு மத்தியில் தலைகீழாக கசாப்புக் கடை வெள்ளாடாக தொங்க விடப்பட்டிருந்தேன்.

உள்ளங்கால் பாதத்தில் லத்தி 'சொரேர்' என்று தாக்கி... உயிர் கண்களில் பிதுங்குவது போல ரணவேதனை. ஒவ்வொரு அடியிலும் பெற்றவளைக் கூப்பிட்டேன் வலி பொறுக்காமல்.

ரெண்டு, மூன்று நாட்கள் எந்த விசாரணையும் செய்யாமல், பேசவும் விடாமல் அடியை மட்டுமே வாரி வழங்கினார்கள்.

ஒரே ஸ்டேஷனில் வைத்திருந்தால் சிக்கல் என்பதால், ஜீப்பில் அள்ளி போட்டுக் கொண்டு மூன்றாவது நாள் பல்லாவரம்

நிலையத்துக்குக் கூட்டிப் போனார்கள்.

இன்ஸ்பெக்டர்கள் ரங்கநாதனும், தங்கமணியுமாக எமகிங்கரர்களாக புன்சிரிப்பு மாறாமல் உள்ளே கூட்டிச் சென்றனர்.

பாதங்களில் பிரம்புகள் தந்திருந்த 'ஃபிளையிங் கிஸ்' கொடுத்த வீக்கம், ஒவ்வொரு எட்டு வைத்தபோதும் உச்சந்தலை வரைக்கும் வலியை எட்டிப் பார்க்க வைத்தது. தரையிலிருந்த சின்னச் சின்ன மண்ணும், தூசியும் கூட அமோகமாய் வலி தந்தன.

எக்குத்தப்பாக புறங்கையை பின்பக்கமாகத் திருப்பிக் கட்டி பெஞ்சில் அமர்த்தி, நிறைமாத கர்ப்பிணியான ஏட்டு ஒருத்தர் என் தொடை மீது ஏறி நின்றார். நின்றதுடன் விட்டாரா? குதிக்கத் தொடங்கிவிட்டார்.

ஒவ்வொரு ஸ்டேஷனிலும் ஒரு வழிமுறைகளைக் கண்டுபிடித்து வைத்திருக்கிறார்கள் போல.

யாரோ ஒரு கான்ஸ்டபிள், எந்த ஸ்டேஷனிலிருந்தோ அப்போதுதான் மாற்றல் வாங்கிக் கொண்டு பல்லாவரம் நிலையத்துக்கு வந்திருந்தார். அவருக்கு என்னை யாரென்பது தெரியாது. எதற்காக அடிக்கிறார்கள் என்பதும் தெரியாது! அதிகாரியிடம் ஏதோ கேட்க வந்தவர் தன் பங்குக்கு எனக்கு ரெண்டு 'சாத்து' வழங்கி விட்டுப் போனார்.

எல்லா ஸ்டேஷன்களுக்கும் சங்கரை கூட்டிப் போய் ஒரு அடி திருவிழா நடத்த வேண்டும் என சட்டசபையில் தீர்மானம் ஏதும் போட்டிருக்கிறார்களோ? -சந்தேகம் முளைவிட்டது.

அடியின் உச்சத்தில் வழக்கம் போல சரிய, புதுசாய் வந்த கான்ஸ்டபிள் தண்ணீர் எடுத்து வர ஓடினார். அவரைக் கூப்பிட்டு நிறுத்தினார் இன்ஸ்பெக்டர் ரங்கநாதன்.

"இந்த சரகத்திலே மயக்கம் தெளிய வைக்க தண்ணீரெல்லாம் யூஸ் பண்ணக்கூடாது... இப்பப் பாருங்க!"

உதட்டில் தொங்கின நெருப்பு தொப்பி அணிந்திருந்த சிகரெட்டை விரல்களுக்குக் கொண்டு வந்தார்.

காவலர்களைக் கூப்பிட்டு உடுப்புகளை நீக்கச் சொன்னார். முழுக்கவும் பூஜ்யமாக்கினார் என்னை.

ம்ஹூம்... நிர்வாணம் பற்றின உணர்வேயின்றி பிரேத போஸ் கொடுத்தேன்.

சினிமா நாயகி போல ஸ்லோமோஷனில் நெருங்கின சிகரெட்டின் அக்கினித் தலை திடீர் வேகமெடுத்து, எனது போக உறுப்பின் நுனியில் அழுத்தமாய் உரச.

வாரிச் சுருட்டிக் கொண்டு எழுந்து, கைகால்களை உதறிக் கொண்டு துடித்துத் துடித்துத் துடித்தபடி கூப்பாடு போட்டேன்.

ரங்கநாதன் கண்ணசைக்க, என் சட்டையாலேயே கைகள்

பின்புறமாகக் கட்டப்பட்டன; கால்களும்!

காவலர்கள் கண்களில் ஏளனம் பொங்கி வழிய, அம்மணமாக நிறுத்தப்பட்ட அவமானத்தில் கூட்டுப் புழுவாய் குறுகிப்போனேன். உடம்பின் அத்தனை இடங்களிலும் விவரிக்க முடியாத வலி!

என் உறுப்பை என்னைக் கொண்டே தான் கட்டளையிடுவது போல செய்ய வேண்டுமென உத்தரவிட்டார்.

எனக்குக் கைகள் மெதுவாக நடுங்க ஆரம்பித்தது. "ஸார்... வேணாம் ஸார்... விட்டுருங்க" -தழுதழுத்தேன். குரூரமாக சிரித்தார். "சொன்னது போல செய்கிறாயா, அல்லது அதற்கு தனியா 'விருந்து' வைக்கணுமா?"

நடுங்கினபடி சம்மதித்தேன். உறுப்பின் உள்பகுதியில் நூலை சுற்றச் சொன்னார்.

'லிட்' பேனாவின் ரீஃபிள் பகுதியை மட்டும் நூலால் சுற்றச்சொல்வது போல.

மெல்லிய நூலில் நுனியைக் கயிற்றில் முடிச்சுப் போட்டு, கயிற்றின் மறுநுனியை ரங்கநாதன் வாங்கிக் கொண்டார்.

நான் எச்சில் விழுங்கினேன்.

"நீதான் ஆட்டோ சங்கரா?" என்றார் அறிமுகமேயில்லாதவர் போல.

"ஆமா" என்றேன், கிணற்றுக் குரலில்.

இன்னும் ஏதோ ஓரிரு கேள்விகள் கேட்டவர், எதிர்பாராத தருணம், கயிற்றைச் சுண்டி இழுக்க, "அய்யய்யோ" என்று அலறிய அலறலில் போலீஸ் ஸ்டேஷன் சுவர்கள் அதிர்ந்தது.

பத்துப் பதினைந்து தடவையாவது அதிர்ந்திருக்கும்.

அதற்கப்புறம் என்ன நடந்ததோ... ஏதும் அறிய சுயமாய் இல்லையே!

46

கண் திறந்தேன். ம்ஹூம்! திறக்க வைக்கப்பட்டேன்; தேவைப்பட்டால் ஒரு நபரை பிழைக்க வைக்க போலீஸ்காரர்கள் புரூக்ளின் மருத்துவமனையிலிருந்தே டாக்டர்களை வர வழைப்பார்களே! உணர்வு திரும்பினபோதும் அரைமயக்கம் போல காட்டிக் கொண்டேன். காத்திருக்கும் போலீஸிடமிருந்து 'பூஜையை சற்றே ஒத்திப் போடுவோம்' என்ற ஆசைதான். வேறென்ன? மெழுகுவத்தி அழுது கொண்டிருந்த மெல்லிய இரவு அது! எங்கோ தூரத்தில் தெரு நாய் குரைக்கும் சப்தம் சன்னமாய் கேட்டது. நிகழும் அராஜகம் குறித்த கவலையே இன்றி தெருமுனை ஸ்பீக்கரில் கமலஹாசன் சந்தோஷமாக பாடிக்கொண்டிருந்தார் 'நேத்து ராத்திரி... அம்மா!'...

நினைவு திரும்பியவுடன் கூடவே வலியும் திரும்பிற்று. அங்கங்கள் அனைத்திலும் அதிர்ச்சியின் மௌன பூகம்பம்.

ஜீவனையே சுண்டி இழுத்த வலி!

மூத்திரம் முட்டிக் கொண்டு வந்தது. ஆனால் வெளியேற்ற முடியாமல் பாதையில் என்னவோ கோளாறு.

தேர்தலை நம்பும் வாக்காளன் போல- பெற்றவளின் மார்பை நம்பும் சிசுவைப் போல- தீர்க்கமான முயற்சியை பெரிதும் நம்பி னேன். தீவிரமாக முயன்றால் அத்தனை பாரத்தையும் வெளியேற்றி விட முடியும் என்று பல்லைக் கடித்துக் கொண்டு விழி பிதுங்க...!

ம்ஹூம்; அதென்னவோ 'கிருஷ்ணா நதி'யைக் கொண்டு வருவதை விடக் கடினமான விஷயம் போலும்.

ஓரிரு சொட்டுகளை வெளியே அனுப்புவதற்குள் ஓய்ந்து போனேன். வலி உயிரைப் பிசைந்தது! சக்தி முழுவதையும் திரட்டி பாடுபட்டும், தோற்றேன்!

ஒன்றுக்குப் போக முடியாததில் தாள முடியாத வலி. மூன்று நாள் சுமையின் அசௌகரியம், என்னவோ இந்து மகா சமுத்திரத் தையே சுமந்து கொண்டிருப்பது கணக்காய் குடைந்தெடுத்தது.

வலி உடம்பில் மட்டுமல்ல. உள்ளத்திற்குள்ளும்!

சிக்கல்களுக்கு சிடுக்கெடுக்க சிந்தனையில் முயன்று பார்த்தேன்.

எங்கே 'கோட்டை' விட்டோம். எங்கே? -தறியறுந்த மனசு சமுத்திரமாய் சப்தமிட்டது.

பாபு பச்சோந்தியானது சரி... ஆனால் போலீஸ்காரர்களும் அல்லவா இப்போது ஏறுக்குமாறாகி விட்டனர். ஏன்? துகில் உரியும் துச்சாதனர்களாகவும், ஆடை வழங்கும் 'பேகன்'களாகவும் இந்த போலீஸ்காரர்களால் எப்படி ஒரே சமயம் இரட்டை வேடம் போட முடிகிறது? நேற்றுவரை நமக்கு நெற்றிப் பொட்டு! இன்றைக்கு ஏன் பின்னே ரத்தச் சொட்டு?

பூட்ஸ் ஒலி பக்கத்தில் கேட்க இமை 'ஷட்டர்களை' கீழே இறக்கி சலனமற்று கிடந்தேன்.

தேனடையின் தேனீக்களாக என்னைச் சுற்றிலும் போலீஸ் பட்டாளம் மொய்த்துக் கொண்டது. தொடர் உண்ணாவிரதம் மாதிரி தொடர் உறக்க 'விரதம்' கடைப் பிடித்தேன் நான்.

இன்ஸ்பெக்டர் ஜாடை காட்ட, முகத்தின் அருகாமையில் இருநூறு வாட்ஸ் வெளிச்சத்தை பீய்ச்சினார்கள். கண்களைக் கூச வைத்தது வெளிச்சம், நான் அசையவேயில்லை. அதன் வெப்பம் ஆயிரம் ஊசிகளாய் முகத்தில் குத்தினது. உறுத்துப் பார்த்துக்கொண்டிருந்த அதிகாரி, "கான்ஸ்டபிள் மேட்ச் பாக்ஸ் கொடுங்க" என்றார்.

படக்கென்று கண் திறந்தேன். இன்ஸ், உதட்டில் ஒரு ராஜ புன்னகை. வெளிச்சத்திடம் தாக்குப் பிடிக்க முடியாமல் கண்களைக் குறுக்கிக்கொண்டேன். எதுவும் பேசாமல் கைகளை ஒன்று சேர்த்து அவரைத் தொழுதேன்.

கையிலிருந்த லத்தியால் எனது பிறப்புறுப்பை அவர் மெல்ல அசைக்க, முன்பே மெட்ரோ வாட்டர் பாரத்துடன் தவித்தவன், வேதனையில் துடித்துப் போனேன்.

ஆடை உடுத்தும்படி கட்டளையிடப்பட்டேன். பாண்ட் துணியின் கால்களிலும் சட்டையிலும் உடம்பை நுழைப்பதற்குள் பட்ட கஷ்டம்...! தேகத்தில் புண் இருந்தால் சாதாரணத் துணி கூடவா இவ்வளவு வேதனை தரும்?

''ஸார், ஒன்னுக்கு போக சிரமமாயிருக்கு'' என்றேன் ஈனஸ்வரத்தில்.

"ஒன்னுக்கு ரெண்டா காரியமெல்லாம் செய்தியே... அப்ப சிரமமில்லையா?" காக்கி உடுப்புக்குள் உறுமினார் அவர்.

மேஜையின் பக்கத்தில் உட்கார்த்தினார்கள். மேஜை என்னிடமிருந்து விலகிப்போவதும், வருவதுமாகத் தோன்றினது. தலைசுற்றல்!

"கள்ளச் சாராயம், சண்டியர், பொம்பளை பிசினஸ் இன்னும் ஏதாவது தொழில் இருக்குதா அவ்ளோதானா?" எகத்தாளமாகக்

கேட்டார் இன்ஸ்பெக்டர் தங்கமணி.

'முக்கியமானதைச் சொல்ல விட்டுட்டீங்களே... காவல்துறை ஆசாமிகளுக்கு மாமூல் கொடுத்தது...' என்று மனசுக்குள் பதில் சொன்னேன்.

'அடப்பாவிகளா... எவ்வளவு எலும்புத்துண்டு போட்டிருப்பேன், எல்லாருக்கும்! இப்பல்ல தெரியுது... உங்களுக்கு நான் போட்ட எலும்புத் துண்டுகள் எல்லாம் என்னோட விலாவிலிருந்தே ஒடிக்கப்பட்டதுதான்னு..."

என் நினைவுகளுக்குள் ஒரு காற்றழுத்தத் தாழ்வு மண்டலமே உருவானதாகச் சொல்லலாம்.

'ஒரு ராமனுக்கு ஒவ்வொரு தலையாக ஒட்டவச்சு ராவணனாக்கினது நீங்கதானேடா பாவிகளா? இப்ப வந்து அய்யய்யோ, பயங்கரம்! பத்துத் தலை ராட்சசன்னு பயந்தா எப்படி?' -எல்லா சிந்தனைகளிலும் போலீஸை சபித்தபடி, கோபத்தையும் வலியையும் அடக்கி தரைவெறித்தேன்.

"ஆட்டைக் கடிச்சு மாட்டைக் கடிச்சு மனுசனை கடிக்கிற மாதிரி... ஆறு கொலை பண்றவரைக்கும் தறிகெட்டு போயிட்டே, இல்லே?" -கொத்தாக எனது தலையைப் பற்றி மேலே நிமிர்த்தினார்.

"ஸார்! கொஞ்சம் நான் சொல்றதைக் கேளுங்க...!"

தாடையில் விழுந்த குத்தில் பொறி கலங்கிப் போயிற்று. பதில் சொல்லவே விடவில்லை தங்கமணி. நாய் கொண்டு வந்து போட்ட ஐந்துவைப் போல அருவருப்புடன் பார்க்கப் பட்டேன்.

"பாபு... என்னென்ன சொன்னானோ அதை எல்லாம் அப்படியே ஒப்புக்கொண்டு வாக்குமூலம் தரணும்... புரியுதா?" என்றார்.

"பாபு... என்ன சொல்லியிருக்கான் ஸார்?" -பரிதாப குரலில் கேட்டேன். கேள்வி கேட்டதற்காக இன்னும் தாக்குதல் கிடைக்குமோ என்ற சந்தேகத்துடன் பயமும் தென்பட்டது முகத்தில்.

"ஆறு கொலையையும் நீ செய்திருக்கேன்னுருக்கான்... ஒழுங்கா, மரியாதையா எல்லாத்தையும் ஒத்துக்க."

"ஸார்! கொலை நடந்தது உண்மை... ஆனா அம்புட்டும் நான் செய்ததா சொல்வது அபாண்டம்!"

ரங்கநாதனுக்கும், தங்கமணிக்கும் முகம் கடுமையானது. என்னை ஆக்ரோஷமாக அள்ளினர். என் முகத்தில் மீது மூச்சுக்காற்றின் உஷ்ணம் பட்டது.

"நாங்க சொல்றபடி ஸ்டேட்மெண்ட் கொடுப்பியா, மாட்டியா?"

“என்ன நடந்ததுன்னு கேளுங்க... ஒரு வரி விடாம எல்லாத்தையும் சொல்றேன்! பாபு சொன்னது உண்மையில்லை ஸார்! முழுப் பூசணிக்காயை சோத்துப் பருக்கைக்குள் மறைக்கப் பார்க்கிறான்! உண்மை என்னன்னா...” -மறுபடியும் தாடையில் மைக் டைசன் தாக்குதல். வாயின் எச்சில் மொத்தமும் சிகப்பு நிறத்திற்கு வந்திருந்தது. நாக்கு உப்புக் கரித்தது.

“உன் வியாக்கியானம் எதுவும் வேண்டாம்! நாயே! எங்களுக்கு எல்லாம் தெரியும்.”

உஷ்ணத்திலும் வலியிலும் உதடு துடித்தது.

“உங்களுக்கு என்ன ஸார் தெரியும்...?” என்று ஆரம்பித்து சில நெருப்பு வினாக்களை வீசினேன். காக்கி உடுப்பை கிழித்து காயப்படுத்தி காயப்போட்ட வினாக்கள்.

அவ்வளவுதான்! இரண்டாவது அத்தியாயமாய் லத்தி மழை, மயக்கம்!

எழுப்பி உட்கார்த்தின போது ஐம்பது சதம் செத்திருந்தேன். முகத்தில் சோடா அடித்துவிட்டு குடிக்கவும் கொஞ்சம் தந்தார்கள். ஏட்டு ஒருத்தர் ஒட்டல் இட்லியுடன் இலையை நீட்ட முக்கலும் முனகலுமாக கை நீட்டி வாங்கிக் கொண்டேன்!

இட்லியைக் கடிக்கவே முடியாமல் வாயின் சகல ஏரியாவிலும் வலி.

மூத்திர அவஸ்தை வேறு மூளை வரைக்கும் குடைந்தெடுத்தது.

கண்கள் சொருக சோர்வுடன் தலை சாய்த்தபோது, முகத்தில் இளம் சூடான நீர் வந்து மோத, அதன் நாற்றம் சகிக்காமல் நிமிர்ந்தேன். திடுக்கிட்டேன். எஸ்.ஐ. பவுன் என் மீது சிறுநீர் அபிஷேகம் செய்தபடி... ரெண்டு மாதம் முன் அவர் குழந்தைக்குப் பிறந்த நாள் வந்த போது வீடு தேடிப் போய் தங்கச் செயின் போட்டுவிட்டு வந்தது நினைவுக்கு வந்தது... கூடவே குமட்டிக் கொண்டு வாந்தியும் வந்தது. எஸ்.ஐ. செய்த காரியத்தை நினைத்தா? அல்லது எஸ்.ஐ.யை நினைத்தா...?

அடிவயிற்றிலிருந்து கக்கி வாந்தி எடுத்துக் கொண்டிருக்கையில் இன்ஸ்பெக்டர் நெருங்கி வந்தார். தனது பிரம்பால் மோவாயை நிமிர்த்தினார்.

“ஒழுங்கா மரியாதையா கேட்கிறேன். ஸ்டேட்மெண்ட் கொடுத்துடு! அப்புறம், நாங்க மனுஷனா இருக்க மாட்டோம்... சொல்லிட்டேன்.”

விழுந்து விழுந்து சிரிக்க ஆரம்பித்தேன்.

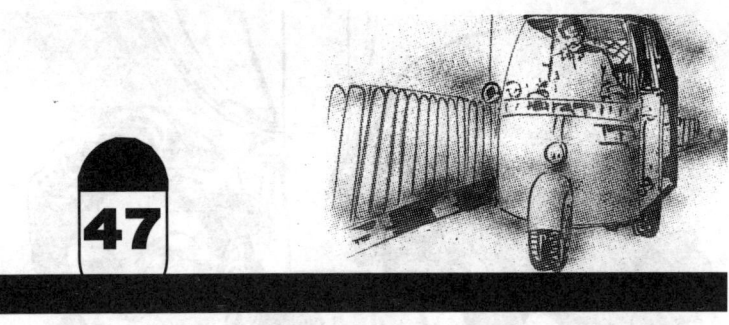

47

சிரிப்பென்றால் சாதாரண ரகமில்லை அது; பேய் பிராண்ட் சிரிப்பு. சிரிப்பின் தொனியும் ஒலியும் பார்ப்பவர்களைச் சற்று பய முறுத்தக் கூடியது! ஆனால் அவர்கள் பயப்படுகிற ஜாதி இல்லை; போலீஸ் ஜாதி! சில சில செகண்டுகள் வெறித்துப் பார்த்தனர். பின்பு ஒருவரை ஒருவர் பார்த்தனர். ஒரு தீர்மானத்துக்கு வந்தவராக என்னை நெருங்கினர்; மொத்தமும், சில்லறையுமாக மொத்தத் தொடங்கினர்.

சப் இன்ஸ்பெக்டர் என்னருகே மடங்கி உட்கார்ந்தார். என் மீசை ரோமத்தை வெடுக்கென்று கைகளால் பிடுங்கி என்னிடமே காட்டி- இப்போது அவர் பேய் சிரிப்பு சிரிக்கிறார்.

அது வாஸ்தவத்தில் சிரிக்கத் தக்க விஷயம்தான். எனக்கு வலியே தெரியவில்லை.

மீண்டும் அடிகள். உதட்டைக் கடிப்பதால் உண்டாகும் வலி யைத் தவிர, வேறு எங்கும் உணர்ச்சி இல்லை.

ரத்தம் கசியும் ஈறுகளை நாக்கு தடவிப் பார்க்கிறது. பற்கள் எத்தனை உடைந்திருக்கும். மூன்றா, நான்கா? இல்லை. அது 'விசாரணை' செய்யும் அதிகாரிகளின் எண்ணிக்கை. 'சாவே! சீக்கிரம் வந்து தொலையேன்... பிறப்பின் கடன் தீர்ந்ததென்று கைதட்டுவேனே!' இப்போது சிரிப்பது அவர்களின் முறை; இடிஇடியென சிரிக்கிறார்கள்! மனிதன் மட்டும் தான் ஜீவராசிகளில் சிரிப்பவனாம்! அப்படிப் பார்த்தால் இதோ இங்கே சிரிப்பவர்களில் மனித ராசி யாருமில்லையோ?

என் ரத்தம் விழலுக்கு இறைக்கப்படுவதை விரும்பவில்லை அவர்கள்! திரும்பத் திரும்ப வற்புறுத்தினார்கள்.

"ஒழுங்கா எல்லா உண்மையையும் ஒப்புத்துக்க!"

போலீஸின் அகராதியே தனி. உண்மையை ஒப்புத்துக்க என்று அவர்கள் கட்டாயப்படுத்தினால் 'எங்களை வழிமொழி!' என்பதுதானே பொருள்!

காவலர்கள் என்போர் கைதிகளின் ஆண் மாமியார்கள் போல. அதனால்தான் சிறைக்குப் போவதை மாமியார் வீட்டுக்குப் போவதாக குறிப்பிடுகிறார்களோ என்னவோ.

மரண வாக்குமூலம் ● 303

அட்சதை அரிசியையும் வாய்க்கரிசியையும் ஒரே சட்டைப் பைக்குள் போட்டுக் கொள்ள இவர்களால் எப்படிதான் முடிகிறதோ?

பிள்ளையார் சதுர்த்தி முடிந்ததும் பிள்ளையாரைத் தூக்கி ஆற்றில் வீசியெறிந்து விடுகிற பக்தர்கள் போல்தானே போலீசும்!

என் கண்களிலும் கன்னங்களிலும் ஈர ரேஸ்!

அவர்கள் தாக்கத் தாக்க, எங்கோ கீழே... கீழே... தரையே இருக்க முடியாத ஒரு பாதாளத்தில பயணித்தேன்!

பணக்கார வீட்டு கர்ப்பிணி போல பையப் பைய பயம் நடந்து வந்தது மோகனுக்குள்! ஒரு நாளா... ரெண்டு நாளா... பதினைந்து, இருபது நாட்களாய் அண்ணனைக் காணவில்லை.

அண்ணன் மட்டுமா, அந்த பாபுவையும்தான் பார்க்கவே முடிவதில்லை!

பயம் மட்டுமல்ல... ஒரு சந்தேகமும் நினைவுகளில் நிழலாடிற்று!

'ரெண்டு மூணு வாரமாய் சங்கரண்ணனைக் காணவில்லை...

அண்ணியும், குடும்பமும் கவலையுடன் நம்மை விசாரிக்கிறார்கள்! ஆனால், பாபு வீட்டில் துளிகூட விசாரிக்கவில்லை. அது மட்டுமில்லை. நாமாகத் தேடிக் கொண்டு போனாலும் பொறுப்பில்லாமல் பதில் வருகிறதே! அது ஏன்?"

சஞ்சலம் சந்தேக தீக்குச்சியை மனசுள் திரும்பத் திரும்ப கொளுத்திப் போட்டது! தெரிந்த போலீஸ் அதிகாரியிடம் போய் தன் தாறுமாறான கவலையைத் தெரிவித்தான்!

"சங்கரையும், பாபுவையுமா தேடறே? அவங்களுக்கென்னப்பா! பேரைக் கேட்டா பிரசிடெண்ட்டே சலாம் போடுவாரு... நீ வேறே! குண்டூர், ஹைதராபாத்துன்னு மொத்தமா எங்கனா சரக்கு பிடிக்கப் போயிருப்பாங்க" என்றார் சாவதானமாக. ஆனாலும், சொல்லாமல் கொள்ளாமல் போக மாட்டார்களே என்று மோகனுக்குள் சந்தேகம் மெலிந்த நூலாக அசைந்து கொடுத்தது.

அப்படியே சென்றாலும் போனதும் போன் செய்திருக்க வேண்டுமே! தவிரவும், ஆந்திர சாராய வியாபாரிகளுக்கு போனடித் தும் பார்த்துவிட்டான். 'இங்கே வரவேயில்லை' என்றார்கள்.

சுவற்றில் அடித்த பந்தாக அந்த அதிகாரியிடமே திரும்பினான்.

"ஸார்! அண்ணனைப் பத்தி சுத்தமா ஒரு தகவலும் இல்லை... நீங்கதான் கண்டுபிடிச்சு சொல்லணும்."

அவரிடமிருந்து ஒரு சினிமாஸ்கோப் பெருமூச்சு வெளிப்பட்டது. கசக்கிப் போட்ட காகிதமாக அவர் நெற்றி நிறைய கவலை ரேகைகள்.

"இங்கே அவருக்கிருக்கிற செல்வாக்கிற்கு போலீஸ் கை வைக்க முடியாது! எதிரிங்க என்னமாவது செய்திருந்தாலும், இந்நேரம் தெரிஞ்சிருக்கும்; ஒரு வேளை ஆந்திரா ஸ்டேட் போலீஸ் லிமிட்லே மாட்டியிருந்தாதான் உண்டு; இங்கே ஒரு வேளை கேஸ் ஃபைல் பண்ணியிருந்தாலும், இந்நேரம் தெரிஞ்சிருக்குமே! கைதாகியிருந் தாலும் கண்டிப்பா ஆந்திரா பார்டர்லேதான்; ரெண்டு நாள் டைம் குடு; கண்டுபிடிக்கச் சொல்லிடறேன்! போதுமா?" என 'கியாரண்டி' சர்டிபிகேட் தந்தார்.

மோகன் நிம்மதிப் பெருமூச்சு விட அவர் அசட்டுச் சிரிப்புடன் தனது உள்ளங்கையைச் சொறிந்தார். அர்த்தம்.

பெண்! பெண்!!

"விஜயான்னு புதுசா ஒரு பொண்ணு வந்திருக்கு! கூட்டியாரவா ஸார்?"

தலையை இடம் வலமாக ஆட்டி மறுத்தார்! "நமக்கு அதிலே எல்லாம் அதிகம் இண்ட்ரஸ்ட் கிடையாது மோகன்! உனக்குத் தெரியாது; சங்கரண்ணனுக்கு தெரியும்! எனக்குப் பெரும்பாலும் நடிகைங்கதான்" என்றார்.

“சொல்லுங்க ஸார்! யாரைக் கூட்டி வரட்டும்?” என்றான்.

அவர் பெயரை சொன்னதும் சன்னமாக மிரண்டு போனான்.

“ஸார்... அவங்க அதுக்கெல்லாம் வருவாங்கன்னு தோணலை... தெரியாம சொல்றீங்க! டிஸ்கோ டான்ஸரை வேணா கூட்டி வரட்டுமா?”

தொப்பை குலுங்க சிரித்தார் அவர்.

“அடப் போப்பா! நீ வேற; அவளை மாதிரி இண்ட்ரஸ்ட்டான ஒத்துழைப்பு கொடுக்கிறவ யாருமே இல்லை தெரிஞ்சுக்க... உனக்கு விபரம் பத்தாது” என கேலியாகச் சிரித்தார்.

யார்டிலி இங்கிலீஷ் லவண்டர் மணத்துடன் செக்கச் சிவக்க வந்து சேர்ந்தார் நடிகை. நல்ல உயரம். இமைக்கூரைகள் இளமைக் கனவுகளின் சுமையாய் விழிகளின் மேல் சற்றே சரிந்திருந்தன. மேக்கப், காஸ்ட்யூம் எதையும் கலைக்காமல் தேவதை உடையில் வந்தார்.

மோகனின் இதயம் ஒரு கணம் துடிக்க மறந்து அப்புறம் பந்தயக் குதிரையின் வேகத்தில் துடிக்க ஆரம்பித்தது. அளவாய் செதுக்கப்பட்ட புருவங்கள். ரத்தத்தில் குளித்த மாதிரி சிவப்பு உதடுகள், பாப் கூந்தலுடன் தலை, எல்லாமாக கூட்டணி சேர்ந்து அந்த கணத்தின் மகாராணியாக நடிகையைக் காட்டின.

நடிகை அம்மா கேட்ட தொகையை எடுத்துக் கொடுத்தான்.

மறுநாள்

அதிகாலை ஆறுமணி. இலைகளில் திரவ நட்சத்திரங்கள் இளித்துக் கொண்டிருந்தன. கிழக்கு வானத்தில் பெயர் சூட்டப் படாத பல வர்ணங்கள்! நடிகையைக் கூப்பிடப் போன மோகன் அந்தப் பெண்ணின் முகத்தைப் பார்க்கவே கஷ்டப்பட்டான்.

‘அய்யய்யோ! அந்த ஆளா...?’ என நடிகையின் அம்மா பயந்தது ஞாபகத்திற்கு வந்தது.

‘பாவம்! என்ன பாடு படுத்தினாரோ, நடிகையின் முகத்தில் இவ்வளவு வேதனை’ நெடுநேரம் கார்ப் பயணம் கடும் அமைதியுடனேயே தொடர்ந்தது.

நடிகைதான் மௌனத்தைக் கலைத்தார்.

“ஏய் எனக்கு செலவழிக்கிறதுக்கு பதிலா உன் அண்ணனை வெளியே கொண்டு வர நீயே பணம் செலவு செய்யக் கூடாதா?”

தூக்கி வாரிப்போட மோகன் ப்ரேக்கை அழுத்தினான்.

“எ... என்ன சொல்றீங்க?”

“இருபது நாளா போலீஸ் கஸ்டடிலே இருக்காராமில்ல சங்கர்? அவரை அரெஸ்ட் பண்ணினதே... இதோ இப்ப நீ கொண்டு விட்டியே, அந்த ஆபீசர்தானாமே?” என்றார் கொட்டாவி விட்ட படியே. ப்ரிய நடிகையின் முகத்தைப் பீதியுடன் பார்த்தான் மோகன்.

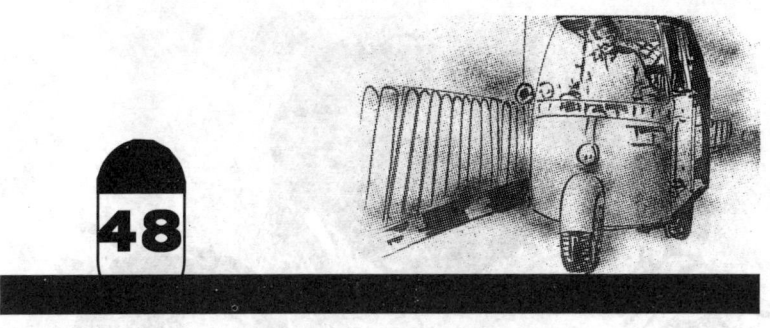

48

கோழிக்குஞ்சாய் கண்விழித்தபோது கோர்ட்டில் இருந்தேன்!

தேதி ; 26-6-88

கோர்ட்டுக்கு ஏன் வந்தோம், எதற்கு வந்தோம் என திகைப்பு; கடந்த ஓரிரு தினங்களில் போலீஸ் போதித்தவற்றுள் சில மனசுக்குள் மங்கலாய் அலை மோதிற்று.

''கோர்ட்டிலே எது கேட்டாலும் ஆமான்னு தலையாட்டணும்... மவனே! எதுன்னா சிக்கல் இழுத்து விட்டியோ, தொலைஞ்சே;''

சைதாப்பேட்டை ஜே.எம்.ஐ. கோர்ட்டில் ஆஜர் செய்தார்கள்! சண்டை கேஸ் பதிவு செய்து, 100 ரூபாய் அபராதத்தை போலீசாரே கட்டி என்னை விடுதலை செய்தார்கள்!

ஆச்சரியமாக இருந்தது. 'இவ்வளவு சுலப விடுதலையா?'

போலீசார் 'வழிகாட்டலில்' நான் சண்டைக் கேஸை கனம் கோர்ட்டாரிடம் ஒப்புக் கொள்ள, அபராதத் தொகை மட்டும் கட்ட சொல்லிவிட்டனர். அதையும் கூட போலீஸே கட்டிவிட்டது! அப்பாடா; நிம்மதி!

வெளியேறு முன் கோர்ட் ஊழியர் ஒருத்தரிடம் கேட்டேன். "ஆமா... இன்றைக்கு மாசம், தேதி என்ன ஸார்?"

ஊழியர் மயக்கத்தில் விழுந்து மண்டையை உடைத்துக் கொள்ளாதது ஆச்சரியம்! 'இவ்வளவு கம்ப்ளீட்டாக குற்றங்களை ஒப்புக் கொண்டு ஃபைன் கட்டினவனா தேதி கூட தெரியாத குழப்பத்தில் இருப்பான்?'

6-6-88 அன்று ஸ்டேஷன் கூட்டிப் போய் 26-6-88 வரையா ஒருத்தனை வழக்கே பதிவு செய்யாமல் ஸ்டேஷனில் வைத்திருப்பார்கள்? மனதுள் அடைமழையாய் ஆச்சரியம்!

மோகன்தான் சொன்னான் 'அண்ணே எஃப்.ஐ.ஆர்ரே போடாம சங்கர் நகர், குரோம்பேட்டை, தாம்பரம் சேலையூர், மீனம்பாக்கம், கிண்டின்னு எல்லா இடத்திலும் ஸ்டேஷனுக்கு

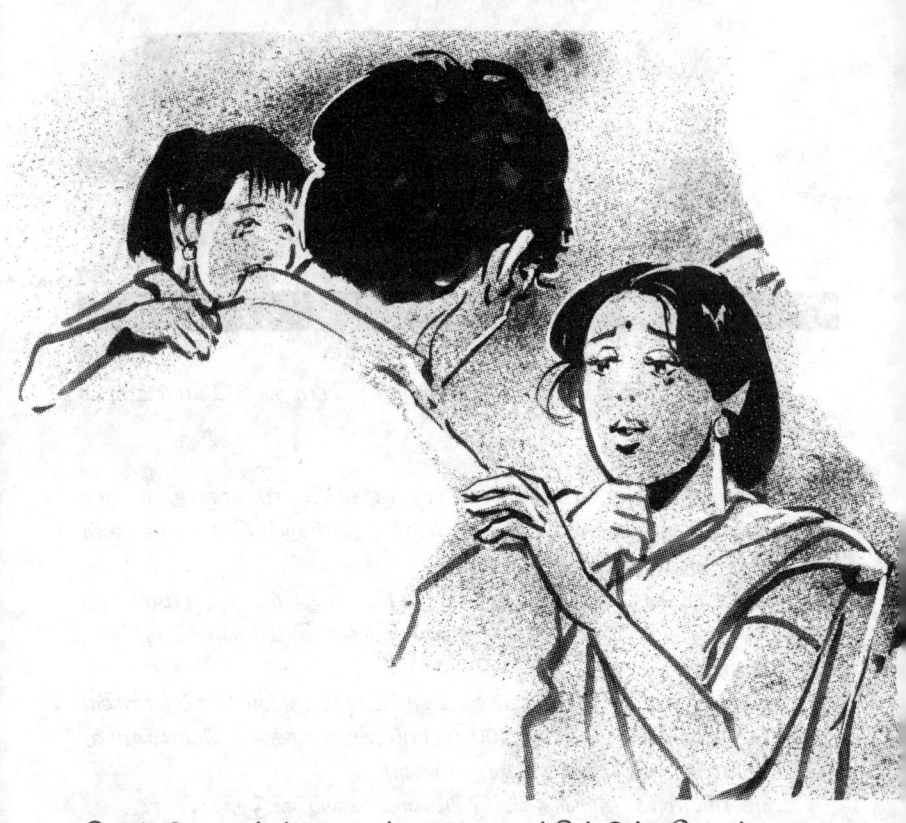

ரெண்டு நாள்ன்னு உங்களை தூக்கிட்டுப் போய் பூஜை நடத்தியிருக்காங்க! ஒரே ஸ்டேஷன்ல வச்சிருந்தா வில்லங்கமில்லே... அதனால, இப்படி!'

"சரி... இப்ப ஏன் விட்டாங்க?"

"நான் வக்கீல் வச்சு, தீவிரமா மூவ் பண்றது தெரிஞ்சதாலேதான்! படக்குன்னு விழிச்சுக்கிட்டு ஒரு சாதா கேஸை பதிவு பண்ணி, என்னவோ நேத்துதான் கைது பண்ணினது மாதிரி ஃபைன் கட்ட வச்சு, அதையும் அவனுகளே கட்டி வெளியே விட்டுட்டானுக! நல்ல வேளை... அந்த நடிகை நீங்கள் உள்ளேயிருக்கிற விஷயத்தை எனக்கு சொன்னா! இல்லைன்னா உள்ளே வச்சே உங்களைக் கொன்னு சமாதியும் கட்டிருப்பானுக அண்ணே!"

"நல்லா இருக்கணும்டா அந்தப் பொண்ணு" என அந்த நடிகையை நான் வாழ்த்தினது வீண் போகவில்லை! பின்னாளில் நடிகர் ஒருவரைக் காதலித்து ஏமாந்து தற்கொலைக்கு முயன்று தெய்வாதீனமாக உயிர் தப்பித்து, இதோ இப்போதும் சின்னத் திரையில் கொடிகட்டிப் பறக்கிறது அந்தப் பெண்.

வீடு திரும்பினதும், மனைவி ஜெகதீஸ்வரி கண்கள் பல்பு போட்டது!

"பத்து, பதினைந்து நாளா எங்கப்பா போனீங்க? நானும் குழந்தைகளும் தவியா தவிச்சோம்! உங்க தம்பி மோகன் எங்கிட்டெல்லாமோ தேடிப் பார்த்தாரு; உங்களுக்கு என்ன ஆச்சு? ஏன், இப்படி கறுத்து மெலிஞ்சு இருக்கீங்க? இத்தனை நாளும் எங்கே போனீங்க?" -வியப்பில் நனைந்த குரலில் வினவினாள். திருவிளையாடல் தருமியாக அடுக்கடுக்காய் கேள்வி வீச, நான் மோகனைப் பார்த்தேன். மோகன் என்னைப் பார்த்தான்.

இருவர் கண்களும் அந்தரத்தில் முட்டிக்கொண்டன.

'அனுபவித்த சித்திரவதைகளை சொன்னால் தாங்குவாயா பெண்ணே?' என்று நினைத்துக் கொண்டேன்.

கேள்வி மேல் கேள்வி கேட்ட மனைவியைக் கட்டிப் பிடித்துக் கொண்டு கதறினேன்! பாசத்தினால் மட்டுமல்ல... அவள் தொட்ட இடமெல்லாம் வலி தெறிக்க தொட்டாற் சிணுங்கினேன்!

"சாராயம் லோடு எடுக்க ஆந்திரா போனப்ப அங்கே மாட்டி கிட்டேன். அரஸ்ட் பண்ணி ஆந்திரா ஜெயில்ல வச்சுட்டானுக! அங்கே, எனக்கு யாரும் பழக்கமில்லை; நம்ம தமிழ்நாடா இருந்தா, எவனுக்காவது தகவல் சொல்லி உடனே வெளியே வந்துடலாம். அங்கே முன்பின் அறிமுகமில்லாத இடத்திலே ஒண்ணும் பண்ண முடியாம சாராயம் லோட் பண்ற முதலாளிக்கு சொல்லி அனுப்பி, அந்த ஆந்திர ஆள் என்னை பெயில் எடுத்து இன்னிக்குதான் வெளியில வந்தேன்" என சமாளித்தேன்.

"யாரு அந்த ஆந்திர வியாபாரி! மவராசன். நல்லா இருக்கணும்"

"பாலகிருஷ்ணரெட்டின்னு பேரு" -தன்னை வாடிக்கை யாளராக வைத்திருக்கும் ஒருத்தர் பேரை சும்மாவானும் சேர்த்துக் கொண்டேன்!

"பாபு ஏன் இந்தத் துரோகத்தை செய்யணும்?"

வைக்கோல் போருக்குள் தொலைந்து போன நாலணாவைத் தேடுகிற மாதிரி, பாபுவின் செயலுக்குக் காரணம் தேடினோம் நானும் தம்பியும்!

மோகனின் விழிகளை வியப்பு மலர்த்தினது.

"என்னண்ணே! விஸ்கியிலே சோடா கலக்காம சோடாவிலே விஸ்கி கலந்து சாப்பிட்டீங்க?"

"வலிடா! முப்பது நாற்பது பயலுவ வாங்க வேண்டிய வலியை நான் ஒருத்தனே வாங்கியிருக்கேன்! ஒன்னுக்கிருக்க முடியலே... அங்கே வலிக்குது. எச்சில் துப்ப முடியல... வாய் வலிக்குது. காதைத் தவிர எந்த உறுப்பும் அதோட வேலையைச் செய்ய முடியல! யோசிச்சா கூட மனசு வலிக்குது... பாபுவை நினைச்சு...

மரண வாக்குமூலம் ● 309

''பாபு காட்டிக் கொடுத்ததும், கைது செய்ததும் ஒரு ஆச்சரியம்ன்னா போலீஸ் வெறும் சண்டை கேஸ் மட்டும் பதிவு பண்ணிட்டு வெளியே ஏன் விட்டாங்க?"

முணுக்கென்று கோபம் வந்தது மோகனுக்கு, "பாபு பெரிய யோக்கியனா? மெஜாரிட்டி கொலைகளை பண்ணினதே அவன்தானே அண்ணே! போலீஸ்லே நாமே சரணடைந்து ஒரு வாக்குமூலம் கொடுப்போமே அண்ணே?'' -முற்றுப்புள்ளி இல்லாமல் பேசினான் மோகன்..

பற்கள் சுளுக்கிக் கொள்ளும் அளவு பலமாகச் சிரித்துமுடித்து,

"ஸ்டேஷன்லே வச்சு நானே கொடுக்கிறேன்னேனேடா! அவங்க வாங்கினாதானே! போலீஸ் இஷ்டத்துக்கு ஒரு ஸ்டேட்மெண்ட்டை வச்சுகிட்டு அதை ஒப்புத்துகிட்டில்ல கையெழுத்துப் போட சொல்றாங்க! நான் சொல்றதைக் கேளு மோகன்... நீ உடனே போய் ஒரு வக்கீலைப் பாரு! அவர் கிட்டே எல்லாத்தையும் சொல்லு... அவர் யோசனைப்படி நட!"

மனசை ஆக்ஸா ப்ளேடாக அறுத்தது கவலை. வந்து மாட்டிக்கொண்ட பிறகு தான் இது சீனியல்ல சிலந்திவலை என்று ஈக்களுக்குப் புரியும்! அதற்கு ஈடான சிக்கலில் இருப்பதை இருதயம் உணர்த்தினது.

இப்போது வலியப் போய் ஒரு வக்கீலிடம் நிஜங்களைச் சொல்வதால், மற்றும் ஒரு அந்நியருக்கு நம் அந்தரங்கங்களை காட்டிக் கொடுத்தது ஆகாதா?"

"அண்ணே... என்ன யோசனை பண்றீங்க?" -பயமும் பவ்யமுமாய் கேட்டான் தம்பி.

"ஹூம்! யோசனையே இல்லாம காரியங்களைப் பண்ணிட்டு இப்ப யோசனை பண்ணி என்ன ஆகப் போகுது?" -டம்ளரில் மீண்டும் அந்த ராஜ திரவத்தை ஊற்றினேன். கட்சி மாநாட்டு உண்டியல் மாதிரி கலகலவென சப்தம்!

"ஜெகதீஸ்வரி கிட்டே எல்லா உண்மையையும் நான் சொல்லி யிருக்கணும்டா! ஆந்திரா- பாலகிருஷ்ணரெட்டி- அது... இதுன்னு ரீல் விட்டிருக்க வேணாம்." -திரும்பவும் டம்ளர் ததும்பிற்று.

"அண்ணி பயந்துடுவாங்கண்ணே! நீங்க மறைச்சதுதான் சரி."

''இல்லை மோகன்... நாளைக்கு விஷயம் தெரிஞ்சு துடிக்கிறபோது ரெண்டு மடங்கு வலிக்கும் அவளுக்கு! புருஷன் கடைசி வரை இதை நம்பகிட்டே சொல்லவே இல்லையேன்னு வேற துடிக்கும்... உம்"

மோகனிடமிருந்து தன் கண்களைக் கழற்றி வானம் பார்த்தேன். சரக்கு ஊற்றப்போன தம்பியைத் தடுத்தேன்! குடிப்பதால், கதவைத்

தட்டும் கஷ்டத்தை மறந்து விடலாம், மறுத்துவிடவா முடியும்?

என் மௌனம் மோகனுடன் சண்டை பிடித்தது.

"அண்ணே! இனிமே அதை நான் பார்த்துக்கிறேன்! நீங்க எந்த கவலையும் இல்லாம ஒரு வாரம் வீட்டிலே ரெஸ்ட் எடுங்க! கோழி அடிச்சு தினம் சாப்பிடுங்க... மனசை அலட்டிக்கக் கூடாது... நான் இருக்கேன் அண்ணே உங்களுக்கு!" -தம்பியின் வார்த்தையில் ஈரம் சாரமிட்டிருந்தது.

சபையில் ஆடை அவிழ்ந்தால் அடுத்தவருக்குத் தெரியாமல் ஒருவன் சரிசெய்து கொள்வது மாதிரி கண்களில் தோன்றின ரகசிய கண்ணீரை கண்களுக்குள்ளேயே புதைத்துக்கொண்டேன்.

வீடு திரும்பினதும் ஜெகதியிடம் நன்றாகக் கவனிக்கும்படி கேட்டுக்கொண்டான் மோகன்! உடம்பு தேறுகிற வரைக்கும் எந்த பிரச்சினையையும் என் காதில் போடக்கூடாது என கண்டிஷன் போட்டான்! பின்னர் என்னிடம் கண்களால் விடை பெற்றான்.

வீட்டுச் சமையலும் ஓய்வும் பத்து, பதினைந்து நாட்களில் திரும்பவும் திடகாத்திரனாக்கினது.

கண்ணாடி பார்த்து ஷேவிங் செய்தபடியே மனைவியிடம்,

"மோகன் எங்கே? ஆளையே காணோமே!" -கேட்டேன்.

''ஆமாங்க! அன்னிக்கு உங்களை கொண்டு வந்து விட்டவர்தான்! அப்புறம் வரவேயில்லை" என் முகத்தில் அதிர்ச்சியும் வியப்பும் அடுத்தடுத்து மின்னின.

"ஆளை காணோமா? என்கிட்டே நீ சொல்லவே இல்லை... கேட்ட போதெல்லாம் இப்பதான் வந்துட்டுப் போனாரு... 'கவலைப்படாம ரெஸ்ட் எடுக்க சொன்னார்'ன்னெல்லாம் சொன்னே?"

''ஆமாங்க! உங்களைக் கவலைப்படாம பார்த்துக்க சொன்னாரில்ல அன்னிக்கு..."

"போச்சு! எல்லாமே போச்சு! நான் மாட்டின மாதிரி அவனும் மாட்டிக்கிட்டான்" என்றேன் கலவர குரலில்.

"ஏங்க... அந்த பாலகிருஷ்ண ரெட்டி காப்பாற்ற மாட்டாரா?" என அப்பாவியாய் கேட்ட மனைவியைப் பார்த்து அழுவதா, சிரிப்பதா என தெரியவில்லை.

வாசலில் ஜீப் சப்தம் கேட்க திகிலுடன் திரும்பிப் பார்த்தேன். போலீஸ்! ரத்த நாளங்கள் குய்யோ... முறையோ என போராட்டம் நடத்தின.

"யாருங்க வந்திருக்கா?" -மனைவி கேட்க வற்றின குரலில் சொன்னேன்,

"உம்...! பாலகிருஷ்ண ரெட்டி..." என்றேன்.

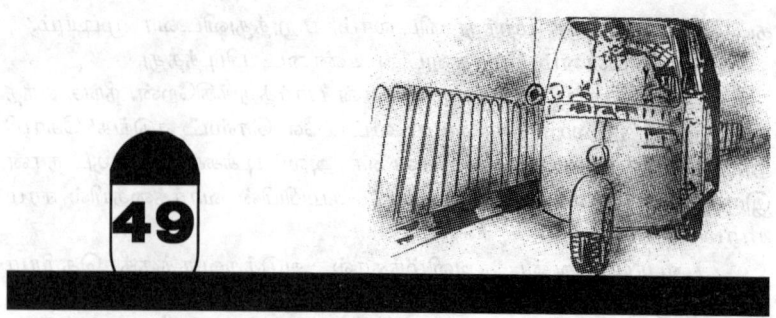

49

போலீசைப் பார்த்ததும் எலும்புகளுக்குள் பொலபொலவென ரகசிய முனகல். முகத்தில் அதிர்ச்சி மறைத்து, தப்பான துவாரங்களில் சட்டைப்பொத்தான்களை மாட்டிக் கொண்டு வாசலுக்கு வந்தேன்.

வெளியே நின்றிருந்த அதிகாரி, பிரபந்தத்தின் பேர்கொண்டவர். விறைத்துப்பார்த்தார் என்னை. ரெண்டு திசைகளின் முடிவுகளைக் கண்டறிய வேண்டுமெனும் முடிவோடு மீசை வளர்த்திருந்தார்போல.

நெஞ்சுக்குள் ஒரு திக் வாங்கிக்கொண்டு, "என்ன வேணும் சார்?" என்றேன். ஒரு மாமலையின் உச்சியிலிருந்து கண்ணுக்குத் தெரியாத அருவி ஒன்று கசிவதுபோல மனசுக்குள் பயப் பாம்பு ரகசியமாக நெளிந்து கொடுத்தது.

ஆனாலும், உள்ளுக்குள் உணர்ச்சிகளை ஒளித்துக்கொண்டு, உதடுகளின் ஓரத்தில் ஒரு சின்னச் சிரிப்பை சிந்தினேன்.

"ரெண்டு மாசம் இருக்குமா சார், நாம் சந்தித்து?" என 'கொல்லைப்புற' வழியில் நுழைய பார்த்தேன்.

அவரா மசிவார்? அந்நியர் அரவம் கேட்டதும் முந்தானை இழுத்துத் தன் மார்பை அவசரமாக மூடிக்கொள்ளும் தாய்க்குலம் போல, அவசர அவசரமாக முகத்தைக் கடுமையாக்கிக்கொண்டார்.

திருவான்மியூர் ஸ்டேஷன்! ஜீப்பை விட்டு இறங்கின எனது விழிகள் வியப்பில் நெற்றி வரை உயர்ந்தன. என்றுமில்லாத அதிசயமாய் ஸ்டேஷனில் எவ்வளவு போலீஸ்? மத்திய அமைச்சர்கள் யாராவது வருகிறார்களா என்ன? இன்ஸ்பெக்டர் தலைமலை, தங்கமணி, ரங்கநாதன் இவர்களுடன் சி.பி.சி.ஐ.டி. பிரிவைச் சேர்ந்த சவுகத்அலி, சின்னதம்பி, முருகானந்தம் மற்றும் அறுபதுக்கும் மேல் காவலர்கள் வேறு!

அனைவரும் வந்திருப்பது என்னுடைய அர்த்தஜாம பூஜைக்காகத்தான் என்பதைப் புரிந்துகொள்ள சில நிமிடங்கள் தேவைப்பட்டன.

ஸ்டேஷன் உள்ளே நுழைந்ததுதான் தாமதம். அவ்வளவு போலீசும் சூழ்ந்து என் கைகால்களுக்கு விலங்கு போட்டு அலாக்காகத் தூக்கிக்கொண்டு போய் வேனில் போட்டனர். வேனுக்குள் மற்ற எடுபிடிகளான ஜெயவேல், ராஜாராம், செல்வராஜ், பழனி, பரமசிவம் அனைவரும் ஏற்கனவே அரெஸ்ட் செய்யப்பட்டிருப்பது பார்த்து திடுக்கிட்டேன்.

"அண்ணே!" என்று அலறித்தீர்த்தனர் அவர்கள்...! உண்மையில், அவர்களில் பாதிப்பேருக்கு நடந்திருக்கும் கொலைகள் பற்றி எதுவுமே தெரியாது! என்னுடன் பழகின 'பாவத்துக்காக' அவர்கள் மீதும் வீண் புகார்!

நெற்றியில் அடித்துக்கொண்டு கதறி அலறினேன்.

''என் கூட சேர்ந்து எல்லா குற்றமும் செய்த பாபு, தப்பிச்சதுகூட தப்பில்லை... ஒரு பாவமும் அறியாத உங்களையெல்லாம் பிடிச்சிட்டு வந்துட்டானுகளே... உருப்படுவானுங்களா?'' என சப்தமாய் அரற்றினேன். அதன் இடைஞ்சலால் உந்தப்பட்டு வேனுக்குள் எட்டிப்பார்த்த போலீஸ்காரர் ஒருவர், "டேய் சங்கர்! கம்முனு கிடக்க மாட்டே? உள்ளே வந்தேன்... கண்ணை நோண்டிருவேன்!"

"வாடா! உள்ளே வா... கண்ணை நோண்டு! குருட்டுத்தனமா செயல்படற ரெண்டு போலீஸ்காரனுக்காவது என் கண்ணை எடுத்துவை... வா... வந்து நோண்டு" போலீஸ் பட்டாளமே உள்ளே புகுந்தது. எங்கே தோல்வி அடைகிறோமோ, அங்கே கோபம் வரும் போலீஸ்காரர்களுக்கு. அங்கே கோபம் வந்தது.

நான் பயந்தது போல, அப்போது போலீசில் பிடிபட்டிருக்கவில்லை மோகன். தலைமறைவாகியிருந்தான்.

அண்ணனை வீட்டில் கொண்டுவந்து சேர்த்துவிட்டு நேராக வக்கீல் வீட்டுக்குச் சென்றான்.

"உங்க மீது எஃப்.ஐ.ஆர். எதுவும் பதிவாகவில்லை என்கிறீர்கள். உங்கள் அண்ணன் சங்கர் மீதும் ஏதோ சின்ன தகராறு கேஸ்தான். ஃபைன் கட்டி விடுதலையாகிவிட்டார் இன்னும் எதற்கு முன்ஜாமீன்?"

மோகன் மென்று விழுங்கினான். 'இல்லை சார்... கொலை பண்ணி வீட்டிலேயே புதைச்சுட்டோம்' என்று சொல்லிவிடலாமா? தாங்குவாரா வக்கீல்? சந்தேகம் ஆடிக்காற்றில் ஆடும் அகல்விளக்குச் சுடராய் ஆடிக்கொண்டேயிருந்தது. உதட்டில் எரிந்த சிகரெட்டும் உள்ளுக்குள் இருந்த தைரியமும் குறைந்துகொண்டே வந்தது.

வக்கீல் வீட்டு முன்னால் நிறுத்தியிருந்த தனது வாகனத்தை உசுப்பும்போது தெருமுனையில் சட்டென்று தென்பட்டது அந்த அபாயம்!

மஃப்டியில் ஒரு போலீஸ்காரர். மூன்று, நான்கு தினங்களாய் அவனை பின் தொடர்ந்துகொண்டிருக்கிறார். முதலில் அதை அசட்டையாக விட்டுவிட்டான்.

இவனைப்பார்த்ததும் அவர் மறைந்து கொள்ள, உடனடியாக உஷாரானான். கவனத்தின் காதுகளைத் திருகினான். உடம்பு பூரா வியர்வை முத்துகள் முளைத்து உடையை நனைத்தது. குண்டு பாய்ந்த குமிழியாய் உடைந்துபோனான்.

என்ன பயங்கரம்?

நேற்றுவரை வானவில்லோடு வாழ்க்கை நடத்திவிட்டு இன்று நிமிஷம்தோறும் நரகமா? இமையே சுமையாவதுமாதிரி நண்பர்களான போலீசே இப்போது எதிரியா?

எச்சரிக்கை செல்கள் விழித்துக்கொள்ள, சுதாரித்த மோகன் வண்டியை தாறுமாறான வேகத்தில் செலுத்தினான்.

மோகன் மூச்சு வாங்க நின்ற இடம் சிவாஜியின் இல்லம்!

நண்பனின் காதுகளுக்கு அந்த கசப்பு நிஜத்தை அறிமுகப்படுத்தினான். செய்தியைக் கேட்கக் கேட்க சிவாஜியின் முகம் ஜீவனை இழந்தது!

பாபுவா? பாபுவா காட்டிக்கொடுத்தான்? என்று திரும்பத் திரும்ப திகைத்தான்.

“போலீஸோட பிளான் என்னன்னே தெரியமாட்டேங்குது சிவாஜி. ராஜாராம், பழனி, பரமசிவம், ஜெயவேல்ன்னு தினத்துக்கு ரெண்டு ஆளா அள்ளிக்கிட்டு போறாங்க. அவங்களுக்கெல்லாம் நடந்த கொலைகள் பற்றி ஆனா ஆவன்னாகூட தெரியாது. ராஜாராம், பரமசிவமும் கால் வேற ஊனம். பாவம், ஜெயவேல் அல்சர் பேஷண்ட்... கேஸுக்கு சம்பந்தமில்லாதவங்களையே தூக்கிட்டு போறப்ப, நம்மைவிட்டு வைக்கவா செய்வாங்க? எனக்கு வீட்டை நெருங்கவே கதி கலங்குது... உங்க வீட்டைக்கூட போலீஸ் வாட்ச் பண்ணிக்கிட்டுத்தான் இருக்கு.... கவனிச்சேன்!”

கருவேல முள்ளால் கண்களுக்குள் கோடு இழுத்தமாதிரி துடித்துப்போனான் சிவாஜி!

“அய்யய்யோ! என்ன சொல்ற மோகன்; இவ்வளவு நடந்திருக்கு! எனக்கு எதுவுமே தெரியாதே. என் வீட்டை போலீஸ் கண்காணிக்குதா? நான் அரெஸ்ட் ஆயிடுவேனா... ஐயோ, எனக்கு படபடன்னு வருதே மோகன்!” -இமைகளுக்குக் கீழே அணைகட்டி கண்ணீரைத் தேக்கினான்.

குழப்பக் குளத்துக்குள் விழுந்து நீச்சல் தெரியாமல் தத்தளித்தான்.

“இப்ப என்ன செய்றது மோகன்?” -இதயத்தின் சின்னச்சின்ன ரத்தக்குழாய்களில் பெரிய பெரிய பாறாங்கற்கள் அடைப்பது

மாதிரி இருந்தது அவனுக்கு.

"முதல் வேலையா நாம தலைமறைவாகணும்! எல்லாரும் உள்ளே போயிட்டா, உள்ளே போயிருக்கிறவங்களை வெளியே கொண்டுவர ஆள் வேணும் இல்லை? தவிர இன்னொரு தடவை சங்கரண்ணனை அரஸ்ட் பண்றதுக்குள்ளே ஸ்டெப் எடுத்தாகணும். இதுவே லேட்டு!"

அவன் சொல்லிக்கொண்டிருக்கும்போதே கதவு இடிபடும் சப்தம் கேட்டது. இருவர் கண்களும் குரல் வந்த திசையில் குவிந்தது. மோகன் உதட்டின் மீது விரல் வைத்து மௌனமாயிருக்கும்படி சைகை செய்தான். சிவாஜிக்கு கண்கள் இருண்டது. மயக்கம் வராமலிருக்க, கதவு நிலையைக் கைகளால் பற்றிக்கொண்டான்.

அவனை இழுத்துக்கொண்டு, வீட்டின் பின்புறத்திற்கு பாய்ந்தான் மோகன். கொல்லைப் பக்க கதவு திறந்து அகப்பட்ட அவசர சந்தில் அவனைத் தள்ளிக்கொண்டு சிட்டாகப் பறந்தான்.

"என்ன மோகன்... இங்கே கூட்டிட்டு வந்திருக்கே?" என்றான் சிவாஜி பயம் பூசின குரலில். இடம் : திருநீர்மலையில் சாராய மொத்த வியாபாரியின் பிரதேசம்.

"அண்ணே! போலீஸ் நம்மை தேடாம இருக்கப்போறது ரெண்டே இடத்திலேதான். ஒண்ணு, போலீஸ் ஸ்டேஷன்! இன்னொன்று இதுபோல குற்றம் நடக்கும் இடங்கள். இங்கே மட்டும்தான் பிடிபடும் அபாயமில்லை" என்றான் மோகன். நடுநிசியாகியும் தூக்கம் வரவில்லை சிவாஜிக்கு. தூங்கிவிட்டால் ராத்திரிகள் நம்மை சுமக்கிறது. தூக்கம் வராவிட்டால் ராத்திரிகளை நாம் சுமக்க வேண்டும்.

"நல்லவேளையா, என்னைக் காப்பாத்தி கூட்டி வந்துட்டே மோகன். நான் மட்டும் மாட்டியிருந்தா அவ்வளவுதான். அடி தாங்கமுடியாத கோழை நான். போலீசைப் பார்த்தாலே எனக்கு மூத்திரம் முட்டிக்கிட்டு வரும். அவங்க என்னை அடிக்கவே வேணாம். மிரட்டினாலே போதும்... என்னெல்லாம் சொல்ல சொல்றாங்களோ அப்படியே ஒப்புத்துக்குவேன்... வலி தாங்க முடியாது என்னாலே. பாபு சொன்னது பொய்யா இருந்தாலும் அப்படியே வாக்குமூலம் தரேன் சார்ன்னுடுவேன்!"

"எனக்குத் தெரியும்" என்றான் மோகன் அமைதியாக.

"சிவாஜி வேலைமெனக்கெட்டு உங்களை எதுக்காக வீடு தேடி வந்து ரிஸ்க் எடுத்து கூட்டி வந்தேன்னு நினைக்கிறீங்க? மற்ற ஆட்களை மாதிரி உங்களையும் உள்ளே அனுப்பிட்டு மொத்தமா எல்லாருக்குமா பெயில் மூவ் பண்ண முடியாதா? நீங்க மாட்டிக்கிட்டா சிக்கல்ன்னுதான்! ஏதாவது எசகுபிசகா வாக்குமூலம் கொடுத்துடுவீங்கன்னு பயந்துதான்! உங்களுக்கு

தைரியமில்லைன்னு எனக்குத் தெரியும்!"

சிவாஜிக்கு துக்கத்தில் குரல் உடைந்தது... "என்னை மன்னிச்சுக்க மோகன். போலீஸ்ன்னாலே என்னவோ எனக்கு எப்பவும் பயம்... ஆனா அதற்காக நான் துரோகம் செய்தா மன்னிக்கவும் முடியாது. என்னை வேணா குத்தி கொலை பண்ணிடேன் மோகன்..?" என்றான் பரிதாபமாக.

"எனக்கு அதற்கு தைரியமில்லையே அண்ணே!" என்றான் மோகன்.

தூரத்தில் ரெண்டு வெளிச்சப்புள்ளிகள் தென்பட, பொசுக்கென்று தண்ணீர்ப்பாம்பாய் தலையுயர்த்திப் பார்த்தான் மோகன்.

போலீஸ் ஜீப்!

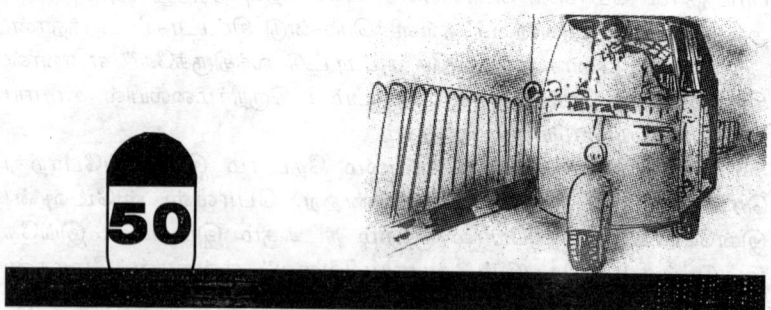

50

மோகனின் நெஞ்சில் டபுள் திக்! அதாவது, திக் திக்! அதற்குள் போலீஸுக்கு எப்படித் தகவல் தெரிந்தது என அதிர்ந்தான்.

வெளிச்ச விழிகள் அணைந்து போக, ஜீப் நின்றது. மார்கழி மாத பஜனை கோஷ்டி மாதிரி கும்பலாகப் போலீஸ்.

உலராத புண் மீது உப்புத்தாள் கொண்டு தேய்த்தது கணக்காய், மனசு வலித்தது. அகத்தில் பயம் பொங்கினாலும், அதை முகத்தில் காட்டாமல் மூடிக்கொண்டு மோகன் சிவாஜியைப் பார்த்தான்.

உறங்கிக்கிடந்தவன் முகத்தில் மழை பெய்தால் எப்படி விழித்துக்கொள்வானோ, அப்படி ஒரு பரபரப்பில் இருந்தான் சிவாஜி. அமுத்த மறந்த அலாரமாக அச்சத்தில் அலறிக்கொண்டே இருந்தது அவனுள்ளம். மொத்தப் போலீஸுமாகச் சேர்ந்து அந்த பிராந்தியத்தையே ஒரு சி.பி.ஐ. செய்து பார்த்து விடுவார்களோ என குலை நடுங்கிப்போனான்.

நல்லவேளையாக, போலீஸ் செக்கிங் எதுவும் செய்துவிடவில்லை. வியாபாரியைப் பார்த்து சற்று பேசிக்கொண்டிருந்துவிட்டு போய்விட்டனர்.

ஜீப் விலக, மோகனைத் தேடிக்கொண்டு வந்தார் வியாபாரி

'டில்லி'

"மோகன்! உங்களைத் தேடித்தான் வந்தாங்க. ஏதோ மர்டர்கேஸுன்றாங்க. நான் இங்க யாரும் வரலை... வந்தா உங்களுக்குத் தகவல் தரேன்'னு சொல்லி அனுப்பிட்டேன். போலீஸுக்கும், நம்ப மாதிரி ஆளுங்களுக்கும் இதான் வித்தியாசம் மோகன். நம்பவச்சு நாம கழுத்தை அறுக்கமாட்டோம். அவங்க செய்வாங்க. அடைக்கலமா வந்திருக்கிறவரை, அதுவும் என் கஸ்டமரை நான் காட்டிக்குடுப்பேனா... ஆனா, மோகன்!"

"சொல்லுங்கண்ணே"

"இனி அடிக்கடி இங்கே அவங்க வருவாங்கன்னு தோணுது. போலீஸ் ஓயாம வந்தா என் கஸ்டமர்கள் அரண்டு ஒதுங்கிடுவாங்க. என் வியாபாரம் அப்படி..."

"புரியுதண்ணே! நீங்க இவ்வளோ காப்பாத்தினதே பெரிசு. நாங்க இதோ இப்ப கிளம்பிடறோம். ரொம்ப டேங்ஸ்..." மோகன் விட்ட பெருமூச்சிலிருந்த உஷ்ண சக்தியைக் கொண்டு ஒரு ரயிலையே ஓட்டலாம்!

சிவாஜிக்கோ தலைக்குள் கிறுகிறுவென்று விசிறி சுழன்றது. 'வெளியே எங்கே போவது? போனாலும் தப்பிக்க முடியுமா? இதோ இப்போது தேடிக்கொண்டு வந்தமாதிரி எக்ஸ்பிரஸ் அரெஸ்ட் செய்து போய்விடமாட்டார்களா? பிடித்தால் என்ன செய்வார்கள்? நகக்கண்ணில் ஊசி? ஒன்றுக்குப்போகும் குழாயில் கம்பு நுழைத்து கரகாட்டம்? ஐஸ் படுக்கை? இவற்றில் எது, எல்லாமேவா? தாங்குவேனா?'

வைத்த வாய் பிரிக்காமல் ஒரே மூச்சில் பருகிவிடுகிற ஒரு குடிகாரனைப்போல, முற்றுப்புள்ளியில்லாமல் யோசித்து முடித்தான்.

மோகனுடன் கிளம்புகையில் அவன் உடம்பு எழுந்து கொண்டது. உள்ளம் படுத்துக்கொண்டது!

இரவு. தொலைந்துபோன நிலாவை இடி இடித்து விசாரித்துக்கொண்டிருந்தது மேகம்! கிடைக்கவில்லை... ஆகவே, மின்னல் விளக்கேற்றி தேடத்தொடங்கிவிட்டது. மழை அறிகுறிகள் வானத்தில் தெரிய ஆரம்பிக்க, நடந்துகொண்டிருந்த சிவாஜி அரண்டு போனான்.

"மழை வேற வரும் போலிருக்கே மோகன்... பயமாயிருக்கு!"

மோகனின் கண்களில் ஆயிரம் வாட்ஸ் பிரகாசம். "சிவாஜி அண்ணே! மழை வருதுன்னு சந்தோஷப்படாம பயப்படறீங்களே? மழை நேரத்தில போலீஸ் தேடாதில்லை? அதேபோல அந்த வியாபாரி டில்லி இடத்திலிருந்து நாம தப்பிச்சதை நினைச்சு சந்தோஷப்படணும்... அதை விட்டுட்டு போலீஸ் தேடி வந்ததை

மரண வாக்குமூலம் ● 317

நினைச்சு அரண்டு கிட்டிருக்கீங்க. போலீஸ் கையிலே சிக்கிடக்கூடாது. அதை மட்டும் நல்லா ஞாபகம் வச்சுக்குங்க! எப்படியாவது ஒரு வக்கீலைப் பிடிச்சு கோர்ட்லே சரண்டர் ஆகணும். அதற்கு உண்டான வழியைப் பார்க்கிறதைவிட்டுட்டு..."

"இருந்தாலும் மோகன்... அவங்களை அலைய விடவிட ரொம்ப கடுப்பாவாங்க இல்லே?" -மிரட்சியுடன் சிவாஜி.

"ஆகத்தான் செய்வாங்க. அதான் சிக்கிடக்கூடாதுன்றேன்..."

"கோர்ட்டைச் சுற்றிலும் போலீஸ் நிற்குமே... உள்ளே நம்மை நுழைய விட்டாதானே?" என்றான் பரிதாபமாக.

"வெளியூர் எதுனா போக வேண்டியதுதான். பார்க்கலாம். ஆனா, எக்காரணம் கொண்டும் அவனுக கிட்டே மட்டும் சிக்கிடக்கூடாதுண்ணே!" -நடந்துகொண்டிருந்த மோகன் சட்டென நின்றான். மூங்கில் சாரம் கட்டி அப்போதுதான் வளர்ந்துகொண்டிருந்த ஒரு வீடு கவனத்தை ஈர்த்தது.

"சிவாஜி அண்ணே! இதுக்குள்ளே பூந்து படுத்துக்குவோம்... பாதுகாப்பான இடம்!"

சிவாஜியும் சம்மதிக்க, இருட்டில் முட்டி மோதிக்கொண்டு நகர்ந்தனர். உடம்பு வலியும், சோர்வுமாகச் சேர்ந்து படுத்த உடனே தூக்கம் புகுந்துகொண்டது.

விடிந்ததும் விழித்துப்பார்த்த மோகன் திகைத்தான். பக்கத்தில் படுத்திருந்த சிவாஜியைக் காணவில்லை. குழப்பத்துடன் வெளியே வந்தான். தெருமுனை பெட்டிக்கடைக்கு வந்து பீடி வாங்கும்போது, தினசரிகளின் வால்போஸ்டர்களை, தற்செயலாய் கவனித்தான். 'ஆறுகொலை செய்த ஆட்டோ சங்கர் கைது!' என்று அலறினது போஸ்டர்கள். மோகனுக்குத் தூக்கிவாரிப்போட்டது. உடனே ஒரு பேப்பரை வாங்கினான். உற்று கவனித்த கடைக்காரர் இவன் திரும்பி நடக்கும்போது, 'பீடி வாங்கினீங்களே... காசு கொடுத்தீங்களா மோகன்?' என்று கேட்க, "ஓ..." என்று சொல்ல வந்தவன் துணுக்குற்றான். 'கடைக்காரருக்கு எப்படி நம் பேர் தெரியும்?'

ஆணாக மாறிய அஸ்வினி நாச்சப்பாவாக ஓட்டம் பிடிக்கத் தொடங்கினான்.

சினிமாவில் காண்பிக்கும் தேவலோக மண்டலம் மாதிரி புகைமயம்! உதடுகள்தோறும் நெருப்புத்தலையுடன் சிகரெட்டுகள். மந்தைவெளி மெட்ரோ விங். உயர் ஆஃபீஸர்கள் சைஃபராய் சூழ்ந்திருந்தார்கள்.

"கொலை செய்தது, புதைச்சது எல்லாத்தையும் ஒப்புக்கொள்கிறான் சார் சங்கர். ஆனா, அவ்வளவையும் செய்ததுதான் கிடையாதுன்றான். வாக்குமூலத்தை மாற்றி எழுதணும்கிறான். குறிப்பா பாபுதான் பிரதான குற்றவாளியாம்...

எல்லா வகையிலும் தண்டிச்சாச்சு. சொன்னதையே திரும்பத்திரும்ப சொல்றான்... இனி அடிச்சா ஆள் காலி!"

"இப்ப என்ன செய்யறது... உம்?"

அவர்களின் ஆலோசனை அரள வைத்தது பாபுவை.

எங்கே தன்னையும் 'அக்யூஸ்ட்' ஆக்கிவிடுவார்களோ என மிரண்டான். மரியாதையான தூரத்தில் அவர்களை விட்டு விலகி நின்று கொண்டிருந்தவன் சற்று முன்னேறி, தொனியில் பணிவுடன் பேசலானான்.

"சார்... அது மட்டுமில்லை. சங்கர் வீட்டிலே இருக்கிற சோபாவுக்குள்ளே முப்பது லட்ச ரூபாயை வச்சு தைச்சிருக்கான். இது எனக்கும் அவனுக்கும்தான் தெரியும்."

அதிகாரிகள் ஒருவரை ஒருவர் பார்த்துக்கொண்டனர். மொத்தமா சேர்ந்து பாபுவைப் பார்த்தனர்!

"உண்மைதான் சொல்லறியா பாபு... சோபாவுக்குள்ளே கொண்டுபோய் எவனாவது அவ்வளவு பணத்தை வைப்பானா? அதுவும் தவிர சங்கருக்கு ஏது அவ்வளவு பணம்?"

அதிகாரி கேட்க, பாபு, ஃப்ளாஷ்பேக் விவரித்தான். அ.தி.மு.க. உடைந்து ரெண்டுபட்டதும்; ஜானகி-ஜெயலலிதா ரெண்டு கோஷ்டிகளுக்கும் சங்கர் வாடகைப்பெண்களை சப்ளை செய்ததும், ஒருவாரத்திற்குள் லட்சோப லட்சம் நிதி சேர்த்ததும்... வீரத்தகப்பனான அமைச்சர் ஐநூறு ரூபாய் கட்டுகளை வாரிக்கொடுத்ததும்.. சங்கர் 'மெட்ரோ' வாட்டர் சப்ளை செய்ததையும் சொல்லச்சொல்ல திகைத்துபோனார்கள்.

"ரெண்டு அம்மாவையும் தலைவியா வச்சுகிட்டவங்களுக்குப்போய் அப்படியொரு பொம்பளை ஆர்வமா?"

"அது மட்டுமில்லை சார்... சங்கர் வீட்டிலேயிருக்கிற நகை நட்டுங்களே எழுபது எண்பது லட்சம் பெறும்! அவன்கிட்டே ஸ்டேட்மெண்ட் வாங்கணும்னா அவனை டச் பண்ணக்கூடாது சார்! சங்கரோட பொண்டாட்டி, பிள்ளைகுட்டிங்களைக் கொண்டு வந்து அடையுங்க. பய வழிக்கு வந்துடுவான்..." -அவன் பேசப்பேச, அதிகாரி உறுமிமேளத்தை மனசுக்குள் வாசித்துக்கொண்டே அந்த 'சோபா' சமாச்சாரத்தையும் உள்ளுக்குள் கணக்குப்போட்டார். அவர் கண்களில் திடீரென சூரியத்துண்டுகள் மிதந்தன.

சங்கர் வீட்டு மெம்பர்களை போலீஸ் கஸ்டடியில் கொண்டுவந்துவிட்டால், 'பாஞ்சாலங்குறிச்சி' பிடிபட்டுவிடுமோ?

சங்கரையும் 'வழிக்கு'க் கொண்டு வந்துவிடலாம். பணத்தை அபகரிக்கவும் ஒரு வழி கிடைத்துவிடும். மறைத்து வைத்த பணம்! கணக்கில் காட்டாத ரூபாய்! அதை சுருட்டுவதால் யாருக்குத்

தெரியப்போகிறது.. ஒரு கல்லில் ரெண்டு மாங்காய்!

அவர் திட்டமிட்டுக் கொண்டிருக்கும்போதே, பாபு மெள்ள நெருங்கி, "சார்... இன்னொரு விஷயம்கூட உங்ககிட்டே தனியா சொல்லணுமே!" என்றான். அவனுக்குத் தவிப்பு. எப்படியாவது அவனைக் கேஸில் சேர்க்காமல் இருக்க வேண்டுமே என கவலை!

தனியாக அவரிடம் சங்கரின் ஃபோட்டோ ஆல்ப (அல்ப?) ரகசியத்தைப் போட்டு உடைக்க, ஏக பரபரப்பானார் அவர்!

"என்ன... சொல்றே...? நிஜம்மாவா? முக்கியப்புள்ளிகளுக் கெல்லாம் பொம்பளையை அனுப்பிவிட்டு ரகசியமா படங்களும் எடுப்பானா? ஆல்பம் வச்சிருக்கானா? எங்கே?"

"தெரியலை சார்! ஆனா, கொஞ்சப் படங்களை மட்டும் அவன் வீட்டு கிரஹப்பிரவேச ஆல்பத்திலே மறைச்சிருக்கான் சார்! ரெண்டு படங்களுக்கு இடையிலே வெளியே தெரியாம பதுக்கியிருக்கான். அதை வாங்கி வேணா பாருங்க..."

ஆஃபீசருக்குக் குஷி பிய்த்துக்கொண்டு போனது. 'ஏதேது..? இன்றைக்கு நரி முகத்தில் முழித்திருக்கிறோமா? நிஜமாவே, அப்படி ஒரு ஆல்பம் அகப்பட்டால் பம்பர் பரிசு ஆயிற்றே...! எவ்வளவு பண வசூல் செய்து விடலாம்... ஏ அப்பா...!' குதுகலித்தார்.

ஆல்பத்தைத் தேடிப்போய் கைப்பற்றி, முதல் படத்தை பிரித்தவர் திடுக்கிட்டார்.

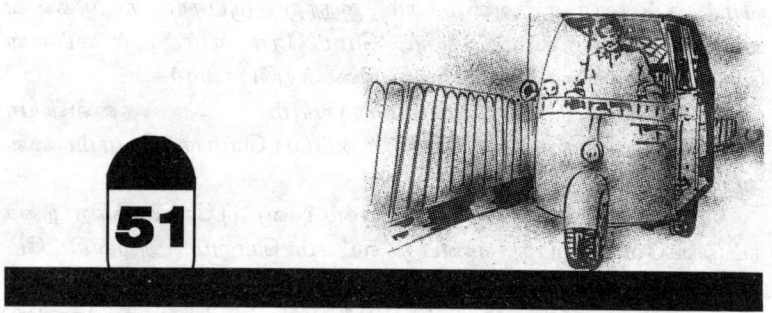

51

மோடி வித்தைக்காரன் சுற்றிச்சுற்றி வருவதுபோல கமிஷனர் ஆபிசை சுற்றிச்சுற்றி வந்தான் சிவாஜி. பேப்பரில் சங்கர் கைது என்ற செய்தி பார்த்ததுமே சுடப்பட்ட அப்பளமாக சுருங்கிப்போனான். ஓவர்லோடு ஆன மிக்ஸி தயங்கி தயங்கி சிரமத்துடன் அரைக்குமே அதுமாதிரி, பயம் தொண்டையை கபக் கபக் என்று அடைத்தது. சங்கர் கைதான அதிர்ச்சி மட்டுமல்ல... கூடவே மோகன், எல்டின், சிவாஜியை போலீஸ் வலைவீசித் தேடிக்கொண்டிருப்பதாகவும், ஆறு கொலைகளை செய்ததில் இவர்களுக்கும் பங்குண்டு என்றும் புலம்பியது பேப்பர். பிரேக் பிடிக்காத பல்லவனாக தாறுமாறாகவும்,

மாறுதாறாகவும் சிந்தனைகள் தறிகெட்டு ஓடிற்று. உண்மையின் முகத்தில் அம்மை குத்தி ஏன் இப்படி செய்தி வெளியிட்டிருக்கிறார்கள் என்று தோன்றினது. கொலைகளில் முக்கியப்பங்காளியான பாபுவின் பெயரை மருந்துக்குக்கூட குற்றவாளி லிஸ்டில் சேர்க்கவில்லையே! என்ன அநியாயம்?

மௌன மயானத்தில் வார்த்தைகளின் தகனம் நடந்தது. 'அவர்கள் விருப்பம்போல எஃப்.ஐ.ஆர். எழுதியிருக்கிறார்கள். நான் காணாமற்போய்விட்டேன் என்பதால் ஒரு அதிபயங்கரக் குற்றவாளி ஆக்கிவிட்டார்கள். இன்னும் ஒளிய ஒளிய எனக்கு தீமையே தவிர, நன்மை இல்லை. ஊரில் துப்புத்துலங்காத அவ்வளவு கொலைகளையும் நான்தான் செய்ததாக அபாண்டமாகப் பழிபோட்டுவிடுவார்கள். ம்ஹூம் இனி மோகன் பின்னால் போவதால் ஒரு லாபமும் இல்லை' என தோன்றினது. வேர்களின் வியாதி தெரியாமல் இலைகளுக்கு வைத்தியம் பார்க்கிற அப்பாவியாகவே மோகன் அவனது கண்களுக்குத் தென்பட்டான். படுத்திருந்த நண்பனை எழுப்பி யோசனை கேட்க மனம் வரவில்லை சிவாஜிக்கு.

வேண்டாம்! எழுப்பி சொன்னால் சரணடைவதைத்தடுத்து விடுவான் மோகன்!

அவனைப்பொறுத்தமட்டில் வக்கீல் வீடுதான் போக வேண்டுமென்பான். ஒரு ஹஜ்ரத்பால், ஒரு புத்த கயா, ஒரு காந்தி சமாதி, ஒரு லெனின் பெட்டி போல மகா புனிதமான இடம் வக்கீல் ஆபிஸ் என்று நம்பிக்கொண்டிருக்கிறான்... இந்த அப்பிராணி! இவன் சொல்வதைக் கேட்டால் நிச்சயம் கழுத்துக்கு சுருக்குக்கயிறுதான். பாபு யாரிடமாவது யோசனை கேட்டானா? நேராகப் போலீசுக்குப் போகவில்லை? நாமும் அப்படித்தான் செய்திருக்க வேண்டும். தலைமறைவானது தப்பு!

சொல்லாமல் கொள்ளாமல் புறப்பட்டான். கிளம்பிய பிறகுதான் எங்கே போய் சரணடைவது என்ற கவலை கிளம்பியது. 'போகணும்னு மட்டும்தான் தோணறது. ஆனா, எங்கே போறதுன்னு தோணலையே' என கௌரவம் சிவாஜி போல ஒரு பாட்டம் புலம்பித்தீர்த்தான். கண்டிப்பாக திருவான்மியூர் ஸ்டேஷன் போய் சரணடையக்கூடாது. மதுரை முனியாண்டி விலாஸ் கடைபோல உடம்பை முட்டை பரோட்டா போட்டுவிடுவார்கள்.... போதும் போதாதற்கு சி.பி.சி.ஐ.டி.யினர் வசம் மாட்டி வைத்து விடுவார்கள். அவ்வளவுதான். வேறு வினையே வேண்டாம்!

வேறு எங்காவது பெரிய லெவலில்தான் சரணடையவேண்டும். கவர்னரிடம் போய் மனுகொடுத்து சரணடையலாமா? 'அய்யா ஆளுனர் அவர்களே... உண்மையில் நடந்தது என்ன வென்றால்?'

என ஆரம்பித்து அட சட்! கவர்னருக்கு இருக்கும் பிஸியில் நம்மைச் சந்திப்பாரா? தேடப்பட்டு வரும் ஒரு குற்றவாளி வேறு. ராஜ்பவன் செக்யூரிட்டியைக் கூட சந்திப்பது கடினமாயிற்றே. அப்புறம் எங்கேயிருந்து கவர்னர்?

யாராவது ஒரு அரசியல்வாதியைப் பிடிக்கலாமா? சங்கரண்ணனுக்கு எவ்வளவு அரசியல் தலைவர்கள் சிநேகம். எல்லாக்கட்சிகளிலும்!

ஆனால்... ஆனால்... அது ஒருகாலம்! சந்திரனே நிமிர்ந்து பார்க்கும் உயரத்தில் சங்கரண்ணன் இருந்தார். இப்போது அவர் நிழலே குனிந்து பார்க்கும் பள்ளத்தில் கிடக்கிறார். அவரையே, இப்படி நட்டாற்றில் விட்டுவிட்டவர்கள் கேவலம் நம்மைப்போயா காப்பாற்றுவார்கள்?

நாசியிலிருந்து நாலு தவலை வென்னீர் போடக்கூடிய அளவு சூடான பெருமூச்சு வெளிப்பட்டது. வானம் ஹோலி கொண்டாடினது. கிழக்கின் தாழ்வாரத்தில் இன்னும் பெயரிடப்படாத பல நிறங்கள். சூரியன் தவணை முறையில் விடியத்தொடங்கினான். தீவிரமாக யோசித்தான். தெருமுனை யிலுள்ள ட்ரான்ஸ் ஃபார்மரில் மத்தாப்பூ கொளுத்துவதைப்போல சிவாஜிக்குள் நிறைய ஒளிப்பொறிகள் தோன்றின. பளிச் என யோசனை வந்தது.

“போலீஸ் கமிஷனர் ஆபீசுக்குப் போய் சரணடைந்தால் என்ன? கமிஷனரிடம் நடந்ததெல்லாவற்றையும் சொல்லி...?

ம்ஹூம்; வேண்டாம்! நடந்ததைச் சொன்னால் கேட்க மாட்டேன் என்கிறார்களாமே? அதனால் எப்படி விரும்புகிறார்களோ அப்படியே வாக்குமூலம் கொடுக்க சம்மதித்தால் போச்சு. ‘ஆனால், இந்த சி.பி.சி.ஐ.டிக்காரர்களிடம் மட்டும் ஒப்படைத்துவிடாதீர்கள் சார்...’ என்று வேண்டுகோள் விடவேண்டியதுதான்...

ஸ்டாப்பிங்கில் வந்து நின்ற முதல் பேருந்தில் ஏறிக்கொண்டான். மனசுக்குள் நிலவரம் தெரியாத கலவரம்.

கமிஷனர் அலுவலகம் நெருங்கினதும் இனம் தெரியாத பயம் உள்ளுக்குள் சப்பணமிட்டு உட்கார்ந்துகொண்டது. அச்சம் பிடுங்கித் தின்றது அவனை. அலுவலகத்துக்குள் நுழைய திராணியின்றி தெருவில் குறுக்கும் நெடுக்கும் நெடுக்கும் குறுக்கும் நடந்து தீர்த்தான்.

அலுவலகத்தின் முன் கார் ஒன்று வந்து நிற்க, சிவாஜிக்கு அடுத்த நிமிஷம் வியர்த்தது. காரின் ஜன்னல் வழியாக கமிஷனரின் தலை தெரிந்தது. தலை அவருடையதாயிருந்தால் உடம்பும் அவருடையதாகத் தானே இருக்கும்? ஆக கமிஷனர் வந்தேவிட்டார்!

மழையும் வெயிலும் மாறிமாறி அடிக்கிற வானம் மாதிரி பயமும் தைரியமும் அவனுள் மாறிமாறி அடித்தது.

நகரசபை நாய்வண்டி, நாய்களைச் சேகரிக்க அலைவது போல சுற்றி சுற்றிச் நடந்து தவித்தானே தவிர உள்ளே போக தெம்பில்லை.

மனசுக்குள் ஒரு தடவை பேச வேண்டியதை ஒத்திகை பார்த்துக்கொண்டு கடைசியில் பிரவேசித்தே விட்டான். "கமிஷனரைப் பார்க்கணும்" என்றதும் தடுத்து நிறுத்தி காரணம் கேட்டார்கள். ''பெர்சனல் விஷயம்'' என சமாளித்தான். ஏற இறங்கப்பார்த்துவிட்டு பெயர், விலாசம் கேட்டனர். ''எல்லாவற்றையும் அவர்கிட்டேதான் சார் சொல்ல முடியும்!"-சமாளித்து வைத்தான். எச்சிலைக் கூட்டி விழுங்கினான். ஐந்து, பத்து நிமிடங்களில் உள்ளே அழைக்கப்பட்டான். கமிஷனர் எதிரில் போய் நின்றதும் வார்த்தைகள் நாக்குசேற்றில் மாட்டிக்கொண்டு நகர மறுத்தன. எச்சிலே பசையாகிவிட்டதோ?

வியர்த்துக் கொட்டியது சிவாஜிக்கு. அறையில் கிருஷ்ணாம் பேட்டை அமைதி. கமிஷனர் அவனை ஆழமாகப் பார்த்தார்.

"சொல்லு... என்ன விஷயம்?"

"சார்... வந்து... நான்... சங்கர்.. திருவான்மியூர்... இல்லே? ஆறு கொலை!" என என்னென்னவோ உளறிக்கொட்டினான். ஒகேனக்கல் மஸாஜ்காரன் மாதிரி மளுக்கென்று இழுத்து வார்த்தைகள் உட்கார வைக்க முயன்றான். முடியவில்லை.

கமிஷனர் கையமர்த்த, அலறிக்கொண்டிருந்த ஆர் மோனியத்தை முன்னறிவிப்பில்லாமல் மூடினது மாதிரி சிவாஜி சட்டென வாயை சாத்திக்கொண்டான்.

''என்ன சொல்லவரே? தெளிவா சொல்லு!'' என்றார் அமைதியாக.

''சார்! ஆட்டோ சங்கர் கேஸிலே போலீஸ் தேடிக்கிட்டிருக்கில்ல மூணு பேர்களை? மோகன், எல்டின், சிவாஜின்னு? அது சம்பந்தமா சில விஷயங்களைச் சொல்லலாம்ன்னு வந்திருக்கேன் சார்..."

"வெயிட்" என்றார் கமிஷனர்.

''தலைமறைவான அந்த மூணு பேரும் இப்ப எங்க இருக்காங்கன்னு தெரியுமா?"

"தெரியும் சார்... அதிலே ஒருத்தன்தான் நான்...! என் பேர்தான் சிவாஜி. நான் என்ன சொல்ல வர்ரேன்னா..." -அவர் முகத்தில் சலனமில்லை.

தலையசைத்தபடி விரல்கள் பொத்தான் வருட, திடும் என்று கதவு திறக்க ஒரு காவலர் தோன்றி விறைப்பாக சல்யூட் அடித்தார்.

அதற்கு மேல் சிவாஜியை எதுவும் சொல்லவிடவில்லை

கமிஷனர். ''கேஸை விசாரித்து வரும் அதிகாரிகளிடமும், கோர்ட்டிலும் சொல்லிக்கொள்!'' என சொல்லிவிட்டார். சி.பி.சி.ஐ.டி.க்கு பார்சல் செய்யப்பட்டான்.

பிறந்த மேனி அழகிகள் ஒளிவட்டத்தில் காபரே ஆடுவது போல மெழுகுவத்திச்சுடர் காற்றில் நெளிந்து நெளிந்து ஆடினது. யாரோ ஒரு வெள்ளை அங்கி பாதிரியார் பைபிள் பிரித்து என்னென்னவோ முணுமுணுத்தார்... அருகில் திறந்து வைத்த சவப்பெட்டி.

எவனோ இறந்துவிட்டான். எவன் அவன்? விண்ணை நோக்கி ஒரு மெழுகுவத்தி தனது ஒற்றைக்கண்ணால் அழுதது. அந்த வெளிச்சத்தில் சவப்பெட்டியையும் சவத்தையும் பார்க்க தலையைத் திருப்ப முயன்றேன். மிகுந்த பிரயாசையுடன் கண்களைத் திறந்தேன். அறையில் என்னைத்தவிர வேறு யாரும் படுத்திருக்கவில்லை. அட்ரஸ் இல்லாமல் ரயிலேற்றப்பட்ட கோணி மூட்டை தோற்றத்தில் நான் மட்டுமே தனியாக படுத்துக்கிடக்கிறேன். பக்கத்தில் சவப்பெட்டி! அப்படியானால் சவ அடக்கம் எனக்குத்தானா?

''என்னவோ தவறு நடந்திருக்கிறது. இன்னும் நான் செத்துவிடவில்லை. நான் பார்ப்பதும் பேசுவதும் கேட்க வில்லையா? நிறுத்துங்கள்! சாவதற்குள் என்னைப் புதைத்து விடாதீர்கள்.

அலற முயன்றேன். அவர்கள் செவிசாய்க்கவில்லை. என்னை சீந்துவாரில்லை. நான் சத்தமாக சொல்லவில்லையோ? அல்லது உண்மையிலேயே செத்துதான்விட்டேனோ? சவத்தின் குரல் கேட்க அவர்களால் முடியவில்லையோ? எனது சொந்த சவ அடக்கத்தை நான் பார்க்கும்போது, என் உடம்பு இங்கேயே மல்லாந்து கிடக்கிறதே! என்ன வேடிக்கை?

ம்ஹூம் இல்லை. அடிப்படையிலேயே தப்பு! எங்கோ வலிக் கிறது. தாகமாயிருக்கிறது. செத்தவர்களுக்கு இதெல்லாம் இருக்காதே!

''சங்கர்... சங்கர்'' -யாரோ உசுப்ப கல்லறை கனவிலிருந்து விடுபட்டு முக்கலும் முனகலுமாக எழுந்து உட்கார்ந்தேன். நடமாடி பத்து நாளாகியிருந்தது. குளித்து பதினோரு நாளாயிருந்தது. தலைவாரி பன்னிரண்டு நாள்...

சிரமத்துடன் கண் விழித்தபோது மலங்க மலங்க விழித்தேன். கதைச்சுருக்கம் போடப்படாத சினிமா பாட்டு புத்தகம்போல அந்த கட்டிடம் புதிராக இருந்தது.

அதைப் பார்த்தால் சிறைச்சாலை மாதிரியோ, ஸ்டேஷன் மாதிரியோ தோன்றவில்லை. பின்னே எந்த இடம் இது?

இந்த கட்டிடத்தில் எதற்காக தங்க வைத்திருக்கிறார்கள்.

எனக்கு திகைப்பாயிருந்தது. "உன் பொண்டாட்டி, குழந்தை குட்டிங்க எல்லாம் வந்திருக்காங்க... பார்க்கறியா சங்கர்...?" -போலீஸ் கேட்க நான் பரவசமானேன். உடம்புக்குள் உஜாலாவுக்கு மாறின சக்தி புதுசாய் குடிபுகுந்தது.... குடும்பத்தினர் எதிரில் தன் வலி, வேதனையை காட்டிக்கொள்ளக்கூடாது என்று தீர்மானித்தேன்... பாவம்! பயந்து போவார்கள்!"

மனைவி, மக்கள் வந்து நின்றபோது பாசாங்காக சிரித்து அவர்களை வரவேற்றேன். அவர்களோ உறைந்துபோய் திடுக்கிட்டு, முகம் பொத்தி அதிர்ச்சி தாங்காமல் அழ ஆரம்பித்தனர். அவன் திகைத்தேன். வலியையோ கஷ்டம் எதையோ முகத்தில் காட்டவேயில்லையே... பிறகு ஏன் இப்படி அலறுகிறார்கள்? ஆச்சரியமாய் இருந்தது... அரைமயக்கத்திலிருந்த நான் அப்போதுதான் கவனித்தான்.என்னை உடை எதுவுமே உடுத்தாமல் நிர்வாணமாக நிறுத்திவைத்திருந்தது போலீஸ்...!

என்னை 'வழிக்குக்' கொண்டு வருவதற்காகவே சி.பி.சி.ஐ.டி. தி.நகரில் 3 மாடி அபார்ட்மெண்ட் ஒன்றை வாடகைக்கு எடுத்திருந்தது. நடிகை ராஜஸ்ரீக்கு சொந்தமான கட்டிடம் அது! ராஜஸ்ரீ பழைய நடிகை. குடியிருந்த கோயில் படத்தில் எம்.ஜி.ஆருடன் 'உன்விழியும் என் வாளும்' பாடலுக்கு ஆடுவார். அதே நடிகை.

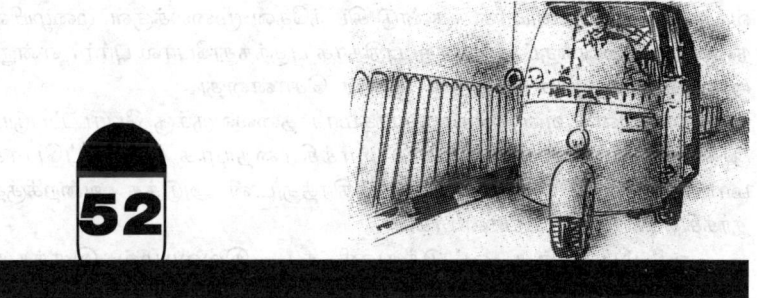

52

மையிருட்டு. எப்போதோ ஓர் எலியும் கைதாகி அந்த இருட்டுச் சிறையிலே இருந்திருக்கும் போலிருக்கிறது. மானம் தாங்காமல் அது தற்கொலை பண்ணிக்கொண்டுவிட்டதோ என்னவோ? அதனுடைய புகழுடம்பு மறைந்தும் பூதஉடம்பு மறையாமல் இருட்டான ஒரு மூலையிலிருந்தவாறு 'இதோ இருக்கிறேன்! இருக்கிறேன்!" என்று வினாடிக்கு வினாடி எனது நாசிக்குச் செய்தி அனுப்பிக்கொண்டிருந்தது. 'இது என்ன மனிதன் ஜெயிலா இல்லை எலி ஜெயிலா' என மனதுக்குள் அலுத்தபடி மூக்கை சுளித்துக் கொண்டேன்.

ரத்தத்தில் சுறுசுறு உணர்வு சன்னமாக ஏறத்தொடங்கிற்று.

ரயில்வே பிளாட்பாரத்தில் தபால் பையை இழுத்துப்போகிற மாதிரி எண்ணங்கள் ஒரு நிகழ்ச்சியை இழுத்துக்கொண்டே போனது... பெண்டாட்டி, பிள்ளைகுட்டிகளை திடீரென பார்த்தோமே? நிஜம்தானா, இல்லை ஏதாவது கனவு சமாச்சாரமா?

விசுக்கென்று எழுந்து உட்கார்ந்தேன். ம்ஹூம். அது கனவு இல்லை. உண்மைதான். அவர்கள் போட்டிருந்த துணிமணிகள் கூட ஞாபகத்தில் இருக்கிறதே... நம்மை நிர்வாணமாக்கி இருந்ததால் கூனி குறுகிப்போயிருந்தோம். அப்படியானால் இப்போது அவர்கள் எங்கே?'

தட்டுத்தடுமாறி எழுந்து, தலை தட்டாமலே சுற்றியது. மெள்ள மெள்ள காலடி எடுத்து, நடையா? அது நடையா? ஒரு பாலே நடனம்.

எதன் மீதோ முட்டிமோதிக்கொண்டு கீழே குப்புற விழ அறைக்குள் சிவகாசி ஓசை. டட்டட்டடடமார் என பயங்கர சப்தத்துடன் எதையோ உருட்டிக்கொண்டு கீழே விழுந்தேன். விஞ்ஞானி நியூட்டன் புவி ஈர்ப்பு சக்தியை கண்டுபிடித்த விஷயம் எனக்குத் தெரியவில்லையே தவிர புவி ஈர்ப்புக்கு தெரிந்திருந்தது.

பளிச்சென வெளிச்சம் அறையைக் குளிப்பாட்டினது, ஜி.எச்சில் அவசர கேஸை சுற்றி டாக்டர்கள் கூடுவது மாதிரி என்னைச் சுற்றிலும் போலீஸ்காரர்கள்...! அப்படியே பக்கத்தில் வந்தனர். பழந்துணியாக சுருண்டு கிடந்தேன் மூலைக்குள். மழையில் நனைந்த பூனைக்குட்டி ஒன்று புதிதாக புகுந்ததுபோல புர்ர்ர் என்று ஒரு பலவீன மூச்சு சப்தம் எழுப்பச் சொன்னது.

என்னை -ஆளுக்கொரு பாகமாக தலைவருக்கு போடப்படும் ஆளுயர ரோஜாமாலையை ஜாக்கிரதையாக தூக்கிப்போக மாட்டார்களா? அப்படி ஒரு பத்திரத்துடன் அடுத்த அறைக்குத் தூக்கிக்கொண்டு போனார்கள்.

உடம்பில் ஒரு ஒட்டுத்துணி கூட இல்லாமல் இருந்தது அப்போதுதான் உறைத்தது.

திடீரென கல்யாண சத்திர மைக்கில் விடியற்காலை நாலுமணிக்கே பாட்டுப்போட்டு அலற வைப்பார்களே... அது கணக்காய் 'டிரஸ் கொடுங்க சார்' என திடீரென்று அழத் தோன்றியது.

அவர்களுக்குக் காது கேட்காதா என்ன? அல்லது தமிழ் தெரியாத சலாமிய தேசத்து போலீஸ்காரர்களோ? என் விண்ணப்பம் காதில் விழவேயில்லை போல எதுவும் பேசாமல் நகர்ந்தார்கள்.

போலீஸ் அதிகாரி சவுகத்அலி பெரிய மனது பண்ணி துணியை விசிற சட்டென்று அதை எடுத்து மேரியின் வெள்ளாடாக கைகளுக்குள் பொத்திக்கொண்டேன்.

பேண்ட்டை மாட்டிக்கொள்வதற்குள் நான் பட்ட பாடு... உயிர்நிலையில் அந்த தர்மவான்கள் சூடு போட்டிருந்ததால் துணியின் சின்ன உரசலுக்கே இடி இறங்கினது போல் கிறங்கடித்தது.

"என்னடா.. ஒரு பேண்ட்டைப் போட்டுக்க இவ்வளவு நேரமா?" -அதட்டினார் சவுகத்அலி.

கண்ணீரை இமைகளாலும், வார்த்தைகளை உதடுகளாலும் மறைக்க முயன்று முயன்று தவித்துக் கொண்டிருந்தேன்.

பாலாறு, தேனாறு என்று பேர் வைத்தாலும் அவற்றில் பாலும், தேனும் ஓடுவதில்லை. தண்ணீர்தான் ஓடுகிறது. ஆனால் வற்றாமல் ஓடிக்கொண்டிருக்கும் வரலாறு மட்டும் தன்னை ரத்தத்தால் நிரப்பிக்கொண்டுதான் ஓசையில்லாமல் ஓடிக் கொண்டிருக்கிறது.

பெட்டிக்கடைக்காரர் அடையாளம் கண்டு கூப்பிட்டதும் ஓட ஆரம்பித்த மோகனின் தினங்கள் ஓட்டத்திலேயேதான் கழிந்துகொண்டிருந்தது. அவனது பகல்கள் அச்சத்திலும், இரவுகள் ஆசையிலும் கழிந்தது. எப்படியாவது தப்பித்துவிடவேண்டும். ஜாமீன் வாங்கி கேஸை வெளியே இருந்துகொண்டு நடத்தவேண்டும் என்றும் சின்னச் சின்ன ஆசை!

போலீஸ்காரர்களின் இன்னொரு பிரிவு, வழக்கில் சாட்சி உற்பத்தி செய்வதில் ஈடுபட்டனர். பெரியார் நகரில் எனது பொறுப்பிலிருந்த தி.மு.க.. மன்றத்து உறுப்பினர்களை தேடத் தொடங்கினார்கள். விளைவுகள்தாம் முக்கியமே தவிர வழிகள் முக்கியமல்ல என்பதுதானே 'காக்கி' தர்மம். மன்றத்தைச் சேர்ந்த, ராமச்சந்திரன், பெரியசாமி, லூயிஸ், முருகேசன், பூரிமுத்து போன்றவர்களை விசாரணைக்கு இழுத்துப்போனார்கள். பூரிமுத்துவின் மூத்திர உறுப்பு பூரி சைஸுக்கு வீங்க சடுதியில் எனக்கு எதிராக சாட்சி சொல்ல ஒப்புக்கொண்டிருக்கிறான்.

திருவான்மியூரில் ஏதாவது பிரச்சினையை சுமந்துகொண்டு யாராவது கேஸென்று ஸ்டேஷனுக்கு வந்தால்போச்சு. எனக்கு அறிமுகமே இல்லாதவர்களானாலும் இந்த வழக்கில் ஒரு சாட்சியாக்கப்பட்டனர்.

நந்தன், இந்திரா நகரைச் சேர்ந்தவன். தொழில்: திருட்டு! திருடின பொருட்களை மலிவு விலையில் விற்பதில் நந்தனுக்கு ஜீவனம் நடந்தது.

நந்தன் ஜனதா விலையில் விற்ற திருட்டு சாமான்களைத் தெரியாத்தனமாக மலிவு ரேட்டில் கிடைக்கும் சந்தோஷத்தில் வாங்கிப்போட்டார் ராணி நடராஜன்! இவர் என் வீட்டுக்குப் பக்கத்து வீட்டுக்காரர்! இது போதாதா போலீசுக்கு? ராணி -என்

வழக்கில் மு.சாட்சியாக சேர்க்கப்பட்டார்!

இதேபோல் எல்பி.ரோட்டில் தியாகராஜா தியேட்டர் எதிரில் மியூசிகல் சென்டர் வைத்திருக்கும் ராஜி என்பவர், எப்போதோ சிங்கப்பூர் போய் திரும்பும்போது தங்கம் கடத்தியதாக பிடிபட்டார். திருவான்மியூரில் ஜாகை! இது போதாதா?

ஏரியாவில் யார் யார் மீதெல்லாம் கேஸ் இருந்ததோ, அவர்களெல்லாம் என் கேஸில் சாட்சியாகிவிட்டார்கள்; ஆக்கப்பட்டார்கள்.

மோகன் சிக்கல் ஆரம்பமான புதிதில் புத்திசாலித்தனமான காரியம் ஒன்றைச் செய்திருந்தான். தாங்கள் நடத்திவந்த விபச்சார விடுதிப் பெண்களை உடனடியாக இடத்தை காலிசெய்துவிடும்படி வற்புறுத்தினான்.

“போயிட்டு எப்பண்ணே இங்கே வரணும் நாங்களெல்லாம்?” என்றனர். அவர்களுக்கு ஏதோ பிராத்தல் வழக்காகத்தான் இருக்கும் என நம்பிக்கை.

“வரவே வராதீங்க! அண்ணன் மேலே இருக்கிறது கொலை கேஸ்! உங்களையும் உடந்தைன்னு சொல்லி உள்ளே போட்டுடுவாங்க. அல்லது பொய் சாட்சி சொல்ல வச்சிடுவானுங்க. கோர்ட்டுக்கு அலையறதிலேயும் யூனிஃபார்ம் போட்டவன் கிட்ட இலவசமாய் படுக்கிறதிலேயும் உங்க பிழைப்பெல்லாம் பாழாப்போயிடும். இங்கிருந்து கிளம்புங்க... எவ்வளவு சீக்கிரம் தப்பிக்க முடியுமோ, தப்பியுங்க... உம்...உம்..”

அவர்கள் கண்களில் அதிர்ச்சியும் அச்சமும் அடுத்தடுத்து மின்னின. செமஸ்டர் தேர்வு முடிந்த ஹாஸ்டலாக கட்டிடம் நிமிஷமாய் காலியாயிற்று!

“திரும்ப நாமெல்லாம் எப்பண்ணே பார்ப்போம்?”

“சங்கரண்ணன்கிட்டே ஒரு வார்த்தை சொல்லிக்கிறோமே? கூடாதா?”

“அப்படி எதுனா ஆபத்து இருந்தா நீங்களும் சங்கரண்ணனும் என்கூட வாங்க அண்ணே! ஆயுசு முச்சூடும் உங்களை மறைச்சு வச்சிருந்து நான் காப்பாத்தறேன்!”

அந்த அன்பின் அருவி மோகனை மூச்சு முட்டச் செய்துவிட்டது. கண்களின் ஐந்தருவியை நிறுத்துவதற்குள் படாதபாடு பட்டுப்போனான். இவர்கள் வயிற்றுக்காக உடம்பை விற்கிறவர்களாயிருக்கலாம். உள்ளத்திற்காக உலகத்தையே விட்டுக் கொடுப்பதும்கூட இவர்களின் இன்னொரு பக்கம்தான்... என்பது புரிய அடிமனதின் தரைவரைக்கும் துக்கப்பட்டான். சாவதற்கும் சம்மதமில்லை.. வாழவும் வசதியில்லை... இப்படியொரு சூழலில் ஆண்கள் தீர்மானிப்பது சந்நியாசத்தை... பெண்கள் தீர்மானிப்பது

விபச்சாரத்தை போலும்!

கண்ணீரில் ஊறிய கண்களை மெல்லத் துடைத்துவிட்டு அழுத அடையாளங்களை அழித்துவிட்டு அவர்களை வழி அனுப்பிவைத்தான்.

பசி வயிற்றை வாட்ட மோகனுக்கு மயக்கமாய் வந்தது. இப்படி நாடோடி மாதிரி ஒரு வாரம் திரிந்திருப்பானா? வயிற்றைக்கிள்ளும் பசியின் தொந்தரவால் நாட்களின் எண்ணிக்கை நினைவில் இல்லை.

முகத்தில் பிரபுதேவா தாடி, சட்டை லாண்டரி கடைக்குப்போக போதுமான அழுக்கு; சோர்வு தோற்றம்; அமாவாசையான பர்ஸ். எந்த வக்கீலாவது வீட்டுக்குள் ஏற்றுவாரா? முதலில் தன்னை சார்ஜ் செய்துகொள்ள வேண்டுமென முடிவெடுத்தான்....

அந்த ஏரியாவில் தெரிந்தவர்கள் யாராவது உண்டா என்று யோசித்தான். பளிச்சென மூளைக்கு மின்னல் வெட்டினது... "ஆயுசுமுச்சூடும் உங்களை ஒளிச்சு வச்சிருந்து நான் காப்பாத்தறேன்" என்ற பெண் விலாசம் கொடுத்துப்போனதே... இந்த ஏரியாதானே அது?

பத்தாவது நிமிடத்தில் அவள் வீட்டு முன் நின்றான் மோகன். கதவுக்கும் வலிக்காமல் காதுக்கும் வலிக்காமல் மெள்ளத் தட்டினான்.

கதவைத் திறந்து வெளிப்பட்ட பெண் மோகனை மலர்ச்சியுடன் வரவேற்றது.

உள்ளே கூட்டிப்போய் தட்டு துடைத்து சோற்றை வைத்தது. அவனுக்கு கண்களில் நீர் கரை கட்டினது. பேப்பர் பேப்பராக ஆறு கொலை செய்தவர்களாக அலறியும் இந்தப்பெண் எதையும் விசாரிக்காமல் உள்ளே கூட்டி வைத்து சோறு போடுகிறதே... நெகிழ்ந்தான்.

கவளத்தை வாயில் போடப்போன சமயம், கதவு இடிபட்டது. இவனை ஒளிந்து கொள்ள சொல்லிவிட்டு வாசலுக்குப் போனாள் அவள். பயந்தது போலவே போலீஸ்காரர்! ரெண்டு மூணு நாளாகவே இவளைத் தேடித்தேடி வந்து விசாரித்துவிட்டுதான் போகிறார்கள். மோகன் எல்டின் பற்றி விபரம் தெரியுமா என கேட்டுக் கொண்டிருக்கிறார்கள். மோகனிடம் சாப்பிட்ட பிறகு அதைச் சொல்லிக்கொள்ளலாம் என்று நினைத்தாள்.

"யாரும் என்னைத் தேடி வரலை சார்... வந்தா சொல்லாம இருப்பேனா... நீங்க ஒண்டிதான் வந்துட்டுப் போறீங்க... நீங்களும் உள்ளே வரதேயில்லை. க்கும்.." -ஊடலுடன் தோளைக் குலுக்க கொஞ்சம் கிறங்கித்தான் போனார் போலீஸ்காரர்.

“நைட் டூட்டி முடிஞ்சு வர்றப்ப வாரேன்... மோகன், எல்டின் வந்தாங்கன்னா உடனே தகவல் கொடுத்துடு, சொல்லிட்டேன்... சரகத்திலே உன்னையும் விசாரணைக்கு கூப்பிடணும்னு கிட்டிருந்தாங்க... நான்தான் தடுத்து வச்சிருக்கேன்...” -ஒருகையால் இருமீசை தடவினார்.

“எப்படியும் அவன்களை ரெண்டு நாள்லே பிடிச்சுடுவோம். குடும்பத்தையே பிடிச்சு உள்ளே போட்டுட்டோமில்ல... மூணு பயல்களோட பெண்டாட்டிங்க, ஆத்தாகாரி, பிள்ளைங்க எல்லாம் இப்ப போலீஸ் கஸ்டடியிலே... தெரியுமில்லே? அந்த ரெண்டுபேரும் பிடிபட்டாதான் இவங்களுக்கு விடுதலை”

கதவு பின்னால் நின்று அவ்வளவும் கேட்டுக்கொண்டிருந்த மோகனுக்கு தலையில் மின்னல் மின்னி கபாலத்தில் இடிஇடித்தது.

“அய்யய்யோ” என கட்டுப்படுத்த முடியாமல் அலறினான்.

சத்தம் வெளியே போலீஸ்காரர் வரைக்கும் கேட்டது.

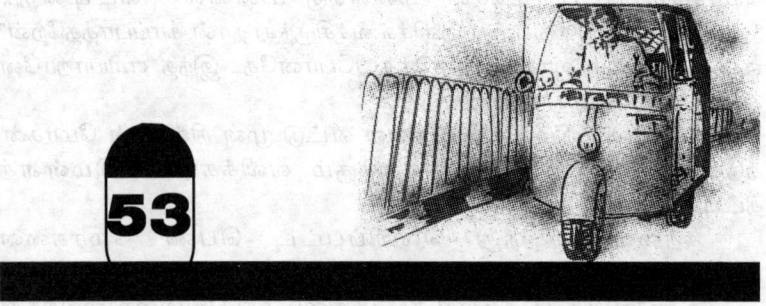

53

நான் கைதாகி செய்திகள் களேபரமாக வெளிவந்து கொண்டிருந்த சமயத்தில் எல்டின் ஆந்திர எல்லைகளில் பிரயாணித்துக்கொண்டிருந்தான். தமது கோஷ்டியினர் கைதானதோ தான் உட்பட மூன்று பேரைப் போலீஸ் சல்லடை போட்டு தேடிக்கொண்டிருப்பதோ அவனுக்குத் தெரியாது. தெலுங்கு பேசும் பகுதிகளில் சுற்றிக்கொண்டிருந்ததால் விபரீதத்தைத் தெரிந்து கொள்ளவேயில்லை அவன்.

விடுதிப் பெண்களின் ஊதியத்தை அவரவர் பெற்றோரிடம் தேடிக்கொடுத்துவிட்டு, அப்படியே நெல்லூர் தாண்டி கடப்பாவில் ரேடியோ ஸ்டேஷன் அருகாமையிலிருந்த பிரபல விபச்சார புரோக்கர் பீமநாயுடுவைப் பார்த்து பெரும் தொகை கொடுத்து மேலும் பெண்களைக்கூட்டி வரவேண்டும் என்பது திட்டம். நிறைய பணத்தை சுமந்துகொண்டு நெடுந்தூரம் செல்வது நல்லதல்ல என தீர்மானித்தான் எல்டின். அதனால் பீமநாயுடுவை முதலில் பார்த்து அவருக்கான பணத்தைக்கொடுத்துவிடுவோம், பிறகு மற்ற

பெண்களின் பிறந்த வீடுகளுக்கு வரிசையாக செல்லலாம் என்று கருதினான்.

எல்டினை பார்த்ததும் நாயுடுகாரு ஆச்சரியப்பட்டாலும் பிரகாசமாக வரவேற்றார், அறுவடை அரிசியாக குழைந்து.

"கவலையே வேணாம் எல்டின், நான் ஒளிச்சு வைக்கிறேன்... ராணுவமே வந்தாலும் உன்னைக் கண்டு பிடிக்க முடியாது" என்றார் தமிழில். நாயுடுவுக்கு இந்திய மொழிகள் பூரா அத்துபடி!

எல்டின் சர்க்கஸ் ஆடாக விழித்தான். 'என்ன சொல்கிறார் நாயுடு? என்னை ஒளித்துவைக்கப்போகிறாரா, எதற்கு?' குழம்பினான்.

"என்ன நாயுடு... உங்களுக்குப் போலீசில் ஏதாவது பிரச்சினையா?" -நாயுடு, தாமரைக்கனியின் பக்கத்து சீட்டு எம்.எல்.ஏ. போல திருதிருவென விழித்தார். இதற்கு என்ன பதில் சொல்வதென்று தவிப்பு.

ஒருவேளை எல்டின் நம்மிடம் விஷயத்தை மறைக்கிறானோ? இவ்வளவு தூரத்திற்கு செய்தி பரவியிருக்காது என்ற நம்பிக்கையில் நடிக்கிறானோ? ம்ஹூம், இல்லை, முகத்தில் ஒரு மில்லிமீட்டர் கூட பாசாங்கு இல்லையே...!

"எல்டின் நீங்க ஊரைவிட்டு கிளம்பி எவ்வளவு நாளாகுது..?"

"பத்து நாளாச்சு!"

"அதான்.... விஷயமே தெரியலை! கொஞ்சம் இருங்க..." உள்ளே போய் தமிழ் தினசரிகளை எடுத்துவந்து பரப்ப, பதட்டத்துடன் பார்த்த எல்டின் அறுந்த தென்னங்குலையாய் விழுந்து சிதறினான். அதிர்ச்சியில் அவனுக்குள் பூமி குலுங்கினது.

முதலில் சங்கர் கைது என்பதையே அவனால் நம்ப முடியவில்லை. தேர்தலை நம்பும் வாக்காளன் மாதிரி சங்கரை மிகவும் நம்பினான் அவன்.

'சங்கர் கைதாவதாவது?' -உலகத்தின் எட்டாவது அதிசயமாகவே அது அவனுக்குத் தோன்றினது. சங்கருக்கு போலீசில் இருக்கும் செல்வாக்கிற்கு அவனை யார் தொடமுடியும்? காவல்துறையில் சங்கருக்கு 'மகாராஜா' மரியாதை உண்டே! மகாராஜாவுக்குப்போய் மாதவிலக்காவது... பொய்! சுத்தப்பொய்!

ஆனால் பேப்பரில் படத்துடன் செய்தி போட்டிருக்கிறார்களே... சங்கர் படம் மட்டுமா... தன்னுடைய படத்தையும் கண்டான்... தலைமறைவாகியிருப்பதாக முனகினது பேப்பர்!

எல்டின் 'பகீர்' வாங்கினான். என்ன நடக்கிறது நம்மைச் சுற்றி? இத்தனை நாள் தெரியாமல் போனது எப்படி?

நாயுடு இவனையே பார்த்துக்கொண்டிருந்தார். எல்டினின் முகத்தில் ஆச்சரியம், அதிர்ச்சி, கோபம், பயம் என உணர்ச்சிகள் கதம்பமாய், நாடகமேடையில் வண்ண விளக்குகளின் ஒளிவட்டம் திடீரென சுற்றுமே, அந்த மாதிரி பலவகையாக மாறினது.

“எல்டின்.. என்ன நடந்தது அங்கே? சொல்லுங்களேன்.?”

எல்டின் மௌன முட்டையை உடைத்துக்கொண்டு மெள்ள வெளியே வந்தான்.

“எதுவும் புரியலை நாயுடு! போனால்தான் தெரியும்! பாபு பய ஏன் இப்படித் துரோகியானான்னு தெரியலை!” பொருமினான். அப்புறமும் கோபத்துடன்...

“பாபுவை எனக்கு ரொம்ப வருஷமா தெரியும்... அவன் நல்லவனில்லை; இதை சங்கர் கிட்டேயே சொல்லியிருக்கேன். நம்பலை. சங்கருக்கு வெளுத்ததெல்லாம் பால்... ஏற்கனவே பாபு மேலே ஒரு கொலை கேஸ் உண்டு. எண்பத்தாறாவது வருஷம் ஜனவரி முதல்தேதி ஆல்பர்ட் தியேட்டர் ஓனரோட மைத்துனர் நடேச நாடாரை கொலை செய்தாங்க மூணுபேரு, பாபு, ஆறுமுகம், ரகுன்னு. இந்த மூணுபேரும் சேர்ந்துதான் கொலை பண்ணினதா எஃப்.ஐ.ஆர்.கூட ஃபைல் பண்ணினாங்க. சங்கர் கேஸிலே அப்ரூவரா மாறினா நடேச நாடார் கேஸில் விடுதலை வாங்கித்தரதா போலீஸ் ஆசை காட்டியிருக்கு. இந்த துரோகியும் பொய் வாக்குமூலம் கொடுத்துட்டான் சங்கர் மேலே!”

“போகட்டும்.. எல்டின்! நீங்க இங்கே வந்தது மெட்ராஸ்ல எத்தனை பேருக்குத் தெரியும்?”

“சங்கர், சிவாஜி, மோகன் மூணுபேருக்கு மட்டும் தெரியும்”

“சங்கர், மோகனைப் பற்றி கவலை இல்லை... ஆந்திராவுக்கு போயிருக்கிறதை சொல்ல மாட்டாங்க! சிவாஜி பற்றிதான் டவுட்! ஆனா, நல்லவேளையா அந்த ஆளும் இன்னும் சிக்கலை! ஒருவேளை பிடிச்சு வச்சுகிட்டு போலீஸ் பொய் சொல்லுதோ என்னவோ? அடுத்து என்ன செய்யப்போறதா உத்தேசம்?”

“பணத்தை அந்த பொண்ணுக வீட்டிலே விநியோகம் பண்ணிட்டு, மெட்ராஸுக்கு திரும்பி...”

நாயுடு தலையை இடம் வலமாக ஆட்டினார்.

“அபத்தமா ஏதாவது செய்து வைக்காதீங்க... நீங்க ஆந்திரா வரதை எப்படியாவது போலீஸ் மோப்பம் பிடிச்சிருக்கும். எல்லா வீடுகளிலும் உங்களுக்காக காத்திருக்கும். அதேபோல இப்ப மெட்ராஸ் திரும்பறதும் வம்பை விலைகொடுத்து வாங்கறமாதிரி! மெட்ராஸிலே தெரிஞ்சவங்க யாரையாவது பார்ப்பீங்க இல்லே?”

“ஆமா”

வேற வினையே வேணாம். போலீஸ் கிட்டே மாட்றதே இப்படித்தான்! நெருங்கினவங்க வீடுகிட்டப்பூரா மஃப்டியில் சுத்திக்கிட்டிருப்பாங்க! ஒன்று அவங்க பிடிக்கணும். அல்லது உங்க ஊர்காரன் எவனாவது காட்டிக்கொடுப்பான். பேசாம நான் சொல்றதைக் கேளுங்க. கையிலோ பணமிருக்கு... பம்பாய், டில்லி

ன்னு எங்கேயாவது போய் ஒதுங்குங்க! அஞ்சு வருஷம் மெட்ராஸ் பக்கம் போகக்கூடாது... தமிழ் பேப்பர் வாசிக்கக்கூடாது அல்லது நான் காப்பாற்றணும்னாலும் சொல்லுங்க. நெல்லூர்லே ஒரு இடம் இருக்கு. ஒளிச்சு வச்சுடறேன்!"

"குழப்பமாயிருக்கு நாயுடு"

கண்கள் என்ற சாளரத்தின் வழியே அவன் இதயத்தை மெள்ள எட்டிப்பார்த்தார் நாயுடு. கண்டறிய முடியாத சுமையொன்று அவன் நெஞ்சுக்குள் கனத்துக்கொண்டிருப்பதை மட்டும் அவரால் உணர முடிந்தது. அவர் யோசனைகளை ஒப்பவும் முடியாமல் துப்பவும் முடியாமல் பரிதவிப்பது தெரிந்தது.

"ராத்திரி இங்கே தங்க வேணாம்! போலீஸ் தேடிவந்து வீட்டை செக் பண்ணினாங்கன்னா சிக்கல்! பக்கத்து கிராமத்தில் ஒரு தெரிஞ்சவங்க வீடு இருக்கு.... அங்கே தங்க வைக்கிறேன்! எவ்வளவு நாள் வேணாலும் அங்கே தங்கிக்க எல்டின்! எல்லா வசதியும் அங்கே இருக்கு... நாளைக் காலை கரெக்டா ஒன்பது மணிக்குள்ளே உங்களை பார்க்க நான் வருவேன்... அப்படி வரலேன்னா..."

"வரலேன்னா...?"

"நீங்க என்னைத்தேடி இங்கே வந்துடக்கூடாது. நான் வரலேன் னா, உங்க ஊர் போலீஸ் என்னை விசாரணைக்கு கூட்டிப்போனதா அர்த்தம்! ஆனா, பயப்படாதீங்க. உங்களை நான் காட்டிக் கொடுக்க மாட்டேன். நான் இல்லாதுபோனாலும் உங்களை கிராமத்திலே நல்லா கவனிச்சுப்பாங்க! நீங்க அந்த இடத்தைவிட்டு நகரவே வேண் டாம். கூட்டிப்போனாலும் நான் சீக்கிரமே திரும்பி வந்துடுவேன்!"

தன் வண்டியில் ஏற்றி கிராமத்தில் கொண்டு வந்து விட்டுப்போனார் நாயுடு. காலை ஒன்பது மணிக்கு வருவதாக மறுபடியும் ஞாபகப்படுத்திப்போனார்.

காலை அவரால் திரும்பிவர முடியவில்லை. ராத்திரி திரும்பிப்போகும்போதே, வீட்டு வாசலில் போலீஸ் ஜீப்!

சூரியன் அதிகாலையிலேயே சுடத்தொடங்கிவிட்டான். எல்டினுக்கு ஒன்பது மணியாகும்வரை ஒவ்வொரு நிமிஷமும் ஒவ்வொரு வருஷமாயிருந்தது. ஒன்பது மணியானதும் நிமிஷங்கள் ஒவ்வொன்றும் யுகமாய்த் தோன்றியது.

நாயுடுவைப் போலீஸ் கூட்டிப்போயிருப்பது கேள்விப் பட்டதும் உள்ளத்தை பயம் உடும்பாக பிடித்துக்கொண்டது. மழைக்கால ஏரியின் நீர்மட்டம் போல நடுக்கம் நிமிஷத்துக்கு நிமிஷம் கூடினது. அங்கிருந்தவர்கள் சுந்தரத்தெலுங்கில் தடுத்தும் கேளாமல் உடனடியாக பயணப்பட்டான்.

வந்தாரை வாழவைப்பதாக நம்பப்படும் தமிழகத்தின் தலைநகரில் அவன் வந்து இறங்கியபோது விடிகாலை.

கிளிமூக்கைப்போல கிழக்கின் மூக்கும் சிவக்க ஆரம்பித்தது. கூடவே சோவென கடும் மழை.

ஒவ்வொரு எட்டையும் எச்சரிக்கையாக எடுத்துவைக்க வேண்டும் என தீர்மானித்தான் எல்டின். ஒரு ஆட்டோவை மடக்கி ஏறி அமர்ந்து 'பாடி' ஏரியாவுக்கு விடச்சொன்னான். அங்கே திருமால் என்ற நண்பனுடன் பல வருஷ பழக்கமிருந்தது எல்டினுக்கு. அவர் பி.ஏ. லிட்டரேச்சர் படித்தவர், சங்கருக்கும் நண்பர். திருமாலுக்கு எத்தனையோ உதவிகளை எல்டினும் சங்கரும் செய்திருக்கிறார்கள். போலீசும் இங்கே தேடிவர சான்ஸ் குறைவு என்று பட்டது. திருமால் கண்டிப்பாக அடைக்கலம் தருவார்... நமக்காக அடைக்கலமென்ன, உயிரைக்கூட தருவார் என தோன்றிற்று. அவரைப்போய் பார்ப்பதுதான் சரி என முடிவெடுத்தான்.

பாடியில் உள்ள சாந்தி தியேட்டரில் மானேஜராகவும் வேலைபார்த்தார் திருமால். அவரைத்தேடிப்போய் வீட்டின் அழைப்புமணியை அழுத்தினான்.

கொட்டாவி விட்டபடியே கதவு திறந்த திருமாலுக்கு எல்டினைப் பார்த்ததும் கொட்டாவி அற்பாயுசில் நின்றது. தூக்கம் மாயமாகிவிட்டது.

எல்டினை அவசரமாக உள்ளே இழுத்தார்.

"என்ன ஆச்சு எல்டின்... பேப்பரைத் தொட்டாலே பயங்கரமாய் இருக்கு?"

"அது கிடந்துட்டுப்போகட்டும் திருமால்! முதல்ல சங்கரை ஜாமீன்லே வெளியே கொண்டு வரணும். மோகன், சிவாஜி, எனக்கு எல்லாருக்குமே முன் ஜாமீன் வாங்கணும். எவ்வளவு பணம் செலவானாலும் சரி. ஒரு நல்ல வக்கீலா பிடி. நான் வெளியே போகமுடியாது... நீ தான் ஏற்பாடு செய்யணும். இந்தா பணம்..."

பைக்குள் கட்டுக்கட்டாக இருந்த தொகையை நீட்டினான். வாங்கி பீரோவில் அடுக்கின திருமால், "அதெல்லாம் இருக்கட்டும். முதல்ல நீ குளிச்சுட்டு சாப்பிட வா! எதற்கும் கவலைப்படாதே. என் கிட்டே விட்டுட்டே இல்லை.... பயத்தை விடு"

எல்டின் திருப்தியுடன் காலை கடன்களுக்கு கிளம்பினான்.

"நான் முதல்ல ஆபிசுக்கு போன் பண்ணி லீவு சொல்லிவிட்டு வந்துடறேன்... கதவை உள்ளே லாக் செய்துக்க..." என்று திருமால் தொலைபேசி நோக்கி புறப்பட்டான்.

டெலிபோன் பூத் பார்த்துவிட்டு வண்டியை ஸ்டாண்ட் போட்டு நிறுத்தினான்.

ரிசீவரைக் கையிலெடுத்துக்கொண்டு டயல் செய்தான்- அவசர போலீசுக்கு!

54

ஷாக்; பத்தாயிரம் வாலா சீனிசரத்தைப் பற்ற வைத்தது கணக்காய் இதயத்தில் இடைவிடாத வெடிச்சத்தம்...! எல்டினும் மோகனும் எப்படி சிக்கிக்கொண்டார்கள் என்பது முதல் அதிர்ச்சி!

எங்கள் மூன்றுபேர் காலிலும் கயிற்றைக்கட்டி தனித்தனி ஃபேன்களில் தலைகீழாக தொங்கவிட்டிருந்ததில் இரண்டாவது அதிர்ச்சி... அந்த காற்றாடியே முன்பு நாங்கள் போலீசுக்கு மொய் கொடுத்ததுதான் என்பது போனஸ் அதிர்ச்சி!

என் அம்மா, மனைவி, நாலு குழந்தைகள், தங்கை சாந்தி (எல்டின் மனைவி) சாந்தியின் கைக்குழந்தை சார்லஸ், என் மாமனார் அண்ணாமலை, மோகனின் மனைவி துளசி, குழந்தைகள் என நெருங்கிய பந்தங்கள் யாரும் விட்டுப்போகாமல் வசூலித்து வந்திருந்தது போலீஸ். உறவுக்காரர்களைப் பூரா தரையில் சுற்றிலும் உட்காரவைத்து எங்க மூணு பேரையும் மேலே ஃபேனில் கட்டித்தொங்கவிட்டிருந்தனர்.

ஏறுக்கு மாறாய் தொங்கினதில் ரத்தமெல்லாம் முகத்தில் குவிய, மண்டை பிணமாய் கனத்தது. காவலர்கள் மூன்று பேரையும் பி.எஸ்.வீரப்பா சிரிப்புடன் விலாவில் எட்டி எட்டி உதைக்க தண்டுவடம் அதிர்ந்தது. கண்களின் வழியே உயிர் பிதுங்கும் அவஸ்தை. குய்யோ, முறையோ என்று அலறித் தீர்த்தோம். அடிவாங்கின எங்களை விடவும் சூழ நின்ற பெண்களும் குழந்தைகளும் அலறின அலறல்...!

சுற்றமும் நட்பும் சூழ நொறுங்க அடிபட்டோம்.

"எங்க அப்பாவை அடிக்காதீங்க... அடிக்காதீங்க!" -என் பிள்ளை கீதா போலீஸ் ஆபீசரின் கால்களை பிடித்துக்கொண்டு கெஞ்சினாள். அப்போது ஆறாவது வகுப்பு சிறுமி.

போலீஸ் 'ரோபோ'க்கள் காதிலேயே போட்டுக்கொள்ளவில்லை.

அடித்தார்கள். மூன்று பேரையும் உதைபந்து ஆடினார்கள்.

கெட்ட வார்த்தை சொல்லிக்கொண்டே எட்டி எட்டி அடித்தார்கள்.

மூவர் உடம்பின் மீதும் சொட்ட சொட்ட தண்ணீர்

ஊற்றினார்கள். மறுபடி அடித்தார்கள். தண்ணீர் ஊற்றி அடிப்பதில் ஒரு தொழில் ரகசியம் உண்டு.

சுலபத்தில் மயக்கம் வராது. அத்துடன் ஈரத்தில் அடித்தால் ஊமைக்காயங்கள் உள்ளே பேசுமே தவிர வெளியே வீக்கம் தெரியாது.

ராட்ஸச கடிகாரத்தின் பெண்டுலமாகத் தொங்கின மூணுபேரும் துடித்த சலனத்தில் கனம் தாங்காமல் காற்றாடி முதலிரவு கட்டில்போல 'கிரிச்' 'கிரிச்' என்று முனகியது.

'இந்த யானையும் கரும்பைத் தின்னுமா' என்பதுபோல பாபு மூலையில் நின்று கைகட்டி அவ்வளவையும் பார்த்துக் கொண்டிருந்தான். அரசியலில் சில கிழங்களுக்கு சிலசமயம் திடீர் மவுசு ஏற்பட்டு விடுவதில்லையா... அது கணக்காய் பாபுவுக்குப் போலீசில் திடீர் செல்வாக்காகிவிட்டதுபோல.

எல்டினால் அதிக நேரம் உதைபட இயலவில்லை. இன்ஸ்பெக்டர் தங்கமணி பிரம்பால் தொடையைக் குறிவைக்க, வீச்சு சற்று திசைமாறி அவனது அந்தரங்கத்தில் பத்திரமாக இறங்கினது. அதீத வலியும் திகைப்புமாக வாயைத் திறந்தான் எல்டின்!

தீபாவளி சமயங்களில் ஒரு பாக்கெட் மெர்குரியை மொத்தமாக எரிக்கும்போது தோன்றுவதுபோல தலைக்குள் ஜுராசிக் வெளிச்சம் தோன்றின. பின்பு, அப்படியே எல்லாமும் அணையப்போய் இருட்டு, இருட்டு, ஒரே இருட்டு. ரெண்டே இருட்டு, மூன்றே இருட்டு.

விழித்து எழுந்த எல்டின் சுற்றிலும் நின்ற காக்கிக் கண்ணியவான்களைப் பார்த்து ஈனஸ்வரத்தில் "சார்... நீங்க என்ன சொல்றீங்களோ, அப்படியே நான் கோர்ட்டுலே வாக்குமூலம் கொடுத்துடறேன்..." என்றான் உருக்கமாக.

'ச்சே.. பீமநாயுடு சொன்ன பேச்சு கேட்காமல் போனோமே... அநியாயமாக துரோகி திருமாலிடம் பணத்தையும் இழந்து போலீசிலும் சிக்கும்படி ஆயிற்றே' என நொந்து நூலாகிப்போனான்.

மோகனும் தனது தவறுக்காக வருந்தி வருந்தி உள்ளுக்குள் உடைந்து போனான். 'அந்த போலீஸ்காரன் குடும்பத்தையே பிடித்து வைத்திருப்பதாகச் சொன்னதும், உணர்ச்சி வசப்பட்டு அலற, தானும் மாட்டிக்கொண்டு அடைக்கலம் கொடுத்தவளும் அல்லோலகல்லோலப்படும்படி ஆயிற்றே' என்று அரற்றினான்.

வழிக்கு வராததால் எனக்கும், மோகனுக்கும் தொடர் விருந்துகள்.

உறுப்பு துவாரத்தில் சித்ரவதை, பாதத்தில் லாடம் கட்டுவது, கட்டித்தொங்கவிடுவது என்ற எல்லா வழி முறைகளும் வழக்கம்போல. ஐஸ் மீது சயனிக்க வைத்து துடிப்பு ரசித்தனர்! ஒரு

காலத்தில் காவல்துறையின் சகல ஜீவராசிகளும் பல தேவைகளுக்காக எனக்கு ஐஸ் வைத்தது... அதுவேறு!

தங்களுக்கு ஃபாரின் சரக்கு, படுக்கையில் பெண்துணை மற்றும் பணத்தேவைகளுக்காக அவனை ஐஸ் வைத்தனர். இப்போது வைக்கும் ஐஸ் வேறு ரகம்!

ஆனால் இரண்டின் நோக்கமுமே தங்களது தேவை (தப்பான?) நிறைவேற வேண்டும் என்பதுதான்.

நடிகை ராஜஸ்ரீயின் பங்களாவில் குடும்பப் பெண்கள் மற்றும் குழந்தைகளைப் போலீஸ் தங்க வைத்திருந்தது. காவலுக்குப் பெண் போலீசார் நின்றனர்.

ஜெகதீஸ்வரியும், குழந்தைகளும் பிரமை பிடித்த மாதிரி ஆகிவிட்டனர்.

நேற்றுவரை வாழ்க்கை நந்தவனம்! இப்போதோ திடீரென பாலைவனம்!

வீட்டு கிரகப்பிரவேசத்துக்கு வந்து பரிசு கொடுத்து புருஷனுடன் கைகுலுக்கினவர்கள் எல்லாம் இப்போது துவம்சம் பண்ணிக்கொண்டிருக்கிறார்கள்!

முந்தின நாள்வரை போலீஸ் என்பது கணவனின் தொட்டிலாக இருந்தது. இன்றைக்கோ அதுவே சவப்பெட்டி.

இவர்கள் அமைத்து வைத்திருக்கும் வாக்கியத்தை நோக்கி, அனைவரையும் செலுத்த எடுக்கும் மூர்க்கமான முயற்சிகள் அவளுக்கு வயிற்றில் புளி கரைத்தது. பொய் வாக்குமூலம் தராவிட்டால் அத்தனை பேருக்கும் இம்சை... இருட்டறை! ஒப்புக்கொண்டாலோ கணவனுக்குக் கல்லறை!

ஒவ்வொரு உதை ,டும்போதும் நான் கலங்கின கண்களுடன் அவளைப் பார்த்த பார்வை...! எதிர்காலத்தின் மீதான கேள்விக்குறியின் பயம் அவளின் வயிறு பிசைந்திருக்கிறது. வலியில் அந்த மூவரும் போட்ட கூப்பாடு காதுக்குள் விழுந்து ரத்தத்தில் கலந்து ஒவ்வொரு நொடியும் உயிரைத் தடவத்தானே செய்யும்.

பெண் போலீஸின் பாதுகாப்பில் இருந்த ஜெகதீஸ்வரிக்கு, கண்முன் நிகழ்ந்த அத்தனை கொடுமைகளும் இதயத்தில் ஆணியடித்தன.

11-7-88 அன்று அபார்ட்மெண்டின் பாத்ரூமில் குளிக்கப்போன ஜெகதீஸ்வரிக்கு பளிச் என ஒரு சிந்தனை மின்னல், குளியலறையின் ஷவரில் உடுத்தியிருந்த சேலையை இறுக்கிக்கட்டினாள். மறுமுனையை சுருக்குப் போட்டு கழுத்தில் மாட்டிக்கொண்டு, தொங்கினாள்.

தற்செயலாக அங்கே வந்த பெண் போலீஸ் சுசீலாவும், சித்ராவும் இதைப் பார்த்துவிட்டு கூச்சல் போட கட்டிடமே அமர்க்களப்பட்டது.

என்னிடம் விஷயம் சொல்லப்பட்டபோது துடித்துப்போக மட்டுமே முடிந்தது. காயங்களை விட செய்தி வலித்தது. மடேர் மடேர் என முகத்தில் அறைந்து கொண்டு அழ முடிந்தது. இத்தனைநாளும் உடம்பு முழுவதும் காயங்களால் கிழிந்து வழிந்தபோதும் கண்களில் இருந்த உறுதி மட்டும் கரையவே இல்லை. ஆனால், இப்போது இஞ்ஜெக்ஷன் போட்டுக்கொண்ட இரண்டு வயசு குழந்தையாக கதறி அழுதேன். நிலை குலைந்தேன். புஷ்டி மீசை அதிகாரி என்னையே பார்த்துக்கொண்டிருந்தார்.

எல்ட்சினை எதிர்க்கும் ரஷ்ய எதிர்க்கட்சிகளைப் போல் பொருமினார் போலீஸ் ஏட்டு ஒருத்தர்!

"எவ்வளவு அடிச்சாலும் இவனை வழிக்குக் கொண்டுவர முடியலையே சார்…" -மீசை பதில் சொல்லாமல் யோசனையிலிருந்தார். திடீரென முகத்தில் கோடி சூரியன்களின் பிரகாசம்.

என்னைப் பார்த்து, அதிகாரி "ச்ச்ச்" என்றார். இப்போது கட்டளையின் தொனி குறைந்து கனிவின் தொனி கணிசமாகக் கூடியிருந்தது.

"கை விலங்கைக் கழட்டுங்கப்பா நீங்க வேற! பாவம்… ரெண்டுபேருக்கும் சாப்பிட ஏதாச்சும் கொடுங்க."

எனக்கு அவர் சிநேகமாய் பேசவும் கூடுதல் பீதியே வந்தது. சிங்கம் சிரிக்கிறதே என்பதற்காக வெள்ளாடு சந்தோஷப்படவா செய்யும்?

அவருடைய பரிவு இன்னொரு ஆபத்துக்கான அறிகுறியே அல்லாமல் வேறென்ன?

அவர்கள் தந்த சாப்பாடு அவனுக்கு வேண்டியிருக்கவில்லை. பயம் என்னும் சிலந்தி மனசு பூராவும் வலை பின்னியது. சாதாரண வலை அல்ல… கவலை!

"சும்மா சாப்பிடுங்கடா! இனிமே உங்களை அடிக்க மாட்டோம்… பயப்படாதீங்க… உங்களைத் தொடவே மாட்டோம்! ஆனா எங்க வழிக்கு வரலைன்னா இன்னொரு வேலை செய்வோம்"

"அதை சொல்லுடா சித்தப்பா" மனசுள் கறுவிக்கொண்டேன்.

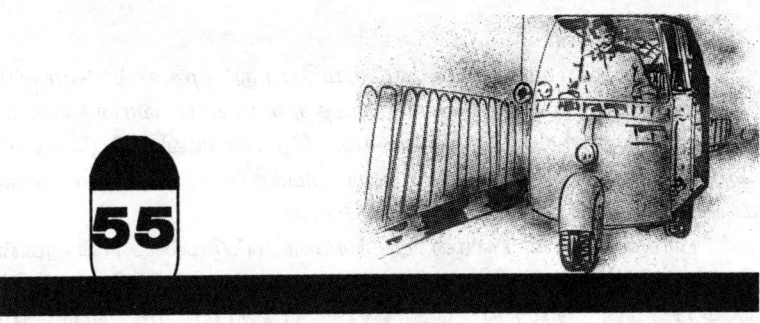

55

பாபுவின் யோசனைப்படி என் வீட்டு ஆல்பத்துக்குள் ஒளிந்திருந்த விபரீத படங்களை எடுத்துப்பார்த்த அதிகாரிக்குத் தூக்கிவாரிப்போட்டது.

அதிலும் குறிப்பாய் அந்த முதல்படம்...! சூடு வைத்த ஆட்டோ மீட்டரில் துட்டு ஏறுவது போல் அவருக்குள் அதிர்ச்சி ஏறிக்கொண்டே இருந்தது முதல் போட்டோவைப் பார்த்ததுமே!

மற்றபடி எதிர்பார்த்து வந்தது வீண் போகவில்லை... எத்தனை எத்தனை பிரபலங்கள் கண்ணைக் கூசவைக்கும்படி போஸ் கொடுத்துக்கொண்டிருக்கிறார்கள்!

அத்தனையும் அடல்ஸ் ஒன்லி படங்கள்!

ராத்திரி வைத்த இட்லிமாவு பொங்கி வழிவது போல அவருக்கு உற்சாகம் நாலா திசையிலிருந்தும் பெருக்கெடுத்து வழிந்தது.

சந்தோஷத்தில் அந்த அதிகாரிக்கு தலை, கால், வால் எதுவுமே புரியவில்லை. அகப்பட்ட அத்தனை பிலிம்ரோல்களிலும் ஓர் 'இன்டர்னல் ஆடிட்டிங்' செய்தார். எந்தப்புற்றில் எந்த பிரேமானந்தாவோ? யார் கண்டது?! அதனால் கிடைத்த எல்லா நெகட்டிவ்களையும் பிரிண்ட் போட்டு விட்டார். மனம், ஜிங்ஜிங்கென்று ஸ்கிப்பிங் ஆடிற்று அதிர்ஷ்டம்தான் எப்படியெல்லாம் தானாக வந்து கூரையைப் பொத்துக்கொண்டு கொட்டுகிறது.

என்வீட்டு மெத்தைக்குள் வைத்திருந்த 30 லட்சம் ரொக்கமும் 70 லட்சம் ரூபாய் மதிப்புள்ள தங்க வைர நகைகளுக்கும் போலீசாரும் சும்மா ஊறுகாய்தான்! ("அதிலே எவனுக்குமே நல்லாசாவு வரவே வராது" என்கிறது சங்கர் நமக்கு எழுதியுள்ள கடிதத்தில் ஒன்று)

சிகப்பு ரோஜாக்கள், நான் சிகப்பு மனிதன், நாயகன் என்ற மூன்று படங்களின் வீடியோ கேசட் மற்றும் சங்கர் மகள் ஹேமாவின் பிறந்தநாள் விழா (24-3-88) கேசட் மட்டுமே கோர்ட்டில் ஒப்படைக்கப்பட்டது.

மற்றவைகள்?

புதிதாகக் கட்டிடம் கட்டும்போது முதலில் 'வானம் தோண்டுவது' என வைபவம் நடத்துவார்கள்; வானத்தையா தோண்டுகிறார்கள்!? தரையைத் தோண்டிவிட்டு வானம் தோண்டுவதாக சொல்லுவது எப்படி அபத்தமோ அதே போலதான் காவலர்களுக்கு அந்தப் பெயரும் போல-

பிரபலங்களின் 'பலான' படங்களை மட்டுமல்ல... என்னுடன் சேர்ந்து நிற்கும் சாதாரண படங்களும், அவன் வீட்டு விழாக்களில் வி.ஐ.பி.க்கள் கலந்து கொண்ட புகைப்படம், வீடியோ படங்களிலும்கூட போலீசுக்கு செம வசூல்! "சங்கர் வீட்டு நிகழ்ச்சியில் இருப்பதால் அவர்களுக்கும் கொலை கேஸில் தொடர்பிருப்பதாக பொய் கேஸ் எழுதப்போவதாய்" பயமுறுத்த, அவ்வளவு பேரும் சரணாகதி!

நட்சத்திரங்கள், அரசியல் தலைவர்கள், அதிகாரிகள், எம்.எல்.ஏ.க்கள், ஏன் சில போலீஸ் புள்ளிகளிடம் கூட பணத்தைக் கறந்துவிட்டனர்- சி.பி.சி.ஐ.டி.க்காரர்கள்!

மந்தைவெளி அலுவலகத்துக்கு ஒவ்வொரு பிரமுகரையும் வரவழைத்து லட்ச லட்சமாய் பறித்துக்கொண்டு அவர்கள் சம்பந்தப்பட்ட புகைப்படங்களை திரும்பக்கொடுத்தனர்.

படங்களின் தன்மை+பிரமுகர்களின் சக்தியைப் பொறுத்து அதற்கு விலை விதிக்கப்பட்டது.

வசூலித்ததும், படங்களை திரும்பக்கொடுத்ததும் என் கண் எதிரிலேயே நடந்தது.

"அடப்பாவி... நீயும், சம்பாதிக்கலை! எங்களுக்கும் தண்டச்செலவு... நீயெல்லாம் உருப்படுவியா?" என்று என்னை வயிற்றெரிச்சலுடன் சபித்தனர் பிரபலங்கள்! அணைக்க மறந்த ஹீட்டரின் சிகப்புக் கம்பிபோல கோபத்தில் கண்கள் செக்க செவேல்!

எனக்கும் கூட வருத்தமாய் இருந்தது. மனசு காங்கிரஸ் கட்சி மாதிரி ஏகமாய் உடைந்து போனது.

எங்கோ மலையில் கிடைக்கிற நார்த்தங்காயும், கடலில் விளைகிற உப்பும் கலந்து ஊறுகாயாகி தரையில் இருக்கிற எவனுக்கோ பயன்படுகிறதில்லையா? அப்படித்தான் ஆயிற்று; சங்கரும் பிரமுகர்களுமாக கலந்து அடித்த கூத்தில் யாரோ சில போலீஸ் நரிகளுக்கு அறுவடை.

சில கம்பெனிகளின் ஈக்விடி ஷேர்கள் அறிவிப்பு வந்து மறுநாளே விற்றுத் தீர்ந்து விடுவதுபோல, பட நெகட்டிவ்களுக்கு கடைவிரித்த ஒரு மணி நேரத்துக்குள் விற்றுத் தீர்ந்துபோனது. அவ்வளவு பணத்தையும் ஒரு டால்ஃபினின் சுறுசுறுப்போடு

விழுங்கி ஸ்வாஹா செய்துவிட்டனர் சில மூத்த அதிகாரிகள்.

மக்கர் செய்த நானும் மோகனும் போலீஸ் வழிக்கு வந்துவிட்டதால் வழக்கு போலீஸ் விரும்பின திசையிலேயே சென்றது. 164 பக்க ஒப்புதல் வாக்குமூலம் தந்துவிட்டேன்! திருவல்லிக்கேணி கிணற்றுநீர் மாதிரி படு பாதாளத்தில் இருந்த போலீசாரின் நம்பிக்கை... சுரண்டல் லாட்டரியில் கிடைத்த உடனடி பரிசு போல செண்டிமெண்ட் அட்டாக் கொடுத்ததும் உடனடியாக வழிக்கு வந்துவிட்டதில் மகா திருப்தி. 48 நாட்கள் அடைத்து வைத்திருந்த அவன் குடும்பத்தை ரிலீஸ் செய்தனர்.

ஒன்றரை மாதத்திற்கு மேல் போலீஸ் பாதுகாப்பில் அலறித் தீர்த்தது போலவே வீடு திரும்பியதும் பதறித்துடித்தது என் குடும்பம். வீட்டிலிருந்த ரொக்கம், நகை நட்டு எல்லாமும் போயே போச்சு! போயிந்தி; இட்ஸ் கான்! புதைந்து கிடந்த பிணங்களை வெளியே எடுத்த போலீஸ் எங்கள் உடைமைகளை புதைத்துக்கொண்டுவிட்டனர்.

எங்கள் குடும்பத்து குழந்தைகள் படித்த பள்ளிகள், கல்விக்கூடங்கள் திடீர் 'கன்ஷிராம்' ஆகி தங்கள் ஆதரவை விலக்கிக்கொண்டன. விளைவு; பள்ளியிலிருந்து டிஸ்மிஸ்!

குழந்தை, குட்டிகளை வேறு பள்ளியில் சேர்க்க வேண்டும். இருக்கிற பணத்தையெல்லாம் சி.பி.சி.ஐ.டி.காரர்கள் சுருட்டிக் கொண்டு விட்டார்கள். கேஸை நடத்த ரூபாய் வேண்டும்!

நானும் மற்றவர்களும் ஒப்புதல் வாக்குமூலமே தந்துவிட்டதால், வழக்கின் முடிவு என்னாகுமோ தெரியாது; குடும்பம் தத்தளித்தது.

ரத்தமாக மூக்கு முகரையெல்லாம் வழிந்து கொண்டிருந்தாலும், தண்ணி கிண்ணி வீசி பல்லிடுக்கிலே ஸ்பாஞ்ச் திணித்து முகத்திலே ஸ்பிரே அடித்து குத்துச்சண்டை வீரரை அடுத்த ரவுண்டுக்கு தேற்றுகிற மாதிரி, மனதை, உடம்பை தேற்றிக்கொண்டு அடுத்த ரவுண்டுக்கு ரெடியாக வேண்டியதுதான். வேறுவழி?

அந்த அதிகாரியைப் பொறுத்தவரை அது ஆல்பமே இல்லை; அலாவுதீனின் அற்புத விளக்கேதான்! ம்ஹூம், அதைவிட உசத்தி.

சுளை சுளையாக எவ்வளவு சம்பாதிக்க முடிந்தது.

அதனைக் கண்டுபிடித்து சொன்ன பாபு அவர் கண்களுக்கு பெரிய விஞ்ஞானியாகவே தோன்றினான். இந்த ஜென்மம் இல்லாவிட்டாலும் போன ஜென்மங்களிலாவது அவன் நிச்சயம் சர்.சி.வி.ராமனாகவோ லட்சுமணனாகவோதான் இருந்திருக்க வேண்டும் என்று தோன்றினது.

சில சமயம் ஆட்சிப் பொறுப்பிலிருக்கும் மாபெரும்

தலைவர்கள் கூட சுயேச்சைகளிடம் ஆதரவு கோரி கெஞ்சுவதில்லையா? அதே போல பாபுவிடம் "இன்னும் வேற நெகட்டிவ்கள் எங்கே ஒளிச்சு வச்சிருக்கான்னு நல்லா யோசிச்சுப்பார்த்து சொல்லுப்பா" என அவன் தாவாக்கட்டையைப் பிடித்துக்கொண்டு கெ(ா)ஞ்சினார்!

கிடைத்த ஒவ்வொரு படமும் அவரை தூக்கிவாரிப் போட வைத்தது. காதோர நரை மாதிரி கவனத்தை உறுத்திக்கொண்டே இருந்தது.

சாவு வீட்டுப் பாயசம் மாதிரி, இனிப்பாயிருந்தாலும் அது அவருக்கு ருசிக்கவில்லை. அவர் விட்ட பெருமூச்சில் ஈரப்பதம் வெகுவாக பாதிக்கப்பட்டது. காதில் பூவை சொருகுகிறவர்கள் உண்டு... அடுத்தவர் காதில் ஒரு ஃபிளவர்வாஷே சொருகிவிட்டானே இந்த சங்கர் என்று வியந்தார், அதிர்ந்தார், சினந்தார், பயந்தார், வாழைத்தார், சுடிதார், இன்னும் பல தார்...

ஆச்சரியத்தில் வாய் அலிபாபா படத்தில் வரும் 'திறந்திடு ஸீஸே'வாக விரிந்து கொடுத்தது.

ஏனென்றால் அந்த முதல் படத்தில் எக்கச்சக்கமாக போஸ் தந்தது அவரேதான். தன்னைத்தானே எசகு பிசகான கோலத்தில் பார்த்தால் அதிர்ச்சியாகத்தானே இருக்கும்?

56

அந்த அதிகாரியின் முகத்தில் விஷ சிரிப்பு என்னையும் என் உடன் பிறப்பையும் பார்த்து "சும்மா சாப்பிடுங்கடா! இனிமே உங்களை அடிக்க மாட்டோம்; பயப்படாதீங்க! உங்களைத் தொடவே மாட்டோம்! ஆனா, எங்க வழிக்கு வரலைன்னா இன்னொரு வேலை செய்வோம்" என்றவுடன் நான் 'அதை சொல்லுடா சித்தப்பா' என்று கறுவியது அவர் காதில் விழாவிட்டாலும் மனசுள் நான் புஸு புஸுவென புகைந்ததை முகம் காட்டிக்கொடுக்கவே செய்தது.

திரும்பவும் சிரித்தார் அவர்! இருக்கிற தடா கேஸுகளை யெல்லாம் ஊதி தள்ளின சுசுவாமி கணக்காய் அலட்சியச் சிரிப்பு.

எனக்குப் பற்றிக்கொண்டு வந்தது. வில்லன் கதாநாயகியைக் கற்பழித்துக்கொண்டிருக்கிற சீனில், சாவகாசமாக கதாநாயகன் சாமி கும்பிடுவதுபோல் இந்த ஆள் சட்டென்று விஷயத்திற்கு வராமல் டூத்பேஸ்ட் விளம்பரத்திற்குப்போல் சிரித்துக்கொண்டு பொழுதை கழிக்கிறானே என கடுப்பு!

அவரோ மீதி சில்லறை தராமல் அல்வா கொடுக்கிற பஸ் கண்டக்டர் மாதிரி, ஏமாற்றிக்கொண்டிருந்தார். சில காரியங்களைச் செயல்படுத்தும்போது மனசாட்சியை ஸைலன்ஸ் செய்யத்தான் வேண்டியிருக்கும் என்பது அவர் அனுபவம்.

எனது பற்கள் சீயக்காய் மெஷினாய் அரைபட்டாலும், முகத்தில் அமைதி சேர்த்துக்கொண்டு, "சொல்லுங்க சார்... என்ன வேலை செய்வீங்க?"

"வேறொண்ணுமில்லை. அந்த ஆறு கொலைகளையும் நீங்கதான் செய்ததா ஒப்புக்கணும். இல்லைன்னா உங்க வீட்டுப் பொம்பளைங்க ஜெகதீஸ்வரியும் சாந்தியும், துளசியும் கூட அந்த கொலைகளுக்கு உடந்தைன்னு பொய் கேஸ் போட்டுருவோம். சாட்சிக்கு இருக்கவே இருக்கான் பாபு! தாய், தகப்பன் ரெண்டுபேரையும் இழந்துட்டு உங்க பிள்ளைகளெல்லாம் அனாதையா நிற்கும். என்னடா சொல்றீங்க?"

அவ்வளவுதான்! ரெண்டு பேருக்கும் எண்சாண் உடம்பும் ஆஃப் செய்யாத மோட்டர் எஞ்ஜினாக நடுங்கினது. அதுவும் என் முகம் பாதி சப்பின சூயிங்கம் போஸ் கொடுத்தது. உள்ளங்காலில் கொள்ளிக்கட்டையால் வருடின எரிச்சல்!

"எ.. என்ன சார், சொல்றீங்க?" என்றேன் வதங்கின குரலில். முட்டையின் முகத்தில் இடியும் வெடியும் ஒரே சமயத்தில் இறங்கின அதிர்ச்சி.

"சொல்லுங்கடா! என்ன செய்யப்போறிங்க?" -மீசைக்குள் ஒளிந்திருந்த அவர் புன்னகையே சரியில்லை!

விழிகள் துடிக்க-இதயம் கனக்க-விரல்கள் அரிக்க குலை நடுங்கிப்போனோம். கண்களில் ஒரு காஷ்மீர் கலவரம். பூவின் ஜீவனில் பூகம்பம் உரசின அதிர்ச்சி.

"இன்னொரு விஷயம்... கேஸ்லே, பொம்பிளைங்களையும் சேர்க்கிறதுன்னு முடிவெடுத்த பிற்பாடு நீங்க பட்ட அவ்வளவு ரோதனைகளையும் உங்க வீட்டுப் பெண்களும் படவேண்டி யிருக்கும். பார்த்துக்கங்க!"

ஏக காலத்தில் எச்சிலையும் உண்மையையும் கடித்து விழுங்கினோம்.

"நீங்க சொன்னபடி கேட்கிறோம் சார்!"

அதிகாரி முகத்தில் வெற்றிப்புன்னகை. ஒலிம்பிக்கில் பதக்கம்

வென்ற சந்தோஷம். மற்றவர்களைக் கர்வத்துடன் பார்த்தார்!

"இதை அன்னிக்கே சொல்லித் தொலைச்சிருந்தா இப்படி இரைபட்டிருக்கணுமா? பொண்டாட்டி பிள்ளைக்குட்டிகளைதான் நாங்க நாற்பத்தெட்டு நாள் அடைச்சு வச்சிருக்கணுமா? சரி.. சரி... வாக்குமூலம் நூத்து அறுவது பக்கத்துக்கு மேலே இருக்கு... ரெண்டு பேருமா வாங்கிட்டுப்போய் சீக்கிரமா மனப்பாடம் பண்ணுங்க... உம், போங்க! போங்க!"

வெந்த புண்ணில் குண்டூசி நுழைத்தார் அதிகாரி. பேஸ்ட்டை அமுக்கின மாதிரி ஒரே அமுக்கலில் நினைத்ததை சாதித்துவிட்டாரே என வெறுப்பாக வந்தது இருவருக்கும்! கவலை மனதுடன் கபடி ஆடினது.

"அண்ணே... அண்ணே" -உலுக்கி எழுப்பினான் மோகன்!

திடுக்கிட்டு விழித்த நான் உணர்வு திரும்பி பிதுக்கா பிதுக்கா என்று விழித்தேன். ஆதி நாட்களை அசைபோட்டுக் கொண்டிருந்தவன் தம்பி உசுப்பினதும் 'மலரும் நினைவுகளிலிருந்து' சட்டென விடுபட்டேன்.

நான் இப்போது இருக்கும் இடம் சென்னை மத்திய சிறைச்சாலை என்பது நினைவுக்கு வந்தது. அன்றைக்கு ராத்திரி தம்பி மோகன், செல்வராஜ் மற்றும் புதிதாய் சேர்ந்த ஜெயில் சிநேகிதர்கள் வக்கீல் ராஜா, சுண்டல்குமார் என்ற நான்கு பேர்களுடன் தானும் தப்பிக்கப்போகும் தங்க ராத்திரி அதுதான் என்பது உறைத்தது.

அதற்காக ஒவ்வொரு அங்குலத்தையும் எவ்வளவு துல்லியமாக திட்டமிட்டு வைத்திருக்கிறோம்... இப்போது அந்தக் கவலைகளில் மூழ்காமல் வீணாய் பழைய அவலங்களை அசைபோட்டு காலத்தை ஏன்தான் விரயம் செய்தோமோ என கசப்பாய் கூட இருந்தது.

1990 ஆகஸ்ட் இரவு வானத்துக்கு மாசக்கடைசி போலும்! நிலவை கணிசமாய் செலவழித்துவிட்டு நட்சத்திர சில்லறைகளும் இல்லாமல் செலவுக்கு "என்ன செய்வது" என தவித்தது.

மணி ஒன்பதரை. டி.வி.பெட்டியில் விளம்பரங்கள் ஓட ஆரம்பித்தன. தமிழ் சினிமாவில் கட்டகடைசியில் வரும் போலீஸ் மாதிரி, விளம்பரங்களெல்லாம் முடிந்து இறுதியில்தான் ஒலியும்-ஒளியும் (பாட்டும் படமும்)

பிரசவ ஆஸ்பத்திரியில் ஆபரேஷன் தியேட்டருக்குள் பெண்டாட்டியை அனுப்பிவிட்டு வெளியே தவிப்புடன் குறுக்கும் நெடுக்கும் நடக்கும் கணவனாக ஐந்து பேரும் பரிதவித்தோம்.

பொருட்களை சரிபார்த்துக்கொண்டேன். இதுபோன்ற அபாய சமயங்களில் நாலையும் யோசிக்கணும். அதுவும் இருக்கிற நெருக்கடியைப் பார்த்தால் எட்டு, பதினாறு, முப்பத்திரெண்டையும்

யோசிக்கணும் என்பது எனக்குத் தெரியும்.

செல்வராஜ் மனசுக்குள் அகப்பட்ட தெய்வத்தை எல்லாம் வினாடிக்கு இரண்டு வீதம் வேகவேகமாய் பிரார்த்தித்தான்.

“புரசைவாக்கம் பங்கஜாம்பா, பாதாளப் பொன்னியம்மா, பண்ணாரி மாரியம்மா, ஆத்தா... காப்பாத்து! சிக்கவிட்டுறாதே.. சேத்துப்பட்டு வேம்புலி அம்மா, முப்பாத்தம்மா, சமயபுரம் மகமாயி... கொல்லங்குடி கருப்பாயி... அடச்சே! அவள் பாடறவள் அல்லவா? திருவேற்காடு கருமாரி...”

ராஜாவும் சுலோகமோ என்னவோ முணு முணுத்துக்கொண்டான். சு.குமார் கோயில்களுக்கு அதுவும் மார்கழி மாதத்தில் அதுவும் சுண்டல் கிடைக்கிற சாத்தியக்கூறு இருந்தால் மட்டுமே போகிற வழக்கமுடையவன். அதற்கு வாய்ப்பு இல்லாமலி ருந்தும் இன்றைக்கு ஏனோ ஒரு மானசிக வழிபாடு நடத்தினான்.

மோகனுக்குச் சந்தேகம் சமுத்திரமாய் விரிந்தது. தேவி கரெக்ட்டா தம்பியை அனுப்பி வைப்பாளா என கலவரப்பட்டான்.

என்னைப் பொறுத்தவரை, காலையில் சூரியனைக்கொண்டு வருமா, வராதா என்று கிழக்கைக்கூட சந்தேகப்படலாம்! தேவியைப் படத்தேவையில்லை.

மணி 9-40

பாரா வார்டர்கள் டவரில் இருந்த டி.வி.யின் முன் மோகத் துடன் குவிய ‘பஞ்ச பாண்டவர்கள்’ செயல்பட ஆரம்பித்தோம்.

கம்பிகளுக்கு வெளியே மோகன் கைகளைச் செலுத்தி பூட்டில் சாவி செலுத்தினான். மற்ற நால்வரும் பரபரப்பானோம். பூட்டு கொஞ்சம்கூட கற்பேயில்லாமல் உடனடியாகத் திறந்துகொண்டது.

கதவை வேகமாக அதே சமயம் ஓசையின்றி சட்டென திறக்க முதல் ஆளாக வெளிப்பட்டேன். இந்தக்கோடிக்கும் அந்தக் கோடிக்கும் ஒரு ஜெட் வேக சர்வே விழிகளால் நடத்தினேன். மற்றவர்களுக்கும் சைகை காட்டினேன்.

நேரம் 9.45

ஒருவர் பின் ஒருவராக பூனை பாதத்துடன் நடந்து வெளியே வந்தோம். முதல் தொகுதிக்கும் காம்பவுண்ட் சுவருக்கும் இடையில் வெளிச்சம் அமோகமாய் இருந்தது. செல்வராஜைப் பார்த்தேன்.. அவன் சிக்கலான ஒயர் கனெக்ஷன்களை நெருங்கி தொழில் சாமர்த்தியம் காட்டினான்.

டி.வி.யில் முதல் பாட்டு முடிந்திருந்ததால் அடுத்தாற்போல பாட்டு மாற்றும் இடைவெளியில் மனதை அச்சுறுத்தும் மௌனம். செல்வராஜை சும்மா நிற்கும்படி சைகை காண்பித்தேன். அமைதியான தருணத்தில் செல்வராஜ் கிளப்பும் சின்ன சப்தம்கூட

மற்றவர்கள் கவனத்தை ஈர்த்துவிடும் என்று பயம்!

நேரத்தில் மேலும் அரை நிமிடமோ என்னவோ வெட்டியாய் கழிந்தது. ஜெயில் சுவருக்கு மறுபக்கம் 'பாங்' என்ற அலறலுடன் எலக்ட்ரிக் ரயில் புறப்படும் சப்தம்! ஆடி மாசத்து அம்மன் பாட்டுக்கள் போல்- காது ஜவ்வைக் கிழிக்கிற அலறல். ஐந்துபேருக்கும் குலை நடுங்கினது. இந்த சப்தத்தில் உசுப்பப்பட்டு வார்டன்கள் எட்டிகிட்டி பார்த்துத் தொலையாமல் இருக்க வேண்டுமே என பயம்! கட்டிடத்துக்கு வெளிப்பக்கம் துல்லியமான வெளிச்சத்தில் வேறு நின்றார்கள்.

வார்டன்களைப் பொறுத்தமட்டில் இதெல்லாம் வழக்கமான சப்தம்தான்! யாரும் அசைந்து கொடுக்கவில்லை.

டி.வி.ஓடத் தொடங்க, நேரமும் ஓடத் தொடங்க அனைவரும் காம்பவுண்டு சுவருக்கு அவசரமாய் நகர்ந்தனர். நெற்றியில் புருவத்திற்கு மேல் கையை படுக்கை வசத்தில் வைத்து, கண்களைச் சுருக்கி அண்ணாந்து பார்த்தேன். மோகன் வேறு யாரும் கவனிக்கிறார்களா என கண்காணித்தான்.

சுவரின் மீது வெங்கடேசன் ஆயத்தமாய் நிற்பது தெரிய நிம்மதிப்பெருமூச்சு வந்தது.

ரெடியாக வைத்திருந்த கயிறை அவன் உள்ளே வீச முதலில் ராஜாவை மேலே ஏறச்சொன்னேன். வரிசையாய் ஐந்து பேரும் சுவர் உச்சி சென்று அதே கயிற்றின் துணையுடன் மறுபக்கம் இறங்கினோம். கயிற்றை வேப்பமர உச்சியில் வலுவாய் கட்டியிருந்தான் வெங்கடேசன்.

ஜெயிலுக்கு மறுபக்கம் பார்க் ஸ்டேஷன்! ஆறுபேரும் பத்திரமாக இறங்கி கயிற்றையும் அவிழ்த்து எடுத்துக்கொண்டோம். தொலைக்காட்சியில் பாட்டும் சரியாய் முடிந்திருந்தது.

57

ஜெயில் சுவருக்கு வெளிப்பக்கம் ஆறுபேர்களும்! சுதந்திர காற்று முகத்தில்மோதி தலை கலைத்துவிட்டு சென்றது!

என் மூளைப்பிரதேசத்தின் சிவப்பு விளக்கு எச்சரித்தது. சுவர் ஓரமாகவே அனைவரும் புதர்களில் ஒளிந்து கொள்ள உத்தரவு போட்டேன். ஸ்டேஷன் பிளாட்பாரத்துக்கு யாரும் போய்விட வேண்டாம் என்றேன்.

ஜெயில் டவரின் மேலிருந்து பார்த்தால் ரயில் நிலையம் துல்லியமாய் தெரியும். குறுக்கே கடப்பதை உச்சியிலிருந்து கவனித்து விடுவார்கள். ஆபத்து!

அடுத்த ரயில் வரும்வரைக்கும் சலனமின்றி அப்படியே அமர்ந்திருந்தோம். வண்டி வந்ததும் குனிந்த வாக்கிலேயே ஆளுக்கொரு பெட்டியாக ஏறி, இந்த வாசல் வழியாக நுழைந்து மறுபக்கத்தில் வெளியேறி பிளாட்பாரத்தில் இறங்கி மற்ற பயணிகளோடு கலந்து வீதிக்கு வந்தோம்.

ஸ்டேஷன் வாசலில் ஆட்டோ பிடித்து எர்ணாவூர் பறந்தோம். தேவிக்கு அங்கேதான் வாசம்!

பெட்டி படுக்கையெல்லாம் பார்சல் செய்து பயணத்துக்கு படு தயாராய் காத்திருந்தாள் தேவி.

சாப்பிட்டு, இரண்டு ஆட்டோக்களை பிடித்து பஸ் ஸ்டாண்ட் வந்து இறங்கினோம். இப்போது கணக்கு ஏழாகியிருந்தது. தேவியும் வெங்கடேசனும் ஜோதியில் கலந்திருந்தனர்.

நான், ஆட்டோவுக்கு பணம் தந்துவிட்டு என் ஜேபிலிருந்த சில்லறைகளையெல்லாம் வெளியே எடுத்தேன். அறுநூறு தேறிற்று. நிமிர்ந்து ராஜாவைப் பார்த்தேன்.

"என்ன ராஜா? ஒன்னரை லட்சம் வெளியே ரெடியா இருக்கிறதா சொன்னியே? ஆட்டோ எடுத்துப்போய் அதைக் கொண்டு வந்துடறியா?"

தேள் கொட்டின தேவாங்காக துள்ளிக்குதித்தான் ராஜா.

"ஐயோ! இப்பப்போய் கொண்டு வரச் சொல்றீங்களே? கே.கே.நகர்லே ஹவுசிங் போர்டிலே நைட் வாட்ச்மேன் இருப்பான்.

நான் ஜெயில்லே இருக்கிறது அவனுக்கு தெரியும். இப்ப நான் போனா அவனே என்னை பிடிச்சுக்கொடுத்திடுவான். அங்கே போய் எடுக்கணும்னா பகல்லதான் முடியும். அப்ப வாட்ச்மேன்லாம் கிடையாது. அதனால உங்க கையிலே இருக்கிற அறுநூறை வச்சுக்கிட்டு முதல்ல தமிழ்நாட்டு பார்டரைத் தாண்டிடுவோம். நாளைக்கு பகல்ல நான் புறப்பட்டு வந்து பணத்தை எடுத்துர்றேன். இப்ப அங்கே போகவே முடியாது"

மனசுக்குள் ராஜாவை கெ.வார்த்தைகளால் சபித்தேன். வேறு வழியில்லை.... இதைக் கேட்டுக்கொண்டுதான் ஆகவேண்டும். நெல்லூர் பஸ்ஸில் ஏறி ஏழுபேரும் சீட் பிடித்தோம். விடிகாலை நாலரைக்கு கொட்டாவி விட்டபடியே டிரைவர் வாகனத்தை கிளப்பினார்.

தமிழ்நாட்டு எல்லை பிரதேசமான தடாவை கடந்தபோது வாகனத்தில் பவுன் கலர் சூரியன் மெள்ள எட்டிப்பார்த்தது. மரம் செடி கொடிகளில் மல்லாக்கப் படுத்திருந்த பனித்துளிகளில் விடியல் சோம்பல் முறித்தது. பக்கத்து பயணியிடம் நேரம் கேட்டேன்.

"ஆறு"

பக்கென்றிருந்தது. காலையில் சிறை லாக்-அப் திறக்கும் நேரம் அது!

அப்படியானால் இந்நேரம் திறந்திருக்கும். சிறைச்சாலை திமிலோகப்படும். ஐந்து பேரை காணோம் என்றதும் பயங்கர பரபரப்பாகிவிடும். அலாரம் அலறி கூப்பாடு போடும். நேற்றுவரை சிறை அதிகாரியாய் இருந்தவர்கள் பாவம் இனிமேல் சிறைக் கைதிகள்!

எத்தனை பேருக்கு சீட் கிழிகிறதோ... எத்தனை பேர்கள் கம்பி எண்ணுவார்களோ..? அது மட்டுமா, அவனை விசாரணை கைதியாக இருக்கும்போது இம்சை செய்த ஒவ்வொரு போலீஸ்காரனும் கதிகலங்கிப்போயிருப்பான். அவர்களது வீடும் மனைவி பிள்ளைகளும்தான் முன்பே 'சங்கருக்கு' தெரியுமே... அதனால் குடும்பத்தை மறைந்திருந்து பழிவாங்குவானோ என்று அநியாயத்துக்கு அரண்டு போயிருப்பார்கள்!

மெதுவாக வந்தது சிரிப்பு. நெல்லூரில் வேறொரு பஸ் மாறி கடப்பாவில் எனது டீமுடன் இறங்கினேன்.

"இங்கே யாரு இருக்காங்க..?" என ராஜா கேட்டதற்கு "என் நண்பர்" என்றேன் சுருக்கமாக.

நண்பரின் பெயர் பீமநாயுடு! 'சங்கர் அன் கோ'வை சிரித்த முகத்துடன் வரவேற்றார். "மதியத்திலிருந்து உங்களைத்தான் எதிர்பார்த்துகிட்டிருக்கேன்" என்றார்.

குழுவினர் புருவங்கள் நெற்றிவரை உயர்ந்தன.

"என்ன? நான் சொல்றது ஆச்சரியமா இருக்கா? மதியம் ரேடியோ நியூஸ்லே நீங்க அஞ்சு பேரும் தப்பிச்சதை சொல்லிட்டாங்க! சரி... எப்படியும் இங்கேதான் வருவீங்கன்னு எதிர்பார்த்தேன்... எல்லாருக்கும் சாப்பாடெல்லாம் கூட ரெடி"

நெல்லூர் அரிசியில் சோறும், முள்ளில்லாத நெய்மீனும் சுடச்சுட காத்திருந்தது.

"ஒரேயொரு தப்பு பண்ணிட்டீங்க! க்ரூப்பா தப்பிச்சது சரி... ஆனா வெளியே வந்து இப்படி சேர்ந்து சுற்றக்கூடாது. வேற வினையே வேண்டாம்... உடனடியா பிடிபட்டுறுவீங்க! அதை யோசிக்க மறந்துட்டீங்களே சங்கர்!"

எனது பெருமூச்சில் குறைந்த காற்றழுத்த மண்டலமே உருவானது! 'இந்த ராஜா பய மட்டும் பணத்தை எடுத்து வந்திருந்தான்னா எப்பவோ பிரிஞ்சிருக்கலாமே. அஞ்சு பேரும்! நான் திட்டம் போட்டது அப்படிதானே!'

"விஸ்கி எதுவும் வேணுமா சங்கர்?"

"வேண்டாம்!"

பயணக் களைப்பும், சாப்பிட்ட மயக்கமுமாய் இமைப் படுதாவை தூக்கம் தொங்கி இழுத்தது. சீக்கிரமே படுத்து

தூங்கிவிட்டோம்.

காலை எழுந்ததும் எழாததுமாக பீமநாயுடு அந்த தெலுங்கு தினசரியை என்னிடம் நீட்டினார். வாங்கிப் பிரித்தால்... முதல் பக்கத்தில் படங்களுடன் நாங்கள் தப்பித்த செய்தி!

"முதல்ல உங்களைக் கைது செய்யும்போது, அது தமிழ் பேப்பருக்கு மட்டும்தான் பரபரப்பு செய்தி! ஜெயில்ல இருந்து தப்பிச்சதாலே இப்ப இந்தியா பூரா நியூஸ் ஆயிட்டீங்க சங்கர்!" என்றார் கவலையுடன்.

போலீஸ் கண்டிப்பா இங்கேயும் தேடிவரும் சங்கர்! கடப்பா பூரா எத்தனை பேர் உங்களை பார்த்திருப்பாங்களோ? அவங்க ளெயெல்லாம் கழட்டிவிட்டுட்டு நீங்களும் மோகனும் மட்டும் இங்கே வந்திருக்கலாமேங்க சங்கர். எத்தனை நாளானாலும் நான் ஒளிச்சு வச்சு பாதுகாப்பேனே! நான் எதுக்காக இதைச் சொல்றேன்னா..."

"புரியுது நாயுடு..." என்றேன்.

"அங்கேயிருந்து ஏழு பேரா வந்துட்டு ஜெயிலுக்கு எட்டு பேரா திரும்பிப்போக நான் இடம் கொடுக்கவே மாட்டேன். கொஞ்சம் இருங்க! இதோ வந்திடறேன்"

ராஜாவை தனியே தள்ளிக்கொண்டு போனேன். பேப்பர் செய்தியை காண்பித்தேன்.

பார்த்துவிட்டு தீவைத்த சங்கு சக்கரத்தை சட்டைப்பைக்குள் போட்டுக்கொண்டவனாக துள்ளினான் அந்த ராஜா.

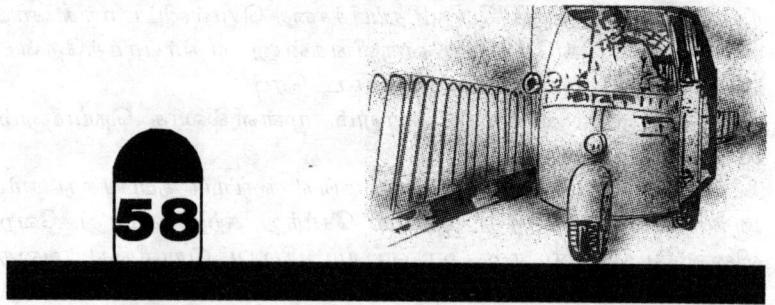

58

"அய்யய்யோ! இந்த ஊர் பேப்பர்லே கூடவா இப்படி கொட்டை எழுத்திலே போடுவாங்க?" என்றான் பதட்டக்குரலில்.

"பி.பி.சி.யிலே கூட சொல்லிட்டாங்க! சாதாரண காரியமா செய்துட்டு வந்திருக்கோம்? ஆனா, தப்பிச்சு வந்து இப்படி அசட்டுத்துணிச்சலோட சுத்திக்கிட்டிருக்கிறதுதான் சரியில்லை ராஜா! நேற்று நாயுடுகூட சொல்லலை? அது மட்டுமில்லை... நம்மைக் காப்பாற்றிச் சோறு போட்ட பாவத்துக்கு அவரையும்

கம்பி என்ன வைக்கிறது நியாயமா சொல்லு!" என்றேன். ராஜாவுக்கு மூளை என்கிற எக்விப்மெண்ட் இருக்கிறதா? தொலைத்து விட்டானா... என்று பல்லைக்கடித்தேன்!

"ம்ம்.. பீமநாயுடு இங்கே என்ன தொழில் பண்றாரு?" -நைஸாக பேச்சை மாற்றினான் ராஜா.

'என்ன இவன்? சம்பந்தமில்லாத சானலில் ஏன் தோன்றுகிறான்?'

அமைதியாகப் பதில் சொன்னேன்.

"புரோக்கர்! பொம்பளை புரோக்கர்! ஆனா, நல்ல மனுஷன்; பொறுப்பான வேலை பார்க்கிறவங்கள்லே எத்தனை கெட்ட மனுஷன்க இல்லே? கெட்ட போலீஸ்காரன், கெட்ட ஜட்ஜ், கெட்ட மந்திரின்னு? நாயுடு மோசமான தொழில் பார்க்கிறதிலே ஒரு நல்ல மனுஷன்! நட்புக்காக உயிரைக்கொடுப்பாரு. அவருக்குக் கஷ்டம் தரலாமா, சொல்லு? அதுவுமில்லாம இங்கே எந்த நிமிஷமும் போலீஸ் வரலாம். தப்பிச்சு நாம இங்கே வருவோம்ன்னு இவர் முதல்லேயே யூகிச்சமாதிரி போலீஸூம் கொஞ்சம் தாமத மாகவாவது கண்டுபிடிக்காதா? கடப்பாவிலே எவ்வளவோ பேர் நம்மைப் பார்த்துட்டு இப்ப பேப்பர்லே செய்தி கவனிச்சிட்டு ஞாபகம் வந்து போலீசுக்குப் போகலாமில்லை? எந்த நிமிஷம் வேணா அவங்க ரவுண்ட் கட்டலாம்! நாம தாமதிக்கிற ஒவ்வொரு நிமிஷமும் ஆபத்து. தப்பிச்சும் உபயோகமில்லாமப் போயிட்டிருக்கு உன்னாலே! ஜெயில்ல வச்சு நீ என்ன சொன்னே?"

''இ.. இல்லைங்க சங்கர்! இப்பவும் பணம் அதே இடத்திலேதான் பத்திரமா இருக்கு!"

"சரி... சரி... நீ என்ன பண்றே.. மோகனைத் துணைக்கு வச்சுகிட்டுப்போய் அந்தப் பணத்தை எடுத்துட்டு வந்துடு"

"அய்யய்யோ" -அணையாத சிகரெட்டில் கால் வைத்தவன் போல அலறித் தீர்த்தான்.

''பேப்பர்லே பூரா பரபரப்பா நியூஸ் போட்டு தேடிக் கிட்டிருக்கிற இந்த சமயத்திலே மெட்ராஸ் போவதாவது. இன்னும் ஒரு வாரமாவது ஆறப்போடணும் சங்கர்? கொஞ்சம் பரபரப்பு அடங்கவேணாம்? அதுக்கப்புறம் நானே போறேன். போதுமா"

மெஜாரிட்டி இல்லாத முலாயம் சிங் யாதவாக மிகவும் கவலைப்படவேண்டிய விஷயம்.

"ஒரு வாரம் வரைக்கும் எங்கே தங்கறது? நாயுடு வீட்டிலே இனி ஒரு நிமிஷம் கூட இருக்கக்கூடாது ராஜா. உலகத்திலே நல்லவங்க எண்ணிக்கை ரொம்ப ரொம்ப குறைச்சல். துரோகம் பண்ணி அவங்களையும் கெட்டவங்களா ஆக்கிடக்கூடாது... அண்டர் ஸ்டாண்ட்?"

“இங்கேயிருந்து இடத்தைக் காலி பண்ணிடுவோம் சங்கர். உடனே வேற எங்கேயாவது போயிடுவோம்!”

“அதுக்குத் துட்டு? எங்க எல்லார்கிட்டேயும் சேர்த்து இப்ப மொத்தம் இருக்கிறதே முந்நூற்றி எண்பது ரூவாதான்! பஸ் சார்ஜ், சாப்பாடு, லாட்ஜிங் எல்லாம் ஒவ்வொரு நாளைக்கும் எவ்வளவு ஆகும் தெரியுமா? முந்நூற்றி எண்பதை வச்சுக்கிட்டு ஏழுபேர் எத்தனை நாளை... ம்ஹூம் வேளையை ஓட்டமுடியும்?”

“ஒரு நாலாயிரம் ஐயாயிரம் இருந்தா ஒரு வாரத்தை ஓட்டலாமில்லே? அதுக்கப்புறம் நான் போய் அந்த பணத்தை எடுத்துட்டு வந்துடறேன்.. பிரிச்சுப்போம்?”

“ரைட்! இப்ப நாலாயிரத்துக்கு வழி? நீ வச்சிருக்கியா?”

“இல்லை!”

“பின்னே உன் ஃபிரெண்ட் கிட்ட இருக்கா?”

“ம்ஹூம்”

“எங்க கிட்டேயும் இல்லை.... என்னதான் செய்யச் சொல்றே?”

ராஜா, மெடிமிக்ஸ் விளம்பர விவேக் போல அசட்டுச் சிரிப்பு சிரித்தான்.

“வ... வந்து... நாயுடு சார் கிட்ட...!”

“நாயுடு சார் கிட்ட?” -சங்கருக்கு இடது கண் துடித்தது.

“அவர்கிட்டே கடன் கேட்க சொல்றியா ராஜா?”

“இ... இல்லை”

“பின்னே, இனாம் கேட்கணும்ன்றியா?”

முடிவுகளை வெளியிடுவதில் அந்த ராஜா நரசிம்மராவுக்கு அண்ணன் போலும். படு லேட்டாகத்தான் அந்த பதிலைச் சொன்னான்.

“இ...னா...மெ..ல்..லா..ம்... கேட்க வேண்டாம் சங்கர்! வந்து... அந்த நாயுடு ஒரு பொம்பளை புரோக்கர்தானே, பொண்ணுகளை விபச் சாரத்துக்கு வாங்கறதும் விற்கறதும்தானே அவருக்குத் தொழில்?”

“ஆமா... அதற்கென்ன?”

இறுதி நாளில் ஓட்டு சேகரிக்கும் வேட்பாளரின் விநயத்தோடு ஒரு ஸ்மைல் விட்டான் ராஜா!

“இ...இல்லை! நாலாயிரத்துக்கோ ஐயாயிரத்துக்கோ தேவியை அவர் கிட்டே வித்துப்பிடுவோம்! அவளோட பழைய தொழிலும் அதானே! என்ன சொல்றீங்க?”

அவ்வளவுதான்! என் உடம்பின் சகல ரத்தத்திலும் கால்ஷியம் ஊசி போட்டமாதிரி செம சூடானது! மூளையின் உச்சிமுனையில் கோபக்கொடி ஒன்று சடசடவென பறந்தது. அதிர்ச்சி என்னுடன் கண்ணாமூச்சி ஆடினது.

“ஏண்டா... பேமானி! பொட்டை நாயே...” என்று அவனை

மதுரை கோனார் ஓட்டலில் கொத்தாக கோழிகளை அள்ளிச் செல்லுவார்களே அதுமாதிரி அமுக்கினேன். தேவியை விற்போம் என்று சொன்னதை என்னால் தாங்கிக்கொள்ளவே முடியவில்லை. அதுமட்டுமல்லாமல் பீமநாயுடுவின் புனிதத் தன்மையிலும் அல்லவா சாணி எறிந்திருக்கிறான் பாவி!

கோபம் குண்டுகல்யாணமாக நிமிஷத்துக்கு நிமிஷம் வீங்கினது. திடீரென தாக்கப்படவும் ராஜா தவித்துப்போனான். "இ.. இல்லைங்க... சங்கர். நா... நான் சொல்றதைக் கொஞ்சம் கேளுங்க... ப்ளீஸ்! சண்டையை விடுங்க"

அவனை மேலும் சில அழுக்கு வார்த்தைகளால் திட்டித்தீர்த்தேன். சப்தம் கேட்டு மற்ற சகாக்களும் கிட்டே வந்துவிட்டனர்!

தேவியும் கூட வந்துவிட்டாள்.

"சங்கர்! என்ன ஆச்சு?" என்றாள்.

"ஒன்றுமில்லை... இவன் நம்மை விட்டு பிரிஞ்சு, தனியா போறேன்றான்... 'சரி. போ'ன்னு சொல்லிக்கிட்டிருக்கேன்" போலீசார் சில கேஸ்களை தற்கொலைக் கேஸ் என்று அவசரமாக முடித்து ஃபைலைக் குளோஸ் செய்வது போல விவகாரத்தை மூடப்பார்த்தேன்!

"அதற்கு ஏன் அவர் சட்டையைப் பிடிச்சுக்கிட்டிருக்கணும்? சண்டைக்காரன்மாதிரி?"

சட்டென ரிலீஸ் செய்தேன் ராஜாவை. 'மவனே... நான் செல்வாக்கோட இருக்கிற காலத்திலே இதை பேசியிருக்கணும் நீ...!' என்றேன் செக்கச் சிவந்த பார்வையால். தேவி அவஸ்தையுடன் பேசினாள்.

"போகிறது சரி! பணம் இன்னும் எடுத்த பாடில்லையே, கே.கே.நகர்லேருந்து?"

"அவன் எதுவும் தரவேண்டாம்! இடத்தைக் காலி செய்தால் சரி... அவனும் அவன் ஃப்ரெண்டும் உடனே கிளம்பட்டும். பெட்டியிலே இருக்கிற இவங்க துணிமணிகளை எடுத்து வெளியே எறி தேவி. சுண்டல் குமார்... உம், உம் நீயும் கிளம்பு."

என்னவோ எக்கச்சக்கமாக நடந்திருக்கிறது என்பது மற்ற நண்பர்களுக்குப் புரிந்தாலும் யாரும் எதுவும் பேசவில்லை!

"சங்கர் சார்! போகிறதுக்குப் பிரயாண செலவுக்கு ஏதாவது கொடுத்தீங்கன்னா..." என்றான் ராஜா தரையைப்பார்த்தபடி.

"சல்லிக் காசு தர முடியாது! சட்டை மடிப்புலே மூணு நூறு ரூவாதாளை சுருட்டி ஒளிச்சு வச்சிருக்கே இல்லே? அதை எடுத்து செலவு பண்ணு.. பத்தலைன்னா போகிற வழியிலே ஆஸ்பத்திரிகளிலே ரத்தம், கிட்னின்னு எதையாவது வித்து பணம்

மரண வாக்குமூலம் • 353

பண்ணு! இங்கிருந்து ஓடிப்போயிடு"

தலைகுனிந்தபடி விலகினான் ராஜா.

புறப்படும் சமயத்தில் என்னைத் தனியே சந்தித்தான் சுண்டல் குமார் விடைபெறும் சாக்கில்,

"அயோக்கிய ராஸ்கல் அண்ணே இந்த ராஜாப்பய... வெளியே வந்தபிறகு பணத்தைக்கொடுக்காம உங்களையெல்லாம் ஏமாத்தப் போறதா ஜெயில்ல இருக்கும்போதே என்கிட்டே சொன்னான்"

எனக்குள் யாக குண்டம் ஒன்று கொழுந்துவிட்டு எரிந்தது. காசை இழந்தாலும் பொறுமை இழக்காதவனாக கேட்டேன்!

"இதை ஏன் நீ முன்பே என்கிட்டே சொல்லலை?"

"இ.. இல்லைண்ணே... நீங்க வந்து அப்புறம்... தப்பிக்கிற பிளானையே கேன்சல் பண்ணிடுவீங்களேன்னு..."

"சரி... இப்ப மட்டும் அந்த ரகசியத்தைச் சொல்ல காரணம்?"

"வ.. வந்து... அண்ணே! அவன் செய்த அக்கிரமத்திலே எனக்கு உடன்பாடு இல்லைன்னு சொல்லிடனுமில்லையா? பிரியப்போகிற இந்தக் கடைசி நிமிஷத்திலேயாவது உங்களுக்கு உண்மையா நடக்கணும்னு மனசிலே பட்டுச்சு... அதான்" என்ற சுண்டல்குமார் சுற்றிலும் பார்வையால் ஒரு சி.பி.ஐ. நோட்டம் விட்டான். பிறகு கிசுகிசு குரலில், "அந்த ஒன்னரை லட்சம் இருக்கிற இடம் எனக்கும் தெரியும் அண்ணே! இவன் வேணாம்.. நம்ம போய் எடுப்போம் அதை! அதற்கு ஒரு சின்ன காரியம்தான் பண்ணனும்"

"என்னது?" என்றேன்.

"அந்த ராஜாவைக் கொலை பண்ணிடுவோம்"

59

என்னவோ செகண்ட் ஷோ சினிமா போவோம் என்பது போல் சர்வ அலட்சியமாகச் சுண்டல்குமார் சொன்னான் "அந்த ராஜாவைக் கொலை பண்ணிடுவோம்"

எனக்குச் சிரிப்பதா, அழுவதா என்று தெரியவில்லை. அவனைப்பார்த்துக் கையெடுத்துக் கும்பிட்டேன். "உங்க திசைக்கே ஒரு கும்பிடு. ரெண்டு பேரும் நல்லபடியா போயிட்டு வாங்க! ஆளை விடுங்கப்பா"

“என்னண்ணே சொல்றீங்க? பேசின கூலியைத் தராம அவன் அவ்வளவு பணத்தையும் தான் ஒருத்தனே அமுக்கப்பார்க்கிறான். சும்மா விடலாமா?”

பிச்சைக்காரனை ஏழரைநாட்டு சனி பிடித்த மாதிரி இதென்னடா இழவு... புதுத்தலைவலி என்று பட்டது.

“எனக்குக் கொலை பண்ணி பழக்கமில்லைண்ணே... இல்லைன்னா கேட்டுக்கிட்டிருக்கமாட்டேன்... நானே கொன்னுடுவேன் ராஜாவை”

“நான் மட்டும் என்ன... இதிலே பி.எச்.டி பட்டமா வாங்கியிருக்கேன்.... யார்றா இவன்”

“இருந்தாலும் ஆறு கொலை செய்திருக்கீங்க இல்லண்ணே” -சர்க்கரை வியாதிக்காரன் லாலா மிட்டாய்க்கடையைப் பார்ப்பதுபோல ஆவல் பொங்கப் பார்த்தான் சு.குமார் என்னை.

“ஆறு கொலை பண்ணினதாலே ஆறு தூக்குத் தண்டனையா தரப்போறாங்க? கழுதை இதையும் சேர்த்து செய்துடறதுதானே... நமக்கும் பொழைக்கிறதுக்கு பணம் கிடைக்குமில்லை?”

“த பாரு! நான் பண்ணினது ஒருகொலைதான்... அதை ஆறாக்கிட்டாங்க! இங்கே வந்தும் ஒரு கொலை செய்தேன்னு வை... ஆந்திராவிலே நடந்த அத்தனை கொலையும் நான்தான் பண்ணினதா சொல்லிடுவாங்க! உங்க திசைக்கே ஒரு கும்பிடு; போயிட்டு வாங்கப்பா”

“அண்ணே... நான் என்ன சொல்றேன்னா”

“எதுவும் சொல்ல வேணாம். இடத்தைக் காலி செய்தா அதுவே போதும்; மரியாதையாய் போறியா, ராஜாவைக் கூப்பிட்டு உன் இருபது அம்ச திட்டத்தைச் சொல்லவா? அப்புறம் அவன் உன்னைக் கொல்றானோ நீ அவனைக் கொல்றியோ தெரியாது”

பதறிப்போய் விலகினான். ரெண்டு பேரும் தலையைத் தொங்கப்போட்டபடி நடையைக்கட்டினார்கள்.

ஐந்துபேரும் நாயுடுவிடம் போய் சொல்லிக்கொண்டோம். கண்களில் ஈரம் எட்டிப்பார்த்து ஹலோ சொன்னது.

ஐந்து பேரும் அந்த அதிகாலையில், கௌதம புத்தர் அரண்மனையிலிருந்து வெளியேறின மாதிரி.... என்ன ஒரு வித்தியாசம்- பற்றுகளைத் துறந்து கௌ.பு. வெளியேறினார். நாங்களோ பற்றோடு கிளம்பினோம்.

வெங்கடேசனும் செல்வராஜும் ஆளுக்கொரு சூட்கேஸைத் தலையில் சுமக்க, பின்புறம் மோகனும் நானும் தொடர... தேவி, பேரணிக்குத் தலைவிபோல எல்லாருக்கும் முன்னால் நடந்தாள்.

ரயில்வே தண்டவாளத்தை ஒட்டி அந்த வழியாகவே நடந்தோம். நானும் மோகனும் ஆளுக்கொரு தண்டவாளத்தில் ஏறி

கைகோர்த்துக்கொண்டு... இதேபோல தலையில் பெட்டியுடன் செல்வராஜும் வெங்கடேசனும் கூட கைகோர்த்துக்கொண்டனர். தேவி மட்டும் முன்புறம் தனியாக.

சுமார் 15 அல்லது 20 கி.மீட்டர் தூரம் நடந்திருப்போம். நேர் உச்சியில் சூரியன் வெயில் விநியோகித்தான். களைப்பும் தாகமுமாக உடலை வாட்டினது. கண்ணுக்குத் தெரிந்து வேறு மனித நடமாட்டமே தென்படவில்லை. கிழவிக்குப் பல் முளைத்த மாதிரி அங்கொன்றும் இங்கொன்றுமாய் சில குடிசைகள், ஊருடன் கோபித்துக் கொண்டது போல தூரத்தில் விலகியே இருந்தன.

அரசுத் தொட்டிலில் இருந்து தப்பித்து வந்ததுபோல் ஓர் அனாதைக் கன்றுக்குட்டி தனது குறைந்தபட்சமான கன்றுச் சக்தியால் தள்ளாடியவாறு வந்து கொண்டிருந்தது. விட்டால் 'வாழ்வே மாயம். இந்த வாழ்வே மாயம்' என்று பாடிவிடும் போல!

கூட்ஸ் ரயில் ஒன்று தினத்தந்தி சிந்துபாத் மாதிரி முடிவேயில்லாத அளவு பெட்டிகளுடன் எங்களைக் கடந்து சென்றது.

சண்டை சீனில் திடீரெனத் தோன்றுகிற சினிமா ஹீரோ மாதிரி சென்று கொண்டிருந்த கூட்ஸ் திடீரென தூரத்தில் நின்றது. சிக்னலுக்காக ரயில் நின்றதைப் பார்த்ததும் ஐந்து பேருக்கும் மகிழ்ச்சி பிடிபடவில்லை. கடைசிப்பெட்டியிலிருந்த கார்டுக்கு தெரியாமல் ரகசியமாக அந்தப்பெட்டியை கடந்து சென்றோம். மையத்தில் இருந்த நிலக்கரி இருந்த பெட்டிக்குள் ஏறி படுத்துக்கொண்டோம்.

சிக்னல் கிடைத்து கிளம்பின ரயிலை விட்டு மறுநாள் மதியம்வரை யாரும் இறங்கவில்லை.

அடுத்த நாள் பகல் பன்னிரண்டு மணிக்கு வால்டேர் என்ற ஜங்ஷனில் நின்றது. பரீட்சை ஹாலில் பிட் அடிப்பது போல நைஸாக தலையைத் திருப்பி வெளியே எட்டிப்பார்த்தேன். பரிவாரங்களுக்குச் சைகை காண்பிக்க அனைவரும் ரயில்விட்டு இறங்கினோம். மோகனும் வெங்கடேசனுமாக புறப்பட்டுபோய் ஸ்டேஷன் காண்டீனில் பார்சல்களை வாங்கி வந்தனர். வயிறார சாப்பிட்டோம்.

"மிச்சம் எவ்வளவு காசு இருக்கு?" என்றேன் தம்பியிடம்.

"அறுபத்திமூணு ரூவா"

அடுத்த வேளைக்குத் தாங்கும். அதற்கப்புறம்? எனக்குக் கவலையாயிருந்தது.

மாலை பூனா செல்லும் பாசஞ்சர் வர, அதில் ஏறி அமர்ந்துகொண்டோம். டிக்கெட்டெல்லாம் எடுக்கவில்லை.... எல்லாம் காந்தி கணக்குதான்!

பூனாவில் இறங்கி சாப்பிட்டதும் கையில் காலணா இல்லை. பம்பாய் ரயிலைப் பிடித்து விக்டோரியா டெர்மினஸில் மறுநாள் இறங்கினபோது கையில் தம்பிடி காசு இல்லை. பசி வயிற்றுக்குள் தர்ணா நடத்தினது. செல்வராஜ் பூட்ஸுகளை விற்கலாமென ஐடியா கொடுத்தான். மூணு பேரும் போட்டிருந்தது உயர் ஜாதி ஷூக்கள். ஒவ்வொன்றும் ரெண்டாயிரம் ரூபாய் வரை செலவழித்து வாங்கின வெளிநாட்டு ஷூக்கள். எல்லாம் 'மிதப்பாய்'யிருந்த சமயத்தில் வாங்கினவை. நன்றாகக் கழுவி துடைத்து பிளாட்பாரத்திலேயே வியாபாரத்துக்கு வைத்தோம். யாரும் முப்பது ரூபாய்க்கு மேல் விலை தர மறுத்தனர்.

'2000 ரூபாய் பூட்ஸை முப்பது ரூபாய்க்கு விற்பதா?'

வயிறு எரிந்தது. ஆனால் பசியும் வயிற்றுள் கொழுந்துவிட்டு எரிகிறதே!

பசி வந்தால் பத்தும் பறந்துவிடும் என்பார்களே...... அவனைப் பொறுத்து மூணு ஜோடி ஷூக்களை சேர்த்து பதிமூணும் பறந்துவிட்டது என்று சொல்லலாம்.

"இந்த தொண்ணூறு ரூவா மட்டும் எத்தனை வேளை சாப்பாட்டுக்குப் போதும்? எல்லாருமா ஏதாவது வேலை தேடுவோம் சங்கர்!" என்றாள் தேவி.

"முதல்ல போய் தமிழ் பேப்பர் கிடைச்சா வாங்கிட்டு வாங்க!" என்றான் மோகன்.

பம்பாய் ஜங்ஷனில் தமிழ் பேப்பர்கள் தாராளமாகவே கிடைத்தன. எதிர்பார்த்தபடியே முதல் பக்கத்தில் தப்பித்த செய்தி, அத்துடன் ஜெயில் சூப்ரண்டண்ட் செல்லத்துரை, ஜெயிலர் முனிவேல், அசிஸ்டெண்ட் பாலசுப்ரமணி, சீஃப் வார்டன் ரஹீம், கண்ணன், சம்பத், ஏழுமலை, குகன் என பதிமூணு பேர்கள் வேலைக்கு உலை!

ஒரே இடத்தில் உலவிக்கொண்டிருப்பது தப்பு எனப்பட்டது. வருகிற, போகிற எலக்ட்ரிக் ரயில்களில் எல்லாம் ஏறி இடம் மாறிக்கொண்டே இருந்தோம். லோனாவாலா என்ற இடத்தில் ஸ்டேஷனில் இருந்த டி.வி. பெட்டியில் இந்தியில் செய்தி வாசித்தபோது திடுக்கிட்டுப் போனோம். ஜெயிலிலிருந்து தப்பியதாக -தப்ப உதவியதாக எங்கள் 5 பேர் படமும் காண்பிக்கப்பட்டது. இவர்களைப் பார்ப்பவர்கள் அருகில் இருக்கும் காவல் நிலையத்தில் தகவல் தெரிவிக்கும்படி கேட்டுக்கொள்ளப்பட்டனர்.

அவ்வளவுதான்! ஐந்து பேருக்குள்ளும் பய மின்சாரம் பரபரவென பரவியது.

ஸ்டேஷனில் திரிவது தற்கொலைக்குச் சமம் என்றான் மோகன். 'அதுவும் ஐந்து பேருமாக சேர்ந்துச் சுற்றுவது ரொம்பவும் டேஞ்சர்.'

மோகன், செல்வராஜ், வெங்கட் மூன்று பேரும் அவரவர்களுக்குத் தெரிந்தவர்களைத் தேடிக்கொண்டு கிளம்பினார்கள். கடனோ, வேலையோ வாங்கிக்கொண்டு திரும்புவதாக வாக்குறுதி கொடுத்துவிட்டுப் போனார்கள்.

லோனாவாலா ஸ்டேஷனில் தேவியும் நானும் தங்கினோம். மீதமிருந்த எட்டு ரூபாயில் ரெண்டு ரூபாயை எங்களுக்குத் தந்துவிட்டு ஆறை அவர்கள் செலவுக்கு எடுத்துக்கொண்டு போனார்கள்.

ரெண்டு இரவு ஒரு பகலாகியும் போனவர்கள் திரும்பின பாடில்லை. பசி மயக்கத்தில் சுருண்டு படுத்துவிட்டேன்.

தேவி ஒரு பன் ரொட்டி வாங்கி வந்து அதைத் தண்ணீரில் நனைத்து என் வாயில் ஊட்டவும்தான் ஜீவனே சற்று ஊறினது. எழுந்து உட்கார்ந்தவன் களைப்புடன் அவளைப்பார்த்து "ஆமா! இதற்குக் காசு ஏது?" என்றேன்.

"பிச்சை எடுத்தேன் சங்கர்! அதோ அவங்க கிட்டே"

அவள் கைகாட்டின திசையில் வரிசையாய் பிச்சைக்காரர்கள் படுத்திருந்தனர். அவர்கள்தான் பிச்சை போட்டது! எனக்கு குமுறிக்கொண்டு வந்தது அழுகை!

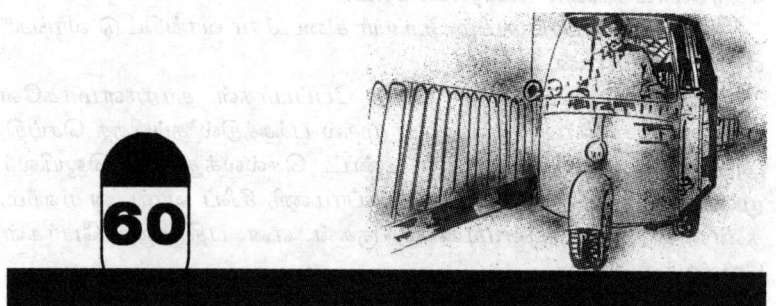

60

'**பி**ச்சைக்காரர்களிடம் பிச்சை எடுத்து ரொட்டி வாங்கினேன்' என்று தேவி சொன்னதும் ஆடிப்போனேன்.

"என்னது? இவங்க கிட்டேபோய் பிச்சை எடுத்தியா?"

கேள்வி கேட்டவனுக்குப் புன்னகை என்ற பூச்செண்டை பதிலாகத் தந்தாள் தேவி. கஷ்டமெனும் வாணலியில் வறுபட்டது இதயமென்னும் இறைச்சித் துண்டு; முதலிரவு வருவதற்குள் மூப்பெய்தி விடுகிறவர்கள் போல ரொட்டியைத் தின்று முடிப்பதற்குள் துவண்டு போனேன்.

கண்ணீர் விசிறி வாழையாய் விஸ்வரூபமெடுத்தது. துக்கம் தொண்டை மண்டலத்தை அடைத்தது.

கார், பங்களா, கட்சிப் பிரமுகர், மந்திரிகளுக்கு வேண்டியவன்

என்றெல்லாம் சகல அந்தஸ்துகளுடன் வாழ்ந்ததென்ன? இன்றைக்குப் பிச்சைக்காரர்களிடம் யாசிப்பதென்ன?

'ஹீக்'- சீக்குக்கோழியின் பலவீன சப்தம் போல் ஒற்றை விசும்பல் வெளிப்பட்டது. ஓசை கேட்டு படுத்திருந்த பிச்சைக்காரக் கூட்டத்திலிருந்து ஒரு தாடிக் கிழம், கிரகண சூரியன் மாதிரி அரைக்கால் வாசி எட்டிப்பார்த்து "க்யா" என இந்தியில் விசாரித்தார்.

என் மனக்கண் முன்னே செவண்ட்டி எம்.எம். காட்சிகள் பல அவசரம் அவசரமாக ட்ரெய்லர் ஷாட்டுகள் மாதிரி தோன்றின. சிலபல முன்கதை சுருக்சுங்கள்!

போலீஸால் வதைபட்ட நானே ஒரு கட்டத்தில் சப்-இன்ஸ்பெக்டர் ஆகி இருக்க வேண்டியவன்தான். 1974-ல் பி.யூ.சி. முடித்து விட்டு எம்ப்ளாய்மெண்ட் ஆபிசில் வேலைக்காக பதிந்து வைத்திருந்தேன். 1978-ல் எஸ்.ஐ. தேர்வு எழுத வேலை வாய்ப்பு அலுவலகம் மூலம் உத்தரவு வந்தது. பரிட்சை எல்லாம் எழுதினேன். ஐந்தாயிரம் பணம் தந்தால் எஸ்.ஐயாகப் பணியில் சேர ஆர்டர் கிடைக்கும் என்றனர். கூலி வேலை பார்த்து வந்தவன் ஐயாயிரம் ரூபாய்க்கு எங்கே போவேன்?

வேலை கிடைக்கவில்லை!

அப்புறம் ஏர்ஃபோர்ஸில் ஆள் எடுப்பது கேள்விப்பட்டு ஆவடி முகாமுக்கு ஓடினேன். பேருந்துக்குக்கூட காசில்லாமல் நடந்தே. விமானப்படையில் (ஐ.ஏ.எஃப்) செலக்ஷன் கூட ஆகிவிட்டேன். பத்தாயிரம் லஞ்சம் தந்தால் உடனே வேலை ஆர்டர் என்றனர். அதுவும் போச்சு!

காவல் துறையில்தான் லஞ்சமென்றால் ராணுவத்தில் சேரவுமா? கலங்கிப்போனேன். இந்தியாவில் லஞ்சம் என்பது கடவுள் மாதிரி. தூணிலுமிருக்கிறது துரும்பிலும் இருக்கிறது என்பது புரிந்தது.

என்னால் போலீஸ்காரன் ஆக முடியாவிட்டாலும் போலீஸ்காரர்களின் தயவில் கேடியாக முடிந்தது!

சாராய வியாபாரம், விபச்சாரம், அரசியல் என கொடிகட்டிப் பறந்தது அப்புறம்தான்! நாற்பது பேர்களுக்கு வேலை தந்தேன். தொகுதியில் ஏழை எளியவர்களுக்கு வேலை, கல்லூரி அட்மிஷன், கல்யாணங்களுக்கு நிதி உதவி என மினி பாரியாக வலம் வந்தேன்.

தனது அழகு ஒரு முள்ளுக்கு மேலே மலர்ந்திருப்பதை அறியாத ரோஜாவைப் போல, என் வளர்ச்சிக்குக் கீழ் இருக்கும் முள்ளை அறியாதவனாயிருந்திருக்கிறேன்.

அணில்கள் எல்லாம் கூடி பாலம் கட்டினாலும் அதில் நடந்துபோனது அணில்கள் இல்லையே... ராமனும் அவனுக்கு

வேண்டியவர்களும்தானே? அதுபோல போலீஸ் பேச்சு கேட்டு ஏக அயோக்கியத்தனங்கள் செய்து என்ன புண்ணியம்? லாபமெல்லாம் போலீசுக்குதானே!

வெட்கம், மானம், சூடு, சுரணை என ஒரு அயிட்டம் கூட இல்லாமல் போயிற்றே என எண்ணி எண்ணி...?

'மனைவி, குழந்தைகளிடம் கூட சொல்லிக்கொள்ளாமல் இப்படித் தப்பித்து விட்டேனே? அவர்கள் என்ன நினைப்பார்கள்? தவிர அவர்களையெல்லாம் பிரிந்து ஏன் எஸ்கேப் ஆனேன்? நான் சுயநலவாதியா? என் குழந்தைகள் நலனைவிட என் நலம் முக்கியமா?' -கலங்கிக் கண்ணீர் சிந்தி...!

தேவியின் 'பிச்சைத்தொழில்' (!) பிளாட்பார பிச்சைக்காரர்கள் மட்டுமல்லாமல் ரயில்களிலும் தொடர்ந்தது. என்னை ஜன்னலோர இருக்கையில் சாத்திவச்ச பிரேதமாக அமர செய்துவிட்டு ஓடும் ரயிலில் பெட்டி பெட்டியாக பிரயாணிகளிடம் பிச்சை எடுத்தாள்.

கூட்டுப்புழுவாய் குறுகிப்போய் அமர்ந்திருந்தேன்!

நாலு நாட்களாயிற்று. மோகனும், செல்வராஜும் வேறு திரும்பி வந்தபாடில்லை. தில்லை வெளியில் கலந்துவிட்ட நந்தனார் ஜோதியைப் போல திரும்பியே வராமல்போய்விட்டனர். 'சரிதான், ஜெயிலிலிருந்து நாம் தப்பித்தமாதிரி நம்மிடமிருந்து இவர்கள் தப்பித்து விட்டார்கள். அதிலொன்றும் தப்பே இல்லை!' என நினைத்துக்கொண்டேன்.

ஆனால் ரயிலில் பிச்சை எடுத்து வேளாவேளைக்கு சாப்பிடுவது அவமானம் பிடுங்கித்தின்றது. பிரச்சினையின் சோகம் என்னைக் கடுமையாக யோசிக்க வைத்தது.

நரியூரிலிருந்து தப்பித்து வந்து புலியூரில் சிக்கிக்கொண்டவன் கணக்காய் ஜெயிலிலிருந்து தப்பித்து அதைவிட மோசமான வறுமைப் பிடியிடமல்லவா வசமாக மாட்டிக்கொண்டு விட்டோம்!

ஜெயிலுக்கு வெளியேயும் சிறை வாழ்க்கையாக அல்லவா இருக்கிறது! ஜெயிலைவிட்டு தப்பிக்கிறேன் பேர்வழி என்று முற்றிலும் அனாதையாக அல்லவா முச்சந்தியில் நிற்கிறோம். அதுவும் மொழி தெரியாத முச்சந்தியில் தம்பி மோகன், செல்வராஜ், வெங்கடேசன் ஒரு ஆள் பாக்கியில்லாமல் கழன்றுகொண்டு விட்டார்களே... இனி யாருக்காக வாழ்வது? முதலில் இதற்குப் பெயர் வாழ்க்கைதானா?

ஆழமாக யோசித்து... கடைசியில் அந்த தீர்மானத்துக்கு வந்தேன்.

'தற்கொலை செய்து கொண்டால் என்ன?'

மாலை. வானத்தின் மேற்குச் சரிவில் பெயர் தெரியாத வர்ணங்கள்! சூரியனுக்கு ஷிப்ட் முடிந்து கொண்டிருந்தது. தூரத்து

மலையில் குடிகார ஓடை ஒன்று நெளிந்து நெளிந்து ஓடுவது ஸ்டேஷனிலிருந்தே தெரிந்தது. வெறித்துப் பார்த்துக்கொண்டிருந்த என்னால் அ.தி.மு.க. சபாநாயகர் போல அதிரடி முடிவெடுக்க முடிந்தது!

சட்டென்று எழுந்தேன்! "எங்கே போறீங்க?" என்றாள் தேவி.

"உம்... டாய்லட் போயிட்டு வந்துடறேன்! இங்கேயே இரு!" -கூறிவிட்டுப் புறப்பட்டேன்.

மூச்சைப் பிடித்துக்கொண்டு மலையின் இடுப்பு வரைக்கும் ஏறிவிட்டேன். பக்கத்தில் அருவியின் ஜனன ஸ்தானம். கீழே நோக்கி டீக்கடைகளில் ஜக்கிலிருந்து டம்ளருக்குப் பாலை மாற்றும்போது ஏற்படுவதுபோல் ராட்சத சைஸ் திரவ வில்! இப்படியே பொடி நடையாய் போய் குதித்தால் ரெண்டு நிமிஷத்துக்குள் சுலப மரணம்! ஆனால் கூடாது. இந்தப் பக்கம் விழுந்தால் தண்ணீரில் 'பாடி' மிதக்கும். அடையாளம் தெரிந்துவிடும். அதனால் மலையின் மறுபக்கம் விழுந்து சாகலாம் என்று எண்ணி, அந்த திசையில் பார்வையை ஓடவிட்டேன், படுபாதாளம்! விழுந்தால் ஒரு எலும்புகூட கிடைக்காது... ஏன், விழுந்திருப்பதே கூட தெரியாது!' என்று நினைத்தவனாக ஆயத்தமாக, அந்த கடைசி செகண்டில் யாரோ சட்டையைப் பிடித்து இழுத்தார்கள். திடுக்கிட்டுத் திரும்பிப் பார்த்தேன்! தேவி!

"என்ன காரியம் செய்யப் பார்த்தீங்க! நீங்க புறப்பட்டப்பவே எனக்குச் சந்தேகம். ஸ்டேஷன்லே கக்கூஸ் இருக்கிறப்ப இங்கே ஏன் வரணும்ன்னு டவுட் வந்தது. உங்களைப் பின் தொடர்ந்து வந்தேன்! சாகிறதுக்காகவா இவ்ளோ கஷ்டமும் பட்டோம்? சொல்லுங்க சங்கர்"

அழுகை மட்டுமே பதிலாக வந்தது!

"இதற்குப் பேசாம போலீஸ்லேயே சரணடையலாமே சங்கர்? கோர்ட் தீர்ப்பிலே உங்களுக்கு ஆயுள் கிடைக்கும்... தண்டனை அனுபவிச்சுட்டு வெளியே வந்து குழந்தை குட்டிகளோடு இருக்கலாமே... அதை விட்டுட்டு என்ன ஒரு முட்டாள்தனமான முடிவெடுத்துட்டீங்க...?" கடிந்து கொண்டாள். பூமி பார்த்தேன் வெட்கமும் துக்கமுமாய்!

"நான் சொல்கிறபடி செய்யுங்க சங்கர்! லோனாவால் ஸ்டேஷன் பக்கத்திலே ஒரு போலீஸ் ஸ்டேஷன் இருக்கு. அங்கே போய் சரணடைஞ்சுடுங்க; என்னைப் பத்தி கவலைப்படாதீங்க. நான் எப்படியாவது பொழைச்சுக்குவேன். என்னை மாதிரி அபலைகளுக்கு இருக்கவே இருக்கு இதே ஊர்லே ரெட்லைட் ஏரியா! 84-லேயே நான் அங்கிருந்தவதானே! நான் அங்கே போய்க்கறேன்... நீங்க சரணடையுங்க... வாங்க கீழே போகலாம்!"

வலுக்கட்டாயமாக கீழே இழுத்துக்கொண்டு வந்தாள்.

"ஸ்டேஷன்லே எப்படியும் நைய புடைப்பாங்க இல்லே... தாங்கறதுக்கு வலு வேண்டாம்? இப்படிப் பசியும் பட்டினியுமா இருந்தா செத்துப்போவீங்க! நல்லா தின்னுட்டு போயே சரணடையுங்க... என்ன?"

பலிகடாவாய் தலையசைத்தேன்.

"சரி.. தேவி! சாப்பிட காசு?"

"என்கிட்டே இருக்கு... அதோ அந்தக் கட்டிடத்தைப் பார்த்தா ஓட்டல் மாதிரிதான் தோணுது. நான் போய் எதுனா வாங்கிட்டு வரேன்... இங்கேயே இருங்க! திரும்ப புறப்பட்டு போயிடாதீங்க"

அமர்த்திவிட்டு நகர்ந்தாள். நிஜத்தில் அவளிடம் காசு இல்லை! ஓட்டல் வாசலில் நின்று சாப்பிட வருபவர்களிடம் பிச்சை எடுத்து சம்பாதிக்கலாம் என 'ஒரு ஐந்தாண்டு திட்டம்' வைத்திருந்தாள். எனக்குத் தெரிந்தால் வருத்தப்படுவேன் என்பதால் சொல்லவில்லை போலும்.

தேவி பிச்சை எடுப்பதைக் கல்லாவில் இருந்து கவனித்த ஓட்டலின் இந்தி முதலாளிக்கு வந்ததே கோபம்!

"அரே.. சைத்தான்" என்று உறுமினான். மணி அடித்து வேலையாளை கூப்பிட்டு 'வெளியே நிற்பவள் மீது வென்னீரைக் கொட்ட' உத்தரவிட்டான்.

வெந்நீர் செம்புடன் வாசலுக்கு வந்த வேலையாள் தேவியைப் பார்த்ததும் ஸ்தம்பித்து நின்றான். அவளும் அவனைப் பார்த்ததும் எச்சில் விழுங்கினாள்.

அவன் தேவியின் தம்பி வெங்கடேசன்!

61

ஒரே வினாடியின் முன்பாதியில் அதிர்ந்து, பின்பாதியில் மீண்டனர் அக்காவும் தம்பியும்! வெங்கடேசன் வெட்கத்துடன் பூமி பார்த்தான். தேவியோ தூக்கிப்பிடித்த துப்பாக்கியைப் போல நிலம் பார்க்காமல் நின்றாள்.

அங்கே ஒரு முடிவுக்கு வர முடியாத மௌனம் முகாமிட்டிருந்தது.

மௌனம் ஒரு நாகரீகம். அளவுக்கு மீறினால் அதுவே ஒரு அநாகரீகம்!

தேவி ஒன்றுமே பேசாது இடத்தைக் காலி செய்யும் உத்தேசத்தோடு உடம்பைத் திருப்பினாள்.

"யக்கா" என்றான் வெங்கடேசன் நனைந்த குரலில். 'யக்கா' நின்றாள். திரும்பவில்லை. கசக்கின குப்பையாய் முகம் பூரா சுருக்கங்கள். அவனை அங்கே சந்தித்த அதிர்ச்சியில் இன்னமும் கூட அவள் மனதில் வெயிலும் மார்கழிக் குளிரும் மாறி மாறி அடித்தது.

"தப்பா நினைக்காதேக்கா! டி.வி., பேப்பர்னு எதைப் பார்த்தாலும் உங்க ரெண்டு பேர் படத்தையும்தான் மாத்தி மாத்தி காட்றாங்க. செய்தித் தாள்களுக்கு ஒரு வாரமா இதான் தீனியே!"

"பரவாயில்லையே... எங்களுக்குத்தான் தீனி எதுவும் கிடைக்கலைன்னாலும், நாங்க தீனி போடறோமே! ரொம்ப சந்தோசம்!"

"சங்கரண்ணன் கூட இருந்தா மாட்டிப்போம்னுதான் நாங்க மூணு பேரும் சொல்லாம கொள்ளாம பிரிஞ்சுட்டோம், மன்னிச்சுடுக்கா!" -கமா, ஃபுல்ஸ்டாப் இல்லாமல் பேசிக்கொண்டே போனான்.

"மன்னிக்கிறதுக்கு ஒரு தப்பும் செய்யலையே நீ! பிரிஞ்சு இருக்கிறதுதான் எல்லாருக்கும் பாதுகாப்புன்னு முதல்லேயே நாம பேசிக்கிட்டதுதானே! எப்படியோ, நல்லா இருந்தா சரி"

"நீ எப்படிக்கா இருக்க?"

"இதோ பார்க்கிறியே! பசியும் பட்டினியுமா பரம சௌகரியத்தோட இருக்கோம் ரெண்டு பேரும். சரி சரி நீ உள்ளே போ! முதலாளி உன்னோட முகத்திலேயும் வெந்நீரை கொட்டிடப்போறான்!"

தேவி விடைபெற்றுக்கொண்டாள். அவனது கடைசி -பார்வை தன் அக்காவுக்கு மட்டுமே புரியும் ஒரு பாஷை பேசியது.

ஒவ்வொரு மனிதனோடும் விதி ஒரு விளையாட்டு விளையாட ஆசைப்படும் போலும்! ஒவ்வொரு மனிதனுக்கும் உரிய பங்கை அது தன் உள்ளங்கையில் வைத்து இறுக்கமாக மூடிக்கொண்டு பிரிக்க மறுக்கிறது. விரல்களைப் பிரிப்பதற்காக ஒவ்வொருவனும் போராட வேண்டியதாகிறது. சிலரின் போராட்டம் பார்த்து மனம் பொறுக்காமல் விதியே தன் உள்ளங்கையை திறந்து உள்ளதைக் கொடுத்து உவகையாக்குகிறது. அவ்வளவு விரல்களையும் பிரிப்பதற்குள் அநேகருக்கு முதுமை வந்துவிடுகிறது. விரலைப் பிரிப்பதற்குள் சிலருக்கு உயிரே கூட பிரிந்துபோய்விடுகிறது. பாவம்!

தேவி அருகில் வந்து நின்றதும் பொசுக்கென்று ஒரு தண்ணீர்

பாம்பாய் தலையுயர்த்தி ஆவலுடன் அவளைப் பார்த்தேன். ஈரத்துணியைப் பிழிவதுபோல் பசி குடலை பிழிந்தெடுத்தது. ஆவலுடன் நிமிர்ந்தவன் அவள் வெறுங்கையுடன் திரும்பினதில் ஏமாற்றம். "ஏன் சாப்பாடு வாங்கவில்லை" என காரணம் கேட்க, அவள் கண்களில் ததும்பின கண்ணீர்.

நெருப்பு என்பது வைத்தவுடன் பற்றிக்கொள்கிறது. கண்ணீர் என்பது பார்த்தவுடன் தொற்றிக்கொள்கிறது.

''ஏன் தேவி அழறே... என்னாச்சு?'' என்றேன் நானும் அழுதுகொண்டே!

அவள் காரணத்தைச் சொன்னதோடு நடந்த அனைத்தையும் குறைக்காமல் சொன்னாள்.

எவ்வளவு தூரம் போனாலும் வானம் வந்துகொண்டேயிருப்பது மாதிரி, நமக்குக் கஷ்டமும் தொடர்ந்து கொண்டேயிருக்குமோ என அலுப்பாயிருந்தது.

"தேவி! இவ்வளவு தூரம் நான் தப்பிக்க உதவியிருக்கே... ஆனா வெளியே வந்து உனக்கு என்னாலே ஒருவேளைசோறு கூட போட முடியலை பாரு. நான் சரணடைஞ்சாலும் நீ ரெட்லைட் ஏரியாவுக்குத்தான் போகணும்... உன்னைக் கொண்டுபோய் அங்கே தர்றதுக்கா நான் தப்பிச்சு வந்தது..? என்ன கொடுமை! இல்லை...தேவி! நான் சரணடையப்போறதில்லை".

"பின்னே?"

"அவனுக தேடி வந்து முடிஞ்சா பிடிச்சுக்கட்டும்.... என்னை என்ன பாடு படுத்தினானுக? என் லைஃபையே நாசமாக்கலை? நான் ஏன் இவங்க வேலையை சுலபமாக்கணும்... வெங்கடேசன், மோகனுக்கெல்லாம் வேலை கிடைச்ச மாதிரி எனக்கொரு வேலை கிடைக்காது? இந்த ஊரிலே இருந்தாதானே தெரியும்... வேற ஊருக்கு போயிட்டா?" அவன் கண்களில் ஒருஜோடி சூரியத் துண்டுகள் மிதந்தன.

"நாம் ஒரிசா போயிடுவோம் தேவி"

தேவி மென்று விழுங்கினாள்.

"அங்கே எந்த ஊர்?"

"நாக்பூர் கிட்ட ரூர்கேலான்ற ஊருக்கு!"

சூரியன் தலையணை தேடத் தொடங்கும் அந்தி!

நாள் 26-08-90

நாக்பூர் பாசஞ்சரில் ஏறிக்கொண்டோம்.

பாசஞ்சர் ரயில் என்பதால் வேகத்தில் ஆமையுடன் பட்டிமன்றம் நடத்திக்கொண்டிருந்தது. நாக்பூர் போய் சேருவதற்குள் முழுசாய் ரெண்டு நாட்களாகி விட்டது.

தேவிக்குச் சொற்பமாய் இந்தி தெரியும். முன்பு பம்பாயில் இருந்திருக்கிறாளே! ரிப்பேரான இந்தியில் சக பயணிகளிடம் பிச்சை கேட்டு கெஞ்ச ஆரம்பித்துவிட்டாள். கிடைத்த பணத்தில் பெயர் தெரியாத ஜங்ஷனில் சப்பாத்தி வாங்கி ரெண்டுபேரும் பகிர்ந்து கொண்டோம்.

சாப்பிட்ட தெம்பில் நான் மயக்கம் தீர்ந்து நிமிர்ந்து உட்கார்ந்துவிட தேவி என்னிடம் "வெளியே வேடிக்கை எல்லாம் பார்க்காதீங்க... கண்களை மூடுங்க"

"ஏன்?"

"கண்ணு தெரியாத புருஷன்... தர்மம் பண்ணுங்க அய்யான்னு தான் பிச்சை எடுத்திருக்கேன்... நீங்க மயக்கத்திலே கண்மூடி கிடந்ததாலே நம்பிட்டாங்க! இப்ப வெளியே ரசிக்க ஆரம்பிச்சா கடுப்பாக மாட்டாங்க?"

எனக்கு உலகமே வெறுத்துப்போனது. மலையில் குதிப்பதிலிருந்து ஏன்தான் காப்பாற்றினாளோ என நொந்து போனேன்.

ரூர்கேலா போவதற்குள் பெரும் லொள்ளு. பசி மட்டுமல்ல... பரிசோதகரிடம் பிடிபட்டு டிக்கெட்டில்லை என்பதால் நடு வழியில் இறக்கிவிடப்பட்டு, வழி வருவதற்குள் தாவு தீர்ந்துவிட்டது.

செப்டம்பர் முதல்தேதி. ரூர்கேலாவுக்குள் வலது காலை எடுத்து வைத்தோம். "இந்த ஊருக்கு ஏன் வந்தோம்? இங்கே யாரு இருக்காங்க?" -தேவி கேட்டாள்.

"என் அப்பா தங்கராஜ். இங்கே வேறொரு பெண்ணைக் கல்யாணம் செய்து குடித்தனம் செய்துகிட்டிருக்காரு. பத்து வருஷத்துக்கு முன்னாலே இங்கே வந்திருக்கேன்... அப்பா, சின்னம்மா எல்லாரும் ரொம்ப அன்பானவங்க"

ஸ்டேஷன் வாசலில் ஆட்டோ பிடித்து அப்பாவின் விலாசம் சொன்னேன். 35 ரூபாய் ஆகுமென்றார் டிரைவர்.

சம்மதித்து ஏறி உட்கார்ந்தோம். அரைமணிநேர பயணத்தில் அப்பா வீடு. நான் போன சமயம் வீட்டில் அப்பா இல்லை. ஆபிஸ் போயிருந்தார். ஆனாலும், சின்னம்மா அம்பிகாவும், அவள் குழந்தைகள் சுமா, டெய்ஸி, சசிகலா, தம்பி ராஜேஷ் என அவ்வளவுபேரும் சந்தோஷ முகத்துடன் வரவேற்றனர். உற்சாக துள்ளலுடன் ஆட்டோ கட்டணத்தைச் செலுத்திவிட்டு என்னையும் தேவியையும் உள்ளே அழைத்துச் சென்றனர்.

"அம்மா... அப்பாவுக்கு போன் செய்து அண்ணன் வந்திருக்கிறதை சொல்லிடறேன்... அப்பதான் சாயங்காலம் சீக்கிரமா வருவார்" என்ற மூத்த பெண் சில்லரை எடுத்துக்கொண்டு போன் செய்ய ஓடிற்று.

இன்னொரு பெண் குளிக்க வெந்நீர் வைத்துக்கொடுத்தது.

மரண வாக்குமூலம் • 365

சின்னம்மா சுட்டுப்போட்டவை இட்டிலியா, மல்லிப்பூவா என சந்தேகமாயிருந்தது.

போன் செய்து சங்கர் வருகையைச் சொன்னதும் தங்கராஜும் குதூகலமானார். "அப்படியா?" என்று உற்சாகத்துடன் கேட்டுக்கொண்டார். மகிழ்ச்சி கொப்பளிக்க உடனடியாய் வேறு யாருக்கோ போன் செய்தார்.

"ஹலோ... சோனாபாத் போலீஸ் ஸ்டேஷன்? சங்கர் வந்திருக்கான் சார்! இப்ப என் வீட்டிலேதான் இருக்கான்!"

62

"அம்மா!" -இரண்டாயிரம் வோல்டேஜ் அதிர்ச்சியுடன் கூப்பிட்டான் சின்னம்மா மகன் ராஜேஷ்.

அம்பிகா, அவனது அம்மா கோபத்துடன் அதட்டினாள்.

"ஏண்டா... இப்படிக் கூப்பாடு போடறே... அண்ணன் தூக்கம் கெடாது?" என படுத்துக் கொண்டிருந்த என்னைக் காட்டினாள்.

"போலீஸ் ஜீப் வந்துகிட்டிருக்கும்மா! அநேகமா நம்ம வீட்டுக்காகத்தான் இருக்கணும்..." -பதட்ட குரலில் சொன்னான் ராஜேஷ்.

அம்பிகாவின் அடி வயிற்றில் பயம் புளி கரைத்தது.

"எ...என்னடா சொல்றே? உனக்கு எப்படித் தெரியும்?"

"துணி உலர்த்த மொட்டை மாடிக்குப் போனேனா... அங்கேயிருந்து பார்த்தேன். சந்தேகமேயில்லை. போலீஸ் ஜீப்தான் அது..."

"அடக் கடவுளே..." -சின்னம்மா பதறிப் போய் படுத்திருந்த என்னை உசுப்பவந்தாள்.

தூங்கினால்தானே எழுப்ப முடியும்? ரத்தச் சிவப்பு. கொட்டாவி விட்டபடி நிதானமாக எழுந்து உட்கார்ந்திருந்தேன்.

"சங்கர்! உங்கப்பா மோசம் பண்ணிட்டாரு. இப்படி செய்வாருன்னு நானே எதிர்பார்க்கலே! ஒண்ணு செய்! பின்புறக் கதவைத் திறந்து ஓடு... அந்தப் பெண்ணையும் எழுப்பு. ம்..ம்.. சீக்கிரம்..."

அவசரத்திலும் நடந்து கொண்டிருக்கும் அபாயத்திலும் முடிவெடுக்கத் தெரியாமல் அலை பாய்ந்தேன்.

தேவியிடம் பாய்ந்து சென்று அவளைக் குலுக்கி எழுப்பினேன். அவள் வாரி சுருட்டி எழுந்துகொண்டு, "என்ன...?" என்றாள் பரபரப்புடன். பதில் சொல்வதற்குள் வாசல் கதவின் 'தட்..தட்..தட்..!'

சின்னம்மா அம்பிகா முக ஜாடையால் கண்களை உருட்டி அவசரப்படுத்தினாள்.

"ம்... ஓடித் தொலையுங்களேன்... சீக்கிரமா..."

தேவி மலங்க மலங்க விழித்தாள். "என்ன ஆச்சு சங்கர்... என்ன நடந்தது?" என்றாள் குழப்பத்துடன்.

"எங்கப்பன் எட்டப்பன் ஆயிட்டான் தேவி" சுருக்கமாகத் தெரிவித்தேன். அக்கினி நட்சத்திர சூட்டுடன் பெருமூச்சு ஒன்று வெளிப்பட்டது.

மறுபடி கதவு 'படபட'வென அதிர்ந்தது. இந்த முறை சற்று பலமாய்! கூடவே, வெளியே இருந்து அதட்டும் குரலில், "ஹேய்... யாரது? கதவை நீ திறக்கிறயா... இல்லை நாங்களே திறக்கட்டுமா?" என்றது இந்தியில்.

அம்பிகா மிரண்டாள். ஸ்தம்பித்து நின்ற என்னிடம், "சங்கர்... சீக்கிரமா தப்பிச்சுப் போங்கப்பா ரெண்டு பேரும்..." என்று கெஞ்சினாள்.

தேவி என்னை பார்த்தாள். ஒரு தீர்மானத்துக்கு வந்தவர்களாக வீட்டின் பின்புறத்துக்கு ஓடினோம்.

சின்னம்மா திருப்தியடைந்தவளாக முடிந்த மட்டிலும் மெதுவான நடையில் வாசலுக்கு நடந்தாள். போய்ச் சேருவதற்குள் மேலும் மூன்று தடவை இடிபட்டது கதவு!

திறந்தவுடன் கோபத்துடன் உள்ளே பாய்ந்தது போலீஸ்.

"கதவைத் திறக்க இவ்வளவு நேரம் ஆனது ஏன்?" -உறுமினார் அதிகாரி.

"உள்ளே வேலையாயிருந்தேன்."

"சங்கர் எங்கே இப்ப?"

"அவன் வெளியே போய் பத்து நிமிஷம் ஆச்சே..."

போலீஸ்காரர்களின் முகம் சட்டென்று சுருங்கினது. வீட்டின் பின்புறக் கதவு திறந்து கிடந்ததுமில்லாமல், அப்போதுதான் திறக்கப்பட்டதற்கு அடையாளமாய் அதன் சலனங்கள்! இன்ஸ்பெக்டர் கவனத்தை அது வருட, கொல்லைப்புறம் நோக்கி ஓடினார். 'ச்சே...! கதவைத் திறந்தவங்க ஓடுற அவசரத்திலே அதை மறுபடியும் மூடாமப் போயிட்டாங்களே... இப்ப அநியாயமா மாட்டிக்கப் போறாங்களே...' எனப் பதறினாள் சின்னம்மா.

மரண வாக்குமூலம் ● 367

திறந்த கதவு வழியே எட்டி பார்த்தார் அதிகாரி. யாரும் தென்படவில்லை.

"அவன் ரொம்ப தூரம் ஓடியிருக்க முடியாது. இதே ரோட்டிலே ரெண்டு கான்ஸ்டபிள் ஃபாலோ பண்ணி ஓடுங்க! ஆளைப் பிடிச்சிரலாம். ஜீப்பை எடுத்துக்கிட்டு ரயில்வே ஸ்டேஷனுக்கு ஒரு குரூப் போகட்டும்! வயர்லெஸ்லே எல்லா இடத்துக்கும் தகவல் கொடுங்க... ஊருக்குப் புதியவன்! அதிக தூரம் போயிட முடியாது! பத்து நிமிஷத்திலே பிடிச்சுடலாம். ம்... பீ க்விக்."

உத்தரவுகள் பறக்க, போலீஸ்காரர்கள் மின்னலாய் செயல்பட்டார்கள். திசைக்கொருவராய்ப் பிரிந்து, பம்பரமாய் செயல்பட்டனர்.

இப்போது இன்ஸ்பெக்டரின் பார்வை அம்பிகாவின் பக்கம் திரும்பிற்று.

"நீங்க கொஞ்சம் ஸ்டேஷன் வரைக்கும் வரீங்களா மேடம்?"

"நா..னா..? எ..எதுக்கு?" -அவள் மென்று விழுங்கினாள்.

"ஒருவேளை தேடிப்போன போலீஸ்கிட்ட சங்கர் அகப்படலைன்னா, உங்களை அரெஸ்ட் பண்ண வேண்டியது வரும். வேற வழியே இல்லை."

"எ..என்ன ஸார் சொல்றீங்க? என்னை எதற்கு அரெஸ்ட் பண்ணனும்? என் கணவர் உங்களுக்கு ஃபோன் செய்து, சங்கர் இங்கே வந்திருப்பதைச் சொன்னாரில்ல? அப்புறமென்ன? குற்றவாளிக்கு அடைக்கலம் தந்து எங்களுக்குத் தகவல் சொல்லாம இருந்தாதானே தப்பு? அதான் ஃபோன் பண்ணி சொல்லிட்டோமே, அவனைக் கைதுசெய்ய வேண்டியதெல்லாம் நீங்கதானே?" -என்றாள் படபடப்பாக.

இன்ஸ்பெக்டர் உதட்டில் ஒரு 'இன்ச்' புன்னகை நெளிந்தது.

"கிரிமினலோட அம்மா இல்லையா... அதான் ரொம்ப சாமர்த்தியமா பேசறீங்க. இங்கே சங்கர் வந்திருப்பதை ஃபோன் செய்து சொன்னது உங்க கணவர் தங்கராஜ்தான்! ஆனா, அவர் வேறொன்றும் சொன்னார். 'சங்கரை மாட்டிவிட நான்தான் ஆர்வம் காட்டுவேனே தவிர, என் குடும்பத்தாருக்கு இதில் சம்மதமிருக்காது. அதனால் சீக்கிரம் போங்க'னு சொன்னார். அவர் சொன்னபடியே சங்கரைத் தப்பிக்க வச்சுட்டீங்க நீங்க! அதனாலே..."

"அதனாலே...?" -அவள் தொண்டைக் குழியை பயம் அடைத்தது.

"உங்களைக் கைது செய்வது தவிர வேறு வழியே இல்லை... போய் ஜீப்பிலே உட்காருங்க."

அம்பிகா 'திடும்' என்று நிமிர்ந்தாள். கண்களில் ஈர அறுவடை! அவள் இன்ஸ்பெக்டர் பின்னால் நடக்க முயன்ற சமயம், நான்

குரல் கொடுத்தேன்.

"சின்னம்மா! நில்லுங்க."

அம்பிகாவும் இன்ஸ்பெக்டரும் தூக்கிவாரிப் போட்டுத் திரும்பினார்கள்.

கட்டிலுக்கு அடியில் இருந்து வெளிப்பட்டேன். இன்ஸ்பெக்டர் முகத்தை ஆச்சரியம் உழுதது.

புழக்கடைக் கதவைத் திறந்து வைத்து தப்பித்துப் போனது போல் போக்குக்காட்டி வீட்டிற்குள்ளேயே ஒளிந்து கொண்டிருந்தேன்.

வெளியே எங்கே போனாலும் மாட்டிக்கொள்வோம் என்பதால், அங்கேயே மறைவிடம் தேடிக் கொண்டேன். எனக்காக சின்னம்மாவைக் கைதுசெய்யப் போகிறார்கள் என்றதும், சட்டென்று வெளியே வந்துவிட்டேன்.

இரண்டு கைகளையும் விலங்குக்காக நீட்டினேன்.

'விலங்கு அப்புறம் இருக்கட்டும்யா! முதல்ல உன்னைப் பாராட்டுறேன்!' என்பதுபோல, என்னிடம் கை குலுக்கினார் அந்த இன்ஸ்பெக்டர். கட்டிலுக்குக் கீழே குனிந்து பார்த்தார். உள்ளே ஒளிந்திருந்த தேவி வசமாக மாட்டிக்கொண்டிருப்பதை உணர்ந்தவளாக வெளியே வந்தாள்.

ரெண்டு பேர் கைகளுக்கும் வளைகாப்பு நிகழ்ச்சி சடுதியில் நடந்தது.

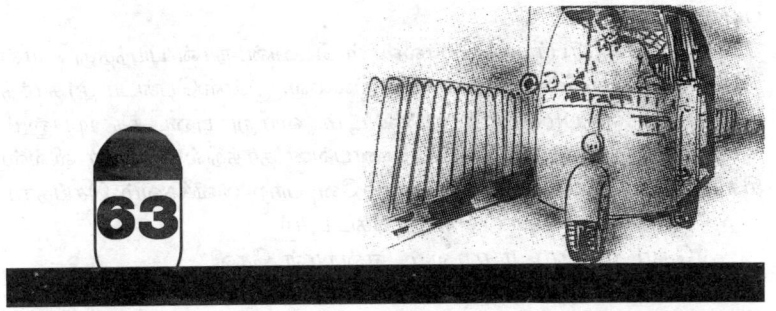

63

நாங்கள் பிடிபட்ட சங்கதி தமிழ்நாடு போலீசுக்குத் தெரிவிக்கப்பட்டது. கட் ஆன கரெண்ட் திரும்ப வந்தது போன்ற மகிழ்ச்சி அவர்களுக்கு!

தாமஸ் ஆல்வா எடிசனும், மார்கோனி போன்ற விஞ்ஞானிகளும் புதுப்புது விஷயங்களைக் கண்டுபிடித்த போதுகூட அவ்வளவு பீற்றிக்கொண்டிருக்க மாட்டார்கள்! போலீசார் தங்களைத் தாங்களே இமாலய வெற்றிபோல பாராட்டிக் கொண்டனர்.

நாங்கள் பிடிபடுவதற்கு ஒருவாரம் முன்பே ராஜாவும் சுண்டல்குமாரும் பசி பொறுக்காமல் சரணடைந்திருந்தார்கள்!

''சங்கரும் மற்றவர்களும் எங்கே போவதாகப் பேசிக்கொண்டனர்?" என போலீஸ் அவர்களை லத்தி மொழியில் விசாரித்தது.

''ஐயையோ! எமகாதகன் சார் அந்த சங்கர்; யாராவது பிடிபட்டாலும் போலீஸ்கிட்டே உளறிடக்கூடாதுன்னு போகிற இடங்களைக் கடைசிவரைக்கும் சொல்லவேயில்லை. நீங்க விசாரிப்பீங்கன்றதைக்கூட முன்கூட்டியே யூகித்து 'அவங்களைவிட புத்திசாலி இந்த சங்கர்'ன்றதை பிடிபட்டவங்க போலீஸ்கிட்டே சொல்லணும்ன்னிருந்தான்! அதுமட்டுமில்லை... தப்பிச்சுப் போறப்ப நெருங்கின உறவுக்காரங்க வீடுகளுக்கு போகக்கூடாதுன்னும் கண்டிஷன் போட்டிருந்தான்! போலீஸ் முதல்ல தேடி போற இடமும் அதுதானாமில்ல?"

'ராஸ்கல்' என்று சங்கரை நினைத்து பல்லை அரைத்தனர் உயர் அதிகாரிகள். ஆனாலும் எதற்கும் இருக்கட்டும் என்று ஒரு காக்கிக் கோஷ்டி ரயிலில் முதல் வகுப்பில் ஒரிசா புறப்பட்டுப் போனது. என் வீட்டில் எனது அப்பாவின் விலாசம் கிடைத்திருக்கிறது.

பள்ளிக்கூடம் விட்டு வந்த குழந்தையாய் குதூகலித்தனர் காவல் துறையினர். எங்களை மீட்டுவர உடனே மற்றொரு படை புறப்பட்டதாம். தேடிப்போனதுதான் புகை வண்டியில்; ஆனால் ஏற்கனவே பிடிபட்டிருந்த எங்களைக் கூட்டிவரவோ விமான பயணம்!

சோனார்பர்பாத் போலீஸ் ஸ்டேஷன்! நான் பயந்ததுபோல் அந்த ஊர் போலீஸ் இம்சிக்கவே இல்லை; இன்ஸ்பெக்டர் ஸ்ரீகாந்த் ஏக நட்புடன் பழகினார் என்னிடம். வயிறு புடைக்க டிபனும் காபியும் தந்தார், நம்ப ஊர் சரவணபவன் தரத்தில்! பில்டர் வில்ஸ் சிகரெட் உருவி எனக்குத் தந்து தானே பற்ற வைக்கவும் செய்தார்.

"இந்தி தெரியுமா?" என்று கேட்டார்.

"தோடா தோடா மாலும்" என்றாள் தேவி.

அவர் சிரித்துவிட்டுச் சொன்னார்.

''தமிழ்நாடு போலீசைக் கண்டாலே எங்களுக்கெல்லாம் பிடிக்காது! பெரிய கிரிமினல்னு அவங்க யாரை குற்றம் சொல்றாங்களோ அந்த கிரிமினலுக்கு ஒரு காலத்திலே பெஸ்ட் ஃபிரண்டா இருப்பது மதராஸி போலீஸாதான் இருக்கும்... உங்க அனுபவம் எப்படியோ?"

நான் நிலம் பார்த்து சிரித்தேன்.

"ஸோ... நீங்களும் அந்த கேஸ்தான்! குற்றவாளிகளின் பிரசவ ஆஸ்பத்திரியே உங்க ஊர் போலீஸ்தான்னு நல்லா தெரியும்.

இருந்தும், கடமைக்காக அவங்க விருப்பத்தை நிறைவேற்ற வேண்டியவனா இருக்கேன் இன்னொரு விஷயம்! அநியாயமா மாட்டி விட்டுட்டாரேன்னு உங்க அப்பா மேல உங்களுக்கு கோபமிருக்கும்... இல்லையா?”

வறட்சியாய் சிரித்த போது. “உங்ககிட்ட பொய் பேச எனக்கு மனசு வரலை!! கோபம் இருக்கு ஸார்!”

“உங்களுக்கு மட்டுமில்லை எனக்கும் அவர் மேலே கோபம் உண்டு.”

“உங்களுக்கும் கோபமா? எதுக்...” திடுதிப்பென்று பாதியில் கட் ஆன டேப் நாடா மாதிரி என் சப்தம் அந்தரத்தில் நின்றது. வாசலில் நிழலாடியது. உள்ளே வந்தது என் அப்பா தங்கராஜ்!

நாலுதரம் டிகாக்ஷன் இறக்கின காபிப் பொடியைப் பார்ப்பதுபோல அப்பாவை சர்வ அலட்சியத்துடன் பார்த்தேன். பிடிபட்டதில்கூட வருத்தமில்லை. தேவி எங்கேயாவது போய் எப்படியாவது பிழைத்திருப்பாள்! இந்த ஆசாமியால் அவளும் அல்லவா அநியாயமாக மாட்டிக் கொண்டாள் என வெறுப்பு மண்டியது. ஒரு ஏழை, தன் கோவணத்தில் முடிந்துவைத்த தங்க காசைப் போல் இல்லையா அவளை காப்பாற்றிக்கொண்டு வந்திருந்தேன்! இப்போது எல்லாம் வீணாயிற்றே என வருத்தம்!

தேர்தலில் ஓட்டு சிதறாமல் நேரடியாக ஒண்டிக்கு ஒண்டி போட்டி போல அப்பாவும் பிள்ளையும் எதிர் எதிரே!

இன்ஸ்பெக்டர் ஸ்ரீகாந்த் அந்த மோசமான மௌனத்தைக் கலைக்க விரும்பியவராக, “சங்கர்! உங்க அப்பாவுக்கு இந்த ஏரியாவிலே ரொம்ப நல்ல பேர்; ரொம்ப மரியாதை! பொறுப்பான பதவியிலிருக்கிறவர். இந்த சுத்து வட்டாரத்திலே பெருவாரியான ஜனங்களுக்கு அவரைத் தெரியும். கௌரவமான குடும்பம் வேற...! ஒரு வாரத்துக்கு முன்னாலே தமிழ்நாடு போலீஸ் இங்கே வந்து அவரை ரொம்ப தொல்லை பண்ணிட்டாங்க! உங்களை அவர்தான் மறைச்சு வச்சிருக்கணும்னு சொல்லி, திட்டி தீர்த்துட்டாங்க... அவர் கம்பெனிக்கே போய் மகனை ஒழுங்கா போலீஸ்ல ஒப்படைக்கலைன்னா மரியாதை கெட்டுடும்... இங்கேயிருக்கும் உங்க மனைவி மக்களெல்லாரையும் தமிழ்நாட்டுக்குக் கூட்டிப் போயிடுவோம் விசாரணைக்காக'ன்னு மிரட்டிட்டாங்க!

பெண் பிள்ளைகளை விசாரணைக்குக் கூட்டிப்போனா என்ன நடக்கும்னு தெரியாதா? தவிர, இவருக்கு இங்கேயிருக்கும் நல்ல பெயருக்கு அது விரும்பத் தக்கதா? யோசியுங்க!”

ஸ்ரீகாந்த் பேசப் பேச, என் கண்களில் கரைபுரட்டிக் கொண்டு கண்களில் ஜலம்! என் அப்பாவும் ஆயிரம் சிவாஜி கணேசன்களாக துடிதுடித்தார்.

“சங்கர்! உங்க அப்பா மேல எனக்கும்கூட கோபம் உண்டுன்னு சொன்னேனே! காரணம் தெரியுமா?”

மகனும், அப்பனும் தெரியாது என உதடு பிதுக்கினோம்.

“தங்கராஜ் ஓரிசாவிலே ஒழுக்கமான குடும்பத் தலைவனா இருக்காரே தவிர, தமிழ்நாட்டில் அப்படி இல்லையே? இருந்திருந்தா கௌரிசங்கர் ஆட்டோ சங்கர் ஆகியிருக்கமாட்டான் இல்லையா? அந்தக் கோபம்தான் எனக்கு; வழி காட்டிகள் சரியா அமையலேன்னா இப்படித்தான்! வாழ்க்கையிலே நிறைய விஷயங்களை விலையா கொடுக்க வேண்டியது வரும்...!”

தங்கராஜ் குற்ற உணர்வில் தரை வெறித்தார். மகனுக்கு மீசை முளைப்பதற்குள் நரைத்தவனுக்குரிய துயரம் கிடைத்தது நம்மால்தானே என்று நினைத்தாரோ என்னவோ அவர் கண்களில் ஈரத்திரை!

மோகன் முகத்தில் உஷ்ணம்! யாரோ தெரிந்தவர்கள் தேடி வந்திருப்பதாக டேபிள் கிளீனர் வந்து சொல்ல ‘சப்ளையர்’ உத்தியோகத்தில் இருந்த மோகன் மெலிதான பயத்துடன் புருவத்தில் கேள்வி முடிச்சுடன் வெளியே எட்டிப் பார்த்தான். ‘யாரது?’

வெங்கடேசனைப் பார்த்ததும் பற்றிக்கொண்டு வந்தது கோபம்!

“ஒரு வருஷத்துக்கு என்னை நீயோ உன்னை நானோ தேடி வரக்கூடாது... ஆபத்துன்னு சொன்னேன் இல்லை? முட்டாள்! அப்புறம் ஏன் தேடி வந்தே?”

“முக்கியமான விஷயம்! அதான் அவசர அவசரமா ஓடிவர்றேன்! டி.வி. பார்த்தீங்களா?”

“ஆச்சு! அண்ணன் பிடிபட்ட விஷயம்தானே? பார்த்துட்டேன்!”

“இப்ப என்னண்ணே பண்றது?”

“நாம என்னடா பண்ணமுடியும்? நேத்து ராத்திரி பூரா அழுதேன்! அதான் இப்ப பண்ணக்கூடியது; இதை சொல்லவா ஓடிவந்தே? இந்த மாதிரி இக்கட்டிலேதான் பாக்க வர்றதையே முக்கியமா தவிர்க்கணும். பிறர் சந்தேகத்தை ஊர்ஜிதமாக்கிவிடும்! போ... ஒழி! ஒரு வருஷம் சொன்னேன் இல்லையா...? இன்னும் ரெண்டு வருஷம் என்னைப் பார்க்க வராதே...”

“ச்ச்... அதில்லண்ணே! நம்பளும் ஒரு அபாயத்திலே சிக்கியிருக்கோம்!”

“எ... என்னடா சொல்றே?”

“ரெண்டு பேரும் ஆளுக்கொரு ஓட்டல்லே வேலை பார்க்கிறோமில்லையா? நான் வேலை பார்க்கிற இடம் என்

அக்காவுக்குத் தெரியும். ஒருநாள் தற்செயலா பாத்துடுச்சு."

"இதை ஏன் இத்தனை நாள் எங்கிட்டே வந்து சொல்லலை?"

"நீங்கதான் ஒரு வருஷம் பாக்கவே வராதேன்னீங்களே!"

"சரி! இப்ப மட்டும் ஏன் வந்தே?"

"காரணம் இருக்கு! என் அக்கா இப்ப மாட்டிக்கிடுச்சு இல்லே? போலீஸ் அடி தாங்காம என் விலாசத்தை அது சொல்ல சான்ஸ் இருக்கு இல்லே?"

"ம்ம்ம்!"

"அப்புறம் போலீஸ் என்னைப் பிடிச்சதும் நான் உங்க இடத்தைக் காட்டிக்கொடுக்க சான்ஸ் இருக்கு இல்லை."

அவனை முறைத்துப் பார்த்துவிட்டு பெருமூச்சு விட்டான் மோகன்.

"நல்லவேளை... வந்து சொன்னியே!" என்ற மோகன் கல்லாவை நோக்கி ராஜினாமா கோரிக்கையுடன் புறப்பட்டான்.

"அடுத்து எங்க போகலாம்ண்ணே? எப்ப சந்திக்கிறது... அடுத்தவருஷம் தானா?"

"ம்ஹூம்... அடுத்த ஜென்மம்" என்றான் வெறுப்புடன்.

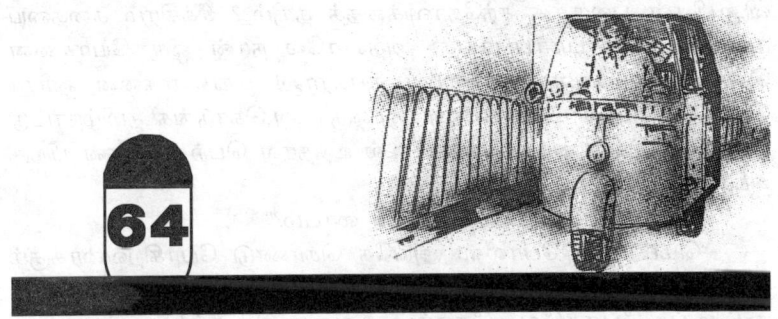

64

பறக்க ஆரம்பிப்பதற்குள் இடிவிழுந்து சிறகு கருகின கதையானது எனது நிலை. பரிபூர்ணமாய் தப்பிப்பதற்குள் சிக்கிக்கொண்டுவிட்டேன்.

தான் மாட்டிக்கொண்டதைக்கூட மறந்துவிட்டு, அப்பா தன்னால் போலீஸ்காரர்களிடம் அவமானப்பட்டதை நினைத்து நினைத்து நெக்குருகினேன். கண்களில் மெயின் ஃபால்ஸ்!

ஆயிரம் அணுகுண்டுகளை ஒரேநேரத்தில் இயக்கத் தெரிந்த மாவீரன்கூட பென்சில் சீவத் தெரியாமல் இருப்பதுபோன்ற அதிசயம் ஆக தோன்றினது ஒரிசா போலீஸ்காரர்களுக்கு இந்த நிகழ்ச்சி! இவனுக்குக் கூடவா இப்படியெல்லாம் சென்டிமெண்ட் என்று வியந்து போனார்கள்.

"இனிமே என்ன ஆகும் ஸார்?" அப்பா அதிகாரி ஸ்ரீகாந்த்திடம்

கலவர குரலில் கேட்டார்.

"என்ன ஆகும்? போகிற வழியிலேயேகூட, 'திரும்பவும் தப்பிக்கப் பார்த்தான். அதனால் சுட்டுக்கொன்றோம்'னு உங்க ஊர் போலீஸ் ஸீன் கிரியேட் பண்ணும்! வேறென்ன?"

"எ...என்ன சொல்றீங்க இன்ஸ்பெக்டர்?'' -அப்பாக்கு பதட்டத்தில் வார்த்தைகள் நொண்டியடித்தது.

பாவம்; ஊர் நிலவரம் தெரியாத ஒரு வாழ்க்கை வாழ்ந்துகொண்டிருந்தார் அப்பா.

அநேக கைதிகள் அற்பாயுசில் போனதிலும், அவர்கள் ஆன்மா சாந்தியடையாமற் போனதிலும் காக்கி யூனிஃபார்முக்கு கணிசமாய் பங்கிருப்பதை அறியமாட்டார் அவர்; உண்மைக்கு ஊன்று கோலாய் இல்லாமல் உண்மையின் தலையில் லத்திசார்ஜ் செய்வதற்குப் பெயர்தான் தமிழ்நாடு போலீஸ் என அவருக்குத் தெரியாது.

ஆனால், ஸ்ரீகாந்த்திற்கு தெரிந்திருந்தது.

"நேரடியா தமிழ்நாடு போலீஸ் கையில் ஒப்படைத்தால் சங்கர் வழியில் சாக சான்ஸ் இருக்கு; அவனது துரித மரணம் உங்க ஊர் வி.ஐ.பி.கள் பலருக்கு சந்தோஷத்தைத் தரும்...? சீக்கிரம் கதையை முடிக்கத்தான் பார்ப்பாங்க; அதனாலே நான் ஒரு யோசனை சொல்றேன், கேளுங்க மிஸ்டர் தங்கராஜ்! 'உங்க மகனை ஒரிசா ஜெயில்ல ரிமாண்ட் செய்யணும்'னு ஒரு மனு கொடுங்க! தமிழ்நாட்டு போலீஸ் இங்கு வந்து கோர்ட்டில் உத்தரவு பெற்று அதன் பிறகு சங்கரைக் கூட்டிப் போகட்டும்!"

"இப்படிச் செய்வதால் என்ன லாபம்?"

"மெட்ராஸ் போலீஸ் அங்கே கொண்டு போகிறவரைக்கும் உங்க மகன் உயிருக்கு உத்தரவாதம் கொடுத்தால்தான் கைதுசெய்து கூட்டிப் போகவே கோர்ட் அனுமதிக்கும்! அப்ப ஒரு பயமுமில்லை!"

அப்பா நிம்மதியுடன் ஒரு பெரிய சைஸ் பெருமூச்சை வழியவிட்டார். உடனடியாக ஸ்டேஷனிலேயே காகிதம் வாங்கி மனு எழுத உட்கார்ந்தார். மறுநாள் 2-9-90 அன்று தேவியும் நானும் ஒரிசா மத்திய சிறையில் அடைக்கப்பட்டோம்.

அங்கே சிறைவாசிகளை ஒரு ஜீவராசியாக நடத்துவதைப் பார்த்துப் பார்த்து வியந்து விரிந்தது. நம்ம ஊர் கைதிகளுக்கும் சிறை சௌகரியமானதுதான்- கையில் 'மால்' இருந்தால் மட்டுமே!

"ச்சே! அடுத்த ஜென்மமாச்சும் ஒரிசாவிலே கைதியாப் பிறக்கணும்" என்ற தேவியைப் பார்த்து சிரிப்பதா, அழுவதா தெரியவில்லை எனக்கு.

''அட மக்கு... பிறக்கிற ஜென்மம் பூரா கைதியாவே

இருக்கிறதுன்னு ஏதாவது வேண்டுதலா?”.

சுடச்சுட உணவு தந்தார்கள். உணவைவிட கைதிகளிடம் அவர்கள் காட்டின பரிவும் இரக்கமும் இலையைக் கூட ருசியுள்ளதாக்கினது.

வயிறார சாப்பிட்டேன். அமைதியான தூக்கம். மறுநாள் எழுந்ததும், தாடி, சோகம் இரண்டையும் ஒரே கத்தியால் மழித்தேன்.

ஜெயில் சூப்பிரண்டெண்ட் தேடி வந்தார். என்னை கூட்டிப்போக சி.பி.சி.ஐ.டி. போலீசார் சென்னையிலிருந்து வந்திருப்பதாக சொன்னார். நான் பிடிபட்ட விஷயம் முந்தின தினங்களே இந்திய தேசம் பூராவிலும் டி.வி.யிலும் பேப்பர்களிலும் அமர்க்களப்பட்டதால், செல்லும் வழியெல்லாம் செம ஜனத்திரள்.

ஜெயில் வாசலுக்கு ரூர்கேலா நகரமே திரண்டு வந்திருந்தது. என்னவோ இலவச வேட்டி-சேலை வாங்க வந்ததுமாதிரி மூச்சுமுட்டும் கூட்டம்.

ஆறரைமணி ஹவ்ரா மெயிலில் சிறப்பு வகுப்பில் கல்கத்தாவரை கூட்டி செல்லவும், கல்கத்தாவிலிருந்து சென்னைக்கு விமானத்தில் கொண்டு போகவும் ஏற்பாடு! போலீசின் இந்த திட்டத்தை முன்கூட்டியே செய்தியாளர்களிடம் சொல்லிவிட ரயில் நிற்கும் ஒவ்வொரு ஸ்டேஷனிலும் கட்டுப்படுத்த முடியாத கூட்டம். வெல்லத்தை மொய்த்த ஈயாய் வேடிக்கை பார்க்க வந்த ஆயிரமாயிரம் ஜனங்கள் ஒவ்வொரு ஊரிலும் ரயிலைச் சுற்றி குவிய போலீஸின் பாடு கஷ்டமாகிவிட்டது.

எங்கே இந்த கூட்ட நெரிசலில் மறுபடி குற்றவாளியை கோட்டைவிட்டு விடுவோமோ என்று பயம். மனோகரா சிவாஜி மாதிரி ரெண்டு கைகளிலும் சங்கிலி தொங்க எங்களை கூட்டிப்போனார்கள்! கல்கத்தா வந்ததும் அந்த ஊரிலிருந்தும் ரெண்டு லாரி போலீசை வரவழைத்து வைத்துக்கொண்டு ஜங்ஷனிலிருந்து விமான நிலையத்துக்கு ஜீப் பயணம்!

ஒரிசாவிலிருந்து 2-ம் தேதி பகல் ரயில் ஏறி மறுநாள் இரவு சென்னையில் சுலபமாக இறங்கியிருக்கலாம்! ஆனால் போலீசின் அசகாய சூரத்தனங்களுக்கு விளம்பரம் கிடைக்காமல் போகுமே! அதனால்தான், என்னவோ அரும்பாடுபட்டு என்னை துரத்திப்பிடித்தது போலவும், ரொம்ப பத்திரமாக கொண்டுவந்து கொண்டிருப்பதாகவும் செய்தி கொடுத்ததுடன், தேவையற்ற விமான பயணமும்! தலையைச் சுற்றி மூக்கைத் தொட்ட கதைதான் இது!

கல்கத்தா விமான நிலையம். சென்னை செல்லத் தயாராய் அந்த அலுமினிய பறவை! விலங்கு கோர்க்கப்பட்ட நாங்கள் முன்னால் நடக்க, ரெண்டு இன்ஸ்பெக்டர்கள் பின் தொடர்ந்தனர். நான்கு டிக்கெட்டுகள் எங்களுக்காக ஏற்கனவே ரிசர்வ்

செய்யப்பட்டிருந்தது.

படிக்கட்டில் ஏறி உள்ளே நுழையவிருந்த சமயத்தில் கேபினிலிருந்து வீழ்ந்தடித்துக் கொண்டு ஓடிவந்தார் விமான பைலட். "யாரையும் கைவிலங்குடன் விமானத்தில் ஏற்ற அனுமதிக்க முடியாது" என்று தடுத்தார்.

"ஏன்...? ஏன் அனுமதிக்க முடியாது? கைதிகளை விலங்கு போட்டுதானே வெளியே கூட்டிச்செல்ல முடியும்" பைலட்டுடன் வாதிட்டார் அதிகாரி.

"வெளியே வேண்டுமானால் அப்படி கூட்டிச் செல்லலாம்... ஆனால் வானத்தில் அது சாத்தியமில்லை! இது சர்வதேச விதி; விமானத்தில் ஏதாவது அசம்பாவிதம் நடக்குமானால்... பறக்கும் சமயத்தில் பயணி தப்ப வேண்டுமல்லவா?"

"தப்ப வேண்டுமா?" என்றார்கள் நடுக்கத்துடன்.

"அட...! உயிர் தப்ப வேண்டுமில்லையா... அதற்கு ஏதுவாய் அவர்கள் சுதந்திரமாக இருக்க வேண்டும்! அதனால் கைவிலங்குகளுடன் எந்தப் பயணியும் பிரயாணம் செய்ய அனுமதிக்க முடியாது! விலங்குகளைக் கழற்றி என்னிடம் கொடுங்கள்! சென்னை வந்ததும் பெற்றுக்கொள்ளுங்கள்... இதற்கு சம்மதித்தால்தான் விமானத்தில் ஏற்றுவேன்."

"ஓ... யெஸ்" என்றவர்கள் இரண்டு பேர் விலங்குகளையும் விடுவித்தனர்.

எனக்கு மெலிதான பயம்! என்னதான் கோர்ட் உத்தரவு இருக்கிறது என்றாலும் 'விலங்கில்லாத சமயத்தில். இவன் தப்பிக்கப் பார்த்தான்' என்று பொய் சொல்லி நடுவழியில் சுட்டு விட்டார்களானால்...?

பைலட்டிடம் 'தேவர்' ஆங்கிலத்தில் வெளுத்துக் கட்டினான். "விமானத்திலே விலங்கோட போகக்கூடாது. சரி; துப்பாக்கியோட மட்டும் போகலாமா? இதோ இவர்கள் ரெண்டுபேரும் ரிவால்வர் கொண்டு வராங்களே?"

"கரெக்ட்" என்றார் பைலட்.

"உங்க துப்பாக்கிகளையும் என்கிட்டே கொடுங்க! பயணத்தின்போது பயணிகள் யார் கிட்டேயும் துப்பாக்கியும் இருக்கக்கூடாது! இதற்கு சம்மதமானால் விமானத்திலே ஏறுங்க."

என் வெற்றிச் சிரிப்பால். அதிகாரிகள் முகத்தில் இப்போது பயம்!

65

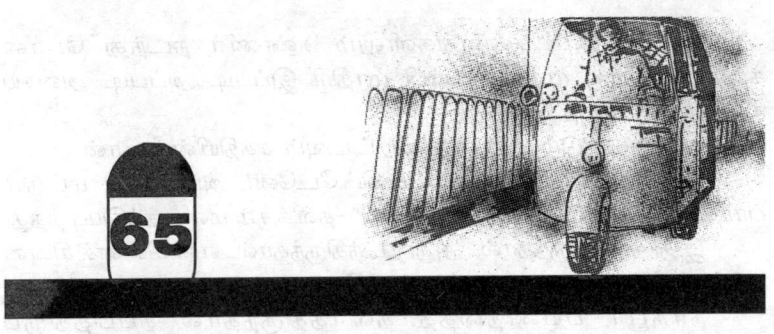

கைகால்களிலும் உடம்பிலும் ஆரியபவன் சோளா பூரி மாதிரி பிரமாத வீக்கம்! சென்னை வந்ததும், அதிகாரிகள் நடத்திய 'பூஜையில்' அத்தனை பிரசாதங்களும் கிடைத்தது தேகம் நெடுக, இரண்டு மூன்று பிள்ளையார் சதுர்த்திக்கு வேண்டிய அளவு கொழுக்கட்டைகள் தோன்றிவிட்டன.

தேவியின் நிலைமை அதைவிட பரிதாபம்; ஆணழகர் போட்டிக்கு ஆஜராகிறவர்கள் தங்கள் தசைகளைப் பிதுக்கி காட்டுவது போல விம்மிப் புடைத்திருந்தன- எந்தவித பயிற்சியும் செய்யாமலே!

ரெண்டு பேரும் தப்பித்துப் போனது, ஆறுகொலைகளை செய்ததைவிடவும் அதிகப் பிரசங்கித் தனமாய் பட்டது அதிகாரிகளுக்கு. காவல் துறையின் கௌரவமே சந்தி சிரிக்கும்படி ஆகிவிட்டதே! தமிழ்நாடு போலீசை அகில உலக பஃபூன் ஆக்கிவிட்டார்களே என்று கோபமான கோபம்!

மீனம்பாக்கம் வந்ததுமே பைலட்டிடம் ஓடி துப்பாக்கிகள், விலங்குகளை சேகரித்துக் கொண்டனர். பயணிகளை எல்லாம் அப்புறம் இறங்கிக் கொள்ளச் சொல்லிவிட்டு எங்களை முதலில் இறக்கினார்கள். என்னவோ வெளி நாட்டு ஜனாதிபதியை வரவேற்க வந்ததுபோல பிரதேசமெங்கும் போலீஸ் மயம்! முப்படை தளபதிகள் மட்டும்தான் பாக்கி.

படிக்கட்டில் என் தலை தென்பட்டதுமே அலேக்காக தூக்கிச் சென்று போலீஸ் வண்டியில் போட்டனர். தேவியும் அதே போல!

முன்னால் ஒரு வேன், ரெண்டாவதாய் ஐ.ஜி.யின் ஜீப், பின்பு ஒரு வேன், அதற்கப்புறம் நானும் தேவியும் அடைக்கப்பட்டிருந்த வேன் பின்னால் ரெண்டு போலீஸ் வேன், அதற்கும் பின்னால்...!

ஒரு நாளில் 25 மணி நேரமும் (ஒரு மணி நேரம் ஓவர் டைம்!) அவர்களை வதைக்க வேண்டுமென்று என்னைக் கட்டி செயல்பட்டனர் காவலர்கள்.

இடி விழுந்த மண்பானையாய் நொறுங்கிப் போயிருந்தோம் நாங்கள்.

மரண வாக்குமூலம் • 377

கண்களிலும் கன்னங்களிலும் கண்ணீர் நடந்து போன சுவடுகள்! பாகு முற்றின பர்பி மாதிரி இப்படி அப்படி அசைய முடியாமல் கிடந்தோம்.

சண்டையிடும் ஈக்களை விரட்டவும் சக்தியின்றி நான்.

'ச்சே... அநியாயமா மாட்டிகிட்டேனே! அப்பாவை மட்டும் பார்க்கப் போகாம இருந்திருந்தால்...?' -தவிக்கும் மனசு தந்தியடித்தது.

இது நடந்திருந்தால்... அது நடந்திருந்தால்... என சின்னச் சின்ன தடுமாற்றங்களின் லாப நஷ்டம்தானே வாழ்க்கை!

நாக்பூர் பயணத்தைத் தவிர்த்திருந்தால் தப்பித்திருப் பேன்தான்...! ஒரிசா இன்ஸ்பெக்டர் ஸ்ரீகாந்த் சொன்னது போல அப்பா தங்கராஜ் செகண்ட் சேனல் தேடாமல் இருந்திருந்தால் ஆட்டோ சங்கரே உருவாகியிருக்க மாட்டான்தான்! அப்படிப் பார்த்தால் எத்தனை இருந்திருந்தால்கள்!

கடைக்கார நாடார் அரிசி கடன் கேட்டதற்கு போலீசை விட்டு அடிக்காமல் இருந்திருந்தால்...?

போலீஸ்காரர் சுகுமார் மட்டும் சாராயக்கடை துவங்க வற்புறுத்தாமல் இருந்திருந்தால்...?

டி.எஸ்.பி.தங்கய்யா விபச்சார விடுதி ஆரம்பிக்க கட்டாயப்படுத்தாமல் இருந்திருந்தால்...?

லலிதாவின் கள்ளக்காதல், பம்மல் நல்லதம்பியின் உறவுகாரப் பெண் சுந்தரியின் கல்யாணம், பம்மலுடன் பதவிப் போட்டி இப்படி பலவற்றில் ஏதாவது ஒன்று நடக்காமல் இருந்திருந்தால் கூட இந்த அவலம் நேர்ந்திருக்காதுதான்!

என்ன செய்வது... அனுபவங்கள் என்பதே தலை வழுக்கையான பிறகு கிடைக்கிற சீப்புதானே!?

'என்னை தூரத்திலிருந்தே துப்பறியத் தீர்மானித்திருந்தார்கள் அந்த நால்வரும்!

அவர்கள் பம்மல் மற்றும் வைதியின் கைக்கூலிகள்!

அவர்களின் பெயர்கள்; சம்பத், மோகன், கோவிந்தராஜ், சேகர்.

நான் கொடிகட்டிப் பறந்த காலம் அது! 1988-ம் வருஷம்; அத்தனை அரசியல்வாதிகள் கவனமும் வரவிருக்கும் தேர்தல் மீது!

எனக்கோ கட்சியில் செமசெல்வாக்கு; குறிப்பாய் இளைய தலைவர் என் தோஸ்த்! எப்படியும் சீட் கிடைத்து "எம்.எல்.ஏ. ஆகி விடுவேன் என்பதில் என்னை விடவும் எனது அரசியல் எதிரி களுக்குத்தான் ஒரு சங்கர் சிமிண்ட் நம்பிக்கை அதாவது அசைக்க முடியாத!

பம்மல் கோஷ்டி நேருக்குநேர் மோதலை வைத்துக்கொள்வதை விரும்பவில்லை. அதன் முடிவு என்னவாயிருக்கும் என்பதுதான் தெரியுமே!

மந்தைவெளி தாதாக்கள் நான்கு பெரும் ஏவிவிடப் பட்டனர். கூலி வாங்கிக் கொண்ட நால்வரும் திருவான்மியூரில் லேண்ட் ஆனார்கள்!

சுமதியைப் பார்த்து விட்டு வெளியே வந்தேன். பைக்கை உறும வைத்தேன்!

பைக்கின் கண்ணாடியில் ஒரு ஆட்டோ தொடர்ந்து என்னை துரத்துவது தெரிந்தது. எனக்குள் எச்சரிக்கை செல்கள் விழித்துக்கொண்டன. மனசுள் அபாய மணி அடித்தது.

என் ஏரியாவை விட்டு விலகி விடாமலே கவனத்துடன் வட்ட மடித்தேன். ஜெயந்தி தியேட்டர் பக்கம் வண்டியை நிறுத்திவிட்டு தொலைபேசினேன்.

போனின் எதிர்முனையில் பாபு! கண்காணிக்கப்படுவதை அவனிடம் சுருக்கமாகச் சொன்னதோடு விரட்டிவரும் ஆட்டோ நம்பரை குறிப்பிட்டு பார்ட்டி யாரு என்பதை, உடனே கண்டுபிடித்து சொல்லவும் கட்டளையிட்டேன்.

அனிதா! எனது விடுதிப் பெண்களில் ஒருத்தி; ஷாப்பிங் செல்வதற்காக வீதிக்கு வந்தாள்... அன்று ஞாயிற்றுக்கிழமை; மாலை டி.வி. சினிமா இருப்பதால் பகலிலேயே பொருள்களை வாங்கிக் கொள்வது அவள் உத்தேசம்... நடக்கவிருக்கும் பயங்கரங்களுக்கு தான் ஒரு கருவியாக இருக்கப்போவது அனிதாவுக்குத் தெரியாது.

அவளை ஒட்டினாற்போல ஆட்டோவைச் செலுத்தி வந்த சேகர், வழிமறித்து சட்டென வண்டியை நிறுத்துகிறான். வாகனத்துக்குள்ளிருந்த மற்ற மூன்று பேரும் மின்னலாய் செயல்படுகிறார்கள்!

எப்படியாவது இவளைக் கடத்திப் போய்விட வேண்டும்! செய்தி கேள்விப்பட்டதும் நான் துரத்தி வருவேன்... அதற்குள் ஆட்டோவை ஸ்டார்ட் செய்து ஏரியாவை விட்டு விலகி வெளியேறி விடவேண்டும் என்பது பிளான்!

பட்டப் பகலில், மெயின் ரோட்டில் அனிதாவை மடக்கி உள்ளே இழுப்பது சாமானிய காரியமாக இல்லை; அவள் முரண்டு பிடித்தாள். ஹேண்ட் பேக்கை வீசி சேகரைக் காயப்படுத்தினாள். அலறித் தீர்த்தாள்! தெரு ஸ்தம்பித்தது. என்னைக் கூட்டிவர ஆள் பறந்துவந்தது!

காயம்பட்டதில் ஆத்திரமானான் சேகர். அவளது முந்தானையைப் பறித்தான்! கோவிந்தராஜ் ஆவேசமாக ப்ளவுஸைக் கிழிக்க, அவமானத்தில் கூனி குறுகிப்போய் அழத் தொடங்கி விட்டாள் அனிதா!

ஜனங்கள் நெருங்க பயந்து வேடிக்கை பார்க்க, தூரத்தில்

இருந்தே பார்த்து விட்டேன்.

"டேய்... சங்கர் வர்றான்! சீக்கிரம் ஸ்டார்ட் பண்ணு ஆட்டோவை!' –அலறினான் சம்பத்.

ஆட்டோ கிளம்பியிருந்திருந்தால், உடனே புறப்பட்டு இருந்திருந்தால் கதையே மாறியிருக்கும்.

மக்கர் செய்தது.

66

ஜிவுஜிவு என்று கோபத்தால் என் காது சிவந்தது. என்னுடைய கோட்டைக்குள் எவனோ அந்நியன் புகுந்து எனது பாதுகாப்பில் உள்ள பெண்ணை பலாத்காரம் செய்கிறானா...?

அவனுக்கு உயிர் வேண்டாமாமா?

செய்தியைக் கொண்டு வந்தவனுக்கு செவுளில் முதல் அறை பதிந்தது.

"அவனை வெட்டிச் சாய்க்காம இங்கே ஓடி வந்துட்டியாடா... பயந்தாங்கொள்ளி நாயே!"

"ஒருத்தனா இருந்தா பரவாயில்லண்ணே... மூனு நாலு பேர் இருக்கானுக..." –ஒலியில் முனகினான். குரல், வோல்டேஜ் ட்ராப் ஆனது போல் கம்பியது.

கோபம் குட்டி போட்ட பூனையாய் மனதைச் சுற்றிச் சுற்றி வந்தது. பற்கள் அரைபட்டது. தீயை கண்களுக்குள் திணிப்பது மாதிரி கண்களில் எரிச்சல்!

சட்டென்று எழுந்தேன். அப்போதெல்லாம் எனது திறனும் தெனாவெட்டும் அசத்தலானது; சுப்பிரமணிய சுவாமி மாதிரி! வந்த சண்டையை விடமாட்டேன். வராத சண்டைக்கும் போவேன். அப்படிப் பட்டவனின் நெற்றிக்கண்ணை குண்டூசியால் குத்திவிட்டுப் போவது லேசுப்பட்ட காரியமா!

ஆத்திரம் ரத்தத்தில் கலந்து நரம்புகள் தந்துகிகள், ஆரிக்கிள், வெண்டிரிக்கிள், தமனி, சிரை, சிரைக்காதே என எல்லாவற்றிலும் சுடச்சுட சூறாவளி சுற்றுப்பயணம் நடத்திற்று. எவனோ பெண்ணைக் கைபிடித்து இழுக்கிறான் என்பதை விடவும்

ஏரியாவுக்குள் புகுந்த அத்துமீறலில்தான் எனக்கு முதல் கோபம்! தாஜ்மகாலுக்கு வெள்ளையடிக்க வந்த வினோதமானவர்களாகவே அவர்களைக் கருதமுடிந்தது என்னால்!

ஒரே உதையில் அலறிக் கொண்டே புறப்பட்டது பைக்!

தூரத்தில் புகை வாலுடன் பைக்கை பார்த்ததுமே சேகருக்கு வயிற்றில் புளி கரைத்திருக்கிறது. அனிதாவை உரிக்கும் பொறுப்பை சகாக்களுக்குத் தாரை வார்த்துவிட்டு, வண்டியை ஸ்டார்ட் செய்ய ஓடினான்.

நிலைமை புரியாமல் ஆட்டோ முரண்டு பிடித்தது. பள்ளி செல்ல மறுக்கும் நர்சரி சிறுவன் போல கடும் அடம்!

ஒவ்வொரு முக்கியமான நிமிடமும் அநியாயமாய்க் கரைய, ரொம்பவும் பக்கத்தில் பரிவாரங்களுடன் அங்கே ஆஜரானேன் நான்.

தெப்பமாய் வியர்த்தான் சேகர்! உதடும் நாக்கும் உலர்ந்து போனது. சர்வ அவயவங்களும் நடுங்கின.

வண்டி இடக்கு செய்வதை மற்ற சகாக்களும் புரிந்து கொண்டனர். நெஞ்சுக்குள் கிலி அலைகள் கும்மியடித்தன. பெண்ணைப் பிடித்துப் போக நினைத்து நாமல்லவா பிடிபட்டு விடுவோம் போலிருக்கிறது என்று கலவரமானார்கள்.

இதயம் அபாய பெல் அடித்தது. அனிதாவின் மீதிருந்த பிடி நழுவியது. கொலைக் குற்றவாளி நீதிபதியின் உதட்டையே பார்த்துக்கொண்டிருப்பது போல் அவர்கள் சேகரின் ஸ்டார்ட் செய்யும் முயற்சியை வெறித்தபடி இருந்தனர். 'உம்... சீக்கிரம்டா'-குலைநடுக்கத்துடன் அவசரப்படுத்தினர்.

எதற்குமே அசைந்து கொடுக்காத நரசிம்மராவாக இருந்தது ஆட்டோ!

நான் நெருங்கினேன். சுதாரித்த மூவரும் இடுப்பிலிருந்து வஸ்துவைக் கையில் எடுத்து பத்திரப்படுத்திக் கொண்டனர்.

வண்டியை நிறுத்தி, இறங்கினேன். ஓட்டமாய் வந்து அவர்களை நெருங்கினவன் உஷாரானேன் மூன்று பேர் கைகளிலும் உயர்த்திப் பிடித்திருந்த கத்தி ரத்த வரவேற்பு தர தயாரில் இருந்ததைக் கவனித்தேன். கண்களைச் சுருக்கிக் கொண்டு அவர்களை உறுத்துப் பார்த்தேன்; இவர்கள் யாராயிருக்கும் என்று மூளை மண்டலத்தின் ஞாபக அடுக்குகளில் அடையாள குறிப்பு தேடினேன்.

இவர்களுடன் சண்டை போட தேவையேயில்லை! நகராமல் பார்த்துக் கொண்டாலே போதும்...! பின்னால் வந்துகொண்டிருக்கும் தன் பட்டாளம் கவனித்துக்கொள்ளும்... அதுவரைக்கும் சும்மா பேச்சுக் கொடுத்துக் கொண்டிருப்போம்...

போதும் என்று தோன்றியது.

"யார்றா நீங்க?" என்று முதலில் நின்ற சம்பத்தை கேட்டேன். சம்பத் உதடுகளை ஃபெவிக்காலால் ஒட்ட வைத்துக் கொண்டவன் போல வாயே திறக்கவில்லை. ஆட்டோ ஸ்டார்ட் ஆகும் சப்தம் சீக்கிரம் கேட்காதா என தவியாய் தவித்தான்.

சம்பத்தை புன்சிரிப்புடன் கவனித்தேன்.

முரட்டுத் துணியில் பாண்ட் அணிந்திருந்தான் சம்பத். தலையை வாரம் ஒரு தடவைதான் வாருவான் என்பது ஊர்ஜிதம்; கண்களில் முந்தின தின சாராயத்தின் அடையாளங்கள். ஒரு பிளேடு ஷேவிங்குக்கு உரிய அளவு சொரசொரவென்று தாடி முகத்தில் மண்டிக் கிடந்தது.

புழுதியும் கூச்சலும் ஏககாலத்தில் பிரவாகமாய் தோன்ற மூன்று பேர் முகத்திலும் வியர்வை மகசூல். ஒருவரை ஒருவர் பயத்துடன் பார்த்துக் கொண்டனர்.

கடைசியில் என்னை குத்திவிட்டு ஓடிவிட முடிவெடுத்தவர்களாய் கத்தியுடன் பாய்ந்தார்கள். கோவிந்தராஜ் என் தோள்பட்டை நோக்கி ஆவேசமாய் கத்தியை இறக்கினான். அந்த வீச்சு மட்டும் மேலே பட்டிருந்தால் என் தோள் கண்டவர் தோளே கண்டிருக்க முடியாத மாதிரி ஆகியிருக்கும்!

நிமிஷமாய் விலகி தாக்குதலைத் தவிர்த்து விட்டு தலையால் நச்சென்று எதிரியின் முகத்தில், குறிப்பாய் மூக்கில்- முட்ட பொறிகலங்கிப் போனான் கோவிந்தராஜ். கையில் பிடித்திருந்த கத்தி அவன் அனுமதிக்குக் காத்துக் கொண்டிருக்காமல் நழுவினது. வலியில் உடனடியாக முகத்தைப் பொத்திக் கொண்டான்.

பக்கவாட்டிலிருந்த சம்பத் என் கழுத்தைத் தாக்கும் உத்தேசத்துடன் பாய... கங்கை கொண்டான், கடாரம் வென்றான் போன்ற பட்டங்களைக் கண்ட பேரரசனாய் நான் இல்லாவிட்டாலும் போர்களைப் பார்க்கா விட்டாலும் அக்கப் போர்களுடன் அத்துப்படி உண்டே....!

லாவகமாய் விலகினேன்; அடுத்த ஐந்து, பத்து நிமிஷங்கள் பிரதேசம் அமளி துமளிப்பட்டது! இடதுகால் முட்டியில் கத்திதாக்கி எனக்கு ரத்தம் கூட வந்தது. ஆனால் மூன்றுபேர்களுக்கும் இந்த ஒருவனை சமாளிப்பதற்குள்ளாகவே மூச்சு முட்டினது.

சிவாஜி, எல்டின், பாபு, ராஜாராம், ரவி, ஜெயவேல், சசி என ஒரு கூட்டமே சூழ்ந்து நின்ற அதே சமயம், சேகரின் கால்மணி நேர போராட்டம் ஒரு முடிவுக்கு வந்தது. எதிர்பாராத விதமாய் ஆட்டோ ஸ்டார்ட் ஆகிவிட, சந்தோஷம் அப்பிக் கொண்டது சேகரை! வண்டிக்குள் தாவி ஏறினான்; பயத்தில், கூட்டாளிகளை

அம்போ என்று விட்டுவிட்டு தான் மட்டும் வண்டியை ஓட்டி தப்பித்தான்.

'ஹோ' வென்ற பெரும் கூச்சலுடன் என் ஆட்களில் ஒரு பகுதியினர் ஆட்டோவைத் துரத்தினர்; கீழே குனிந்து அரை செங்கல்களைப் பொறுக்கி வண்டியை நோக்கி வீசினார்கள்!

டமார்... டமார் என பெருத்த தாக்குதலுக்கு மத்தியில் தப்பித்தோம், பிழைத்தோம் என வண்டியை விரட்டினான்.

ஆட்டோ ஓர் அவசர ரத்தத்துளி போல விரைந்தது. கிடைத்த இடைவெளியை எல்லாம் பிடித்துக்கொண்டு சிக்னல்களுக்கு மரியாதை கொடுக்காமல் பிசாசாய் பாய்ந்து போயே போய்விட்டது.

சம்பத், மோகன், கோவிந்தராஜ் மூன்று பேரையும் கூட்டம் ஜூஸ் பிழிந்தது! என் கால்களில் கத்திக்குத்து என்றதும் திருவான்மியூரே திரண்டு வந்து தாக்கினது மூன்று பேரையும்! தொகுதியில் என் அன்றைய செல்வாக்கு அப்படி;

மூன்று பேர் மீதும் அடி எங்கே விழுந்தது? அத்தனையும் இடி! மயக்கம் வரும்வரை புரட்டி எடுத்துவிட்டனர்!

மயங்கியவர்களைக் குடோனுக்குத் தூக்கிப் போக உத்தரவிட்டான். பாபு உக்கிரமாக;

''இவனுகளை அனுப்பினது யாருன்னு விசாரிக்கணும்! அதுவரைக்கும் விடக்கூடாது' என்றான் கண்கள் சிவக்க. கூட்டம் அதை வழிமொழிந்தது.

இரவு!

வானத்தில் நறுக்கிப் போட்ட நகத்தின் தோற்றம் கொடுத்தது நிலவு; மேக ராஜ்ஜியத்தில் ஏதோ கிளர்ச்சி நடக்க, எங்கோ தொலைவில் இடியின் அதட்டல் ஓசை!

அந்த நேரத்தில் மின்னல் தீக்குச்சி கிழித்து அது மழைதான் என்று சிபாரிசு செய்தது.

மூன்று பேரிலும் முக்கலும் முனகலுமாக முதலில் எழுந்துகொண்டது சம்பத்தான்! எழுந்தவனுக்கு டம்ளரில் ததும்ப ததும்ப ராஜ திரவத்தை நீட்டினான் பாபு! மிடறு விழுங்கின சம்பத் சுற்றிலும் ஒரு பட்டாளமே காத்துக் கொண்டிருப்பதைக் கவனித்தான்...

மற்ற ரெண்டு பேரும் அடுத்தடுத்து எழுந்து கொள்ள, ஆணிவேர் வரைக்கும் விசாரிக்கப்பட்டார்கள்...! இது பம்மல் கம்பெனியின் திருப்பணி என்பது புரிந்தது.

வாக்குமூலம் தந்த பிறகு மறுபடியும் அவர்களுக்கு மண்டகப்படி நடத்தப்பட்டது! அடி தாளாமல் திரும்பவும் மயக்கம்...

"போதும் பாபு... விட்டுறு; போய் தொலையட்டும்" -இரக்கமாய்

மரண வாக்குமூலம் • 383

கூறினேன்.

ஒரு புழுக்கத்திற்குப் பிறகு ஜில்லென்று காற்றடிக்க வானம் அவிழ்ந்து கொண்டது. சடசடவென மழையின் ராணுவப்படையெடுப்பு தரை தாக்கினது. பூமியெங்கும் தண்ணீர் திரை தொங்க விட்டது போல், பாதை மறைந்து போனது.

“அதான் மூணுபேரையும் பிடிச்சு நொறுக்கிட்டோம் இல்ல? இன்னும் எதுக்கண்ணே கவலை?” -பாபு மிருதுவாகக் கேட்டான்.

“காரணம் இருக்கு பாபு! பிடிபட்ட மூணுபேரையும்தான் எல்லாரும் கவனிச்சீங்க!ஒருத்தன் தப்பிச்சுப் போயிட்டான். அவனைக் கவனிக்கலையே யாரும்! வெளியே போனவன் என்ன செய்யக் காத்திருக்கானோ, அது தெரியலையே…” -சிந்தனையுடன் மோவாய் கட்டையைத் தடவினேன்.

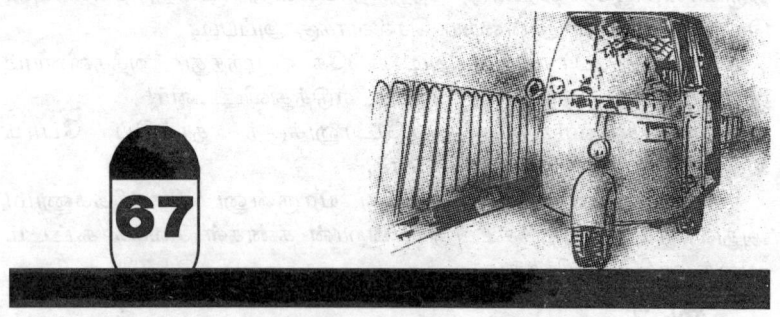

எனக்கு சோதனையான சிகப்பு ராத்திரி அது!

நான் எவ்வளவு தடுத்தும் கேளாமல் எதிரிகள் மூவரையும் சக்கையாய்ப் பிழிந்து எடுத்துவிட்டனர் தோழர்கள்;

ஜெயித்தபிறகு தொகுதி திரும்பாத எம்.எல்.ஏ. போல அந்த மூன்று பேருக்கும் உணர்வு திரும்பாமலே இருந்தது.

“பாபு… ஒரு ஆட்டோவிலே மூணு பேரையும் தூக்கிட்டுப் போய் மந்தைவெளியிலே போட்டுட்டு வந்துடு!”

“அய்யய்யோ” -பாபுவின் குரலில் ஜன்னி நடுக்கம்.

“தப்பிச்சுப் போன சேகர் சும்மாவா இருப்பான்…? மந்தைவெளியிலே ஆட்களைத் திரட்டிக்கிட்டிருப்பான்… நான் இவனுகளைக் கூட்டிட்டுப் போறப்ப எதிர்த்தாப்லே அவன் ஆட்களோட வந்தான்னா…? அவ்வளவுதான்… நான் செத்தேன்”-பழைய பட ஜெயமாலினி மாதிரி சர்வாங்கமும் ஆடினது அவனுக்கு.

என் மனதிலும் கவலை மையம் கொண்டது; மையம் கொண்ட கவலை வடமேற்காக நகர, பாதிக்கப்பட்ட ரத்த செல்களுக்கு உடனடி நிவாரணப் பணிகள் மேற்கொள்ளப்பட்டன.

அதாவது, சாராயம்!

புத்திக்குப் போதை கொம்பு சீவிற்று!

"பாபு! விடிகாலை வரைக்கும் மூணுபேரையும் குடோன்லேயே பூட்டி வைப்போம்... காலைல நாலு அஞ்சு மணிக்குக் கொண்டுபோய் அவங்க ஏரியாவில விட்டுறுவோம். அதுக்குள்ளே மயக்கம் தெளிஞ்சுடுமா?"

"தெளிஞ்சா என்ன... திரும்ப நாலு சாத்து கொடுப்போம்"

"ச்சே... போதும் பாபு! இனி அடிச்சா போய் சேர்ந்திடுவாங்க!"

மூன்று பேரையும் குடோனுக்கு மாற்றிய அரை மணியில் தொலைபேசி அலறினது.

எடுத்து பேசினேன்.

எதிர்முனையில் போலீஸ்!

அதிலொன்றும் எனக்கு பயமில்லை; அப்போதெல்லாம் நானும் போலீசும் நகமும் சதையும், ட்ரான்சிஸ்டரும் பேட்டரியும், தயிர் சாதமும் ஊறுகாயும் போல இரண்டறக் கலந்தவர்கள்தானே!

சுருக் வாக்கியத்தில் சொல்ல வேண்டுமானால், அப்போது நான் காவல் துறையின் 'உடன்பிறவா சகோதரன்'!

மதுவிலக்குப் பிரிவு சப்-இன்ஸ்பெக்டர் ஒருவரின் அவசர போன் அது!

'ஸ்பெஷல் பார்ட்டி' அவனைத் தேடி வருவதாக வெடிகுண்டு போட்டார் சப்-இன்ஸ்பெக்டர்.

சாராய வேட்டை செய்யும் 'பறக்கும் படை' போலீஸ் பெரும்பாலும் மாமூல் வாங்க மாட்டார்கள். ஆனால் அவர்கள் ரெய்டு கிளம்பும் போது நமக்கு தகவல் சொல்ல அதில் ஒரு எஸ்.ஐ. இருந்தார்.

எப்போதும் அந்த எட்டப்ப எஸ்.ஐ. முன்கூட்டி தகவல் தந்து விடுவார்.

சாராய குடோனை சர்ச் லெவலுக்கு புனித இடமாக உடனடியாய் மாற்றி விடுவோம். வந்தவர்கள் நொந்தவர்களாகி திரும்புவது வாடிக்கையான விஷயம்!

அப்போதும் அதே போல போன் வர அரண்டு போனேன்.

சாராய பேரல்கள் மட்டுமல்லாமல் மயங்கிக்கிடக்கும் மூன்றுபேரை வேறு இடம் மாற்ற வேண்டுமே!

மாற்றும்போது மந்தைவெளி கோஷ்டி வந்து விடாமல் இருக்க வேண்டுமே... என்ன கஷ்டம்டா இது...

நதியினில் வெள்ளம் கரையினில் நெருப்பு; இரண்டுக்கும் நடுவே...!

தொலைபேசிச் செய்தி பாபுவை ரொம்பவே தொல்லைப்படுத்திவிட்டது.

“இப்ப என்னண்ணே செய்யறது” -பயந்து நடுங்கினான்.

‘‘பாபு! போலீஸ் வர்ரது நமக்கு மட்டுமில்லை. நம்ப எதிரிக்கும்தான் ஆபத்து! ஏதாவது ட்ரிக் பண்ணி போலீசையும் அவங்களையும் சந்திக்க வைக்க முடியுமான்னு யோசிக்கிறேன்...” அதே எஸ்.ஐ.க்கு அவசரமாக டயல் செய்தேன்.

வானம் இருட்டு பூசியிருந்த இரவு! நானும் சகாக்களும் ஒரு நண்பன் வீட்டு மொட்டைமாடியை தேர்ந்தெடுத்து வந்து ஒளிந்துகொண்டோம்.

எதிரிகள் தேடி விட்டு திரும்பும் வரை மூன்று பேரையும் இங்கேயே பத்திரப்படுத்த வேண்டும் என ஏற்பாடு.

போலீஸ் வேறு தேடிக் கொண்டிருக்கும் தருணத்தில் எதிரிகளுடன் ஏரியாவில் வைத்து சண்டை போடக் கூடாது என யுத்த நிபந்தனை விதித்திருந்தேன்.

அப்புறம் ‘ஸ்பெஷல் பார்ட்டி’ இரண்டு தரப்பையும் அள்ளிக்கொண்டு போய்விடுமே!

மாடியில் நின்றபடி நடமாட்டத்தைக் கண்காணித்தோம்.

தெருமுனையில் வேலையாள் ‘திக்கு வாய் சசி’ என்பவனை நிற்கும்படி சொல்லியிருந்தேன்.

விடிகாலை மணி ஆறு இருக்கும். வானம் விடியலாமா, வேண்டாமா என யோசித்துக் கொண்டிருந்த வேளை!

திக்குவாய் சசி போர்வையின் அடைகாப்பில் குளிருடன் போரிட்டுக் கொண்டிருந்தான்; வலதுகையில் மங்கலாய் கண்சிமிட்டிய லாந்தர் விளக்கு; மற்றொரு கையில் ஆட்டு இடையன் போல பெரியதொரு கம்பு; அவனை விட உயரமான கம்பு; குளிரில் அவனை விட நடுங்கியது.

தூரத்தில் பரிவாரம் தெரிய சசியின் உடம்பும் கம்பும் போட்டியிட்டு நடுங்க ஆரம்பித்தது.

இலங்கையில் குதித்த வானர சேனையாய் ஒரு பெரும் படை மூர்க்கமாய் முன்னேறி இவனை நெருங்கியது.

வீச்சு அரிவாள், பட்டாக்கத்தி, உருட்டுக்கட்டை என ரத்தப்பசி மிகுந்த ஆயுதங்கள் அணிவகுத்தன.

இவனருகே வந்ததும் படை நின்றது!

“டேய்... ஆட்டோ சங்கர் வீடு எதுடா...?”

சசிக்கு சும்மாவே திக்குவாய். போதாக்குறைக்கு குளிர் வேறு; கூடுதல் புரோட்டினாக பயமும்!

“ச... ச... சங்... சங்கர்” வார்த்தைகளில் குறை பிரசவம். குளிரா, பயமா என்று சாலமன் பாப்பையாவைக் கொண்டு பட்டிமன்றம் நடத்தலாம்!

இங்கு ஒரு பெண்ணை நாலு பேர் கடத்தப் பார்த்தனர்.

சங்கரின் ஆட்களுக்கும் அவர்களுக்கும் தகராறு ஆனது. சண்டையில் தோற்று அந்த மூவரும் நேற்று இரவே தப்பித்துப்போய் விட்டதாகவும், தான் அதை பார்த்ததாகவும் சாதித்தான் சசி அவர்களிடம்!

நான் சொல்லிக் கொடுத்திருந்த வசனங்களை எப்படியோ ஒப்பித்து முடித்தான்.

அவர்களுக்குக் குழப்பமாயிருந்தது. சம்பத், மோகன், கோவிந்தராஜ் மூன்று பேரும் அடிவாங்கி தப்பித்துப் போய்விட்டார்களா? ஆனால் இது வரைக்கும் ஒருவரும் ஏரியா திரும்பவில்லையே... ஏன்? என்று தங்களுக்குள் விவாதித்தனர்.

சசியை சந்தேகத்துடன் பார்த்தார்கள்.

இவன், திக்கித் திக்கி பேசுபவன் மட்டுமா அல்லது தப்பு தப்பாகவும் பேசுவானா என்னும் சந்தேகப் பார்வை.

புது அரிசி மாதிரி ஒரேயடியாய் குழைந்தான் சசி.

பேசுவது பொய் அல்லவா? அதனால் ஜோடித்துப் பேசினான்.

அதே சமயம் வீட்டு மொட்டை மாடியிலிருந்து நழுவி அரவம் இல்லாமல் கட்டிடத்தின் பின்புறம் போய்நின்றோம் நானும் பாபுவும்.

சம்பத், மோகன், கோவிந்தராஜைப் பூட்டியிருந்த இருட்டறையை மெள்ளத் திறந்தோம்.

வாசலில் ஆட்டோ படுதயாரில் இருந்தது.

டார்ச்சை அடித்து -மூன்று பேரும் சுருண்டுகிடந்த இடத்தை நெருங்கி.

தொட்டுத் தூக்குவதற்காக சம்பத்தின் மேல் கைவைத்தேன். எனக்கு தூக்கி வாரிப் போட்டது.

சம்பத் ஜில்லென்றிருந்தான் அப்படியானால்... அப்படியானால்?

முதுகுத்தண்டு ஜில்லிட்டு உறைந்தது.

மோகனைத் தொட்ட பாபுவும் அப்படியே ஆனான்.

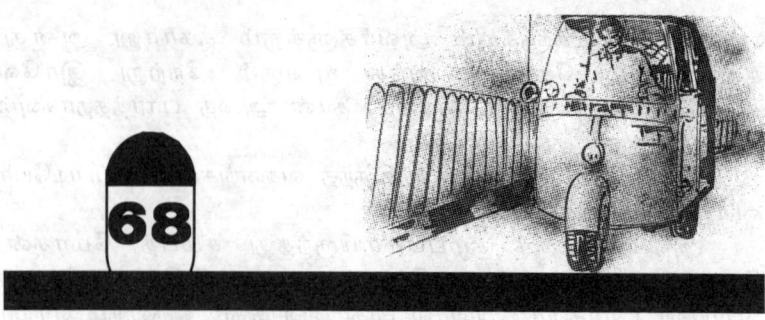

68

சம்பத் இறந்ததை உணர்ந்ததும் செம அதிர்ச்சி! எலிக்குஞ்சின் தலையில் ஏ.கே.47 தாக்கின அதிர்ச்சி! அட்ரீனலில் பயம் போய் தாக்க, உடல் முழுக்க உடனடி வியர்வை முத்துகள் ரிலீஸ்!

"பாபு இவன்...!" என்றேன் சுரத்தேயில்லாமல்.

பாபு ஏற்கனவே ஆடிப்போயிருந்தான். ஆவணி போயிருந்தான். புரட்டாசி போயிருந்தான்.

சம்பத்தின் கூட்டாளியான மோகன் பிணமாகியிருந்த செய்தி தீ, பாபுவின் மனசைச் சுட்டுக் கொண்டிருக்க, இப்போது இன்னொரு பிணம் வேறா... அடக்கடவுளே! இன்னொருவனும் இறந்திருப்பதை முகூர்த்த நேரம் தவறுவதற்குள் என்னிடம் சொல்லியே விட்டான் பாபு.

"அய்யய்யோ... ரெண்டு பேர் காலியா?" -அதிர்ச்சி அத்தனை பேர் நெஞ்சிலும் இடி இறக்கின.

வீட்டின் ரத்த ஓட்டம் நின்றது. பந்த் தின அண்ணா சாலையாய் அவர்கள் முகத்தில் சலனமேயில்லை.

சப்தநாடியும் ஒடுங்கிப் போனது.

நானும், பாபுவும் ஓரங்குலம் உயரம் குறைந்தோம்.

என்னவோ கின்னஸ் ரிக்கார்டுக்குப் போல ஆள் மாற்றி ஆள் அடித்ததாலோ, மயக்கமடைந்தவர்களுக்கு மருந்து தராமல் காற்றில்லாத இருட்டறையில் அடைத்ததாலோ... என்ன காரணமோ தெரியவில்லை!

தில்லை வெளியில் கலந்துவிட்ட நந்தனார் ஜோதியைப் போல திரும்பியே வராமற் போய்விட்டனர் சம்பத்தும் மோகனும்!

"மிச்சமிருக்கிற அந்த கோவிந்தராஜுவுக்காவது உயிர் இருக்குதான்னு பாரு..." -நான் சொன்னதும் பாபு ஓடிப்போய் மீதமிருந்தவனை நாடி பிடித்துப் பார்த்தான்.

எங்கோ வெகு தொலைவில் பலவீனமாக பல்ஸ் துடிப்பது உணர்ந்து பாபுவின் கண்கள் பல்பு போட்டது.

"நல்ல வேளை... இவனுக்கு உயிர் இருக்கு"

நான் உடனே பிரகாசமாகி தண்ணீர் குவளையுடன் ஓடினேன்.

முகத்தில் தண்ணீர் தெளிக்கப்பட்டதும் விழித்துக் கொண்ட கோவிந்தராஜ் குழப்பமாய் விழித்துப் பார்த்தான்.

சினிமா கதாநாயகன் போல "ஆமா... இப்ப நான் எங்கே இருக்கேன்?" என்றான்.

அதேசமயம், என்னைத் தேடிவந்த கும்பல் மூன்று, நான்கு அணிகளாகப் பிரிந்து ஆளுக்கு ஒரு பக்கம் தேடிக் கொண்டு கிளம்பினார்கள்.

அவர்கள் அலைய அலைய திக்குவாய் சசிக்கு வதக் வதக் என்றிருந்தது.

கையிலிருந்த கோல் அவனை விட கேவலமாக நடுங்கினது. கண்ணுக்கு மையெழுதிய மாதிரி கண்ணாடிக்கு மையெழுதிய அந்த லாந்தரை விடிந்த பிற்பாடும் அணைக்கத் தோன்றாமல் அவர்களுடன் நடந்தான்.

சேகர் தன் ஆட்களின் காதில் தந்திரமாய் கிசுகிசுத்தான்.

"இந்த திக்குவாய் பயலைப் பார்த்தாலே சந்தேகமாயிருக்கு. இவன் பார்வையே சரியில்லை! இவனும் அவன் ஆளாதான் இருக்கணும். பாருங்க! பய நம்மை, இடத்தை விட்டுத் தூரத்துறதிலேயே குறியா இருக்கான்."

"கரெக்ட்! இவனை ரெண்டு தட்டு தட்டுவோமா?"

"ம்ஹூம்... வேணாம்! ஒரு ஐடியா... நாம அஞ்சு அஞ்சு பேரா குழுவா பிரிஞ்சு ஆளுக்கு ஒரு பக்கம் தேடுவோம்...! இந்த திக்குவாய் பய எந்த 'குரூப்கிட்டே ஒட்டிகிட்டுப் போகிறானோ, அந்த பக்கம்தான் சம்பத், மோகனெல்லாம் இருக்கணும்ன்னு நினைக்கிறேன்... சரிதானா?"

"சரிதான்"

சசி ஈஷிக் கொண்ட குழுவை ஓரக்கண்ணால் கவனித்து விட்டு சேகர் ஓடிப் போய் அந்த அணியில் கலந்து கொண்டான்.

சந்து பொந்துகளையெல்லாம் கூட சல்லடையாய் அலசி எடுத்துவிட்டனர்.

தேடிக் களைத்துப் போன சேகருக்கு சட்டென்று ஒரு யோசனை வந்தது.

"ஒரு வேளை எதாவது கட்டிடத்துக்குள் நம் ஆட்களைக் கட்டிப் போட்டிருந்தால்...? இப்படி மீட்டுப் போக ஒரு படை வந்திருப்பது அவர்களுக்கு எப்படித் தெரியும்? அதனால் அவர்கள் பேரைச் சொல்லி கூப்பிட்டுப் பார்த்தால் என்ன?"

தன் சகாக்களிடம் யோசனையைத் தெரிவிக்க பிரேரணையை சபை உடனே ஏற்றுக்கொண்டது.

"சம்பத்...! மோகன் எங்கேடா இருக்கீங்...? நான் சேகர் ஆட்களோட வந்திருக்கேன்!" -மாநாட்டு லவுட்ஸ்பீக்கர் தொனியில்

மரண வாக்குமூலம் ● 389

ஏக டெஸிபல்களில் அலறித் தீர்த்தான். சத்தம் கொடுத்ததும், சசி குலை நடுங்கிப் போனான். கண்களை இருட்டிக் கொண்டு வந்தது.

கையிலிருந்த கம்பு பூகம்ப நடுக்கம் காட்டிற்று. சட்டென்று விலகி ஓடிப்போய் விடலாமா என்று தோன்றியது அவனுக்கு!

சப்தம் கேட்டு அடைபட்டிருக்கும் இவனது சகாக்கள் பதில் குரல் கொடுத்துவிட்டால்?

நினைக்கவே பயங்கரமாயிருந்தது.

அப்படி ஒலி கொடுத்து விட்டால் சங்கர் இவர்களிடம் கிடைக்கிறாரோ இல்லையோ, தான் சட்டினி ஆவது ஊர்ஜிதம் எனப் பயந்தான் சசி.

சசி விலக யத்தனித்ததைக் கவனித்துவிட்ட சேகர் சட்டென சசியின் தோள்பட்டையை வளைத்து பிடித்து ஒரு எம்.எல்.ஏ. அணைப்புடன் பொத்தி கூப்பிட்டுக்கொண்டு நடந்தான்.

'சரிதான்... இன்று நம்முடைய கடைசி தினம்' என்றே தீர்மானத்துக்கு வந்துவிட்டான் சசி! விழுங்கும் பிரதேசத்தில் துக்கம் பந்தாக அடைத்துக் கொண்டது.

தெருத் தெருவாய் தோழர்கள் பேர் சொல்லி கத்தி, ஒலிம்பிக் கூப்பாடு போட்டபடி நடந்தான் சேகர்.

ஒவ்வொரு அலறலுக்கும் சசி செத்துப் பிழைப்பது துல்லியமாகத் தெரிந்தது.

ஓலமிடுவதற்கு சற்று இடைவெளி கொடுத்து நிறுத்தினான் சேகர். சப்தம் நின்றதும் சசியின் முகத்தில் ஊட்டி மலர் கண்காட்சியே பூத்ததை மனசுக்கள் குறித்துக் கொண்டான்.

"டேய்... உன் பேரென்ன சொன்னே... ஆங்... சசி? எங்க ஆளுக மூணு பேரும் அடி வாங்கிட்டு ஓடிப் போயிட்டாங்க காலையிலேயேன்னு... சொன்னே இல்லே?"

மிரண்டு போய் தலையசைத்தான் சசி.

''திரும்பவும் அவங்க பேர் சொல்லி கத்திகிட்டே வரப்போறேன்...! அவங்களும் பதில் கொடுத்தாங்கன்னு வை...! உன் உடம்புலே உசிர் தங்காது... தெரியுமில்லை?"

சர்க்கஸ் ஆடாக விழித்தான் சசி... இதற்கு என்ன பதில் சொல்வது? ஏற்கனவே நான் யூகித்த விஷயம் தானே இது... என்பதா? பதில் பேசாது... மையமாகச் சிரித்து வைத்தான்.

"சசி...! இப்பக்கூட மோசம் போகலை... அவங்களை அடைச்சு வச்சிருக்கிற இடத்தைச் சொல்லிடு! உன்னை மன்னிச்சு விட்டுடறோம்; உன்னையும் சங்கர் கிட்ட காட்டிக் கொடுக்கமாட்டோம்! என்ன சொல்றே...?" என நைஸாக பேரம் பேச ஆரம்பித்தான் சேகர்.

"ஆனா, பொய் சொல்லிட்டு பிறகு மாட்டிகிட்டேன்னு வை...

வாய்க்குள்ளே கையை விட்டு குடலை வெளியே எடுத்துடுவேன்... மவனே!"

சேகர் மிரட்ட, சசிக்குக் கையும் ஓடவில்லை. காலும் ஓடவில்லை. சரிதான் நமக்கு ராத்திரி படுக்கை நிச்சயம் கிருஷ்ணாம்பேட்டையில்தான் என்றே முடிவுக்கு வந்து விட்டான்.

இவர்களிடம் காட்டிக் கொடுத்தால் சங்கரண்ணன் தலையை எடுத்துவிடுவார். பிற்பாடு மாட்டிக் கொண்டால் இவர்கள் எடுத்துவிடுவார்கள்.

இப்போது யாரிடம் தலையை இழப்பது என்பது மட்டும்தான் அவன்முன் விடப்பட்டிருக்கும் சாய்ஸ்!

ஆக, தலையை இழப்பதிலிருந்து தப்பிக்க முடியாது... யாரிடம் பறி கொடுப்பது என்பதை வேண்டுமானால் தன் விருப்பத்திற்குத் தேர்ந்தெடுக்கலாம்!

'இவர்கள் கொன்றாலும் சங்கரண்ணன் நம் குடும்பத்திற்கு நஷ்ட ஈடு மாதிரி ஏதேனும் தருவார்... சங்கரண்ணன் சாக அடிச்சார்ன்னா அதுவுமில்லை...!'

வைராக்கியம் அவன் உடம்புக்குள் புகுந்து கொண்டது. சேகரிடம் அந்த மூன்று பேரும் தோற்று ஓடிப் போனதை தான் பார்த்ததாகவும், இவர்கள் தேடுவது வேஸ்ட் என்றும் ஆணித்தரமாகச் சொன்னான்.

"அப்படியா அதையும் பார்த்துரலாம்" -வன்மத்துடன் உறுமின சேகர் திரும்பவும் ரெண்டாவது அத்தியாயமாய் கூப்பாடு போடத்தொடங்கினான். நாலைந்து தடவை 'சவுண்டு' கொடுக்க ஒலி காற்றில் கலந்து பிரயாணித்து சுவர்களைத் தாண்டி சன்னமாய் வடிந்தது.

மயக்கம் தெளிந்து எழுந்து உட்கார்ந்திருந்த கோவிந்தராஜின் காதுகளை சப்தம் மெலிதாக வருட அவன் கூர்மையானான்...

என்ன சப்தம் அது?

மறுபடியும் அலறல் கேட்க, பரபரப்பானான்.

அது... அது... சேகரின் குரல் அல்லவா? அப்படியானால் நம் ஆட்கள் வந்திருக்கிறார்களா? வாஹ்ரே... வா!

விருட்டென்று எழுந்து நின்றான். பதிலுக்கு அலறத் தொடங்கினான்.

"சேகர்... காப்பாத்து! காப்பாத்து"

மரண வாக்குமூலம் ● 391

69

பாபுவுக்கு வெரி வெரி வெறியாகிவிட்டது. ஃப்ரிஜ்ஜில் வைத்த பெங்களூர் தக்காளியாக முகம் சிவந்தது. புராண கஜேந்திர யானை கணக்காய் 'காப்பாத்து... காப்பாத்து...' என்று கோவிந்தராஜ் கூப்பாடு போட்டதும், பொங்கின பாலில் நீரைக் கொட்டினதுபோல அவன் முகம் ஒளியிழந்தது.

கோவிந்தராஜ் மயக்கம் தெளிந்ததிலிருந்தே அவனது ஒவ்வொரு அசைவையும் கவனித்துக் கொண்டுதான் இருந்தோம் நானும், பாபுவும்

சேகர் வீதி வீதியாய் அலறிக் கொண்டு வந்ததைக் கோவிந்தராஜுக்கு முன்பாகவே நாங்களும் கேட்டுக் கொண்டுதான் இருந்தோம். ஒவ்வொரு கூப்பாட்டுக்கும் வெய்யிலிலே போட்ட பழைய பிரம்பு நாற்காலி மாதிரி வெளிறினோம் ரெண்டு பேரும்! தேள்கொட்டிய தேவாங்காய் விழித்தோம்.

சேகரின் சவுண்டு காதில் விழுந்து பதிலுக்கு இவனும் ஒரு சங்கு பிடித்தால்... அவ்வளவுதான் தொலைந்தோம் என்பது ரெண்டுபேருக்குமே தெரிந்திருந்தது.

"இவன் வாயை வேணா கட்டிப் போடட்டுமா?" -சன்னக் குரலில் பாபு கேட்க, நான் பயந்தான்.

"வேண்டாம்... மயக்கத்திலிருந்து இப்போதுதான் விழித்திருக்கிறான்! ஏதாவது ஒன்று கிடக்க ஒன்று ஆகிவிடப்போகிறது."

நாங்கள் பேசிக் கொண்டிருக்கும் போதே, கோவிந்தராஜ் அந்த சப்தத்தைக் கேட்டுவிட்டான். தண்ணீர் தெளித்த காய்கறியாகப் பிரகாசமானான். பரபரப்புடன் எழுந்து நின்று பதில் குரல் கொடுத்தான். "சேகர்! காப்பாத்து! காப்பாத்து!"

அவ்வளவுதான்! அவன் மென்னியைக் குறிவைத்து ஓநாய் பாய்ச்சல் பாய்ந்தான் பாபு. வெல்லம் போடாத பஞ்சாமிர்தமாக கழுத்தை பிசைந்த பிசை!? கோவிந்தராஜுக்கு ஏற்பட்ட வலி, ஈரேழு பதினான்கு ஜென்மங்களுக்குப் போதுமானதாயிருந்தது.

இதற்குள் துணி சேகரம் பண்ண நான் ஓடினேன். வாய்க்குள் துணி அடைத்து கோவிந்தைத் தற்காலிக ஊமையாக்குவதே அப்போதைய குறிக்கோளாயிருந்தது.

பிளாட்பார பிரியாணிக் கோழி மாதிரி சில பல துடிப்புகள் வெளிப்பட்டது கோவிந்துவிடமிருந்து. வாயில் வெள்ளையாக ஏதோ தள்ளியது. நுரை என்பது இதுதானோ?

மனசு அபாயம் அபாயம் என்று டயல் அடித்தது. தொடர்ந்து சுவாசப் பையில் ரகளை! உதடு உடைந்து உப்புக்கரித்தது.

நின்று கொண்டிருந்த கோவிந்தராஜ் சட்டென்று கீழே உட்கார, பின்பக்கம் கழுத்தைப் பிடித்திருந்த பாபு சற்றே தடுமாறினான். அந்த அவகாசத்தில் கழுத்து பிடியிலிருந்து சாமர்த்தியமாக விடுவித்துக் கொண்ட கோவிந்து மறுபடி அலற வாய் திறந்தவன், அப்படியே திகைத்துப் போய் விட்டான்.

கையில் பளபளக்கும் கத்தியுடன் எதிரே நான், எனக்கும் குத்தும் உத்தேசமெல்லாம் இல்லை... சும்மா, அவனை மிரட்டி அப்போதைக்கு கப்சிப் செய்வதே திட்டம்!

சுதாரித்துக் கொண்ட பாபு திரும்பவும் எதிரியின் கழுத்தை உடும்பாகப் பிடித்தான்.

"ச்...ச்... வேணாம் பாபு! விட்டுறு... அவன்தான் வாயை திறக்கலையே..." -நான் பதறினேன்.

"எப்படியும் வெளியே போய் திறப்பானே... மற்ற ரெண்டுபேரும் பூட்டானுகன்றதைச் சொல்வானே! அது ஆபத்தாச்சே நமக்கு."

பதில் தெரியாமல் திகைத்துப்போய் நின்றேன். கண்களில் கோடி தீப்பொறி பறக்க, பாபு திரும்பவும் நெரிக்க ஆரம்பித்தான். அது மட்டுமல்லாமல் கழுத்தைப் பிடித்தபடியே அவனை இழுத்துப்போய் சுவர்மீது 'ணங்' 'ணங்' என தலையை மோத வைத்தான்.

ஒரு பிரசவக்காரனாக துடிக்க ஆரம்பித்த கோவிந்தின் காதுகளில், கிரிச் கிரிச் என்று ஏதோ சப்தம் கேட்டது. அது தன் கழுத்து எலும்பு உடையும் ஓசைதான் என உணர்ந்து கொள்ளுமுன் சுலபமாய் செத்துப் போனான்!

"**சே**கர்... காப்பாத்து! காப்பாத்து" என்ற குரல் ரோஜாப்பூ குல்கந்தாக காதுகளில் படிய மில்க் குக்கர் மாதிரி விசில் அடித்தான் சேகர். உற்சாகத்தில் வாயில் இந்த கடைசிக்கும் அந்த கடைசிக்குமாகச் சிரிப்பு.

குரூர சிரிப்புடன் சசியின் பக்கம் திரும்பினான். சிரிப்பு அணைந்து, ஏ.சி. ரூமிலிருந்து வெளியே வந்த மாதிரி கலகலவென உடம்பு எரிந்தது. பார்வையாலேயே ஒரு பீரோ உயரத்துக்குத் தூக்கி எறிந்தான் சசியை.

சசிக்குக் கண்களை இருட்டிக்கொண்டு வந்தது. கணநேரத்தில் தான் ஒரு கொத்துக் கறியாகி மிலிட்டரி ஓட்டலில் பிளேட்டில் இருப்பதுபோல் பிரமை ஏற்பட்டது.

சேகர் சசியைக் கொத்தாக அள்ளினான். குடலே வாய்க்கு வந்தமாதிரி ஆகிவிட்டது.

"மவனே...! இப்ப என்னடா சொல்றே?"

"எ..எ..என்ன... என்ன... சொல்றீங்க?" -திக்குவாயன் தந்தி மொழியில் தடுமாறினான்.

"இப்ப எங்க ஆளு காப்பாத்து... காப்பாத்துன்னு கத்தினது காதிலே விழலை?"

"இல்லையே..." -சசி சொல்லி முடிக்க மூர்க்கமானான் சேகர்.

ஏற்கனவே எரிமலை. அதிலே நாலு பட்டாசுக் கட்டை போட்டாற்போல ஆகிவிட்டது! ஆட்களை மடக்கி வைத்திருப்பதும் இல்லாமல் பொய் வேறு சொல்கிறானே என கோபமானான்.

'பொளேர்' என தாடையில் வெடித்தான். மொத்தமும் சில்லறையுமாக எலும்புகளில் வலி சசிக்கு.

ராசிபலனைக் கொஞ்ச நாளாகப் பார்த்துக்கொள்ளவில்லை அவன். குரு யாரையோ பார்க்கிறான் போலிருக்கிறது. அல்லது யாரோ குருவைப் பார்க்கிறார்களோ என்ன இழவோ...?

சேகர் இடுப்பிலிருந்து வெளியே எடுத்த பேனா கத்தி சசியைப் பாசத்துடன் பார்த்தது.

“அய்யய்யோ... குத்திடாதீங்க அண்ணே... அவங்க இருக்கிற இடத்தை காட்டிடறேன்...” -சசி அலறினான்.

70

சேகருக்கு நல்ல கட்-அவுட்டான சரீரம்; சசியை அவன் பிடித்த பிடியில், நடுநடுங்கிப் போய்விட்டான் சசி! பற்றாக் குறைக்குப் போனசாக கத்தியை வேறு எடுத்துக்காட்டி பல்லை ஏகப்பட்ட நறநற செய்ய அழுகையே வந்துவிட்டது திக்குவாய் சசிக்கு. ‘அவங்க இருக்கிற இடத்தைக் காட்டிடறேன்’ என உடனடி சரண்டர்.

என்றபோதிலும் சசியின் கண்களின் ஜீவநதி மட்டும் பாயிண்ட் டு பாயிண்ட் சர்வீஸாகி நிற்காமல் ஓடியது. உண்மையைச் சொன்ன பிறகும் இவர்கள் நம்மை முழுசாக திருப்பி அனுப்புவார்களா என கலவரப்பட்டான்.

அவன் லேட்டாகச் சொன்னதில் சேகருக்கு ஆத்திர மிருந்தாலும், இப்போதைக்கு சசியின் பயத்தை போக்க வேண்டியது அவசியமாய் தோன்றிற்று.

“ச்சூ...ச்சூ... உன்னை எதுவும் செய்ய மாட்டோம்மா கண்ணு... அளுவாதே! இடத்தை மட்டும் காட்டு...” -சசியின் கண்ணீரை மட்டுமல்ல... மூக்கு நீரைக்கூட ‘எல்லாமே என் ராசாதான்’ ராஜ்கிரண் பாணியில் அன்பாக துடைத்து விட்டான். சேகருக்கு உற்சாகம் ‘பொங்கலோ பொங்கல்’ என்று பொங்கினது. அவர்கள் இருக்கும் இடத்தை காட்டுவதாக சசி அவனிடம் சொன்னதும் இன்ப தேன் வந்து பாய்ந்தது காதுக்குள்ளே!

அடிபட்ட பெருச்சாளி போல மூச்சிரைத்தவாறு தள்ளாடியவாறே அவர்களுக்கு வழிகாட்டிக் கொண்டு முன்னால் நடந்து போனான் சசி.

தெருமுனையில் அந்தக் கும்பல் பிரவேசித்த அதே நேரம்

சாலையின் மறு விளிம்பில் ஆவேசமாக நுழைந்தது போலீஸ் ஜீப்! என்னைத் தேடிக்கொண்டு வந்த மதுவிலக்குப் பிரிவு ஸ்பெஷல் போலீசார் ஏரியா முழுக்க அலசிவிட்டு ஏமாற்றத்துடன் திரும்பிக்கொண்டிருந்த நேரம் அது!

நேருக்கு நேர் போலீஸ் ஜீப்பைப் பார்த்ததும் சேகர் குழுவினர் தடுமாறினர். இந்த போலீஸ் என்னைப் பிடிக்க வந்திருக்கிறது என்று அவர்கள் எதிர்பார்க்கவில்லை. தங்களைப் பிடிக்க என்னோட ஏற்பாடு இது என்றே தீர்மானித்தார்கள்.

அவ்வளவுதான்!

என்ன செய்வது; எங்கே எந்தத் திசையில் மணிக்கு எத்தனை மைல் வேகத்தில் ஓடுவது என்று தீர்மானிக்க முடியாமல் தடுமாறி ஓட ஆரம்பித்தனர். சேகர் கையிருப்பு ஆயுதங்களை அந்த இடத்திலேயே கடாசிவிட்டு சிலபல குறுக்கு சந்துகளில் வேகமாகத் தன் கால்களை எடுத்துவைத்து அவசர அவசரமாகத் தலைமறைந்தான்.

சசியும் ஓடினான் என்றாலும் அவனுக்குள் சந்தோஷம் தறி கெட்டு ஓடினது. தன்னை அடக்கிவைத்திருந்தவர்களில் சிதறி ஓடுவது கண்கொள்ளா காட்சியாக இருந்தது. இன்னும் 998 கண்களாவது அவனுக்கு அவசியப்பட்டது- அந்த சந்தோஷ சீனைப் பார்க்க, போலீசை ஏழெட்டு முழுப்பக்க விளம்பர அளவுக்கு புகழ்ந்து தள்ளினான்.

பௌர்ணமி. சட்னி, சாம்பார் இல்லாத வெறும் இட்லி போல வானத்தில் நிலவு!

கசக்கிப் போட்ட துணியாக அவர்கள் மூன்று பேரும் தரையில் கிடத்தப்பட்டிருந்தனர்! இப்போது அந்த மூணு பேருக்கும் சம்பத், மோகன், கோவிந்தராஜ் என்று தனித்தனியாகப் பெயர்கள் இல்லை; மூன்று பேருக்கும் ஒரே பெயர்தான்.

பிணம்!

பெரிய கூண்டில் அகப்பட்ட பெங்கால் புலியாய் மாறிப் போயிருந்தேன் நான். திவாலான கட்சிக்கு கட்டாயப்படுத்தி நிறுத்தி வைக்கப்பட்ட வேட்பாளர் மாதிரி மனசே இல்லாமல் புலம்பல். ஒரே ராத்திரியில் மூன்று கொலைகள் நடந்ததில் ஆட்சிபோன ராமராவாக கடும் அதிர்ச்சி!

பாபு போய் வீட்டிலிருந்த மோகனைக் கூட்டிக்கொண்டுவர, அட் எ டைம் மூன்று பிணங்களைப் பார்த்ததில் தூக்கி வாரிப்போட்டது மோகனுக்கு. (இந்தக் கொலைகளின் போது அவன் ஸ்பாட்டில் இல்லை)

“மூணு பேரையும் கொன்னுட்டீங்களா... என்ன அண்ணே அநியாயமா இருக்கு? இதென்ன கொடவுனா... இல்லை கிருஷ்ணாம்பேட்டையா... இப்படி வரிசையா பிணங்களை

புதைச்சுகிட்டே இருந்தா... பின்னாலே வம்புண்ணே!" என்றான் கண்களில் பயம் மின்ன.

அறுபட்ட புழுவாய் சங்கடத்தில் நான். மனசுள் வண்டி வண்டியாய் ஆயாச அலைகள் புரண்டன.

நடுராத்திரி!

மூட்டைகள் மூன்றும் வரிசையாக இறக்கிவைக்கப்பட்டு அவிழ்க்கப்பட... மூன்று பிணங்களும் விறைப்பாய் எட்டிப்பார்த்தன. இறந்து நெடுநேரமாகியிருந்ததால் வாடை சுவாசக் காற்றை இம்சித்தது.

நான் ஜாடை காட்ட தோழர்கள் சடுதியில் இயங்க ஆரம்பித்தனர்.

மூன்று பேரின் துணியும் நீக்கப்பட்டது!

செங்கய்யன் என்பவரது புது வீட்டுக்குக் கடைக்கால் தோண்ட அஸ்திவாரம் போடப்பட்டிருந்தது. அந்தக் குழியை இன்னும் கொஞ்சம் அகலமாய் தோண்டி ஒரு வேலூர் சுரங்கத்தை உருவாக்கினார்கள். மூன்று பேரையும் உள்ளே போட்டு மூட, மூன்று நான்கு மணிநேரம் பிடித்தது.

செத்துப் போனவர்களின் துணிமணிகளைச் சாம்பல் செய்தான் சிவாஜி. எல்டின் போய் மூணு ஃபுல்லும், சோடாவும் சிகரெட்டும் வாங்கிக்கொண்டுவர, 'விழா நிகழ்ச்சி' இனிதே நிறைவுற்றது. ஜனகனமன!

போதை தலைக்கேற நடந்த விபரீதங்கள் மலரும் நினைவுகளாக மனசுள் ஊர்வலம் போனது.

எனக்கு நானே முகத்தில், அறைந்துகொண்டு கதறத் தொடங்கினேன்.

"இப்படி கொலைக்கு மேலே கொலையா நடந்துட்டுப் போவது ஒருபக்கம்! எம்.எல்.ஏ. ஆகணும்னு செல்வாக்கை இன்னொரு பக்கம் வளர்த்திட்டு வாறோம்! என்னிக்காவது விஷயம் வெளிவந்துச்சுன்னா மானம் மரியாதையெல்லாம் என்ன ஆகும்! க்ரூப்புக்குத் தலைவனா இருக்கிறதாலே பூரா கொலைகளையும் நான்தான் செய்ததா போலீஸ் பழியை என்மேலே போடும்! அப்படி எதுனா விவகாரம் வந்தா எவன் உதவிக்கு வருவான்?" வருத்தத்துடன் அரற்ற, கூட்டம் அமைதி காத்தது. யாரும் எதுவும் பேசவில்லை.

நண்பர்கள் சப்தமில்லாது தலை கவிழ ஒரு குரல் மட்டும் ஓங்கி ஒலித்தது.

"கவலைப்படாதீங்க சங்கரண்ணே! கடைசிவரை நான் உங்க கூட நிற்பேன்... உங்களுக்கு ஒண்ணுன்னா என் உயிரைக் கொடுப்பேன்."

பேசினது பாபு!

மரண வாக்குமூலம் • 397

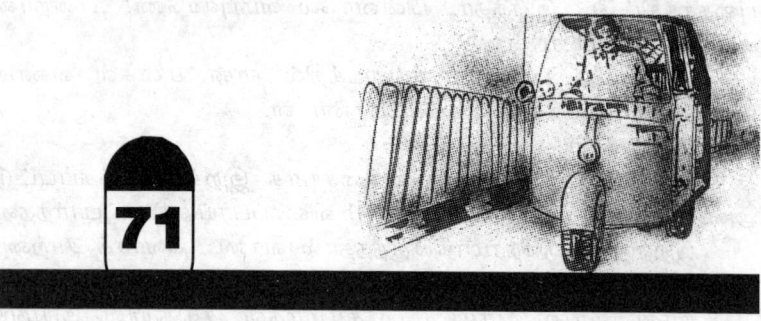

71

பெருமூச்சுக்களே என்னை பெட்ரோலாக இயக்கியது.

தமிழ் சினிமாவில் எப்போதும் கடைசியாய் வரும் காவல் துறை மாதிரி, அவர்கள் பேசிக் கொண்டிருக்கையில் கடைசியாய் வந்து சேர்ந்தான் திக்குவாய் சசி.

இலவங்காய் காய்ந்தாலும் தலையணைக்குப் பஞ்சு தருவது மாதிரி சசி சங்கடங்கள் அனுபவித்திருந்தும் எனக்கு உபயோக விஷயங்களே தந்தான்.

“சசி... சொல்றா... என்ன நடந்துச்சு?”

முதலாளியே கேட்டதும் முகம் பூராவும் சிரித்தான். பச்சைக் கற்பூரம் போட்ட பானைத் தண்ணீர் மாதிரி ஜில்லென்ற சிரிப்பு. கண்களில் உயிர் தப்பிய சந்தோஷம் ‘ஜோதி’ காட்டிற்று.

மந்தைவெளியிலிருந்து பெருவாரியாய் திரண்டு வந்திருந்த குடிமகன்களிடமும், குடிக்காத மகன்களிடமும் தான் பிதுக்கா, பிதுக்கா என்ற விழி பிதுங்கி நின்றதை மிரட்சியுடன் தெரிவித்தான். சேகர், தாமரைக்கனி ‘தடவலு’டன் அன்பாக அணைத்து அவ்வளவு தெருக்களிலும் கூவிக் கூவி காபரே படுத்தியதை கலக்கலுடன் தெரிவிக்க, கூட்டம் சிரித்தது.

நான் சிரிக்கவில்லை.

கவலை, கம்பளிப்பூச்சியாய் என் உள்மனசில் ஊறியது. சசி சொற்களால் என் காதில் அடித்த ஆணி இருதயம் வரைக்கும் இறங்கியது.

இடையில் குறுக்கிடாமல் அனைத்தையும் அறிவுக்குள் ஏற்றிக் கொண்டேன்.

“...பதிலுக்கு அந்த கோவிந்தராஜனும் ‘காப்பாத்து’ன்னு கத்தினானா? உடனே இவனுக என்னைப் புடிச்சிக் கிட்டானுக. கையில வேற பேனா கத்தி. அவ்வளோதான்... எனக்கு ரெண்டுக்கு வந்துடுச்சு. நல்ல வேளையா அந்த சமயம் பார்த்து போலீஸ் ஜீப் வந்துச்சோ தப்பிச்சேனோ! உடனே என்னை விட்டுட்டு ஓடிப்போயிட்டானுக... அந்த மட்டும் என் தலை தப்பிச்சுது.”

அத்தனை கவலையிலும் 'கவச' வார்த்தைகள் உபயோகிக்க தவறவில்லை சசி.

"இல்லை சசி... 'தலை இன்னும் தப்பிக்கலை; அவங்க கண்டிப்பா திரும்பி வருவாங்க"

நான் சொல்ல, அழுக்கில் குளித்த ஆந்தையாக விழித்தான் சசி; வாயும் உடம்பும் மறுபடியும் தந்தியடிக்க ஆரம்பித்துவிட்டது.

முதுகில் பார்லிமெண்ட் படம் போட்ட நோட்டுக்களை கற்றையாக நீட்டினேன்.

"மூணு மாசம் ஏரியா பக்கமே வராதேடா! ஏன், மெட்ராஸிலேயே யார் கண்ணிலும் படக்கூடாது! வெளியூர் எதுக்காவது போயிடு."

சசியின் கைகால் ஆட்டம் மேலும் ஜாஸ்தியானது. இப்ப அதிர்ச்சி!

பிரிந்து போன சசியை அப்புறம் நான் இதுவரை பார்க்கவில்லை!

சூரியன் சோம்பல் முறித்தான். வெளிச்ச ரேகைகள் கரைமீது தவணை முறையில் பரவ ஆரம்பித்தது. வாகனத்தை அந்த பிரதேசத்தில் மிக தற்செயல் போல் செலுத்திக் கொண்டு போனேன். 'செங்கய்யன்' ஃபிளாட்டின் சமீபத்தில் வண்டி வேகம் மிகவும் குறைந்தது.

பார்வை அந்த பிராந்தியத்தை கவனமாகக் கழுவியது. செங்கய்யனுடன் மேஸ்திரி ஒருவர் கடுமையாய் விவாதித்துக் கொண்டிருந்தார்.

"எனக்குத் தெரியாதுங்களா... வானம் தோண்டியவன் நான், நேத்து நைட்டு எவனோ வந்து இந்த இடத்தை பூரா குண்டக்க மண்டக்க நோண்டியிருக்காங்கண்ணே! தரையை பார்த்தாலே தெரியலை?" -கொத்தனார் கையை ஆட்டிக் கொண்டு பேச, என் மனசுக்குள் 'திக்' வாங்கியது.

வண்டி ஆட்டோமெட்டிக்காக வேகம் குறைந்தது. மனதிலிருந்த பஸ்ஸர் அலறியது.

'என்னைப் பார்த்ததும் செங்கய்யன் முகத்தில் மரியாதை பொங்க வணக்கம் தெரிவித்தார்.

ஒரு ரெடிமேட் புன்சிரிப்புடன் வணக்கத்தை ஏற்றுக்கொண்டு "காலங்கார்த்தாலே என்ன சண்டை?" என்று மெல்ல அவர்கள் மனசை கிள்ளினேன்.

"ஹி... ஹி! ஒண்ணுமில்லை அண்ணே! இவங்க நேத்து கடைக்கால் போட தோண்டிய இடம் பூரா ராத்திரி யாரோ வந்து தரையைத் தோண்டி மூடியிருக்கணும்னு சந்தேகப்படறாரு மேஸ்திரி! அதான்... வேறொண்ணுமில்லை."

நான் மேஸ்திரியை திரும்பிப் பார்க்க, அந்த ஆள்

மரியாதையான தூரத்தில் பவ்யமாக போஸ் கொடுத்தார். செங்கய்யன் தொடர்ந்து,

"வெறும் தரையைத் தோண்டி என்னய்யா லாபமிருக்கப் போகுதுன்னா கேட்க மாட்டேன்றாரு... சரி, உன் ஆசையைக் கெடுப்பானேன், பள்ளம் தோண்டிப் பார்த்துடு! ஆனா, இதுக்கு தனியா கூலி கேட்டுராதேன்றேன்... சரிதானே அண்ணே?"

"சரி... தான்" என்றேன். முகத்தில் சவக்களைக் கொட்டியது.

கொத்தனார் ஆட்களைக் கூட்டிக்கொண்டு மண்வெட்டி சகிதமாய் 'அந்த' மண் மேட்டுக்குப் படையெடுத்தார். அநேகமாக கோல் விழுந்த மாதிரிதான்!

"யோவ்... இங்க வாய்யா" அவசரமாக. அவரை அழைத்தேன்.

"நம்ம வீட்டுச் சுவரைக் கூட கொத்திப் பூசணும்... உத்தேசமா எத்தனை நாள் வேலைன்னு சொல்றியா...? வேலை விபரத்தை இப்ப சொல்லு... நேரமிருக்கிறப்ப ஆட்களோட வந்து வேலையைப் பாரு... இப்ப வந்து பார்த்துட்டு போறியா? என்ன சொல்றே?"

மேஸ்திரி செங்கய்யனை ஏறிட, அவர் உடனடி அனுமதி தந்தார்.

"முதல்லே போய் அதைப் பாருய்யா... மத்த ஆளுங்க இதைத் தோண்டிக்கிட்டிருக்கட்டும்."

மேஸ்திரியைக் கூட்டிக்கொண்டு குடோனுக்கு வந்தான். தனிமையில் மேஸ்திரியைத் தள்ளிக் கொண்டு போய் சொன்னேன். "யோவ்... தரையைத் தோண்டி கீண்டி தொலையாதய்யா! நான்தான் அந்த இடத்திலே சாராய பாட்டில்களைப் புதைச்சு வச்சிருக்கேன். அதைச் சொல்லத்தான் உன்னை இங்கே தள்ளிக்கிட்டு வந்தேன்."

மேஸ்திரி விக்கித்துப் போய் நிமிர்ந்தார்.

"என்னய்யா முழிக்கிறே...? ராத்திரி சரக்கைக் கொண்டு வரப்போ என் கோடவுனைச் சுத்தி போலீஸ்! சாராயத்தை பூரா எங்கேயாவது ஒளிச்சு வச்சாகணும். ரெண்டு லட்ச ரூபா சரக்கு! அதான்... அங்கே புதைக்க சொல்லிட்டேன்... வெறும் மண் தரைதானே! நம்மாளுக சுலபமா தோண்டிப் புதைச்சுட்டாங்க. இன்னிக்கு ராத்திரி எடுத்துடறோம். உனக்குப் பணம் தரேன். நீ என்ன பண்றே... அந்த இடத்தை உன் ஆளுங்க தோண்டிக்கிட்டிருக் காங்க இல்லே? உடனே போய் அதை நிறுத்தறே! சீக்கிரமா செய்... இந்நேரம் ரெண்டடி ஆழமாச்சும் தோண்டியிருப்பாங்க இல்லே...? க்விக்! சீக்கிரமா போய் தடுத்து நிறுத்து. முதல்ல வண்டியிலே உட்காரு சொல்றேன்."

திறந்த வாய் மூடவில்லை மேஸ்திரி. பக்ரீத் ஆடு மாதிரி பலி யாகத் தயாராய் பைக்கில் பின்புறம் அமர்ந்தார். அவரது பாக்கெட் மாற்று வாரியத்தில் கணிசமான பணம் ஒதுக்கப்பட்டது.

72

பாட்டில் சரிந்து ததும்ப ததும்ப அந்த நெருப்பு திரவத்தை டம்ளரில் குவித்தான் பாபு.

“அய்ய... எதுக்குண்ணே இன்னும் கவலைப்பட்டுக்கிட்டு? அதான் மூணு பேர் கதையும் முடிஞ்சு போச்சுல்ல... பெறகு ஏன் எதையோ பறிகொடுத்த மாதிரி உட்கார்ந்திருக்கீங்க?”

பெருமூச்சை வழியவிட்டேன். “பாபு... மூணு பேர் சாவுன்றது விவகாரத்தோட முடிவுன்னு நீ நினைக்கிறே... விவகாரமே அதான்னு நான் நினைக்கிறேன்” என்றவன் கொத்தனார் கடைக்காலைத் தோண்ட முயன்றதையும் லஞ்சம் கொடுத்து சரிக்கட்டினதையும் கவலையுடன் பாபுவிடம் தெரிவித்தேன்.

‘அப்படியா’ என ஆச்சரியத்தில் வாய் பிளந்த பாபு.

“சரி... அதான் எப்படியோ சமாளிச்சாச்சு இல்லே? இன்னும் எதுக்குக் கவலைப்பட்டுக்கிட்டு?”

“இல்லை பாபு! கவலையே இப்பதான் அதிகமாகுது. இப்படியொரு கொத்தனார் கிளம்பி வருவார்னு நாம எதிர்பார்த்தோமா... இல்லை! இதேமாதிரி இன்னும் எத்தனை சிக்கல்கள் வருமோன்னு கதிகலங்குது.”

“இதைக் குடியுங்க! கதிகலங்காது!”

நானோ ஏற்கனவே குடித்திருந்தேன். பிரச்சினையை விஸ்கிக்குள் ஒளித்து வைக்க நினைத்தேன் நான் ஆனால் விஸ்கிதான் பிரச்சினைக்குள் ஒளிந்து கொண்டது! குடிக்கக் குடிக்க கவலை கூடியதே ஒழிய... குறைந்தபாடில்லை.

சற்று தனிமையில் இருக்க விரும்பினேன் பாபுவைத் தவிர்த்துவிட்டு விலகி நடந்து புல்லட்டை ஸ்டார்ட் செய்து சகட்டு மேனிக்கு இலக்கில்லாமல் ஓட்டித் திரிந்தேன். அரை மணி சென்றதும் சாராயக்கடை போகும் உத்தேசத்துடன் வண்டியைத் திருப்பி ஓட்டும்போது, நானே எதிர்பார்க்கவில்லை. திடீரென மூன்று ஆட்டோக்கள் என்னைத் துரத்த ஆரம்பித்தன.

சகல நரம்புகளும் சதாப்தி எக்ஸ்பிரஸ் வேகத்தில் துடிக்க

ஆரம்பித்தது. இவர்களிடமிருந்து தப்பிப்பது பெரிய விஷயமே இல்லை... ஆஃப்டர் ஆல் ஆட்டோக்கள்... அவன் வைத்திருப்பதோ புல்லட்! விரைந்து போய்விட முடியாதா என்ன? தப்பித்துப்போய் தனது ஆட்களைக் கூட்டிக்கொண்டு வந்தால் துரத்துபவர்கள் தூள் தூள்! யுத்தம் வந்தால் ஐந்து நிமிஷத்தில் மந்தைவெளிக்காரர்களை மயானவெளிக்கு அனுப்பிடலாம்தான்...!

ஆனால், எத்தனை கொலைகள் செய்து கொண்டு போவது? எண்ணிப்பார்க்கவே குலை நடுங்கியது.

வண்டி சடன் பிரேக் போட்டு நின்றது! விரட்டி வந்த ஆட்டோக்களின் வேகமும் குறைந்தது.

அவர்கள் இதை சுத்தமாய் எதிர்பார்க்கவில்லை; உக்கிரமான ஆங்கிலப் பட சேஸிங்கைக் கணக்கிட்டுக் கொண்டிருந்தனர் சேகர் குழுவினர். இப்போது திடுமென வண்டியை நிறுத்தினதும், அடுத்த கட்ட நடவடிக்கை தெரியாமல் குழம்பினார்கள்.

பூ பறிக்க வந்தவனை பூதம் பறித்த மாதிரி திடுக்கிட்டனர்.

என்றாலும், பயம் மறைத்து ஆட்டோக்களிலிருந்து பட்டாக் கத்தி, வீச்சரிவாள், உருட்டுக்கட்டைகளை எடுத்துக்கொண்டு ஒரு கம்பீரத்துடன் என்னை நோக்கி முன்னேறி வந்தனர்.

சட்டைப் பையிலிருந்து சிகரெட்டை உருவி உதட்டிற்கு கொடுத்தேன். லைட்டரை உலுக்க நீலநிற ஜோதி வெளிப்பட்டது. சிகரெட்டின் தலையில் நெருப்புத் தொப்பி மாட்டப்பட்டது.

புகை வழியும் உதட்டுடன் அவர்களைப் பார்த்து நிதானமாக சிரிக்க, சேகர் அன் கோவுக்கு சற்றே மிரட்சி.

இத்தனை பட்டாளத்தைப் பார்த்தும் மிகத் தெளிவாக நின்று கொண்டிருக்கிறானே... குழம்பினர்!

தெனாவெட்டாக அவர்களைப் பார்த்து "ஏய்... என்னங்கடா! சங்கர் தனியா இருக்கானேன்னு சுத்தி நின்னு பந்தா காட்டறீங்களா? ஒழுங்கா உங்க கத்தி கபடாவை எல்லாம் ஆட்டோவுக்குள் போட்டுட்டு வந்து பேசுங்கடா."

அவர்கள் திருதிருவென ஒருவரை ஒருவர் பார்த்துக்கொண்டனர்.

"உங்ககிட்டேயிருந்து தப்பிக்கிறது எனக்குப் பெரிய விஷயமில்லை... ஆட்டோவைவிட புல்லட் வேகமா போகும்னு உங்களுக்கே நல்லா தெரியும்... அதேபோல என் ஏரியாவுக்குள்ளே புகுந்து சண்டை போட வந்திருக்கிற உங்க உடம்பை ஓவராயிலிங் பண்றதும் எனக்குப் பெரிய வேலை இல்லை. ஆனாலும் அதை நான் செய்யப் போறதில்லை. பிரச்சினை எதுவோ உட்கார்ந்து பேசலாம்ங்கிறதுதான் புத்திசாலித்தனம்னு நினைக்கிறேன்! உங்க கூட்டத்திலே ஆயுதத்தை நம்பாம அறிவை நம்பறவன் எவனாவது

இருந்தா, வா! உட்கார்ந்து பேசுவோம்!"

எல்லோரும் சேகரைப் பார்க்க அவன் தன்கையிலிருந்த உருட்டுக்கட்டையை கூட்டாளியிடம் தந்துவிட்டு வந்தான்.

"எங்கே ஒளிச்சு வச்சிருக்கீங்க... சொல்லுங்க" என்றான் என்னைப் பார்த்து.

"யாரு... உன் ஆட்களைக் கேட்கறியா?"

"இல்லை! உன் ஆள் சசியை கேட்கிறேன். அவனை எங்கே ஒளிச்சு வச்சிருக்கீங்க!"

சேகர் கேட்க, திக்குமுக்காடிப் போனேன். எதிரியே ஆனாலும் அவன் சாமர்த்தியம் நினைத்து மனசுள் வியந்தேன்.

"சசியைக் கேட்கறியா... நீங்க மிரட்டினதை அவனும் சொன்னான். நிஜமாவே உங்க ஆட்கள் யாருமே என்கிட்டே இல்லை; கத்தியாலே குத்திடுவீங்களோன்னு பயந்துக்கிட்டு பொய் சொல்லியிருக்கான் சசி. அவனை நானும்தான் தேடிக்கிட்டு இருக்கேன்... பொய் சொல்லி என்னை வம்புல இழுத்து விட்டதுக்கு விசாரிக்கணும்ல. ஆனா எனக்குப் பயந்து எங்கேயோ ஓடிட்டான் பய, அவனை நானும்தான் தேடிக்கிட்டு இருக்கேன்."

சேகர் பொருமினான் "பொய் சொன்னது சசியில்லை! நீங்கதான்; எங்க ஆள் 'காப்பாத்துங்க'ன்னு கத்தினதை எங்க காதாலும்தான் கேட்டோம்."

மழுப்பலாய் சிரித்துவைத்தேன்.

"அதென்னவோ எனக்குத் தெரியாது; அன்னிக்கு ராத்திரி நான் இங்கேயே இல்லை; வெளியூர் போயிருந்தேன்."

"சரி... இப்ப எங்க ஆட்கள் மூணு பேரையும் காணோமே! என்னதான் சொல்றீங்க? மூணு பேரும் இங்கே வரவே இல்லைன்னுகூட சொல்லுவீங்க போல?"

"பொய் சொல்லி எனக்கு என்னப்பா ஆகப் போகுது. மூணுபேரும் வரலைன்னு நான் ஏன் சொல்லணும்? வந்தாங்க... கூட நீயும்தானே வந்தே?! வந்து ஒரு பெண்ணைக் கலாட்டா செய்தாங்க. நானும் என் ஆட்களும் உடம்பை ரிப்பேர் பார்த்து அனுப்பினோம்."

"ஆனா, இன்னும் வீட்டுக்கு வரலையே?"

"இதப் பாரு மோதினது சங்கர்கிட்ட! சங்கர் எப்படிப்பட்டவன்னு அவங்களுக்குத் தெரியுமே... திரும்ப ஜமாவோட வீடு தேடிவந்து நையப்புடைப்பேன்னு பயந்து எங்கேயாவது ஓடிப் போயிருப்பாங்க! எப்படியும் ரெண்டு மூணு நாள் கழிச்சு வருவானுங்க! எங்க போயிடுவானுங்க!" -சிகரெட்டை கீழே போட்டு மிதித்துக் கொன்றேன்.

"ரெண்டு மூணு நாள் வெயிட் பண்ணிப் பாருங்க... வரலைன்னா இங்கே வாங்க; சரிதானே?"

கூட்டத்திற்கு காபி, சிகரெட் என என் செலவில் வாங்கித் தந்து அவர்கள் மனசுக்குள் ஒரு நட்பு விதையை நைசாக ஊன்றினேன்.

நடந்ததை எனது கூட்டத்திடம் கவலையுடன் விவரித்தபோது.

"அவனுக ரெண்டு நாள் கழிச்சு வருவாங்கன்னு சொல்லியிருக்க வேண்டாம்னே! மறுபடி நாளைக்கழிச்சு அவங்க படையெடுத்து வரப் போறாங்க" என்றான் பாபு.

"வேற வழியில்லை பாபு... இப்படி அவங்களை அனுப்பினதுதான் சரி; அல்லது ரெண்டு கோஷ்டிக்கும் சண்டை வந்து ரத்தம் சிந்தி போலீஸ் கேஸாகும். அது மட்டுமில்லாம அந்த மூணு பேரையும் போலீஸ் தேட ஆரம்பிக்கும். வெட்டித் தலைவலி ..."

"சரி... இப்ப எதுவும் தலைவலிதானே? நாளைக் கழிச்சு வர்றவங்களுக்கு என்ன பதில் சொல்றது?"

"அதான் யோசனையாயிருக்கு! நைஸா அந்த சேகரை ஃபிரண்ட்ஷிப் பிடிச்சு விலை பேசிடலாமா!"

"ம்ஹூம்! அது வேணாம்... மூணு மர்டர் நடந்திருக்கு... பய எவ்ளோ பணம் கேட்கிறானோ... அல்லது அரண்டு போய் போலீஸ்லே சொன்னாலும் ஆபத்து; அதுக்கு நான் ஒரு யோசனை சொல்லவா?"

"சொல்லு!"

"அந்த சேகர் கதையை முடிச்சுடுவோம்!" என்றான்.

73

"என்னது... இன்னொரு கொலையா?" திடுக்கிட்ட எனது மனது பயத்தில் ஒரு நாட்டுப்புற பாலே நடனமே ஆடினது.

"என்ன பாபு உளர்றே? இவங்களை தேடி வந்தா சேகர் கதையை முடிப்போம்ன்றே! அப்புறம் சேகரைக் காணோம்னு எவனாவது தேடி வருவான். இப்படி கொலை செய்துகிட்டே போறது சரியா

இருக்குமா... சொல்லு?" -கவிழப் போகும் மந்திரிசபையின் முதல்வரைப் போல ஜாக்கிரதையாக ஒவ்வொரு அடியையும் எடுத்து வைக்கவே விரும்பினேன்.

"அந்த கொத்தனாரை பணம் தந்து மசிய வைக்கலையா! அது மாதிரி இந்த சேகரையும் வழிக்கு கொண்டு வந்துடலாம்னு நினைக்கிறேன் பாபு" -என்றேன். கடப்பாரையை முழுங்கிவிட்டு சுக்கு கஷாயத்தை குடித்த கதைதான்! "உங்க இஷ்டம்! ஒரு பிராப்ளத்தை கவனிச்சீங்களா... கொத்தனாரை விலைக்கு வாங்கினாலும் தரைக்கு கீழே பிணம் இருக்கிறது அந்த ஆளுக்கு தெரியாது! ஏதோ சாராயபாட்டில்ன்னு நீங்க சொன்னதை நம்பிட்டாரு! கொலை நடந்திருக்குன்னு சொன்னா அவரும் என்ன செய்வாரோ தெரியாது...! சேகருக்கு செத்துப் போன மூணு பேரும் தோஸ்துங்க வேற! அது மட்டுமில்லாம நாமாக வலியப் போய் விலை பேசி மாட்டிப்பானேன்ங்கிறேன்?"

நான், கீழே யாரோ சினிமா காட்டுவது போல் தரையையே வெறித்துப் பார்த்துக்கொண்டிருந்தேன்.

சிந்தனையிலிருந்த பாபுவின் கண்களில் புது ஸெல் போட்ட டார்ச் ஒளி "அண்ணே... ஒரு ஐடியா...!"

"என்ன? மந்தை வெளிக்காரங்க அவ்ளோ பேரையும் க்ளோஸ் பண்ணிடுவோம்ன்றியா?" -வெறுப்புடன் கொட்டினேன்.

கோர்ட் சம்மன் என்றாலே குலை நடுங்குகிற ஜெயலலிதாவைப் போல, கொலை என்றாலே பரம பயமாக இருந்தது அப்போது.

பாபு அடிபட்ட பார்வை பார்த்தான். அவன் குரலுக்கு 'உடல் நலமில்லாமற்' போனது.

"சேகரை நம்ப ஏரியாவுக்கு யாருக்கும் தெரியாம கூட்டி வர வேண்டியது. பேரம் பேசுவோம்! வியாபாரத்துக்கு சம்மதிக்கலைன்னா அதுக்கப்புறம் ரகசியம் தெரிஞ்ச அவனை வெளியே அனுப்பக்கூடாது; இது ஒன்றுதான் வழி"

ஒன்றா, இரண்டா! மூன்று கொலைகள்!! அதுவும் சேகருக்கு நெருக்கமானவர்கள் வேறு...

சேகர் பாட்டுக்கு வளர்ப்பு மகன் லெவலுக்கு வருமானத்தை கேட்கக்கூட சான்ஸ் இருந்ததுதான்!

சாராய சந்தோஷத்தில் 'அமைச்சரவை' சகாக்கள் அன்றைய விற்பனை நிலவரத்தை ஆரவாரத்துடன் பேசிக் கொண்டிருக்க பாபுவும் நானும் மோதிக் கொண்டோம். அதாவது டம்ளர்களால்; சியர்ஸ்!

அதேசமயம் வாசலில் ஆட்டோ வந்து நிற்க கூட்டத்தில். ஆயிரம் வானவில் பூத்திருந்த இடம் மைக்ரோ நொடியில் சாம்பல்

நிறம் பூத்தது. லட்சம் கொம்புத்தேன் கொண்ட இதயம் வற்றியது. கோடுகள் போட்ட நெற்றியுடன் நிமிர்ந்து பார்த்தேன்.

சேகர் ஓட்டி வந்த ஆட்டோவிலிருந்து நாலு பேர் இறங்கினார்கள். வரவழைத்துக் கொண்ட புன்னகையுடன் “என்ன... வந்தாங்களா... அவங்க?” என்றேன்.

கூட்டம், கொடுத்த ஆசனத்தில் பரவி அமர்ந்து கொண்டது! முன்பே தயாரித்து வைத்திருந்த கதை வசனத்தை பேச ஆரம்பித்தது. பாபு நைசாக பின்வாங்கி சேகரை தனியாக கூப்பிட்டான். மற்றவர்களுக்கு இதில் சந்தேகம் வந்துவிடக்கூடாது என்ற முன் ஜாக்கிரதையுடன் “அண்ணே... உங்க ஆட்டோவை வேணா... கொஞ்சம் ஓரத்திலே நிறுத்தறீங்களா... அது ஆட்கள் போகிற வருகிற வழி!”

“இதோ...” என்று முன் வந்த சேகருடன் கூடவே தானும் வாசலுக்கு போனான். ஆட்டோவை நகர்த்துகிற சாக்கில் அவன் காதருகே வந்து, “சங்கரண்ணன் உங்களை தனியா பார்க்கணும்ன்னு சொல்லிகிட்டிருந்தாரு... யாருக்கும் தெரியக்கூடாது; எப்பவரீங்க?”

சேகருக்குள் ஒரு சுப்பிரமணிய சுவாமி விழித்துக் கொண்டார்.

“என்னை தனியா பார்க்கணுமா, எதுக்கு?” என்றான் பத்தாயிரம் வோல்டேஜ் சந்தேகத்துடன்.

“தெரியலை. உங்க நல்லதுக்கு தான்னு வச்சுக்கங்களேன்... ஆமா, இது என்ன வாடகை ஆட்டோவா, சொந்தமா?”

“நீங்க சொந்தமா ஆட்டோ வச்சிக்கிற நேரம் வந்தாச்சு சேகர்.”

சேகரின் கண்களில் சோடியம் வெளிச்சம் டாலடித்தது.

“புரியலை... என்ன சொல்றீங்க அண்ணே...” என்றான் திடீர் பக்தியுடன், பாபு சிரித்து.

“அப்புறமா தனியா வாடா... உனக்கு நல்ல வாழ்க்கை ஏற்படுத்தி தரோம்டா!”

மரியாதையில் திடுமென்று நிறைய கலப்படம்.

74

சொந்த ஆட்டோவுக்கு ஏற்பாடு செய்வதாக பாபு சொன்னதை சேகரால் நம்பவே முடியவில்லை.

இருந்தாலும் இதயத்தின் ஏதோ ஒரு மூலையில் சந்தேகம் மினுக்கினது. பாபுவைப் பார்த்து ஆந்தைக்குஞ்சு மாதிரி இளித்துக் கொண்டு வாய் பூரா பல்லாக அல்லது பல் பூரா வாயாக "புரியலை... என்ன சொல்றீங்க அண்ணே?" என்றான்.

"அப்புறமா தனியா வாடா... உனக்கு நல்ல வாழ்க்கை ஏற்படுத்தி தரோம்டா" -பாபு சொன்னான். மரியாதையில் திடுமென்று நிறைய கலப்படம்! பெட்ரோலில் கெரேஸின், மிளகாய் பொடியில் செங்கல் பொடி கலப்பது போல அவன் விலைக்கு வருகிறான் என்றதும் வார்த்தைகளில் 'டா' சேர்ந்தது.

அது பற்றி ஒன்றும் சேகருக்கு கவலை இல்லை! ஏதோ ஒரு நல்ல வாழ்க்கை அமைத்து தரப்போவதாக சொல்கிறார்களே... அது என்ன என்பதுதான் கவலை; கலர் கனவுகளில் மிதந்தான்.

'சங்கரண்ணன்' ஒரு சின்ன சாராய தயாரிப்பு யூனிட் சொந்தத்தில் ஏற்படுத்திக் கொடுத்து, ஒன்றிரண்டு ஆட்டோ ரிக்ஷாவும் வாங்கித் தந்து விட்டால் விபச்சாரம் கிபச்சாரம் சாராயம் கீராயம் 'பிசினஸ்' பண்ணி நல்லவிதமாக சமூகத்தில் ஒரு அந்தஸ்த்தோடு(!) பிழைத்துக்கொள்ளலாமே என தொலை நோக்கு திட்டத்தை யோசித்துக் கொண்டிருந்தான்.

"அடடா... இதை அன்னிக்கே சொல்லி இருந்தா, விவகாரத்தை அப்படியே டர்ன் பண்ணியிருக்கலாமே தலைவா" என உச்சுக் கொட்டினான் சேகர்.

சேகர் பிரச்சினையை மேம்போக்காக விசாரிப்பது என முடி வெடுத்தான். 'ச்சே... ஏன்தான் நம்ம கூட்டத்துக்கு அந்த ஐடியாவை கொடுத்தோமோ? என தன்னையே நொந்து கொண்டான்.

என்றாலும், ரொம்ப கிளறாமல், தாமதமாக வரும் தீய ணைப்புப் படையினர் ஒப்புக்குச் சில இடிபாடுகளைப் புரட்டுவது போல விவகாரத்தை முடிப்பது என்று எண்ணிக் கொண்டான்.

ஆனால் நடந்தது வேறு மாதிரியாய் இருந்தது. சேகர் வாசலில்

பாபுவுடன் 'புதிய கூட்டணியை அமைத்துக் கொண்டிருக்கும் போதே உள்ளே விவகாரம் வேறு மாதிரி போய்க் கொண்டிருந்தது.

வந்திருந்தவர்களுக்கு ராஜ மரியாதை தந்து கொண்டிருந்தேன் நான்.

"சொல்லுங்க அண்ணே... எங்கே இவ்வளவு தூரம்? அந்த மூணு பேரும் வந்துட்டாங்களா?"

அவர்கள் கூட்டாக உதடு பிதுக்கினர். வந்திருந்தால் நாங்க ஏன் இங்கே வரோம் என்றார்கள். "சென்னை முழுக்க சல்லடை போட்டு தேடியாயிற்று. தரையை மட்டும்தான் தோண்டி பார்க்கலை... மத்த எல்லா இடத்திலும் தேடியாச்சு..." என்று வார்த்தையால் இதயத்தை கிள்ளினான் ஒருவன். செயற்கை சிரிப்பை சிருஷ்டித்து உதடு விரித்தேன்..

'அய்யோ... முகமே! காண்பித்துக் கொடுத்து விடாதேயேன்!!'

"வேற அசலூர்ல தெரிஞ்சவங்க. சொந்தக்காரர் உண்டோ?" என அக்கறையாக கேட்க, அவர்கள் வலை விரித்தனர். பாண்டிச்சேரியில் இருக்கலாமேன்னு தலை சொறிந்தனர். "அங்கே ஒரு நடை போயிட்டு வரலாமான்னு யோசிக்கிறோம்."

"யோசிக்கறதா..? முதல்ல போயிட்டு வாங்க" என்ற அவர்கள் கேட்பதற்கு முன்பாகவே ஐந்து நூறு ரூபாய் காகிதங்களை எடுத்து நீட்டினேன். அவர்களுக்கு புருவம் பாதி நெற்றிவரை ஏறி இறங்கினது. சதியை மறைத்துக் கொண்டு சந்தோஷமாய் பேசி தீர்த்தனர்.

பாபுவும் சேகரும் உள்ளே நுழைந்ததும் கூட்டத்தில் ஒருவன் "சேகர்! நீ சொன்னது போலவே அண்ணனுக்கு நல்ல மனசுடா! பாண்டிச்சேரிக்கு போய் தேடிட்டு வாங்கன்னு நாங்க கேட்காமயே ஐநூறு ரூவாயைக் கொடுத்துட்டாரு" என்றனர். முகத்தில் ஜெயித்த வேட்பாளரின் சிரிப்பு.

கூட்டம் எழுந்து கொண்டது. "அப்போ போயிட்டு வரோம்ண்ணே" கை கூப்பினது! கலகலப்பாய் சிரித்தபடி அவர்கள் நடக்க, சேகர் மட்டும் 'அமைதி ஊர்வலம்' நடத்தினான்.

"வேற ஏதாவது ஊரிலே தேடணும்ன்னாக் கூட தயங்காம வந்து கேளுங்க. பணம் தரேன்" என்று திருவாய் மலர்ந்தேன்.

"என்ன சொல்றே பாபு?" எனக்கு சரமாரியாய் அதிர்ச்சி.

"ஆமாண்ணே! நீங்க அவங்களுக்கு பணம் தந்திருக்கக் கூடாது... அவசரப்பட்டுட்டீங்க! அந்த சேகர் முதலிலேயே வார்ன் பண்ணினான். பணம் கேட்டு வந்ததே ஏதோ திட்டத்தோடதான்! 'பணம் கேட்போம்.... கொடுத்துடாதீங்க... காரணத்தை பிறகு சொல்றேன்'னான் சேகர்! நீங்க என்னடான்னா நாங்க வரதுக்குள்ளே தூக்கிக் கொடுத்துட்டீங்க" என்றான் எரிச்சலுடன்.

"இப்ப என்ன பண்றது பாபு?" -நகத்தை வெடுக் வெடுக் என

கடித்துக்குதறினேன்

"கொடுத்த பணம் பத்தாதுன்னு இன்னும் வேணும்ன்னாலும் வாங்கடான்றீங்க... ஒளியத் தெரியாதவன் தலைவாரி வீட்டுக்குள்ளே ஒளிந்த மாதிரி'

"பாபு... இனிமே என்ன பண்றதுன்னுதான் கேட்டேன்! ஏற்கனவே பண்ணினதுக்கு பட்டிமன்றம் நடத்த சொல்லலை உன்னை!" என்றேன் உஷ்ணமாக.

"அவங்க ஏரியாவை தாண்டி அதிக தூரம் போயிருக்கமாட்டாங்க! வண்டியை மடக்கி கூட்டி வந்துடு! பைக்கை எடுத்துட்டுப் போ... உம்... சீக்கிரம்!"

"கூட்டி வந்து...?"

"நாலு பேர்கிட்டேயும் வியாபாரம் பேசுவோம்! சேகரோட அவங்களுக்கும் பணம் தருவோம்..."

"வேண்டாம்ண்ணே! இது சரியாப்படலை"

"இல்லை! இதான் சரி; காசு கொடுத்தா எவன் வழிக்கு வரமாட்டான் சொல்லு.. பேசிகிட்டிருக்காதே! சீக்கிரமா போய் கூட்டிட்டுவா... போயிடப் போறாங்க! இப்ப விலை பேசினா நாலு பேரோட முடிஞ்சுடும்...! விஷயம் வெளியே கசியறதுக்குள்ளே அவங்களை மடக்கு, 'போ!'

"ப்ளீஸ்... இது வேணாம்! ரிஸ்க்! நடந்ததை நாமே பரப்பி வெட்டியா சிக்கல்லே மாட்டிக்க வேணாமே? ஒருத்தன் மசியாவிட்டாலும் போச்சு?"

"காசுக்கு மசியாதவன், வேற ஊரிலே இருக்கானா... அது யாருப்பா புது ஆளு! எல்லா பயல்களும் மசிவானுக... கொத்தனார் வழிக்கு வரலை? சேகர் சம்மதிக்கலை... இவனுக மட்டும் என்ன கௌதம புத்தர்களா... டயமாகுது... சீக்கிரம் கிளம்பு!'

"வேண்டாம் அண்ணே! தும்பை விட்டுட்டு ஏன் வாலை பிடிக்கணும்? இவங்களுக்கு கொடுக்கிற காசை போலீசுக்கு கொடுப்போம்... நமக்கும் பாதுகாப்பு... கொலையை கண்டுபிடிச்சாலும் புகார் தந்த இவங்களிலே ஒருத்தன் மேலேயே கேஸ் எழுதுவாங்க..."

எனக்கு குழப்பமாயிருந்தது.

"சரி! விஸ்கி பாட்டிலை எடு... அப்பதான் ஒரு முடிவுக்கு வரமுடியும்". தண்ணியும் தனிமையும் தெளிவை தருமென்பது எனது ஏகநம்பிக்கை. இரவானதும் எக்கச்சக்க போதையுடன் வண்டியை ஸ்டார்ட் செய்தேன்.

மூன்று பேரையும் புதைத்திருந்த இடத்தை நெருங்கினவன் அதிர்ச்சியில் உறைந்து போனேன்.

ஏனென்றால் அந்த கொத்தனார் ரகசியமாக புதை குழியை தோண்டிக் கொண்டிருந்தார்.

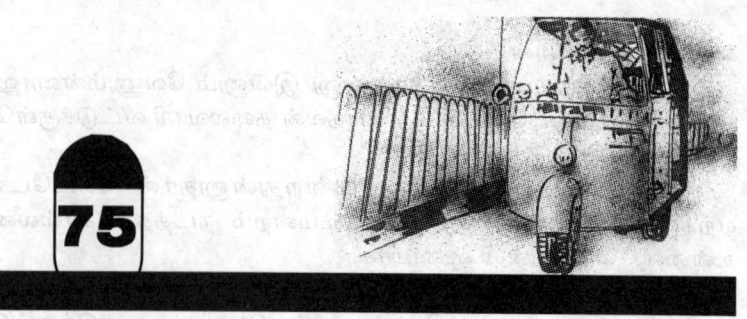

75

கொத்தனாரைப் பார்த்து எனக்கு ஷாக்; என்னைக் கண்டு கொத்தனாருக்கு அதிர்ச்சி.

"நான் தான் பணம் தந்தேனேய்யா! அப்புறமும் ராவிலே வந்து இப்படி களவாணி தனம் பண்றியே... உனக்கே நல்லா இருக்கா?"

கொத்தனார் வியர்வையை வழித்து எறிந்து விட்டு சிரித்தார்.

"தரைக்கு கீழே சாராயம் புதைச்சிருக்கிறதா இல்லே பணம் கொடுத்திருக்கீங்க... அப்படி பொய் சொன்னதுக்கு இன்னும் எதுவும் தரலியே!"

இப்போது நான் வியர்வையை வழித்து எறிந்தேன்.

"எ... என்ன சொல்றே?"

"பூமியிலே புதைச்சது சாராயத்தை இல்லை! ஏன்னா மறுபடி நீங்க தரையைத் தோண்டவே இல்லையே! நாங்க பாட்டு கட்டிடம் கட்டிகிட்டே போறோம்... சாராயமா இருந்தா இன்னும் அதை ஏன் எடுக்கலை? உங்களுக்கு அது தேவையில்லாட்டி எனக்கு ஏன் லஞ்சம் தரணும்? கீழே என்ன இருக்குன்னு எனக்குத் தெரியும்" -என் நரம்புகளில் நெய்வேலி அனல் மின்சாரத்தைப் பாய்ச்சினார் கொத்தனார்.

"எ... என்ன இருக்கு?"

"கணக்கிலே வராத கறுப்புப் பணமோ தங்கமோ புதைச்சிருக்கீங்க... கரெக்ட்?"

'உன் தலை' என்று நினைத்துக் கொண்டேன்.

"அந்த மண்ணெல்லாம் மூடுய்யா... சட்டையை மாட்டிட்டு இப்படி வா சொல்றேன்..."

"**சொ**ல்லு... இப்ப என்னன்றே...?" -ஒரு காப்பி கிளாஸை அவனிடம் தள்ளி விட்டு இன்னொன்றை நான் எடுத்துக் கொண்டேன். டீக்கடை கொர கொர ரேடியோ 'ஒருவன் மனது ஒன்பதடா...! அதில் ஒளிந்து கிடப்பது எண்பதடா!' என்றது.

"நீங்க கொடுத்த துட்டு பத்தாது சங்கரண்ணே!" -கொத்தனார் கீழ் அடுக்கில் பதினாறு, மேலடுக்கில் பதினாறையும் காட்டி சிரித்தான்.

"சரி... எவ்வளவுதான் கேட்கறே?" பற்கள் கடிபட்டன. ஏற்கனவே ரூபாய் பத்தாயிரம் அழுதிருக்கிறேன்.

"நீங்களே சொல்லுங்கண்ணே"

"எல்.ஐ.சி. கட்டிடத்தை வேணா எடுத்துக்கறியா?" -கோபத்தை அடக்கிக் கொண்டு கிண்டலடித்தேன்.

"ச்சேச்சே! கவர்மெண்ட் இடம்! போலீஸ்காரன் பெண்டை நிமிர்த்திடுவான்... நான் என்ன சொல்றேன்னா... மொத்த சரக்கிலே எனக்கு பத்து ப்ரஸெண்ட் கொடுத்திடுங்க அண்ணே... அது போதும்?"

எனக்கு சிரிப்பதா அழுவதா தெரியவில்லை;

மொத்த சரக்கில் பத்து சதம் கிடைத்தால் போதுமாமே இவனுக்கு... சுமாரா ரெண்டு கையும், ஒரு மண்டை ஓடும், இருபது முப்பது கிலோ எலும்பும் தான் பத்து சதம்! எடுத்துக்கொள்கிறாயா... கொத்ஸ்?

"என்ன அண்ணே சிரிக்கிறீங்க... என்னடா... இவ்வளவு மிருகமா இருக்கானே இவன்னு தானே?"

"அட... அதெல்லாம் இல்லைப்பா! யார் மனசில மிருகம் இல்லை சொல்லு? என்ன... ஒவ்வொருத்தன் மனசிலே பெருச்சாளி இருக்கும்... நாய் இருக்கும்... நரி இருக்கும்! நீ காண்டாமிருகத்தை வச்சுட்டிருக்கே அவ்வளவுதான்..."

"அ...ண்ணே!"

"இப்ப உனக்கு பத்து ப்ரஸண்ட் வேணும். அவ்வளவுதானே...? சரி; தந்துடலாம்! ஆனா இப்ப நீ தரையைத் தோண்டாதே; சரக்கை இப்ப தொடறது நல்லது இல்லை...! கடத்தல் அயிட்டம்! நீ பில்டிங்கை கட்டு; ஆறுமாசம் கழியட்டும்... அந்த வீட்டை நான் தான் வாங்கறதா இருக்கேன். அதுக்கப்புறம் நிதானமா தோண்டுவோம்... நீயே வந்து தோண்டு! அப்ப உனக்கு கணக்கு பார்த்து எடுத்துக்க...! சரிதானா?"

சம்மதித்தான். "உள்ளே என்ன அண்ணே பூரா பிஸ்கெட்டா?"

சனியன்... இப்போதைக்கு ஒழிந்தால் சரி "ஆமா" என்று தலையாட்டி வைத்தேன்.

"நினைச்சேன்" என்று கலர் கனவுகளுடன் சிரித்தான் கொத்தனார். அதற்கப்புறம் நான் பிடிபடும் வரை தினம் தோறும் அந்த வீட்டை ஒரு தடவை வாட்ச் செய்து விட்டுப் போவதை அன்றாட காரியமாகவே வைத்துக் கொண்டிருந்தான் கொத்தனார். மற்றவர்களுக்கு தான் அது வீடு; கொத்தனாரைப் பொறுத்தவரை அது பாலு ஜுவல்லர்ஸ், லலிதா, அம்பிகா ஜுவல்லர்ஸ்; எல்.கே.எஸ். கோல்டு ஹவுஸ்!

"விஷயம் ரகசியமா இருக்கணும்... ஜாக்கிரதை" என்று நான்

சொல்ல கன்னத்தில் போட்டுக் கொண்டான். அந்த ஆசாமி "மூச்சு விடுவேனா! நீங்களும் ஜாக்கிரதைண்ணே...! நானாவது தண்ணியடிக்க மாட்டேன்... நீங்க போதையிலே எங்கேயாவது வார்த்தையை விட்டுராதீங்க!"

சேகர் ஒப்புக்கொண்டபடி தனியாகவே எங்களை சந்தித்தான்.

"அவங்களுக்கு வலுவா சந்தேகம் வந்துடுச்சு... இனிமே என்ன செய்யிறது..?" -அவர்களோடு சேர்ந்து சேகரும் கவலைப்பட்டான்.

பாபு புகை வளையத்தை வெளியே அனுப்ப,

சிவாஜி சோடா கலந்த சரக்கை வயிற்றுக்கு வார்க்க-

எல்டின் அபத்தமாய் என்னவோ யோசனை சொல்ல-

கூர்ந்து பார்த்தேன் சேகரை...! "த பாரு சேகர்! இதிலே ஒரேயொரு வழிதான் இருக்கு; காணாமப் போன மூணு பேரையும் நீ எங்கேயாவது பார்த்ததா அளந்துவிடு போதும்! பிரச்சினை திசை திரும்பிடும். எங்ககிட்டே அப்புறம் தேடிகிட்டு ஆள் வராது! அவங்க கூட்டத்தை சேர்ந்த நீயே சொல்லிட்டதாலே எங்களை விட்டுறுவாங்க'' என்றேன். யோசித்து சொல்வதாக கூறிவிட்டுப்போனான் சேகர்.

அங்குள்ள ஜனங்களையும் சேர்த்து... கூட்டம் கூட்டி.

"சந்தேகமே இல்லை... நம்ப ஆளு மூன்று பேரையும் சங்கர் கொலை பண்ணிட்டான்" என்று அலறியிருக்கிறான்.

"எப்படிச் சொல்றே?"

முந்தின தினம் பாபு சொந்த ஆட்டோ தருவதாக தனக்கு தூண்டில் போட்டதையும் இப்போது நான் தன்னை பொய் சொல்லும்படி பேரம் பேசினதையும் கூட்டத்தாரிடம் தெரிவித்தே விட்டிருக்கிறான்.

"இதெல்லாம் நீ ஏன் நேத்தே சொல்லலை சேகர்?"

"விஷயத்தை கண்டு பிடிச்சதும் சொல்லலாம்ன்னு இருந்தேன்... இப்ப தெளிவா தெரிஞ்சு போச்சு... பாபு ஏன் என்னை விலைக்கு வாங்கணும்? சங்கர் எதுக்காக பொய் சொல்லச் சொல்றான்? இப்பவே போய் அதை விசாரிப்போம்... வாங்க, போலீசுக்குப் போவோம்" என உணர்ச்சி பொங்க சேகர் கத்த.

மொத்த கூட்டமும் அப்படியே எழுந்து நின்று, புறப்பட்டிருக்கிறது.

76

எனக்கு எதிரே அளவிடமுடியாத கூட்டம்; ஆணும் பெண்ணுமாகக் கட்டுக்கடங்காத ஜனங்கள். கூட்டத்தின் முன் வரிசையில் ‘இந்தப் பிள்ளையாரும் பால் குடிக்குமா’ என்பதுபோல ‘ஏதுமறியாதவனாக’ அமைதியாக- போஸ் கொடுத்தான் சேகர்!

தினகரனும் பாஸ்கரனும் போல் நானும் பாபுவும்.

‘‘அன்றைக்கே சொல்லிட்டோமேங்க! உங்க ஆளுங்க மூணுபேரும் இங்கே வந்து தகராறு பண்ணினாங்க! அடிவாங்கிட்டு ஓடிட்டாங்க... இப்ப எங்கே போனாங்களோ தெரியாது. திரும்பத் திரும்ப எங்களை வந்து கேட்டா என்ன அர்த்தம்?’’ -பாபு சலிப்புடன் கேட்டான்.

“சரி... உங்க பக்கம்தான் தப்பு கிடையாதே. பிறகு எதுக்காக ‘தனியா வா... உனக்கு நல்ல வாழ்க்கை ஏற்படுத்தித் தரோம்’ன்னு என்கிட்டே பேரம் பேசினீங்க? யோக்கியங்களா இருந்தா, என்னை ஏன் விலை பேசணும்?” -சேகர் சட்டப்பாயிண்ட்டை வீச, பூவின் தலையில் பூகம்பம் உட்கார்ந்தது கணக்காய் குலைநடுங்கிப் போனோம் ரெண்டுபேரும். இவன் ஏன் நோட்டீஸ் கொடுக்காமல் எட்டப்பன் ஆகிறான் என உள்ளுக்குள் வியப்பு.

‘‘எப்படியாவது உங்ககிட்டேயிருந்து உண்மையை வரவழைக்கணும்னுதான் சம்மதிக்கிறமாதிரி நான் நடிச்சேன்” -சேகர் முகத்தில் வெற்றிச் சிரிப்பு.

எனக்கே அவமானம் பிடுங்கித்தின்றது. மந்தைவெளி மக்கள் மட்டுமல்லாமல், எனது சொந்தத்தொகுதியிலிருந்து ஜனங்களும் சூழ்ந்து நின்று கண்களால் கணைதொடுத்தனர். கேலி தடவிய கேள்விக்கணை!

ஏரியாவைப் பொறுத்தவரை நான்தான் நீதிபதி. தவறுகளைத் தட்டிக் கேட்கும் காவற்காரன்; இராணுவம், எம்ப்ளாய்மெண்ட் எக்ஸ்சேஞ்ச்; ஏழைகளின் நன்னம்பிக்கை முனை... சுருக்கமாகச் சொன்னால் அந்த பகுதியின் அரசாங்கமே நான்தான்; எத்தனையோ வம்பு வழக்குகளை நான் தீர்த்து வைத்திருக்க இன்று என் மீதே வழக்கு; சேகரை அமைதியாக நிமிர்ந்து பார்த்தேன்.

"சேகர்... உனக்கு நல்ல வாழ்க்கை ஏற்படுத்தித் தாரோம்னு சொன்னது உண்மை... அதுக்குப்பேரு லஞ்சம் இல்லை; சிநேகிதம்! இதைப் பார்த்த பிறகாவது எங்காவது ஒளிஞ்சுகிட்டிருக்கிற உங்க மூணு ஆளுகளும் பயம் தெளிந்து வெளியே வரட்டுமேன்னுதான் அப்படிச் சொன்னோம். எங்க நோக்கமெல்லாம் சமாதானமாப் போகிறதுதான்... அதை நீயும் உன் ஆட்களும் புரிஞ்சுக்கணும்ன்றதுக்குதான் அப்படிச் சொன்னோம். எங்களுக்கு நிறைய வேலை இருக்குப்பா.. சண்டை போடறதுக்கெல்லாம் நேரமில்லை... இது உனக்கு இப்பப்புரியாது! என்றைக்காவது புரியும்" என்று நான் சமாளிக்க, கூட்டம் குழம்பி நின்றது.

கொல்லப்பட்ட சம்பத்தின் மனைவி விஜயாவும் கூட்டத்தில் இருந்தாள். என்னைப் பார்த்து பேச ஆரம்பித்த விஜயாவின் குரலில் கீச் கீச்; கண்களில் சுலப குளம்; இடுப்பில் டயர். ஏழோ எட்டோ மாத கர்ப்பஸ்திரி.

"அண்ணா.. அவரு எங்கே போனாரோ எனக்குத் தெரியாது. நீங்கதான் கண்டு பிடிச்சித் தரணும்!" என கெஞ்சியவளின் பேச்சுக் குரல் கீச்சுக்குரலாக 'ஓவென்று' கதறியழ ஆரம்பித்துவிட்டாள் விஜயா.

எனக்கோ அவஸ்தை..! 'இதென்னடா வம்பாகப் போய்விட்டது!

நானே எதிர்பாராத தருணத்தில் அந்த விஜயா 'மடேர்' என கீழே விழுந்து என் கால்களைப் பிடித்துக்கொண்டு கெஞ்ச ஆரம்பிக்க...

ச்ச்ச்... அடடா! எழுந்திரும்மா முதல்ல; நேரா திருவான்மியூர் போலீஸ் ஸ்டேஷன் போ... ரைட்டர் இருப்பாரு. அவர்கிட்டே ஒரு புகார் எழுதிக்கொடு... 29-5-88-ம் தேதி சாயங்காலம் ஐந்து மணியளவில் சங்கர் சாராயக்கடையில் என் கணவர் தகராறு செய்தார்.... அதிலிருந்து அவரை, காணோம்னு ஒரு கம்ப்ளைண்ட் எழுதிக்கொடு. அவங்க விசாரிச்சுக் கண்டு பிடிப்பாங்க"

இது சற்று குத்துமதிப்பான நியாயமாகத் தோன்ற, கூட்டம் விலகிற்று. காவல் நிலையத்துக்கு அணிவகுத்தது.

"தப்பு பண்ணிட்டீங்க அண்ணே! அவங்களைப் போலீஸ் ஸ்டேஷனுக்கு அனுப்பியிருக்கக்கூடாது. நம்ம தலையிலே நாமே மண்ணை வாரிப்போட்டுக்கிட்ட மாதிரி ஆயிடுச்சு" -பாபு புலம்பினான்.

"இல்லை பாபு! அதைத்தவிர வேற வழிஇல்லை. அவங்களுக்குக் கொஞ்சமாவது நம்ப பேரிலே நம்பிக்கை வரணும்ன்னா இதான் வழி; இனி நம்மகிட்டே வரமாட்டாங்க பாரு. அதோட அவங்க என்ன அமெரிக்க போலீஸ் கிட்டேயா

போய் புகார் தரப்போறாங்க? நம்ப ஸ்டேஷன்லேதானே... அதிலே இருக்கிறவங்க நம்ம ஆளுங்கதானே. அவங்களைச் சரிகட்டறது பெரிய வேலையா என்ன? என்னை சாராயம் விற்க அனுமதிச்ச போலீஸ்! என்னை மாமா வேலை பார்க்கவச்ச போலீஸ்! கொலை பண்ணினதுக்கு மட்டும் நடவடிக்கை எடுக்குமா என்ன..? இன்னும் நாலு எலும்புத்துண்டை வீசினா சரியாப்போச்சு!"

தொலைபேசியைக் கையில் எடுத்தேன். டயல் சுழற்ற ஒரு நிமிஷத்தில் எஸ்.ஐ. கிடைத்தார்.

"என்ன சார்.. விஜயாங்கிற பொம்பிளை புகார் கொடுத்துச்சா?" நான் விசாரிக்க, சப்-இன்ஸ்பெக்டர் தொனியில் பயபக்தி மின்னிற்று!

"ஹி...ஹி... ஆமா சங்கர் சார்! என்ன விஷயம்? என்ன நடந்துச்சு? வாங்களேன்...டிரிங்க்ஸ் அடிச்சுகிட்டே பேசுவோம்?"

நான் ரிசீவரைக் கீழே வைத்துவிட்டு. பாபுவைப் பார்த்து ஒரு காஸ்ப்ரோ சிரிப்போடு, "பிரச்சினை முடிஞ்சுச்சா?"

பாபு சிரிக்கவில்லை.

"இல்லைண்ணே.... முடிந்த மாதிரி எனக்குத் தெரியலை"

"ஏண்டா...?"

"அந்தம்மா விஜயா இதோட விடுவாங்கன்னு தோணலை! உணர்ச்சி வசப்படற பொம்பளை; எஸ்.ஐ. சரியா விசாரிக்கலைன்னு தோணிச்சுன்னா பட்டுன்னு மேலிடத்துக்குப் போக தயங்காது!"

"ஹஹஹஹ" என ஈறு தெரிய மீண்டும் பெருநகை!

"போகட்டுமேடா! என்ன மோசம் போச்சு; மேலிடத்திலே மட்டுமென்ன, மகாத்மாகாந்தியா அதிகாரியா இருக்காரு? இல்லை... கௌதம புத்தரா... ஹக்! அவங்களும் நம்ம ஆளுகதானே? மீசைக்காரரையும், மிஸ்டர் மில்க்கையும் விலை பேசறது பெரிய விஷயமா சொல்லு?" ராம்ஜெத்மலானியாக மடக்கினேன் பாபுவை. ஆனாலும், பாபுவின் முகத்தில் திருப்தி மிஸ்ஸிங்!

"இருந்தாலும், எங்கேயோ உதைக்குதுண்ணே?"

"ஊத்து! உதைக்காது" -சொல்லிவிட்டு குறும்பாகச் சிரித்தேன். பாபு கலவரம் குறையாமல் இருப்பதைப் பார்த்து விட்டு... "சரி...இப்ப என்னதான் செய்யணும்றே... சொல்லு" -பாபு தயக்கக் குரலில் "சொல்லி உபயோகமில்லை அண்ணே! நீங்க சம்மதிக்க மாட்டீக; வேணா சொல்லட்டுமா?"

"நோ! வேண்டாம்" -ஆணித்தரமாகச் சொன்னேன்!

"நீ என்ன சொல்லப்போறேன்னு தெரியும்டா... பாவம்! பிள்ளைத்தாச்சி பொம்பளை...."

77

சம்பத் மனைவி விஜயா ஒரு சுப்பிரமணியசாமி தீவிரத்துடன் போலீஸ் ஸ்டேஷன்களுக்குத் தீவிரமாய் அலைந்தாள். அங்கு திருப்தி கிடைக்கவில்லையென்றதும் திருவான்மியூர் படையெடுத்தாள், திரும்பத் திரும்ப!!

"ஏன் அண்ணே? போலீஸ் ஸ்டேஷனுக்கு பார்ட்டியை திருப்பிவிட்டா நமக்கு தொல்லை இல்லைன்னீங்க? அவ மறுபடி மறுபடி இங்கே வந்து லொள்ளு பண்றா... இப்பவும் சொல்றேன்! சனியனை கதையை முடிச்சுடுவோம்... வேறு எத்தனையோ பேரை சொன்னேன்... நீங்க கேட்கலை! அதுவும் ரைட்டுதான்; ஆனா, இந்த விஷயம் அப்படி இல்லை... விஜயா போற வேகத்தைப் பார்த்தா வில்லங்கமா ஏதாவது முடிஞ்சுடுமோன்னு பயமாயிருக்குண்ணே! இந்த ஒரு விஷயத்திலே மட்டும் நான் சொல்றதைக் கேளுங்க" -விரலை ஆட்டி எச்சரித்தான் பாபு.

"கரெக்ட்தான் பாபு! ஆனா, வாயும் வயிறுமா இருக்கிற பொம்பிளையை எந்த அதிகாரியாவது இரக்கப்பட்டு கேஸை ஆழமா நோண்டினான்னா அவ்வளோதான்"

பதில் சொல்லவில்லை. கன்னத்தில் கைவைத்து கவலைப்பட வேண்டிய விஷயம்தான்.

மனதின் சிந்தனைப் பரண்களில் ஐடியாக்களைத் தேடினேன்.

"சங்கரண்ணே! இனிமே வேறு யாரையும் நான் கொல்லச் சொல்லலை... இந்த ஒரேயொரு தடவை மட்டும் நான் சொல்றதைக்கேளுங்கண்ணே..." பாபு லாலிபாப் குழந்தைபோல ஆனமட்டும் அடம்பிடித்தான்.

பாபுவுக்கு பதில் சொல்வதற்குள் வாசல் முன் ஆட்டோ நிற்கும் சப்தம். நிமிர்ந்து பார்த்தேன்; விஜயா!

"அண்ணே... நான் உங்க தங்கச்சி மாதிரி; என்னைக் கைவிட்டு ராதீங்கண்ணே; போலீஸ் ஸ்டேஷன்லே யாரைக் கேட்டாலும் 'சங்கர்மேலே புகாரா... அது வேஸ்ட்டுமா! அதுக்குப்பதிலா நீ அவரு கால்ல கையில விழுந்து அவரையே கண்டுபிடிச்சுத்தரச் சொல்லு! இங்கே வரதே வீண்; அவரு மனசு வச்சா உன் புருசன் கிடைப்பான்... அவராண்டே போய் கேளு போ'ன்னு விரட்டறாங்கண்ணே... உங்க

கால்லே விழுந்து கேட்கறேண்ணே.. வயித்துப் பிள்ளைக்காரி நான்! எம்மேலே கொஞ்சம் இரக்கம் காட்டுங்க; ஏரியாவிலே ஏழைபாழை களுக்கெல்லாம் எவ்வளவோ உதவி செஞ்சுருக்கீங்களாமே... நானும் ஒரு ஏழைதான்! கைவிட்டுராதீங்க அண்ணே" என்று தழுதழுத்த குரலில் பேசி முடித்தவள் வாயிலும் வயிற்றிலும் அடித்துக்கொண்டு ஹோவென கதறி அழுதாள்.

என்ன செய்வதென்றே தெரியவில்லை... எச்சிலைக் கடித்து விழுங் கினேன். அவள் சொன்னதெல்லாம் என்னவோ உண்மைதான்...!

ஏரியாவுக்கு நான்தான் காட்பாதர்! எத்தனையோ குழந்தைகள் தந்தை இழந்தபோது, "பயப்படாதே! என்னை உன் அப்பாவா நினைச்சுக்கோ... நான் கஞ்சி ஊத்தறேன் உனக்கு" என்றிருக்கிறேன்.

மகனை சாகக்கொடுத்த தாய்மார்களிடம் 'என்னை உன் மகனா நினைச்சக்க ஆத்தா' என்றிருக்கிறேன் வாஞ்சையோடு.

"என்னை உன் அண்ணனா நினைச்சுக்க..." என்று கனிவுடன் பேசி சேர்த்துக்கொண்ட தம்பிமார்கள் உண்டு!

இவளுக்கு என்ன ஆறுதல் சொல்வது?

'என்னை புருஷனா நினைச்சுக்கம்மா' என்று சொல்வது, எரியும் கொள்ளியில் எண்ணெய் ஊற்றினதாக அல்லவா ஆகும்?

எஸ்.பி. ஆபிஸ் போய் டி.எஸ்.பி. தங்கய்யாவிடம் சென்று ஒரு ரிப்போர்ட் கொடுக்கும்படி சொன்னேன். அவள் கண்ணீர் ப்ளஸ் கம்பலையுடன் புறப்பட்டுப் போனாள். போகும்போது "அங்கேயும் சரிப்படலைன்னா திரும்ப உங்க கிட்டேதாண்ணே வருவேன்...நீங்கதான் அதுக்குப் பொறுப்பு..." என்றாள்.

அவளது ஆட்டோ புள்ளியாய் மறையும் வரைக்கும் அதை வெறித்துப்பார்த்துக்கொண்டிருந்துவிட்டு பெருமூச்சு விட்டேன்!

"சொல்லுங்கண்ணே.. எப்ப வச்சுக்கலாம்?" -பாபு கேட்டான்.

"என்ன கேட்கறே? எதை எப்ப வச்சுக்கலாம்?"

"இந்த பொம்பிளையோட அக்கவுண்ட் க்ளோஸ் பண்றதைதான்... பார்த்தீங்க இல்ல... கொடுக்கிற துயரத்தை? எஸ்.பி. ஆபீலேயும் சரிப் படலைன்னா திரும்ப இங்கேதான் வருவேன்னுட்டுப்போறா?"

"இதை மட்டும்தான் பாத்தியா பாபு? எவ்வளவு உரிமையா அண்ணன் அண்ணன்னு உருகுது அந்தப்பொண்ணு? அவளைப் போய் எப்படி? எதிர்க்கிறவங்களை தவிர வேற யாருக்கும் என்னாலே கெடுதல் செய்யமுடியாது பாபு... அதனாலே"

"அதனாலே?"

"விஜயாவைக் கொல்ற எண்ணத்தை மறந்துடு... பிரச்சினை வராம நான் பார்த்துக்குறேன்"

"எப்படிண்ணே? எப்படி பார்த்துப்பீங்க...? இப்ப அ.தி.மு.க.

ஆட்சி கூட இல்லை! அது இருந்தாலாவது மந்திரிங்க எவனையாவது உதவிக்கு கூப்பிடுவீங்க..."

"மந்திரிங்க இல்லைன்னா என்ன? அதிகாரிங்க கூட பழக்கமில்லையா நமக்கு..? இருக்கிறதிலேயே டாப்பான ஆபீசரை இன்னிக்குப் பார்த்து சரிகட்டிடறேன்... போதுமா?"

வரவேற்பறையில் அவருக்காகக் காத்திருந்தேன்.

பாசுரத்தின் பெயர் கொண்ட தோள்பட்டையில் டாலடிக்கும் நட்சத்திரங்களும் சட்டைப் பையின் மீது கலர்கலராக மெடல்களும் உடைய- அந்த அதிகாரி, வீட்டின் உள்ளே ஏதோ வேலையாயிருந்தார்! அதிகாரி கொஞ்சம் ஜொள்ளு பார்ட்டி! உயர்ந்த ரக பெண்ணுக்காக அவ்வப்போது அபூர்வமாய் என்னை அணுகுவார். ஆனால் அவர் கூப்பிடாமல் நான் அவரை வலிய தேடிச்செல்வது இதுதான் முதல்முறை!

அதற்குக் காரணம் சம்பத் மனைவி பார்வையில் தட்டுப்படுகிற ஸ்டேஷனில் எல்லாம் புகார் கொடுத்துக்கொண்டிருக்கிறாள். யாரேனும் நடவடிக்கை எடுத்தால் போச்சே!

அந்த பயத்தில்தான் அவரைத் தேடிவந்தேன். அதிகாரி கேட்கும் பெண்ணை சப்ளை செய்வது... ரகசிய படம் எடுத்துவிடுவது! என்பதே என் திட்டம்.

அமைச்சர்கள் துணையும் இல்லாத சமயத்தில் அதிகாரிகளைக் கைக்குள் வைத்துக்கொள்வதுதானே சரி!

புன்சிரித்து வரவேற்ற ஆபீஸர், நான் எதிர்பார்த்தபடியே நட்சத்திர ஓட்டலில் அறையும் 'துணைக்கு' ஒரு நட்சத்திரத்தையும் கேட்டார். அணுஅணுவாக அழகாயிருக்கும் 'ரா' நடிகை வேண்டுமென்றார்! ஒரு வாரம் கழித்து திரும்பிவந்த விஜயா அழத்தொடங்கும் முன்னே கையமர்த்தினேன். இப்போது படு தெம்பு மனதில் இருந்தது.

"என்னம்மா? எஸ்.பி. ஆபிஸ்லேயும் 'கேர்' பண்ணலை... அதானே? ஒண்ணு சொல்றேன்... இதான் கடைசி... இப்ப சொல்லப் போற இடத்திலேயும் கண்டுபிடிக்காம வுட்டாங்கன்னா அப்பவும் வந்து என்னைக் கேட்கக்கூடாது... நான் ஒன்றும் கடவுள் இல்லை.... மாக்ஸிமம் எதை செய்ய முடியும்? ...திரும்ப இங்கே வரக்கூடாது... இதற்கு சம்மதிச்சா ஒரு இடம் சொல்றேன்!"

"சொ... சொல்லுங்கண்ணே!" என்றாள் பலவீன குரலில்!

"நேரா கவர்னர் மாளிகை போ! இருக்கிறதிலே அவர்தான் டாப்! அவராண்ட போய் ஒரு மனுவைக்கொடு... அதிலும் சரிப்படலைன்னு இங்கே வரக்கூடாது... சரிதானா?" என்று யோசனை சொன்னேன்.

அந்த நிமிஷத்திலிருந்துதான் கஷ்டகாலம் பிடிக்கத் தொடங்கிவிட்டது!

78

என் வாழ்க்கையில் எத்தனையோ தவறுகளை சரியாக செய்திருந்தேன். ஒரேயொரு சரியானதை தவறாக செய்தேன். அதுதான் விஜயாவை கவர்னரிடம் அனுப்பியது.

கவர்னர் ஆட்சிதான் அப்போது நடந்து வந்தது. அவருக்கு இருக்கிற பிஸியில் இவள் மனுவைத்தான் கவனித்துக் கொண்டிருக்கப் போகிறாராக்கும் என்று அலட்சியமாக நினைத்தேனே அது தவிர!.

விஜயா மனு கொடுத்தது மட்டுமல்லாமல் கவர்னரிடம் ஒரு பாட்டம் அழுது தீர்த்திருக்கிறாள்.

போலீசில் மனு கொடுத்து இரண்டு மாதமாகிறது. அவர்கள் எதுவுமே கண்டுபிடிக்கவில்லை என்ற மனுவின் வாசகம் கவர்னர் அலெக்ஸாண்டரை யோசிக்க வைத்தது. ஸ்பெஷல் போலீஸ் (சி.பி.சி.ஐ.டி.) வசம் கேஸை ஒப்படைத்து உடனடி நடவடிக்கைக்கு உத்தரவு போட்டார்.

காவலர்கள் முதலில் அள்ளிக்கொண்டு போனது பாபுவைத்தான். வாரம் பத்து நாட்கள் அவர்கள் ஏரியாவை ரவுண்ட் அடித்ததிலிருந்தே அவனுக்கு சந்தேகம். என்னிடமும் சொன்னான். நான்தான் அலட்சியப்படுத்தினேன்.

பெரிய போலீஸ் அதிகாரியோ என் கையில். நானோ அவரது பையில். பிறகு ஏன் பயப்பட வேண்டும் என்று அலட்சியம்.

போலீஸ் தூக்கிச் செல்லும்போதுதான் பாபுவுக்கு உறைத்தது. விஜயாவை அலட்சியமாக விட்டுவைத்த நம்புத்தியை செருப்பால அதுவும் அறுந்த செருப்பாலே அடிக்கணும்... என்று தோன்றியது.

“த... பாரு! சங்கருக்கு இருக்கிற அரசியல் செல்வாக்குக்கும் பணத்துக்கும் எப்படியாவது தப்பிச்சுடுவான். வம்பா நீ மாட்டிக்கப்போறே. கம்பி எண்ணப் போறே. ஒழுங்கா நடந்ததெல்லாம் சொல்லிடு. அவ்வளவுதான்... அவனது கலவரக் கண்கள் மேலும் சிலோன் ஆனது.

மார்பு டீசல் ஜெனரேட்டர் கணக்காய் ஜுராசிக் ஓசையுடன் அடித்துக்கொண்டது. ஒரு மாபெரும் சரக்குக் கப்பல் கவிழ்ந்தது

போல் திடுக்கிட்டான்.

ஏற்கனவே அவன் மீது ஒரு கொலை கேஸ் உண்டு. இப்போது இதுவும் சேர்ந்துகொண்டால் அவ்வளவுதான். இ.பி.கோ., ஈ.பி.கோ., உ.பி.கோ., ஊ.பி.கோ., என்று அத்தனை பிரிவுகளிலுமாக கைமா பண்ணிவிடுவார்களே... அரண்டான்.

கவர்னர் ஆட்சி முடிந்ததும் தேர்தல் வரும். சீட் கிடைக்கும். பதவி கிடைக்கும் என்று சப்புக்கொட்டியதெல்லாம் வேஸ்ட்தானா? கடைசியில் மிஞ்சுவது சிவலோக பதவிதானா?

கல்யாணத்திற்கு போட்ட பந்தல் முகூர்த்த நேரத்தில் தீ பற்றிக்கொண்ட மாதிரியல்லவா இருக்கிறது?

சங்கர் எப்படியும் தப்பிடுவான் என்கிறார்களே...! இவர்கள் சொல்வதும் நிசம்தான். அவன் மேலிடத்துக்கு வேண்டியவன். எல்லா மட்டத்திலும் மு.புள்ளிகளுடன் பழகி வைத்திருக்கிறான். இதோ இப்போதைய விசாரணைக்குக்கூட நம்மைத்தானே கூட்டி வந்திருக்கிறார்கள். அவனை இல்லையே...?

திடீர் பஸ் கட்டண உயர்வு மாதிரி திடீர் ஞானம் ஏற்பட்டிருக்கிறது பாபுவுக்கு.

"என்னை எதுவும் செய்யாதீங்க ஸார்.ஆறு கொலைகளையும் பற்றி சொல்லிடறேன்"

அவன் சொன்னதைக் கேட்டதும் ஒரு ஆபீசருக்கு முகத்தில் பேயறைந்தது மாதிரி தூக்கிவாரிப்போட்டது. இன்னொருத்தருக்கோ பிசாசு அறைந்த மாதிரி...! இதென்னடா வம்பு. சம்பத் என்ற ஒருவனை காணோமென்று விசாரித்துக் கொண்டு வந்தால் இவன் ஆறு கொலைகள் என்கிறானே?

புளியங்காய் தேடி வந்தவர்களுக்கு புதையலே கிடைத்தது.

ஃப்யூஸ் போன வீட்டில் திரும்ப வந்த வெளிச்சம் மாதிரி அவர்கள் பிரகாசமானார்கள்.

"**அ**து மட்டும் இல்லை ஸார்... சோபாவுக்குள்ளே ஐநூறு ரூபா நோட்டா இருபத்தைஞ்சு லட்சம் வச்சிருக்கான்...!? போட்டோ ஆல்பம் இருக்கு. பூரா பலான படங்கள். நடிகைங்களும் பெரிய பெரிய ஆட்களும் கூத்தடிக்கிற படங்கள். எல்லாத்தையும் சொல்லி டறேன். என்னை அப்ரூவர் ஆக்கிடுங்க ஸார். எந்த கோர்ட்டிலே கேட்டாலும் அவ்வளவு உண்மைகளையும் சொல்லிடறேன்."

பாபு சொன்னது அவர்களுக்கு காதுகளில் புளியங் கொட்டைப் பசையை காய்ச்சி ஊற்றின மாதிரி வலித்தது.

"நீ எல்லாத்தையும் சொல்ல வேணாம் பாபு. நாங்க சொல்லிக் கொடுக்கிறதை மட்டும் சொல்லு போதும். மற்றதையெல்லாம் நாங்க பார்த்துக்கிறோம். உம்மேல ஒரு கேஸூம் இருக்காது. ஏன், ஏற்கனவே உம்மேல நடக்கிற கொலை வழக்குகூட கேன்சலாயிடும்;

போதுமா?"

சங்கர் கேஸை விசாரித்தவர்களுக்கு சகட யோகம்!

போலீஸ் லாரி லாரியா வந்து குவிந்தது திருவான்மியூரில். பாபு அடையாளம் காட்டின இடங்களெல்லாம் தோண்டப்பட்டன.

சுவற்றுக்குள்ளிருந்தும் தரையிலிருந்தும் எலும்புக்கூடுகள் தோன்றிய வண்ணம் இருந்தன.

மொத்த தேசமும் திருப்பிப் பார்த்தது.

ஏரியா ஜனங்கள் ஆடிப்போனார்கள். என்னுடன் தொடர்புள்ளவர்கள், பழகியவர்கள் அத்தனை பேரும் அவதிக்குள்ளானார்கள்.

"என்னது... ஏழு லட்சம் கொடுக்கணுமா?" -அதிர்ந்தார் தண்ணீர் தண்ணீர் நடிகை.

"ஆமா... ஒரு மிகப்பெரிய கிரிமினலோட காமிராவிலே உங்க படம் பதிவாகியிருக்கு. அதுவும் முழு நிர்வாணப் படம். உங்ககூட இருந்த வி.ஐ.பி.கிட்டேயும் வசூல் பண்ணிட்டோம். தர மறுத்தா என்ன ஆகும் தெரியுமா...? சங்கரை மிகப்பெரிய காதல் மன்னனா எக்ஸ்ப்ளாய் பண்ணியிருக்கோம். அப்படிப்பட்டவனோட காதலி நீங்கன்னு ஜோடிக்க அஞ்சு நிமிஷம் ஆகாது. உங்க சொத்தையெல்லாம் இழந்தாலும் உங்களை காப்பாத்திக்க முடியாது. என்ன சொல்றீங்க?"

"ஐயையோ வேணாம்..." -பதறிப்போனார்.

கண்களில் மளுக்கென்று சுலப குளம். பாவி, பாவி, ஏழாயிரம் கொடுத்து கூட்டிட்டுப் போயிட்டு இப்ப ஏழு லட்சம் அழ வச்சுட்டானே அந்த சங்கர். அவன் தலையிலே கொள்ளி வைக்க...

"போனா போகட்டும்னு கொஞ்சமா கேட்கிறேன். போட்டோவுலே கொடுத்திருக்கிற போஸுக்கு இன்னும் எவ்வளவு வேணா கேட்கலாம். என்ன சொல்றீங்க? தரமுடியுமா? முடியாதா?"

"ஐயோ... தரேன்! நிச்சயமா தரேன். அதுக்கப்புறம் தொந்தரவு எதுவும் இருக்காதே?"

"இருக்காது. பணத்தைக் கொடுத்ததும் உங்க நெகடிவ்வை கையிலே கொடுத்துர்றேன்... ஆனா, அதே வி.ஜி.பி. காட்டேஜ்ல வச்சுதான் கொடுப்பேன். போட்டோவிலே இருக்கிறதெல்லாம் இருக்கிறதான்னு ஒரேயொரு தடவை பார்க்கணும்... தட்ஸ் ஆல்"-கண்களில் காமத்துடன் குரூரமாகச் சிரித்தார் அதிகாரி.

நடிகை முகம் வாடல் கத்தரிக்காய் ஆனது.

"வி.ஜி.பி. காட்டேஜ்ஜிலேயா...? அதை திரும்ப யாரும் படம் பிடிக்காம இருக்கணுமே?"

பெரிய ஹாஸ்யம் கேட்டது போல் விழுந்து விழுந்து சிரித்தார்

ஆபீசர்.

ஒரு மாதம் வரை முகத்தை துணியால் மூடியே கோர்ட் விசாரணைக்கு கூட்டி வரப்பட்டேன்.

எல்லாம் ஏற்கனவே விசாரித்து தேவைப்பட்ட பாதையில் செலுத்தப்பட்ட வழக்குதான்.

ஆனாலும் அப்போதுதான் கைது செய்வதுபோல ஒரு ஓரங்க நாடகம்.

பிணங்களை தோண்டி எடுத்ததை பேசிக்கொள்ளாத ஜனங்கள் இல்லை. அந்தக் குழிகளை படம் போடாத பத்திரிகை இல்லை. புதைத்த மர்மங்களைத் தோண்டும் போதே பல மர்மங்கள் தோண்டிப் புதைக்கவும் பட்டதை யார்தான் அறிவார்?

நான் மட்டுமா, மோகன், ஜெயவேல், ராஜாராம், எல்டின், செல்வராஜ், ரவி, பழனி, பரமசிவன், சிவாஜி என்று ஒரு பட்டாளத்தையே கைது செய்தனர்.

பழனி டிங்கர் வேலை பார்த்தவன். குடும்பஸ்தன். ஏரியாவில் பெரிய மனிதன் என்பதால் என்னுடன் பழகினானே தவிர, எந்த சட்ட விரோத செயலோடும் தொடர்பில்லாத ஆசாமி; ஆறு கொலைகள் பற்றி ஏதுமறியாதவன். ஏன், எனது சாராயம், விபச்சாரம் போன்ற அழுக்கான வியாபாரங்களுடன் ஒரு தொடர்பும் வைத்துக் கொள்ளாதவன்.

ஏரியாவாசி என்பதால் பரஸ்பரம் பழகியுள்ளான். அவ்வளவே! ஆனால், பழனிக்கும் கூட செங்கல்பட்டு கோர்ட்டில் ஆயுள்தண்டனை கிடைத்தது (பிற்பாடு ஐகோர்ட் தீர்ப்பில் விடுதலையடைந்தது வேறு விஷயம்)

குற்றங்களோடு சம்பந்தமேயில்லாதவன் போலீசுக்குச் சாதகமாக வாக்குமூலம் தந்தது எப்படி?

அடி! மிருகத்தனமான விசாரணை முறை;

பழனி மட்டுமா, கேஸில் பலரது கதையும் இதுதான்! விசாரணை என்ற பேரில் அவர்களைத் தூக்கி வாலிபால், ஃபுட்பால்,

டென்னிஸ் என்று பலவகைப் பந்துகளாடி....

உடம்பு நெடுக முள்ளங்கிகளும் மரவள்ளிக்கிழங்குகளும் பயிரிட்டால் யார்தான் வழிக்கு வரமாட்டார்கள்?

வெற்று நெருப்பிலே வாட்டின சுக்காரொட்டி மாதிரி வெந்து போன விசாரணைக் கைதிகள் வழிக்கு வந்ததில் வியப்பே இல்லை.

லலிதாவை நான் கொலை செய்யக் காரணம் அவளது கள்ளக் காதல்! தலைமலையான இன்ஸ்பெக்டருடன் அவள் ரகசியமாக தேக சிநேகிதம் வைத்திருந்ததால் ஆத்திரமாகி முதல் கொலை செய்தேன். எனது கோஷ்டியை சேர்ந்த அத்தனை பேரும் இதைச் சொன்னதும் பதறிப் போனது போலீஸ்!

கேஸ் இந்த பாதையில் போனால் இன்ஸ்பெக்டரும் அல்லவா மாட்டிக் கொள்வார்!

ஆகவே லலிதாவுக்கும், சுடலைக்கும் கள்ளக் காதல் என்று கதை சிருஷ்டிக்கப்பட்டது.

இ.பி.கோ.விற்கு ஈஸ்ட்மென் கலரில் வண்ணம் பூசப்பட்டது.

நான் புதுசாக வீடு கட்டி கிரஹப்பிரவேசம் நடத்தின போது விழாவை வீடியோ படம் எடுத்திருந்தேன்.

இப்போது கைதானதும் அந்த கேசட்டை பறிமுதல் செய்தது சி.பி.சி.ஐ.டி!

விழாவிற்கு வந்திருந்த காக்கி யூனிஃபார்ம்களிடமும் பணம் வசூலிக்கத் தவறவில்லை. மிஸ்டர் மில்க்கின் மனைவி ரேணுகாதேவிதான் குத்துவிளக்கு ஏற்றி விழாவை துவக்கி வைத்தார்.

சமண மதமும் அம்மண மதமும் ஆன அம்மணி நான் மாட்டிக் கொண்ட பிறகு என்ன ஆனார் என்பதே தெரியவில்லை! மேலதிகாரி இப்போது வேறொரு பெண்ணுடன்;

மொய் வாங்குவதை மட்டுமே வழக்கமாகக் கொண்டவர்களை மொய் கொடுக்க வைத்தது அந்த வீடியோ கேசட்!

தலைமலையான அதிகாரியும் அந்த வகையில் 'நன்கொடை கொடுக்க வேண்டியதாயிற்று. விழாவிற்கு அவரும் வந்திருந்தாரே!

லலிதாவுடன் அவருக்கு இருந்த உறவை, கேஸில் கொண்டு வராமல் இருப்பதற்காக இன்னும் கொஞ்சம் பிரசாதம் கொடுத்தார் பாவம்! அதனாலென்ன... தலையில் தொப்பி இருக்கிற வரைக்கும் இழந்ததைச் சம்பாதிப்பதில் கஷ்டம் ஒன்றும் இருக்காது!

இன்ஸ்பெக்டரைக் காப்பாற்றுவதற்காக வழக்கு கிழக்கை விட்டு மேற்கு நோக்கி நகர்ந்தது. அடிப்படையே மாறிப்போனது!

சுமதி, இவளை எனது 'வளர்ப்புமகள்' என்று சொல்லலாம்! சொந்தத் தாயான 'ஜோதி' என்பவளால் விபச்சாரம் செய்ய கட்டாயப்படுத்தப்பட்டவள் சுமதி; அதற்கு மனம் சம்மதிக்காமல் என்னிடம் வந்து கெஞ்சினாள்.

"என்னை விபச்சாரி ஆக்கினா, தூக்குப் போட்டு செத்துப் போயிடுவேன். எனக்கு அதிலே இஷ்டம் கிடையாது குடும்பம், குழந்தை, குட்டின்னு இருக்கத்தான் இஷ்டம்! ஆனா நாலு வருஷமா என்னை எப்படியாவது இப்படியாக்கிடணும்ன்னு அம்மா முயற்சி பண்ணுது! சதா சண்டைதான்...! தாயாரா இவ? தெரியாத்தனமாக இவ கூட ஓடி வந்துட்டேன்... உங்களைக்கையெடுத்துக் கும்பிடறேன்... என்னைக் காப்பாத்துங்க ஸார்! உங்க வீட்டிலே ஒரு ஓரமா இடம் கொடுத்தா போதும். வேலைகளைக் கவனிச்சுக்கிட்டு நான் பாட்டுக்கு இருந்துப்பேன். என் கற்பு கெடாம இருக்கணும். அவ்வளவுதான்" என்றாள்

விபச்சார விடுதி நடத்தும் எனது பாவங்களுக்கு ஒரு பிராயச்சித்தமாக இருந்துவிட்டுப் போகட்டுமே என்றுதான் அவளுக்கு அடைக்கலம் தந்தேன்.

வீடு வசதிகளுடன், அவளது கற்புக்கும் முழு பாதுகாப்பு கிடைத்தது.

நன்றிக்கடனாக சுமதி என் பெயரைக் கையில் பச்சை குத்திக்கொண்டாள். வீட்டில் என் போட்டோவையும் வைத்திருந்தாள். இது போதாதா போலீசுக்கு?

எனது நாலைந்து மனைவிகளில் அவளும் ஒருத்தி என்று எஃப்.ஐ.ஆர் எழுதினார்கள்!

திடீர் பிரேக் போட்ட டாக்ஸியாக கிரீச்சிட்டாள் சுமதி.

"நோ...! சத்தியமா அவர் என் புருஷனில்லை"

"அப்படின்னா பிராத்தலா நீ?" -கையை பிளேடால் அறுத்துக் கொண்ட... பி.சுசிலா குரலில் 'வீல்' என ஒரு கீச்சுக் குரலை ஒலி பரப்பினாள் சுமதி.

"ஐயோ! கிடையாது ஸார்... நீங்க நினைக்கிற மாதிரி பொண்ணு இல்ல நான்! குடும்பப் பொண்ணு! சங்கரண்ணன் எனக்கு அண்ணன் மாதிரி..."

"என்னடி கதையளக்கிறே! கையிலே அவன் பேரை பச்சை குத்தியிருக்கே. வீட்டிலே அவன் போட்டோ இருக்கு! அவனுக்கும் உனக்கும் என்ன உறவுன்னு கேட்டா, என்னவோ சினிமா கதை சொல்றே! குடும்பப் பெண்ணுக்கு இவனான்ட என்ன வேலை...? ஆமா... கழுத்திலே தாலி கட்டியிருக்கிறே... புருஷன் யாரு?"

"பு... புருஷன் இல்லை?"

"இல்லேன்னா? ஓடிப்போயிட்டானா?"

"இன்னும் கல்யாணமே ஆகலை! ஒரு பாதுகாப்புக்காக தாலி எனக்கு நானே கட்டிக்கிட்டேன்" -சம்மர் கிராப் தலையை சரமாரியாக சொறிந்து கொண்டார் அதிகாரி.

"இதென்னடா புதுக்கதையாயிருக்கு... இவளே இவளுக்கு தாலி

கட்டிகிட்டாளாமில்லே... ஏன் ஊரிலே ஆம்பிளைங்களே இல்லையா... சுகுமார், இவளை அந்த டார்க் ரூமுக்கு இழுத்துகிட்டு வா... இன்னும் என்னவெல்லாம் இவளா கட்டிகிட்டிருக்காள்ன்னு பார்த்துடுவோம்."

அணைக்காத சிகரெட்டை அழுத்தமாய் மிதித்த மாதிரி துள்ளித் துடித்தாள் சுமதி.

"ஸார் சத்தியமா சொல்றேன். நீங்க நினைக்கிற மாதிரி பெண் இல்லை நான்! குடும்பப் பொண்ணு! சங்கரண்ணன் பொம்பிளை களை வச்சு தொழில் நடத்தினாலும் நான் இங்கே பரிசுத்தமாதான் இருந்தேன். விபச்சாரியாகிறதுக்கு பதிலா தற்கொலை செய்துப் பேன்னு அவர் கிட்டேயே சொன்னேன். இங்கே நான் பத்திரமா தான் இருந்தேன்...! யார்கிட்டே வேணாலும் கேட்டுப் பாருங்க."

காவலர்கள் அவளைக் கூர்மையாகப் பார்த்துக் கொண்டிருக்க எஸ்.ஐ. மட்டும் பேசினார்.

"ஆக... பிராஸ்டிட்யூட் ஆகக் கூடாதுன்னு உனக்குப் பிடிவாதம்! அப்படித்தானே? ரைட்... இப்ப நாங்க சொல்றபடி கேக்கலைன்னா நீ அதுதான் ஆக வேண்டி வரும். என்ன சொல்றே?"

சுமதி குலை நடுக்கத்துடன் "இல்லை ஸார்... என்ன செய்யணுமோ சொல்லுங்க"

அவர் சொல்லச் சொல்ல சுமதிக்குக் கண்களை இருட்டிக் கொண்டு வந்தது. அவள் தரவேண்டிய வாக்கு மூலத்தைத்தான் அவர் சொன்னார்.

வாக்குமூலமா அது? புறம் போக்கு மூலம்!

அபாண்டமாக என்னை சித்தரித்த ஸ்டேட் மெண்ட்.

காப்பாற்றியவனுக்குத் துரோகம் செய்வதா? சுமதி திக்முக்காடினாள். மனசுக்கும் மனசாட்சிக்கும் மத்தியில் கபடி விளையாட்டு!

சுயநலம் ஜெயிப்பதுதானே எப்போதுமே வாடிக்கை?

சுமதியின் வாக்குமூலம் எனது தூக்குக் கயிறு இறுகக் காரணமானது.

அது கூட சோகமல்ல...!

சுமதி இப்போது செய்து வருவது விபச்சாரத் தொழில்தான்! ஒரு கிரிமினலால் அவளைக் கற்பரசியாக வைத்திருக்க முடிந்தது. காவலர்களால் முடியவில்லை.

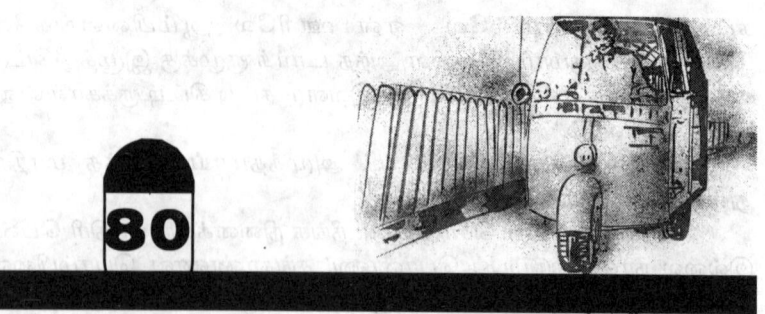

80

அதுநாள் வரை போலீஸ் ஃபைல்களில் என் மீது ஒரு கேஸும் இல்லை. சாராயம் விற்றதற்காகவோ, மாமா வேலை பார்த்ததற்கோ, ரௌடி என்பதாகவோ ஒரு சின்ன அடையாள குறிப்புகூட இல்லை ஸ்டேஷன் ரிக்கார்டுகளில். ஆறு கொலைகள் செய்தவன் என்பது கண்டு பிடிக்கப்பட்டதும் என் தொழில்களை தோலுரித்துக் காட்டினது போலீஸ்.

இத்தனை தவறுகள் செய்ததாக சொல்கிற போலீஸ் ஏற்கனவே ஏன் எஃப்.ஐ.ஆர் எழுதவில்லை? அதை செய்யத் தவறிய காவலர்களை அரசு ஏன் தண்டிக்கவில்லை என்பதெல்லாம் பெரும் மர்மம்.

அபாயம் நெருங்குவது தெரிந்ததும் மோகன் முதல் வேலையாக விடுதிப் பெண்களை வரவழைத்தான். "உடனே இங்கிருந்து விலகிப் போய்விடுங்கள்... சீக்கிரம்."

அவர்களுக்குத் தூக்கிவாரிப்போட்டது. இதென்ன ஈரான்-ஈராக் போர் மாதிரி திடீர் அறிவிப்பு.

பூரா பெண்களும் தப்பான பிளாட்பாரத்துக்கு வந்துவிட்ட ரயில் மாதிரி திருதிருவென விழித்தனர். விலகிப்போகணுமா... எதற்கு?

விளக்கம் சொல்லவெல்லாம் அவகாசம் இல்லை... அவனுக்கு! சடுதியில் துரத்தினான்.

விடுதிப்பெண்கள் தலைமறைவானது தெரிந்து கடுப்பாகிப் போனது காவல்துறை.

பால்பாயிண்ட் ஸ்பிரிங் மாதிரி எகிறிக்குதித்தார் தலைமலை. ஆயிரம் மில்லி அடித்துவிட்டு வந்தது போல் சிவப்பாக முறைத்தார். கட்டளைகள் பறந்தன.

காணாமற்போன பெண்களில் பலர் சீக்கிரமே கிடைத்து விட்டனர். ரெகுலர் கஸ்டமர்களே போலீஸ்தானே! பிடிப்பதில் பெரிய சிரமம் ஒன்றும் இருக்கவில்லை. பிடிக்கவே முடியாமற்போக இவர்களென்ன சந்தன வீரப்பனா?

ரேகா, சாந்தி, விஜயா, புவனி, கமலா, அஷீனாபேகம் என்று கலர் கலராய் மூலைக்கொன்றாக பிடித்து வந்தனர்.

அகப்பட்டு சீரழிந்ததெல்லாம் சின்னச் சின்ன அயிரை மீன்கள்தான்.

நடிகைகள், ரேணுகாக்கள் போன்ற திமிங்கலங்கள் கப்பம் கட்டிவிட்டு காட்சியிலிருந்து விலகி ஓடின.

பல பெண்களை வைத்து தொழில் நடத்தினாலும் ரெண்டு பேர் மட்டும் என்னிடம் மிகவும் கடமைப்பட்டிருந்தனர்.

ஒன்று சுமதி; கற்புக்கு ஒரு சென்டிமீட்டர் அபாயம் கூட வராமல் பாதுகாத்த என்னை தெய்வமாகப் போற்றினாள்.

மற்றவள் மது!

ப்ளூலாகூன் ஹோட்டலில் மூன்று, நான்கு வாட்டசாட்ட வாலிபர்கள் 'ஒரு ஜனநாயக முற்போக்கு கூட்டணி' அமைத்து மதுவை லாட்ஜ் அறையில் வைத்து மிருகவேட்டையாட முயன்றபோது என்னால் காப்பாற்றப்பட்டவள்...!

அந்த நன்றி உணர்ச்சியால் என் பெயரை கையில் பச்சை குத்திக்கொண்டவர்கள் மதுவும் சுமதியும்.

ஆட்டோமெடிக் காமிராவில் அண்ணனாக பாவித்த என்னோடு புகைப்படமெல்லாம் கூட எடுத்துக்கொண்டனர் ரெண்டு பெண்களும்.

சுமதியின் வீட்டில் மதுவின் போட்டோ பார்த்தவரின் கண்களில் ஒரு சந்திரசுவாமி வெளிச்சம். "இவ தேவிதானே...? இப்ப எங்கேயிருக்கா?"

அதிகாரி கேட்டதும் கஷாயம் குடித்த கர்ப்பஸ்திரி மாதிரி வேதனையடைந்தாள் சுமதி. அவள் பழங்கால சந்திரபாபுவாக மாறி ஜகா வாங்குவதற்குள் சுதாரித்தார் அவர்.

சுமதியின் முகத்தருகே அவரது உஷ்ண வீச்சு.

"சீக்கிரம் பதிலை சொல்றியா... இல்லை சேலை இல்லாம நிற்கப் போறியா?"

பதட்டத்தில் ஒரு குட்டி பங்கரா டான்ஸ் ஆடிவிட்டாள் சுமதி.

கண்ணிலிருந்து -கார்ப்பரேஷன் குப்பை வண்டிக் காளையின் கண்களிலிருந்து நீர் வெளிப்படுவது போல் ஏகமாய் ஜலம் பொங்கிற்று.

அதிகாரி உதட்டில் அரை இன்ச் புன்னகை. விலாசம் தெரிந்ததும் ஓர் உற்சாக விசில் அடித்தார்.

அந்தரங்க ஆல்பத்தில் ஒரு அ.தி.மு.க. வி.ஐ.பி.யுடன் மதுவும் இருந்தாள்.

அந்த வி.ஐ.பி. மதுவும் சூதுவும் கொண்ட இன்றைய மந்திரி. பலான படத்தைக் காட்டி பிரமுகரிடம் பணம் கேட்க அவருக்கு மீசை ஏரியா கோபத்தில் துடித்தது.

''யோவ்... இருக்கட்டும். பதவிக்கு வந்ததும் உன்னை

கவனிச்சுக்கறேன்...” கறுவினார்.

‘மந்திரியுடன் இருந்த மது இல்லையா இவள்...?’ ஆபிஸர் மனசுக்குள் கணக்குப் போட்டார்.

டி.வி.யில் தடங்கல்களுக்கு வருந்திக்கொண்டே நடுநிசியில் நிகழ்ச்சியும் நடப்பது போல வசூல்களுக்கு மத்தியில் கேஸை ஜோடிக்கிற வேலையும் நடந்தது.

ஒரு மேஜையின் மீது சகலவிதமான திட்டுத்திட்டான பவுடர்களுடனும், ஜிகினாக்களுடனும் கண்ணைப் பிடுங்குகிற ஒரு பிராவையும் ஜட்டியையும் போட்டுக்கொண்டு பூரான் புகுந்த முதுகை நெளிப்பது போல் நெளிந்து கொண்டிருந்தாள் மது. இடம்: பெங்களூர். தொழில் கிளப்டான்ஸ்.

அவள்தான் மது என்று ஊர்ஜிதமானதும் உடை மாற்றக்கூட இடந்தரவில்லை போலீஸ். அப்படியே அள்ளிக்கொண்டு வந்தனர்.

ஒரு நாற்காலி மீது- சரியாகச் சொன்னால்- ஓர் மூன்றரையே காலி மீது உட்கார்த்தினர்.

மீசைக்கு இடையே அகப்பட்ட ஏரியாவில் சற்று முகமும் வைத்துக்கொண்டிருந்த அதிகாரியின் கண்கள் அவளை ஒரு டோட்டல் சர்வே செய்தன.

டியூப்லைட் பல்லி மாதிரி ஏக தளதளப்பு காட்டினவளைப் பார்த்து உள்ளுக்குள் எச்சில் ஊறினது.

“இதோ பாரு... சங்கர் கேஸிலே உன்னையும் ஒரு எவிடன்ஸா சேர்த்துக்கப் போறேன்...! நான் சொல்கிற ஸ்டேட்மெண்ட்டை நீ கோர்ட்டிலே சொல்லணும்... என்ன சொல்றே...?

“ச... சங்கரண்ணன் ரொம்ப ரொம்ப நல்லவரு ஸார்...”

“ஆமா! பெரிய ஆதிசங்கரர்! நான் சொல்றதை கேட்பியா என்ன... நாயி”

அவர் வாய் வார்த்தை வாயில் இருக்கும்போதே கை பிரம்புக்குப் போனது.

முட்டியில் ஒரு ஜலதரங்கத்தட்டு தட்டினார். சுற்றிலும் ஏட்டுக்கள் எங்கே இருந்தனர்? ஏழெட்டு ஆனந்தராஜுக்கள், பொன்னம்பலம்கள், லிவிங்ஸ்டன்கள், ரகுவரன்கள்...

காமாட்சி கோயில் யானை மாதிரி ஆயிரம் துன்பத்தை வாய் பேசாமல் பொறுத்துக் கொண்டாள்.

ஆகக் கடைசியில் அடிமேல் அடி அடிக்க அம்மி நகர்ந்தது. மதுவும் சுமதியும் புருட்டஸ் ஆனார்கள்.

எனது இரண்டாவது மனைவி மூன்றாவது மனைவி என்றெல்லாம் சித்தரிக்கப்பட்டு என்னை காதல் மன்னனாக வெளிப்படுத்தும் சதிக்கு உதவினார்கள்.

வழக்கு நடந்த சமயத்தில் அந்த அதிகாரிக்கே ரெண்டாவது,

மூன்றாவது மனைவிகளாக வாழ்ந்தனர் ரெண்டு பெண்களும்.

பாபு அப்ரூவர் ஆனால் வேறொரு கொலை வழக்கிலிருந்து விடுவிக்கப்படுவதாக பேரம் பேசப்பட்டான். ஆறுமுகம், ரகு இருவருடன் சேர்ந்து பாபு நடேச நாடாரை கொலை செய்த பழைய வழக்கு அது.

தியாகராஜா தியேட்டர் அருகில் கடை வைத்திருந்தவர் நடேச நாடார். ஆல்பர்ட் தியேட்டர் உரிமையாளரின் மைத்துனர்.

ரொம்ப நாளாக நடந்த இந்த வழக்கில் பாபு விடுவிக்கப்பட்டான். அதற்கு விலையாக என் வழக்கில் சி.பி.சி.ஐ.டியினரின் விருப்பப்படி அவன் வாக்குமூலம் தரவேண்டும்.

உடன்பட்டான் பாபு. எப்படியோ ரெண்டு கொலை கேஸிலிருந்தும் விடுதலை கிடைக்கிறதே என்று சபலம்.

போலீஸை ஏமாற்றவில்லை பாபு. ஆனால் போலீஸ்...?

நடேச நாடார் வழக்கில் பாபுவை விடுவிக்கவில்லை; ஆயுள் வாங்கித் தந்தது.

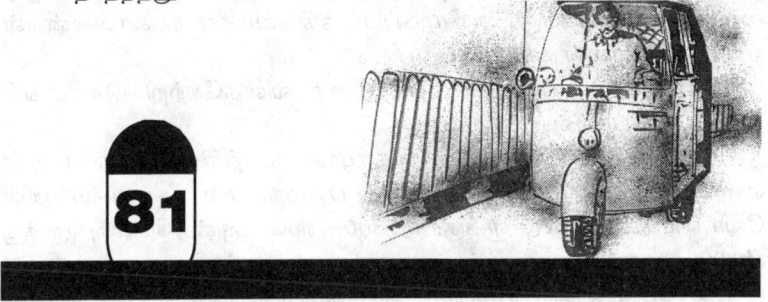

81

போலீஸ் பார்த்து முடிவு எடுத்துவிட்டால் புட்டபர்த்தி சாயிபாபாக்களை கேஸிலிருந்தும் காப்பாற்ற முடியும்; ஆட்டோ சங்கர் கேஸுக்கு காற்றடித்து பெரிதாக்கி 'காப்பு' போடவும் கூடும்.

எனக்கு நிழலாக கூடவே இருந்த பாபுவை மட்டுமா எனக்கு எதிராகத் திருப்பினார்கள். ப்ளூலாகூன் ஓட்டலில் என்னால் காப்பாற்றப்பட்ட மதுவும் அவனுக்கு எனக்கு முக்கிய சாட்சிகளில் ஒருத்தி ஆனாள்.

அவள் உடலிலிருந்த சிகரெட் தழும்புகள் கூட என் வக்கிர குணத்தால் ஏற்பட்டது என அவளையே சொல்ல வைத்தனர்.

என்னிடம் அட்சதை அரிசி வாங்கின மது வாய்க்கரிசியை எனக்குப் போட்டாள். நெஞ்சில் முள்ளும் நாக்கில் நந்தவனமும் கொண்டதுதான் இந்திய அரசியல் சட்டமோ?

பாபு, மது, தம்பி மோகன் என நெருக்கமானவர்களை யெல்லாம்... ஏன், என்னையே எனக்கு எதிராக திருப்பினார்கள்.

அழுது முடித்த பின்னும் ஆறாத சோகங்கள் இருப்பது மாதிரி

விழுந்துவிட்ட பிறகும் தீராத புதிர்கள் உண்டு.

என்னால் குத்தி கொலை செய்யப்பட்ட ஒரு பிரேதத்தை கழுத்தில் சுருக்கு போட்டு சாக அடித்ததாக கற்பூரம் அணைத்து சத்தியம் பண்ணியது சட்டம்.

'அத்துமீறல்' ரௌடிகளுக்கு மட்டுமல்லாமல் போலீசுக்கும் தேசிய சொத்தோ என்னவோ?

அதனால்தானே கிரிமினலை பதுக்கி வைக்கவும் பிதுக்கி எறியவும் முடிந்தது.

என்னை ஏ-ஒன் விருந்தாளியாக வைத்திருந்த அதே போலீஸ்தான் கோர்ட்டுக்கு ஏ-ஒன் (அக்யூஸ்டு நம்பர் ஒன்று) என்று கூட்டி வந்தது.

குற்றவாளிக்கூண்டில் குழுவினருடன் ஏற்றப்பட்டேன். கோர்ட்டிலும் தான் எவ்வளவு தினுசு தினுசான காட்சிகள் அரங்கேறின.

இருட்டு வானத்தின் கீழ் ஒரு குருட்டு வாழ்க்கையின் சில சதுர மைல்களை எனக்கு அறிமுகப்படுத்தியவர்களை காவலன்கள் என்பதா? 'காலன்'கள் என்பதா?

எனது சாராய வியாபாரத்தை விளக்கேற்றி தொடங்கி வைத்தது போலீஸ்தான்.

பெண்களை வைத்து தொழில் நடத்தியபோது பவுன் எஸ்.ஐ.க்கு ரூ.2,000- ரைட்டர் பத்மநாபன், கான்ஸ்டபிள் லோகநாதன் இவர்களுக்கு ரூ.1,300- ஸ்டேஷன் செலவுகளுக்கு ரூ.1,000- என வாராவாரம் படியளந்தவன் நான்.

ஸ்டேஷனுக்கு சர்க்கார் செலவழித்ததைவிட நான் செலவு செய்தது அதிகம்.

ஏழு வருட சிறை வாழ்க்கையின் போதும் நான் சந்தித்தது ஏகப்பட்ட அனுபவங்கள்... முதன்முதலாக சென்னை மத்திய சிறையிலிருந்து கூட்டத்தோடு தப்பித்தவன் என்ற 'பரமவீர சக்ரா'(!!) விருது பெற்றவன் நான்தான்.

பிடிபட்டதும் செங்கல்பட்டு ஜெயிலுக்கு கொண்டு செல்லப்பட்டேன். பயத்தினால் அந்த சிறைச்சாலையின் சுவர்களை உயரமாகக் கட்டினார்கள்- இப்படி எத்தனையோ வேடிக்கைகள். தப்பின நான் பிடிபட்ட போதும் "சிறைச்சாலைக்குள் இருப்பது ஆட்டோ சங்கரே அல்ல... அவனை போலீஸ்காரர்கள் கொன்றுவிட்டனர்'' என்று சட்டசபையில் வீராவேசமாக முழங்கினார்கள் இரண்டு எதிர்க்கட்சி எம்.எல்.ஏ.க்கள். அவர்கள்

1. எஸ்.ஆர். பாலசுப்பிரமணியன்
2. ஜெயலலிதா

நாடே அல்லோலகல்லோலப்பட்டது.

தி.மு.க. அரசு அரண்டுபோய் இஸ்மாயில் கமிஷனை அமைத்து புலன் விசாரிக்க உத்தரவிட்டது.

சிறையிலிருந்து தப்பித்ததும் நான், தேவி, ராஜா, சுண்டல் குமார் மாட்டினோமே தவிர மோகன், வெங்கடேசன், செல்வராஜ் சிக்கவில்லை...!

கூட்டத்தை விட்டுப் பிரிந்த செல்வராஜ் நேராக மாதுங்கா (பம்பாய்) போனான்.

செல்வராஜ் மதுரைக்காரன். 1986-ல் சென்னை வந்து என்னுடன் செட்டில் ஆனவன். இப்போது ஜெயில் விட்டு தப்பித்ததும் மாதுங்கா புறப்பட்டுப் போய் அங்கேயிருந்து தனது பழைய மதுரை நண்பர்களைத் தேடிச் சென்றான்.

தேடிக் கண்டு பிடித்ததும் அவர்கள் பலமாக வரவேற்றனர். செல்வராஜ் கொலை கேஸில் தேடப்படுகிற விஷயம் அவர்களுக்குத் தெரியாது.

ஒரு வழியாய் அங்கே செட் ஆகிவிட்டான் செல்வராஜ்.

எஸ்கேப் ஆனவர்களை விட்டுவிட்டு மற்றவர்கள் மீது செங்கல்பட்டு செஷன்ஸ் கோர்ட்டில் விசாரணை நடந்தது.

பம்பாய் மகாலட்சுமி கோயிலருகே ஒரு சின்ன சைஸ் கல்யாண மண்டபம். மாதுங்காவின் அநேக தமிழர்கள் சுற்றமும் நட்பும் சூழ வந்திருந்தார்கள். பெரும்பாலும் மணப்பெண் வீட்டாருக்கு உறவினர்கள். மணமகனுக்கு சொந்தக்காரர்களென்று யாரும் இல்லை. நண்பர்கள்தான்.

அது ஒரு காதல் திருமணம். பதினாறோ அல்லது அதை ஒட்டியோ பெற்று பெரு வாழ்வு வாழ வாழ்த்திவிட்டு கலைந்தனர். சிம்பிளான கல்யாணம்.

அன்றைக்கு ராத்திரியே முதலிரவு. அலங்கார கட்டிலில் புத்தம் புது மனைவி கேட்டாள். "என்னை எப்பவும் மறந்துட மாட்டீங்களே...?"

"ச்சே... ச்சே... உயிர் இருக்கிறவரை மறக்கமாட்டேன்" என்றான் கல்யாணப் பையன் ஒரு சின்ன தயக்கத்துடன். காரணம், அவனுக்கு ஏற்கனவே மணமாகியிருக்கிற விஷயம் அவளுக்கு தெரியாது. அவன் பெயர் செல்வராஜ் என்பதும் தெரியாது.

புதுமாப்பிள்ளையாக செல்வராஜ் மீண்டும் வேலைக்கு வந்தபோது சக தொழிலாளியான நண்பர்கள் கலாட்டாக்களால் கலக்கிவிட்டனர்.

சில உற்சாக பான பிரியர்கள். கல்யாணம் நடந்ததற்காக தங்களுக்கு தீர்த்த யாத்திரை விருந்து தரவேண்டுமென பிடிவாதம் காட்டினார்கள்.

கண்ணாடி டம்ளர்கள் கலகலப்பாக மோதிக்கொண்டன.

சியர்ஸ்...

போதும் போதும் என்கிற அளவுக்கு போதை விநியோகித்தான். நண்பர்கள் மகிழ்ச்சியோடு பாராட்ட... "ப்பூ... இதென்ன பிரமாதம்... இதுவே மெட்ராஸா இருந்திருந்தா ஒவ்வொருத்தருக்கும் ஒரு பார் ஊத்தியிருப்பேன்... இதெல்லாம் என்ன..." என பீற்றிக்கொண்ட செல்வராஜ் அத்தோடு நிறுத்திக்கொண்டிருக்கலாம்... போதை தலைக்கேற மெல்ல மெல்ல தன் சுயபிரதாபங்களை கூட்டத்தில் அவிழ்த்து விட ஆரம்பித்தான்...!

போதையில் போய் படுத்தவனை விடிகாலையில் உசுப்பியது போலீஸ்.

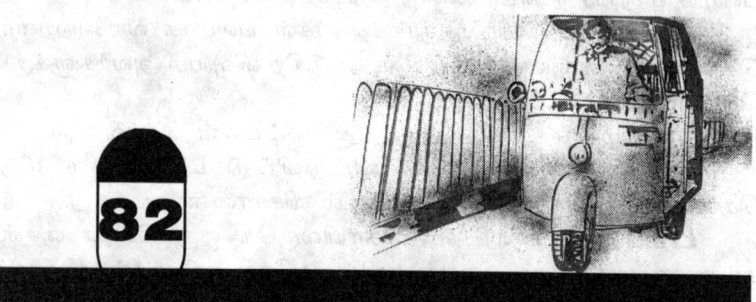

82

சிறைச்சாலை- இதனை மாங்குயில் கூவிடும் பூஞ்சோலையாக வர்ணித்தார் பாரதிதாசன்.

ஜெயில்கள் உருவாக்கப்பட்டதன் நோக்கம் குற்றவாளிகளைத் தண்டிப்பது மட்டுமல்ல; ரிப்பேர் செய்து, அசைவ குணம் நீக்கி இனி குற்றம் செய்யாமல் வாழ தகுதியுள்ளவனாய் ஆக்குவதும்தான்.

ஆனால் நம்மூர் ஜெயில்கள்? கிரிமினலை மேலும் கிரிமினல் ஆக்குவதும், அப்பாவிகளை நசுக்கி நாசமாக்குவதும் செய்கின்ற சித்ரவதைக் கூடங்கள்.

என்னைச் சின்னாபின்னமாக்க முன்னுரை எழுதியது போலீஸ். முடிவுரை எழுதியது சிறைச்சாலை!

கஞ்சா, சாராயம் போன்ற சட்டத்திற்குப் புறம்பான லாகிரிவஸ்துகள் ஒட்டுமொத்தமாக ஒரே இடத்தில் கிடைக்கக்கூடிய இடம் ஜெயில்!

அதற்கு முன்பு ஜெயிலைப் பார்த்திராததால், உள்ளே நுழைந்ததும் ஆச்சரியமாகிப் போனேன்.

நாலு வருடம் தண்டனைபெற்ற ஒரு கைதியின் பெயர் மட்டும் ரிக்கார்டுகளில் இருந்தது. உள்ளே அப்படி ஒரு ஆளே இல்லை. விசாரித்தபோது அவனுக்கு பதில் வேறொரு 'பினாமி', இல்லாதவனுக்குப் பதில் ஜெயிலில் இருப்பது புரிந்தது.

மரண வாக்குமூலம்

விதிகளை மீறி மேக்டோல் விஸ்கி, புகாரி பிரியாணி, செக்ஸ் சௌகரியம்... இப்படி வானத்திற்குக் கீழே எது வேண்டுமானாலும் கைதிகளுக்குக் கிடைத்தது. எல்லா கைதிக்கும் அல்ல! காசு உள்ள கைதிக்கு.

'அடப்பாவிகளா... தப்பு பண்ணினவனுக்குத் தண்டனை அதைவிட தப்பு பண்ற இடத்தில் வாழறதுக்கு பேர்தான் சிறைச்சாலையா?'

சூப்பிரண்ட்டெண்ட்டிடம் புகார் கொண்டுபோனபோது வாய்விட்டுச் சிரித்தார்.

"சங்கர்! இது சட்டசபை கிடையாதுடா... ஜெயில்! இங்கே கேட்கவெல்லாம் கூடாது... நடக்கிறதைப் பார்த்துகிட்டே போகணும்; உன்கிட்டே துட்டு இருந்தா நீயும் அனுபவி..."

"எங்கிட்டே ஏது பணம்? இருக்கிறதெல்லாம்தான் சி.பி.சி.ஐ.டி.காரங்க அள்ளிக்கிட்டாங்களே..."

"அப்படிச் சொல்லு! போலீஸ்காரனுக்குக் கொடுத்தே; சி.பி.சி.ஐ.டி.க்குக் கொடுத்தே... நாங்க மட்டும் கேட்கக் கூடாதா?! உன்கிட்டே பணம் இல்லே... அதை ஒத்துக்க... பணம் இருந்தா நீயும் சலுகைதானே எதிர்பார்ப்பே? நியாயத்தையா பார்ப்பே...? போப்பா... தேசமே கெட்டுக்கிடக்கு; நீ ஜெயில்ல போய் வாதம் பண்ண வந்துட்டே! இப்ப என்ன... உன்கிட்டே காசு இல்லே... ஆனா சௌகரியமும் வேணும்; அதானே? ரைட்! வார்டன்கிட்டே சொல்றேன்... கைதிகளிலே இரண்டு அர்த்தநாரீஸ்வரரை ஏற்பாடு பண்ணுவான்..."

"அர்த்தநாரீஸ்வரர் தெரியாது? நம்பர் நைன்; பொம்பளையை விட இவங்கதான் நல்லா கம்பெனி கொடுப்பாங்களாமில்ல?"

குமட்டிக்கொண்டு வந்தது. முகத்து ரேகைகள் அருவருப்புக்கு ஒத்துழைத்தது.

"நீ நடிகைகளையே பார்த்தவன்... அலிகளைப்பிடிக்குமா... அதுக்கென்னடா பண்றது? இனாமா கிடைக்கிறப்ப இதுவே பெரிசு"

நானோ வேதனையுடன் "சார்... நான் கேட்க வந்தது பொம்பளை இல்லே! ஜெயில்ல நடக்கிறது பூரா முறைகேடா இருக்குன்னு புகார் பண்ண வந்தா...! ஸாரி சார்... நான் தப்பான இடத்துக்கு வந்துட்டேன்."

மௌனமாகத் திரும்பின என்னை "நில்லுடா" -அதட்டினார்.

"சாத்தான் வேதம் ஓதுதோ? மந்திரி களவாணி! போலீஸ்காரன் மொள்ளமாரி! அதிகாரிங்க முடிச்சுஅவிக்கி! நாங்க மட்டும் என்னடா ஜெருசலேம் மாட்டு கொட்டத்திலே பிறந்தவங்களா... சம்பாதிக்க வேணாம்? இனி ஒருதரம் நீ புகார் சொல்லிட்டு வரக்கூடாது; புரியுதா? ஏற்கனவே உன் மேலே வார்டன்கள்லாம்

புகார் சொல்றாங்க. சட்டம் பேசறியாம்... கழுத்துக்குக் கயிறு வரப் போவுது. கைவைக்க வேணாமேன்னு பரிதாபப்பட்டா தெனாவெட்டா போச்சா? போலீஸ்காரன் அடியை பார்த்துட்டே ஜெயில் அடியை இன்னும் பாக்கலையே... மவனே... நொங்கை எடுத்துடுவோம்."

எடுத்துத்தான் விட்டார்கள்! சிறைக் கொடுமைகளைப் புகார் சொல்லிப் பார்த்துப் பார்த்து அலுத்துப்போன நான் சட்டென முடிவெடுத்தேன்.

ஜெயில்களில் நடக்கும் மிருகவெறி இம்சைகளை வெளி உலகுக்குத் தெரிவித்தால்தான் நியாயம் பிறக்கும் என்று நம்பினேன்.

இதற்கு என்ன செய்வது? திடமாய் யோசித்தேன்! அவலங்களை யாரிடம் புகார் சொல்லியும் புலம்பியும் புண்ணியமில்லை.

காந்தி தேசத்தில் எவனும் இங்கே காந்தியில்லை.

அரசாங்க அமைப்பே ஒரு பிரமாண்ட ரெட்லைட் ஏரியாவாகி இருக்கும்போது, தனி மனிதர் யாரைத்தான் குறை சொல்லமுடியும்?

தான் 'விலைமாதர்'களை வைத்து தொழில் நடத்தின மாதிரி விலைக்கு வாங்கின மாந்தர்களை வைத்து இங்கே நீதியும் நிர்வாகமும்?

அதனால்தான் 'சிகப்பு நாடா' என்றே பேர் வந்ததோ என்னமோ!

பின்னே சட்டமும் சமூகமும் 'எய்ட்ஸ்' தாக்குதலுக்கு ஆளாவதுதானே இயல்பு!

ஊர் உகைத்துக்கு அன்று சனிக்கிழமை. சிறைச் சாலைக்கோ சனியன் பிடித்த கிழமை. மொத்த ஜெயிலையும் ஒரு பரபரப்பு தொற்றிக்கொண்டது. அதிகாரிகள் அல்லோலோ மற்றும் கல்லோலோப்பட்டனர்.

சிறைச்சாலை மரமொன்றில் கிடுகிடுவென ஏறி உச்சிக்கே போய்விட்டேன். யாருமே எதிர்பார்க்கவில்லை.

கீழே விழுந்து சூசைய்ட் செய்துகொள்ளப் போவதாக அச்சுறுத்த, ஜெயில் குலை நடுங்கியது.

கிளைகளுக்கு நடுவே பத்திரமாக உட்கார்ந்துகொண்டேன். யாராவது மீட்க முயற்சித்தால் மறுசெகண்ட் குதித்துவிடுவேன் என்று பயமுறுத்தினேன்.

அதிகாரிகளுக்குத் தலை சுற்றினது. குதித்தானென்றால் எனக்கு மட்டுமா உயிர்போகும்?

விசாரணையில் அவர்களது உயிரை எடுத்துவிடுமே அரசு! நிச்சயம் வேலைக்கு உலை;

"மரத்தைவிட்டு இறங்கு சங்கர்! நீ என்னதான் கேட்கறே?"

"அதை உங்ககிட்டே சொல்றது வேஸ்ட்! பத்திரிகைக்காரங்களை வரவழைங்க... மந்திரி யாரையாவது கூட கூப்பிடுங்க! இங்கே நடக்கிற பித்தலாட்டங்கள் ஜனங்களுக்குத் தெரியணும்..."

நான் சொல்லச் சொல்ல அவர்களுக்குக் கண்களை இருட்டிக்கொண்டு வந்தது.

அறையில் ஒன்று கூடினார்கள். தீவிரமாய் விவாதித்தார்கள்.

ரொம்ப நேரத்துக்குப் பிறகு முடிவுக்கு வந்தனர்.

"சங்கருக்கு முற்றுப்புள்ளி வைக்க வேண்டுமென!"

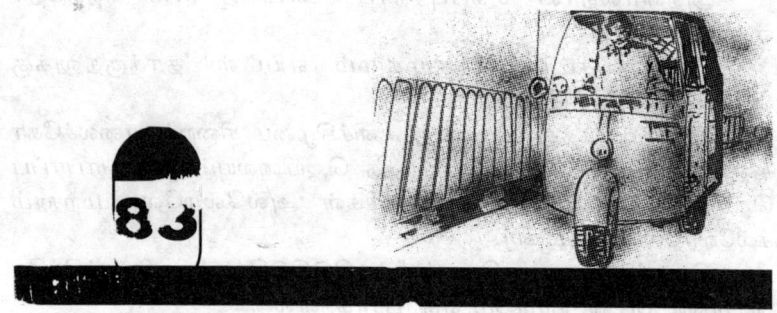

83

தன் முயற்சியில் சற்றும் மனம் தளராத விக்ரமாதித்தனாய் மரத்தின் உச்சியில் நான்!

முதல் தேவை- பத்திரிகைக்காரர்கள்- அப்புறம் மந்திரி! சிறை அநியாயங்களை அவர்களிடம் கூறவேண்டும்.

வெளியே- சாராயம் விற்றால், பெண்களை வைத்து தொழில் நடத்தினால், கொலை செய்தால், உள்ளே அனுப்புகிறார்கள். ஆனால்- உள்ளேயும் சாராயம் விற்பவர்கள், பெண் தொழில் பண்ணுபவர்கள், கொலை செய்பவர்கள் இருக்கிறார்களே- வார்டன் உருவத்தில்! உள்ளேயிருந்து அவர்களை வெளியே அனுப்பலாமா?- உலகத்துக்கு வெளியே!

அந்த கொந்தளிப்பில்தான் நான் மரத்துக்கு உச்சியில் ஏறி விட்டேன். தகவல் அறிந்து சூப்பிரண்டெண்ட் தாவி வந்தார்.

"சங்கர்... இறங்கிடு... நீ பண்றது தப்பு..." -நான் உயரேயிருந்து குரல் உயர்த்திச் சிரித்தேன்.

"யோவ்... வழுக்கை... எது தப்பு... அது சரி... நீங்க பண்றதெல்லாம் சரி... நான் பண்றதெல்லாம் தப்பு... இப்படித்தானே உங்க சட்டப் புத்தகம் சொல்லுது... சாத்தான் பொறந்த நேரத்துலதான் உங்க சட்டமும் பொறந்தது... அதைத் தூக்கிக் குப்பையில் போடு... நான் எல்லா சட்டத்தையும் பார்த்துட்டேன்... முதல்ல பத்திரிகைக்காரனையும் மந்திரியையும் கூட்டிக்கிட்டு வா."

தன்னை வழுக்கை என்றதும் சூப்பிரண்டெண்ட்டின் ரத்த அணுக்கள் பாஸ்பரஸாய் மாறி எரிந்தது. கோபத்தில் முகத்தில் ஜிவ்! பிணத்தில் நெளியும் புழு போல தன்னை உணர்ந்தார்.

உதட்டில் விரல் வைத்து யோசித்தார். உடனே மூளையில் பல்ப் எரிந்தது.

ஒரே வழி... வார்டன் சீதாராமன்! அவர்தான் எனக்கு நெருக்கம்! இன்று அவர் விடுமுறை!

சீதாராமன் வீட்டுக்கு ஆள் பறந்தது.

சீதாராமன் தீவிர அனுமான் பக்தர்! மொட்டையடித்து, ருத்ராட்சம் வாங்கி சங்கர மடத்தில் இருக்க வேண்டியவர்... அட்ரஸ் தவறிய அணில் குட்டியாய் சிறையில் காவலர் உத்தியோகம்.

என் மீது அவருக்கு அலாதி அனுதாபம்! கைகளில் எப்போதும் பைபிளை வைத்துக்கொண்டு சாந்த சொரூபியாய் அமர்ந்திருக்கும் நான் ஆறு கொலைகள் செய்திருப்பேனா என்பதிலேகூட அவருக்கு ஐயம்!

அவர் எனக்கு ராமர் கதைகள் கூறுவார். பதிலுக்கு நான் அவருக்கு பைபிள் கதைகள் சொல்வேன்.

சிறையில் நடக்கும் அநியாயங்களில் அவருக்கும்கூட சம்மதமில்லைதான்.

"தட்டிக் கேட்கலாமே சார்..." -ஒருநாள் நான் அவரிடம் கேட்டேன்.

அவர் விரக்தியாகச் சிரித்தார்.

"தட்டிக் கேட்கலாம்தான்... ஆனால் என்னை சவப் பெட்டிக்குள் வைச்சு மூடிடுவானுங்க... கன்விக்ட் வார்டர்களை வச்சு என்னை அடிச்சே கொன்னுடுவானுங்க... மகா பாவிகள்!"

தூங்கிக் கொண்டிருந்த சீதாராமனை எழுப்பி ஏறக்குறைய தூக்கிக் கொண்டே வந்துவிட்டார்கள். ஸ்தலத்துக்கு வந்தவர், கைகளால் கண்ணுக்குக் குடைபிடித்து அண்ணாந்து பார்த்தார்.

"சங்கர்... என்ன விளையாட்டு இது? இறங்கி வா...?"

"முடியாது சார்…"

"பிளாக்மெயில் பண்றதால எதையும் சாதிக்க முடியாது. முதல்ல இறங்கி வா… கீழே வந்து எல்லாத்தையும் பேசிக்குவோம்…"

நான் பதில் பேசவில்லை. இறங்கலானேன். சீதாராமன் மீது நான் வைத்திருந்த மரியாதை அப்படி!

என் கால் தரையைத் தொட்டதோ இல்லையோ, நாலைந்து கரங்கள் தபதபவென்று என்னைக் கைப்பற்றின.

ஒரு கை எனது உச்சந்தலை முடியைக் கொத்தாக அள்ள…

இன்னொரு கை... எனது மூக்குக்கு தாம்பூலமிட்டது.

"அவனை விடுங்க... விடுங்க..." -சீதாராமன் பதறினார். அதற்குள் என்னை அள்ளிக்கொண்டு போய்விட்டார்கள்.

சூப்பிரண்டெண்ட் தனது டேபிளின்மீது அமர்ந்துகொண்டு விகாரமாய்ச் சிரித்தார். எதிரே தோலுரிக்கப்பட்ட கோழிபோல, ஆடை இழந்து கூனிக்குறுகி நின்றேன் நான்.

பையிலிருந்து தீப்பெட்டி எடுத்த சூப்பிரண்டெண்ட் அதிலிருந்து ஒரு தீக்குச்சியை எடுத்து, காதுக்கு ஒட்டடையடித்தார்.

"ஜெயில்ல நிறைய தப்பு நடக்குது... இது ரொம்ப அநியாயம்

இல்லே...'' -ஏளனமாகக் கூறியவர், கால்களை ஆட்டிக்கொண்டே தொடர்ந்தார். ''என்ன பண்றது சங்கர்... கவர்ன்மெண்ட்டே இப்படித்தான்... அநியாயம்தான்... அதுக்காக கவர்ன்மெண்ட்டை ஒழிக்க முடியுமா? கவர்ன்மெண்ட் பண்ற அநியாயம், நாங்க பண்ற அநியாயம் இதெல்லாம் அநியாயம் இல்லே... ஏன்னா, நாங்க அதிகாரவர்க்கம். ஆனால், நீ... ஒண்டி ஆளு... மரத்து உச்சிலே ஏறி எங்களை நடுங்க வச்சியே... அந்த அநியாயம்தான் பெரிசு... மன்னிக்கவே முடியாது. அதுக்காக உன்னை மெழுகுவத்தி ஏற்றிக்கொண்டாடியே ஆகணும். மெழுகுவத்தி தெரியுமில்ல, மெழுகுவத்தி...'' -டேபிளில் இருந்து இறங்கி என் அருகில் வந்தார்.

குனிந்திருந்த எனது தலையை நிமிர்த்தினார்.

''உடம்புல கொஞ்சம் கொழுப்பு ஏறிட்டாலே இப்படித்தான்... ஏதாவது பண்ணச் சொல்லும்... அதைக் கரைக்கணும்... உருக்கணும்... இல்லேன்னா நீ மறுபடியும் மரத்துல ஏறுவே... பழங்காலத்தில் காட்டில் வாழ்ந்த சித்தர்கள் அடிக்கடி யாகம் வளர்ப்பாங்க... ஏன் தெரியுமா? யாக நெருப்பு பட்டு தங்கள் உடம்பிலிருக்கும் கொழுப்பு உருகி கரைந்துவிடும் என்பது சித்தர் அறிவியல்! எங்களுக்கும் அந்த அறிவியலில் நம்பிக்கை உண்டு...'' என்று கூறியவர் இரண்டு பக்கமும் நின்றிருந்த வார்டர்களுக்கு கண்களைக் காட்ட... எனது தோள்பட்டையை அவர்கள் முரட்டுத்தனமாகப் பற்றினர்.

தனியறை.

ஆடையற்ற நான் ஒரு டேபிளில் மல்லாந்து படுக்க வைக்கப்பட்டேன். எனது தோள்பட்டையை ஒரு வார்டரும், கால்களை இன்னொரு வார்டரும் அழுத்திப் பிடித்துக் கொண்டனர்.

சூப்பிரண்டெண்ட் எனது இடுப்பருகே நின்று கொண்டு, தீப்பெட்டியிலிருந்து தீக்குச்சிகளை எடுத்து அவற்றிலிருந்து மருந்தை சுரண்டி எடுத்தார். என்ன நடக்கிறதென்று புரியாமல் நான் பார்த்துக் கொண்டிருக்க...

தீக்குச்சி மருந்து என் உறுப்பு துவாரத்தில் திணிக்கப்பட்டது. சூப்பிரண்டெண்ட்டின் முகம் கொஞ்ச கொஞ்சமாய் இறுகியது.

''நாயே... என்னை வழுக்கைன்னா சொன்னே...''-சூப்பிரண்டெண்ட் ஒரு தீக்குச்சியை எடுத்து, வெ...ர்...ர்...றித்தனமாக உரசினார்.

அடுத்த வினாடி-

என் அலறல் சூப்பிரண்டெண்ட் அறையை அதிரவைத்தது. காதுகளைக் கிழித்தது.

திருடப் போகும்போது முகமூடி அணியும் மனிதன் மனச் சாட்சியை மட்டும் கழற்றி வைத்துவிட்டுப் போகிறான்.

காக்கிச் சட்டை அணியும் போதே மனிதன் மனசையே கழற்றி வைத்து விடுகிறான். பரலோகத்தில் இருக்கும் எங்கள் பிதாவே இந்தப் பாவிகளை மன்னிப்பீராக!

'வீடுவரை உறவு...

வீதிவரை மனைவி... கவியரசு கண்ணதாசன் எழுதிய பாடல்.

எனது மனைவி ஜெகதீஸ்வரி வீதிவரை மட்டுமே நின்ற மனைவியல்ல; சிறைச்சாலை வரை வந்து போராடிய மனைவி! கணவனை அம்மை வடுக்கள் நிறைந்த சட்டத்தின் கையிலிருந்து மீட்க அவள் நடத்தியது ஒரு யுத்தம்!

ஜெகதீஸ்வரி கண்ணீர் ஜெயிக்கும், சங்கர் தூக்கு ரத்தாகும் என்று அனைவரும் காத்திருந்தனர்.

ஆனால்... விதி...?

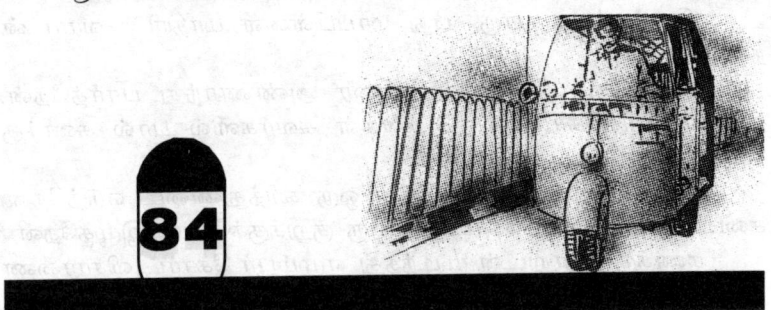

84

காலையில் எழுந்ததுமே எனக்குள் சந்தோஷம் தீபாவளி மத்தாப்பாய் சுடர்ந்தது. ஹோலி பண்டிகை போல் கலர்கலராய் எண்ணங்கள். பொங்கலோ பொங்கலென்று உற்சாகம் பொங்கி வழிந்தது.

நாளை சேலத்திலிருந்து சென்னை பயணம்! சிறையிலிருந்து தப்பித்ததற்காக சி.பி.சி.ஐ.டி. என்மீது தொடுத்த வழக்கு நாளை விசாரணை!

சென்னைக்குச் செல்வதை நினைக்கும் போதே, என் மனசு வெண்ணெயாய் உருகி நெகிழ்ந்தது. எழும்பூர் கோர்ட்டில் விசாரணை! மனைவி, குழந்தைகள், உறவினர்களைப் பார்க்கலாம். அந்த நாள் வறண்ட பாலைவனத்தில் ஒரு துளி மழை விழுவதைப் போன்ற நாள்!

இடுப்பு மடிய மண்டியிட்டு உட்கார்ந்தேன் பைபிளை எடுத்து ஆழமாக முத்தமிட்டேன்.

'எங்கள் பாவங்களைத் தன்மீது சுமக்கும் கர்த்தரே... எங்கள் பாரங்களை ஏற்பீராக!

நம்பிக்கையிலே சந்தோஷமாயிருங்கள்!

உபத்திரவத்திலே பொறுமையாயிருங்கள்!
ஜெபத்திலே உறுதியை வைத்திடுங்கள்!'
-ரோமர் 12:12

பைபிளை எடுத்து ஓரமாய் வைத்த நான், திடீரென்று ஒரு குட்டிக்கரணம் போட்டேன். எகிறிக் குதிக்க வேண்டும்போல தோன்றியது.

கவலை மனிதனை முதியவனாக்குகிறது; சந்தோஷம் குழந்தையாக்குகிறது.

"என்ன சங்கர் சந்தோஷமாய் இருக்கே... ஓ... நாளைக்கு மெட்ராஸ் போறதை நினைச்சுக்கிட்டியா? நடக்கட்டும்... நடக்கட்டும்..." -சிறைக் கம்பிகளுக்கு வெளியே வார்டன்.

வெட்கத்தில் முகம் சிவக்க, நெளிந்தேன்.

"வெட்கத்தை பாரு... புது மாப்பிள்ளை மாதிரி..." -வார்டன் நகர்ந்தார்.

உட்கார்ந்த நிலையில் சுவரை அண்ணாந்து பார்த்தேன். எங்கும் கரிக்கோடுகள்! பெண்கள் சுவர்களில் பால் கணக்கு எழுதுவார்களே... அதுமாதிரி!

எழுந்தேன். மூலையிலிருந்து ஒரு கரித்துண்டை எடுத்தேன். கடைசியாக இருந்த கோட்டில் ஒரு குறுக்குக்கோடு இழுத்தேன்.

கணக்கு இன்றுடன் முடிந்தது. எழும்பூர் கோர்ட் விசாரணை எத்தனை நாள் ஒத்திவைக்கப்படுகிறதோ, அத்தனை கோடுகளை சுவரில் வரைந்து தினம் ஒரு கோடாக அடித்துவிடுவது என் வழக்கம். நாளை சென்னை பயணம்!

'ஜெகதீஸ்வரி... என்னை பெற்ற இன்னொரு தாயே... நான் இன்னும் உயிருடன் இருக்க காரணமானவளே... நாளை வருகிறேன்' -மனசுக்குள் நான் கூறிக்கொண்டபோது- கண்களுக்குள் நயாகரா நகர்ந்தது.

எழும்பூர் மாஜிஸ்திரேட் கோர்ட் சோம்பல் முறித்துக்கொண்டிருந்தது. மரத்தடியில்- கையில் விலங்குடன் நான்! அருகில் மனைவி ஜெகதீஸ்வரி... இடுப்பைக் கட்டிக்கொண்டு "எனக்குத்தான் அப்பா... எனக்குத்தான்... நீ தூர போ..." -சண்டையிட்டுக் கொண்ட நான்கு குழந்தைகள்.

சற்றுத் தள்ளி நின்று கொண்டிருந்த மாதா பிதா! என் கண்கள் கலங்கின. 'இவங்களை தனியா வாட விட்டுட்டு- இதென்ன மனிதப் பிறவி? கர்த்தரே...! அடுத்த பிறவி எனக்கு உண்டென்றால், அதில் போலீஸ்காரர்களையும் அரசியல்வாதிகளையும் சந்திக்காமல் இருக்க வரம் தருக..."

விலங்கிடப்பட்ட கைகளால் குழந்தைகளை அணைத்தேன்.

"நல்லா இருக்கீங்களா?" -தாலி வாங்கியவள் கேட்டபோது,

கண்களில் தாரை தாரையாய் நீர்த்துளிகள்! எனக்குப் பேச்சு வரவில்லை. 'நலம்' என்பதுபோல தலையாட்டினேன் என் கண்களிலும் நீர்! குனிந்து சின்ன மகனையும் பெரிய மகனையும் பார்த்தேன். குழந்தைகள் என்னையே ஆசையுடன் பார்த்தன. பழைய விஷயம் ஒன்று என் நினைவில் நிழலாடியது.

என் முன்னே கட்டுக் கட்டாக கரன்ஸி! எண்ணி தனித்தனியாக வைத்துக் கொண்டிருந்தேன். போலீஸ்காரர்களுக்குச் செல்ல வேண்டிய மாமூல்!

பக்கத்து அறையில் சின்னவனுக்கும், பெரியவனுக்கும் ஏதோ வாக்குவாதம். நான் காது கொடுத்தேன்.

"இல்லே... நான் அப்பா மாதிரிதான் வருவேன்..." -இது சின்னவன்.

"ம்ஹூம்... நான் இன்ஸ்பெக்டரா ஆவேன்" -இது பெரியவன்.

"இன்ஸ்பெக்டருக்கே அப்பாதானே பணம் தர்றார்... அப்பா கிட்டேதான் இன்ஸ்பெக்டரைவிட அதிகமா பணம் இருக்கு."

"தப்பு... அப்பா மாதிரி நிறைய பேர் இன்ஸ்பெக்டருக்கு பணம் தர்றாங்க... அதனாலே, இன்ஸ்பெக்டர்கிட்டேதான் அதிகமா பணம் இருக்கும்."

நான் எழுந்தேன். இந்தச் சின்னக் குழந்தைகளிடம் இப்படி ஓர் எண்ணமா? பக்கத்து அறைக்குள் சென்றேன்.

இருவரின் தோள்களிலும் கை வைத்தேன்- சிநேகமாய்!

"நல்லா படிங்கடா... படிச்சு ஐ.ஏ.எஸ். ஆபிசரா வரணும்... வருவீங்களா?"

இருவரும் தலையாட்டினர். சின்னவன் கேட்டான். "ஏன்பா அவங்கெல்லாம் தப்பு பண்ணமாட்டாங்களா?"

-இந்தக் கேள்விக்கு என்னால் பதில் கூறமுடியவில்லை.

"என்ன... நல்லா படிக்கிறீங்களா?" -நான் கேட்க, இரண்டு குழந்தைகளும் தலையாட்டின.

"நீங்க சொன்ன மாதிரியே படிச்சு ஐ.ஏ.எஸ். அதிகாரியா வருவேன்பா..." என்றான் பெரியவன்.

"வேண்டாம்... அன்னைக்கு அப்பா ஏதோ ஒரு மூடுல சொல்லிட்டேன்... ஐ.ஏ.எஸ். அதிகாரியா வரவேண்டாம்... நல்ல மனுஷனா வாங்க... அதுபோதும்..."

கோர்ட் நீதிபதி முன்பு என்னை கூண்டில் நிறுத்தினார்கள். வக்கீல்கள் கேள்விகள் கேட்டு எத்தனை முறைதான் திருப்பித் திருப்பி கேட்பார்களோ? போரடித்தனர்.

விசாரணை மீண்டும் மூன்று மாதங்கள் ஒத்திவைக்கப்பட்டது. இதைக் கேட்ட எனக்குத் தவிப்பாக இருந்தது. இன்னும் மூன்று மாதங்கள்! அதாவது தொண்ணூறு நாட்கள்... அதாவது

இரண்டாயிரத்து நூற்று அறுபது மணித்துளிகள்... அதாவது, லட்சத்து இருபத்தொன்பதாயிரத்து அறுநூறு நிமிடங்கள்!

பூமியே... பூமியே... விரைந்து சுற்று! நாட்களே... நாட்களே... நீ விரைந்து செல்க.

வேனில் ஏற்றப்பட்டேன். வேன் புறப்பட்டது. வேனின் பின்புற ஓட்டை வழியே எல்லோருக்கும் கையசைத்தேன்.

மனைவி, குழந்தைகள், பெற்றோர் அனைவரும் கையசைத்த வண்ணம் வேனுக்குப் பின்னே ஓடிவந்தனர்.

வேன் வேகம் பிடித்தது. ஓடிவந்த அனைவரின் கண்களிலும்- காவிரி, வைகை, கங்கை, பிரம்மபுத்திரா என்று தேசிய நதிகள்!

வேன் கோர்ட் வளாகத்திலிருந்து திரும்பும்போது கடைசியாக ஜெகதீஸ்வரியை பார்த்தேன்.

சென்னையில் ஜெகதீஸ்வரியைப் மறுபடி தரிசிப்பேனா?

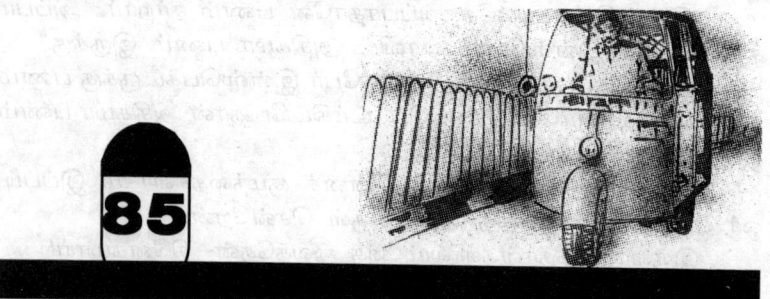

கனத்த இருட்டு கிள்ளிவிட்டு பக்கத்தில் நின்றாலும் தெரியாதுபோல, எங்கிருக்கிறோம் என்று புரியவில்லை. தூரத்தே பூட்ஸ் கால்களின் 'டக்..டக்..' ஓசை! நெருங்கியது.

கதவு திறக்கப்படும் முனகல் ஓசை! எதிரே ஜெயில் உயர் அதிகாரிகள்! ஒருவர் என்னை நோக்கி தன் கரத்தை நீட்டினார். அவரது கரத்தில் விலங்கு ஊசலாடிக் கொண்டிருந்தது.

"கர்த்தர்கிட்டே பிரார்த்தனை பண்ணிக்க சங்கர்... இன்னும் சில மணித்துளிகளில் உன் உயிர் பிரியப்போகுது..."

தூக்கு!

திடீரென்று வெறிபிடித்தவன் மாதிரி ஜெயில் சுவர்கள் அதிரச் சிரிப்பு. 'ஹா...ஹா...ஹா...' -கைகொட்டிச் சிரித்தேன்.

"என் உயிர் பிரியப்போகுது... தமாஷ்... நல்ல தமாஷ்..."

"சங்கர்... ஸ்டாப் இட்..." -ஒருவர் அதட்டினார்.

"என் உயிர் பிரியறதுக்கு இனி எங்கே சார் இருக்கு? அதுதான். சிறுக சிறுக எப்போதே போயிடுச்சே... அரசியல்வாதிகளோட துரோகத்தில் கொஞ்சம்; போலீஸ்காரங்களோட நன்றிகெட்ட

தனத்தில் கொஞ்சம்; போலீஸ்காரங்க என்னை ஸ்டேஷன்ல அடிச்ச அடிகள்ல கொஞ்சம்; என் பொண்டாட்டி புள்ளை அனாதை மாதிரி நடுத்தெருவில் விட்டுட்டு வந்ததில் கொஞ்சம்... இப்படி என் உயிர் முன்னாடியே போயிடுச்சி. நான் பிணம்... நடை பிணம்... உங்க சட்டம், தர்மம் எல்லாம் செத்த பிணத்தை அடிக்கிறதுதானே..."

-மீண்டும் கைதட்டி சிரித்தேன்.

பேய்கள் அரசாண்டால் பிணம் தின்னும் சாத்திரங்கள்!

கண்களும் கைகளும் கட்டப்பட்ட நிலையில் நின்றிருந்தேன். தலைக்கு மேலே ஊசலாடிக் கொண்டிருந்தது தூக்குக்கயிறு! விசை அழுத்தப்பட வேண்டும்! தரை பிளந்து கௌரிசங்கர்

தூக்கில் தொங்குவான். இன்னும் சில வினாடிகளே... என் இதயத் துடிப்பையே என்னால் கேட்க முடிந்தது.

அதிகாரிகள் ஆங்கிலத்தில் என்னவோ பேசிக் கொண்டிருந்தார்கள்.

திடீரென்று... யாரோ சத்தமாகக்கத்திக்கொண்டே ஓடி வந்தார்கள்.

"சார்... நிறுத்துங்க... ஜனாதிபதி ஆபிஸ்லேர்ந்து தந்தி வந்திருக்கு... சங்கரோட தூக்குத்தண்டனை ரத்தாயிடுச்சி..."

கால்கள் கட்டப்பட்ட நிலையிலும் எழும்பிக் குதித்தேன்.

"அம்மா..." -வலி பொறுக்காமல் எழுந்தேன். எதிரே- ஜெயில் சுவர்!

கண்டவை கனவு! கால்களை சுவரில் உதைத்துக் கொண்டதால் வலி!

பகல் கனவு! பலிக்குமா?

கேளுங்கள் கொடுக்கப்படும்; தேடுங்கள் கண்டடைவீர்கள்; தட்டுங்கள் திறக்கப்படும்!

-மத்-7

கர்த்தரே! தட்டுகிறேன். உங்கள் மனராஜ்ஜியம் திறங்கள்! வேண்டிக்கொண்டேன்.

ட்ரிங்... ட்ரிங்...

சிணுங்கிய தொலைபேசி ஒலிவாங்கியை மிடுக்காக எடுத்து காதுகளுக்குக் கொடுத்தார் அவர்.

"சி.பி.சி.ஐ.டி. இன்ஸ்பெக்டர் ஹியர்..."

எதிர்முனையில் மாண்புமிகுவின் குரல்கேட்டு- அடுத்த நிமிடம் அவர் குரலில் மரியாதை கூடியது.

"சொல்லுங்கள் சார்..." என்றார் பவ்யமாக.

"இன்னும் ஆட்டோ சங்கர் மேலே கேஸ் தொடர்ந்து நடக்குதுபோல இருக்கே..."

"ஆமா சார்... ஜெயில்லேர்ந்து தப்பிக்க ஓடினான்ல... அது விஷயமாதான் விசாரிச்சுக்கிட்டு இருக்காங்க..."

"என்ன சார் இன்னும் விசாரணை? அவனே ஒரு தூக்குத் தண்டனை கைதி... இனி எதுக்கு விசாரணை...? கேஸை வாபஸ் வாங்கிட்டு வேறே ஏதாவது உருப்படியா வேலை இருந்தா பாருங்க சார்..."

"சார்... சங்கர் முன்னாடி மாதிரி இல்லே... ரொம்ப நல்லவனாயிட்டான்... கையிலே எப்பவும் பைபிள்... புழு பூச்சிக்குக்கூட தீங்கு செய்யாத புனிதனாயிட்டான்..."

"மண்ணாங்கட்டி... ஜெயில்ல அவனை பராமரிக்கிறதுக்கு ஆகற செலவு யாருடையது? உங்க அப்பன் வூட்டுதா?

மக்கள் பணம்ய்யா... சீக்கிரம் கேஸை வாபஸ் வாங்கிட்டு அவனை காலா காலத்தில மேலே அனுப்புற வழியைப் பாருங்க..."

"சார்... கேஸ் நடக்கிறதாலேதான் அவன் தூக்குத் தண்டனையையே நிறுத்தி வச்சிருக்காங்க. வாபஸ் வாங்கிட்டா தூக்கு நிறைவேற ஆணை வந்துடும்... அவன் பாவம்..."

"நான் அமைச்சர்! என்கிட்டே சட்டம் பேசிக்கிட்டு நிக்காம அடுத்தது ஆகவேண்டியதைப் பாருங்க..."

-எதிர்முனை துண்டிக்கப்பட்டது. இப்போது எனக்காக இன்ஸ்பெக்டர் பழனிமலையாண்டவனிடம் வேண்டிக் கொண்டார்.

காலையில் எழுந்ததும் கரித்துண்டை எடுத்து சுவரில் இருந்த ஒரு கோட்டை அடித்தேன். மற்றக் கோடுகளை எண்ணிப் பார்த்தேன். இன்னும் நாற்பத்தெட்டு கோடுகள் இருந்தன.

நாற்பத்தெட்டு நாட்கள்!

அடேங்கப்பா! மலைப்பாக இருந்தது.

ஜெயில் கதவருகே நிழலாடவே திரும்பிப் பார்த்தேன். வார்டன் நின்றிருந்தார். சோர்வாக இருந்தார்.

"சார்... இன்னும் நாற்பத்தெட்டு நாட்கள் இருக்கு. மறுபடியும் கேஸ் விசாரணைக்குவர..." -நான் இதைச் சொன்னபோது வார்டனின் கண்கள் ஏனோ கலங்கின.

"என்ன...சாருக்கு கண் கலங்கற மாதிரி இருக்கு..."

"ஒண்ணுமில்லே சங்கர்..." -கண்களைத் துடைத்துக்கொண்டார்.

"இன்னும் நாற்பத்தெட்டு நாட்கள்... எப்படி தாங்கிக்கப் போறேனோ தெரியலே சார்..."

"அது அப்புறம் சங்கர்... நான் இப்ப சொல்லப் போற விஷயத்தை உன்னால தாங்கிக்க முடியுமா?"

சடாரென முகம் மாறியது.

"என்ன சார்... சொல்லுங்க..."

"உன்னால தாங்கிக்க முடியுமா?"

விரக்தியாகச் சிரித்தேன்.

"எதையெதையோ தாங்கிட்டேன். இனி தாங்கிக்க முடியாத விஷயம்னு என்ன சார் இருக்கு... சொல்லுங்க... எல்லாத்தையும் தாங்கற சக்தியை எனக்குக் கர்த்தர் கொடுத்திருக்காரு..."

"எழும்பூர் கோர்ட்ல சி.பி.சி.ஐ.டி. உன் மேலே தொடுத்திருந்த கேஸை வாபஸ் வாங்கிடுச்சி..."

"ஓ... கர்த்தரே!"

"ஜெகதீஸ்வரி... என்னைக் கல்யாணம் பண்ணிக்கிட்ட நீ

பாவிடி...'' -தலையில் அடித்துக்கொண்டே ஜெயில் சுவரின் மூலையில் போய் கூனிக்குறுகி உட்கார்ந்தேன்.

வார்டன் எனக்காக அல்லாவிடம் வேண்டிக் கொண்டார்- கண்களில் ஈரத்துடன்.

எல்லாப் பிடிப்புகளும் கைவிட்டுப்போக-

சட்டம் என்னும் வழுக்கு நிலத்தில் எனக்கு இருந்த ஒரே நம்பிக்கை- ஜனாதிபதிக்கு என் மனைவி மூலம் அனுப்பப்பட்ட கருணை மனு!

கருணை காட்டப்படும்! இப்படித்தான் நான் நம்பியிருந்தேன்; ஏனென்றால் ஜனாதிபதியின் பெயரிலேயே 'தயாள' குணம் இருந்ததே!

ஆனால்- வழி தவறிய ஆடு கசாப்புக் கடைக்காரனிடம் அடைக்கலம் புகுந்த மாதிரிதான் அந்த நம்பிக்கை என்பதை அவன் அறிந்திருக்கவில்லை.

ஆமை புகுந்த வீடும், அமீனா புகுந்த வீடும் உருப்படாது என்பார்கள். அந்த தலைவர் புகுந்த கட்சியும் உருப்படாத கட்சிதான்! அந்தத் தலைவர் ஜனாதிபதி மாளிகைக்குள் புகுந்த அடுத்த சிலநிமிடங்களில்-

கருணை மனு நிராகரிக்கப்பட்டு ஜனாதிபதி மாளிகையிருந்து அந்தக் கட்டளை அம்பு தமிழகத்தை நோக்கி பாய்ந்து வந்தது.

'சங்கரைத் தூக்கிலிடுக!'

86

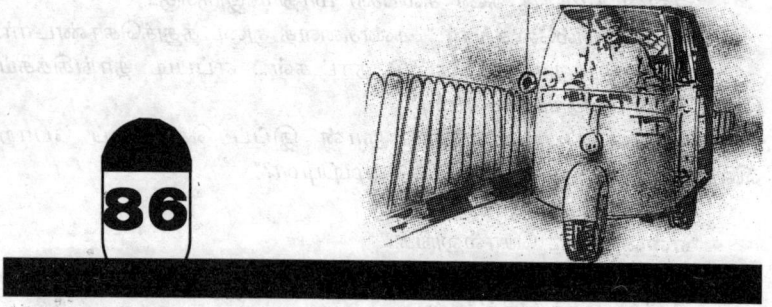

ஏப்ரல் மாதத்தை ஏமாளிகள் மாதம் என்பார்கள். என் விஷயத்தில் அது நூறுசதம் நிஜம்! எனக்கு தூக்கு தண்டனை நிர்ணயிக்கப்பட்ட மாதம் ஏப்ரல்!

ஏப்ரல் 27-ந் தேதி எனக்குத் தூக்கு என்கிற தகவல், ஏப்ரல் 21-ந் தேதிதான் ஜெகதீஸ்வரிக்குத் தெரியவந்தது. டன் கணக்கில் பதறினாள்.

முள்ளை முள்ளால்தான் எடுக்க வேண்டும்! சட்டத்தை

மரண வாக்குமூலம் ● 449

சட்டத்தின் மூலமே சந்திக்க முடிவெடுத்தாள். என் போதாத நேரம் 22, 23-ந் தேதிகள் (சனி, ஞாயிறு) கோர்ட் விடுமுறை!

24-ந் தேதி கணவனின் உயிர் பிச்சை கேட்டு சென்னை உயர்நீதிமன்றத்தில் மனு தாக்கல்! 25-ந் தேதி விசாரணைக்கு வந்தது மனு. இரண்டு தரப்பு வாதங்களிலும் கோடை வெயிலின் சூடு!

சேலம் ஜெயில்... ஷெல்லில் நான் ஜாலியாக பாடிக் கொண்டிருந்தேன்.

"என்னதான் நடக்கும் நடக்கட்டுமே...இருட்டினில் நீதி மறையட்டுமே...

தன்னாலே வெளிவரும் தயங்காதே..."

அப்போது அங்கு வந்த வார்டன், 'என்னப்பா சங்கர் ஜாலியா பாட்டு பாடுற மாதிரி தெரியுது... உன்னைப் பார்த்தால் தூக்கு தண்டனை கைதி மாதிரி தெரியலேப்பா..."

"உண்மைதான்... கர்த்தர் என்கூட இருக்கார், என் மனைவி ஜெகதீஸ்வரி என்னைக் காப்பாற்ற சட்டத்தின் கதவுகளைத்தட்டிக்கிட்டு இருக்கா... நான் ஏன் கவலைப்படணும்... அந்த எமனே நினைத்தாலும் என் உயிரை எடுக்க முடியாது சார்..."

எமன் நினைச்சால் உன் உயிரை எடுக்க முடியாமல் இருக்கலாம்... ஆனால், எமனைவிட கொடுமையான அரசியல்வாதிகள் நினைச்சிட்டாங்களே சங்கர்-..."

மதிய இடைவேளைக்குப் பிறகு, கோர்ட் மீண்டும் கூடுகிறது.

"யுவர் ஆனர்... ஆட்டைக் கொல்வதைக்கூட ஒரே வெட்டில் கொன்று விடுகிறோம்... சங்கர்... கடந்த ஏழு ஆண்டுகளாக சிறையில் சாவு இன்றோ நாளையோ என்ற பதைபதைப்பில் தினம் தினம் கொஞ்சம் கொஞ்சமாக இறந்து கொண்டிருக்கிறார். இந்த ஏழாண்டு, அவரது மன உளைச்சல்கள் அவர் செய்த குற்றங்களுக்கு அதிகப்படியான தண்டனை என்றே கூறவேண்டும். எனவே, சங்கரின் தண்டனையை ரத்துசெய்ய வேண்டும்" -என் தரப்பு வழக்கறிஞரின் வாதம் ஏற்கப்படவில்லை.

நான் தனது எம்.ஏ. பட்டத்துக்கான பாடங்களைப் படித்துக்கொண்டிருந்தேன். எனக்கு கஜினி முகமதுவை மிகவும் பிடித்திருந்தது. கஜினி விடாமுயற்சிக்கு மனசுக்குள் சல்யூட் அடித்தேன்.

எத்தனை தோல்விகள்! மனுஷன் சளைக்கவேயில்லையே... தொடர்ந்து முயற்சி செய்து இருக்கான். அவனும் நம் கேஸ்தான் போல.

என் மனசுக்குள் ஒரு குரல். சங்கர் டோண்ட் ஒர்ரி... நீ ஜெயிக்கிறே... கஜினிக்கு விடாமுயற்சியின் பலன் என்ன தெரியுமா? வெற்றி! உனக்கு வெற்றி நிச்சயம்டா' -நான் எனக்குள் சபாஷ்

கூறிக்கொண்டு சந்தோஷமாக தூங்கலானேன்.

ஏப்ரல் 26-ந் தேதி. மறுநாள் தூக்கு. பெஞ்ச்சில் வாதம்! ''வழக்கு பதிவு செய்யப்பட்ட 88-வது வருடத்திலிருந்து சிறையிருக்கிறேன், ஏழு வருடங்கள். எனவே, எனக்கு மனிதாபிமான அடிப்படையில் தண்டனை குறைப்பு வழங்க வேண்டும்"

-ஆனால், ஐ கோர்ட் பெஞ்ச் தூக்கு தண்டனை தீர்ப்பை மீண்டும் உறுதிப்படுத்தியது. என் வழக்கறிஞரோ விடாக்கண்டராக இருந்தார். என்னை விடுவிக்க புதிய கோணத்தில், நீதிபதிக்கு மீண்டும் மனு கொடுக்கப்பட்டது.

'சங்கருக்கு ஏற்கனவே தூக்கு தண்டனை தீர்ப்பாகிவிட்டதால், அதை நிறைவேற்ற வசதியாக சிறை உடைத்து தப்பித்த வழக்கிலிருந்து, விடுவிக்கப்பட்டான். ஆனால், அதே வழக்கு சங்கரின் தம்பி மோகன் மீதும், மற்றவர்கள் மீதும் நடைபெற்று வருகிறது. இஸ்மாயில் கமிஷன் சிறைச்சாலைப் பாதுகாப்பிலுள்ள குறைபாடுகளை அழுத்தம் திருத்தமாகச் சுட்டிக்காட்டுகிறது. அந்தக் குறைபாடுகள் இன்னும் களையப்படவில்லை. சங்கருக்குப் பிறகு, தமிழகமெங்கும் இதுவரை முப்பத்து மூன்று கைதிகளுக்கு மேல் தப்பித்துள்ளனர். இந்தச் சிறை உடைப்பை முதன்முதலில் பிரகாசமாக ஆரம்பித்து வைத்தது சங்கர்தான். அவனை முழுமையாக விசாரித்தால்தான் தப்பிக்க உதவியவர்களைக் கண்டுபிடித்து இனி தப்பி ஓடுவதை தடுக்க முடியும்.

நிலைமை இப்படி இருக்க முதல் குற்றவாளியான சங்கரை கேஸிலிருந்து எப்படி விலக்க முடியும்? எனவே அந்த கேஸ் முடியும்வரை சங்கரின் தூக்கு தண்டனையை தள்ளிப்போட வேண்டும்!

மணி 5.30 கோர்ட் கலையும் நேரம்.

வாதம் தொடர்ந்தது.

நீதிபதிகள் இருவரும் எழுந்துவிட்டனர்- பத்து நிமிடங்களில் தீர்ப்பு சொல்வதாக.

விடிந்தால் தூக்கு.

முடிவைத் தெரிந்துகொள்ள வந்தவர்கள் தப்பித்து விடுவான் சங்கர் என்றும், நோ சான்ஸ் என்றும் பேசிக் கொண்டார்கள்.

சக வக்கீல்கள் 'நிச்சயம் தூக்குக்கு தடை கிடைக்கும்' என்றார்கள் தங்களுக்குள்.

ஜெகதீஸ்வரி மண்டியிட்டு யேசுவை அழைத்தாள் கணவனைக்காப்பாற்ற. நண்பர்கள் இஷ்ட தெய்வங்களை மெதுவாகக்கூப்பிட்டுக் கொண்டிருந்தார்கள்.

டென்ஷன்! டென்ஷன்!

வந்தார்கள் நீதிபதிகள்.

“பெட்டிஷன் டிஸ்மிஸ்!”

‘ஓ’வென்ற கதறல் சத்தம் ஜெகதீஸ்வரியிடமிருந்து.

கடைசி கடைசியாக உள்ள ஒரே வாய்ப்பு ராஜ்பவன்.

விடிந்தால் எனக்குத் தூக்கு.

நேரமோ மாலை 7.30

தீர்ப்பு உத்தரவு வந்தவுடன் கவர்னர் சென்னாரெட்டிக்கு ஜெகதீஸ்வரி மூலம் ஒரு மனு கொடுக்கப்பட்டிருந்தது. கருணை காட்டி தண்டனையை நிறுத்த வேண்டுமென்று மனுவில் கோரப்பட்டிருந்தது.

கவர்னரைச் சந்தித்து அந்த மனு குறித்து கேட்கலாமே! ஜெகதீஸ்வரி கவர்னர் மாளிகைக்குப் பறந்தாள்.

கவர்னரைச் சந்திக்க முடியவில்லை. அதிகாரிதான் பேசினார்.

“அவர் இன்னிக்கு ரொம்ப மூடு அப்செட்மா... உங்க மனுவை ஏற்று தண்டனையை நிறுத்தணும்னுதான் நினைச்சிருந்தாரு... ஆனால், அந்த அம்மா (ஜெயலலிதா) இன்னிக்கு சட்டமன்றத்தில் ஐயாவைப் பற்றி தாறுமாறா பேசிட்டாங்க. இவர் தன்கிட்டே தகாத முறையில் நடந்துக்க முயன்றார்னு சொல்லிட்டாங்க. இந்த நிலையில் சங்கர் விஷயத்தில் கருணை காட்டினால், ஒரு கிரிமினலுக்குப் பரிந்துரை பண்ற இவர் ஏன் என்னிடம் தகாத முறையில் நடக்க முயன்றிருக்கக்கூடாதுன்னு வாதாட ஒரு இடம் வந்துடும்கிறதால, ஐயா உங்க மனுவை நிராகரிச்சிட்டாரு...”

-இதைக்கேட்ட ஜெகதீஸ்வரிக்கு தலை சுற்றியது.

கணவன் கழுத்தில் கயிறு ஏறுவதும்- தன் கழுத்திலிருந்து கயிறு இறங்குவதும் உறுதிதானோ?

அந்த வார்டனுக்கு ஆச்சரியம்! அவர் சர்வீஸில் நான்கைந்து தூக்கு தண்டனைக் கைதிகளைப் பார்த்திருக்கிறார். தூக்கிடப்படுவதற்கு முதல் நாள் இரவு தூங்கவே மாட்டார்கள்; கதறி அழுவார்கள்; ஓலமிடுவார்கள்;

என்னிடமோ சின்ன முனகல்கூட இல்லை. கையில் பைபிளை வைத்துக்கொண்டு படித்தவாறே இருந்தேன். ஷெல்லுக்கு வெளியிலிருந்து வார்டன் கேட்டார்.

“என்ன சங்கர் தூங்கலியா?”

-சிரித்தேன்.

“இங்கே நியாயங்களும், தர்மங்களும் தூங்கும்போது என்னை மாதிரி ஆட்கள் எப்படி சார் தூங்கமுடியும்?”

“சாவை நினைச்சு உனக்கு பயமில்லையா?”

“நிச்சயமா எனக்கு தூக்கு ரத்தாகும் சார்... நீங்க வேணா பாருங்க... டெலிபோனோ, தந்தியோ வரும்” -எனது அபார நம்பிக்கையை நினைத்து அவருக்கு ஆச்சரியம்!

“எனக்கு ஒரு உதவி சார்... டெலிகிராம் ஆபீசுக்குப் போன் பண்ணி என் தூக்கு ரத்தாயிட்டுதுன்னு ஏதாவது தந்தி வந்திருக்கான்னு விசாரிங்க சார்... ஏன்னா, நம்ம அவசரம் அவங்களுக்குத் தெரியுமா என்ன? தந்தியைக் காலையில் கொடுத்துக்கலாம்னு அலட்சியமா இருந்துடப் போறாங்க... ப்ளீஸ்...”

“நிச்சயமா விசாரிக்கிறேன்...” -கண்கள் கலங்க அவர் நகர்ந்தார். நான் பைபிளில் தலைகவிழ்த்தேன்.

ஐகோர்ட் அளவில் என் உயிரைக் காப்பாற்றுவதற்கான அனைத்து முயற்சிகளும் நிராகரிக்கப்பட்டபிறகு, சுப்ரீம் கோர்ட்டில் மேல்முறையீட்டுக்கான முயற்சிகள் மின்னல் வேகத்தில் நடந்தன.

ஃபேக்ஸ் மூலம் ஜெகதீஸ்வரியின் கோரிக்கைகளும் கேஸ் தொடர்பான விபரங்களும் டெல்லி சுப்ரீம் கோர்ட்டுக்குப் பறந்தன.

நள்ளிரவு 1.30 மணி. மனிதாபிமான அடிப்படையில் ஜெகதீஸ்வரியின் கோரிக்கைகளை ஏற்றுக்கொண்டு சுப்ரீம் கோர்ட்டில் வழக்கு நடந்தது. ஆனால் சுப்ரீம் கோர்ட்டும் தூக்குதண்டனையை உறுதிப்படுத்தியது.

வெளியே நடக்கும் களேபரங்கள். பரபரப்புகள் எதுவும் தெரியாமல் உள்ளே நான்! நேரம் கோந்து தடவிய நத்தையாய் ஊர்ந்து கொண்டிருந்தது. கண்கள் அசத்த உட்கார்ந்தவாறே உறங்கிப் போயிருந்தேன்.

“சங்கர்... மணி நாலு ஆகுது... தயாராயிரு...” -அதிகாரி.

இதழோரம் சின்ன புன்னகை! தலையசைத்தேன்.

“குளிச்சிடு...”

“பரவாயில்லை... வேண்டாம் சார்...”

“அது நடைமுறை. மாற்ற முடியாது.”

ஜெயில் நடைமுறைப்படி குளித்தேன்; கொடுத்த உடைகளை அணிந்தேன்; தலைசீவினேன்.

மணி விடிகாலை 4.30

என் ஆண்டவரே ஏன் என்னைக் கைவிட்டீர்? மனைவி ஜெகதீஸ்வரிக்குக் கடிதம் எழுதத் தொடங்கினேன். மனைவிக்கு எழுதி முடித்துவிட்டு, மகள் கீதாவுக்கும் கடிதம்!

இன்னும் சிறிதுநேரத்தில் பிரிய இருக்கும் உயிரை, அந்த இரண்டு கடிதங்களிலும் வார்த்தைகளில் வாரி இறைத்துக்கொண்டிருக்கிறேன்.

மணி 4.48

கடித வேலை முடிந்தது. மாஜிஸ்திரேட் நரசிம்மன், டாக்டர்கள் குழு, வார்டன்கள், டி.ஐ.ஜி. ராமநாதன்

சூப்பிரண்டெண்ட் எல்லோரும் சங்கரைச் சுற்றி.

காபி தரப்படுகிறது. ரசித்துக் குடித்தான். பிறகு-

தூக்குமேடை நோக்கிப் பயணம்.

அதிகாரிகள் சூழ- கையில் விலங்குடன் சங்கர் இருபுறமும் ஷெல்கள் சூழ்ந்த பாதையில் நடந்து போகிறான்.

எங்கும் அறையிருட்டு! ஷெல்களிலிருந்து சக கைதிகளின் கையசைப்புகள்! விடை கொடுப்புகள்! சங்கரின் ஆத்மா சாந்தியடைய பிரார்த்தனைகள்! சங்கரிடமிருந்து எந்த உணர்ச்சியுமில்லை. நடந்துகொண்டே இருந்தான்.

ஒரு ஷெல்லிலிருந்து ஒரு குரல்...

"நீ கவலைப்படாம போ சங்கர்... நான் இருக்கேன். நான் ரிலீசானவுடன் உன் குழந்தையையும் தங்கச்சியையும் நான் காப்பாத்தறேன்."

இந்த வார்த்தைகளைக் கேட்டதும் சங்கர் 'சடக்'கென்று நின்றான். அதிகாரிகளும் நின்றனர்.

"சார் ஒரு நிமிடம்...!"

அனுமதி வழங்கப்பட்டது.

குரல் கொடுத்தவனின் ஷெல்லை நெருங்கினான். அரை வெளிச்சத்தில் அந்த உருவம் தெரிந்தது. கம்பிகளின் வழியாக அந்த மனிதனின் கையைப் பற்றி முத்தமிட்டான் சங்கர்.

"கர்த்தரே... நன்றி சாகப்போகும் கடைசி நிமிடங்களில் ஒரு மனிதனைக் காட்டினீரே..."

பிறகு சங்கர் திரும்பிப் பாராமல் விடுவிடுவென்று நடக்கலானான்- தூக்குமேடை நோக்கி!

கண்கள் கட்டப்பட்டு தூக்குமேடையின் முனையில் நின்ற போதிலும் சங்கருக்கு வலுவான நம்பிக்கை! சில தினங்களுக்கு முன் கண்ட கனவு பலிக்கும்- கடைசி நிமிடத்தில் தூக்கு தண்டனை ரத்தாகும் என்று.

ஆரம்பத்திலிருந்தே சங்கரது நம்பிக்கைகள் அனைத்துமே அவனுக்காக வெட்டப்பட்ட மரணக்குழியில் மண் அள்ளிப் போட்டன.

முதல் நம்பிக்கை- போலீஸ் தன்மீது நடவடிக்கை எடுக்காது என்ற நம்பிக்கையில் சம்பத் மனைவியிடம் 'போலீஸ்ல போய் ரிப்போர்ட் பண்ணு' என்று அவனே வழிகாட்டியது; தனது வலதுகை என்று நம்பிய பாபு, அப்ரூவராக மாறி அவனைக் காட்டிக் கொடுத்தது; நம்பிக்கொண்டிருந்த போலீசார் அவனுக்கு எதிராகவே சாட்சிகளைத் திரட்டியது; அரசியல்வாதிகள் காலை வாரிவிட்டது; கருணை மனு நிராகரிக்கப்பட்டது- இப்படி நிறைய அடுக்கலாம்.

இன்னும் சில நிமிடங்களில் மரணம் என்ற நிலையில் 'தூக்கு ரத்து' என்று ஒருவர் கத்திக்கொண்டே வரப்போகிறார் என்ற நம்பிக்கையில் சங்கர் காதுகளைத் தீட்டி வைத்துக்கொண்டான்.

'கனவு மெய்ப்பட வேண்டும்' என்ற சங்கரின் கனவு பொய்ப்பட்டது.

மணி 5.14

சமாதானத்துக்கு அடையாளமான வெள்ளைக்கொடி சங்கரின் சாவுக்கு அடையாளமாக அசைக்கப்பட்டது.

"ஹேங்..." -உயரதிகாரியின் ஆணை காற்றைக் கிழித்தது. அந்த ஆணையைக் கேட்ட சங்கரின் கடைசி வினாடி நம்பிக்கை கிழிந்து கந்தலானது. சின்ன மின்னலாய் ஜெகதீஸ்வரியும் நான்கு குழந்தைகளும் நினைவில் வந்து மறைந்தனர். தவிப்பால் அவனது நெஞ்சு விம்மியது.

சங்கர் சத்தமாக பிரார்த்தித்தான்.

-அவனது வார்த்தைகள் முடியுமுன்னர் தரையில் பலகை பிளந்து அவனை அந்தரத்தில் தொங்கவிட்டது.

எல்லா அதிகாரிகளும் சங்கரின் மரணத்தை உறுதிப்படுத்திக் கொள்வதற்கான நடவடிக்கைகளில் பரபரப்பாக இருந்தபோது, ஒரே ஒரு ஜீவன் மட்டும் வேறு பக்கமாகத் திரும்பிக்கொண்டு குலுங்கிக் குலுங்கி அழுதது. அது வேறு யாருமல்ல; ஜெயில் வார்டன்தான்.

அவர் மட்டுமல்ல; சங்கரோடு இறுதிக்காலங்களில் பழகியவர்களும்.

ஆட்டோசங்கர் என்ற கௌரிசங்கரின் கதை முடிந்தது. ஆனால், அவனைக் கிரிமினலாக மாற்றிய கிரிமினல்கள் இன்னும் ராஜபோகமாக வாழ்ந்து கொண்டுதானிருக்கின்றனர்.